குறுந்தொகை

மூலமும் உரையும்

புலியூர்க் கேசிகன்

ரிதம்

ரிதம் வெளியீடு

குறுந்தொகை - மூலமும் உரையும்
புலியூர்க் கேசிகன் ©

Kurunthogai - Moolamum Uraiyum
Puliyur Kesigan ©

1st Edition: Jan 2025
Pages: 504   Price: Rs. 499
ISBN: 978-81-19628-58-2

Published by:
Rhythm Veliyeedu
New No.58, Old No.26/1, 1st Floor,
Alandur Road, Saidapet,
Chennai - 600 015, Tamil Nadu, INDIA
Ph : (044) 2381 0888, 84285 12481
E-mail : senthil@rhythmbooks.in
Web : www.rhythmbooksonline.com

Book Layout & Cover Design
Visual Vinodh - 9500149822

குறுந்தொகை தெளிவுரை

'சங்கத் தமிழறிவார் தண் தமிழின் சீரறிவார்'

அமிழ்தான அருந்தமிழின் உயிர்ப்பாகத் திகழ்வன சங்கத் தமிழ் நூல்கள். அறிவு நலத்தினாலே மேம்பட்டு வாழ்ந்த நம் முன்னோர்கள், நமக்காகச் சேமித்து வைத்துச் சென்றிருக்கும் ஒப்பற்ற சேமநிதியமாகத் திகழ்வனவும் அவையாகும். அவற்றை அறிதல் நம் கடன்; அவற்றைக் கற்றுப் பயன்பெறுதல் நம்மை உயர்த்தும்; நாம் தமிழ்ச் செல்வர்களாவதற்கும் அவை துணைநிற்கும்.

சங்கத் தமிழ் நூற்களுள் எட்டுத் தொகையும் பத்துப் பாட்டும் தொல்காப்பியப் பெருநூலும் நமக்குக் கிடைத்துள்ளன. அவற்றுள், தொல்காப்பியப் பெருநூல் இலக்கணமாகவும் இலக்கியமாகவும் போற்றத்தக்கது; பிற இனிமை கனியும் இலக்கிய ஊற்றுக்களாகத் திகழ்வன.

இவற்றுள், இக் 'குறுந்தொகை' என்னும் தொகை நூல் எட்டுத் தொகையைச் சார்ந்ததாகும். எட்டுத் தொகை நூற்கள் இவையிவை என்பதனைக் கூறும்,

'நற்றிணை நல்ல குறுந்தொகை ஐங்குறுநூறு
ஒத்த பதிற்றுப்பத்து ஓங்கு பரிபாடல்
கற்றறிந்தார் ஏத்தும் கலியோடு அகம்புறம் என்று
இத்திறத்த எட்டுத் தொகை'

என்னும் பழம்பாடல், 'நல்ல' என்னும் சிறப்புச் சொல்லைச் சேர்த்தே இத்தொகையினைக் குறிப்பிடுகின்றது. இது செய்யுளழகிற்காகச் சொல்லப்பட்டதன்று; உண்மையாகவே, குறுந்தொகையின் நயப்பாட்டு மிகுதியினைக் கண்டறிந்தே கூறப்பட்டதாகும். இதனைக் குறுந்தொகைச் செய்யுட்களுள் சிலவற்றையேனும் கற்பவரே உணர்வாரெனில், முற்றவும்

கற்பார் உணர்வதுடன், 'நல்ல நல்ல' என்று கூறிப் போற்றவும் முற்படுவர் என்பதில் ஐயமின்று.

எட்டுத்தொகை நூற்களுள், புகழ்பெற்ற இறையனாரது செய்யுளைத் தன்னிடத்தே கொண்டதாகத் திகழ்வது இத்தொகை நூலாகும். இறையனாரை இறைவனாகவே கொண்டு, இந்தச் செய்யுளையொட்டி வழங்கிவரும் திருவிளையாடற் கதையினை முற்றவும் உண்மையெனக் கொள்வார் சிலரெனினும், அக்கதையின் உள்ளீடாக அமைந்து விளங்கும் நிகழ்ச்சிகள் சிந்தனையைத் தூண்டுவனவாகத் திகழ்கின்றன என்பதனை ஏற்பார் பலராவர். 'ஆலவாய் இறையனார் தருமியென்னும் பிரமசாரிக்குப் பொற்கிழி வாங்கிக் கொடுத்த 'சிந்தா சமுத்தி அகவல்' என்று இதனைக் குறிப்பிட்டுப் போற்றுவர், 'தமிழ் நாவலர் சரிதை' யைத் தொகுத்த சான்றோர். இதனையொட்டியே திருவிளையாடற் கதையும் எழுந்துள்ளது.

கொங்குதேர் வாழ்க்கை அஞ்சிறைத் தும்பி
காமஞ் செப்பாது கண்டது மொழிமோ
பயிலியது கெழீஇய நட்பின் மயிலியற்
செறிஎயிற்று அரிவை கூந்தலின்
நறியவும் உளவோ நீ அறியும் பூவே

என்னும் செய்யுளை இறையனார் இயற்றித்தர, அதனைக் கொண்டு, பாண்டியனால் அமைக்கப்பட்ட பொற்கிழியினைத் தருமி பெற்றுவிடுகிறான். அப்பொழுது நக்கீரனார், 'செய்யுள் பொருட் குற்றம் உடைய' தெனக் கூறி மறுக்கின்றார். அதனைக் கேட்டதும் தருமி கலவரம் அடைகின்றான். அவனுக்காக இறையனாரே சங்கத்துச் சென்று வாதிடுகின்றார். 'அரிவை கூந்தலின் நறியவும் உளவோ?' எனக் கூந்தற்கு இயற்கை மணம் கூறியது குற்றமென்பது நக்கீரனாரின் வாதம். உயர்ந்த சாதியினரான பெண்களின் (இங்கே சாதியென்பது பத்மினி சித்தினி போன்றாரைக் குறிக்கும்) கூந்தல் இயற்கைமணம் கொண்டதென்பது இறையனாரின் வாதம். இருவரும் தத்தம் கருத்துக்களில் அழுத்தமாக இருக்கின்றனர். 'நெற்றிக் கண்ணைக் காட்டினும் குற்றம் குற்றமே' எனத் தாம் தொழுது போற்றும் இறைவனையே நேரிற் கண்டபோதும், தமிழின் செவ்வியை நினைத்துச் சாதித்துக் கூறுகின்றார் நக்கீரர். முடிவில், இறைவன் அவரைத் தெளிவித்து ஆட்கொள்ளுகின்றான்.

இந்தக் கதையினால், சங்கச் செய்யுட்கள் எத்துணை ஆழமாக ஆய்ந்து தொகுக்கப்பட்ட சிறப்புடையன என்பதனையும், செய்யுட்களின் உயர்வன்றிச் செய்யுட்களைச் செய்தவரின் உயர்வு அங்குக் கருதப்படவில்லை என்பதனை நாம் காணலாம். இஃது, எட்டுத் தொகையின் செய்யுட்கள் ஒவ்வொன்றும், ஒவ்வொரு காரணம் பற்றி உயர்வுடன் விளங்கும் சால்பு கொண்டவை என்பதனை நமக்குக் காட்டுவதுமாகும். இனி, 'நறுமென்கூந்தல், நாறிருங் கூந்தல்' எனவெல்லாம் சான்றோர் பிற செய்யுட்களினும் உரைக்குமாற்றால், கூந்தல் இயற்கைமணம் உடையது என்னும் உண்மை சான்றோர்க்கு உடன்பாடே என்றறிகின்றோம். அறிந்த நாம், நக்கீரனாரின் குற்றச்சாட்டிற்குக் காரணத்தை அறியவியலாதும் அயர்கின்றோம்.

இக்குறுந்தொகையின் செய்யுட்கள் எல்லாம் ஆசிரியப் பாவான் இயன்றன; அடியளவின் குறுமை நோக்கி இதனைக் 'குறுந்தொகை' என்றனர். நாலடிச் சிற்றெல்லையாகவும் எட்டடிப் பேரெல்லையாகவும் உடைய செய்யுட்களைக் கொண்டது இத்தொகைநூல் என்பர் சான்றோர். எனினும், 307, 391 ஆவது செய்யுட்கள் ஒன்பதடிகளானே அமைந்திருப்பதனைக் காணுகின்றோம். நானூறாக வேண்டிய தொகை 401 ஆதலையும் பார்க்கின்றோம். இதனால், ஒரு செய்யுளும், மற்றொரு செய்யுளின் ஓரடியும் பிற்காலத்தே நுழைந்தனவெனக் கருதுவார் ஆன்றோர்கள்.

'இத்தொகை பாடிய கவிகள் இருநூற்றைவர்' என்னும் பழைய குறிப்பும் பொருந்துமாறில்லை. இப்புலவர் தொகை மேம்படுதலையும், பத்துச் செய்யுட்கள் ஆசிரியரது பெயர்க் குறிப்பின்றியே விளங்குதலையும் காண்கின்றோம்.

இந்நூலைத் தொகுத்தான் பாண்டியனாதலும், தொகுத்தவர் 'பூரிக்கோ' என்பவராதலும், பழைய குறிப்புகளால் அறியப்படும் பிற செய்திகளாகும்.

இத்தொகைச் செய்யுட்களின் கருத்துக்களாகக் கூறப்பட்டிருப்பவை, இத்தொகையினைத் தொகுத்தமைத்த சான்றோராலோ அன்றி அவர்க்குப் பிற்பட்டு வந்த ஆன்றோர் ஒருவராலோ அமைக்கப்பட்டிருத்தல் கூடும். சில இடங்களில், அக்கருத்துக்கள் பொருத்தமின்றித் தோன்றினாலும்,

பொதுவாகச் செய்யுட் பொருளை அறிதற்குத் துணை செய்வனவாகவே விளங்குகின்றன.

உரையாசிரியர் நச்சினார்க்கினியரது உரைச்சிறப்புப் பாயிரத்தால், இந்நூற் செய்யுட்களுள் இருபதுக்கு மட்டும் இவர் உரையமைத்தனர் எனவும், பிறவற்றுக்குப் 'பேராசான்' என்பவர் உரை வகுத்தனர் எனவும் அறிகின்றோம். இவ்வுரைகள் இரண்டுமே நமக்குக் கிடையாவாய்ப் போயின. இந்தப் பேராசானே தொல்காப்பிய உரையாசிரியராகிய 'பேராசிரியர்' என்பார் பலர்.

இனி, உரையாசிரியன்மார் பலராலும், ஆயிரத்துக்கும் மேற்பட்ட இடங்களுள், இத்தொகையின் செய்யுட்கள் எடுத்துக் காட்டப்பட்டிருக்கும் சிறப்பினாலே, இத்தொகை நூலினைச் சான்றோர் பலரும் போற்றிக் கையாண்டு வந்த பெருமை நமக்குப் புலனாகும்.

இத்தகைய சிறப்புக்களும் செழுமை நலமும் கொண்ட இத்தொகை நூலினை, முதன் முதலாக அச்சேற்றிக் கண்ட பெருமைக்கு உரியவர், 'திரு. சௌரிப் பெருமாள் அரங்கன்' என்னும் சான்றோராவர். இவரது பதிப்பு வெளிவந்ததும் குறுந்தொகைச் செய்யுட்களின் இனிமை பிற சான்றோர்களையும் கவரத் தொடங்கவே, அவர்கள் நன்கு ஆராய்ந்து செப்பமான பதிப்புக்களைத் தாமும் கொணர்வதில் முற்பட்டனர்.

தமிழ்க்கடல் திரு. கா. நமச்சிவாய முதலியார் அவர்கள் மூலத்தை மட்டும் பதிப்பிக்கத் தொடங்கினார். அந்தப் பதிப்பு முற்றுப் பெற்று வெளிவந்ததாகத் தெரியவில்லை.

திரு. சேஷாசலமையரவர்கள் வெளியிட்டுவந்த 'கலா நிலையம்' என்னும் இதழிலே. கி.பி. 1930ல் திரு. இராமரத்தினம் ஐயர் அவர்கள் புத்துரையொன்று எழுதிவந்தனர். இது புத்தக வடிவிலே வெளிவரவில்லை.

இதன் பின்னர், வித்துவான் சோ. அருணாசல தேசிகர் அவர்கள் மூலத்தைச் செப்பனிட்டுப் பதிப்பித்தனர். தமிழ் வல்லாராகிய திரு. ராஜசிவ சாம்பசிவ சர்மா அவர்களும், ஒரு திங்களிதழில் உரையெழுதிவரத் தொடங்கினார்கள். ஆயின், இதுவும் புத்தக வடிவிலே தோன்றவில்லை.

இந்நிலையிலே, தமிழ்த் தாத்தாவெனப் போற்றப்படும் டாக்டர் உ.வே. சாமிநாதையர் அவர்கள் மிகமிக நுண்மையாக ஆராய்ந்து, தமது பதிப்பினைக் கி.பி. 1937ல் வெளியிட்டார்.

இதன்பின்னர், அண்ணாமலைப் பல்கலைக்கழகத்துப் பேராசிரியராயிருந்த தமிழ்ப் பெருங்கடலான ரா. ராகவையங்கார் அவர்களது 'குறுந்தொகை விளக்கம்' வெளிவந்தது. இவர்களது நுட்பமான விளக்கக் குறிப்புகளைக் கண்டு, இவர்கள் இந்நூல் முழுமைக்கும் ஆக்கிய அத்தகைய குறிப்புகளை எல்லாம் நாம் அடையப் பெற்றோமில்லையே என்ற ஏக்கத்திற்கு ஆளாக வேண்டியதிருக்கின்றது.

இடையிலே, சைவசித்தாந்த சமாசம் வெளியிட்ட சங்க இலக்கியத் தொகுதிகள் இரண்டும் வெளிவந்தன. கி.பி. 1957ல் திரு. எஸ். ராஜம் அவர்களின் முயற்சியோடு உருவான செம்மையான மூலப்பதிப்பும் வெளிவந்தது.

இவ்வாறு, இத்தொகைநூலைப் பதித்து வழங்குவதில் தமிழறிஞர் பலர் ஈடுபட்டு முயன்றிருப்பதும், இந்நூலினது செழுமைக்குச் சான்று பகர்வதாகும்.

இவையன்றி, நல்லறிஞர் பலர் குறுந்தொகைச் செய்யுட்களைத் தழுவிய பல கட்டுரைகளை ஆக்கியும், ஆய்வுரைகளை வகுத்தும், பேருரைகளை நிகழ்த்தியும், தமிழன்பர்கட்கு விருந்தூட்டி வருகின்றார்கள்.

இப்படிப் பலரும் பலகாலத்தும் ஆய்ந்து பேசியும் பதிப்பித்தும் புகழுடைய குறுந்தொகையினைத், தமிழறிந்தவர் அனைவருமே கற்றுணர்தற்கான வகையில் இந்தத் தெளிவுரை யமைப்பினை உருவாக்கத் துணிந்தோம். ஆற்றல்சான்ற பேராசிரியர்களின் அருமுயற்சிகளும் பதிப்புகளும் குறிப்புகளும் எமக்குத் துணைநின்று உதவின. அவர்கட்கெல்லாம் எமது நன்றிக்கடன் சொல்லளவாற் கூறிக் காட்டவியலாத அளவிற்கு அத்துணைப் பெரிதாகும். அவர்களின் அடியொற்றியே இவ்வமைப்பு உருவாகியுள்ளதாதலின் இதனால் விளையும் தமிழ்ப் பயனும் அவர்களது புகழையே சார்ந்துநின்று மிகுமிக்கும் எனலாம்.

இவ்வுரையமைப்பின்போது செய்யுட்களைப் பெயர்த்தெழுதி உதவிய அன்பர் அரிகரன், மற்றும் பல கருத்துரைகளை அவ்வப்போது வழங்கியுதவிய நண்பர்களான

தமிழாசிரியர் பெருமக்கள் பலருக்கும், நண்பரான புலவர் புரவலனார்க்கும் எமது நன்றி உரியதாகும்.

இப்பணியினை எமக்கு இட்டதுடன், எமக்கு வேண்டிய ஊக்கமும் ஆக்கமும் அளித்துதவியவர், தமிழன்பரும் பாரி நிலைய அதிபருமான திரு. க.அ. செல்லப்பன் அவர்களாவர். அவர்கட்கும் எம் உளங்கலந்த நன்றி என்றென்றும் உரியதாகும்.

இனி, மிகமிகப் பொறுமையோடும், அமைதியோடும், இதனை அச்சியற்றும் பணியினைச் செய்துதவிய மெட்ரோபாலிடன் அச்சகத்தினரின் ஒத்துழைப்பினையும் எம்மால் பாராட்டாதிருக்கவியலாது.

திணை, துறை, துறைவிளக்கம், தெளிவுரை, விளக்க குறிப்புகள் என்றபடியே அமைந்த இந்தத் தெளிவுரை அமைப்புத் தமிழன்பர்கட்கும், தமிழ் மாணவர்கட்கும் நல்லதொரு விருந்தாக அமையுமென்ற நம்பிக்கை எமக்கு உண்டு. பாடிய சான்றோர்களைப் பற்றிய குறிப்புகளும் பிறவும் செய்யுட்களின் பொருளை அறிதற்கு மேலும் துணை நிற்பனவாகும்.

இனி, இவையனைத்திற்கும் மேலாக, எம்மையும் இப்பணியிலே ஈடுபடுத்தித் தொண்டாற்றுமாறு அருள்பாலித்த தமிழன்னையின் பெருங்கருணைத் திறத்தை நினைந்து, அவளது அடியிணைகளின்கண் இதனைப் படைக்கின்றோம். அவளருள் எங்கும் எவர்பாலும் என்றும் பரவி நிலைபெறுவதாக!

வாழ்க தமிழ்! வளர்க தமிழார்வம்!

புலியூர்க் கேசிகன்

சில செய்திகள்

சாதாரண மனிதன், பிறந்து வளர்ந்து வாழ்ந்து மடிகின்றான். அவன், தன் வாழ்வை வாழ்ந்து கழிப்பதோடு அமைந்து விடுகின்றான். வாழ்வைப் பற்றிச் சிந்திப்பதும், அதனைச் சீர்மையாக்கித் தான் மென்மேலுஞ் சிறப்புற நினைப்பதும் அவனுக்கு இயல்வதன்று.

அறிஞனோ, வாழ்வை நுணுகி நுணுகி ஆராய்வதிலே ஈடுபடுகின்றான். அவனைக் கவருகின்ற வாழ்வின் கூறுபாடுகளை எண்ணி எண்ணிக் களிப்படைகின்றான். தன்னுடைய களிப்பினைப் பிறருடன் பகிர்ந்துகொள்ள நினைத்து, அவற்றைச் செய்யுட்களாகவும் வடித்து வைக்கின்றான்.

நம் பண்டைத் தமிழறிஞர்கள் இவ்வாறாக அமைத்துச் சென்ற செய்யுட்களுள், அகப்பொருளைப் பற்றியவாக விளங்கும் செய்யுட்கள், தனித்த சிறப்பினைக் கொண்டிருப்பவையாகும்.

தலைவன் ஒருவன், தலைவியொருத்தியோடு கூடிவாழ்ந்து புதல்வரைப் பெற்றும் அறங்களை யாற்றியும் புகழ்பெறுவதும் எவ்விடத்தும் நிகழக்கூடியதே. எனினும், அந்த வாழ்வினை நுணுகிக் கண்டு, அந்த வாழ்வின் ஒவ்வொரு கட்டத்திலும் அவர்களுடைய உள்ளக் கிளர்ச்சிகள் எவ்வாறிருந்திருக்கக் கூடுமென்பதனை ஆராய்ந்து, அவற்றைப் புலமை நயத்துடனும் புனைவழகுடனும் செய்யுட்களில் அமைத்துச் சென்றவர் நம் தமிழ்ச் சான்றோர்கள் மட்டுமேயாவர்.

இங்ஙனம், உள்ளத்தின் உணர்வுகளுக்கு உருக்கொடுத்துச் செய்யுளாக வடிக்கும் காலத்திலே, அந்த உணர்வுகளுக்கேற்ற களங்களையும், பொழுதுகளையும், துணையாகும் பிறபிற பொருட்களையும் அவர்கள் சேர்த்துக் கொண்டார்கள். அவற்றால் தாமுரைக்கக் கருதிய கருத்துக்கள் நயமாகப்

பிறர்பாற்பதிந்து அவர்களை இன்புறுத்தலைக் கண்டு, தாமும் இன்புற்றார்கள்.

அகப்பொருள் இலக்கண விதிகளாக அமைந்த பலவும், இவ்வாறு காட்சிப் பொருளான ஒன்றைக் கருத்துப் பொருளாகக் கண்டு, கவினுறப் புனைந்து காட்டுவதற்கென அமைக்கப்பட்ட விதிமுறைகளே ஆகும்.

இப்படியமைந்த விதி மரபுகள், முதலும் கருவும் உரியும் எனும் முப்பொருளாகக் கூறப்படும். குறிஞ்சியும் முல்லையும் மருதமும் நெய்தலும் பாலையுமெனக் கூறப்படும் நிலங்களும், பெரும்பொழுது சிறுபொழுது எனக்கூறப்படும் பொழுதுகளும் முதற்பொருள் ஆகும். கருப்பொருள்கள் இந்நிலங்களின் இயல்பை அறிந்து அமைக்கப்படும் மரம், விலங்கு, பறவை முதலியனவாகும். உரிப்பொருள்கள் புணர்தல், இருத்தல், ஊடல், இரங்கல், பிரிதல் ஆகியன ஐந்தும், இவற்றின் நிமித்தங்களும் ஆகும்.

குறிஞ்சி நிலத்தவரே அளவளாவி இன்புறுவரென்பதும், முல்லைநில மகளிரே தலைவரைப் பிரிந்து ஆற்றியிருப்ப ரென்பதும், மருதநில மகளிரே தலைவருடன் ஊடிப்பிணங்கி யிருப்பரென்பதும், நெய்தல் நில மகளிரே இரங்குவரென்பதும், பாலைநில மகளிரே பிரிவை நினைந்து புலம்புவரென்பதுமான ஒரு வரையறை உலகவாழ்வில் இல்லாதிருப்பினும், புலவர்கள் யாத்தமைக்கும் செய்யுட்களிலே இவ்வரையறைகள் காணப்படுகின்றன. இவற்றை நாடக வழக்கெனவும், நாடகப் புலவன் தானமைக்க நினைக்கும் காட்சிக்கேற்பக் களத்தைப் புனைந்தமைத்துக் காட்டுமாறு போலவே, புலவர்களும் காட்டிச் செல்லுகின்றனர் எனவும் நாம் அறிதல் வேண்டும். சிறுபான்மை உலகியலையும் பெரும்பான்மை புனைந்துரைகளையும் கொண்டு விளங்குவனவே இச்செய்யுட்கள் எனில், அது மிகையாகாது.

இந்த உண்மையினை உளத்திற்கொண்டவாறு நாம் குறுந்தொகைச் செய்யுட்களைக் கற்பதற்கு முற்படல் வேண்டும். அப்பொழுதுதான், செய்யுளை இயற்றிய ஆசிரியர்களது புலமைத்திறனும், செய்யுட்களது பொருண்மை நயமும் நமக்குப் புலனாகும்.

ஊழ்வயத்தாலே ஒன்றுபடும் தலைவன் தலைவியரது வாழ்விலே ஏற்படுகின்ற பல சுவைமிகுந்த கட்டங்கள்; இயற்கைப் புணர்ச்சி, இடந்தலைப்பாடு, பாங்கற்கூட்டம் பாங்கியிற் கூட்டம், பகற்குறி, பகற்குறி இடையீடு, இரவுக்குறி, இரவுக்குறி இடையீடு, வரைவு கடாதல், வரைபொருட் பிரிதல், அறத்தொடு நிற்றல், பொருள்வயிற் பிரிதல், பிரிவிடைத் தலைவனும் தலைவியும் ஒருவரையொருவர் நினைந்து புலம்பலும் ஏங்கலும், பிரிந்தவர் ஒன்றுபடுதல், பரத்தையரை நாடித் தலைமகன் பிரிதல், அவன் பழையபடி தலைவியோடு வந்து கூடுதல் என்னும் இவைபோற் பலவாகும். இக்கட்டங்களிலே இவர்களிடைத் தோன்றும் உள்ள நெகிழ்ச்சிகளையெல்லாம் நயம்பட அமைத்துக் காட்டுகின்றன இக் குறுந்தொகைச் செய்யுட்கள்.

தலைவன், தலைவி, பாங்கன், தோழி, செவிலி, கண்டோர் ஆகிய பலரும் தோன்றி நின்று பேசுகின்ற பாங்கிலே, இந்தப் பல செய்திகளையும் நமக்குப் புலவர்கள் உணர்த்துகின்றனர்.

ஏறக்குறைய இரண்டாயிரம் ஆண்டுகட்கு முற்பட்டு எழுந்ததான இத்தொகை நூல் இன்னும் நமக்கு நல்விருந்தாக அமைதலின், இதனைத் தொகுத்தோரின் பெருமையும், இச்செய்யுட்களை இயற்றியோரின் புலமையும் நமக்குத் தெற்றென விளங்கும்.

இந்த நினைவோட்டங்களோடு இச்செய்யுட்களைக் கற்று உணர்ந்து சிந்தித்து இன்புறுதலே, முறையாக இத்தொகை நூலைக் கற்றறிந்து பயன்பெறுவதாகும். இவ்வழியே முயன்று தமிழன்பர்கள் பயன்பெற்று இன்புறுவார்களாக.

★ ★ ★

புலியூர்க் கேசிகன் அவர்களின் வாழ்க்கைக் குறிப்பு

பெயர்	:	புலியூர்க் கேசிகன்
தோற்றம்	:	16.10.1923
மறைவு	:	17.4.1992
இயற்பெயர்	:	க.சொக்கலிங்கன்
தந்தைபெயர்	:	கந்தசாமி பிள்ளை
தாயார்	:	மகாலட்சுமி அம்மையார்
குடும்பம்	:	துணைவி - சொ. சுந்தரத்தம்மை மகன் - திரு. சொ. கந்தவேலன் மகள் - திருமதி.நீலச்செல்வி (எ) மகாலட்சுமி - மகாதேவன் மகள் - செல்வி. சொ. கலைச்செல்வி (தமிழ் வளர்ச்சித்துறை) மகள் - திருமதி. மலர்ச்செல்வி ஹரிகுமார்
ஊர்	:	நெல்லையைச் சேர்ந்த புலியூர்க் குறிச்சி
கல்வி	:	ஆங்கிலப் பிரிவு - இண்டர், இந்துக் கல்லூரி, நெல்லை
பணிகள்	:	ஆசிரியர் - வடுகச்சி மலைப்பள்ளி 3 ஆண்டுகள். மேலாளர் - சைவ சித்தாந்த நூற்பதிப்புக் கழகம் 10 ஆண்டுகள் பாரி நிலையம், 2 ஆண்டுகள் அருணா பப்ளிகேஷன்ஸ், பல ஆண்டுகள் மாருதி பதிப்பகம்.

தமிழார்வம்	:	தமிழார்வம் காரணமாக டாக்டர் மு.வ.,தமிழ்க்கடல் மறைமலையடிகள், தமிழ்த் தென்றல் திரு.வி.க.., கவிமணி போன்ற தமிழறிஞர்களுடன் தொடர்பு கொண்டு தமிழறிவை வளப்படுத்தியமை.
தமிழ்த் தொண்டு	:	சங்க இலக்கியங்கள் அனைத்துக்கும் எளிய உரை எழுதி மலிவுப் பதிப்பில் விற்று இலக்கியங்களை அனைவர் மத்தியிலும் எளிமைப்படுத்திப் புரிய வைத்தமை. மனோ சக்தி, எண்களின் இரகசியம், எண்களும் எதிர் காலமும், தியானம் போன்ற நூல்கள் பல்வேறு நாடுகளில் புகழ் தேடித் தந்தன.
பிற சிறப்புகள்	:	சிறந்த கவிஞர், படிதிருத்துநர், பதிப்பாசிரியர், எழுத்தாளர், மொழி பெயர்ப்பாளர், சோதிடர், எண் கணித வல்லுநர், ஆவிகள் பற்றிய ஆராய்ச்சியாளர், பல்கலைக்கழகச் சொற்பொழிவாளராகவும் கல்லூரிகள், பள்ளிகள் மற்றும் இலக்கிய விழாக்களில் தலைமை ஏற்றும் சிறப்பித்தவர். வானொலியில் உரையாற்றியவர். குமுதம், குங்குமம், தாய், இதயம், விகடன், ஞானபூமி, முத்தாரம், அமுத சுரபி, கல்கண்டு போன்ற இதழ்களில் இவர் படைப்புகள் வந்துள்ளன. நந்தி வாக்கு, சோதிட நண்பன் போன்ற பல இதழ்களின் ஆசிரியராக இருந்தவர்.
சிறப்பு	:	தென்னிந்திய இரயில்வே முத்தமிழ் மன்றம், ஸ்ரீராம் நிறுவனம், கம்பன் கழகம், திருவள்ளுவர் இலக்கிய மன்றம், பன்னாட்டுத் தமிழுறவு மன்றம் போன்ற பல்வேறு அமைப்புகள் பாராட்டிச் சிறப்பித்துள்ளன. இவரது அறநெறிச் செல்வர், புகழ் பெற்ற பேரூர்கள், புலவரும் புரவலரும் போன்ற நூல்கள் பாட நூல்களாக வைக்கப்பட்டிருந்தன. இவரது படைப்புகளை ஆய்வாளர்கள் ஆய்வு செய்து பட்டம் பெற்றுள்ளனர்.

★ ★ ★

குறுந்தொகை
மூலமும் உரையும்

சேவலோன் காக்க!

பாடியவர்: *பாரதம் பாடிய பெருந்தேவனார்.*

இது தொகைநூல் அகப்பொருள் துறை சார்ந்த செய்யுட்களைக் கொண்டது; அச்செய்யுட்களின் புறத்துறுப்பாகப் புறப்பொருள் பாடாண் திணையைச் சார்ந்ததாகப் பாடப்பட்டது. இக்கடவுள் வாழ்த்து ஆகும்.

தாமரை புரையும் காமர் சேவடி,
பவழத்து அன்ன மேனி, திகழ்ஒளி,
குன்றி ஏய்க்கும் உடுக்கை, குன்றின்
நெஞ்சு பகஎறிந்த அம்சுடர் நெடுவேல்,
சேவல்அம் கொடியோன் காப்ப,
ஏம வைகல் எய்தின்றால் உலகே.

குமரப்பெருமான், காண்பவருக்கு விருப்பத்தைத் தருகின்ற செந்தாமரை மலரினைப் போன்ற அழகிய சிவந்த திருப்பாதங்களை உடையவன்; செம்பவழத்தைப் போன்று இலங்குகின்ற திருமேனி வண்ணத்தினைக் கொண்டவன்; குன்றி மணியைப் போன்று ஒளி திகழும் செவ்வண்ண உடையை உடுத்திருப்பவன்.

கிரவுஞ்சமாகிய குன்றத்தினது நடுவிடம் பிளவுண்டு போகுமாறு எறிந்து அதனை வெற்றி கொண்ட, செம்மையானது ஒளி செய்யும் நெடிய வேலினையும் அவன் ஏந்தியிருப்பான்; சேவலாகிய அழகிய கொடியினை உயர்த்தோனாகிய அவன் காத்து வருதலினாலேதான், இந்த உலகத்து உயிர்களனைத்தும் தமக்கு உரியவான இன்ப நாட்களை அடைபவாகின்றன.

ஆகவே, அந்தப் பெருமானைப் போற்றி, இத்தொகை நூலைக் கற்று, நாமும் இன்புறுவோமாக என்பது கருத்து.

சொற்பொருள்: 1. காமர் - விருப்பந்தருகின்ற; அழகிய. 3. குன்றி - குன்றி மணி; அதன் சிவப்பான பகுதியைக் குறித்தது; குறுகிய நறுங்கண்ணியும் ஆம். உடுக்கை உடை. 'குன்று' என்றது கிரவுஞ்சக் குன்றத்தை; அதன் செருக்கினை அடக்குதற்குப் பெருமான் அதன் மீது தன் வேலினை எறிந்து அதனைப் பிளந்தனன் என்பது புராண வரலாறு. செஞ்சுடர் செம்மையொளி வீசும். ஏமம் - இன்பம். வைகல் -நாட்கள்.

விளக்கம்: உலகத்து உயிர்களுள் எவையும் இன்னாவைகலை விரும்பா; இன்பவைகலையே விரும்பும். அதனை அடைதற்கு, அவை முருகப்பெருமானின் காவலுக்கு உள்ளடங்கி நின்று, அவனைப் போற்றுதல் வேண்டும்; இன்பத்திற்கு உதவுவோன் குமரனே! எனக்கூறி இன்ப நூலாகிய இதற்குக் கடவுள் வாழ்த்து உரைக்கின்றனர்.

இன்ப நிகழ்வுக்கு உரியவான நால்வகை நிலங்களையும் உளங்கொண்டு, மருதத்திற்கு தாமரையினையும், நெய்தற்குப் பவழத்தினையும், முல்லைக்குக் குன்றியினையும், குறிஞ்சிக்குக் குன்றத்தினையும் முறையே உரைத்துள்ளனர். 'செஞ்சுடர்' என்றது, பாலைக்குரிய செஞ்சுடரோனையும் நினைப்பிக்கும். இதனால், ஐவகை நிலமும் இதன்கண் உரைத்தனர் எனலாம். நிலனையும் பொழுதையும் ஒட்டியே உயிரினங்கள் இன்பத்தை நுகர்வன ஆதலின், அதனை நுட்பமாக உணர்த்தக் கருதி 'ஏம வைகல் எய்தின்றால் உலகே' என்றார் எனினும் ஆம்.

பகைவரை அழித்துக் குருதிக் கறையோடு மீண்ட வெற்றிவேல் ஆதலின், 'செஞ்சுடர் நெடுவேல்' என்றனர். உயிர்களைச் சார்ந்த பிறவிப் பகையினையும் அவன் அழிப்பான் என்பது இதனால் உறுதியாகும்.

ஏகாரம் தேற்றப் பொருளில் வந்தது. அவனது காவலின்றேல், உலகுயிர்கள் இன்ப நாட்கள் அற்றனவாய் கிடந்து உழலும் என்பது தேற்றம்.

1. குருதிப் பூ!

பாடியவர்: தீப்புத் தேளார்; 'திப்புத் தோளார்' என்பதும் பாடம்; தீப்புத் தேளார் - தீயாகிய புத்தேளார்; நெருப்புக் கடவுள். திப்புத் தோளார் - திண்ணிய தோள்களை உடையவர்;

தோளாற்றல் மிகுந்தவர். **திணை:** குறிஞ்சி. **துறை:** தோழி கையுறை மறுத்தது.

துறை - விளக்கம்: கையுறையாகச் செங்காந்தட் பூக்களைக் கொணர்ந்து தோழியிடம் கொடுத்துத் தலைவியின் கூட்டத்தையும் காதலையும் அடைவதற்கு முயலுகின்றான் தலைவன். அவள் அதனை ஏற்க மறுப்பவளாகக் கூறுவது இது.

செங்களம் படக்கொன்று அவுணர்த் தேய்த்த
செங்கோல் அம்பின், 'செங்கோட்டு யானை
கழல்தொடி, சேஎய் குன்றம்
குருதிப் பூவின் குலைக்காந் தட்டே.

தலைவனே! போர்க்களம் எங்கணும் குருதியாற் சிவப்புறுமாறு எதிர்த்தாரைக் கொன்று, அவுணர்களை அழித்தவன் முருகப் பெருமான். குருதிக் கறையாற் சிவப்புற்ற திரண்ட அம்புகளையும், பகைவரைக் குத்திக் கொல்லுதலால் சிவப்புற்ற கோட்டினையுமுடைய போர்க்களிற்றினையும், உழன்று கொண்டிருக்கும் வீர வலையத்தையும் உடையவனும் அவனாவான். அவன் கோயில் கொண்டிருக்கும் குன்றம் இது. குருதி நிறப் பூக்களால் நிறைந்த காந்தட்குலைகள் மிகுதியாக உடையது இது என்பதனை நீ அறிவாயாக! (ஆதலின், யாம் நின் கையுறையை ஏற்பதற்கில்லேம் என்று கூறி மறுத்தனள்.)

கருத்து: 'செங்காந்தட் பூக்கள் மலிந்தது எம் குன்றம்' என்று கூறி, அதனைச் சூரர மகளிரும் முருகனும் சூடுவதற்குரித்தெனக் கருதித் தாம் சூடுவதில்லை எனவும், அதனால் அது கொய்வாரற்று எங்கணும் மலிந்துளது எனவும் உணர்த்தினள். அவனது காதலைத் தோழி மறுத்ததாகவும் இதனால் அறியப்படும்.

விளக்கம்: 'செங்கோல் அம்பின்' என்றது, பகைவரைக் கொன்று அவரது குருதிக் கறையுடன் பெருமானிடம் திரும்பியிருந்ததனால். அவுணரைத் தேய்த்தற்குக் குத்தி வீழ்த்தியதனால், களிற்றின் கோடும் செந்நிறம் பெற்றது. செங்காந்தளைச் சூடுவது தம் குன்றத்தவரின் மரபன்று ஆதலின், அதனைத் தாம் சூடினால் அது வேற்றான் ஒருவனால் தரப்பட்டதென்ற ஐயத்தையும், அதனால் எழும் ஊர் அலரையும் உண்டாக்கும் என்பதும் தோழியின் மறுப்புக்குக் காரணமாகலாம்.

மேற்கோள்: *(1)* இது 'தோழி தலைவியை இடத்துய்த்து நீங்கியது' என்னும் துறையைச் சார்ந்த செய்யுள் என்பார்

நச்சினார்க்கினியர் (தொல். களவு. 23 உரை.) இறையனாரகப் பொருள் உரையினும் இவ்வாறே கொள்ளப்படும் (சூ. 18 உரை). அஃதாவது, 'தலைமகனது வரவினையுணர்ந்த தோழி தலைமகளைக் குறியிடத்திற்குக் கொண்டு செல்கின்றாள்; சென்றவள் தான் நீங்குதற்குக் கருதி, யான் செங்காந்தட்பூக் கொய்து கொண்டு வருவேன்; அவ்விடம் தெய்வமுடைத்து; ஆதலின் நின்னால் வருவதற்கு உரியதன்று; யான் சென்று வரும்வரையும் நீ இப்பொழிலிடத்தே நிற்பாயாக' என்று சொல்லித் தான் நீங்குதலாம்.

2. நறுமணக் கூந்தல்!

பாடியவர்: இறையனார். **திணை:** குறிஞ்சி. **துறை:** பெருநயப்பு உரைத்தல்.

து-வி: இயற்கைப் புணர்ச்சி புணர்ந்தவிடத்துத், தலைமகன், தலைமகளை இயற்கைப் புணர்ச்சிக்கண் இடையீடு பட்டு நின்ற நாணத்தினின்றும் நீக்குதற் பொருட்டாக, மெய்தொட்டுப் பயிறல் முதலாயின அவள்மாட்டு நிகழ்த்திக் கூடிய தனது பேரன்பு தோற்றுமாறு அவள் நலத்தைப் பாராட்டி உரைக்கின்றனன்.

கொங்குதேர் வாழ்க்கை அஞ்சிறைத்தும்பி!
காமம் செப்பாது, கண்டது மொழிமோ:
பயிலியது கெழீஇய நட்பின், மயில்இயல்,
செறிஎயிற்று, அரிவை கூந்தலின்
நறியவும் உளவோ, நீஅறியும் பூவே?

பன் மலர்களினும் சென்று பூந்தாதினைத் தேடியுண்கின்ற வாழ்க்கையினைக் கொண்டிருக்கும், அழகிய சிறையினையுடைய தும்பியே! என் விருப்பத்திற்கு ஏற்றபடி கூறாயாய், நீ ஆராய்ந்து கண்டதான உண்மை எதுவோ, அதனையே நீ இப்போது இங்கே சொல்லுவாயாக:

பிறவிகள்தோறும் என்னோடு பயிலுதல் பொருந்திய நட்பினையும், மயிலினது சாயலினையும், நெருங்கிய பற்களையும் உடையவளான இவ்அரிவையின் கூந்தலைப்போல, நீ அறியும் மலர்களுள் நறுமணம் கொண்ட மலர்களும் வேறு உள்ளனவோ?

கருத்து: தலைவியது கூந்தலின் மணமே, எல்லா மலர்களின் மணத்தைக் காட்டிலும் நறியதாகும் என்பதாம்.

விளக்கம்: 'காமம் செப்பாது' என்றது, தன் விருப்பத்தையே தன்னை மகிழ்விக்கும் பொருட்டுக் கற்பித்துக் கூறாது உண்மையைக் கூறுக என்று உரைப்பதாம். மயில் இயல் - மயிலது நடையும் அல்லது மென்மையும் ஆம். 'செறி எயிறு' நிரையாய்ச் செறிவுற்று அமைந்த பற்கள்; இது வாயூறல் உண்டு களித்த இன்பத்தை வியந்ததுமாம். 'கூந்தலின் நறியவும் உளவோ' என அதனை விதந்தெடுத்துக் கூறி வியந்தது, அதுவே பாயலாகக் கொண்டு அவளைக் கூடிக்கிடந்த இன்ப மயக்கம் காரணமாக. கெழீஇய நட்பு - வளர்ந்தோங்கிய நட்பும் ஆம்.

வரலாறு: இச்செய்யுள் தருமிக்குப் பொற்கிழி வாங்கிக் கொடுப்பதன் காரணமாக ஆலவாய்ச் சொக்கப் பெருமானாரால் செய்தருளப் பெற்றதாகும் எனவும், இதன்கண் 'கூந்தற்கு நறுமணம் கூறப்பட்டது பொருட்குற்றமாகும்' எனக் குறை கூறினர் நக்கீரனார் எனவும் திருவிளையாடற் புராணம் கூறும்.

மேற்கோள்: (1) தும்பி கொங்கு தேர்வது இளவேனிற் காலத்தில்; அதனால் இச்செய்யுளும் இளவேனிற் காலம் எனக் காலத்தை உணர்த்திற்று (தொல்.அகத். 16. நச்சர் உரை). பெருநயப்பு உரைத்தல் (நம்பி அகப். உரை. சூ. 129.)

சொற்பொருள்: 1. கொங்கு - பூந்தாது, தும்பி - உயர்சாதி வண்டு. 2. காமம் - விருப்பம். 3. இயல் - சாயல்; மென்மை; நடை. 4. செறிவு - நெருக்கம்.

3. நிலத்தினும் நீரினும்!

பாடியவர்: தேவ குலத்தார். **திணை:** குறிஞ்சி. **துறை:** தலைமகன் சிறைப்புறமாக, அவன் வரைந்து கொள்வது வேண்டித் தோழி இயற்பழித்தவழித் தலைமகள் இயற்பட மொழிந்தது.

து-வி: வரைந்து கொள்ளாது களவிலேயே ஒழுகி வருபவனாகிய தலைவன் வேலிப்புறத்தே வந்து நின்றதைத் தோழி அறிந்தாள். அவன் தலைவியை விரைந்து வந்து வரைந்து கொள்ளுதல் வேண்டுமென்பதை அவனுக்கு அறிவுறுத்த நினைக்கின்றாள். அதன்பொருட்டு, அவன் செவியிற் படுமாறு, அவனது நட்பைப் பழித்துப் பேசத் தலைவி அதனைக் கேட்கிறாள். அந்நட்பே சிறப்புடையதென்று தன் பெருங்காதலால் இப்படி உரைக்கின்றாள்.

நிலத்தினும் பெரிதே; வானினும் உயர்ந்தன்று;
நீரினும் ஆர் அளவின்றே – சாரல்

கருங்கோற் குறிஞ்சிப்பூக் கொண்டு,
பெருந்தேன் இழைக்கும் நாடனொடு நட்பே.

தோழி! 'மலைப் பக்கத்திலேயுள்ள கரிய கொம்புகளையுடைய குறிஞ்சி மரத்தின் மலர்களைக் கொண்டு பெரிய தேனை வண்டுகள் செய்தற்கு இடமாகிய நாட்டினனான நம் தலைவனோடு யான் செய்த இந்நட்பானது, சொல்லப் போனால் நிலத்தைக் காட்டினும் அகலத்தாற் பெரியதாகும்; நினையப்புகுந்தால் வானைக் காட்டினும் உயர்ச்சியால் உயர்ந்ததாகும்; உள்ளே புகுந்து எல்லை காணப் புகுந்தால் கடல்நீரைக் காட்டினும் ஆழத்தால் அரிய அளவினதாகும்' என்று அறிவாயாக.

கருத்து: *நாடனொடு செய்த நட்பானது பெரிது; உயர்ந்தது; அளவிறந்த ஆழமுடையது எனக்கூறி, அதனையே சிறந்ததெனக் கூறுகின்றனள். இதனால், தலைவன் தலைவியின் பெருங்காதலை உணர்ந்து அவளை விரைய மணந்து வாழும் வாழ்விலே மனத்தைச் செலுத்துபவனாவான்.*

விளக்கம்: *'குறிஞ்சி' பன்னிரண்டு ஆண்டு வளர்ந்து மலரும் சிறப்புடைய பூ; அதுபோலப் பன்னீராண்டின் அளவையில் பூப்பெய்தி நிற்பவள் தலைவியும் ஆவள். 'சிறந்த பூக்களின் தேனையே கொண்டு கூடிழைக்கும் நாடனாதலின், நம்போற் சிறந்தாரை அடைந்து தான் இன்புறுதலின்றி, நம்மை மறந்து பிறர்பால் திரிபவனாகான் எனக் கூறித் தலைவி இயற்பாட மொழிந்தாளாகவும் கொள்க.*

கடல் நீரானது வானத்தால் பருவகாலத்தே நிலத்திற் பெய்யப்பட்டு, நிலனும் நீரும் இயைந்து இன்பந் தருதலைப் போல், அந்நட்பும் பருவத்தால் இன்பந் தருவதாகும் என்று கூறினாள் எனினும் பொருந்தும்; வரைதற்குரிய நன்னாளில் அது பயன்தரும் என்பது கருத்து.

நிலம் பயவாது போம்; வான் பொய்யாது போம்; நீர் தன் நீர்மை குன்றினும் குன்றும்; ஆயின் எம் நட்பு எக்காலும் பயன்பட்டு நின்று இன்பந்தரும் எனக் கூறினாளும் ஆம்.

4. நோகும் நெஞ்சு

பாடியவர்: *காமஞ்சேர் குளத்தார்.* **திணை:** *நெய்தல்.* **துறை:** *பிரிவிடை ஆற்றாள் எனக் கவன்ற தோழிக்குக் கிழத்தி உரைத்தது.*

து-வி: தலைவனின் பிரிவினாலே நொந்து தளர்வுற்றிருந்த தலைவியைக் கண்டதும், 'இவள் இனியும் ஆற்றியிருப்பாள் அல்லள்' எனக் கவலை கொள்ளுகின்றாள் தோழி. அவ்வேளை, தலைவி, தான் விளங்கும் நிலையினைத் தோழிக்கு உரைக்கின்றனள்.

நோம், என் நெஞ்சே; நோம், என் நெஞ்சே;
இமை தீய்ப்பன்ன கண்ணீர் தாங்கி,
அமைதற்கு அமைந்த நம் காதலர்
அமைவு இலர் ஆகுதல், நோம், என் நெஞ்சே.

தோழி! என் நெஞ்சம் வருந்தா நிற்கும்! எனது நெஞ்சம் வருந்தா நிற்கும்! இமைகளைத் தீயச் செய்வது போன்ற வெம்மையினையுடைய எனது கண்ணீரைத் தாம் துடைத்து, என்னுடன் அளவளாவியிருத்தற்குப் பொருந்திய நம் தலைவர், இப்பொழுது மனம் பொருந்தாதவராகப் பிரிந்திருக்கின்றனர் என்று நின்னால் சொல்லலாகுதற்கு எனது நெஞ்சம் வருந்தா நிற்கும்!

கருத்து: அவர் அங்ஙனம் இருப்பவர் அல்லர்; வந்து என் துயரை மாற்றுவார்; அதுவரை யானும் ஆற்றியிருப்பேன் என்பதாம்.

விளக்கம்: 'அமைதற்கு அமைந்த நம் காதலர்' என்றதனால், அவர்கள் உறவு தெய்வத்தாலே அமைந்த உறவு என்பதனைக் கூறினள். அந்த உறவைப் பேணாமல் தலைவன் பிரிந்ததனால், தன் நெஞ்சம் நோவுற்றது எனவும் உரைத்தனள். 'கண்ணீர் தாங்கி' என்றதனால், மீண்டும் வந்து அருள்வார் எனக் கருதி ஆற்றியிருக்கின்ற குறிப்பினையும் புலப்படுத்தினள். 'நோம்' என மும்முறை அடுக்கிக் கூறியது ஆற்றாமையின் மிகுதி பற்றியாகும்.

'பிரிவிடை' என்பதனை, வரைபொருட் பிரிவிடை என்று கொள்ளுதல் வேண்டும்.

மேற்கோள்: 'முனிவு மெய்ந் நிறுத்தல்' என்னும் மெய்ப்பாட்டிற்கு இச்செய்யுளை இளம்பூரணர் காட்டினர். (தொல். களவு 20. உரை). களவு ஒழுக்கத்தானே வந்த துன்பத்தைப் பிறர்க்கு வெளிப்படாதவாறு தன் மெய்யின்கண்ணே நிறுத்துதல் என்பது இந்த மெய்ப்பாடு ஆகும்.

5. அதுகொல் காமநோயே?

பாடியவர்: நரிவெரூஉத்தலையார். **திணை:** நெய்தல். **துறை:** பிரிவிடை 'ஆற்றாள்' எனக் கவன்ற தோழிக்குக் கிழத்தி உரைத்தது.

து-வி: தலைவன் பிரிந்து சென்றிருந்த காலத்திலே, தலைவியின் துயர் மிகுதியைக் கண்ட தோழி, 'இவள் இனியும் ஆற்றாள்' எனக் கலங்குகின்றாள். அவளுக்குத் தான் ஆற்றியிருப்பதாகச் சொல்லும் தலைவி, உறக்கமும் இன்றியிருக்கும் தன் நிலையைக் கூறுகின்றாள்.

அதுகொல், தோழி! காமநோயே?
வதி குருகு உறங்கும் இன் நிழற் புன்னை,
உடைதிரைத் திவலை அரும்பும் தீம் நீர்,
மெல்லம் புலம்பன் பிரிந்தென,
பல் இதழ் உண்கண் பாடு ஒல்லாவே.

தோழி! தன்பால் தங்கியிருக்கும் குருகுகள் உறங்குதற்குக் காரணமாகிய இனிய நிழலையுடைய புன்னை மரமானது, கரையைச் சாரச்சார உடைந்து போகின்ற கடலலைகளாலே அரும்புகின்ற, இனிதான நீர்ப்பரப்பினையுடைய மெல்லிய கடற்கரைநாட்டுத் தலைவன் பிரிந்தானென்று, பல இதழ்களையுடைய தாமரை மலரைப்போன்ற என் கண்களும் இமை பொருந்தி உறங்குதலைச் செய்யாவாயின. 'காமநோய் என்பது, அத்தன்மையினை உடையது போலும்?'

கருத்து: தலைவனின் பிரிவினால் யான் துயிலொழிந்தேன்; அவன் வந்து அருளும்வரை அதனைப் பொறுத்து ஆற்றியிருப்பேன் என்பதாம்.

விளக்கம்: பிரிந்தென - பிரிந்தானென்று; கண்களிற் பிரியாது உள்ளானாகவும் பிரிந்ததாக நினைந்து என்பதாம். மெல்லம் புலம்பன் - மென்புலமாகிய நெய்தல் நாட்டினன். மென்புலம் - மருதமும் நெய்தலும். 'புலம்' புலம்பு ஆயிற்று.

உள்ளுறை: வேற்று நாட்டவரும் வந்து துய்த்துறங்கும் பெருமனையினை உடையான் தலைவன் எனவும், அம்மனை தான் கடல்தரும் வளத்தாலே சிறப்புடைத்தாதலையும் குறித்துத் தான் அங்குச் சென்று துய்த்துறங்கும் மணவாழ்வைப் பெறாமைக்குத் தலைவி வருந்துகின்றனள். இதனை இச்செய்யுளின் 'வதிகுருகு... மெல்லம் புலம்பன்' என்பவை உணர்த்தும்.

6. துஞ்சாதேனே!

பாடியவர்: பதுமனார். **திணை:** நெய்தல். **துறை:** வரைவிடை வைத்துப் பிரிந்தவழி ஆற்றாளாகிய தலைமகள் தோழியை நெருங்கிச் சொல்லியது.

து-வி: வரைதற்கான பரிசுப்பொருளைத் தேடி வருதலின் பொருட்டாகத் தலைவன் தலைவியைப் பிரிந்து சென்றிருந்த காலத்திலே, தலைவி பிரிவாற்றாமையால் தான் துயிலற்றிருந்த நிலையைத், துயின்றெழுந்த தோழியிடம் இப்படிக் கூறுகின்றாள்.

நள்ளென்றன்றே, யாமம்; சொல் அவிந்து,
இனிது அடங்கினரே, மாக்கள்; முனிவு இன்று,
நனந்தலை உலகமும் துஞ்சும்;
ஓர் யான் மன்ற துஞ்சாதேனே.

தோழி! இடையிரவு நள்ளென்று ஒலியினை உடையதாக இரா நின்றது. தாயரும் என்னை முனிதலை இல்லாராய்த் தாமும் சொல்லவிந்து இனிதாகத் துயின்றார். அகன்ற இடத்தையுடைய உலகிடத்துள்ள எல்லா உயிர்களும் துயின்றன. யான் ஒருத்தியே தேற்றமாகத் துயிலாதாள் ஆயினேன்.

கருத்து: துயிலற்றிருக்கும் எனக்கு உசாத்துணையாக விளங்கும் தோழியாகிய நீயும் தூங்கிவிட்டனையே என்பதாம்.

விளக்கம்: ‘யாமம் நள்ளென்றன்றே’ என்றது, அவள் யாமத்துந் துயிலொழிந்து இருந்ததனையும், ஊரும் அயலும் ஒலிய விந்து உறங்கியிருந்ததனையும் உணர்த்தும்.

‘மாக்கள் இனிதடங்கினர்’ எனத் தன் பகை துஞ்சியதனை வெளிப்படையாகச் சொல்லி, ‘யான் ஓர் மன்ற துஞ்சாதேனே’ என்றதனால், தன் தோழி துஞ்சியதனைக் குறிப்பாகப் புலப்படுத்தினள்.

நள் - செறிவும் ஆம்; அப்போது நளியென்னும் உரிச்சொல் ஈறு திரிந்து வந்ததெனக் கொள்க. நள் - நடுவும் ஆம்; நள்ளிரா என்றாற் போல. மாக்கள் - ஐயறிவினர்; தாயரையும் பிற உறவினரையும் குறித்தது; இஃது, அவர்கள் தலைவியது காதலை அறியாது போயினமை குறித்துச் சொன்னதாம்.

மேற்கோள்: தலைவன்வயிற் பரத்தைமை உண்மைக்கு மேற்கோளாக இளம்பூரணர் காட்டுவர் (தொல். களவு. 20) தலைவன் வருந்தொழிலுக்கு அருமையினை வாயில் கூறினால், தலைவிக்குக் கூற்று நிகழும்; இதனுள் பொழுது சென்றதில்லை என்றும், மாக்கள் துயின்றிலர் என்றும் அருமையை வாயில் கூறியவிடத்துத், தலைவி யாமமும் நள்ளென்றும், மாக்களும் துயின்றும் தலைவர் வந்திலர் எனத் தான் வருந்திக் கூறியவாறு காண்க. (தொல். களவு. 20 நச்சர்) என்பர்.

7. நல்லோர் யார்கொல்?

பாடியவர்: *பெரும்பதுமனார்.* **திணை:** *பாலை.* **துறை:** *செலவின் கண் இடைச்சுரத்துக் கண்டார் சொல்லியது.*

து-வி: *தலைவனும் தலைவியும் உடன்போக்கிலே தமரின் நீங்கியவராகச் செல்லுகின்றபொழுது, அவர்களைப் பாலை நிலத்து வழியிடையிலே கண்டவர்கள், இரங்கிச் செவிலித் தாயிடம் இவ்வாறு கூறுகின்றனர்.*

வில்லோன் காலன கழலே; தொடியோள்
மெல்அடி மேலவும் சிலம்பே; நல்லோர்
யார்கொல்? அளியர்தாமே – ஆரியர்
கயிறு ஆடு பறையின், கால் பொரக் கலங்கி,
வாகை வெண் நெற்று ஒலிக்கும்
வேய்பயில் அழுவம் முன்னி யோரே.

தாயே! ஆரியநாட்டிற் கூத்தர்கள் கயிற்றின் மேல் நின்று ஆடுதற்குக் காரணமாக ஒலிக்கும் பறையினைப் போல, மேல் காற்று மோதுதலினாலே நிலைகலங்கி, வாகை மரத்தினது வெள்ளிய நெற்றுக்கள் ஒலித்துக் கொண்டிருக்கும், நடத்தற்கு இடையூறாக முள்ளுடைய மூங்கில் தூறுகள் செறிந்த பாலைநிலப் பரப்பிலே, செல்ல நினைத்தவரான நல்லோர்தாம், என்ன உறவினரோ?

வில்லை உடையவனான அவனின் காலிடத்தே கழல்கள் விளங்கும்; தோள்வளை உடையோளான அவளின் மேன்மையான அடிகளின் மேலாகச் சிலம்புகள் முழங்கும்; அந்த நல்லோர்க்கும் நினக்கு என்ன உறவினரோ?

கருத்து: *அவர் மணம்புரிந்து இல்லறம் பேணுதற்கு எவரும் தடைநிற்றல் வேண்டாம் என்பதாம்.*

விளக்கம்: *'காலன கழல்' என்றதால் அவனது வீரமும் குடிச்சிறப்பும் கூறி, 'வில்லோன்' என அவனது ஆற்றலும் கூறினார். 'தொடியோள்' என்றதால், அவனுடன் செல்வதால் செறிவுற்ற தொடியினளாகக் காணப்பட்டனள் தலைவி எனவும், 'மெல்லடி மேலன சிலம்பே' என்றதனால் அவள் மணம் பெறாதவளெனத் தாம் உணர்ந்ததனையும் கூறினர். 'நல்லோர்' என இருவரையும் சேர்த்துக் கூறியது. அவர் மணம்பெற்று இல்லறம் பேணுதற்கான உறுதியினர் எனத் தாம் உணர்ந்ததனால்.*

'யார் கொல்?' - நினக்கு என்ன உறவோ? எனவும் அவர் தமக்குள் யாது உறவோ? எனவும் கேட்பதாக அமையும்.

உள்ளுறை: அழூவத்துக் காலிற் கழலும் சிலம்பும் ஒலிக்கச் செல்லும் இந்நல்லோரது செலவினை அறியாதபடி காற்றலைப்ப வாகை வெண்ணெற்று ஒலிப்பதனைக் கூறி, இஃது அவர்களது களவுறவின் தெய்வத்தன்மையை அறியாது, ஊரவரது அலருரைகளால், பெற்றவரான முதியோர் அவள்பாற் சினந்து கொண்டதனை நினைத்துக் குறிப்பாக உணர்த்தியதுமாகும்.

8. ஆடிப் பாவை!

பாடியவர்: ஆலங்குடி வங்கனார். **திணை:** மருதம். **துறை:** கிழத்தி தன்னைப் புறனுரைத்தாள் எனக் கேட்ட காதற் பரத்தை, அவட்குப் பாங்காயினார் கேட்பச் சொல்லியது.

து-வி: தலைவி தன்னை இகழ்ந்து கூறினாள் எனக் கேட்டாள் தலைவனின் காதற்பரத்தை. அவள் சினம் பொங்கியது. தலைவிக்கு அணுக்கரான தோழியர் கேட்கும்படியாக இப்படித் தலைவனைப் பழித்துப் பேசுகின்றாள்.

கழனி மாஅத்து விளைந்துஉகு தீம்பழம்
பழன வாளை கதூஉம் ஊரன்
எம்இல் பெருமொழி கூறி, தம்இல்,
கையும் காலும் தூக்கத் தூக்கும்
ஆடிப் பாவை போல,
மேவன செய்யும்தன் புதல்வன் தாய்க்கே!.

வயல் வரப்பிலேயுள்ள மாமரத்தினது, விளைந்து தானே வீழ்கின்ற இனிய பழத்தைப், பக்கத்துப் பொதுவாகிய நீர்நிலைச் செறுவிலேயுள்ள வாளை மீனானது, பற்றி உண்ணுதற்கு இடமாகிய, ஊருக்குரியவன் தலைவன், அவன், எம் வீட்டிலே எம்மைப் பெருமைப்படுத்தும் மொழிகளைக் கூறிவிட்டுச் சென்று, தம்முடைய வீட்டிலே, முன் நிற்பவர் தம் கையையும் காலையும் தூக்கத் தானும் அவ்வாறே தூக்குகின்ற கண்ணாடியில் தோன்றும் பாவையைப் போலத், தனக்கு மகனைப் பெற்ற அவனுக்குத் தாயாக விளங்கும் தலைவிக்கு, அவள் விரும்பியவற்றையெல்லாம் செய்து ஒழுகுகின்றான் போலும்!

கருத்து: தலைவனின் நிலைமை ஏவிய தொழில் செய்யும் தகைமைக்கோ ஆதல் வேண்டும் என்று பழிக்கின்றனள்.

உள்ளுறை பொருள்: 'கழனி மாஅத்து விளைந்துகு தீம்பழம் பழவாளை கதூஉம் ஊரன்' என்றது, இல்லறத்தே தலைவியோடு வாழும் தலைவனின் இன்பத்தை, அயலாரான பரத்தையரும் முயற்சியேதுமின்றிப் பெற்று அநுபவித்தற்கு உரியவராவர் என்பதை விளக்குவதாகும்.

விளக்கம்: 'விளைந்து உகு தீம்பழம்' என்றலால், அது மரத்திற்கு உரியவரால் அறியப்படாமலே கனிந்து வீழ்ந்ததென அறியலாம். இதனால், புதல்வனைப் பெற்ற தலைவி இன்ப நாட்டமின்றி இருந்த காலத்தே, தலைவனின் இன்பத்தை எளிதாகக் காதற்பரத்தை அடையலாயினள் என்பதும் விளங்கும்.

பெருமொழி - பெருமைப்படுத்தும் சொற்கள்; தன்னைப் பற்றிய புகழ்ச்சிகள். பெருமொழிக்கு எதிர்ச்சொல் சிறுமொழி 'எம் இல்' என்றது, என்றும் பரத்தையர் மனை அவர்க்கே உரியதாகும் ஆதலினால், இதுபோலன்றித் தலைவியின் இல்லம் தலைவனுக்கும் தலைவிக்கும் பொதுவுரிமை உடையதென்பர் அதனைத் 'தம்மில்' என்றனர்.

'புதல்வன் தாய்' எனத் தலைவியைக் குறித்தது, அவன் பேணுதற்கு உரிய முதுமையினளே அல்லாமல், இன்பத்திற்குரிய இளமையோள் அல்லல் எனப் பழித்தற் பொருட்டாகும். காதற்பரத்தையர் பெறும் மகவு அவர் மகவே ஆவதன்றித் தலைவனின் புதல்வனென்ற உரிமைக்கு உரியதாகாது என்பதனாலும், இப்படிக் கூறினளாகலாம். ஆடி - கண்ணாடி; முதற்குறை.

9. நாணிக் கரப்பாடும்!

பாடியவர்: கயமனார். **திணை:** நெய்தல். **துறை:** தலைமகற்குத் தோழி வாயில் நேர்ந்தது.

து-வி: பரத்தை காரணமாகத் தலைவியைப் பிரிந்த தலைவன், மீண்டும் வீட்டிற்குத் திரும்புகின்றான். தலைவி சினந்து ஊடியிருப்பாள் என நினைத்தவன், தோழி மூலமாகத் தலைவியை இசைவிக்கக் கருதி அவளை வேண்டுகின்றான். அப்பொழுது அவள், தலைவியின் கற்பு மேம்பாட்டைக் கூறித் தலைவனின் செயலைக் குறிப்பாகப் பழிக்கின்றாள்.

யாய் ஆகியளே மாஅ யோளே –
மடைமாண் செப்பில் தமிய வைகிய
பெய்யாப் பூவின் மெய் சாயினளே;

பாசடை நிவந்த கணைக்கால் நெய்தல்
இனமீன் இருங்கழி ஓதம் மல்குதொறும்
கயம் மூழ்கு மகளிர் கண்ணின் மானும்
தண்ணம் துறைவன் கொடுமை
நம்முன் நாணிக் கரப்பா டும்மே.

தன் இளமைப் பருவத்தினால் இயல்பாகவே மாமை நிறத்தை உடையவளான தலைவியானவள், பொருத்துவாய் மாட்சிமைப்பட்ட செப்பினுள்ளே இடப்பட்டுத் தனித்தனவாய் நாட்கழிந்த, ஒருவரும் சூடாத மலர்களைப் போலத் தன் மேனி வாட்டங் கொண்டவள் ஆயினாள். பசிய இலைக்கு மேலாக உயர்ந்த, திரட்சியையுடைய தண்டினைக் கொண்ட நெய்தற் பூவானது, கூட்டமாகிய மீன்களையுடைய கரிய கழியின்கண்ணே வெள்ளம் அதிகரிக்குந்தோறும், ஆழமான குளத்திலே முழுகும் மகளிரது கண்ணை ஒத்திருத்தற்கு இடமாகிய, தண்ணிய நீர்த்துறையை உடைய தலைவனது கொடுமையை, நம் முன்னே எடுத்துச் சொல்வதற்கு நாணமுற்றவளாக, அதனை மறைத்துக் கொண்டு நம்மோடும் உரையாடுகின்றாள். ஆதலின், இவள் இப்போது இளமையிலேயே அறிவு முதிர்ந்து தாயின் தன்மையை எய்தினளே!

கருத்து: *'மாயோள் நம்முன் நாணுக் கரப்பாடும் யாய் ஆகியள்' ஆதலினாலே, அவனது கொடுமையை மறந்து, தன் கற்புச் செவ்வியால் அவனை ஏற்றுக் கொள்வாள் என்பதாம்.*

விளக்கம்: *'தகவுடைய மங்கையர் சான்றாண்மை சான்றார், இகழினும் கேள்வரை ஏத்தி இறைஞ்சுவார் (பரி.20) என வரும் பரிபாடல் அடிகளால், தண்ணந் துறைவன் கொடுமை நம்முன் நாணிக் கரப்பாடும்' என்று கூறப்படுவதன் பெண்மை நிலையினை உணரலாம்.*

'மாயோள்' இளமைப் பருவத்தினள்; அதற்கு இயல்பாகிய மாமை நிறத்தை உடையவள்; அவள் தன் கற்புச் செறிவாலே முதுமை நிலையினைப் பெற்றவளேபோல யாய் ஆயினள்.

'தமிய வைகிய' மலரென்றதனால், இயல்பான கொடியில் இருத்தலுமற்றுச் சூடுவார் கூந்தலினை அழகு செய்வதும் இன்றித் தனித்தே செப்பிற் கிடந்த மலரென அறிதல் வேண்டும். இது, பிறந்த வீட்டையும் மறந்து, காதலனோடும் மணவாழ்விற் சிறக்காமல், துயரத்தால் வாடியிருந்த தலைவியது நிலைக்கும் பொருத்தமாகும்.

'இனமீன் இருங்கழி ஓதம் மல்குதொறும், கயமூழ்கு மகளிர் கண்ணின் மானும்' நெய்தல் மலர் என்பது, கயமூழ்கு மகளிர் கண்ணினும் வேறாய் இவையும் கண்கள் என்னத் தோன்றும் என்பதாம். 'கொடுமை' என்றது, தலைவியைப் பேணாது வாடி நலனழியக் கைவிட்டதுடன், பரத்தையைக் கண்ணெனப் பேணும் தலைவனது பொருந்தா ஒழுக்கத்தை.

10. நாணிய வருமே

பாடியவர்: ஓரம் போகியார். **திணை:** மருதம். **துறை:** தலைமகற்குத் தோழி வாயில் நேர்ந்தது.

து-வி: தலைமகன், பரத்தை பொருட்டாகத் தலைவியைப் பிரிந்து சென்றிருந்தவன், மீண்டுவந்து, தோழிபால் தலைவியைத் தனக்கு இசைவிக்க வேண்டுகின்றான். அவன் செயலது கொடிய தன்மையை உளங்கொள்ளாமல், தன் கற்பொழுக்கத்தினது சிறப்பினாலே, அவனும் நாணும்படியாகத் தலைவி தானாகவே அவனை ஏற்றுக் கொள்ள வருகின்றாள். அப்போது அவளைக் காட்டித் தோழி தலைவனிடம் கூறியதாக அமைந்த செய்யுள் இதுவாகும்.

யாய் ஆகியளே விழவு முதலாட்டி;
பயறுபோல் இணர பைந் தாது படீஇயர்
உழவர் வாங்கிய கமழ்பூ மென்சினைக்
காஞ்சி ஊரன் கொடுமை
கரந்தனள் ஆகலின், நாணிய வருமே.

தலைவன் செய்தற்கு நேரும் விழவுக்குரிய முதன்மையினை ஆளுகின்ற இயல்பினள் எம் தலைவி. அவள்-

பயற்றங்காய் போன்ற பூங்கொத்துக்களிலுள்ள பசிய பூந்தாதுக்கள், தங்களின் மேலே படும்படியாக உழுபவர் வளைத்த, மணக்கின்ற மலர்களையுடைய ஊரனது கொடுமையை, கொண்ட, நாமும் தெரிந்து கொள்ளாதபடி மறைத்தனள். அவனும் நாணும்படியாக எதிர் கொண்டும் வருகின்றனள். இத்தகைய அறிவின் முதிர்ச்சியினாலே, அவள் தன் தாயைப் போன்ற முதுமையுடையவளும் ஆயினளே!

கருத்து: தலைவன் தனக்குத்தானே நாணமுறும்படியாக அவனை எதிர்கொள்ள வந்த தலைவி, இளமைப் பருவத்தினளாயினும், அறிவின் முதிர்ச்சியால் யாய் ஆயினள் என்பதாம்.

விளக்கம்: 'விழவு முதலாட்டி' என்றது, தலைவன் பரத்தையர் சேரியிலே விழவிற் கலந்து கொண்டவனாக, அந்தக் கோலங் குறையாதே வந்தவனைச் சுட்டிக் கூறியதாம்.

வயல் வரப்புகளிலுள்ள குறுங்காஞ்சியின் கொம்புகளைப் பற்றி அவற்றிலுள்ள பூந்தாதுக்கள் வயலிலே விழுந்து எருவாகுமாறு உழவர்கள் இழுத்துவிடுவர். மகளிர் விரும்பும் காஞ்சித்தாதினை எருவாக்கும் பொருட்டு இழுத்து உதிர்த்த உழவரின் செயல், தலைவனின் பொருந்தாச் செயலுக்கும் பொருந்துமாறு கூறுகின்றனள். உழவன் தலைவனாகவும், உழுபகடு பாணனாகவும், உழுநிலஞ் சேரியாகவும், காஞ்சி மரங்கள் பரத்தையராகவும் கொள்க. பரத்தையர் சேரியிலே அவர்களோடு கலந்து விழவாடி இன்புற்று வருதலே தலைவன் தலைவிக்குச் செய்த கொடுமை என்க.

'நாணிய வருமே' என்றது, தலைவன் தன் செயலைக் குறித்துத் தானே நாணித் தலை கவிழுமாறு, அவள் வருகின்றாள் என்பதாம். அன்றி, 'அவன் கொடுமையைப் பொறுத்திராது அவனோடு ஊடி இருப்பாய்' என்று தோழியர் கூறியதனைக் கைவிட்டுத் தன் கற்புச் செறிவினால், அத்தோழியரும் நாணுமாறு, அவனை எதிர் கொள்ளத் தலைவி வந்தனள் என்பதும் ஆம்.

11. வழிபடல் சூழ்ந்தேன்!

பாடியவர்: மாமூலனார். **திணை:** பாலை. **துறை:** தலைமகள் தன் நெஞ்சிற்குச் சொல்லுவாளாய்யத் தோழி கேட்பச் சொல்லியது.

து-வி: தலைமகனின் பிரிவினை ஆற்றாளாய்க் கலங்கிச் சோர்ந்த தலைவி, தன் நிலையைத் தோழி கேட்குமாறு இப்படித் தன் மனத்திற்குச் சொல்வது போலச் சொல்லுகின்றனள். தோழியைத் தூதுசென்று வருமாறு விரும்பி உரைத்தாளாகவும் கொள்ளலாம்.

கோடு ஈர் இலங்கு வளை நெகிழ, நாளும்
பாடுஇல கலிழும் கண்ணொடு புலம்பி,
ஈங்கு இவண் உறைதலும் உய்குவம்; ஆங்கே
எழு, இனி – வாழி, என் நெஞ்சே! முனாது,
குல்லைக் கண்ணி வடுகர் முனையது
வல்வேற் கட்டி நல் நாட்டு உம்பர்
மொழிபெயர் தேஎத்தர் ஆயினும்,
வழிபடல் சூழ்ந்திசின், அவருடை நாட்டே.

என் நெஞ்சமே, நீ வாழ்வாயாக! சங்கினை அறுத்துச் செய்யப்பட்டனவாய் விளங்கும் முன்கையிடத்து வளையல்கள் உடல் நலிவினாலே நெகிழா நிற்க, நாள்தோறும் துயிலுதல் இல்லனவாகி, அழுநீர் ஒழுகும் கண்களுடனே தனிமைத் துயரினால் வருத்தமுற்று, இவ்விடத்தே இப்படித் தங்குதலின்றும் நாம் தப்புவோமாக! பல வேற்படையினையுடைய கட்டி என்பானது நல்ல நாட்டிற்கும் அப்பாலுள்ள, கஞ்சங்குல்லையைத் தலையிற் கண்ணியாகச் சூடும் வழக்கத்தினரான வடுகர்க்குரிய, பகைப்புலத்ததாகிய, மொழி வேறுபட்ட நாட்டிடத்தே அவர் உள்ளவரானாலும், அவரிருக்கின்ற நாட்டிடத்தே, அவரைப் பின்பற்றிச் செல்லுதலை இப்போது யானும் எண்ணினேன்; எனக்கு முற்பட நீயும் எழுவாயாக!

கருத்து: தலைவரைப் பிரிந்து தனித்திருந்து துயருற்று நலிதலை இனியும் ஆற்றேன் என்பதாம்.

விளக்கம்: 'பல்வேறு கட்டி நன்னாட்டு உம்பர், குல்லைக் கண்ணி வடுகர் முனையது மொழிபெயர் தேஎத்த ராயினும்' என்றதனால், கட்டிக்குரிய காட்டிற்கு அப்பாலுள்ள வடுகரது நாட்டையும் கடந்து, அதற்கு அப்பாலுள்ள மொழி வேறுபட்ட நாடுகளுக்குப் பொருளீட்டி வரக்கருதிச் சென்றிருந்தவன் தலைவனாதல் பெறப்படும். வடுகர் - வேங்கடத்திற்கு வடபால் இருந்த ஒரு சாதியார். கட்டி - தமிழகத்தே சேரர்க்கு உட்பட்டு விளங்கிய குறுநிலத் தலைவருள் ஒருவன்; சேரர் படைத்தலைவருள் ஒருவனாகவும் இருந்தவன். இது வரைவிடை வைத்துப் பிரிந்த காலத்துத் தலைவி கூறியதாகும். 'மொழி பெயர் தேஎத்த ராயினும்' என்றதன்கண் வந்த உம்மையால் அவ்விடங்கட்குச் செல்வது அக்காலத்தவரின் பொதுவான இயல்பாகாமையும், அரிதாதலும் பெறப்படும்.

நெஞ்சை விளித்துச் சொன்ன, தோழியும் தன்னுடைய ஆற்றாமையினைப் போக்குதற்கு உதவாது போயினளென்ற வருத்தத்தால்.

மேற்கோள்: தலைவி நெஞ்சோடு உசாவித் தலைவனைச் சேர்ந்தது (தொல். பொருள்.9. இளம்பூரணர்) எனவும்; தலைவி தலைவனுள்ள இடத்திற்குச் செல்லுதலும் பொருளா வருதல் எனவும் (தொல். களவு 22 இளம்பூரணர்); தலைவன் நாட்டிற்குச் செல்லலாமென்று தலைவி தன் நெஞ்சிற்குக் கூறியது எனவும் (தொல். களவு. 22. நச்சினார்க்கினியர்)

காட்டப்படும். இவற்றால் தலைவன் வேற்றுமொழி நாடுகட்குச் சென்றவனல்லன் என்பதும், அவனிருக்குமிடஞ் சேர்தற்குத் தலைவி ஆர்வமீதுறக் கூறினதே இது என்பதும் அறியப்படும்.

12. நொதுமல் கூறும் ஊர்!

பாடியவர்: ஓதலாந்தையர், **திணை:** பாலை. **துறை:** ‘ஆற்றாள்’எனக் கவன்ற தோழிக்குக் கிழத்தி உரைத்தது.

து-வி: தலைவன் பிரிந்து சென்றதனால் தலைவி வருந்தி வாடியிருந்தனள். அவளது நலிவைக்கண்ட தோழி, ‘இனியும் இவள் பிரிவினைப் பொறுத்திருக்கமாட்டாளே’ என்று கவலையுற்றுச் சில உரைக்கின்றாள். அதனைக் கேட்ட தலைவி, நான் ஆற்றியிருக்கும் திண்மையுடையவள் என்கின்றாள்.

எறும்பி அளையின் குறும்பல் சுனைய
உலைக்கல் அன்ன பாறை ஏறி,
கொடுவில் எயினர், பகழி மாய்க்கும்
கவலைத்து என்ப, அவர்தேர் சென்ற ஆறே:
அதுமற்று அவலம் கொள்ளாது,
தொதுமல கழறும், இவ்அழுங்கல் ஊரே.

தலைவர் போயின வழியானது, எறும்பின் புற்றையொத்த குறிய பலவாகிய சுனைகளையுடைய பாறைகளின் மேலாக ஏறி, வளைந்த வில்லினைக் கைக்கொண்டவரான எயினர், தம் அம்புகளைத் தீட்டுதற்குரிய இடமாகிய, கவர்த்த வழிகளை உடையது என்பார்கள். இந்த ஆரவாரத்தையுடைய ஊரானது, அதனை உளங்கொண்டு கருதாமல், அயற்றன்மையினையுடைய சொற் களைக் கூறி, என்னை இடித்துரைக்கின்றதே!

கருத்து: பிரிவால் வருந்தவில்லை; அவர் செல்லும் வழியிடை ஏதத்தைக் கருதியே வருந்துகின்றேன் என்பதாம்.

விளக்கம்: குறும்பு பல்சுனைய பாறை என்றாள், சிற்றிரணிடத்ததாகிய, வறுஞ்சுனைய பாறை என்று பொருள்படும். குறும்பு - சிற்றரண். உலைக்கல் - உலையின் அடைகல்; உலைக் கல்லன்ன பாறை என்றது பாறையின் வெப்ப மிகுதியை உரைப்பதற்கு.

‘அவர் சென்ற வழியிற் கிடைக்கும் உணவு எறும்பியளை யிடத்துப் பெறும் புல்லரிசி; நீர் அறுநீர்ச் சுனை; தங்குமிடம் உலைக்கல்லன்ன பாறை; வாழ்பவர் பகழி தீட்டும் கொலைவில் எயினர்’ எனக் காட்டுவழியின் கொடியதன்மையைக் கூறினாள்.

மேற்கோள்: தலைவன் பிரிந்தவழி வழியருமை பிறர் கூறக் கேட்டுத் தலைவி கூறியது என்பர் நச்சினார்க்கினியர் (தொல். கற்பு 6) தலைவி கொடுஞ்சொற் சொல்லியது (நம்பி 107 உரை) எனவும் கூறப்படும்.

சொற்பொருள்: 1. எறும்பி - எறும்பு. அளை - புற்று. குறும்பு - காட்டகத்துச் சிற்றரண். 3. கொடுவில் - கொடுமை செய்யக் குறித்த வில்; வளைந்த வில்லும் ஆம். 4. கவலை - கவர்த்த வழி. 6. நொதுமல் - அயற்றன்மையுடைய சொற்கள்.

13. பசலை ஆர்ந்தன!

பாடியவர்: கபிலர். **திணை:** குறிஞ்சி. **துறை:** தலைவன் தோழியிற் கூட்டம் கூடி, ஆற்றும் வகையான் ஆற்றுவித்துப் பிரிய, வேறுபட்ட கிழத்தி தோழிக்கு உரைத்தது.

து-வி: தலைவன், தோழியை முன்னிட்டுக் கொண்டவனாகத் தலைவியைக் கூடியின்புற்ற பின்னர், அவளைப் பிரிந்து அகலுகின்றான். அப்போது தலைவி, தான் கொண்ட வேதனையைத் தோழிக்கு உரைக்கின்றாள்.

மாசு அறக் கழீஇய யானை போலப்
பெரும்பெயல் உழந்த இரும்பிணர்த் துறுகல்
பைதல் ஒருதலைச் சேக்கும் நாடன்
நோய் தந்தனனே – தோழி!–
பசலை ஆர்ந்த, நம் குவளைஅம் கண்ணே.

அழுக்கறக் கழுவிய யானையைப்போலப் பெரிதான மழையினை ஏற்றுத் தூய்மையுற்ற, பெரிதான சருச்சரையினையுடைய துறுகல்லின், குளிர்ச்சியையுடைய ஒரு பக்கத்தே தங்கும் நாடன், நம் தலைவன், அவன் நமக்கு இந்தக் காம நோய்த் தந்தனன். தோழி! அதனால், முன்பு குவளை மலரைப் போல அழகிதாக விளங்கிய என் கண்களும், இவ்வேளையிற் பசலை நிறத்தை மிகுதியாகப் பெற்றுவிட்டனவே!

கருத்து: அவன் பிரிந்ததும் கண்கள் பசலை பாய்ந்தன; அவன் மீண்டும் வந்தருளினால் அல்லாது அவை தம் அழகைப் பெறுவன ஆகா என்பதாம்.

விளக்கம்: 1. மாசு - அழுக்கு. 'மாசறக் கழீஇய யானை போல' என்றது, தெளிவான கருமை நிறத்தைக் கொண்டதாய் என்பதாம். இரும்பிணர்த் துறுகல்லும் பெரும்பெயல் உழந்து

அங்ஙனம் ஆயிற்றென்க. 2. பிணர் - சருச்சரை; சுரசுரப்பான தன்மை. துறுகல் - உருண்டைக்கல்; பொற்றை. 3. பைதல் - குளிர்ச்சி.

'பைதல் ஒருதலைச் சேக்கும் நாடன்' எனவே, பொற்றையின் ஒரு பக்கத்தேயுள்ள குளிர்ச்சியான இடத்திலே தலைவன் தலைவியைக் களவிற் கூடிப் பிரித்தனன் எனவும், அவன் பிரிவினால் வேறுபட்ட அவள், தோழிக்கு இவ்வாறு தன் நோயது தன்மையினைக் கூறினள் எனவும் கொள்க.

3-4 'சேக்கும் நாடன் ஒய்தந்தனன்' எனக்கொண்டு, அவன் என்னின்றும் நீங்கிச் செல்வானாயினன் எனக் கொள்வதும் பொருந்தும், அவன் நீங்கினன்: அவ்வளவிலேயே கண்கள் பசலை ஆர்த்தன என்க. ஒய்தருதல் - நெருங்காது ஒழிதல்.

2. இரும்பிணர்த் துறுகல் - கரிய, சுரசுரப்பையுடைய உருண்டைக் கல்லும் ஆம்.

உள்ளுறை: 'துறுகல்லும் தன் மாசு நீங்கப் பெற்ற நாட்டிற்குரிய தலைவன், என்பால் என இயல்பான கண்ணழகைப் பசலை மறைத்து மாசுபடரச் செய்தனனே! என்பது. இது தலைவியின் ஏக்கம் ஆகும்.

14. நாணுகம் சிறிதே!

பாடியவர்: தொல்கபிலர். **திணை:** குறிஞ்சி. **துறை:** 'மடன்மா கூறும் இடனுமார் உண்டே' என்பதனால் தோழி குறைமறுத்துழி, தலைமகன், 'மடலேறுவல்' என்பதுபடச் சொல்லியது.

து-வி: பாங்கியால் உதவுதற்கு மறுக்கப்பட்ட தலைவன் அவள் கேட்குமாறு, தானே தன் முயற்சியால் தலைவியை அடையப் போவதாகக் கூறுகின்றனன்.

அமிழ் துபொதி செந்நா அஞ்ச வந்த
வார்ந்து இலங்கு வைஎயிற்றுச் சில்மொழி அரிவையைப்
பெறுகதில் அம்ம, யானே! பெற்றாங்கு
அறிகதில் அம்ம, இவ்ஊரே! மறுகில்,
'நல்லோள் கணவன் இவன்' எனப்
பல்லோர் கூற, யாஅம் நாணுகம் சிறிதே.

அமுதத்தைப் பொதிந்ததாக இலங்கும் செவ்விய நாவானது அஞ்சும்படியாக முளைத்தெழுந்த, நேராக விளங்குகின்ற கூர்மையான பற்களையும், சிலவாகிய சொற்களையும்

உடையவள் தலைவி. அவளை யானே மாடன்மா ஏறி வருதலாற் பெறுவேனாக! அவளைக் களவிலே இயற்கைப் புணர்ச்சியுட் பெற்றாற் போலப் பெறுவேனாக! அதனை இவ்வூரிலுள்ளார் யாவரும் அறிவாராக! அறிந்த அவர்கள், வீதியிலே 'இந்நல்லாளின் கணவன் இவன்' எனப் பலவாறாகக் கூறுவர். அதனைக் கேட்டு யாமும் சிறிதே நாணுவோம்!

கருத்து: நீ உதவாமற் போயின், யான் மன்றிலே மடன்மா ஊர்ந்து வந்து அவளைப் பெறுவேன் என்பதாம்.

விளக்கம்: 'அமிழ்ந்துபொதி செந்நா' எனவும், அமிழ்து பொதிவைஎயிறு எனவும் கொள்க; என்றது வாயூறலையும் வாயிற் பிறக்கும் மழலையையும். 'நா அஞ்சியது' பற்கள் கூரியவாதலின். 'யானே பெற்றாங்குப் பெறுகதில் அம்ம' என்றலாற் குறைமறுத்த தோழியைச் சேட்படுத்தியதும் பெற்றனம்.

'பல்லோர்கூற' என்றது, சிலர் தனக்கு எதிராகவும் இருத்தல் கூடுமென்பதனை நினைந்து சொல்லியதாம்.

அவர்களை விரைவிலே மணமுடிக்க ஆவன செய்தற்கு ஆன்றோர் முற்படுவர் ஆதலின், நாணம் சிறிது பொழுதில் மறைந்துவிடும் என்பவன் 'நாணுகம் சிறிதே' என்கின்றனன். 'நல்லோள்' என்றது இகழ்ச்சிக் குறிப்பு, தன் காதலை உணராமல் மறுத்துத் தன்னை மடலேறச் செய்ததனை நினைந்து கூறியது.

சொற்பொருள்: *1. அமிழ்து - அமுது. நிவந்த - எழுந்த. 2. வார்தல் - நேர்தல். 3. 'தில்' விரைவுப் பொருளில் வந்த இடைச்சொல்.*

15. வாய் ஆகின்றே!

பாடியவர்: ஔவையார். **திணை:** பாலை, **துறை:** உடன் போயின பின்றை, தோழி செவிலிக்கு அறத்தோடு நின்றாள்; நிற்ப, செவிலித்தாய் நற்றாய்க்கு அறத்தொடு நின்றது.

து-வி: தலைவி தமரைப் பிரிந்து தலைவனுடன் உடன் போக்கிலே சென்றாள். அதனையறிந்த தோழி அதனைத் தன் தாயாரான செவிலிக்குச் சொல்லுகின்றாள். அவள், தலைவியைப் பெற்ற நற்றாய்க்கு இதனைச் சொல்லி நிலைமையை விளக்குகின்றாள்.

பறைபட, பணிலம் ஆர்ப்ப, இறைகொள்பு
தொல் மூதாலத்துப் பொதியில் தோன்றிய
நால் ஊர்க் கோசர் நல் மொழி போல,

வாய் ஆகின்றே – தோழி! – ஆய் கழல்
சேயிலை வெள் வேல் விடலையொடு
தொகுவளை முன்கை மடந்தை நட்பே!

தோழி! அழகிய வீரக்கழலையும், செம்மையவாகிய இலையையுடைய வெள்ளிய வேலையும் கொண்ட இளைஞனோடு, பலவாகத் தொகுக்கப்பட்ட வளைகளைப் பூண்டிருக்கும் முன்னங்கைகளையுடைய நம் மகள், செய்த நட்பானது, உண்மையே ஆகியது.

பழையதான ஆலமரத்தின் அடியிலுள்ள பொதுவிடத்திலே வைத்துக் கூறிய நன்மொழி பிழையாராய், வந்து தோன்றித் தங்குதலைக் கொண்ட நான்கு ஊர்களிடத்துள்ள கோசர்களது நன்மொழிபோல, நம் மகளது நட்பும், மணப்பறை முழங்கவும், சங்கம் ஒலிக்கவும் அங்கே மணம் செய்தலால் உண்மை ஆகியது.

கருத்து: தலைவி, தான் விரும்பிய தலைவனுடன் சென்று, அவனூரில் அவனை மணந்தனள் என்பதாம்.

விளக்கம்: 'தொன்மூதாலத்துப் பொதியில் தோன்றிய நன்மொழிக் கோசர்' என்றது, மோகூர் பழையனுக்குப் படையுதவி வருவதாகத் தாம் சொன்ன சொல் தவறாமற்படிக்குக் கோசர்கள் வந்து தங்கியதனை. இது, மோரியரை மோகூரான் எதிர்த்து நின்ற காலத்தாம்.

'ஆலம்பலம்' ஊர்ப்பெயர் எனவும், அது மோகூரை அடுத்திருந்தது எனவும் கொள்ளுவாரும் உளர். இன்றைக்கும் மோகூரையடுத்து ஆலம்பலமும் கோசர்ப்பாடியும் உள்ளன. இவை தென்னார்க்காடு மாவட்டத்துக் கள்ளக்குறிச்சிப் பகுதியில் இருப்பனவாம். நாலூர் - நான்கு ஊர்கள்; ஓர் ஊரும் ஆம்.

சொற்பொருள்: தொகுவளை தொகுத்தணிந்தவளை; 'தொடுவளை' எனக்கொண்டு, செறிக்கும்வளை எனவும் உரைப்பர். 'தொடுவளை முன்கை' தலைவனுடனே கலந்திருத்தலால்.

16. துணை பயிரும்!

பாடியவர்: பாலை பாடிய பெருங்கடுங்கோ, **திணை:** பாலை, துறை: பொருள்வயிற் பிரிந்தவிடத்துத் தலைமகள் ஆற்றாமை கண்டு, தோழி கூறியது.

து-வி: தலைவன் ஒருவன், பொருள்தேடி வருதலின் பொருட்டாகத் தலைவியைப் பிரிந்து வேற்று நாட்டிற்குச்

சென்றிருந்தனன். அந்தப் பிரிவினாலே பெரிதும் வேதனையுற்றாள். தலைவி அவளது ஆற்றாமை மிகுதியைக் கண்டு, அவளைத் தேற்றுவாளாக, 'என்றும் அவர் நின்னை நினையாதிரார்' என்று கூறுகின்றாள் தோழி.

உள்ளார் கொல்லோ – தோழி! கள்வர்
பொன்புனை பகழி செப்பம் கொண்மார்,
உகிர்நுதி புரட்டும் ஓசை போல,
செங் காற் பல்லி தன்துணை பயிரும்
அம்காற் கள்ளி அம்காடு இறந்தோரே?

தோழி! ஆறலை கள்வர்கள், எய்த பொருளிலே உருவப் பாய்ந்து வீழ்த்துகின்ற செம்மையினைக் காணும்பொருட்டாக, இரும்பைத் தலையிலே புனைந்துள்ளதான அம்பின் நுனியைத் தம் விரல் நகங்களால் நெருடிப் பார்ப்பார்கள். அப்போது எழும் ஒலியைப் போலச், சிவந்த கால்களையுடைய ஆண் பல்லியும் தன் துணையை அழைத்து ஒலி செய்து கொண்டிருக்கும். அழகிய அடியையுடைய கள்ளிகளைக் கொண்ட அத்தகைய பாலையைக் கடந்து சென்றிருப்பவரான தலைவர், அந்த அழைப்பொலியைக் கேட்குங்கால், நின்னையும் நினையாரோ?

கருத்து: நின்னை நினைப்பர்; அதனால் விரைவில் திரும்புதலையும் செய்வர் என்பதாம்.

விளக்கம்: 'உள்ளார் கொல்லோ' என்றது, உள்ளுவர் என்பதுடன், விரைவில் மீள்தலையும் செய்வர் என்னும் உறுதி பற்றிக் கூறியதாகும்.

காட்டைக் கடந்துசெல்லும் காலத்தே, ஆறலை கள்வர்கள் அம்பு நுனியை நெருடிச் செவ்வி பார்க்கும் ஓசையைக் கேட்பாராயினும், அவரை வென்று தாம் வழிகடத்தற்கே நினைவராதலின் நின்னை நினையாதவராதலும் கூடும். ஆனால், இதுபோது வேற்று நாட்டிடத்தே தங்கியிருப்பவர், பல்லி தன் துணையை அழைக்கும் ஓசையைக் கேட்பின், தவறாது நின்னை நினைப்பர் என்று கூறினாள்.

இதனால், தலைவர் ஊறின்றிக் காட்டைக் கடந்து தாம் குறித்த இடத்திற்குச் சென்றிருப்பர் என்பதையும், அங்கும் தம் செயலை முடித்தவராகத் தலைவியின் நினைவெழத் தாம் மீள்தலைத் தொடங்கியிருப்பர் என்பதையும் சொன்னாளாம். 'அவர் விரைவில் வந்து தன் துயரை மாற்றுவார்' என்பதும்

இதனால் அறியப்படுவதால், தலைவியின் துயரமும் மறையும் என்க.

சொற்பொருள்: 2. பொன் - இரும்பு. பகழி - அம்பு. செப்பம் - செவ்விதாம் தன்மை; எய்தவிடத்துக் குறித்த இலக்கைத் தைத்து ஊடுருவிச் செல்லும் தன்மை. 3. உகிர் - நகர். புரட்டுதல் - நெருடுதல். 5. கள்ளியங்காடு - பாலை; ஒரு சொல்.

17. முதிர்ச்சி அடைந்தால்!

பாடியவர்: பேரெயின் முறுவலார். **திணை:** குறிஞ்சி. **துறை:** தோழியிற் கூட்டம் வேண்டிப் பின்னின்ற தலைமகன் தோழி குறைமறாமற் கூறியது.

து-வி: தலைவியை அடைவதற்குத் தலைவியின் தோழி தனக்கு உதவ மறுத்ததனால், தலைவன் அவள் உதவுதலின்றியும் தன்னால் தலைவியை அடைய முடியும் என்பவன். இப்படிக் கூறுகின்றனன். காம மிகுதியால் உலகினர் செய்வனவற்றைச் சொல்லித், தானும் அதற்குத் துணிந்துள்ளதனை உணர்த்துகின்றான்.

மாஎன மடலும் ஊர்ப; பூஎனக்
குவிமுகிழ் எருக்கங் கண்ணியும் சூடுப;
மறுகின் ஆர்க்கவும் படுப;
பிறிதும் ஆகுப – காமம் காழ்க் கொளினே.

காம நோயானது வயிரங்கொள்ளுமானால், உலகத்து ஆடவராயுள்ளார், ஊரும் குதிரையென ஊராத பனைமடற் குதிரையினையும் ஊர்வர்; சூடும் கண்ணியெனக் குவிந்த மொட்டுத் தன்மையே உள்ளதான எருக்க மாலையினையும் சூடுவர்; அங்ஙனமாக வீதியில் வந்து தோன்றிப் பிறரால் ஆரவாரத்துடன் நகையாடுதற்கும் உட்படுவர்; இவற்றாலும் தம் கருத்து நிறைவேறாதாயின், சாதலுக்குரிய வேறு செயல்களை உடையவரும் அவர்.

கருத்து: யானும் அந்நிலையினனாதலின், என்னை அவற்றை மேற்கொள்ளுமாறு கைவிடாது, நின் தலைவியை எனக்கு இசைவித்தருள்க என்பதாம்.

விளக்கம்: தான் கொண்ட முடிவினை உலகின் மேல் வைத்துத், தலைவன் தோழி குறைகூறாமற் படிக்கு இப்படிக் கூறினான் எனலாம்.

'மாவென மடலும் ஊர்; பூவெனக் குவிமுகிழ் எருக்கங் கண்ணியும் சூடுப' என்றதனால், இவை ஊரும் மாவும் சூடும் பூவும் ஆகாமையும், அவற்றை மேற்கொள்ளும் அவன் காமத்தால் அறிவிழந்தவனாகிய தன்மையும் புலப்படும்.

காமம் + காழ் + கொளின் - காமமாகிய நச்சு மரத்தின் முற்றிய பரலாகிய விதையினை உட்கொண்டால் எனவும் பொருள்படும். ஊமத்தின் விதையை உட்கொண்டார் அறிவு பித்தாகுமாறு, போலக் காமத்தின் காழைக் கொள்வாரும் பித்தாவர் என்பதாம்.

ஆர்க்கவும் – ஆரவாரிக்கவும்; இது மடன்மா ஊர்ந்து வரக் கண்டானைச் சுட்டியும், அவனுக்கு அது செய்தாள் இவள் எனத் தலைவியைச் சுட்டியும் ஊரவர் பேசினராய் ஆரவாரித்தல்.

'குவிமுகிழ் எருக்கங் கண்ணி' என்றதனால், மலராத குவிந்த முகைப்பருவத்தவான எருக்கங்கண்ணி என்க.

மேற்கோள்: பேராசிரியர், மெய்ப்பாட்டியலுள் (ரு. 22) இதனைத் தலைமகன் பெரிதும் கலக்கமுற்றதான மெய்ப்பாட்டிற்கு உதாரணங்காட்டுவர். கலக்கத்தால், மடலூர்தலும் வரை பாய்தலும் போல்வனவற்றிலும் தலைவர்கள் ஈடுபடுவர் என்பதும், சாதலை அதற்கு எல்லையாகக் கூறலாம் என்பதும் கருத்தாகும்.

18. சிறிதும் பெரிதும்!

பாடியவர்: கபிலர், **திணை:** குறிஞ்சி. **துறை:** இரவுக்குறி வந்து நீங்கும் தலைமகனைத் தோழி எதிர்ப்பட்டு, வரைவு கடாயது.

து-வி: களவிற்கூட்டத்தே பகற்குறி பெற்று இன்புற்ற தலைவன், அதன் பின்னர், தலைவி இற்செறிக்கப் பெற்றனளாதலின், இரவுக்குறி பெற்றுக் கூடிவருகின்றனன். அவன், தலைவியை விரைந்து முறைப்படி மணந்து இல்லறம் பேணுதலிலே ஈடுபடல் வேண்டும் எனக் கருதிய தலைவியின் தோழி, அவனிடம் இப்படிக் கூறுகின்றாள்.

வேரல் வேலி வேர்க்கோட் பலவின்
சாரல் நாட! செவ்வியை ஆகுமதி!
யார் அஃது அறிந்தி சினோரே? – சாரல்
சிறுகோட்டுப் பெரும் பழம் தூங்கியாங்கு இவள்
உயிர் தவச்சிறிது; காமமோ பெரிதே!

இயல்பாகவே வளர்ந்த சிறு மூங்கிலை வேலியாகக் கொண்ட, வேரிற் குலைகளை உடைய பலா மரங்கள் செறிந்த மலைச் சாரலைப் பெற்றுள்ள நாட்டினனே! நின் மலைப்பக்கத்தே பலாவின் சிறு கொம்பிலேயுள்ள பெருங்கனி தன்னை ஏந்தும் யாதொரு பற்றுக் கோடுமின்றித் தொங்குவது போல, இவளுடைய உயிரானது மிகச்சிறிதாம் தன்மையுடையது; அவனைப் பற்றித் தூங்கும் காமமாகிய கனியோ மிகவும் பெரியது. அந்தப் பெருங்கனியின் பாரம் தாங்கமாட்டாது அவளுயிர்க் கொம்பு முறிந்து போகின்ற நேரத்தை அறிந்தவர்தாம் யார்? யாருமில்லை. அதனால், நீ அவளை விரைந்து வந்து மணந்து ஏந்திக் கொள்ளும் செவ்வியை உடையையாக ஆகுவாயாக!

கருத்து: அவள் உயிரைக் காக்கும் பொருட்டாகவேனும் அவளை மணந்து கொள்க என்பதாம்.

விளக்கம்: அவளுடைய காமவுணர்வு உயிரின்கண் தோன்றி வளருவது என்னும் சிறப்பினைக் காட்டுவாளாக 'உயிர் தவச் சிறிது; காமமோ பெரிதே' என்றனள். இது, பிறவிதோறும் தொடர்ந்து வருகின்றதான பெருநட்பு.

களவிலே அவளைத் துய்த்துப் பெற்ற இன்பமானது, பிறர் வேலியகத்துள்ள வேர்ப்பலவின் கனியினை அவரறியாதே உண்டது போலும் எனக் குறிப்பான் உணர வைத்து, இல்லறம் பேணி அவளோடு இன்புறுதல் முற்றத்துப் பலவின் சிறுகோட்டுப் பெரும்பழத்தைப் பருவத்தே பலரும் அறியத் துய்த்து இன்புற்றாற் போன்றதென்பதையும் உணர்த்தினன். இதனால் மனைவாழ்வின் மாண்பும் உரைக்கப்பட்டது.

மலைப்பக்கத்துச் சிறு கொம்பிலே தோன்றும் பலாக்கள் நாளுக்கு நாள் பருத்து முதிர்ந்து வரும். உரிய காலத்தே பறித்துத் துய்ப்பவரற்ற போது தன்னைத் தாங்கிய சிறு கொம்பையும் ஒடித்துத் தானும் கீழே வீழ்ந்து சிதையும். அது போலவே, இவளுயிரிடத்தே தோன்றி வளரும் காமம் கனியும் நீ இவளை மணந்து கொள்ளாது போனால், தன்னைத் தாங்கிய இவளுயிரையும் போக்கித், தானும் பயனற்றுச் சிதைந்துபோம் என்றனர். இதனால், தலைவனின் உள்ளத்தே அவளை மணந்து, நிலையாக ஊரறிய இல்லறம் பேணுகின்றதற்கான விரைவுணர்வு எழும் என்பதாம்.

‘பெரிதே காமம் என் உயிர் தவச் சிறிதே’ என்னும் கலிப்பாட்டினையும் *(கலி.137:2)* இப்பாட்டின் பொருளுடன் ஒப்பிட்டுக் காண்க.

மேற்கோள்: இதனைத் தோழி தலைவியின் காமம் மிகவுரைத்தல் என்பர் இளம்பூரணர் *(தொல். களவு. 23 உரை)*

19. நமக்கு யாரோ?

பாடியவர்: பரணர். **திணை:** மருதம். **துறை:** உணர்ப்புவயின் வாரா ஊடற்கண் தலைமகன் சொல்லியது.

து-வி: தலைமகன் தன்னை மறந்தவனாகப் பரத்தைமை பூண்டு வேறொருத்தியினை விரும்பித் திரிபவனானான் என அறிந்து, தலைமகள் அவனோடு ஊடிச் சினந்திருந்தாள். அவன், ஒருநாள் வீட்டிற்கு வந்தவன், அவளது ஊடலைக் கண்டு, அவனைத் தெளிவித்துக் கூடலைக் கருதியவனாகப் பலவும் சொல்லுகின்றான். அவற்றாலும் அவள் தெளியாது போக, அவன் வெகுண்டு, தன் நெஞ்சிற்குச் சொல்லுவதாக அமைந்த செய்யுள் இது. தான் அவளை நீங்குதற்குக் கொள்ளும் அச்சமும் இதனால் புலப்படும்.

எவ்வி இழந்த வறுமையர் பாணர்
பூஇல் வறுந்தலை போலப் புல்லென்று
இனைமதி வாழியர் – நெஞ்சே! – மனைமரத்து
எல்லுறும் மௌவல் நாறும்
பல் இருங் கூந்தல் யாரளோ நமக்கே?

நெஞ்சமே! மனைக்கண்ணுள்ள மரத்திற் படர்ந்த, இரவுற்ற முல்லை மலரைப் போல மணங் கமழும் பலவாகிய கரிய கூந்தலை உடையவளான இவள்தான். எனக்கு என்ன உறவினளோ? யாதும் உறவினல் அல்லளே போலும்! ஆதலினாலே எவ்வி என்னும் வள்ளலை இழந்ததனாலே, யாழ்க் கலையினும் வறுமையுற்ற யாழிசைக்கும் பாணர் குடியினர்களது, பொற்பூச் சூடுதலை இழந்த வறிய தலையானது அழகிழந்தாற் போலப், பொலிவிழந்து நீயும் வருந்துவாயாக.

கருத்து: இவள் அன்பினை முற்றவும் யாம் இழந்தோம் என்பதாம்.

விளக்கம்: எவ்வி, மிழலைக் கூற்றத்துத் தலைவனாகப் பாணர்க்கு அவரது கலைத்தகுதியறிந்தும் பரிசில் வழங்கி வாழ்ந்தவன். அவன் இறந்ததும், தம் கலையைப் போற்றும்

ஆற்றலாளனை இழந்தமையால், பாணர்கள் தாம் தொழுது போற்றும் யாழை முறித்துப் போட்டுப் புலம்பினர் என்பார்கள் (அகம் 115) 'எல்லுறும் மௌவல்' என்றதனால் அது இரவுக்காலம் என்பதனையும், 'மனைமரத்து' என்றமையால், முல்லைக்கொடி மனைமரத்திற் படர்ந்திருந்ததென்பதனையும் கூறினார். 'மனைமரத்து எல்லுறும் மௌவல் நறுமணங் கமழ்வது போன்று, இம்மனையின் தலைவனாகிய என்னை அணைத்துத் தன் கற்புமணம் சிறக்க வேண்டிய இவள், என்னை வெறுத்தனளே' என்றனன். 'யாரளோ' என்றது, பண்டையள் அல்லள் என்று கூறி, அந்த நினைவுகளை எழுப்பியதாம். பல்கூந்தல் - பனிச்சை முதலான ஐம்பகுதிகளை உடைய கூந்தல். 'மௌவல் நாறும் கூந்தல்' என்றதனால், அவள் ஊடலின் காரணமாக முல்லையைச் சூடாதிருந்த போதும், அது இயல்பாகவே முல்லை மணத்தினை உடையதாக இருந்தது என்றனன்.

'நெஞ்சே இனைமதி' என்றதனால், இவள் எம் உண்மை யன்பை உணராளாய் மாறினள்; இனி இவளை யாம் முற்றவும் இழந்தோம்; மனைமாட்சியின் செவ்வியும் இனி இல்லாத போதும் என்று தலைவன் வருந்தினனாகக் கொள்க.

20. மடவம் ஆக!

பாடியவர்: கோப்பெருஞ்சோழன். **திணை:** பாலை. **துறை:** செலவுணர்த்திய தோழிக்குக் கிழத்தி உரைத்தது.

து-வி: தலைவனது பிரிவைத் தோழி தலைவிக்கு உரைக்கின்றாள்; அதனைக் கேட்டதும், தலைவியின் உள்ளத்திலே எழுந்த வேதனை மிகுதி இந்தச் சொற்களாக வெளி வருகின்றது.

அருளும் அன்பும் நீக்கி, துணை துறந்து
பொருள்வயிற் பிரிவோர் உரவோர் ஆயின்
உரவோர் உரவோர் ஆக!
மடவம் ஆக, மடந்தை, நாமே!

தோழி! தாம் நமக்குத் துணையாகப் பிரியாதிருக்கின்ற தன்மையைக் கைவிட்டவராய், என் துன்பம் கண்டு இரங்குதலாகிய அருளினையும், தம்மையே காப்பாகக் கொண்ட என்னைத் தம்மையே நினைத்தேங்கி இருக்குமாறு கைவிடத் துணிதலால் அன்பையும் தம் உள்ளத்தினின்றும் நீக்கியவராக,

நம்மைப் பிரிவோர் அத்தகைய அறிவுடையவராயினால், அவ்வாற்றலைக் கொண்டோர் அறிவுடையவரே ஆகுக! ஆனால், அவரைப் பிரிந்திருக்க மாட்டாதேமாகிய நாம் அறிவில்லேமும் ஆகுக!

கருத்து: நம்மைப் பிரிதல் அறிவுடையார் செயலன்று என்பதாம்.

விளக்கம்: அருள் - தொடர்பில்லார் மாட்டு உண்டாகும் இரக்கம். அன்பு -தொடர்புடையார் மாட்டு உண்டாகும் காதல். 'அருளெனும் அன்பீன் குழவி' என அருளது தோற்ற முறைமை கூறப்படும். நீங்குதற்கண் அருளும் அன்புமென முறையே இவை நீங்கும் என்க.

துணை - துணைவியும் ஆம். உரவு - அறிவு; ஆற்றல். மடவம் - மடமை உடையோம்.

'பிரிவோர் உரவோர் ஆயின், அவ்வுரவோர் உரவோராகுக; பிரிதலைப் பொறுத்தற்கு உரமற்றேமாகிய எம்போல்வார் மடவமும் ஆகுக' எனவும் கூட்டிப் பொருள் கொள்வர்.

மேற்கோள்: இதனைச் செலவுணர்த்திய தோழிக்குத் தலைவி செலவழுங்கக் கூறியது என்பர் நச்சினார்க்கினியர் (கற்பு. 6)

21. யான் தேறேன்!

பாடியவர்: ஓதலாந்தையர். **திணை:** முல்லை. **துறை:** பருவம் வருந்துணையும் ஆற்றுவித்த தோழி, 'அவர் வரல்குறித்த பருவ வரவின்கண், இனி ஆற்றுவிக்குமாறு எவ்வாறு?' என்று தன்னுள்ளே கவன்றாட்கு, அவளது குறிப்பு அறிந்த தலைமகள், 'கானம் அவர் வரும் கார்காலத்தைக் காட்டிற்றாயினும் யான் இது கார்காலம் என்று தேறேன், அவர் பொய் கூறாராகலின்' எனத் தான் ஆற்றுவல் என்பதுபடச் சொல்லியது.

து-வி: பிரிந்து சென்றிருந்தவன் வருவதாகக் குறித்துச் சென்ற கார்காலத்தின் வரவைக் கண்டதும் தோழி மிகவும் கவலை அடைகின்றாள். அதன்பின்னும் தலைவி ஆற்றியிருக்கமாட்டுவளோ என்று கருதி வருந்திய அவளுக்குத் தலைவி கூறுவது இதுவாம்.

வண்டுபடத் ததைந்த கொடிஇணர் இடையிடுபு,
பொன்செய் புனைஇழை கட்டிய மகளிர்
கதுப்பின் தோன்றும் புதுப் பூங் கொன்றைக்

கானம், 'கார்'எனக் கூறினும்,
யானோ தேறேன்; அவர்பொய் வழங்கலரே.

தோழி! செறிவாக மலர்ந்துள்ள கொடியாகிய பூங்கொத்துக்களை இடையிடையே இட்டுவைத்துப், பொன்னாற் புனைந்து செய்த அணிகளைச் சுற்றிக் கட்டியவாறு தோன்றுகின்ற, வண்டுகள் மொய்த்து ஆரவாரித்தபடியே இருக்கும் மகளிரின் கூந்தலைப்போலப், புதுப்பூக்களுடன் தோன்றும் கொன்றை மலர்களோடு காணப்படும் கானமானது, இக்காலத்தைக் கார்காலம் என்று கூறினாலும், யானோ அவற்றின் கூற்றை உண்மையெனக் கொண்டு தெளியமாட்டேன்; ஏனெனில், தலைவர் ஒரு காலத்தும் பொய்ச்சொற்களை வழங்கார் ஆதலின்.

கருத்து: தலைவர் பொய் கூறார் ஆதலின், கானம் கொன்றை மலரோடு கவின்பெற்றுக் காரென்று காட்டினும், யான் அவர் வராததனால் அதனைக் காரென்று கொள்ளமாட்டேன் என்பதாம்.

விளக்கம்: ததைந்த - செறிந்து மலர்ந்த, 'இழை' என்றது கூந்தலுக்கு அணியும் பொன்னணிகளை. கொன்றைப் பூங்கொத்துக்கள், மகளிரது புனைந்த கூந்தலையொப்பத் தோன்றினாலும், அவை கூந்தலாகாமை தெளியப்படுவது போலவே, அவை தம் மலர்ச்சியாற் கார்கால வரவைக் காட்டினும், கார் காலத்து வருவேனெனக் கூறியவர் வாய்மையாளர் ஆதலின், அதனைக் கார்காலமெனக் கொள்ளேன் என்றனள். இதனால், தலைவர்பாலுள்ள பெருங்காதலையும், அவர் வரும்வரை ஆற்றியிருக்கும் தனது கற்புத் திண்மையினையும் தலைவி புலப்படுத்தினாளாம்.

22. பிரிபவர் யாரோ?

பாடியவர்: சேரமான் எந்தை. **திணை:** பாலை. **துறை:** செலவுக் குறிப்பறிந்து ஆற்றாளாகிய கிழத்தியைத் தோழி வற்புறுத்தியது.

து-வி: 'தலைவன் தன்னைப் பிரிந்து செல்வதற்குத் திட்டமிடுகின்றான்' என்பதனைக் குறிப்பால் அறிந்த தலைவி, அதுபற்றி வருந்தினளாயிருக்க, அவளைத் தேற்றுவாளாகத் தோழி கூறியவை இவை அவன் அவளைப் பிரிந்து போகான் என்ற உறுதியினைத் தோழி கூறுதலைக் காணலாம்.

நீர்வார் கண்ணை நீஇவண் ஒழிய,
யாரோ பிரிகிற் பவரே? – சாரல்
சிலம்பு அணிகொண்ட வலம்சுரி மராஅத்து
வேனில் அம்சினை கமழும்
தேம்ஊர் ஒண்ணுதல்! – நின்னொடும், செலவே.

இவ்விடத்து அவர் சிறிது பொழுது நீங்கிய அளவிலேயே, நீ அந்தச் சிறு பிரிவிற்கும் ஆற்றாது, நீர் இடையறா ஒழுகும் கண்களை உடையை ஆவாய்! இதனைத் தலைவரும் அறிவார் அல்லரோ! நின்னோடும் உடன் செல்லும் செலவின்கண்ணே, தாள்வரையைக் கொண்ட மலைப்பக்கம் எல்லாம் அழகு கொள்ளுதற்குக் காரணமான, வலஞ்சுரிந்த கடம்பினது வேனிற்காலத்து அழகிய கொம்புகளைப் போல நறுமணம் கமழுகின்ற, வண்டுகள் ஊர்தற்குக் காரணமான, ஒளி பொருந்திய நின்நுதலையும் அறிந்தவர் அவரல்லரோ! ஆகவே, நின்னை யாரோ பிரிதற்கு வல்லவர்?

கருத்து: *நின்னை அவர் பிரியார் என்பதாம்.*

விளக்கம்: *மராஅம் வேனில் மலரும் தன்மையது; ஆதலின் வேனிற்காலத்துத் தலைவியுடன் உடன்போக்கிலே வந்து மணந்து கொண்ட காதற் பெருக்கினன் தலைவனாதலையும் புலப்படுத்தினள். அப்படி உடன்சென்ற காலத்து அந்தக் களிப்பால் அவளுடைய கண்கள் களிகொள்ளவும், அதனால் அவளுடைய நெற்றி மணம் பெற்றதையும் கூறினாள், அது தலைவனுடன் செல்வதனால் பாலையையும் வேனிலையும் மறந்து தோன்றிய மகிழ்வதனால், அதனையும், சிறு பொழுது பிரியினும் நீர்வாரும் கண்ணையுடையளாவதையும் அறிந்தோர் எவரேனும் நின்னைப் பிரிவாரோ என்று கூறித் தேற்றுகின்றனளாம்.*

'சாரற் சிலம்பணி கொண்ட வலஞ்சுரி மரா அத்து வேனில் அம் சினை' என்பது, அங்ஙனமே தலைவனுடனிருக்கத் தலைவியும் அணி கொண்டு களிப்பாள் என உணர்த்துவதாம்; அதனையுணரும் அவன் பிரியான் என்பதும் கூறினள்.

'காணாதொழியின் கண்கள் நீர்வாரும்; கண்டு வேனிலிற் பாலையிற் செல்லினும் கண்களுக்கு அயலதாகிய நெற்றி மணம் கமழும்' என்பது, தலைவியின் கற்பு மேம்பாட்டைக் காட்டுவதுமாகும்.

23. பாடுக பாட்டே!

பாடியவர்: ஔவையார். **திணை:** குறிஞ்சி. **துறை:** கட்டுக் காணிய நின்றவிடத்து, தோழி அறத்தொடு நின்றது.

து-வி: களவுறவினாலே தலைவியால் தோன்றிய புதுப்பொலிவினைத் தெய்வக் குற்றமென ஐயுற்று; இல்லவர் குறிபார்ப்பவளை அழைத்துக் கேட்கின்றனர். அப்பொழுது, தோழி குறிப்பாகத் தலைவியின் களவுக்காதலைக் கூடியிருந்தார்க்குப் புலப்படுத்துமாறு, கூறுவது இது.

அகவன் மகளே! அகவன் மகளே!
மனவுக் கோப்பு அன்ன நல்நெடுங் கூந்தல்
அகவன் மகளே! பாடுக பாட்டே;
இன்னும், பாடுக, பாட்டே – அவர்
நல்நெடுங் குன்றம் பாடிய பாட்டே!

தெய்வங்களை அழைத்துப் பாடுதலைச் செய்கின்ற கட்டு விச்சியே! சங்குமணிக் கோவைபோன்று வெள்ளிய நல்ல நெடுங்கூந்தலை உடையவளான அகவன் மகளே! நீ பாட்டையே பாடுவாயாக! மென்மேலும் பாட்டைப் பாடிக் கொண்டே இருப்பாயாக! அவரது நல்ல நெடிய குன்றத்தைப் பாடிய பாட்டையே இன்னமும் பாடுவாயாக!

கருத்து: 'அவர் குன்றம் பாடிய பாட்டையே பாடுக' என்று கூறி, அவரே அவர்களுக்குரிய காதலரென உணர்த்தினாளாம்.

விளக்கம்: அகவுதல் - அழைத்தல், தெய்வங்களையும் குலத்தோரையும் அழைத்துப் பாடுதலை மரபாகக் கொண்டவர் அகவன் மகளிர். 'மனவுக் கோப்பன்ன நன்னெடுங் கூந்தல்' என்றது, அகவன் மகளின் முதுமையைச் சுட்டியதாம். ஆண்டால் முதிர்ந்தும், அவர் தலைவியின் காதற்குறிப்பை உணராமல் வறிதே தெய்வங்களை அழைத்துப் பாடுதலைக் கேட்டு மனம் நொந்து தோழி கூறியதும் ஆம்.

அப்படிப் பாடுபவள். தலைவியின் தாய் தந்தையர் ஆகிய இருவரது மரபினரையும் அழைத்துப் பாடுபவளாகவே, அவள் தன்னடைவே தாய்மரபைப் பாடிய காலத்துத், தலைவன் அம்மரபினனே எனவுணர்த்தக் கருதிய தோழி, இப்படி 'அவர் குன்றம் பாடிய பாட்டே இன்னும் பாடுக' என்கின்றனள். இதனால் தலைவிக்கு இன்பமுண்டாதலையும், அதனால்

அவளது குறிப்பைப் பலரும் அறிந்து கொள்ளுதலையும் தோழி கருதினாளாம்.

நெடுங்குன்றம் - நெடிதான குன்றம்; நெடுமை நீட்சியையும், நெடுங்காலப் பழமையையும் குறிக்கும்.

24. கொடியோர் நாவு!

பாடியவர்: பரணர். **திணை:** முல்லை. **துறை:** பருவங் கண்டு ஆற்றாளாகிய கிழத்தி உரைத்தது.

து-வி: மீண்டு வருவதாகத் தலைவன் குறித்துச் சென்ற கார்காலம் வந்ததும், அவன் சொன்னபடி வராமற்போகவே, தலைவி வருத்த மீதூர இப்படிக் கூறுகின்றனள்.

கருங்கால் வேம்பின் ஒண்பூ யாணர்
என்னை இன்றியும் கழிவது கொல்லோ?
ஆற்று அயல்எழுந்த வெண்கோட்டு அதவத்து
எழுகுளிறு மிதித்த ஒருபழம் போலக்
குழைய, கொடியோர் நாவே,
காதலர் அகல, கல்லென் றவ்வே.

வேம்பினது கரிய காம்பிலேயுள்ள ஒள்ளியவான பூக்களாகிய புதுவருவாயானது, என் தலைவன் அவற்றைப் பறித்துச் சூடுதலின்றியும், வறிதே உதிர்ந்து போவதாமோ? கொடுமை கூறுபவரான பெண்டிர்களின் நா, என் காதலர் என்னை விட்டு நீங்கவும், யாற்றின் அருகிலே ஓங்கி வளர்ந்துள்ள வெள்ளிய கோட்டினையுடைய அத்தியினது, ஏழு நண்டுகள் பற்றிச் சிதைத்த ஒரு பழத்தைப் போல, யான் குறைவுற்று நலியவும், என்னை எறிகல் போன்ற சொற்களால் தாக்கி வருத்துகின்றனவே!

கருத்து: இத்துன்பம் தீரும் பொருட்டாகவேனும் அவர் விரைய வாராரோ என்பதாம்.

விளக்கம்: 'கருங்கால் வேம்பின் ஒண்பூ யாணர் என்னை இன்றியும் கழிவது கொல்லோ?' என்றனள். இது, தலைவன் வேப்பந்தாரைச் சூடுதற்குரிய பாண்டியர் மரபினன் ஆதலை நினைந்து கூறியது. வேம்பு மலர்வது இளவேனிற் காலத்து; ஆகலின், தலைவன் மீள்வதாகக் குறித்துச் சென்றதும் அதுவே ஆதல் வேண்டும். குளிர் - நண்டு; குளீர் என்பதன் சிதைவு. 'கல்லென்றவ்வே'. ஆரவாரத்தை உடையதாயினவே; ஆரவாரமாவது, இவளைப் பிரிந்து சென்று குறித்த காலத்தும்

வாராது மறந்தான் கொடியவன் எனத் தோழியரும் பிறரும் தலைவனைப் பற்றிக் கொடுமைகூறிப் பழித்தலால் எழுந்த பேரொலி. 'எழுகுளிர் மிதித்த ஒருபழம் போலக் குழைய' நண்டுகள் தம் கால்களால் பற்றிச் சிறுகச் சிறுகச் சிதைத்ததால் உருவழிந்துபோய்ப் பழம் சிதையுமாறு போல அலர்ச்சொற்களால் அவளுள்ளமும் புண்பட்டுச் சிதைந்தது என்றபடி.

25. குருகும் உண்டு!

பாடியவர்: கபிலர். **திணை:** குறிஞ்சி. **துறை:** வரைவு நீட்டித்த இடத்துத் தலைமகள் தோழிக்குச் சொல்லியது.

து -வி: களவிலே துய்த்து ஒழுகிய காதலன், தன்னை வரைந்து மணந்து கொள்ளுதற்குக் குறித்த காலத்தினும் வாரானாக, அதனால் மனம் நொந்த தலைவி, தோழிக்குத் தன் நிலையைக் கூறி வருந்துகின்றாள்.

யாரும் இல்லை; தானே கள்வன்;
தான்அது பொய்ப்பின், யான்எவன் செய்கோ?
தினைத்தாள் அன்ன சிறுபசுங் கால
ஒழுகுநீர் ஆரல் பார்க்கும்
குருகும் உண்டு, தான் மணந்த ஞான்றே.

தோழி! தலைவன் என்னைக் களவு மணத்தாற் கொண்டு இன்புற்று, 'விரைவில் மணந்து கொள்வேன்' என்று உறுதி கூறிய போது, அந்தக் களத்திலே அவனொருவனே களவனாக இருந்தான்; வேறு சான்றினராக எவருமே இலர். அவன், தான் அன்று கூறிய அந்தச் சூளுரையைப் பொய்த்தனனாயின், யான் யாது செய்வேனோ? தினையினது தாளைப்போல விளங்கும் சிறிய பசுமையான கால்களைக் கொண்டதும், தனக்கு உணவாகிய ஆரல்மீனை ஒழுகுகின்ற நீரிடத்தே எதிர்பார்த்து நிற்பதுமாகிய நாரையும், அன்று இருந்ததே!

கருத்து: தலைவன் சூள் பொய்த்தான்; சான்றாவாரும் இலர்; இனி என் செய்வோம் என்பதாம்.

விளக்கம்: களவன் - களத்திடத்தானாக இருந்த நடுவன். கதிர் மூக்கு ஆரல் களவனாக (அகம். 246) யாரும் - வேறு எம் மனிதரும். 'தான் அது பொய்ப்பின்' என்பதில் 'அது' என்பது அவன் கூறிய சூளுரையைக் குறிப்பதாம். 'குருகும் உண்டு' என்று தான் கண்டதொரு சான்றைக் கூறியது, அது கேட்டும் இருக்கலாம் எனினும், சான்றாக வந்து கூறுதல்

இல்லை; மேலும், அது ஆரலைக் கொலை செய்யும் கருத்துடன் நின்றதாதலின், அதனிடம் நடுநின்று சான்றாகும் இயல்பினையும் கொள்ளற்கில்லை என்பதனைக் கருத்தாகக் கொண்டாம்.

'தானே கள்வன்' எனப் பாடங்கொள்ளின், கள்வன் பொய்த்தல் இயல்பாதலின் பொருள்சிறவாது, 'தானே கள்வன்; பொய்ச்சூள் உரைத்தனை யான் உண்மையெனக் கொண்டேன்; அவனியல்பிற்கேற்ப அவனும் பொய்த்தான்; வழக்கிடற்கும் சான்றினரில்லை' என வலிந்து பொருள் உரைத்தல் வேண்டும்.

'யான் எவன் செய்கோ?' என்றது, உயிர் துறப்பது ஒன்றன்றி வேறெதனையும் செய்ய இயலாததனால் ஆம்.

26. கடுவன் அறியும்!

பாடியவர்: கொல்லன் அழிசி. **திணை:** குறிஞ்சி. **துறை:** நற்றாயும் செவிலித்தாயும் தலைமகளது வேறுபாடு கண்டு, 'இஃது எற்றினான் ஆயிற்று?' என்று கட்டுவிச்சியை வினவிக் கட்டுக் காண்கின்ற காலத்து, 'தலைமகளது வேறுபாட்டிற்குக் காரணம் பிறிதோர் தெய்வம்' என்று கூறக் கேட்டுத், தோழி அறத்தோடு நின்றது.

து-வி: தலைவியின் களவால் வந்த புதுப் பொலிவுகளால் ஐயுற்ற இல்லத்தவர், கட்டுவிச்சியிடம் குறி கேட்கின்றனர். அவள் தெய்வக் குற்றம் என்று கூறத் தோழி தலைவனது உறவைக் கூறி அறத்தோடு நின்று, தலைவிக்கு வந்த நோயை வெளிப்படுத்துகின்றாள்.

அரும்புஅற மலர்ந்த கருங்கால் வேங்கை
மேக்கு எழுபெருஞ் சினைஇருந்த தோகை
பூக்கொய் மகளிரின் தோன்றும் நாடன்
தகாஅன் போலத் தான்தீது மொழியினும்
தன்கண் கண்டது பொய்க்குவது அன்றே
தேக்கொக்கு அருந்தும் முள்எயிற்றுத் துவர்வாய்
வரைஆடு வன்பறழ்த் தந்தைக்
கடுவனும் அறியும், அக்கொடி யோனையே!

அரும்புகள் முற்றவும் மலர்ந்திருக்கின்ற, வலிமையான அடிமரத்தையுடைய வேங்கையினது, மேலே ஓங்கி வளர்ந்துள்ள பெரிதான கொம்பிலே தங்கியிருந்த மயில்கள், மரத்திலேறிப் பூப்பறிக்கின்ற இளமகளிரைப் போலத் தோற்றுகின்ற, குறிஞ்சி நிலத்தான் நம் தலைவன். அவனை, இவளை மறந்தானும்

துறந்தானுமாகிய தகுதியற்றான் ஒருவனைப் போலக் கொண்டு, தலைவியானவள், தான் உயிர்விடுவதாகிய தீதான சொற்களைச் சொன்னாள். எனினும், தேமாவினது மேலிருந்தபடியே கனியை அருந்தும், முட்போன்ற பற்களையும் சிவந்த வாயையுமுடைய, மலைகளிலே விளையாடும் குட்டியின் தந்தையாகிய ஆண் குரங்கும், அந்தக் கொடியோனாகிய தலைவன் இவளோடு நட்புக் கொண்டிருந்ததை அறியும். அது, தான் கண்ணாற் கண்ட நிகழ்ச்சியைக் காணேனெனப் பொய் சொல்லுதற்கும் அறியாதது!

கருத்து: தலைவியின் நோய்க்கு அவளது களவு ஒழுக்கமே காரணம் என்பதாம்.

விளக்கம்: 'வேங்கைச் சினையிருந்த தோகை பூக்கொய் மகளிரிற்றோன்றும் நாடனாக இருந்தும், தான் காதலித்த மகளிரின் நினைவெழப் பெறாதான் ஆயினனே' என்கின்றாள். 'தகான் போலத் தான் தீது மொழியினும்' என்பதில், 'தான்' என்றது கட்டுவிச்சியைக் குறித்ததுமாகலாம். அப்போது 'தெய்வம் அணங்கிற்று' என அவள் ஒரு தீதுரை கூறினும் என்று பொருள் கொள்க. கடுவனும் அறியும் ஒன்றைத் தெய்வமேறியாள் அறியாத தன்மை குறித்து எள்ளியதாகவும் உணர்க.

கொக்கு - மாமரம்; தேக்கொக்கு - தேன்சுவை பொருந்திய மாங்கனி; அருந்தும் வரையாடும் வன்பறழ் என்றதனால், கனி முதிர்ந்து கீழே விழுந்ததனைத் தின்றபடி விளையாடியது என்க. வன்பறழ் - வலியகுட்டி; வலிமை, தாயில்லாது தனித்து வந்ததால், கடுவன் - ஆண்குரங்கு, 'அது அறியும்' என்றது குட்டியைக் கண்காணித்த அது தலைவன் தலைவிக்குக் கூறிய சூளுரையைக் கேட்டிருக்கும் ஆதலால்.

உள்ளுறை: 'கடுவன் தன் குட்டிக்குக் காவலிருந்ததை அன்று கண்டிருந்தும், தாம் இல்லறம் மேற்கொள்ளத் துணிந்து வரைந்து வராதவராய், இப்படிக் கட்டுவிச்சி வருவதற்கு இடந்தந்தனரே' எனத் தலைவனின் செயலைப் பழித்தனளாம்.

27. என் கவின்!

பாடியவர்: வெள்ளிவீதியார். **திணை:** பாலை. **துறை:** பிரிவிடை 'ஆற்றாள்' எனக் கவன்ற தோழிக்கு உரைத்தது.

து-வி: தலைமகனின் பிரிவுத்துயரைத் தலைவி பொறுத்திருக்கமாட்டாள் எனக் கலங்கிய தோழிக்குத், தலைவி தன்னுடைய நிலையை இப்படி உரைக்கின்றாள்.

கன்றும் உண்ணாது கலத்தினும் படாது,
நல்ஆன் தீம்பால் நிலத்து உக்காஅங்கு
எனக்கும் ஆகாது, என்னைக்கும் உதவாது,
பசலை உணீ இயர் வேண்டும் –
திதலை அல்குல் என் மாமைக் கவினே.

நல்ல பசுவின் இனிமையான பாலானது, அப்பசுவின் கன்றினாலும் உண்ணப்படாமல், கலத்தினும் கறந்து கொள்ளப்படாமல், வீணாகத் தரையிலே வீழ்ந்தாற்போல, தேமற் புள்ளிகளைக் கொண்ட அல்குல் தடத்தையுடைய எனது மாமை யழகானது, எனக்கும் பயனுள்ளதாகாது, என் தலைவனுக்கும் இன்பம் தருவதற்கு இல்லாது, பசலையானது தானுண்டற்கு விரும்புகின்ற நிலையினை அடைந்துவிட்டதே!

கருத்து: என் மாமைக் கவின் மீண்டும் பொலிவு பெற்றுப்பயனாக அவர் விரைந்து வாராரோ என்பதாம்.

விளக்கம்: கன்றுண்ணாமையைத் தனக்கு அழகு தருதல் அற்றுப் போனதற்கும், கலத்திற் படாமையைத் தலைவனுக்கு இன்பந் தராமற் போனதற்கும் ஒப்பிட்டுக் கூறினாள். 'நல்லான்' நல்ல பசு; நல்ல தன்மை, தன் கன்றுக்கு ஊட்டிக் காப்பதுடன், பிறரையும் ஊட்டிக் காப்பது. மாமைக் கவின் – செம்மணியின் நிறங்கொண்ட அழகு; மாந்தளிர் அசோகந் தளிர் ஆகியவற்றின் வனப்புப் போல்வதும் ஆம் இது, இளமைப் பொலிவின் ஒரு கூறு; இதனால், தலைவி இன்ப நாட்டத்திற்குரிய பருவத்தினள் ஆதலையும் காட்டினள்.

'பிரிவினை நினைந்து வருந்தவில்லை; பயனற்றுக் கழியும் மாமைக்கவினை நினைந்தே வருந்துவேன்' என்கிறாள் தலைவி.

28. அறியாது துஞ்சும் ஊர்!

பாடியவர்: ஔவையார். **திணை:** பாலை. **துறை:** வரைவிடை ஆற்றாளாய்க் கவன்ற தோழிக்குக் கிழத்தி உரைத்தது.

து–வி: தலைவியை வரைதற்குரிய பொருளினை ஈட்டி வரக் கருதித் தலைவன் தலைவியைப் பிரிந்து அயல்நாடு சென்றுள்ளான். அவன் வரவு நீட்டிக்கவும் தோழி கவலைப்படுகின்றாள். அவளுக்குத் தலைவி கூறுவது இது.

முட்டுவேன் கொல்? தாக்குவேன் கொல்?
ஓரேன், யானும்: ஓர் பெற்றி மேலிட்டு,

'ஆஅ! ஒல்'எனக் கூவுவேன் கொல்?
அலமரல் அசைவளி அலைப்ப, என்
உயவு நோய் அறியாது, துஞ்சும் ஊர்க்கே.

சுழற்சியுடனே அசைந்து வருகின்ற தென்றற்காற்றானது, என் வருந்துதலையுடைய காமநோயினது கொடுமையைத் தானறியாதே வந்து என்னை அலைக்கின்றது. அதனை அறியாதே இந்த ஊரவரும் உறங்குகின்றனர். இப்படி உறங்கும் ஊருக்கு என் நிலையை எப்படி அறிவிப்பேன்? முட்டுவேனோ? தாக்குவேனோ? யான் எதனையும் அறியேனே! அல்லது ஒரு தலைக்கீட்டை மேற்கொண்டவளாக ஆவென்றும் ஒல்லென்றும் உரத்துக் கூவுவேனோ? யான் யாது செய்வேன்?

கருத்து: ஊர் துஞ்சும் வேலையிலும் யான் துயில் பெறாதவளாக வருந்துமாறு அவர் பிரிந்தனர் என்பதாம்.

விளக்கம்: தாக்குதல் - கோல் முதலியவற்றால் அடித்து உணர்த்துதல். முட்டுதல் - தலையால் மோதி உணர்த்துதல். பெற்றி தலைக்கீடு. அலமரல் அசை வளி அலைப்ப என் உயவு நோய் மிகுதியாக யான் உறங்காது வருந்துவேன்; ஆனால் ஊரோ அதன் இனிமையிற் கண்ணயர்ந்து உறங்கியிருக்கும் என்றனள்; இதனால், தலைவன் மீள்வதாகக் குறித்துச் சென்றது இளவேனிற் பருவம் எனலாம்.

29. பூசல் பெரிது!

பாடியவர்: ஔவையார். **திணை:** குறிஞ்சி. **துறை:** இரவுக்குறி மறுக்கப்பட்ட தலைமகன், 'இவர் எம்மை மறுத்தார்' என்று வரைந்து கொள்ள நினையாது, பின்னும் கூடுதற்கு அவாவுற்ற நெஞ்சினை நோக்கிக் கூறியது.

து-வி: இரவுக்குறியிற் கூடுதற்கு இசையாளாய்த் தலைவி மறுத்துவிட, அதனால் வருந்தும் தலைவன், அவளை மறவாது அவளையே நாடிச் செல்கின்ற தன் நெஞ்சிற்கு இப்படிக் கூறுகின்றனன்.

நல்உரை இகந்து, புல்உரை தாஅய்,
பெயல் நீர்க்கு ஏற்ற பசுங்கலம் போல
உள்ளம் தாங்கா வெள்ளம் நீந்தி,

அரிது அவாவுற்றனை – நெஞ்சே! – நன்றும்
பெரிதால் அம்மநின் பூசல், உயர்கோட்டு

மகவுடை மந்தி போல
அகன் உறத்தழீஇக் கேட்குநர்ப் பெறினே!

நெஞ்சமே! நற்சொற்களாகிய புகழுரைகள் ஒழிந்து, புன் சொற்களாகிய பழிச்சொற்கள் பரவப்பெற்று, மழை பெய்தலால் உண்டாகிய நீர்க்கு எதிரேற்ற பசுமையான மட்கலத்தைப்போல, உள்ளம் தாங்கமாட்டாத ஆசை வெள்ளத்தே நீந்தினாயாய், நீயும் பெறற்கரிய பொருளின்மேல் ஆசையுற்றனை!

உயர்ந்த மரக்கிளையிலேயுள்ள தன் மகவினைத் தன் அடி வயிற்றோடு உடையதாயிருக்கும் பெண் குரங்கைப் போல, மனம்பொருந்த நின் நினைவைத் தாமும் தழுவிக் கொண்டு, கேட்டு அருளுதலை உடைய தலைவியைப் பெறுவாயாயின், நினது போராட்டம் மிகவும் பெருமையுடையதே ஆகும்!

கருத்து: தலைவியைக் களவிலே துய்த்தல் அரிது; விரைய மணப்பதே செய்யத்தக்கது; அதுவே நல்லுரை தரும்; களவை நீட்டிப்பதோ புல்லுரை தருவது என்பதாம்.

விளக்கம்: தலைவியின் தழுவுதலைப் பெறுதற்கு விரும்பிய தன் விருப்பத்தை உரைப்பவன், 'மகவுடைமந்திபோல' என்று உவமிக்கும் திறம் சுவையானது ஆகும். தாயின் அடி வயிற்றோடு அணைத்துப் பற்றிக் கிடக்கும் பிரியாது கூடியிருப்பதனை விரும்புகின்றான். நல்உரை - புகழ்மொழிகள். புல்லுரை - பழிச்சொற்கள். பசுங்கலம் - பசுமட்கலம்; பெயனீர்க்கேற்ற காலத்துக் கரைந்து அழிவது; அவ்வாறே ஆசை வெள்ளத்தால் நெஞ்சமும் கரைந்தழியும் என்பதாம். நீந்துதல் - கடத்தல் நெஞ்சமும் கரைந்தழியும் என்பதாம். நீந்துதல் - கடத்தல். பூசல் - ஆரவாரம். உயர்கோடு - உயரிய மலைச் சிகரமும் ஆம்.

30. யான் அளியேன்!

பாடியவர்: கச்சிப்பேட்டு நன்னாகையார். **திணை:** பாலை. **துறை:** 'அவர் நின்னை வரைந்து கோடல் காரணத்தால் பிரியவும், நீ ஆற்றாயாகின்றது ஏன்?' என வினாய தோழிக்குத் தலைமகள் 'யான் ஆற்றியுள்ளேனாகவும், கனவு வந்து என்னை இங்ஙனம் நலிந்தது' எனக் கூறியது.

து-வி: நின்னை வரைந்து கொள்ளுதலான நிலைத்த இன்பத்திற்கு வகை செய்யுமாறு அவர் நின்னைப் பிரிந்திருக்கிறார்; நீயோ பிரிவைப் பொறுத்திராது இப்படி வருந்தி நலிகின்றனையே என்கிறாள் தோழி. அவளுக்குத் தலைவி சொல்வது இது.

கேட்டிசின் வாழி – தோழி! – அல்கல்,
பொய்வலாளன் மெய்உற மரீஇய
வாய்த்தகைப் பொய்க்கனா மருட்ட ஏற்று எழுந்து,
அமளி தைவந்தனனே; குவளை
வண்டுபடு மலரின் சாஅய்த்
தமியென்; மன்ற அளியென் யானே!

தோழியே, கேட்பாயாக! இராக்காலத்திலே, வருவல் என்று குறித்த நாளிலே வாராதிருக்கின்ற பொய்கூறுதலிலே வல்லாளனாகிய தலைவன், என் மெய்யுடனே அணைதலைப் பொருந்திய, மெய்போலும் தகைமையினையுடைய பொய்யாம் கனவானது தோன்றி, எனக்கு மயக்கத்தை உண்டாக்கிற்று. அந்த மயக்கத்தினின்றும் விடுபட்டுத் துயிலெழுந்து அருகே அவனிருக்கின்றானோ என அமளியைத் தடவிப் பார்த்தேன். வண்டுகள் உழக்கிய குவளை மலரைப்போல நிலைகுலைந்து அவனைக் காணாது யானே தமியளாயிருந்ததனையும் கண்டேன். அத்தகைய யான், தேற்றமாக இரக்கங் கொள்ளற்கே உரியவளாவேன்.

கருத்து: நனவிலே ஆற்றியிருத்தலைச் செய்வேனாயினும், கனவிடத்து அவனைக் கண்ட மயக்கத்தால் யான் நலிகின்றேன் என்பதாம்.

விளக்கம்: துயிலிடத்துப் பொய்க்கனாவில் அவன் தன்னைத் தழுவக் கண்டவள்; அவனைத் தழுவுதற்கு நினைந்து துயிலேற்றெழுந்து தடவ, அவனைக் காணாமையால் தான் தனியளாயிருந்தமை அறிந்து நலிந்தனள் என்க. இதனால் இரங்குதற்கு உரியவளும் ஆம். அல்கல் - இரவு. வாய்த்தகை - வாய்மைத் தன்மையோடு.

'வண்டுபடுகுவளை மலரிற் சாஅய்' என்றது, கனவால் மருட்டப்பெற்றுத் தான் மெலிவுற்றிருக்கும் நிலையினை.

31. யாண்டும் காணேன்!

பாடியவர்: ஆதிமந்தியார். திணை: மருதம். துறை: நொதுமலர் வரைவுழித் தோழிக்குத் தலைமகள் அறத்தொடு நின்றது.

து-வி: அயலார் தலைவியை மணத்தின் பொருட்டாக வரைந்து வந்த காலத்துத் தலைவி தோழிக்குத் தன்னுடைய களவுறவைக் கூறித் தன் நிலையை வெளிப்படுத்துகின்றாள்.

மள்ளர் குழீஇய விழவினானும்,
மகளிர் தழீஇய துணங்கை யானும்,

> யாண்டும் காணேன், மாண் தக்கோனை:
> யானும் ஓர் ஆடுகள மகளே: என்கைக்
> கோடு ஈர் இலங்கு வளை நெகிழ்த்த
> பீடு கெழு குரிசிலும், ஓர் ஆடுகள மகனே!

மாண்புகளாலே தகுதி பொருந்தியவனான என் தலைவனை, வீரர்கள் திரண்டிருக்கின்ற வில்லோர் விழவினிடத்தும், பரத்தையர் அவரவர்க்குரிய தலைவரைத் தழுவியாடுகின்ற துணங்கைக் கூத்திடத்தும், இவையல்லாத பிறவிடத்தும் சென்று தேடியும் கண்டேனில்லை. அவனைப் பரத்தையர் ஆடி மகிழும் துணங்கைக் களமெல்லாம் சென்று சென்று தேடுதலால், கற்புடை மகளாகிய யானும், ஓர் ஆடுகளத்திற்குரிய மகளாகவே ஆகிவிட்டேன். என் கையிடத்துள்ள சங்கறுத்துச் செய்த - விளங்கும் வளைகளை நெகிழச் செய்து என்னை மெலிவித்த, பெருமை பொருந்திய தலைவனும் அதனால் ஓர் ஆடுகள மகனாகவே ஆயினன்!

கருத்து: என்னைப் பிரிந்த தலைவனை, என் குலமரபை மறந்து யான் யாண்டுச் சென்று தேடியும் காணேன் என்பதாம்.

விளக்கம்: இது காதலற்கெடுத்த ஆதிமந்தியின் பாட்டு, 'ஆட்டனத்தியைக் காணீரோவென, நாட்டின் நாட்டின் ஊரின் ஊரின், கடல்கொண்டன்றெனப், புனலொளித் தன்றெனக், கலுழ்ந்த கண்ணள் காதலற்கெடுத்த ஆதி மந்திபோல' (அகம் 236) என்பதனால், இவர் பல நாட்டினும் பலவூரினும் சென்று தேடி நலிந்தசெயல் விளங்கும்.

அவனோ பீடுகெழு குரிசில்; மாண்தக்கோன்; யானும் குலமகள்; எனினும், என்னைக் கைவிட்டு அவன் பிரிய, அவனை யான் யாண்டும் சென்று தேட, என் தகுதியும் கெட்டு, அவன் தகுதியும் கெட நேர்ந்ததன்றி, அவனை எவ்விடத்தும் கண்டிலேன் என்கின்றனள்.

துணங்கை - பரத்தையராடும் ஒருவகைக் கூத்து. ஆதி மந்தியின் காதலனை 'வஞ்சிக்கோன்' என்று கூறுவர் (சிலம்பு 21, 11) ஆதிமந்தியார், மன்னன் கரிகால் வளவன் மகள் என்பர். (சிலம்பு 21, 11)

32. பொய்யே காமம்!

பாடியவர்: அள்ளூர் நன்முல்லையார். **திணை:** குறிஞ்சி. **துறை:** பின்னின்றான் கூறியது.

து-வி: தோழிபால் தன் குறையைக் கூறி அவளை இரந்தபடி கேட்டு நிற்கின்றான் தலைவன். அவள் தனக்கு உடம்படாமையை அறிந்ததும் இப்படிக் கூறுகின்றான். பின்னிற்றல் - இரந்து பின் நிற்றல்.

காலையும், பகலும், கையறு மாலையும்,
ஊர்துஞ்சு யாமமும், டியலும், என்றுஇப்
பொழுதுஇடை தெரியின், பொய்யே காமம்,
மாஎன மடலொடு மறுகில் தோன்றித்
தெற்றெனத் தூற்றலும் பழியே;
வாழ்தலும் பழியே – பிரிவு தலைவரினே!

காலைப்பொழுதும், உச்சிப்பொழுதும், செயலறுதற்குக் காரணமாகிய மாலைப்பொழுதும், ஊரினர் துஞ்சுகின்ற இரவின் இடையாமமும், விடியற்காலமும் என்று குறிக்கப்படும் இவ்வைம் பொழுதுகளின் செவ்வி ஒருவரால் தெரியப்படுமானால், அவர் கொண்ட காமக் கூட்டத்திற்கு இப்பொழுதானும் இடத்தானும் பிரிதல் நேரிடுமாயின், ஊரும் மாவென மடற்குதிரை ஊர்ந்தவனாகத் தெருவிலே வந்து தோன்றித், தெளிவாகத் தன் குறையெடுத்துத் தூற்றுதலும் அவட்குப் பழியாகும். ஆனால், அங்ஙனம் மடலூர்ந்து இப்பொழுதுகளைக் கொண்டதாக இருக்கின்ற இவ்வுலகிடத்தே உயிர் வாழ்தலும், ஆடவனாகிய எனக்குப் பழி தருவதாகும்.

கருத்து: அவளைப் பிரியின் உயிர்வாழேனாதலின், மடலூர்ந்தாயினும் கொள்வேன் என்பதாம்.

விளக்கம்: 'மடலூர்ந்தால் தலைவிக்குப் பழியாகும் எனலாம். ஆயின் ஊராது போயின் என் வாழ்வே பழிப்பிற்குள்ளாகி விடுமே; அதனால் யானும் அழிந்து விடுவேனே' என்கின்றான். இதனால் தோழி, அவன் வேண்டுதற்கு உதவ முன்வருவாள் என்பதாம். இடைதெரிதல் செவ்வியினை அறிதல். 'பொழுது இடை தெரியின்' எனக்கொண்டு, பொழுதும் இடனும் தெரியின் எனலுமாம். 'காலமும் தெரியேன்' என்றமையால், கையறவின் மிகுதியைப் புலப்படுத்தித் தான் நெடுநாள் வாழ்தலை விரும்பாத தன்மையையும் உணர்த்தினான்.

33. என்னன் கொல்லோ ?

பாடியவர்: படுமரத்து மோசிகீரன். **திணை:** மருதம். **துறை:** வாயிலாகப்புக்க பாணன் கேட்பத் தோழியை நோக்கித் தலைமகள் வாயில் நேர்வாள் கூறியது.

து-வி: தலைவனோடு தலைவி ஊடல் கொண்டிருந்த காலத்து, தலைவனை அவள் ஏற்றுக் கொள்ளச் செய்யக் கருதித் தூதாக வருகின்றான் பாணன். தலைவனை ஏற்பதற்கு இசையும் தலைவி, தோழியிடம் கூறுவாள் போல, அவனும் கேட்டுத் தலைவனுக்குத் தெரிவிக்குமாறு இப்படிக் கூறுகின்றாள்.

அன்னாய்! இவன் ஓர் இள மாணாக்கன்;
தன்ஊர் மன்றத்து என்னன் கொல்லோ?
இரந்தூண் நிரம்பா மேனியொடு
விருந்தின் ஊரும் பெருஞ் செம்மலனே.

தாய் போன்று என்னிடத்தே அன்பு காட்டி வருகின்ற தோழியே! இந்தப் பாண்மகன் பாணர்க்குரிய கலைகளைக் கற்பவர் பலருள்ளும் ஓர் இளைய மாணாக்கன் ஆவன். தனது ஊரிலுள்ள அவையிடத்தே ஏறிய காலத்து எத்தகையவனாக ஆவானோ? இரந்து பெறுகின்ற உணவினாலே முற்றவும் வளர்ச்சி பெற்றுப் பொலிவு தோற்றாத மேனியோடு உள்ளவனாகிய இவன், வருங்காலத்தே, பலரழைத்து இடுகின்ற விருந்தினோடு, களிறும் மாவும் ஊர்ந்து செல்லும் பெரிதான தலைமையினையும் உடையவனாவான்!

கருத்து: வாயிலாக வந்த பாணனின் சொல்லாற்றலால் நான் சினத்தை மறந்தேன்; அவன் சிறப்பானாக என்பதாம்.

விளக்கம்: இளமாணாக்கன் கற்றுச் சொல்லி; இளமாணாக்கனாகிய போதே சொல்லாற்றல் மிக்கவனாகியவன், இப்போதிருக்கும் வறுமையினின்றும் விடுபட்டுத் தன் சொல்லாற்றலால் செல்வமும் புகழும் பெறுவான் என்கின்றாள். தலைவி, அவனை இப்படிப் பாராட்டுதல் மூலம் வாயிலாகப்புக்க அவனது சொற்களைக் கேட்டுத் தெளிவுற்றுத் தலைவனை ஏற்றுக் கொள்ளத் துணிந்தாள் என்பதும் விளங்கும் 'இரந்துண்' - இரந்து உண்ணும் உணவு; பண்டை நாளில் மாணவருட் பலர் இப்படியொரு நோன்பு வாழ்வினராக இருந்தனர் என்பர். தன்னூர் மன்றத்து என்றது, அவன் வேற்றூரினனும் புதியனும் ஆதலால்; இதனால், தலைவன் கொண்ட பரத்தை வேற்றூரினள் என்பதும் விளங்கும்.

மேற்கோள்: பாணனது சொல்வன்மைக்குத் தோற்றுவாயில் நேர்ந்த தலைவி, தோழிக்கு உரைத்தது இது என நச்சினார்க்கினியரும் கற்பியலுள் உரைப்பர் (தொல். கற்பு. 6)

வாரம் சாப்பிடுதல் என்பர்.

34. இனியது கேட்டு இன்புறுக!

பாடியவர்: கொல்லிக் கண்ணன். **திணை:** மருதம். **துறை:** வரைவு மலிந்தமை ஊர்மேல் வைத்துத் தோழி கிழத்திக்குச் சொல்லியது.

து-வி: தலைவியை அவள் காதலன் வரைந்து கொள்ள வந்தானென்ற செய்தியைத் தோழி அவளிடம் சென்று சொல்லுகின்றாள். 'அலர் தூற்றிய ஊர் இன்புறுக' என்று கூறும் சொல்நயம் சிறப்புடையதாம்.

ஒறுப்ப ஓவலர், மறுப்பத் தேறலர்,
தமியர் உறங்கும் கௌவை இன்றாய்,
இனியது கேட்டு இன்புறுக, இவ்ஊரே!
முனாஅது, யானை யங்குருகின் கானல் அம் பெருந்தோடு
அட்ட மள்ளர் ஆர்ப்பு இசை வெரூஉம்
குட்டுவன் மாந்தை அன்னஎம்
குழைவிளங்கு ஆய்நுதற் கிழவனும் அவனே.

கானலிடத்தேயுள்ள யானைபோலப் பிளிறலைச் செய்யும் வண்டாழங்குருகின் பெருந்தொகுதியானது, பகைவரைக் கொன்றொழித்து வெற்றிகொண்ட வீரரது ஆர்ப்பொலியைக் கேட்டு அஞ்சுதற்குக் காரணமான, குட்ட நாட்டை உடையானது மாந்தையென்னும் பட்டினத்தைப் போன்ற, எம்முடைய குழலையடுத்து விளங்கும் அழகிய நெற்றியினை உடையாளுக்கு உரிமையுடையோன், முன்னரும் அவனேயாவான்; விட்டு நீங்காது இற்சிறையிட்டுக் காத்திருக்கும் தாயார் வைது ஒறுக்கவும், காவிற் கூடியதனைத் தெளிந்து உணராதவராய்த் தலைவனுக்கு மணஞ்செய்து தருவதற்கு மறுக்கவும், தாம் காதலித்த தலைவரோடு கூடியிருக்கப் பெறாத தலைவியர், தனித்து உறங்காதாராய் வருந்தியிருப்ப, அவரை உறங்குமாறு கூறும் கடுஞ்சொற்களும் இனி இல்லையாகி, இவ்வூரவர், இனிதாகிய மணமங்கல இசையொலியினைக் கேட்டு இன்புறுவாராக.

கருத்து: இன்னாது கேட்டுக் கலங்கிய ஊரவர் இனி மணமங்கல ஒலியாகிய இன்னோசை கேட்டு இன்புறுமாறு, நினக்குத் தலைவனுடன் மணம் உறுதியாயிற்று என்பதாம்.

விளக்கம்: 'ஓவலர் ஒறுப்ப' என்றது, செவிலித்தாயும் நற்றாயும் தலைவியது ஒழுக்கத்தைப் பழித்து ஒறுப்ப என்பதாம்.

கௌவை கடுஞ்சொற்கள். முனாஅது - தாயார் மறுத்தற்கும் வரைவுடன் படுதற்கும் முற்பட்ட காலத்தேயே சேரர்க்குரிய கொல்லிமலையைச் சார்ந்தவராதலால், அவர்க்குரிய மாந்தைப் பட்டினத்தைக் கூறினார்.

35. கண் நாணில!

பாடியவர்: *கழார்க் கீரன் எயிற்றி.* **திணை:** *மருதம்.* **துறை:** *பிரிவிடை மெலிந்த கிழத்தி தோழிக்குச் சொல்லியது.*

து-வி: தலைமகன் பிரிந்திருத்தலால் வருந்திய தலைவி, தன் வருத்த மிகுதியைக் கண்ணின் மேலேற்றிச் சொல்லியது இது.

> **நாண்இல மன்ற, எம்கண்ணே – நாள் நேர்பு**
> **சினைப் பசும்பாம்பின் சூல் முதிர்ப்பன்ன**
> **கனைத்த கரும்பின் கூம்பு பொதி அவிழ**
> **நுண்உறை அழிதுளி தலைஇய**
> **தண்வரல் வாடையும், பிரிந்திசினோர்க்கு அழலே.**

தோழி! தலைவர், தாம் பிரியும் நாள் இவ்வளவென்று கூறித் தெளிவித்தவராகப் பிரிந்தபொழுது, அந்நாள்வரையும் பிரிந்திருப்பதற்கு உடம்பட்டிருந்தன என் கண்கள். ஆனால் சினைப்பட்ட பச்சைப் பாம்பினது சூலின் முதிர்ச்சியைப் போன்ற, திரண்ட கரும்பினது குவிந்த பொதியானது இதழ் வீழ்ந்து மலரும்படியாகச், பெய்யத் சிறுதுளிகளாகத் தூவிப் பெருமழையாகவும் தலைப்பட்டுள்ள தண்மையாக வருதலையுடைய இவ்வாடைக் காலத்தும் பிரிந்துறையும் தலைவரின் பொருட்டாக, அவை அழுதலையும் செய்கின்றன. அதனால், எம் கண்கள்தாம் நாணம் இல்லாதன!

கருத்து: பிரியும்போது அழுதால் பிரிவைத் தடுத்திருக்கலாம்; அப்போது அழாது இப்போது அவரில்லாத வேளையில் அவரை நினைந்து அழுதலால், என் கண்கள் நாணமற்றன என்பதாம்.

விளக்கம்: *பிரிதற்காலத்து அழுத வாயின், அவன் பிரியாதிருத்தலும் கூடும்; அவனற்ற இப்போது அழுதலால் யாதும் பயனில்லை; எனவே 'கண்கள் நாணில மன்ற' என்றனள். 'வாடையும் பிரிந்திசினோர்க்கு' என்றது. அக்கால வரவிற்குள்ளாக அவன் மீண்டு வருதல் குறித்துச் சொன்ன சூளுறவை நினைந்ததாம். நுண் உறை - சிறு தூவல். அழிதுளி - பெருந்துளி.*

36. வஞ்சினம் நோயோ?

பாடியவர்: *பரணர்.* **திணை:** *குறிஞ்சி.* **துறை:** *'வரைவிடை வைத்துப் பிரிய ஆற்றாள்' எனக் கவன்று வேறுபட்ட தோழியைத் தலைமகள் ஆற்றுவித்தது.*

து-வி: *வரைபொருள் ஈட்டிவரக் கருதித் தலைவன் பிரிந்ததனால், தனித்துப் படருழந்து வருந்துவாள் தலைவியெனத் தோழி கவலையுற்றாள். அவளது கவலையைத் தீர்க்கும் வகையாகத் தலைவி சொல்வது இது.*

துறுகல் அயலது மாணை மாக்கொடி
துஞ்சு களிறு இவரும் குன்ற நாடன்,
நெஞ்சு களன் ஆக, 'நீயலென் யான்' என
நற்றோள் மணந்த ஞான்றை, மற்று – அவன்
தாவா வஞ்சினம் உரைத்தது
நோயோ – தோழி! – நின்வயி னானே?

தோழி! மாணையினது பெருங்கொடியானது, தனக்கு அயலதாகவே நிலைத்த உருண்டைக்கல் கிடப்பவும் அதன்மேற் பற்றிப் படராது, உருண்டைக் கல்லைப்போலத் தோற்றிய துஞ்சும் களிற்றின் மீது பற்றிப் படருகின்ற தன்மையினை உடைய, குன்றநாடன் நம் தலைவன். அவன், எனது நல்ல தோள்களைத் தழுவிக் கலந்தபோது, தன் நெஞ்சமே அறியும் அவைக்களனாக நின்னை யான் பிரியேன் என்றும் கூறினான். அவன், அந்நாளிலே அப்படிக் கெடாத சூளினை உரைத்தது, அதனை நிறைவேற்றாததனால் அவனுக்கும் நோய் செய்வதாகும்; எனக்கும் பிரிவாகிய நோயைச் செய்வதாகும். ஆனால், நினக்கும் அது நோய் செய்வதாகுமோ?

கருத்து: *சூளுறவு பொய்த்தலால் வரும் நோயைக் குறித்துத் தொடர்புடைய யாமே கவலைப்படாதிருக்க, நீயேன் துன்புற்று வருந்துகின்றனை என்பதாம்.*

விளக்கம்: *நெஞ்சு களனாக உரைத்த சூளுறவைப் பொய்ப்பின், தன் நெஞ்சே தன்னைச் சுடுமென்பதனாலே, அது அவனுக்கு நோயாகும். தாமே ஆற்றியிருக்கத் தோழி கவலையுறுவது எதற்காகவோ என்கிறாள் தலைவி; இதனால், தலைவியின் துயரமும் புலனாகும். துறுகல் - உருண்டைக் கற்பாறை. மாணை - ஒருவகைப் படர்கொடி. களன் - செயல் நிகழ்த்தற்குரிய இடம். 'நற்றோள்' தலைவனது களவுறவுக்கு*

முன்பிருந்த அழகை எண்ணிக் கூறினாள், அஃது இப்போது பிரிவினால் அழகழிந்ததனை நினைந்து.

உள்ளுறை: நிலைத்த வட்டப்பாறை அயலே கிடக்கவும் அதனைத் தனக்குப் பற்றுக் கோடாகக் கொள்ளாது, உறங்கிக் கிடந்த களிற்றை நிலத்த பாறையெனக் கருதி அதன்மேற் படர்ந்து, அது துயிலெழுந்துபோகத் தான் பற்றுக்கோடிழந்து வாடி நலியும் மாணைக் கொடியின் தன்மை, களவுறவுக்கும் பொருந்தும். தலைவன் தோள்மணந்து தந்த இன்பமும் அவ்வளவு சிறுபொழுதிற்குள்ளாகவே நீங்கிற்று என்பதாம்.

37. வழியும் அன்பின!

பாடியவர்: பாலை பாடிய பெருங்கடுகோ. **திணை:** பாலை. **துறை:** தோழி, 'கடிது வருவர்' என்று, ஆற்றுவித்தது.

து-வி: வருவதாகக் குறித்த காலத்தினும் வராதவனாகப் பிரிந்திருந்த தலைவனை நினைந்து தலைவி துயருற்று நலிந்தனள். அவளது துயரை மாற்றக் கருதினாளாகத் தோழி கூறுவது இது.

நசைபெரிது உடையர்; நல்கலும் நல்குவர்:
பிடிபசி களைஇய பெருங்கை வேழம்
மென்சினை யாஅம் பொளிக்கும்
அன்பின – தோழி! – அவர் சென்ற ஆறே.

தோழி! தலைவர் நம்பால் முன்பே பெருவிருப்பத்தினை உடையவராயிருப்பவர். அவர் சென்ற வழிகள், தன் பெண் யானையின் பசிநோயைக் களையும் பொருட்டாகப் பெருத்த துதிக்கையினையுடைய அதன் களிறானது, மெல்லிய கிளைகளையுடைய மாமரத்தினது பட்டையை உரித்துக் கொண்டிருக்கும், அன்பைப் புலப்படுத்தும் தன்மையின ஆகும். அவற்றைக் காணும் அவர், மேலும் விருப்பம் பெரிதுடையராகி, விரைந்து வந்து நமக்கு அருளுதலையும் செய்வர். (அதனால், நீ வருந்தாது ஆற்றியிருப்பாயாக என்பதாம்.)

கருத்து: தலைவர் விரைவாக வந்துவிடுவர் என்பதாம்.

விளக்கம்: நசை - விருப்பம். நல்கல் - தலையளி செய்தல். 'பிடிபசி களைஇய வேழம், பொளிக்கும்' என்றவிடத்து, அது தன் பசி பற்றிக் கவலையுறாதாய்த் தன் பிடியின் பசியைத் தீர்க்கவே முந்தும் அன்புச்செறிவு புலப்படுத்தும்.

அதனைக் காண்பவர், தாமும் தலைவியின் துயரைத் தீர்க்கும் பொருட்டாக விரைவர் என்பதாம். பொளித்தல் - உரித்தல்.

மேற்கோள்: இதனை வருகுவர் மீண்டெனப் பாங்கி வலித்தல் என்பர் நம்பியகப் பொருள் உரைகாரர் (நம்பி. 170)

38. என்றும் நன்றே

பாடியவர்: கபிலர். **திணை:** குறிஞ்சி. **துறை:** வரைவு நீட்டித்த வழித் தலைமகள் தனது ஆற்றாமை தோன்றத் தோழிக்குக் கூறியது.

து-வி: தலைவியை வரைந்து கொள்ளுதற்கான பொருளைக் கருதிப் பிரிந்து சென்ற தலைமகனின் பிரிவின்கண், தலைவியின் துயரைக் கண்ட தோழி, தலைவனின் சிறப்பைக் கூறி அவளை ஆற்றுவிக்க முயலுகின்றாள்; அவளுக்குத் தலைவி சொல்வதாக அமைந்தது இது செய்யுள்.

கான மஞ்ஞை அறைஈன் முட்டை
வெயில்ஆடு முசுவின் குருளை உருட்டும்
குன்ற நாடன் கேண்மை என்றும்
நன்றுமன் வாழி – தோழி! – உண்கண்
நீரொடு ஓராங்குத் தணப்ப,
உள்ளாது ஆற்றல் வல்லுவோர்க்கே.

தோழி! மயிலானது காடு செறிந்த பாறையிலே ஈன்ற முட்டைகளைக், கருங்குரங்கின் விளையாடும் குட்டியானது வெயிலிடத்தே உருட்டிவிடும் இயல்பையுடைய மலைநாட்டானாகிய தலைவனது நட்பு, என்றும் நன்மை உடையதே! மையுண்ணும் கண்கள் பெருக்குகின்ற நீரோடு, ஒருபடியாக அவன் பிரியவும், அவனை நினையாமல் இருப்பதற்கான ஆற்றலை வன்மையாகப் பெற்றவர்கட்கே அது என்றும் நன்மை உடையதாகும்.

கருத்து: பிரிவை ஆற்ற வல்லாதிருக்கும் என்போல்பவர்க்கு, அவர் கேண்மை துயர்தருவதே என்பதாம்.

விளக்கம்: நட்பு வல்லுவோர்க்கு என்றும் நன்றென்றமையால், தனக்கு அங்ஙனமாகாது பிரிவின்கண் துன்பமாகவும் விளங்கும் என்றனள். மயில் முட்டைகளை ஈன்றது நிழலிடத்து எனவும், அதனை வெயிலிடத்தே ஆடும் குரங்குக் குட்டி உருட்டுமெனவும்; அதனால் முட்டை கெடாமற் குஞ்சுகள் வெளிப்படும் என்பதும் அறிதல் வேண்டும். அடைகாத்தற்குத்

தாய்மயில் இல்லாதபோதும் குரங்குக் குட்டியானது தன் விளையாட்டுப் போக்கால் வெயிலிடத்தே உருட்டித் தள்ளுவது, அடைகாத்தாற் போன்று ஆகின்றது. இவ்வாறு எதிர்பாரா நன்மைகள் உண்டாகும் நாட்டினன் தலைவன் என்கின்றனள். இதனால், தலைவியின் காதல் நிறைவுறத் தோழி உதவுதல் வேண்டுமென்பதும் விளங்கும். 'உள்ளாதாற்றல் வல்லுவோர்க்கு' என்றது, உள்ளும் எமக்கு வருத்தம் செய்வதே என்பதாம்.

குருளை விளையாட்டினால் முட்டையுட் குஞ்சுக்கு இடர் உண்டாமாறுபோல, அவனது விளையாட்டான போக்கினால், எனக்குத் துன்பம் உண்டாயது என்று கூறியதாகவும் கொள்க. தானும் மனையறம் காத்துப் புதல்வனைப் பெறுதலைத் தலைவி நச்சினாள் என்றும் கூறலாம்.

39. சென்ற வழி!

பாடியவர்: ஔவையார். **திணை:** பாலை. **துறை:** 'பிரிவிடை ஆற்றல் வேண்டும்' என்ற தோழிக்கு, 'யாங்ஙனம் ஆற்றுவேன்?' எனத் தனது ஆற்றாமை மிகுதிதோன்றத் தலைமகள் கூறியது.

து-வி: தலைமகனின் பிரிவினால் வாடியிருந்த தலைவியைத் தோழி ஆற்றியிருக்குமாறு கூற, அவள் தன் நிலையைத் தோழிக்குக் கூறுவது இது.

வெந்திறல் கடுவளி பொங்கர்ப் போந்தென,
நெற்றுவிளை உழிஞ்சில் வற்றல் ஆர்க்கும்
மலையுடை, அருஞ்சுரம்' என்ப – நம்
முலையிடை முனிநர் சென்ற ஆறே.

தோழி! நம் மார்பகங்களைத் தழுவிக்கிடந்த காலத்தினும், அவர் பிரிவாரோ எனக் கருதி நம்மால் ஊடுதல் கொண்டு வெறுக்கப்படுபவர் நம் தலைவர்; அவர், இப்பொழுது சென்றிருக்கும் வழியானது, வெம்மையான வலிமையுடைய கடுங்காற்றானது பொங்கி வந்ததாக, வாகையினது நெற்றாய் விளைந்த வற்றல்கள் ஆரவாரிக்கும், மலைகளையுடைய கடத்தற்கரிய பாலைவழி என்பார்களே!

கருத்து: வழியின்கண் ஏதத்தை நினைந்தே வருந்துகின்றேன் என்பதாம். ஏதம் – துன்பம்.

விளக்கம்: கடுவளி – கடுங்காற்று. அதன் கடுமையின் மிகுதியை வெம்மையும் வலிமையும் உணர்த்தும். உழிஞ்சில் – வாகை. முனிவர் – வெறுக்கப்படுபவர்.

"பொங்கர்ப் போந்தென' என்ற பாடத்திற்குக் கடுங்காற்றானது பொங்கரிற் போந்தாற் போன்று என்று கொள்க. பொங்கர் - சோலை; மரக்கிளையும் ஆம். மலையுடை அருஞ்சுரம் -மலைகளை வெப்பம் உடைத்திருக்கும் கடத்தற்கரிய சுரநெறி. முலையிடைக் கூடியிருக்கும் தண்மையினை மறந்து, வெவ்விய பாலைவழிச் செல்வதற்கு நினைந்தவராக, அதனையும் வெறுத்தவர் என்றும் கொள்ளலாம். 'அலையுடை அருஞ்சுரம்' பாடமாயின், ஆறலைத் தலை உடைய கள்வர் மலிந்த அருஞ்சுரம் என்க.

40. நெஞ்சம் கலந்தன!

பாடியவர்: செம்புலப் பெயனீரார். **திணை:** குறிஞ்சி. **துறை:** இயற்கைப் புணர்ச்சி புணர்ந்த பின்னர், 'பிரிவர்' எனக் கருதி அஞ்சிய தலைமகள் குறிப்பு வேறுபாடு கண்டு, தலைமகன் கூறியது.

து-வி: ஊழ்வலியால் ஒருவரையொருவர் கண்டு காதலித்து முதற்கூட்டம் பெற்ற பின்னர், தலைவனின் பிரிவை நினைந்து அஞ்சிய தலைவியைத் தேற்றும் வகையினாலே, தலைவன் கூறியது இது.

யாயும் ஞாயும் யார் ஆகியரோ?
எந்தையும் நுந்தையும் எம்முறைக் கேளிர்?
யானும் நீயும் எவ்வழி அறிதும்?
செம்புலப் பெயல்நீர் போல
அன்புடை நெஞ்சம் தாம் கலந்தனவே.

என் தாயும் நின் தாயும் எம்முறையில் உறவினர்? என் தந்தையும் நின் தந்தையும் எவ்வகையில் உறவினர்? யானும் நீயும் எவ்வழியினாலே ஒருவரையொருவர் உரியவரென அறிந்தோம்? செந்நிலத்துப் பெய்யும் மழை நீரானது தானும் அம்மண்ணுடன் கலப்புற்றுச் செந்நிறமாவதுபோல, முந்தைய பழக்கமற்ற நம்முடைய அன்பு கொண்ட நெஞ்சங்கள், தாமே தம்மிற் கலந்து ஒன்றுபட்டன.

கருத்து: இனிப் பிரிவென்பது நிகழாது என்பதாம்.

விளக்கம்: 'வானத்துப் பெயல் செந்நிலத்தோடு தானே வீழ்ந்து அதன் நிறத்தைப் பெற்றுக் கலந்ததுபோல, யானும் நின்னொடு கலந்து நின்வயம் ஆயினேன்; இனி யான் நின்னைக் கலந்து பெற்ற இந்த உறவுப் பிணிப்பைக் கைவிட்டு

நின்னைப் பிரிதல் அரிது' என்பதாம். தாய் வழியாக வந்த உறவாலும், தந்தைவழி வந்த உறவாலும், அல்லது அறிந்து பழகிய பழக்கத்தாலும் தலைவன் தலைவியர்க்கிடையே காதலுணர்வு முகிழ்ப்பது இயல்பு. இவை ஏதுமில்லாதபோதும் அன்புடை நெஞ்சங்கள் தாம் கலந்தனவாதலால், அந்தக் கலப்புத் தெய்வத்தின் அருளால் வந்தது என்கின்றனன் போலும், அந்தத் தெய்வ அருள் பிரியாதிருக்கவும் செய்யும் என்றும் கூறுகின்றனன். அன்பு - நெகிழ்ச்சி; செம்மண் நிலத்து நெகிழ்ச்சி போல்வதுமாம்.

41. அலப்பென் தோழி!

பாடியவர்: அணிலாடு முன்றிலார். **திணை:** பாலை. **துறை:** பிரிவிடை வேறுபாடு கண்டு கவன்ற தோழிக்குக் கிழத்தி உரைத்தது.

து-வி: தலைவியின் வருத்த மிகுதியைக் கண்டு கலங்கிய தோழிக்குத், தலைவி, பிரிவினால் தான் கொண்டுள்ள வேதனையைக் கூறுகின்றாள்.

> காதலர் உழையர் ஆகப் பெரிது உவந்து,
> சாறுகொள் ஊரின் புகல்வேன் மன்ற,
> அத்தம் நண்ணிய அம்குடிச் சீறூர்
> மக்கள் போகிய அணில்ஆடு முன்றிற்
> புலப்பில் போலப் புல்லென்று
> அலப்பென் – தோழி! – அவர் அகன்ற ஞான்றே.

தோழி! காதலர் நம் பக்கலிலே உள்ளவராகக், காட்டிடத்துப் பொருந்திய அழகிய குடிகளையுடைய நம் சிற்றூரினை, விழாக் கொண்ட பேரூரைப் போலக்கருதி பெரிதும் உவப்புடையவளாக யானும் விரும்புவேன். ஆனால், அவர் என் அணித்தே நின்றும் அகன்ற அப்பொழுதே, நம் சிற்றூரினை, மக்களனைவரும் நீங்கிச் சென்றதும், அணில்கள் விளையாடியிருக்கும் முற்றத்தையுடையது மான, தனிமைப்பட்ட வீட்டினைப் போலக் கருதிப் பொலிவிழந்து வருந்துவேன்.

கருத்து: என் வருத்தம் இயல்பானதே என்பதாம்.

விளக்கம்: உழை - பக்கம்; உழையர் - பக்கத்திலுள்ளவர். சாறு - விழா. சாறுகொள் ஊர் - விழாக்கொள்ளும் பேரூர். அத்தம் நண்ணிய அங்குடிச் சீறூரைச் சாறுகொள் பேரூரிற் பெரிதுவந்து புகல்வேன், காதலர் உழையராக என்கின்றாள்.

காதலர் உழையராக உண்டாகும் களிப்பு மிகுதி இது. இதே ஊர், அவர் அகன்ற ஞான்றே, 'மக்கள் போகிய அணிலாடு முன்றிற் புலப்பில் போலப்' புல்லென்று தோற்றி வருத்தும் என்பதாம். புலம்பு - தனிமை.

மேற்கோள்: பிரிவிடை ஆற்றாளெனக் கவன்ற தோழிக்குத் தலைவி தான் ஆற்றுவல் என்பதுபடக் கூறியதெனக் கொள்வர் நச்சினார்க்கினியர் (கற்பியல் சூ. 6 உரை)

42. தொடர்பு தேயுமோ?

பாடியவர்: கபிலர். **திணை:** குறிஞ்சி. **துறை:** இரவுக் குறி வேண்டிய கிழவற்குத் தோழி நேர்ந்த வாய்பாட்டான் மறுத்தது.

து-வி: களவுக் காலத்திலே, இரவு நேரத்திலே வந்து தலைவியோடு பழக விரும்பிய தலைவனுக்குத், தோழி, அந்தப் பழக்கத்தைக் கைவிடுமாறு இப்படிக் கூறுகின்றாள்.

காமம் ஒழிவது ஆயினும் – யாமத்துக்
கருவி மாமழை வீழ்ந்தென, அருவி
விடரகத்து இயம்பும் நாட! – எம்
தொடர்பும் தேயுமோ, நின்வயி னானே?

தலைவனே! இரவுக்குறியானது வாயாமையினால், நீ மெய்யுற்றுத் துய்க்கின்ற இன்பமானது ஒருகால் இல்லாமற் போவதாயினும், நின்னுடன் உண்டாகிய எம்முடைய தொடர்ந்து வரும் நட்பும் அதனாலே குறைந்து போகுமோ? நள்ளிரவிலே, தொகுதியையுடைய பெரிய மழை பெய்ததென்று, முழைஞ்சுகளிடத்து ஒழுகும் அருவியானது, எமக்கும் தெரியுமாறு ஒலிக்கின்ற நாட்டைச் சார்ந்தவனே, அதனைச் சொல்வாயாக!

கருத்து: இதனால், விரைவில் தலைவியோடு கற்புமணம் பெறுவதற்கு வேண்டிய முயற்சிகளைச் செய்க என்பதாம்.

விளக்கம்: 'தேயுமோ' என்றது, தேயாது என்பதுடன், அது வளரும் என்றும் கூறியதாம். 'ஒழிவதாயினும்' என்றதனால், இரவுக்குறி வாய்த்தற்கு அரிதாம் என்பதை உணர்த்தினாள். 'யாமத்துக் கருவி மாமழை வீழ்ந்தென, அருவி விடரகத் தியம்பும்' என்றதன் உட்பொருளைக் கவனித்தல் வேண்டும். இரவிலே மனிதர் அறியாதபடி அடர்ந்த காடுகளிலே மழை பெய்தாலும், காலையில் வீழும் அருவி நீரின் ஒலி மிகுதியாலே அது

மக்களால், மழை பெய்ததென அறியப்பட்டுப் பேசப்படுவது போலவே, இவர்களது களவுறவினையும் தலைவிபால் தோன்றிய மேனி மாற்றங்களால் ஊரவர் அறிந்து அலர் தூற்றுதற்குத் தொடங்கினர் என்று குறிப்பாக உரைத்தனளாம்.

'காமம்' மெய்யுறு புணர்ச்சியால் அடையும் சிற்றின்பம்; அது தடைப்படினும் உயிர்க்கலப்பால் உண்டாகிய ஆன்மத் தொடர்பு குறையாது வளரும் என்று கூறி, அவனது உள்ளத்தை மணவினைக்கான முயற்சிகளில் திருப்புகின்றனன்.

43. இருபேர் ஆண்மை!

பாடியவர்: ஔவையார். **திணை:** பாலை. **துறை:** பிரிவிடை மெலிந்த கிழத்தி சொல்லியது.

து-வி: தலைமகனின் பிரிவினாலே வருந்தியிருந்த தலைவி தன் நெஞ்சத்து நிலையைக் கூறுகின்றாள். இது தனக்கு ஆறுதல் உரைத்தவாறு அருகேயிருக்கின்ற தோழியிடத்துக் கூறியதென்று கொள்க.

'செல்வார் அல்லர்' என்றுயான் இகழ்ந்தனனே;
ஒல்வாள் அல்லள் என்று அவர் இகழ்ந்தனரே;
ஆயிடை, இருபேர் ஆண்மை செய்த பூசல்,
நல்அராக் கதுவியாங்கு, என்
அல்லல் நெஞ்சம் அலமலக் குறுமே.

அவர் பெரிதும் என்பாற் காதலுடையவராதலால், என்னைப் பிரிந்து ஒருபோதும் செல்பவர் அல்லர் என்று கருதியவளாக, யான் சோர்ந்திருந்தேன். பிரிவைப் பற்றிச் சொன்னால், பிரிவறியாத இவள் அதற்கு உடன்பட மாட்டாள் என்று கருதியவராக, அவரும் என்னிடம் சொல்லுதலினின்றும் சோர்வுற்றனர். இருவரிடத்தும் தோன்றிய இருவகைப் பேராண்மைகள் தமக்குள் செய்த பூசலிடத்தே, அவர்களுள் ஒருவரை மட்டுமே ஒரு நல்ல பாம்பு கவ்வினாற்போல, என் துன்பத்தையுடைய நெஞ்சம், இப்பொழுது மிகவும் கலக்கத்தை அடைகின்றதே!

கருத்து: 'சொல்லாமற் போயினதை நினைந்து கலங்குவேன்' என்பதாம்.

விளக்கம்: இருவர் கடுமையாகத் தமக்குள் பூசலிட்டுக் கொண்டிருக்கின்றனர்; ஆண்மையோடும் போரிடுகின்றனர்; அவர்களுக்கிடையிலே ஒரு பாம்பு புகுந்து, அவ்விருவருள்

ஒருவரைக் கடித்து விடுகிறது என்றால், அவர் அதனால் சாக வேண்டியவரே ஆகின்றனர். இப்படியே, 'செல்பவர் அல்லரென்று' கருதிய யானும், 'சொன்னால் உடம்பட மாட்டாள்' என்று கருதிய அவரும் சேர்ந்திருந்த நிலையிலே, பிரிவாகிய பூசலும் உண்டாக இடையே துயரம் என்பதும் என்னைப் பற்றி உயிர் போமளவும் வருத்தலாயிற்றே' என்று கூறுகின்றாள் தலைவி. நல்அரா - நல்ல பாம்பு; இதன் பற்பட்டார் மீளாராதலைப் போலவே, பிரிவுத் துயருட்பட்ட காதன் மனைவியரும் உயிர்சோரத் துடிதுடிப்பார் என்பதாம்.

44. பிறர் பலரே!

பாடியவர்: வெள்ளி வீதியார். **திணை:** பாலை. **துறை:** இடைச்சுரத்துச் செவிலித்தாய் கையற்றுச் சொல்லியது.

து-வி: தலைவி, தலைவனுடன் உடன் போக்கிலே வெளியேறிச் சென்றபின்னர், அவளைத் தேடிச் செல்பவளான செவிலித்தாய், இடைவழியிலே, தான் மிக வருந்தினவளாக இப்படித் தனக்குள் சொல்லுகின்றனள் என்பது இத்துறை. ஆனால், இது வெள்ளி வீதியாரின் செய்யுளாதலால், காதலர்க் கெடுத்து எம்மருங்கும் தேடித் திரிபவரான அவரது நிலைக்கேற்பப் பொருள் காண்பதே சிறப்பெனக் கருதி அவ்வாறு உரைக்கப்பட்டது.

காலே பரி தப்பினவே; கண்ணே
நோக்கி நோக்கி வாள் இழந்தனவே;
அகல் இரு விசும்பின் மீனினும்
பலரே மன்ற, இவ் உலகத்துப் பிறரே.

என் இரு கால்களும் நடந்து நடந்து மேலும் நடக்க மாட்டாவாய் நடை ஓய்ந்தன. என் இரு கண்களும் அவரை எவ்விடத்தும் தேடிப் பார்த்துப் பார்த்து ஓய்ந்து தமக்குரிய ஒளியை இழந்து போயின. இந்த உலகத்திலே அகன்ற பெருவிசும்பின் கண்ணுள்ள மீன்களினும் காட்டில் பலராக ஆடவர்கள் உள்ளனர். அவர்களிடையிலே என் காதலரை இனியும் எங்குச் சென்று தேடுவேன்?

கருத்து: தேடியும் என் தலைவரைக் கண்டேனில்லை என்பதாம்.

விளக்கம்: துறைக்கேற்பக் கூறுவதாயின், 'இவ்வுலகத்து என் மகளும் அவள் காதலனும் அல்லாத பிறரான தலைவன்

தலைவியர் வானத்து மீனினும் பலராவர்; அவர்களுள் இவர்களை எங்குச் சென்று தேடுவேன்' எனச் செவிலித்தாய் வருந்தினள் என்க.

நடை ஓய்ந்ததும் கண்ணொளி இழந்ததும், முதுமையாலும் பாலையின்கண் நடத்தலாலும், உள்ளக் கவலையாலும், பிறவற்றாலும் என்க. பிறர், விசும்பின் மீனினும் பலர் என்றமையால், அவர்களிடையே விளங்கும் கதிரும் மதியுமனையார் தலைவன் தலைவியர் என்று பொருத்திக் கொள்க. இதனால் அவர்களது காதலுறவைச் செவிலித்தாயின் மனமும் ஏற்று வாழ்த்தியதாகும்.

கண் ஒளியிழந்ததனால், காணும் பலரையும் தன் தலைவரோ என ஐயுற்று, நோக்கி நோக்கித் தளர்ந்த மயக்கத்தை உடையவனாயினள் எனலாம்; வெள்ளி வீதியின் காதற் சிறப்பும் இதனால் விளங்கும்.

45. எல்லினன் பெரிது!

பாடியவர்: ஆலங்குடி வங்கனார். **திணை:** மருதம். **துறை:** தலைமகற்குப் பாங்காயினார் வாயில் வேண்டிய வழி, தோழி வாயில் நேர்ந்தது.

து-வி: தலைமகன், பரத்தையுறவினாலே தலைவியை மறந்திருந்தான்; மீண்டும் அவளுறவை வேண்டியவனாகத் தலைவியின் உடன்பாட்டை அறிந்து வருமாறு தன் ஆட்களுட் சிலரையும் அனுப்புகின்றான்; அவர்கள் வரவும், தலைவியும் தன் கற்புச் செவ்வியால் தலைவனை விரும்புவதறிந்த தோழி, வந்தவர்களிடம் இப்படிக் கூறுகின்றாள்.

காலை எழுந்து, கடுந்தேர் பண்ணி,
வால் இழை மகளிர்த் தழீஇய சென்ற
மல்லல் ஊரன், 'எல்லினன் பெரிது' என
மறுவரும் சிறுவன் தாயே;
தெறுவது அம்ம, இத்திணைப் பிறத்தல்லே.

விரைவாகச் செல்லக்கூடிய தன் தேரினை அலங்கரித்து ஏறினனாகத், தூய அணிகளைப் புனைந்தவரான பரத்தையரைத் தழுவப் போயினவனான, வளமுடைய ஊரையுடைய தலைவனானவன், இரவு முழுதும் அவரோடுங் கூடிக் களித்தவனாகக், காலையிலே துயிலெழுந்து பெரிதும் அம்மகளிரைத் துய்த்த அடையாளங்களோடும் விளங்கித் தோன்றினன் என்றால், அவன் புதல்வனுக்குத் தாயாகிய

தலைவியானவள் மனம் சுழலுவாள். இதனால், தலைவன் பரத்தை ஒழுக்கத்தவனெனினும், அவனுக்கு வாயில் நேர்தலான கடப்பாட்டைக் கொண்ட இந்த உயர்குடியிலே வந்து பிறத்தல், துன்புறுதற்கு இடமாவதுதான் போலும்!

கருத்து: தலைவி கற்பு அறம் பேணும் நற்குடியிற் பிறந்தவளாதலால், தலைவனை ஏற்றுக் கொள்வாள் என்பதாம்.

விளக்கம்: 'கடுந்தேர்' என்றது, தலைவனின் விரையச் செல்லுதற்கு விரும்பிய மனநிலையை உணர்த்திற்று. 'வால் இழை மகளிர்' என்றது, இழையால் தூயவரேயன்றி ஒழுக்கத்தால் தூயவர் அல்லர் என்று குறிப்பால் இகழ்ந்ததாம். 'மல்லல் ஊரன்' என்றது, அம்மகளிர் விரும்பும் பொருளைத் தருபவன் என்பதனால். 'சிறுவன் தாய்' என்றது தலைவியை; புதல்வனைப் பெற்றுத் தரும் உரிமையள் அவளே என்பதனால், திணை - ஒழுக்கம்; அதனையுடைய குடியைக் குறித்தது; 'தெறுவதம்ம' என்ற தோழியின் வியப்பு, அவளுக்குத் தலைவியின் செயலில் உடன்பாடில்லை என்பதைக் காட்டுவதாம். இந்தக் கடமைப்பாட்டு உணர்வு பரத்தையர்பால் இருப்பதன்று என்பதனையும் உணர வைத்தனள்.

46. மாலையும் புலம்பும்!

பாடியவர்: மாமலாடன். **திணை:** மருதம். **துறை:** பிரிவிடை 'ஆற்றாள்' எனக் கவன்ற தோழிக்குக் கிழத்தி 'ஆற்றுவல்' என்பது படச் சொல்லியது.

து-வி: தலைமகனின் பிரிவுக்காலத்திலே, அப்பிரிவைத் தாங்கமாட்டாள் தலைவியெனத் தோழி கலங்கியபொழுது, தலைவி, தான் தலைவன் வரும்வரை பொறுத்திருக்கக் கூடியவள் என்று கூறி, அவளைத் தேற்றுகின்றாள்.

 ஆம்பற் பூவின் சாம்பல் அன்ன
 கூம்பிய சிறகர் மனைஉறை குரீஇ
 முன்றில் உணங்கல் மாந்தி, மன்றத்து
 எருவின் நுண்தாது குடைவன ஆடி,
 இல்இறைப் பள்ளித் தம் பிள்ளையொடு வதியும்
 புன்கண் மாலையும், புலம்பும்,
 இன்றுகொல் – தோழி! – அவர் சென்ற நாட்டே?

தோழி! ஆம்பற் பூவினது வாடலையொத்த கூம்பிய சிறகுகளையுடைய, மனையிடத்தே தங்குவன ஆய குருவிகள்,

முற்றத்திலே காயப் போட்டிருக்கும் தானியங்களைத் தின்றவையாய், பொது விடத்திலுள்ள தெருவின்கண் விளங்கும் புழுதியிலே குடைந்தாடிக் களித்தபின், மாலையிலே வீட்டிறைப்பினிடத்துள்ள தம்முடைய சேக்கையிற் சென்று, தம் குஞ்சுகளோடு தங்கியிருக்கும். பிரிந்திருப்பவர்க்குத் துன்பத்தைத் தருவதான அத்தகைய மாலைக்காலமும், அக்காலத்தே வாய்த்த தனிமைத் துயரமும், அவர் சென்றுள்ள நாட்டிடத்தும் இல்லையோ?

கருத்து: அவ்விடத்தும் அவை உளவாதலான் அவர் விரைந்து வருவார் என்பதாம்.

விளக்கம்: சாம்பல் - பூவின் வாடல். எருவின் நுண்தாது. நுண்தாதாகிய எருப்படிந்த புழுதி - 'தாதொரு மன்றம்' என்றாற் போல தமக்குரித்தான இடத்திலே தம் குஞ்சுகளோடு தங்கும் குருவிகளைக் காண்பவர், தாமும் நம்மை நாடி வருதற்கு விரைவார்; மாலையும் தனிமைத் துயரமும் நம்பால் பேரன்பினரான அவருக்கும் உண்டாம்; ஆகவே, அவர் விரைந்து மீள்வார் என யான் ஆற்றியிருப்பேன் என்பதாம். 'குரீஇ பிள்ளையொடு வதியும்' என்றலால், அவளும் புதல்வரைப் பெற்ற பெருநிலையினளாதற்கு விரும்பினள் என்னலாம்.

47. நிலவே நல்லை அல்லை!

பாடியவர்: நெடுவெண்ணிலவினார். **திணை:** குறிஞ்சி. **துறை:** இராவந்து ஒழுகுங்காலை, முன்னிலைப் புறமொழியாக, நிலாவிற்கு உரைப்பாளாகத் தோழி உரைத்தது.

து-வி: இரவு நேரத்திலே வந்து தலைவியோடு பழகி மகிழுகின்றவனான தலைவனின் மனத்தைத் தலைவியை ஊரறிய மணந்து வாழும் இல்லுறை வாழ்விற் செலுத்தத் தூண்டுதற்கு நினைத்த தோழி, இப்படிக் கூறுகின்றனள்.

கருங்கால் வேங்கை வீஉகு துறுகல்
இரும்புலிக் குருளையின் தோன்றும் காட்டிடை
எல்லி வருநர் களவிற்கு
நல்லை அல்லை – நெடு வெண்ணிலவே!

வலிய தாளையுடைய வேங்கை மரத்தின் பூக்கள் உதிர்ந்து கிடக்கின்ற குண்டுப் பாறையானது, பெரும் புலியின் குட்டியைப் போலத் தோற்றுகின்றதான காட்டின் நடுவாக, இரவு நேரத்திலே வருகின்றவரான தலைவரது

களவொழுக்கத்திற்கு, நீட்டித்தலையுடைய வெண்ணிலவே, நீ நன்மை தருவாய் அல்லைகாண்!

கருத்து: தலைவனின் இரவு வருகைக்கு நீ தீதாக விளங்கலின், இனி அவர் விரைந்து மணந்து கற்பொழுக்கத்தில் திளைத்தலே நன்று என்பதாம்.

விளக்கம்: 'வேங்கை வீயுகு துறுகல் இரும்புலிக் குருளையின் தோன்றும்' என்றனள்; இது புலியல்லாதனவும் புலிபோலத் தோற்றி அச்சத்தைச் செய்யும் கொடுமையுடையது காடு என்றதாம். குருளைபோலத் தோற்றலால், அயலே அதன் தாயும் தந்தையும் உளவென எண்ணிக் காண்பவர் நடுங்குவர் என்பதும் விளங்கும். இப்படிப்பட்ட இடையூறுகளைக் கடந்து வருபவர்க்கு நீ நல்லையல்லை என்றதனால், இற்செறிக்கப்பட்ட தலைவியானவள், தாயும் காவலும் சோர்ந்த போது தலைவனைச் சந்திக்கப் புறப்பட்டனளாக, அப்போது நிலவொளி கண்டதனால் அஞ்சித் தன் செலவை நிறுத்தலாயினள் என்பதும், ஆகவே இரவில் வந்தும் அவளை அவன் காணாது திரும்புதற்கு நேரிட்டது என்பதும் அறியப்படும். 'களவிற்கு நல்லையல்லை' என்றதால், கற்புக்கு நல்லை என்று குறித்ததும் ஆயிற்று. மணம் பெற்றபின், அவர்கள் எத்தகைய இடையூறுமின்றி நிலவுப்பயனைத் துய்க்கலாம் என்று, உணர்த்தி, மணம் வேட்டுவரவும் தூண்டுவதாயிற்று. வெண்நிலவு மேகமூட்டத்தால் மறைக்கப்பட்டிராத நிலவு. வேங்கை பூத்து உதிரும் காலம் மணத்திற்கு உரிய காலமாதலையும் நினைவிற் கொள்ளல் வேண்டும். எல்லி - இரவுப் பொழுது. (எல் - ஒளி; இல் - இன்மை; எல்லி - இரவு).

48. இசையாதோ?

பாடியவர்: பூங்கணுத்திரையார். **திணை:** பாலை. **துறை:** பகற் குறிக்கண் காணும்பொழுதினும், காணாப் பொழுது பெரிதாகலின், வேறுபட்ட கிழத்தியது வேறுபாடு கண்டு, தோழி சொல்லியது.

து-வி: பகல் வேளையிலே தலைவன் தலைவியோடு வந்து கூடியிருக்கும் பொழுது சிறியதாகவும், அவளைவிட்டுப் பிரிந்திருக்கும் பொழுது பெரிதாகவும் இருப்பதனால், பிரிவைப் பொறுக்கமாட்டாது தலைவி துயருற்று உடல் வேறுபட்டனள். அதனைக் கண்டு தோழி இப்படித் தலைவன் கேட்குமாறு

சொல்லுகின்றாள். அவர்களின் மணத்தினை விரைந்து முடிப்பது அவளது கருத்தாகும்.

தாதின் செய்த தண்பனிப் பாவை
காலை வருந்தும் கையாறு ஓம்பு என,
ஓரை ஆயம் கூறக் கேட்டும்,
இன்ன பண்பின் இனைபெரிது உழக்கும்
நன்னுதல் பசலை நீங்க, அன்ன
நசைஆகு பண்பின் ஒருசொல்
இசையாது கொல்லோ, காதலர் தமக்கே?

'பூந்தாது முதலியவற்றினாலே தான் பண்ணிய விளையாட்டுப் பாவையானது, இரவெல்லாம் குளிர்ச்சி மிகுந்த பனியிற்கிடந்து துயின்றதாய்க், காலைநேரம் வந்துற்றதும் வெயிலிற்கிடந்து வருத்தமுற்றுச் செயலற்றுப் போவது நிகழாமல் அதனை எடுத்துக்காப்பாயாக' என்று, விளையாடற்குரிய மகளிர் கூட்டம் சொன்னது. அதனைக் கேட்டு அங்ஙனம் செய்யாதாளாயினாள் இவள். இப்படிப்பட்ட தன்மையினை உடையவளாகி, பெரிதும் துன்பத்தினாலே வருந்துபவளும் ஆயினாள். நல்ல நெற்றியை உடையவளான இவளது பசலை, தான் நீங்கும்படியாக, நமக்கு விருப்பமாகிய இயல்பினை உடையதான 'வரைக' என்கின்ற ஒரு சொல்லினை, நம் காதலரிடத்தே சொல்லாதோ?

கருத்து: பிரிவால் இவளுற்ற பசலையைக் கண்ட காதலர் 'வரைவேன்' என்று கூறி, இவளது துயரைப் போக்க மாட்டாரோ என்பதாம்.

விளக்கம்: 'ஆயம் கூறக் கேட்டும் செய்யாள்' ஆனது; தானே செய்யுமவள், தன் மனத்தை விளையாடலை விட்டு நீக்கியவளாகக் காதலனின் நினைவிலே செல்லவிட்டதனாலாம் இதனால், ஆய மகளிர் அவளது களவுறவை ஐயுற்றுவிடுவர் என்பதும், அதனால் அலர் பெரிதும் எழுதல் நேரும் என்பதும் குறித்தனள். நன்னுதல், களவிற்கு முற்பட்ட கவின் ஆகும்; அதனை இழந்து பசலையைப் பெற்றனள் தலைவி. அது காண்பார் அவள் ஒழுக்கத்தை அறிவர் என்பதாம். அது, அவளழகைக் கண்டு காமுற்ற தலைவருக்கும் விரைந்து மணந்து கொண்டு மீண்டும் நன்னுதலாகுமாறு செய்தற்குக் கூறாதோ? என்கின்றனள்.

49. பிரியாத பேருறவு

பாடியவர்: *அம்மூவனார்.* **திணை:** *நெய்தல்.* **துறை:** *தலைமகன் பரத்தைமாட்டுப் பிரிந்தவழி, ஆற்றாளாகிய தலைமகள், அவனைக் கண்டவழி அவ்வாற்றாமை நீங்குமன்றே; நீங்கியவழி, பள்ளியிடத்தானாகிய தலைமகற்குச் சொல்லியது.*

து-வி: *பரத்தையரின் உறவு காரணமாகத் தலைவியைப் பிரிவுத் துயருக்கு ஆட்படுத்திய தலைவன், மீண்டும் வந்து அவளுக்குத் தலையளி செய்யத், தலைவியின் துயரமெல்லாம் நீங்கின. அவன் பள்ளியிடத்தானாக, அவனிடம் அப்போது தலைவி சொல்லும் பொருட் செறிவுடைய சொற்கள் இவையாகும்.*

அணிற்பல் அன்ன கொங்கு முதிர் முண்டகத்து
மணிக் கேழ் அன்ன மா நீர்ச் சேர்ப்ப!
இம்மை மாறி மறுமை ஆயினும்,
நீ ஆகியர் எம் கணவனை;
யான் ஆகியர் நின் நெஞ்சு நேர்பவளே.

அணிலினது கூர்மையான பற்களையொத்த படியாகத் தாது முதிர்ந்த முட்களையுடைத்தாய் இருக்கும் முள்ளிச்செடியினிடத்தே, நீலமணியின் நிறத்தைப் போன்று நிறம்பெற்று விளங்கும் காரன்னங்கள், அமர்ந்தனவாக மாட்சி பெற்றுத் தோன்றுகின்ற கடற்கரை நாட்டுத் தலைவனே! இப்பிறப்பானது மாறிப்போய் மறுபிறப்பும் உண்டாயினும், என் கணவனாக நீயே ஆவாயாக; நின் மனமொத்த மனைவியும் யானே ஆகி அமைவேனாக!

கருத்து: *பிறவிதோறும் நாமே கணவனும் மனைவியுமாகி வாழ்வோம் என்பதாம்.*

விளக்கம்: *முண்டகம் - கழிமுள்ளிச் செடி; அதன் தாது கருமை நிறமுடையது. கடலாடிப் புலவு நாற்றத்தை உடையவாகிய காரன்னங்கள், கொங்குமுதிர் முண்டகத்துத் தங்கித் தம் நாற்ற மொழிந்தனவாய் மாண்புற்று விளங்குவன போலப், பரத்தையரும் நின்னுறவால் தம்முடைய இழிதகைமை ஒழிந்து மாட்சி பெற்றனர் என்றனள். 'இம்மை மாறி மறுமை யாயினும் நீயாகியர் என் கணவனை; யான் ஆகியர் நின் நெஞ்சு நேர்பவளே' என்பதைக் கவனிக்க வேண்டும். நின்னால் மாண்புற்றபோதும் இம்மைக்கண்ணும் அவர் நின் மனைவியர் ஆகார்; நீயும்*

புலியூர்க் கேசிகன் 73

அவர்க்குரிய கணவன் ஆக மாட்டாய். மறுமையின்கண் தொடர்ந்து பெறும் நட்புக் கற்புடையாட்டியாகிய எனக்கன்றி, அவர்க்கு வாயாது என்று கூறித் தலைவனிடத்தே தான் கொண்ட உழுவலன்பை உணர்த்துகின்றனள். 'நின்நெஞ்சு நேர்பவள் யானாகியர்' என்பவள், தலைவனின் நெஞ்சத்துத் தளர்வைக் குறித்து, 'நீயாகியர் என் கணவனை' எனத் தனது கற்புத் திண்மையினையும் உரைத்தனள்.

50. புலம்பணிந்த தோள்கள்!

பாடியவர்: குன்றியனார். **திணை:** மருதம். **துறை:** கிழவற்குப் பாங்காயின வாயில்கட்குக் கிழத்தி சொல்லியது.

து-வி: பரத்தையிற் பிரிந்த தலைவன், தன்பால் உறவு வேண்டி விடுத்த தூதுவராகிய வாயில்கட்குத், தனது தன்மையைத் தலைவி கூறுகின்றனள்.

ஐயவி அன்ன சிறுவீ ஞாழல்
செவ்வி மருதின் செம்மலொடு தாஅய்த்
துறை அணிந்தன்று, அவர் ஊரே; இறை இறந்து
இலங்கு வளை நெகிழ, சாஅய்ப்
புலம்பு அணிந்தன்று, அவர் மணந்த தோளே!

ஞாழல் மரத்தின் வெண்சிறு கடுகைப் போன்ற சிறு பூக்கள், மருத மரத்தின் செம்மலர்களாகிய பழம் பூவோடு பரந்து நீர்த்துறையை அழகு செய்திருக்கும் வயணத்தை உடையது, அவருறவு பூண்டிருக்கின்ற பரத்தையரது ஊராகும். இங்கோ, அவர் முன்பெல்லாம் தழுவி இன்புற்ற எம் தோள்கள், விளங்கும் தோள்வளைகளை மூட்டு வாய்ச் சந்தினைக் கடந்து நெகிழ்ந்து வீழத், தனிமைத் துயரத்தையே தம் அழகாகப் பெற்றுள்ளன!

கருத்து: அவர்தாம் மறந்தவர்; யானோ அவரது உறவுக்கு ஏக்கங்கொண்டு தோள் மெலிந்தவளாக நலிகின்றேன் என்பதாம்.

விளக்கம்: 'அவரூர்த் துறையும் அழகு பெற்றுத் திகழ்கின்றது; என் தோள்கள் புலம்பினை அணியாகப் பெற்றுள்ளன' என்கின்றனள். 'நீர்த்துறை' அவரும் பரத்தையும் கூடி நீர் விளையாட்டாடியதனாலே உதிர்ந்து பரந்த ஞாழற்பூக்களுடன், மருதம் பூக்களும் கலந்து கிடக்கின்றதாய் அழகுபெற்றது' எனப் பரத்தையரும் அவருறவால் மாண்புற்றதனைக் கூறினாள். 'மணந்த தோள்' என்றது அத்தகைய விளையாட்டயரும்

உரிமையாள் மணந்து கொண்டவளாகிய தானே என்பதனாலாம். உரிமை கொண்ட தான் தோள் மெலிந்து துயருற, அவரோ உரிமையற்ற பரத்தையருடன் களித்துத் திரிபவராயினர் என்று நொந்து உரைக்கின்றனள். இதனால், அவரை அதனாலும் மறத்தற்கு விரும்பாத தன் கற்புச் செறிவையும் உணர்த்தினாள்.

51. கொடீஇயர் வேண்டும்!

பாடியவர்: குன்றியனார். **திணை:** நெய்தல். **துறை:** வரைவு நீட்டித்தவிடத்து ஆற்றாளாகிய தலைமகட்குத் தோழி வரைவு மலிவு கூறியது.

து-வி: தலைவன் வந்து தன்னை ஊரறிய மணந்து கொள்ளுங்காலம் நீட்டிக்க, அதனால் வருந்துகின்றாள் தலைவி. அவளைத் தேற்றுவாளாகத் தோழி கூறுவது இச்செய்யுள் ஆகும்.

கூன்முள் முண்டகக் கூர்ம்பனி மாமலர்
நூல்அறு முத்தின் காலொடு பாறித்
துறைதொறும் பரக்கும் தூமணற் சேர்ப்பனை
யானும் காதலென்: யாயும் நனி வெய்யள்;
எந்தையும் கொடீஇயர் வேண்டும்;
அம்பல் ஊரும் அவனொடு மொழிமே.

வளைவினையுடைத்தான முட்களைக் கொண்ட கழிமுள்ளியினது, மிக்க பனிக்காலத்தே தோன்றும் கரிய மலர்கள், நூலற்று உதிர்ந்து சிதறும் முத்துக்களைப்போலக் காற்றால் எம்மருங்கும் சிதறுண்டு நீர்த்துறைகள்தோறும் பரந்து கிடக்கின்ற, தூய மணலையுடைய கடற்கரைத் தலைவன் நம் காதலன். அவனை யானும் விரும்புகின்றேன்; நம் தாயும் பெரிதும் விரும்புகின்றனள். நம் தந்தையும் நின்னை அவனுக்கே மணஞ்செய்து கொடுத்தற்கு, அவன் வரைவொடு வருதலை விரும்புகின்றனன். பழிமொழியைப் பேசுகின்ற ஊரவரும் நின்னை அவனோடிணைத்தே சொல்லுகின்றனர்.

கருத்து: ஆகவே அவனோடு நின் மணம் விரைந்து வாய்ப்பது உறுதி என்பதாம்.

விளக்கம்: 'அவனொடும் ஊரும் அம்பலி ஒழிமே' எனக் கொண்டால், 'அவனை நீ மணத்தலோடு இந்த ஊருநரைக்கும் பழியுரைகளும் ஒழிந்துபோகும்' என்று கொள்க. 'தூய மணலைக் காற்றாற் பரந்து சிதறும் மலர்கள் அணிசெய்தாற் போல, நீயும் உற்றோரால் தரப்பட்டுத் தலைவனுக்கு அணி

செய்து கற்பறம் பேணுவை' என்று குறிப்பாக உணர்த்தியதுமாம். அவன் வரைந்து கொள்ளுதல் மெய்யாயினதால், வதுவை நிகழும் வரையும் ஆற்றியிருக்கும்படி, தோழி வற்புறுத்திக் கூறுகின்றாள் என்க.

52. பரிந்தனன் அல்லனோ?

பாடியவர்: பனம்பாரனார். **திணை:** குறிஞ்சி. **துறை:** வரைவு மலிவு கேட்ட தலைமகட்குத் தோழி, முன்னாளில் தான் அறத்தொடு நின்றமை காரணத்தால் இது விளைந்தது என்பதுபடக் கூறியது.

து-வி: தலைவன், தலைவியை வரைந்து கொள்ளுவதற்கான முயற்சிகள் முற்றுப் பெற்றதை அறிந்த தோழி, தன்னால் அது கைகூடலாயிற்றென்று தலைவிக்குச் சொல்லுகின்றாள்.

ஆர்களிறு மிதித்த நீர்திகழ் சிலம்பில்
சூர்நசைந் தனையையாய் நடுங்கல் கண்டே,
நரந்தம் நாறும் குவைஇருங் கூந்தல்,
நிரந்து இலங்கு வெண்பல், மடந்தை!
பரிந்தனென் அல்லெனோ, இறைஇறை யானே?

தன்பால் பொருந்திய களிறானது மிதித்துச் சென்றதனால் உண்டாகிய பள்ளங்களிலே, நீர் நிரம்புதலுற்று விளங்குதலையுடைய மலைப்பக்கத்தே தெய்வத்தால் விரும்பப் பெற்றவளைப் போன்றவளாகி, நீ நின் கற்புக்கு ஏதும் வருமோவெனக் கருதி உளம் நடுங்குதலைக் கண்டேன். நரந்தம்பூவின் மணம் விளங்குகின்ற தொகுதியாகிய கரிய கூந்தலையும், வரிசையுற்று விளங்கும் வெண் பற்களையும் உடையவளான பெண்ணே! யான் சிறிது சிறிதாக நின் களவுறவை வெளியிட்டனன் அல்லனோ?

கருத்து: யான் மறையை வெளியிட்டதன் பயனாலேயே நின் வதுவைக்குரிய செய்தலும் விரைவுபட்டது என்பதாம்.

விளக்கம்: தலைவியின் கனவால் விளைந்த உடல் மாற்றங்களைக் கண்ட தாய், கட்டுக்காணவும் வெறியாடவும் ஏற்பாடுகளைச் செய்தனளாகத், தலைவி தன் கற்புக்கு என்னாகுமோ என நடுங்கினாள் என்பதாம். சிலம்பிற்சூர் - மலையின் தெய்வம். 'சிலம்பிற் சூர் நசைந்தனையாய் நடுங்கல் கண்டே' என்றது, தாய் தலைவியிடத்து உண்டான மாற்றங்களைக் கண்டு கருதினதாகவும் கொள்க. நிரந்திலங்குதல்

வரிசையுற்று விளங்குதல்; இது முறுவலித்தலால் தோன்றும். வரைவுமலிவு கேளாத முன்னர்ப் பூச்சூடாதும் முறுவலியாதும் நின்ற தலைவி, அது கேட்டதும் அவற்றைச் செய்தனள் என்பதும் ஆம்.

மேற்கோள்: தோழி கூறிய சொற்கேட்டு வரைவுடம்படுதற்கண் தலைவிக்குக் கூற்று நிகழ்ந்தது (தொல். களவு.17) என்பர் இளம்பூரணர். இப்படிக் கொள்ளும்போது 'சிலம்பிற் சூர் நசைந்த அனையையாய் நடுங்கல் கண்டே' என்று கொள்க. அப்போது, 'பரிந்தனன் அல்லனோ' என்பதனைத் தலைவி கூற்றாகக் கொள்க.

53. எம் அணங்கின!

பாடியவர்: கோப்பெருஞ் சோழன். **திணை:** மருதம். **துறை:** வரைவு நீட்டித்த வழித் தோழி தலைமகற்கு உரைத்தது.

து-வி: தலைமகன் வரைந்து வருதல் நாட்கடந்த காலத்தே, தோழி, தலைமகனுக்கு இவ்வாறு சொல்லுகின்றனள்.

எம் அணங்கினவே – மகிழ்ந! முன்றில்
நனைமுதிர் புன்கின் பூத்தாழ் வெண்மணல்,
வேலன் புனைந்த வெறிஅயர் களம் தொறும்
செந்நெல் வான்பொரி சிதறி அன்ன,
எக்கர் நண்ணிய எம்ஊர் வியன்துறை,
நேர்இறை முன்கை பற்றி,
சூரர மகளிரோடு உற்ற சூளே.

எம்மை மகிழ்வித்தற்கு உரியவனே! நீர்த்துறையின் முன்னிடத்தேயுள்ள அரும்பு முதிர்ந்த புன்கினது மலர்கள், உதிர்ந்து கிடக்க விளங்கும் வெண்மணற் பரப்பானது, வேலனால் செய்யப் பெற்ற வெறியாட்டுக் களந்தோறும் செந்நெல்லினது வெண் பொரியைச் சிதறினாற் போன்ற தோற்றத்தைக் கொடுக்கும். அத்தகைய மணல்மேடுகள் பொருந்திய, எம் ஊரின் அகன்ற துறையிடத்தே, இறை நேரிதான தலைவியது முன் கையைப் பற்றிக் கொண்டு, தெய்வ மகளிரைச் சுட்டிக் கூறிய உறுதிமொழிகளே எம்மைத் துன்புறுத்தின.

கருத்து: நின் உறுதி மொழிகளைப் பேணுவாயாக என்பதாம்.

விளக்கம்: எம் அணங்கின என்றதனால், கேட்ட எம்மை வருத்தினவே அல்லாமல், சொல்லிய நின்னை அணங்கில;

அதனாற்றான் நீ வரைதற்கு விரைந்தாயில்லை என்று கூறினளாம். 'முன்றில்' என்றது, வியன்றுரை முன்னிலை. 'நனை முதிர் புன்கின் பூத்தாழ் வெண்மணல்' முன்னர் இன்புறுதற்கேற்ற இடமாயிருந்தது; இப்போதோ, வேலன் புனைந்த வெறியயர் களந்தோறும் செந்நெல் வெண்பொரி சிதறினாற்போல விளங்கி எமக்கு அச்சத்தைத் தருகின்றது என்றனள். 'முன்கை பற்றி உற்றசூள்' எனவும், சூரர மகளிரோடுற்ற சூள் எனவும் காட்டினள்.

இதனால், தாய் வெறியாட்டயர்தலுக்கு ஏற்பாடு செய்தததனையும் உணர்த்தினளாம்; அதனால் தாம் நடுங்கியதையும் கூறினளாம்.

மேற்கோள்: தலைவி கூறியதாக இதனைக் கொள்வர் நச்சினார்க்கினியர் (கள-10) நின் சூள்கள் என்னையும் என்வாய்க் கேட்ட பின் தோழியையும் அணங்கின; நின்னை யாதும் செய்தில; செய்தால், நீ வரைவுமலிந்து வந்திருப்பாயே என்பதாம்.

54. யானும் நலனும்!

பாடியவர்: மீனெறி தூண்டிலார். **திணை:** குறிஞ்சி. **துறை:** வரைவு நீட்டித்தவழி ஆற்றாளாகிய தலைமகள் தோழிக்குச் சொல்லியது.

து-வி: தலைவன், தலைவியை வரைந்து வருவதாகக் குறித்துச் சென்ற காலத்தினது எல்லை கடந்ததனால் வருத்தமுற்ற தலைமகள், தன் தோழிக்கு இப்படிச் சொல்லுகின்றாள்.

யானே ஈண்டையேனே; என் நலனே;
ஏனல் காவலர் கவண்ஒலி வெரீஇக்
கான யானை கைவிடு பசுங்கழை
மீன்எறி தூண்டிலின் நிவக்கும்
கானக நாடனொடு, ஆண்டு ஒழிந்தன்றே.

தோழி! யான் மட்டும் இங்குள்ளேன்; என்னை இதுகாறும் பிரிந்திராத என் நலனோவென்றால், புனங்காப்பார் எறியும் கவணொலிக்கு அஞ்சிய காட்டியானை இழுத்துக் கைவிட்ட பசு மூங்கிலானது, மீன் கோத்த இரையினை எறிந்த தூண்டிற்கோலைப்போல மேலே செல்லுதற்கு இடமாகிய நாட்டையுடைய தலைவனோடு, அவன் பிரிந்த அப்பொழுதிலேயே நீங்கிப் போயிற்று.

கருத்து: அவனுடனிருந்தபோது என்பாலிருந்த நலன், அவன் பிரிந்தபொழுதே என்னைவிட்டு நீங்கியது என்பதாம்.

விளக்கம்: 'அவனை என்பால் கொள்ளற்கு எனக்கு வாய்த்திருந்த என் நலனே, இப்போது அவனாற் கொள்ளப்பட்டு என்னைவிட்டு அகன்றது' எனத் தன் ஆற்றாமை மிகுதியையும், தான் பிரிவினாலே நலனழிந்துவிட்ட கொடுமையையும் உரைக்கின்றனள். யானையால் வளைக்கப்பட்டதும் வளைந்து, கைவிடப் பெற்றதும் நிமிரும் மூங்கிலைப்போல, அவனும் அன்புற்ற காலத்திலே நம்பால் பணிமொழி பயிற்றி நின்று, அன்பற்றபோது தன் தலைமை தோன்ற ஓங்கி அகன்றனன் என்பதாம். கவணொலிக்கு யானை வெருவுதல் அலருக்கு அஞ்சித் தலைவன் ஒதுங்கினனாதலை நினைப்பிக்கும். மீன் கோத்த இரையினையுடைய தூண்டிற்கோலை எறிந்து பெருமீனைப் பிடிப்பாரைப் போல, என் நலனால் அவனைப் பற்றிக் கொள்ளற்கு முனைந்தேன்; அவனோ இரையைக் கவ்விக் கொண்டு பெருமீன் ஒதுங்கி விட்டாற்போல என் நலனைக் கவர்ந்து கொண்டவனாக நீங்கினான்; மீனும் கிடைக்கப் பெறாமல் வைத்த இரையைப் பறிகொடுத்து நிமிரும் தூண்டிற் கோலைப்போல, யானும் நலனிழந்து போய்க் கெட்டேன் என்றதாகவும் கருதலாம்.

55. இன்னா உறையுள்!

பாடியவர்: நெய்தற் கார்க்கியர். **திணை:** நெய்தல். **துறை:** வரைவொடு புகுதானேல் இவள் இறந்துபடும்' எனத், தோழி தலைமகன் சிறைப்புறத்தானாகச் சொல்லியது.

து-வி: தலைமகன், வரைந்து மணந்து கொள்ளுதலை நீட்டித்தவனாயிருந்த காலத்து, ஒருநாள் வந்து சிறைப்புறத்தானாகத், தோழி தலைமகட்குச் சொல்லுவாள் போல், அவன் கேட்குமாறு இப்படிக் கூறுகின்றனள்.

மாக்கழி மணிப்பூக் கூம்ப, தூத்திரைப்
பொங்கு பிதிர்த் துவலையொடு மங்குல் தைஇ,
கையற வந்த தைவரல் ஊதையொடு
இன்னா உறையுட்டு ஆகும்
சில் நாட்டு அம்ம – இச்சிறு நல்ஊரே.

இந்தச் சிறிய நல்ல ஊரானது, பெருங்கழியிடத்தேயுள்ள மணிநிறங் கொண்ட கருநெய்தற் பூக்கள் குவியும்படியாகத்,

தூய அலையிடத்துப் பொங்கியெழும் பிசிராகிய துளிகளோடு மேகத்தைப் பொருத்திப், பிரிந்தார் செயலறும்படியாக வந்த, உடல் முழுதையும் தடவும் வாடைக் காற்றுஞ் சேர்ந்து துன்பத்தைத் தருகின்ற உறையுளை உடைத்தான, சில நாட்களையே கொண்டதாகும்.

கருத்து: அவன் வரைந்து வராதொழியின் தலைவி சில நாட்களுக்குள் இறந்துபடுவாள் என்பதாம்.

விளக்கம்: 'இன்னா உறையுள் சின்னாள் அளவினதாம்' என்றதனால், சில நாட்களுக்குள் அவன் வரைந்து வருதலை விரும்புகின்றதனை உணர்த்தி, இன்றேல் தலைவி இறந்துபடுவாள் என்பதையும் வலியுறுத்தினாளாம். 'சிறுநல்லூர்' என்றது, தலைவியோடு களவிற்கூடி இன்புற்றதான சிறு நன்மைக்குரிய இடனாயிருந்தமை பற்றியாம். அவ்வூர் இன்னா உறையுட்டானது அதன் குறையன்று; தலைவன் வரைந்து வராததன் காரணமாக ஏற்பட்ட துயரத்தால், தோழி கூறியதென்க. மாக்கழி - கரிய கழியும் ஆம். பிதிர் - சிறு துளிகள். 'சிறுநல்லூர்' என்றது, தலைவன் பேரூர்ப் பெருங்குடியினனாதலையும் நினைப்பிக்கும்.

56. அளியளோ அளியள்!

பாடியவர்: சிறைக்குடி ஆந்தையார். **திணை:** பாலை. **துறை:** தலைமகன் கொண்டுதலைப் பிரிதலை மறுத்துத் தானே போகின்ற வழி, இடைச் சுரத்தின் பொல்லாங்கு கண்டு, கூறியது.

து-வி: தலைவியும் தன்னோடு வருவேனென்றதை மறந்துரைத்துத் தான்மட்டும் தனியனாகப் பாலை வழியே செல்லும் தலைமகன், பாலை நிலத்தின் கொடுமையைக் கண்டு, இப்படித் தன் நெஞ்சத்திற்குக் கூறிக்கொள்ளுகின்றான்.

வேட்டச் செந்நாய் கிளைத்தூண் மிச்சில்
குளவி மொய்த்த அழுகற் சில்நீர்
வளையுடைக் கையள், எம்மொடு உணீஇயர்
வருகதில் அம்ம, தானே;
அளியளோ அளியள், என் நெஞ்சு அமர்ந்தோளே!

வேட்டம் ஆடுதலிலே செம்மை பெற்றவான நாய்கள் கிளைத்து உண்டபின் எஞ்சியதாகிய, காட்டு மல்லிகையின் சருகுகள் மொய்த்துக் கிடத்தலால் அழுகல்

நாற்றத்தையுடையதுமான, சிற்றளவே கிடைக்கின்ற நீரினை, வளையல்களை உடைய கையினைக் கொண்டோளான தலைவி, தானும் எம்மோடு சேர்ந்து உண்ணுதற்கு இங்கு வருவாளாக! அங்ஙனம் வந்தாளாயின், என் நெஞ்சிடத்தே விரும்பிப் பொருந்திய அவள்தான், மிகவும் இரங்கத்தக்கவள்!

கருத்து: அவள் இவ்வழியிடத்து வராதிருத்தலே மிக நன்று என்பதாம்.

விளக்கம்: வேட்கை தீரும் அளவுக்குப் பருகுதற்கு நீரற்றதென்பான் 'சில நீர்' என்றனன்; அது தானும் உண்ணுதற்காகாதென்பான், 'வேட்டைச் செந்நாய் கிளைத்து உண்டதன் மிச்சில்' எனவும், 'குளவி மொய்த்த அழுகற்சின்னீர்' எனவும் கூறினான். வேட்டை மிகுதியால் அதனையும் உண்ணற்குத் துணிந்தவன், தன்னோடு வராதிருப்பினும், தன் நெஞ்சிற் பிரியாது இருப்பவளைக் குறித்து, இதனை உண்ணற்கு நீயும் வருக என்கின்றான். அவள் வராததே சிறந்ததாயிற்று என்னும் கருத்தால்.

மேற்கோள்: 'சுற்றத்தார் மணத்திற்கு இசையாதவிடத்துத் தலைமகளைத் தலைமகன் சுரத்தின்கண் தன்னுடன் அழைத்துப் போதற்குத் துணிந்தது இது' என்பர் இளம்பூரணர் (அகத். 44 உரை) 'அவள் எம்மோடு உணீயர் வருக! அவள் அளியள்' என்று, அதுகாலைத் தலைவன் சுரத்தினது கொடுமையை நினைத்து இரங்கினதாகக் கொள்க.

'நீ களவில் தேற்றிய தெளிவகப்படுத்தலும், தீராத்தேற்றமும் பொய்யாம்; அவை பொய்யாகாதபடி செய்கைகளோடே இவளையும் உடன்கொண்டு செல்க' எனத் தன் அறியாமை தோன்றக் கூறிவந்த தோழி கேட்பத், தலைவன் காட்டது கொடுமையைக் கூறியது என்பர் நச்சினார்க்கினியர் (கற்பு. 5. உரை) அதுவும் பொருந்துவதாம்.

57. உடன் உயிர் போகுக!

பாடியவர்: சிறைக்குடி ஆந்தையார். **திணை:** நெய்தல். **துறை:** காப்பு மிகுதிக்கண் ஆற்றாளாகிய தலைமகள் தோழிக்குச் சொல்லியது.

து-வி: இவ்விடத்தே காவல் மிகுதியாகிவிட, அதனால் தலைவனைப் பிரிந்திருக்க நேர்ந்த தலைவி, தன் ஆற்றாமை மிகுதியினால், தோழியிடத்தே இப்படிக் கூறுகின்றனள்.

பூ இடைப்படினும் யாண்டு கழிந்தன்ன
நீர் உறை மகன்றிற் புணர்ச்சி போலப்
பிரிவு அரிது ஆகிய தண்டாக் காமமொடு,
உடன் உயிர் போகுகதில்ல – கடன் அறிந்து,
இருவேம் ஆகிய உலகத்து,
ஒருவேம் ஆகிய புன்மை நாம் உயற்கே.

தோழி! செய்யக் கடவதாகிய கடப்பாட்டினை அறிந்து உயிரால் ஒருவேமும் உடலால் இருவேமும் ஆகியவராக யாமிருக்கின்ற இவ்வுலகத்திலே, அவரது பிரிவின் காரணமாக யாம் ஓர் உயிரே உடையேமாகி விட்டதான, இந்த இழிந்த பழியினின்றும், யாம் தப்புதல் வேண்டும். அதற்குத், தமக்கு இடையே ஒரு பூவே உண்டாயினும், அவ்வளவிலே ஓர் யாண்டு பிரிந்து கழித்தாற் போன்ற துன்பத்தை உண்டாக்கும். நீரிடத்தே வாழ்கின்ற மகன்றிற் பறவைகளின் புணர்ச்சியைப் போலப், பிரிதல் அரிதாகிய துய்த்து அமையாத காமத்துடனே அவரோடு ஒன்றியிருந்து, அவர் பிரிந்தவுடன் என் உயிரும் என் உடலைவிட்டுப் போவதாக!

கருத்து: தலைவனைப் பிரிந்து இக்காவலிடத்தே உயிரோடு வாழ்ந்து துயரப்படுதலினும், அவரைப் பிரிந்தபோதே உயிரை விட்டுவிட்டிருத்தல் நன்றாயிருக்கும் என்பதாம்.

விளக்கம்: மகன்றில் - ஆணும் பெண்ணும் சிறிது பொழுதுக் கூடப் பிரியாதனவாக வாழும் நீர்ப்பறவைகள். இவை நீர் வாழ்வன ஆதலின், இவற்றிற்கு இடையே பூவொன்று தோன்றி மறைப்பினும், அந்த அளவில் தம் துணையைக் காணாமைக்கும் வருந்தித் துயருறுவன இவையென்று கூறினர்.

தலைவனைப் பிரிந்து தான் ஒருத்தியாகி விட்டதனையும் தன்னைப் பிரிந்து தலைவன் ஒருவனாகி விட்டதனையும் நினைந்து 'ஒருவேம்' என்றனள். 'இருவேம் ஆகிய உலகத்து' என்றது ஒருயிராய்க் கலந்தவரேயாயினும் காமவின்பத்தைத் துய்த்துக் களிப்பதன் பொருட்டாகத் தலைவனும் தலைவியுமென இருவராக உடல்பெற்று விளங்கியமையைக் குறிப்பிட்டு உரைத்தலால்.

கடன் - கட்டுப்பாடு; இது கற்புநெறி பேணும் குல மகளிரது ஒழுக்கத்தைக் குறித்ததாம். தண்டாக் காமம் - துய்த்தமையாத காமம்; நுகருந்தொறும் நுகருந்தொறும் இன்பமும் புதிது புதிதாகத் தோற்றிக் களிப்பிக்கும் காமம்.

58. நோன்று கொளற்கு அரிது!

பாடியவர்: *வெள்ளி வீதியார்.* திணை: *குறிஞ்சி.* துறை: *கழற்றெதிர் மறை.*

து-வி: *தான் கொண்ட காதலுறவைப் பொருந்தாததென இடித்துக் கூறிய, தன் பாங்கனுக்குத், தலைவன் தன் நோயது தன்மையை இப்படிக் கூறுகின்றான்.*

இடிக்கும் கேளிர்! நும்குறை ஆக
நிறுக்கல் ஆற்றினோ நன்றுமன் தில்ல;
ஞாயிறு காயும் வெவ்அறை மருங்கில்
கைஇல் ஊமன் கண்ணின் காக்கும்
வெண்ணெய் உணங்கல் போலப்
பரந்தன்று, இந்நோய்; நோன்று – கொளற்கு அரிதே!

என்னை இடித்துரைக்கும் கேண்மையினை உடையவர்களே! நுமக்கு இன்றியமையாத காரியமாக, என்னுடம்பு யானுற்ற நோயால் உருகி அழிவதற்கு முன்பாக, அதன் அழிவைத் தடுத்து நிறுத்துதற்கான செய்தலாயின் அது நன்மை தருவதாக இருக்கும். வேறு எவையும் நன்மை தருவன, ஆகா. கதிரவன் காய்தலினாலே வெம்மை கொண்டதாகிய பாறையினது ஒரு புறத்தே, கையற்ற ஊமையன் ஒருவன் தன் கண்போலக் கருதிக் காத்திருக்கும் வெண்ணெய், அவன் காவலுக்குட்பட்டு நில்லாதாகி உருகியழிதலைப் போல, இக்காமநோய் பரந்திருக்கின்ற என் உடலிலுள்ள உயிரினையும் அழிய விடுவதல்லது, இனியும் நிலைபெறுத்திக் காப்பதென்பது எனக்கு அரிதேயாகும்!

கருத்து: *இடித்துரை பகர்தலைவிட்டு இந்நோயைப் போக்குவதற்கு யாதானும் உதவுக என்பதாம்.*

விளக்கம்: *இடித்தல் - குற்றங் கண்டவிடத்துக் கண்டித்துக் கூறி அறிவுறுத்தல். 'ஞாயிறு காயும் வெவ்வறை மருங்கில், கையில் ஊமன் கண்ணிற் காக்கும் வெண்ணெய் உணங்கல் போல், இந்நோய் ஆகம் பரந்தன்று; நோன்று கொளற்கு அரிதே' என்க. ஞாயிறு காயும் வெவ்வறை மருங்கெனக் காம நோயால் வெம்மையுற்ற தன் உடலையும், 'வெண்ணெய்' என அதன்பாலுள்ள தன் உயிரையும், 'கையில் ஊமன் கண்ணிற் காக்கும்' எனத் தன் உயிரைத் தன் முயற்சியாலும், பிறரை அழைத்து உதவச் செய்யும் முயற்சியாலும் காக்கவியலாது போன தன் இயலாமையினை உவமித்தனன். 'கையில் ஊமன்*

கண்ணிற் காக்கும்' என்பதனைப் பாங்கற்கும் பொருத்திக் கூறுவர். உருகி அழியும் வெண்ணெயைக் கையால் அள்ளிக் காத்தற்கும் இயலாதபடி அவன் கையற்றவனாதலால், பிறரை உதவிக்கு அழைக்கவும் இயலாது அவன் ஊமனாதலால் அவன் கண்ணிற் காக்க அது தானே உருகி அழியும். அவ்வாறே தலைவனது உயிரும் அழியும் என்பதாம். ஆதலின் பாங்கன் அதனைத் தடுத்தற்கேற்பச் செயற்பட வேண்டும் என்பதாம்.

59. நறுநுதல் மறப்பரோ?

பாடியவர்: மோசிகீரனார். **திணை:** பாலை. **துறை:** பிரிவிடை அழிந்த கிழத்தியைத் தோழி வற்புறுத்தியது.

து-வி: தலைமகனது பொருள் காரணமாகப் பிரிந்த பிரிவின் கண், பிரிவாற்றாமையினாலே மனம் வருந்திய தலைவிக்குத், தோழி, தலைவனது காதற் பெருக்கை உரைத்தவளாக இப்படித் தேறுதல் கூறுகின்றாள்.

பதலைப் பாணிப் பரிசிலர் கோமான்
அதலைக் குன்றத்து அகல்வாய்க் குண்டுசுனைக்
குவளையொடு பொதிந்த குளவிநாறு நறுநுதல்
தவ்வென மறப்பரோ – மற்றே; முயலவும்,
சுரம்பல விலங்கிய அரும்பொருள்
நிரம்பா ஆகலின், நீடலோ இன்றே.

ஒருகண்ணே உடைத்தான கிணைப்பறையினை அதன்கண் ஒலிக்கும் தாள வரிசைகளை அறிந்தவராக முழக்கி வரும் பரிசிலராகிய பாணர்கட்குத், தக்கபடி பரிசிலளித்துப் பேணும் வேந்தனுக்கு உரியதான அரலைக் குன்றத்திடத்தேயுள்ள, அகன்ற வாயையுடைய ஆழமான சுனைக்கண்ணே, மலர்ந்த குவளை மலர்களோடு சேர்த்துக் கட்டிய, காட்டு மல்லிகையின் மணத்தினை நின் நறுநுதல் வீசுவதாகும். அதனை நுகர்ந்த நம் தலைவர், மலை வழியிடத்தே அவற்றைக் காணுங்கால் நினையாராய் மறந்தும் விடுவாரோ? கடத்தற்கரிய பாலை வழிகள் பல குறுக்கிட்ட அரிய பொருளானது, அதனை அடைதலைக் கருதிச் செல்ல முயன்றபோதும், குறித்த காலத்துள் நிறைவெய்தல் என்பதும் இல்லை; இதனை அறியும் அவர், அது காரணமாகவும் வருவதாகத் தாம் குறித்துச் சென்ற நாளினும் காட்டில் தம் பிரிவை நீட்டிப்பவர் அல்லர் காண்!

கருத்து: குறித்த காலம் தவறாது வருவார் தலைவர் என்பதாம்.

விளக்கம்: *அரலைக் குன்றம் - ஒரு மலை; இது சேலம் மாவட்டத்து ஒசூர்ப் பகுதியிலுள்ளதென்பர். இப்பகுதிக்கு உரியவன் கண்டீரக்கோப்பெருநள்ளி என்னும் வள்ளல்; ஆதலின், 'வேந்தன்' என்றது அவனாகலாம் எனவும் உரைப்பர். நின் நறுநுதலை அறிந்தவர், வழியிடைக் குவளையொடு பொதிந்த குளவி நாறுதலைக் காண்பின், தான் நுகர்ந்த நின் நறுதலை நினையாதிரார் என்பதாம். 'அரும்பொருள் நிரம்பாதாகலின்' அதனைக் கருதியும் காலம் தாழ்த்திரார்; நின் அரியதான உறவை விரும்பித் திரும்புவர் என்கின்றாள். அறமும் பொருளும் இன்பமும் ஒருங்கே இழக்கச் செய்யும் நின் சாவைக் கருதி, அதனைத் தடுத்தற்பொருட்டேனும், அவர் விரைந்து மீள்வர் என்பதுமாம்.*

60. காண்டலும் இனிதே!

பாடியவர்: *பரணர்.* **திணை:** *குறிஞ்சி.* **துறை:** *பிரிவிடை ஆற்றாமையான் தலைமகள் தோழிக்கு உரைத்தது.*

து-வி: *தலைமகனின் பிரிவைப் பொறுத்திருக்க மாட்டாதாளாகிய தலைவி, தோழியிடம் தனது நெஞ்சத்துயரை இப்படி வெளிப்படுத்துகின்றாள்.*

குறுந்தாட் கூதளி ஆடிய நெடுவரைப்
பெருந்தேன் கண்ட இருங்கால் முடவன்,
உட்கைச் சிறுகுடை கோலி, கீழ் இருந்து,
சுட்டுபு நக்கியாங்கு, காதலர்
நல்கார் நயவார் ஆயினும்,
பல்கால் காண்டலும், உள்ளத்துக்கு இனிதே.

தோழி! கூதளங் கொடியானது காற்றால் அலைப்புண்டு ஆடியபடியே இருக்கின்ற நெடிதான மலைமுகட்டிலே, தொடுத்திருக்கும் பெரிய தேன்கூட்டைக் கண்ட, குறுந்தாட்களையுடைமையால் நிற்கவும் இயலாது இருக்கையே கொண்டிருக்கும் முடவன் ஒருவன், அத்தேன் கூட்டின் கீழாகத் தான் இருந்தபடியே தன் உள்ளங்கையைச் சிறிதான குவிந்த உண்கலம் போலக் குழித்துக் கொண்டவனாகத், தேன் கூட்டைச் சுட்டிச் சுட்டித் தன் கையை நக்கியவனாக விளங்குவான். நம் காதலர் நமக்கு நல்கார் ஆயினும், நம்மை விரும்பார் ஆயினும், அவரைப் பல்காற் காண்டல் மாத்திரம் வாய்ப்பதாயினும், அதுதான் என் உள்ளத்துக்கும் இனிதாயிருக்குமே!

கருத்து: தலைவரைக் கண்டாலும் போதும் என்பதாம்.

விளக்கம்: 'குறுந்தாள் இருக்கை முடவன், குதளியாடிய நெடுவரைப் பெருந்தேன், ஒருபோதும் பெற்று உண்டின்புற மாட்டாதவன் எனினும், தேனாசை பற்றி அதனைச் சுட்டியவனாகத் தன் உட்கைச் சிறுகுடை கோலிக் கீழிருந்து, நக்கியவனாகத் தன் உள்ளத்தே இன்புற்றது போலத், தலைவியும் தலைவன் தனக்கு நல்காதானாகியும், தன்னை விரும்பாதானாகியும் ஒதுக்கினனேனும், அவனைக் கண்ணாற்கண்டு தன் உள்ளத்திற்கு அமைதி காண விரும்புகின்றாள். உடற்கினிமையின்றேனும் உள்ளத்திற்கு இனிமை காண நினைக்கின்றாள். இதனால், தலைவனின் 'பரத்தைமையும் தலைவியின் கற்பு மேம்பாடும் உணரப்படும். பேணாது பெட்பவே செய்யினுங் கொண்கனைக் காணாது அமையல கண்' என்னும் குறளையும் இத்துடன் ஒப்பிட்டுக் காண்டல் இனிதாகும்.

61. இன்புற்றனம்!

பாடியவர்: தும்பிசேர் கீரன். **திணை:** மருதம். **துறை:** தோழி, தலைமகன் வாயில்கட்கு உரைத்தது.

து–வி: தலைமகனுக்குத் தூதாக வந்தவர்க்குத் தலைவியின் தோழி, தலைவியினது கற்பு மேம்பாட்டை இவ்வாறு எடுத்துரைக்கின்றாள்.

தச்சன் செய்த சிறுமா வையம்,
ஊர்ந்து இன்புறாஅர் ஆயினும், கையில்
ஈர்த்து இன்புறூஉம் இளையோர் போல,
உற்று இன்புறேஎம் ஆயினும், நற்றேர்ப்
பொய்கை ஊரன் கேண்மை
செய்து இன்புற்றனெம்; செறிந்தன வளையே.

தச்சனால் செய்யப்பெற்ற குதிரையோடு சேர்ந்த சிறு வண்டியினை ஏறிச்செலுத்தி இன்பமடையார் ஆயினும், தம் கையால் இழுத்து இன்பமடைகின்ற தன்மையினை உடையவர் இளஞ்சிறார்கள். அவரைப் போலத், தலைவனை மெய் பொருந்தத் தழுவி இன்பம் அடையேம் என்றாலும், நல்ல தேரினையுடைய பொய்கை விளங்கும் ஊரினனான அவனது நட்பினை, மென்மேலும் பெருகுதலைச் செய்தனராக, யாமும் எம் உள்ளத்தே இன்புற்றனம்; ஆதலால், எம் வளைகளும் செறிவுடன் அமைந்தன!

கருத்து: தலைவரை எம் உள்ளத்து என்றும் பிரிந்திலோம் என்பதாம்.

விளக்கம்: இளையோர், பெரியோரைப் போலப் பெருந்தேரினை ஊர்ந்து செலுத்தி இன்புறுதலையே கருதினாலும், அதற்கு இயலாமையின், தச்சன் செய்த சிறுதேரை இழுத்துச் செல்வதன் மூலம், தாமும் தேரூர்ந்ததாகக் களிப்படைவர். அவ்வாறே, தலைவியும் தலைவனோடு உடல் பொருந்தக் கலத்தற்கு விரும்பினாலும், அஃது இயலாமையின், உள்ளத்தே அவனைக் கொண்டு நட்பைச் செய்தலின் மூலம் இன்புறுவாளாயினள் என்றாள். இதனால், அவன் வந்து எமக்கு ஆவதொன்றுமில்லை என மறுத்ததும் ஆம். பரத்தையர்க்கு ஊர்ந்து இன்புறும் பெருந்தேர் போல்பவன், எமக்கு இழுத்தின்புறும் சிறுதேர்போல ஆயினன் என்க. 'பொய்கையூரான்' என்றது, பலரும் தோயும் பொய்கை போல அவனும் வரையாது பரத்தையரால் தோயப்படுவான் என்பதாம். 'செறிந்தன வளை' என்றது, தலைவியின்பால், விளங்கிய கற்புத்திண்மையினை விளக்குதற்கு.

62. மேனி இனிதே!

பாடியவர்: சிறைக்குடி ஆந்தையார். திணை: குறிஞ்சி. துறை: தலைமகன் இடந்தலைப் பாட்டின்கண் கூடலுறும் நெஞ்சிற்குச் சொல்லியது.

து-வி: இயற்கைப் புணர்ச்சிக்கண் தலைவியோடு இன்புற்ற தலைவன், பிற்றை நாளில், முதனாட்கண்ட அவ்விடத்தில் தானே அவளைக் கண்டு இன்புறுதற்கு எண்ணியவனாகத் தன் நெஞ்சோடு இப்படிக் கூறுகின்றான்.

கோடல், எதிர் முகைப் பசுவீ முல்லை,
நாறு இதழ்க் குவளையொடு இடையிடுபு விரைஇ
ஐது தொடை மாண்ட கோதை போல,
நறிய நல்லோள் மேனி
முறியினும் வாய்வது; முயங்கற்கும் இனிதே.

நெஞ்சமே! காந்தள் மலரையும், எதிர்முகையாகிய பசுமையான முல்லைப் பூக்களையும், மணக்கும் இதழ்களையுடைய குவளை மலர்களோடு இடைவெளி உண்டாகுமாறு கலந்து தொடுத்ததான, வியப்பூட்டும் வண்ணம் மாண்புடனே தொடுக்கப்பட்ட ஒரு மாலையைப்

போல்பவள், நறுநாற்றத்தையுடைய நம் தலைவி, அவள் மேனியானது, தளிரைக் காட்டினும் மென்மையும் நிறமும் வாய்ந்திலங்குவது; எனின், தழுவுதற்கும் இனிதாயிருப்பது!

கருத்து: தலைவியை இன்றும் தழுவி இன்புறப் பெறுதல் வேண்டும் என்பதாம்.

விளக்கம்: தன்னை அணைத்த கைகளைக் காந்தள் எனவும், தன்பால் அன்புற்றுக் காட்டிய இளமுறுவலை எதிர்முகைப் பசுவீ முல்லை எனவும், தனக்கு உடன்பட்டது உணர்த்திய கண்களை நாறிதழ்க்குவளை எனவும் உருவகித்துத் தலைவியின் மேனியை இவற்றால் இடைப்பட விரைஇ ஐதுதொடை மாண்ட கோதையாகக் கூறுகின்றான். 'நறிய' - நறுமணத்தையுடைய. 'நல்லோள்' என்றது தனக்கு உடன்பட்டு நன்மை செய்தவளாதலால். முறியினும் வாய்வது; எனினும் அது போலத் தீண்டச் சிதைவதன்று; முயங்கற்கும் இனிது என்று தலைவியின் மேனியை வியந்து கூறுகின்றான்.

மேற்கோள்: தலைவன் புணர்ந்துழி மகிழ்ந்து கூறியதென உரைப்பர் நச்சினார்க்கினியர் (தொல். களவு 8) இதுவும் பொருந்துவதாம்.

63. நெஞ்சே சொல்லுக!

பாடியவர்: உகாய்க்குடி கிழார். **திணை:** பாலை. **துறை:** பொருள் கடைக்கூட்டிய நெஞ்சிற்குச் சொல்லியது.

து-வி: பொருள்தேடி வருதல் வேண்டும் எனத் துணிந்த தன் நெஞ்சிற்குத் தன் நிலையை இப்படி எடுத்துக் காட்டுகின்றான் தலைவன்.

ஈதலும் துய்த்தலும் இல்லோர்க்கு இல்எனச்
செய்வினை கைம்மிக எண்ணுதி; அவ்வினைக்கு
அம்மா அரிவையும் வருமோ?
எம்மை உய்த்தியோ? உரைத்திசின் நெஞ்சே!

நெஞ்சமே! அறநெறி நிற்றலை விரும்பி இரவலருக்குக் கொடுத்தல் என்பதும், இன்பம் பெறுதலை நினைந்து தலைவியோடு கூடி இன்பந்துய்த்தல் என்பதும், பொருள்வளம் இல்லாதவர்களுக்கு வாய்ப்பதில்லை. இவ்வாறு நீயும் கருதினாயாய்ப் பொருள்செய்யும் வினையினையே மிகவும் எண்ணுகின்றனை. அப்பொருள் தேடுதலான வினையைச்

செய்வதற்கு, அழகிய மாமை நிறத்தினளான தலைவியும் நம்முடன் வருவாளோ? அல்லது, அவளை இங்கே தனித்திருக்கவிட்டு என்னை மட்டும் போமாறு செலுத்துகின்றாயோ? இதனை முதற்கண் எனக்குச் சொல்வாயாக!

கருத்து: தலைவியைப் பிரிந்து பொருள் தேடச் செல்லுதல் இயலாது என்பதாம்.

விளக்கம்: ஈதலாகிய அறமும், துய்த்தலாகிய இன்பமும் பொருளாலே வரும் என்பதனால் அவற்றைக் கூறினான். 'அரிவையும் வருமோ' என்றது, குலமகளிர் தம் இல்லைக் கடந்து வாராமையுடையரெனத் தானறிந்தவனாதலின், அறம் பொருள் இன்பம் மூன்றும் அவளோடு கூடி நடத்தும் வாழ்வே தருமாதலின், அவளைப் பிரிதற்குத் துணியா தன் நிலையைக் காட்டினான். என்னும், 'செலவிடை அழுங்கல் செல்லாமை அன்றே, வன்புறை குறித்த தவிர்ச்சியாகும்' என்றும் விதியால் (கற்பு. 44) தன் பேரன்பைத் தலைவிக்கு உணர்த்தி, அவளை ஆற்றுவித்துப் பிரிவான் என்பதே இயல்பாகுமென அறிதல் வேண்டும். 'அம்மா அரிவை' தலைவியின் இளமைப் பருவத்தையும் உணர்த்தும்; இளமை துய்த்தின்புறுதற்கான பருவமாகும் என்பதையும் இங்கே நினைத்தல் வேண்டும்.

64. அறிந்தும் சேயர்!

பாடியவர்: கருவூர்க் கதப்பிள்ளை. **திணை:** முல்லை. **துறை:** பிரிவிடை ஆற்றாமை கண்டு, 'வருவர்' எனச் சொல்லிய தோழிக்குக் கிழத்தி உரைத்தது.

து-வி: தலைமகனின் பிரிவிடத்தே தலைவியது ஆற்றாமை மிகுதியைக் கண்டு, 'அவர் விரைந்து வருவார்' என்று உரைக்கின்றாள் தோழி; அவளுக்குத் தலைவி உரைக்கும் மாற்றம் இச்செய்யுள்.

பல்ஆ நெடுநெறிக்கு அகன்று வந்தென
புன்தலை மன்றம் நோக்கி, மாலை
மடக்கண் குழவி அலம்வந் தன்ன
நோயேம் ஆகுதல் அறிந்தும்,
சேயர் – தோழி! – சேய்நாட் டோரே

தோழி! பல பசுக்களும் நெடிய நெறிக்கண்ணே அகன்று சென்றனவாய் வந்தன என்று, அவை இல்லாத புல்லிய இடத்தையுடைய மன்றத்தை நோக்கி, மாலைப் போதில்,

இளங்கண்களையுடைய சிறு கன்றுகள், பின்னும் வருமோ என்று தலையெடுத்து நோக்கி வருந்தினாற்போலத் துன்பமுடையோம் யாமாதலை, இங்கு நம்மோடிருந்த காலத்தே அறிந்தவராயிருந்தும், தொலைவிடத்து நாட்டிற் சென்றிருப்பவரான நம் தலைவர், தாம் குறித்த காலத்தினும் சேய்மையராயினரே!

கருத்து: குறித்த பருவத்தும் வந்திலரே என்பதாம்.

விளக்கம்: மாலையின் வரவால், தாய் வந்தன என்று கருதி மன்றத்திற்குச் சென்ற கன்றுகள், அவ்வெற்றிடங்கண்டு வருந்தினவாய்த், தாயாரின் வரவை நோக்கித் தம் தலை தூக்கிப் பார்த்து வருத்தமுறும். அவ்வாறே, அவர் ஊரிலுள்ள காலத்தும், மாலையிலே வீட்டிற்கு வருதற்குப் போதாயிற்றெனின், வாயிலிடத்தே நின்று, வரும் வழியை நோக்கி வருந்துபவள் யான். இதனை அறிந்தும், தொலைநாடு சென்றார்; அதுதான் போகத் தாம் குறித்த காலத்தெல்லையும் மறந்தாரே என்று கூறுகின்றாள் தலைவி. தாயை எதிர்பார்க்கும் கன்றைப் போன்று தலைவனை எதிர்பார்த்து வருந்தியிருப்பவள் தானென்று, தன் அன்பு மிகுதியையும் இதனால் உரைக்கின்றாள்.

65. 'இருந்திரோ' எனவே!

பாடியவர்: கோவூர்கிழார். **திணை:** முல்லை. **துறை:** பருவங் கண்டு அழிந்த தலைமகள் தோழிக்கு உரைத்தது.

து-வி: தலைமகன் தன்னைப் பிரிந்து சென்ற காலத்து, அவன் மீள்வதாகக் குறித்த கார்ப்பருவத்தின் வரைவைக் கண்டு, அவன் குறித்தபடி வாராமையை நினைத்து வருந்தி மெலிந்த தலைவி, தோழிக்கு இப்படி உரைக்கின்றாள்.

வன்பரற் தெள் அறல் பருகிய இரலைதன்
இன்புறு துணையொடு மறுவந்து உகள,
தான் வந்தன்றே, தளிதரு தண்கார் –
வாராது உறையுநர் வரல் நசைஇ,
வருந்தி நொந்து உறைய இருந்திரோ எனவே.

தோழி! தன் இன்பம் மிகுதற்குக் காரணமான துணையாகிய தன் பிணையோடு, வலிய பரற்கற்களே உடைமையால் தெளிவுற்றிருந்த நீரைக் குடித்த கலைமானானது, களிப்பினாலே துள்ளி விளையாடா நிற்கின்றது. இன்னும் இவ்விடத்திற்கு வந்து சேராமல் அவ்விடத்தேயே தங்கியிருப்பவரான தலைவர் வருதலை விரும்பி மிகவும் வருந்தித் தங்கும் பொருட்டாக,

நீரும் நும் உடலிடத்தே உயிரை வைத்திருந்தீரோ என்று இடித்துரைத்தவாறு, துளியைப் பெய்யும் தண்ணிய மேகம் தானும் இங்கே வந்து விட்டதே!

கருத்து: கார்ப்பருவம் வந்தும் அவர் வரவில்லையே என்பதாம்.

விளக்கம்: 'உகள' என்றது, புணர்தற் குறிப்பை உட்கொண்ட வாய்த் துள்ளி விளையாடல். இதனைக் கூறினாள், விலங்கினங்களுக்குள்ள அன்புங்கூட அறிவுடைய அவரிடத்தே இல்லை என்று நொந்து, 'அறல் பருகி உகள' என்றதனால், பருவத்தோற்றத்திற்கு முன்பேயே வருவேமென்று பிரிந்தவர், பருவந்தோற்றி மழை பெய்த பின்பும் வந்திலரே என்று கூறினளாகக் கொள்க.

66. கொன்றை மடைமையுடையது!

பாடியவர்: கோவர்த்தனார். **திணை:** முல்லை. **துறை:** பருவங்கண்டு அழிந்த தலைமகளைத் தோழி 'பருவம் அன்று' என்று வற்புறீ இயது.

து-வி: பருவ வரவைக் கண்டு வருந்திய தலைமகட்குத் தோழி, அது பருவ வரவன்று என்று மறுத்துக் கூறுகின்றனள். இது அவளைத் தேற்றும் பொருட்டாகக் கூறியதாகும்.

மடவ மன்ற, தடவுநிலைக் கொன்றை –
கல்பிறங்கு அத்தம் சென்றோர் கூறிய
பருவம் வாரா அளவை, நெரிதரக்
கொம்புசேர் கொடிஇணர் ஊழ்த்த
வம்ப மாரியைக் கார்என மதித்தே.

தோழி! கற்கள் விளங்கும் பாலைநிலத்து அருவழியைக் கடந்து சென்றவரான தம் தலைவர், மீள்வதாகக் கூறிய கார்ப்பருவமானது வாராத காலத்திலேயே, பருவமல்லாக் காலத்தே பெய்யும் மழையினைக் கார்காலத்து மழையெனப் பிழைபடக் கருதி, சிறு கொம்புகளைச் சேர்த்தே ஒழுங்காகிய பூங்கொத்துக்களை நெருங்கும்படியாகப் புறப்படவிட்டன; ஆதலினாலே, பருமையான உடலையுடைய கொன்றை மரங்கள்தான், உறுதியாகத் தம்முள்ளத்துப் பேதைமையினை உடையன!

கருத்து: தலைவர் சொன்ன சொல் தவறாதவர் என்பதாம்.

விளக்கம்: வந்துற்றது கார்ப்பருவமே என்றாலும், அதனைப் பருவமன்றெனத் தோழி படைத்து மொழிகின்றனள். இது, தலைவியின் துன்பத்தை மாற்றும் பொருட்டுக் கூறியதாகும். கொன்றை கார்காலத்தே மலர்வது; அது பிழைபட மலர்ந்தது என்கின்றாள். கொன்றை மரங்கள் பொய்ம்மை வாய்மைகளைப் பகுத்தறியும் அறிவற்றன; ஆயின், அறிவுடைய யாமும் பிழைபடக் கருதுவதோ என்பது தேற்றம்.

67. நினையாரோ?

பாடியவர்: அள்ளூர் நன்முல்லையார். **திணை:** பாலை.
துறை: பிரிவிடை ஆற்றாத் தலைமகள் தோழிக்கு உரைத்தது.

து-வி: தலைவனது பிரிவை ஆற்றாதாளாகிய தலைவி, தலைவர் நம்மை நினையாரோ என்று தோழிக்கு உரைக்கின்றாள்.

உள்ளார் கொல்லோ – தோழி! – கிள்ளை
வளைவாய்க் கொண்ட வேப்ப ஒண்பழம்
புதுநாண் நுழைப்பான் நுதிமாண் வள்உகிர்ப்
பொலங்கல ஒருகாசு ஏய்க்கும்
நிலம்கரி கள்ளிஅம் காடு இறந்தோரே?

தோழி! கிளி, தன் வளைந்த அலகினிடத்தே கொண்ட வேம்பினது ஒளிகொண்ட பழமானது, கலன்களிற் பழநூல் மாற்றிப் புதுநூலை நுழைப்பாளது முனை மாட்சிமைப்பட்ட கூரிய கைந்நகத்திற் கொண்ட, பொன்னாபரணத்திற்குரிய ஒரு பொற்காசினைப் போலத்தோன்றும், கள்ளியையுடைய அத்தகைய பாலை நிலத்தைக் கடந்து சென்றவரான நம் தலைவர், நம்மையும் அவ்வேளை நினைக்க மாட்டாரோ?

கருத்து: தலைவர் நம்மை அறவே மறந்தனர் போலும் என்பதாம்.

விளக்கம்: 'பொலன்கலன்' – பொன்னாபரணம்; பொற்காசு கோத்த மாலை. இதன் பழநூல் நைந்து இற்ற காலத்துப் புதுநூல் மாற்றுதல் பெண்களின் இயல்பாகும். செம்மை நிறந்தீட்டிய வளைவான அவர்களது கூரிய நகம் கிளிமூக்கைப்போலவும், அதிற் பற்றியிருக்கும் பொற்காசு கிளிமூக்கிடைப் பற்றப்பட்டிருக்கும் வேப்பம்பழம் போலவும் தோன்றும் என்க. காட்டிடத்துக் கிளி மூக்கிற் பற்றிய வேப்பம்பழத்தைக் காண்பவருக்கு நம் நினைவு எழாதோ என்றாள், முன் தான் நகைகோத்தபோது தலைவன் தன்னைப்

புனைத்துரைத்ததை நினைந்து, நாண் - நூல் 'நிலம் கரி காடு' என்றது. எல்லாம் உண்டாதற்குக் காரணமான காடு தானே வெம்மையாற் கரிந்துபோயதை எண்ணிக் கூறியதாம் 'கள்ளியங்காடு' என்றதனாற் பிற மரங்கள் யாதுமில்லை என்றனள். வேம்பு பூப்பதற்கு முன் வருவேமென்றவர், அது பூத்துக் காய்த்துப் பழுத்ததன் பின்னரும் வராது நீட்டித்தாரே என நினைந்து நோக்கின்றனள்.

68. மார்பே மருந்து!

பாடியவர்: அள்ளூர் நன்முல்லை யார். **திணை:** குறிஞ்சி. **துறை:** பிரிவிடைக் கிழத்தி மெலிந்து கூறியது.

து-வி: தலைவனது பிரிவால் வாடியிருந்த தலைமகள், முன்பனிக் காலத்தும் அவன் வராதவனாக, அதனால் மனம் வெறுத்துக் கூறுகின்றனள்.

பூழ்க்கால் அன்ன செங்கால் உழுந்தின்
ஊழ்ப்படு முதுகாய் உழையினம் கவரும்
அரும்பனி அற்சிரம் தீர்க்கும்
மருந்து பிறிது இல்லை; அவர்மணந்த மார்பே.

தோழி! குறும்பூழ்ப் பறவையின் காலைப் போன்ற செவ்விய தாளினையுடைய உழுந்தினது மிக முதிர்ந்த காய்களை, மான் கூட்டங்கள் தின்னும் பொருட்டுக் கவர்ந்துகொள்ளும், பொறுத்தற்கரிய பனியையுடைய முன்பனிக்காலமும் இதுவன்றோ! இக்காலத்தால் நாம் படுகின்ற துன்பத்தைத் தீர்க்கும் மருந்து, அவர் மணந்த எம்மார்பேயன்றி பிறிதுயாதும் இல்லை.

கருத்து: வித்திய உழுந்து பூத்தற்கு முன்பாக வருவேம் என்றவர், அது முதுகாயுற்ற பின்னரும் வந்தாரில்லை என்று கூறி வருந்துகின்றாள். மணந்த மார்பே மருந்தாதலைக் கூறி, மணவாத மார்பு நோய் செய்தலையும் உணர்த்தினாள். முன் அற்சிரக்காலத்துத் தான் அவனுடனிருந்தபோது நோய் செய்யாத மார்பு, இப்போது நோய் செய்யா நின்றது என்றனளுமாம். 'பனி' நோய்க்கு, 'மார்பு' மருந்து என்க.

69. நடுநாள் வாரல்!

பாடியவர்: கடுந்தோட் கரவீரன். **திணை:** குறிஞ்சி. **துறை:** தோழி இரவுக்குறி மறுத்தது.

துறை விளக்கம்: *தலைவன் வரைந்து மணத்தலில் மனஞ் செலுத்தாதவனாக, இரவுப்பொழுதில் ஏதம் பலவும் கடந்து களவுறவை நாடி வருதலைக் கண்ட தோழி, அதனை மறுத்து இப்படிக் கூறுகின்றாள்.*

கருங்கண் தாக்கலை பெரும் பிறிது உற்றென,
கைம்மை உய்யாக் காமர் மந்தி
கல்லா வன் பறழ் கிளைமுதல் சேர்த்தி,
ஓங்கு வரை அடுக்கத்துப் பாய்ந்து உயிர் செகுக்கும்
சாரல் நாட! நடுநாள்
வாரல்; வாழியோ! வருந்துதும் யாமே!

இருளாற் கருமைபடர்ந்திருக்கும் இடங்களினும் தாவுதலையுடைய தனக்குரிய ஆண்குரங்கானது, அப்படித் தாவும்போது சாவினை அடைந்ததாக, அஃதில்லாது தான் வாழுதலைச் செய்ய மாட்டாத, தன் கணவனிடத்தே விருப்பத்தையுடைய மந்தியானது, தன் தொழிலைக் கற்கவேண்டாத தன்னுடைய வலிய குட்டியைச் சுற்றத்திடத்தே அடைக்கலமாக ஒப்பித்துவிட்டுத் தான், ஓங்கிய வரைகளையுடைய மலைப்பக்கத்தே பாய்ந்து தன் உயிரை மாய்த்துக் கொள்ளும். மந்தியும் அத்தகைய பிரிவாற்றாப் பேரன்புடன் ஒழுகும் சாரலையுடைய நாட்டினனே! இனி, நள்ளிரவிலே எம்பால் வாரற்க; வந்தால் நினக்குத் துன்ப முண்டாகுமோவெனக் கருதி யாம் வருந்தியிருப்போம்! நீ தீங்கின்றி வாழ்வாயாக!

கருத்து: *நீ இரவில் வருதலை நினைந்து வருந்துவோம்; ஆதலால் விரைந்து வருக என்பதாம்.*

விளக்கம்: *'இருளிடத்துத் தாவிய கலையானது இறந்துபட, அந்தப் பிரிவை ஆற்றாத அதன் மந்தி, தானும் வரை பாய்ந்து உயிர்விடும் நாட, என்றது, அதனை அறிந்தும் நீ இரவு நேரத்திற் காட்டைக் கடந்து வருதலை நினைத்தால் யாம் துன்புறாதிருப்போமா' என்று தம் உள்ளத் துயரைக் கூறியதாம். 'இரவில் வாரற்க' என்றதனால், 'நீ அவளே மணந்து பிரியாத இன்பத்துடன் வாழ்தற்கு வேண்டுவன செய்க' என்றதுமாம். 'வன்பறழ் - வலிய குட்டி; இனித் தாயின் உதவியை வேண்டாதது. 'கல்லா வன்பறழை உடைத்தாயிருந்துங் கூட, மந்தி தாய்மையினும் தன் கற்பைப் பெரிதாகக் கருதியதெனின், அந்தத் தடைகூட இல்லாத யாம், நினக்கு ஓர் இடையூறெனின் உயிருடன் வாழ்வோமோ?' என்பதாம்.*

70. புனையளவு அறியேன்!

பாடியவர்: *ஓரம் போகியார்.* திணை: *குறிஞ்சி.* துறை: *புணர்ந்து நீங்கும் தலைமகன் தன் நெஞ்சிற்குச் சொல்லியது.*

து-வி: *தலைவியோடு இயற்கைப் புணர்ச்சிக்கண்ணே இன்புற்று நீங்கிச் செல்லும் தலைவன், அந்த இன்பத்தை வியந்து, தன் நெஞ்சிற்கு இப்படிக் கூறுகின்றான்.*

ஒடுங்கு ஈர் ஓதி ஒள் நுதற் குறுமகள்
நறுந் தண் நீரள்; ஆர் அணங்கினளே;
இனையள் என்று அவட்புனை அளவு அறியேன்;
சில மெல்லியவே கிளவி;
அனை மெல்லியள் யான் முயங்குங் காலே.

நெஞ்சே! ஒடுங்கிய நெய்ப்பையுடைய கூந்தலையும், ஒள்ளிய நுதலையும் உடையாளான இளையோள்தான், நறுமணத்தையும் தண்மையையும் உடைய தன்மையினள். ஆயினும், கூடுதற்கு முன்னரும், பிரிந்த பின்னரும் பொறுத்தற்குரிய வருத்தத்தைத் தருகின்ற அணங்கு போல்பவளாகவும் இருக்கின்றனள். அவளுடைய சொற்கள் சிலவாகவும் மென்மையுடையனவாகவும் உள்ளன. அவளை யான் அணையும்பொழுது பஞ்சணை போன்ற மென்மையை உடையவளாகவும் இருக்கின்றாள். அவளை இப்படிப் பட்டவள் என்று கூறிப் புனைந்துரைக்கும் அளவினை யானும் அறியேனே!

கருத்து: *'புனைந்துரைக்கவும் அறியாது யான் மயங்கும் அளவிற் சிறந்தவள் தலைவி' என்பதாம்.*

விளக்கம்: *'ஓதி ஒண்ணுதற் குறுமகள்' என்றதனாற் காட்சியின்பமும், 'சில மெல்லியவே கிளவி' என்றதனாற் கேள்வி இன்பமும், 'அணையமெல்லியள்' என்றதனால் ஊற்றின்பமும், 'நறுநீரள்' என்றதனால் உயிர்ப்பின்பமும், 'தண்ணீரள்' என்றதனாற் தாகந் தணிந்ததற்கான சுவையின்பமும் கூறி, அவளிடத்துத் தான் ஐம்புலவின்பமும் ஆரத்துய்த்த சிறப்பினை வியந்தான். தன்னைப் புணர்ந்து நீங்கி ஆயத்துச் சேர்த்துச் சேயளாக ஆயினமையின், 'அவள்' எனச் சுட்டிக் கூறினான். 'ஒடுங்கு ஈரோதி' எனக் கொண்டு, 'ஆயத்துள் சென்று ஒடுங்கிய ஈரோதி' எனினும் அமையும்.*

71. கானவர் மகள்!

பாடியவர்: *கருவூர் ஓதஞானி.* **திணை:** *பாலை.* **துறை:** *பொருள் கடைக்கூட்டிய நெஞ்சிற்குத் தலைமகன் சொல்லிச் செலவழுங்கியது.*

து-வி: *பொருள் தேடிவருதலிற் செலுத்திய நெஞ்சிற்குத் தலைமகன் தலைவியைப் பிரியவியலாத தன் நிலையைக் கூறித் தன் போக்கை நிறுத்தி வைக்கின்றான்.*

மருந்து எனின் மருந்தே; வைப்பு எனின் வைப்பே–
அரும்பிய சுணங்கின் அம்பகட்டு இளமுலை,
பெருந்தோள், நுணுகிய நுசுப்பின்,
கல்கெழு கானவர் நல்குறு மகளே.

நெஞ்சமே! இவளைப் பிரிந்துசென்று தேடும் பொருளால் அறவினையாற்றி ஆண்டுச்சென்று உண்பது மருந்தே என்பாயானால், இவளே எனக்கு அமுதமாகத் திகழ்கின்றனள். அப்பொருளானே இவ்வுலகிடத்துத் துய்ப்பது செல்வம் என்றால், இவளே பெறற்கரிய செல்வமாகவும் விளங்குகின்றனள். அரும்பிய தேமலைக் கொண்ட அழகிய பெருமையுடைய இளைய மார்பகங்களையும், பெருத்த தோள்களையும், நுண்ணியதாகிய இடையினையும் கொண்டவள் இவள்! கற்கள் பொருந்திய காட்டிற்குரியவரான கானவர் பெற்ற மகளும் இவள்!

விளக்கம்: *'இவளைப் பிரிந்து பெறுவது யாதுமில்லை' என்பதாம்.*

கருத்து: *'பொருளான் அறனும் பொருளும் இன்பமும் எய்தலாம்' என்ற நெஞ்சிற்கு, எல்லாம் கானவர் நல்குறு மகளேயாயினள் எனக் கூறுகின்றனன். 'மருந்தும் வைப்பும் இன்பமும் என்னும் இம்மூன்றும், முலையையும் தோளையும் நுசுப்பையும் தாமாகக் கொண்ட இவளாகப் பொருந்தியிருக்க, ஈண்டிருந்த இவளைத் துய்ப்பதை விட்டுப், புறம்போதற்கு இசையேன்' என்றானுமாம், பாடு - பெருமை, குறுமகள் - இளையோள் 'கானவர் குறுமகள்' என்றதனால், அவளைத் தான் மணந்து தன் உரிமையுடையளாகப் பெறாதவன் தலைவன் என்பதும், ஆகவே இது வரைபொருட் காரணமாகப் பிரிவென்பதும் அறியப்படும்.*

72. பூவும் அம்பும்!

பாடியவர்: *மள்ளனார்.* **திணை:** *குறிஞ்சி.* **துறை:** *தலைமகன் தன் வேறுபாடுகண்டு வினாவிய பாங்கற்கு உரைத்தது.*

து-வி: தலைவியோடு அளவளாவி வந்த தலைமகனிடத்தே தோன்றிய வேறுபாடுகளைக் கண்டு, அவன்பால் வினவிய பாங்கற்கு, அவன் இப்படி உரைக்கின்றான்.

பூஒத்து அலமரும் தகைய; ஏ ஒத்து
எல்லாரும் அறிய நோய்செய் தனவே
தேமொழித் திரண்ட மென் தோள், மா மலைப்
பரீஇ வித்திய ஏனல்
குரீஇ ஒப்புவாள், பெருமழைக் கண்ணே!

பாங்கனே! இனிய மொழியினையும், திரட்சி வாய்ந்த மென்மைகொண்ட தோள்களையும் உடையவள்; நல்ல காலம் அறிந்து விதைத்த தினையினது கதிர் முற்றியிருக்கும் புனத்தினிடத்தே, கதிர்களிற் படியவரும் குருவிகளை ஓட்டியவளாக இருக்கின்றாள். அவளது பெரிய குளிர்ச்சியை உடைய கண்களே, தன்னை யான் காணுங்காலத்தே வனப்பால் தாமரைப் பூக்களை ஒத்தனவாய்த், தான் என்னைக் காணுங்கால் கொல்லும் அம்பினை ஒத்தனவாய்க் கொடுமை செய்தன. நின் போன்றார் எல்லாரும் அறியுமாறு, யான் சுழன்று தடுமாறும் தன்மையுள்ள பெரிய நோயையும் செய்தன!

கருத்து: *'அவளை அடைந்தாலன்றி என் நோய் தீராது' என்பதாம்.*

விளக்கம்: *'தேமொழி' என்றது, காணற்கு முன்னர்க் குருவியோப்பும் குரலினிமை கேட்டு மயங்கித் தான் அவ்விடஞ் சென்றதை நினைத்து. 'திரண்ட மென்றோள்' என்றது, தான் இயற்கைப் புணர்ச்சி பெற்றதை உளங்கொண்டு தோள் நலத்தை வியந்தது. பரீஇ வித்திய - விதைத்தற்குரிய நல்ல காலச்செவ்வியை அறிந்து விதைத்த அலமருந்தகையால் எல்லாரும் அறிதற்காயிற்று என்க. 'பரீஇவித்திய' என்பதற்குப் 'பருத்தியை இடையிலே விதைத்த' என்றும் கூறுவர்.*

73. சூழ்ச்சியும் வேண்டும்!

பாடியவர்: *பரணர்.* **திணை:** *குறிஞ்சி.* **துறை:** *பகற்குறி மறத்து, இரவுக்குறி நேர்ந்து, அதுவும் மறுத்தமைபடத் தலைமகட்குத் தோழி சொல்லியது.*

து-வி: *தலைவன் பகலில் வருவதை மறுத்துரைத்து இரவிலே வரச்செய்து, பின்னர் அதனையும் மறுத்து வரைந்து கொள்ளச் செய்வதன் இன்றியமையாத நிலையினைத் தோழி தலைவிக்குக் கூறுகின்றனள்.*

மகிழ்நன் மார்பே வெய்யையால் நீ;
அழியல் வாழி – தோழி! – நன்னன்
நறுமா கொன்று ஞாட்பில் போக்கிய
ஒன்றுமொழிக் கோசர் போல,
வன்கட் சூழ்ச்சியும் வேண்டுமால் சிறிதே.

தோழி! நமக்கு மகிழ்வு செய்வதற்கு உரியவனின் மார்பையே எப்போதும் அணையும் விருப்பத்தை உடையை நீ. அப்படியானால், அது குறித்து நீ வருந்திச் செயலழிதல் வேண்டா! நன்னனது நறுமாமரத்தைக் கொன்று நாட்டிடத்தே போக்கிய ஒன்றுமொழிக் கோசரைப்போல, வன்கண்மையுடைய சூழ்ச்சியும், அதற்குச் சிறிதுகாலத்திற்கு வேண்டும்.

கருத்து: 'தலைவனோடு நிலையாகப் பிரியாதிருப்பதனை நிகழ்த்தச் சில சிறு சூழ்ச்சிகளைச் செய்வோம்' என்பதாம்.

விளக்கம்: 'மார்பே வெய்யை' என்றது, ஓரோவமயத்து எதிர்ப்பட்டுக் கூடும் பகற்குறி இரவுக்குறிகளை மறந்து, வரைந்து எப்போதும் அணைந்திருந்து துய்த்தலை விரும்பினமை குறித்ததாம். அது வாய்க்கும் பொருட்டுக் கோசரைப்போல வன்கண் சூழ்ச்சியும் வேண்டும் என்றனள். அது களவைப் பிறரறிதல் கூறிப் பகற்குறி மறுத்ததும், காவன்மிகுதி முதலியன காட்டி இரவுக்குறி மறுத்ததும் பிறவுமாம். அது குறித்துத் தலைவி வருந்தினளாக, 'அழியல்' என்று தன் சூழ்ச்சியை விளக்கித் தேற்றுகின்றனளாம். சிறிது சிறிது காலத்திற்கு; அது நீடியாதென்பதனை உணர்த்தற்குக் கூறினாள். கோசர் செய்த வன்கண் சூழ்ச்சியாவது; மரத்தின் ஒரு காயைத் தின்ற தவற்றிற்கு ஒரு மகளைக் கொலை செய்த நன்னனின் மரத்தையே தொலைத்த அகவன் மகளிரையும், விறகுக்கு முறித்துச் சென்று பலரையும் என் செய்வான் காண்போமெனச் செய்த சூழ்ச்சியாம். ஒன்று மொழிக்கோசர் - ஒரு சொல்லேயுடைய கோசர்; சொன்னது தவறாதவரான கோசர்.

74. விட்ட குதிரை!

பாடியவர்: விட்ட குதிரையார். **திணை:** குறிஞ்சி. **துறை:** தோழி தலைமகன் குறை மறாவாற்றாற் கூறியது.

து-வி: தோழியின் உதவியோடு, குறியிடத்தே தலைவியை எதிர்ப்பட்டு இன்புறுதலை விரும்புகின்றான் தலைமகன். அவனுக்கு இசைந்த தோழி, தலைமகளிடம் வந்து இப்படிச் சொல்லுகின்றாள்.

விட்ட குதிரை விசைப்பின் அன்ன,
விசும்பு தோய் பசுங்கழைக் குன்ற நாடன்
யாம்தற் படர்ந்தமை அறியான், தானும்
வேனில் ஆனேறு போலச்
சாயினன் என்ப – நம் மாண் நலம் நயந்தே.

தோழி! நெடுநாட் பிணித்த கட்டினின்றும் அவிழ்த்துவிடப் பெற்ற குதிரையானது துள்ளி எழுதலைப் போன்று, வளைத்து விடப்பட்ட காலத்தே துள்ளி எழுந்து வானத்தைத் தோயும் பசிய மூங்கில்களையுடைய குன்றத்திற்குரிய நாடன் அவன். அவன், யாம் தன்னை நினைந்து மெலிந்ததனை அறியாதவனாகித், தானும் வேனிற்காலத்தே ஆனால் விரும்பப்பட்ட ஏறானது, ஆவின்பால் தானும் விருப்புற்று மெலிவதுபோல, நம் மாண்பமைந்த நலத்தினை விரும்பி, மெலிந்தான் என்பார்கள்.

கருத்து: 'நம் மெலிவு நீங்கவும், அவன் மெலிவைப் போக்கவும் நீ உடன்படல் வேண்டும்' என்பதாம்.

விளக்கம்: வேனில் - இளவேனில்; இக்காலத்தே தொழுவத்திற் பிணிக்கப்பட்ட பசு விடையை நினைந்து மெலிதலும், அப்பசுவை விரும்பி விடை மெலிதலும் இயல்பு. இதனைக் களவுக் காவலுக்கு உட்பட்ட தலைவி மெலிய, அவளை விரும்பியும் அடையவியலாத காரணத்தால் தலைவனும் மெலிந்தான் என்பதனோடு பொருத்தி இன்புறுக. விசைப்பு - துள்ளி எழுதல். விட்ட குதிரை விசைப்பின் அன்ன விசும்பு தோய் பசுங்கழைக் குன்ற நாடன் என்றதனால், பகற்குறி வாய்த்தலருமையை உணர்த்தி, இரவுக்குறிக்கு இசைதலை வலியுறுத்துகின்றாள். மூங்கில் வளைவது களிற்றால் இழுப்புண்டெனினும் தன்னியல்பால் அதுவான் தோய் உயர்ச்சியையே உடையது; தலைவனும் நின் மாணலத்தால் வளைந்துவந்து இரந்தனன் எனினும், கைவிட்டால் நம்மால் அடைதற்கரிய உயர்வுடையவன் என்றும் உணர்த்துகின்றனள்.

75. யார்வாய்க் கேட்டனை?

பாடியவர்: படுமரத்து மோசிகீரனார். திணை: மருதம். துறை: தலைமகன் வரவுணர்த்திய பாணற்குத் தலைமகள் கூறியது.

து-வி: தலைமகனது வரவினை முன்னதாகவே வந்து தலைவிக்கு உணர்த்தின பாணனுக்கு, அவள் வாழ்த்துக் கூறுகின்றனள்.

நீ கண்டனையோ? கண்டார்க் கேட்டனையோ?
ஒன்று தெளிய நசையினம்; மொழிமோ!
வெண்கோட்டு யானை சோணை படியும்
பொன் மலி பாடலி பெறீஇயர்! –
யார்வாய்க் கேட்டனை, காதலர் வரவே?

பாணனே! தலைவரது வரவினை நீயே நின் கண்ணாற் கண்டனையோ? அல்லது, தலைவனைக் கண்டார் நினக்கு உரைப்ப அதனை நீயும் கேட்டறிந்தனையோ? அங்ஙனம் பிறர் வாய்க் கேட்டனையாயின், யார்வாய்க் கேட்டனையோ? உண்மையாக ஒன்றைத் தெளிவதற்கு விரும்பினோம். அதனைத் தெளியச் சொல்வாயாக! சொன்னால், வெண்கோட்டை உடைய போர்க் களிறுகள் படியும் சோணையாற்றை அரணாக உடையதான, பொன்வளம் மலிந்த, பாடலி நகரத்தை நீயும் நினக்குச் சொன்ன அவரும் பெற்று இன்புறுவீராக!

கருத்து: *தலைவரின் வரவை உரைத்த நினக்கு பாடலி நகரே பரிசிலாக அமைக என்பதாம்.*

விளக்கம்: *'நீ கண்டனையோ?' என்றது, அவன் சொற்களைப் பொய்யாக ஐயுற்றதனால், அவன், தான் கண்டதாக கூறாதிருக்கக், 'கண்டார்க் கேட்டனையோ?' என்றனள். அதிலும் நம்பிக்கை இல்லாமல் 'யார்வாய்க் கேட்டனை?' என வினவுகின்றாள். அவன் வாயவிந்திருப்ப, 'ஒன்று தெளிய நசையினம் மொழிமோ?' என வற்புறுத்துகின்றாள். அதற்கும் அவன் பேசானாக, அவனது பொய்ம்மைக்கேற்ற பரிசிலாக அடையவியலாத 'பாடலி நகரைப் பெறுக' என்று வாழ்த்துகின்றாள். பாடலி – மகதத்தின் கோநகர். சோணை – ஓர் ஆறு. இதன் வடகரையின்கண் இருந்தது பாடலி. நந்த மன்னர்களது காலத்தினும் மோரியரது காலத்தினும், பாடலியே பாரதத்தின் வடபாற் புகழோடு நிலவியது என்பர்.*

76. செல்ப என்பவோ!

பாடியவர்: *கிள்ளி மங்கலங்கிழார்.* **திணை:** *குறிஞ்சி.* **துறை:** *பிரிவுணர்த்தச் சென்ற தோழிக்கு, அவர் பிரிவு முன்னர் உணர்ந்த தலைமகள் சொல்லியது.*

து-வி: *தலைவனது பிரிவைத் தலைவிபால் அறிவிக்கின்றாள் தோழி. அதனைத் தான் முன்பே அறிந்ததனை அவள் தோழிக்கு இப்படிச் சொல்லுகின்றாள்.*

காந்தள் வேலி ஓங்கு மலை நல் நாட்டுச்
செல்ப என்பவோ, கல்வரை மார்பர்–
சிலம்பில் சேம்பின் அலங்கல் வள் இலை
பெருங் களிற்றுச் செவியின் மானத் தைஇ,
தண்வரல் வாடை தூக்கும்
கடும்பனி அற்சிரம் நடுங்கு அஞர் உறவே.

தோழி! மலைப்பக்கத்துச் சேம்பின் அசைதலைக் கொண்ட வளவிய இலைகளைப் பெருங்களிற்றுக் காதுகளைப் போலத் தோன்றும்படியாகத் தடவியபடி, குளிர்ச்சி மிகுந்த வண்ணம் வருதலையுடைய வாடைக் காற்றானது அசைத்தற்கு உரியதான, மிக்க பனியையுடைய அற்சிரக்காலம் இது. இக்காலத்திலே, யான் நடுங்குதற்குக் காரணமான துயரத்தை அடையும்படியாக, கல்மலைபோன்ற திண்ணிய மார்பையுடையவரான நம் தலைவர், காந்தள் சூழ்ந்து வேலியாக விளங்கும் உயர்ந்த மலை பொருந்திய நல்ல நாட்டிடத்துச் செல்வதாகச் சொல்லுகின்றனரோ?

கருத்து: *'அதனை முன்பேயே அறிவேன்' என்பதாம்.*

விளக்கம்: *'கல்வரை மார்பர்' என்றது, தன்னைப் பிரிதற்குத் துணிந்த நெஞ்சத் திண்மையை நினைந்து கூறியதாம். 'அற்சிரக் காலத்து நடுங்கஞர் உறவே' என்றதனால், அவன் அக்காலத்தே பிரிதற்குத் துணிந்தவன் என்பதாம்.*

77. தவறோ இல!

பாடியவர்: *மதுரை மருதன் இளநாகனார்.* திணை: *பாலை.* துறை: *பிரிவின்கண் ஆற்றாளாகிய தலைமகள், தோழிக்குச் சொல்லியது.*

து-வி: *தலைமகனது பிரிவினிடத்து ஆற்றாளாகிய தலைமகள், தோழியிடத்துத் தன் தோள் மெலிவைக் காட்டியவாறு இப்படிக் கூறுகின்றாள்.*

அம்ம வாழி, தோழி! – யாவதும்
தவறு எனின், தவறோ இலவே – வெஞ்சுரத்து
உலந்த வம்பலர் உவல்இடு பதுக்கை
நெடுநல் யானைக்கு இடுநிழல் ஆகும்
அரிய கானம் சென்றோர்க்கு
எளிய ஆகிய தடமென் தோளே.

தோழி! வெம்மையுடைய சுரநெறியிலே, இறந்துபட்ட வழிப்போக்கராகிய புதியவரது உடல்களை மூடிமறைத்த தழையிட்ட குவியலானது, உயர்ந்த நல்ல யானைக்கு, இட்டு வைத்த நிழலாகப் பயன்படும். செல்வதற்கரிய அத்தகைய கானகத்து வழியே சென்றவர் அவர். அவருக்காக வருந்திய என் பரந்த மென்மை வாய்ந்த தோள்கள் மெலிந்தன என்பது தவறென்று கூறினால், அது தவறல்ல காண்!

கருத்து: 'மெலியுமாறு பிரிந்த அவரே தவறுடையார்' என்பதாம்.

விளக்கம்: 'தடமென்தோள்' என்றது, தன் பழைய தோள் நலத்தை; அது சென்றோர் பொருட்டு எளியவாகியது, வழியிடை ஏதத்தை நினைந்து என்றனள். வழியின் ஏதம், வெஞ்சுரத்து உலந்த வம்பலர் உவலிடு பதுக்கையால் ஆகும். 'பதுக்கையும் யானைக்கு இடுநிழலாகும்' எனக்கு நிழலோ எவ்விடத்துமின்று என்று வருந்துகின்றனள். தோளின் தவறு. மெலிதல்; அதனைக் காண்பவர் தலைவனைப் பழிப்பர். ஆதலின், பழிப்புக்கு இடமாய தவறு செய்த எனத் தோழி கூறக் கேட்டவள், அவளுக்கு இப்படிக் கூறுகின்றாள்.

78. பேதைமை கொண்டது!

பாடியவர்: நக்கீரனார். **திணை:** குறிஞ்சி. **துறை:** பாங்கன் தலைமகற்குச் சொல்லியது.

து-வி: தலைவன் காம நோய்க்கு உட்பட்டு மெலிந்ததனை அறிந்த பாங்கன், அவனுக்கு இவ்வாறு அறவுரை கூறுகின்றான்.

பெருவரை மிசையது நெடுவெள் அருவி
முதுவாய்க் கோடியர் முழவின் ததும்பி,
சிலம்பின் இழிதரும் இலங்கு மலை வெற்ப!
நோதக்கன்றே – காமம் யாவதும்
நன்றுஎன உணரார் மாட்டும்
சென்றே நிற்கும் பெரும் பேதைமைத்தே.

பெருமலையின் உச்சியிடத்ததாகத் தோன்றும் நெடிய வெள்ளிய அருவியும், தான் தோன்றிய அவ்விடத்திற்றானே நில்லாது, அறிவு வாய்த்தலையுடைய கூத்தரது முழவினைப் போல் ஒலிப்பதாய்ப், பக்கமலையின்கண் தாழ்ந்து வீழுகின்ற தன்மையினை உடையதாம். அத்தகைய அருவிகளையுடையதாக விளங்கும் மலை நாட்டுத் தலைவனே! காமமானது,

தன்னை சிறிதளவேனும் நன்மை தருவதென அறியாத பேதையாரிடத்தும் சென்று இரந்து நிற்கின்ற பெரிதான பேதைமையினை உடையதாகும். ஆதலின், அது வெறுத்து ஒதுக்கத் தக்கதென உணர்வாயாக!

கருத்து: நின் காமவிருப்பைக் கைவிடுக என்பதாம்.

விளக்கம்: மிசைய நெடுவெள் ளருவியும் சிலம்பின் இழிதரும்; அதுபோல நின் உயர்குடிச் சிறப்பினது மேன்மைக்குத் தக்கபடி இல்லாமல், இக்காமத்தால் எளியோர்மாட்டும் சென்று இரந்து நிற்கும் தாழ்வினை நீ அடைவாய் என்கின்றனன். 'காமம் யாவதும் நன்றென உணரார்மாட்டும் சென்றே நிற்கும் பெரும் பேதை மைத்தே' என்றான். அது தீதென ஒதுக்கும் தலைவியின்மாட்டும் சென்று பற்றுதலால், தன்னை வெறுப்பவரிடம் சென்று நிற்பதாகிய ஒன்றை உயர்வுடையோன் விரும்புவது தவறு; அதனை வெறுத்தலே சிறப்பு என்பதாம்.

79. அகலல் வல்லார்!

பாடியவர்: குடவாயிற் கீரனக்கன். **திணை:** பாலை. **துறை:** பொருள்வயிற் பிரிந்த தலைமகனை நினைந்த தலைமகள், தோழிக்குச் சொல்லியது.

து-வி: தலைவன் பிரிந்ததனால் தனக்குண்டாகிய துயரத்தைத் தலைவி தோழியிடம் இப்படி வெளியிடுகின்றனள்.

கான யானை தோல் நயந்து உண்ட
பொரிதாள் ஓமை வளிபொரு நெடுஞ்சினை
அலங்கல் உலவை ஏறி, ஒய்யெனப்
புலம்புதரு குரல புறவுப் பெடை பயிரும்
அத்தம் நண்ணிய அம்குடிச் சீறூர்ச்
சேர்ந்தனர் கொல்லோ தாமே – யாம் தமக்கு
ஒல்லேம் என்ற தப்பற்குச்
சொல்லாது ஏகல் வல்லு வோரே.

தோழி! 'யாம் பிரிவிற் பொறுத்திருக்க இயலாதேம்!' என்று கூறிய தவற்றால், எம்பாற் சொல்லாதேயே செல்லுதலிலே வன்மை பெற்றவராயினர், நம் தலைவர். காட்டியானையால், பட்டை விரும்பி உண்ணப்பட்ட பொரிந்த தாளையுடைய ஓமை மரத்தினது, காற்றுமோதுதலாலே அசைகின்ற நெடுங்கிளையானது அசைதலைக் கொண்ட வற்றல் கொம்பிலே ஏறி, ஒய்யென்று, தனிமைத்துயரை வெளிப்படுத்தும் குரலவாகி, ஆண் புறாக்கள்

தத்தம் பெடைகளை அழைத்தவாறிருக்கும். அத்தன்மையுடைய பாலை நிலத்திற் பொருந்திய அழகிய குடிகளையுடைய சிற்றூரிலே, அவரும் சென்று படுத்துறங்கினாரோ?

கருத்து: 'அங்குத் தங்கினராயின், விரைவில் மீள்வர்' என்பதாம்.

விளக்கம்: 'யாம் தம்மைப் பிரிவதற்குப் பொருந்தேம்' என்று, அவர் பிரிவைப் பொறுத்திருந்து உயிர் வாழ்வதற்கு ஏலாத எம் மென்மையை யாம் கூறினேம். அதுவும் ஒரு தவறாமோ? அதற்காக, எம்பால் சொல்லாதேயே சென்ற வன்னெஞ்சராயினரே' என்கின்றனள். அத்தகையோர் ஆண் புறாக்கள் பெட்டைகளைத் தம் தனிமைத்துயரைப் போக்குதற்கு அழைக்கும் குரலைக் கேட்டாயினும், தம்முடைய செயலது பொருந்தாமையை உணர்வாரோ என்றும் வருந்துகின்றனள். 'சேந்தனர் கொல்லோ' சேர்க்கை கொண்டனரோ? காலம் இரவாதலையும், தான் சேக்கை கொள்ளாது வருந்துதலையும் இதனால் வெளிப்படுத்தினள். 'மறவுக் குரல் கேட்டு அவ்விடத்துத் தங்குதலை நினையாராய் நம்மை நினைந்து மீள்வாரோ' என ஐயுற்றதாகவும் கொள்ளலாம்.

80. கிளையொடு காக்க!

பாடியவர்: ஔவையார். திணை: மருதம். துறை: தலைமகட்குப் பாங்காயினார் கேட்பப் பரத்தை சொல்லியது.

து-வி: தலைவி தன்னைப் பழித்தாள் என்று கேள்வியுற்ற பரத்தைக்குச் சினம் பொங்குகின்றது. 'புதுப்புனலாட அவனுடன் யான் செல்வதை, முடிந்தால் அவள் தடுத்து விடட்டும்' என்று, தலைவியின் தோழியர் கேட்கும்படியாக வஞ்சினம் கூறுகின்றாள்.

கூந்தல் ஆம்பல் முழு நெறி அடைச்சி,
பெரும் புனல் வந்த இருந் துறை விரும்பி,
யாம் அஃது அயர்கம் சேறும்; தான் அஃது
அஞ்சுவது உடையள் ஆயின், வெம்போர்
நுகம்படக் கடக்கும் பல்வேல் எழினி
முனை ஆன் பெருநிரை போல,
கிளையொடு காக்க, தன் கொழுநன் மார்பே.

ஆம்பலினுடைய கூந்தலைப்போன்று மென்மையான நெறிப்பினைக் கொண்ட முழுநெறித் தழையினை உடுத்தவராகப்

பெரிய புனல் விளையாட்டிடத்தே எம்பால் வந்த விருந்தாகிய தலைவனை விரும்பி, யாம், அவ்விளையாடலை மீண்டும் விளையாடுவோமாகச் செல்லுகின்றனம். தலைவி, யாம் அங்ஙனம் ஆடச் செல்வதற்கு அஞ்சுதலை உடையவளானால், வெய்ய போராகிய தேரது நுகத்தினைத் தானே தாங்குபவனாகிச் சென்று பகைவரை வெல்லும் தறுகண்மையினையும், பல வேற்படை மறவர்களையும் உடைய எழினியது, போர் முனையிடத்தேயுள்ள பசுக்களின் பெருங்கூட்டத்தைப் பகைவர் காத்தாற்போலத் தானும் தன் கணவனது மார்பினை யாம் கவர்ந்துகொள்ளாதபடி, தன் கிளையோடு கூடியிருந்து காத்துக் கொள்வாளாக!

கருத்து: 'தலைவனை எம் உறவினின்றும் பிரிக்கத் தலைவியால் இயலாது' என்பதாம்.

விளக்கம்: போரினைத் தானே சென்று வெல்லும் ஆண்மையாளன் எழினி; அத்துடன் பல வேற்படை மறவரும் துணையாக உள்ளனர்; அவனுக்கு எதிரான முனையிடத்தே பசுநிரையைப் பகைவர் தம் கிளையோடுங்கூடி நின்று காப்பதனால் பயன் யாது? அவன், அவரை வென்று அவற்றைத் தவறாது கவர்வனன்றே. அங்ஙனமே, தானும் தவறாது தலைவனோடு புனல் விளையாட்டிற்குச் செல்வதாகப் பரத்தை கூறுகின்றனள். 'விருந்திறை' என்றது, விருந்தாக வந்தவன் தலைவன் என்பதனால்; வந்த விருந்தைப் பேணாது கைவிடல் மரபன்று என்றும் உணர்த்தினாள். விருந்து இறை விரும்பி விருந்திற்கு இறுப்பதனை விரும்பியும் ஆம்.

81. எம் சிறு நல் ஊர்!

பாடியவர்: வடம வண்ணக்கன் பேரிசாத்தன். **திணை:** குறிஞ்சி. **துறை:** தோழியிற் கூட்டங்கூடிப் பிரியும் தலைமகற்குத் தோழி சொல்லியது.

து-வி: தோழியின் உதவியினாலே தலைவியை அடையப் பெற்ற தலைவன், அவ்விடத்திலிருந்து நீங்கும் காலத்திலே, தோழி, அவனிடம் இப்படிச் சொல்லுகின்றாள்.

இவளே, நின்சொற் கொண்டஎன் சொல்தேறி,
பசுநனை ஞாழற் பல்சினை ஒருசிறைப்
புதுநலன் இழந்த புலம்புமார் உடையள்;
உதுக்காண் தெய்ய; உள்ளல் வேண்டும் –

நிலவும் இருளும் போலப் புலவுத்திரைக்
கடலும் கானலும் தோன்றும்
மடல்தாழ் பெண்ணை எம்சிறு நல்ஊரே.

வெற்பனே! குறையிரந்து வேண்டிநின்ற நின்னுடைய வாய்மொழிகளை உண்மையெனக் கொண்டு, சொல்லப்பட்ட என் வாய்ச்சொற்களை மெய்யானவை எனத் தெளிந்தவள் இவள். பசுமையான அரும்புகளையுடைய ஞாழல் மரத்தினது பல கிளைகள் அடர்ந்திருக்கும் ஒரு பக்கத்தே, இதுகாறும் நாளுக்கு நாள் புதுப்பொலிவுடன் திகழ்ந்த தன் பழைய அழகினை இழந்ததனால் உண்டான, தனிமைத் துயரையும் கொண்டவளாயுள்ளனள். வெண்ணிலவையும் காரிருளையும் போலப் புலால் நாற்றம் வீசும் அலைகளையுடையதான கடலும், அதனைச் சார்ந்த மணற்பரப்பும் தோன்றுவதான, மடல்கள் தாழ்ந்து தொங்கும் பனைமரங்கள் செறிந்த, எம் சிறிய நல்ல ஊரையும் அதோ காண்பாயாக! இனியேனும், நீ எம்மை மறவாமல் நினைவிற் கொள்ளல் வேண்டும்.

கருத்து: 'நின்சொற் பேணுவாயாக, எமக்கு அருள் செய்தல் வேண்டும்' என்பதாம்.

விளக்கம்: 'நின்சொற் கொண்ட என் சொல்' என்றதனால், சொற்களுக்குப் பொறுப்பாளன் அவனே எனவும், அது பிழைப் பின்வரும் ஏதம் அவனையே சாரும் எனவும் உணர்த்தினாள். நின் சொல்லைத் தெளிந்ததன் பயன் புதுநலன் இழந்தமையும், தனித்திருந்து துயரம் கொள்வதுமே என்றனள். ஞாழல் - ஒருவகை மரம். பசு நனை - முற்றாத இளவரும்பு. தலைவியின் நிலையும் மணக்காத அரும்பின் நிலையே எனக் குறிப்பாகக் காட்டினள். இரவு கடலுக்கும்; நிலவு மணற்பரப்புக்கும் உவமைகள் சிறிதாயினும் சிறப்புடையது என்பாள், 'சிறுநல்ஊர்' என்றாள் தோழிக்குத் தலைவி தனது வேட்கையை எதிர்நின்று கூறியது எனவும் உரைப்பர் (தொல். களவு. 27) நச்சினார்க்கினியர் அப்போது, பகற்குறி பெற்றாள் இரவுக்குறியும் வேண்டினளாகக் கூறியதாகக் கொள்க.

82. அற்சிரம் வாராதோர்!

பாடியவர்: கடுவன் மள்ளன். **திணை:** குறிஞ்சி. **துறை:** பருவங்கண்டு அழிந்த தலைமகள், 'வருவர்' என்று வற்புறுத்தும் தோழிக்குச் சொல்லியது.

து-வி: பிரிந்து சென்ற நாளில், 'தவறாது முன்பனி தொடங்குவதற்கு முன்பாக வருவேன்' என்று கூறித் தெளிவித்துச் சென்ற தலைவன், முன்பனிக் காலம் வந்த பின்னரும் வராது போகத் தலைவியின் வருத்தம் மிகுதியாகிறது. 'தலைவர் வருவர்; நீ துயரை மறந்திரு' என்று தோழி கூறுகின்றாள். அவளுக்குத் தலைவி விடையாக இப்படிச் சீறுகின்றாள்.

வார்உறு வணர்கதுப்பு உளரி, புறஞ்சேர்பு,
'அழாஅல்'என்று நம்அழுத கண்துடைப்பார்
யார் ஆகுவர் கொல்? – தோழி! – சாரல்
பெரும்புனக் குறவன் சிறுதினை மறுகால்
கொழுங்கொடி அவரை பூக்கும்
அரும்பனி அற்சிரம் வாரா தோரே.

தோழி! தம் முதுகைச் சார்ந்து நின்றபடியே, நீட்சியமைந்த வளைந்த நம் கூந்தலை வகிர்ந்து, அவர் நமக்குத் தலையளி செய்தனர். அது பிரிதலைக் குறித்த செயலென்று உணர்ந்த யாம் அழவும், 'அழேல்' என்று சொன்னவராக, நம் அழுத கண்ணினின்றும் வடிந்த நீரையும் துடைத்தனர். அப்படி செய்த அவர், மலைப் பக்கத்திலேயுள்ள பெரிதான தினைப்புனத்திற்கு உரியவனாகிய குறவனது, சிறிய தினைப் பயிரிடத்தே, கொழுமையான அவரைக் கொடியானது முதற் பூதோற்றிக் காய்த்துப் பின் மீளவும் பூக்கத் தொடங்கியுள்ள, பொறுத்தற்கரிய பனியையுடைய இந்த முன்பனிக் காலத்திலும், மீண்டு வராதவர் ஆயினர். அங்ஙனம் வராதாராகிய அவர்தாம், இப்பொழுது எத்தன்மையினர் ஆவாரோ?

கருத்து: 'குறித்தபடி வராதவர் நம்மை மறந்திருப்பாரோ' என்பதாம்.

விளக்கம்: 'பிரிவதற்கு முன்பாகத் தன்னை ஐயுற்று வருந்திய தலைவியின் வருத்த மிகுதியை உணர்ந்து, அவளைத் தேற்றித் தெளிவித்தவனாகக் கண்ணீரைத் துடைக்கும் பேரன்பு காட்டியவன் தலைவன். அவன், பிரிவுத்துயரால் அவள் வேதனை மிகுதியினை அடைவாள் என்பதனை நினைத்தானில்லை. அவரையிடத்து முதற்பூத் தோற்றுமுன் வருவதாகச் சொன்னவன், மறுபூப்பூத்து விளங்கும் காலத்தும் வரவில்லை; என்றால், அவன் தன்னைப் பற்றிக் கருதுவதையே மறந்திருக்க வேண்டும். இப்படி நினைத்து வாடுகிறாள் தலைவி. முன்பு, புறஞ்சோர்வு, கதுப்ப உளரி, அழாஅல் என்று சொல்லி

அழுதகண் துடைப்பார்; இது போது வாராதார், என்பதனிடை, அவளுடைய ஏக்கமிகுதி வெளிப்படக் காணலாம். 'மறுகால்' என்பதனைச் சிறுதினைக்கும் கூட்டி, முற்கதிர் கொய்தபின், அதே நாளில் மீண்டும் வளர்ந்து பூத்த தினைப்பயிர் என்று கொள்ளலும் ஒன்று. இதுவும் பொருந்தும்.

83. அன்னை பெறுக!

பாடியவர்: வெண்பூதன். **திணை:** குறிஞ்சி. **துறை:** தலைமகன் வரைந்தெய்துதல் உணர்த்திய செவிலியைத் தோழி வாழ்த்தியது.

து-வி: தலைவன் வரைவோடு வருவானெனச் செவிலி தோழிக்குச் சொல்லுகின்றாள். அவள் தலைவியிடம் சென்று, செவிலியை வாழ்த்துவதுபோலச் செய்தியை அறிவிக்கின்றாள். இதனால், செவிலியும் தாயும் அவனை ஏற்றுக் கொண்டதும், விரைவில் மணம் நிகழும் என்பதும் அறிந்து, தலைவி களிப்பாள் என்று கொள்க.

அரும்பெறல் அமிழ்தம் ஆர்பதம் ஆகப்
பெரும்பெயர் உலகம் பெறீஇயரோ, அன்னை—
தம்இல் தமது உண்டன்ன சினைதொறும்
தீம்பழம் தூங்கும் பலவின்
ஓங்கு மலை நாடனை, 'வரும்'என்றோளே!

தமக்கு உரிமையான வீட்டிலே இருந்துகொண்டு, தம் முயற்சியாலே ஈட்டிய பொருளில், தமக்கென அறநெறி வகுத்துள்ள கூற்றை உண்ணும் ஒருவரது இன்பத்தைப் போன்று, இன்பநலம் செறிந்து விளங்கும் நாட்டினன் தலைவன். கிளைகள்தோறும் இனியவான பழங்கள் தொங்குகின்ற பலா மரங்கள் செறிந்த உயர்ந்த மலைநாடனும் அவனாவான். அவனை, வரைவொடு வருவான் வருவான் என்றாள் என் அன்னை. இந்த நற்சொற்களைக் கூறிய அவள், பெறவரிய அமுதமே உண்ணும் உணவாகப் பெரும் புகழ் உலகத்தையே அடையப் பெறுவாளாக!

கருத்து: 'வரைவொடு வருவாரென்ற அன்னை இம்மை மறுமை இன்பங்களைப் பெறுவாளாக' என்றதாம்.

விளக்கம்: அரும்பெறல் அமிழ்தம் - பெறவரிய அமுதம், பெறவரிது இவ்வுலகத்தார்க்கு. ஆர்பதம் - உண்ணும் உணவு; 'பெரும் பெயர் உலகம்' என்றது, சுவர்க்கத்தை. அதனைப் பெறீஇயரோ என்றதால். இவ்வுலகத்தும் நெடிது

இன்புடன் வாழ்கவென்றதும் ஆம். தம்மில் தமது உண்டன்ன ஓங்குமலைநாடன் எனவும், சினைதோறும் தீம்பழந் தூங்கும் பலவின் ஓங்குமலைநாடன் எனவும் கூட்டிக்கொள்க. 'தம்மில் தமது உண்டன்ன' இன்பத்தைத் தலைவன் உடையான் என்றதால், தலைவியை மணந்து கூடி வாழ்கின்ற கற்பற வாழ்வுக்கு விருப்புடையோனாகத் தலைவன் வரைந்து வருவான் என்றனளாம். இல்லறஞ் செய்தவர் அடையும் துறக்க வின்பத்தை, அதற்கு உதவிய செவிலியும் பெறுக என்று வாழ்த்தினதாகவும் கொள்க. களவின்பம் 'தம்மில் இருந்து தமது உண்டன்ன' இன்ப மாகாமையும்; கற்பறத்துட் பெறுவதே அஃதாவதையும் உணர்தல் வேண்டும். தீம்பழந் தூங்கும் பலவின் ஓங்குமலைநாடன் என்றது, அவனது குடிச் செழுமையைக் கூறியதாம்.

84. இனி அறிந்தேன்!

பாடியவர்: மோசிகீரன். **திணை:** பாலை. **துறை:** மகட்போக்கிய செவிலித்தாய் சொல்லியது.

து-வி: தலைவி தலைவனுடன் வெளியேறிச் சென்றதறிந்த செவிலித்தாய், தலைவியின் முடிபைத் தான் முன்பே அறிந்திராதற்கு இரங்கி, இப்படிக் கூறுகின்றாள்.

பெயர்த்தனென் முயங்க, யான் வியர்த்தனென் என்றனள்;
இனி அறிந்தேன், அதுதுனி ஆகுதலே –
கழல்தொடி ஆஅய் மழைதவழ் பொதியில்
வேங்கையும் காந்தளும் நாறி,
ஆம்பல் மலரினும் தான் தண்ணியளே.

உழல இட்ட தோள்வலையத்தைப் பூண்டிருப்பவன் ஆய்வள்ளல். அவனுக்குரியது மேகங்கள் தவழ்கின்றதான பொதியில் மலை. அம் மலையிடத்துள்ள வேங்கை மலரும் காந்தள் மலரும் தன்பால் மணக்க, ஆம்பல் மலரைக் காட்டினும் குளிர்ச்சியாக விளங்கினாள் என் மகள். என் அருகே இரவு நேரத்தில் படுத்துறங்கிய அவளைத் தழுவிக் கொள்ள நினைத்து, என் பக்கமாக அவளுடலைப் புரட்டினேன். அவளோ, அதற்கு இசையாதாளாக, 'வியர்த்தனன்' என்று கூறினாள். அங்ஙனம் யான் முயங்கப் பெயர்த்தது அவளுக்கு வெறுப்பாயிருந்ததன் காரணத்தை, யான் இப்போது அறிந்து கொண்டேன்.

கருத்து: 'தலைவி, தலைவனைத் தழுவுதலையன்றித் தாயின் தழுவலை வெறுத்தனள்' என்பதாம்.

விளக்கம்: 'வியர்த்தனள்' என்றனள் வியர்க்காத நிலையிலேயே வியர்த்ததாகப் பொய் கூறினள். அது துனியாகுதல் - தலைவனைத் தழுவி இன்புற்றவளுக்குத் தாயின் அணைப்பு வெறுப்பாகித் தோன்றுதல். அவள் தாயின் தழுவலைவிட்டுத் தலைவனின் துணையை நாடியதன் குறிப்பு இது. 'கழல் தொடி ஆய்' என்றது ஆய் வள்ளலை; கொடுக்கக் கை நீட்டும் பொழுதெல்லாம் அவனுடைய தோள்வளைகள் கழலும் என்பர். 'வேங்கையும் காந்தளும் நாறியது' தலைவன் தந்த அப்பூக்களைச் சூடியதனால்; இதனால், பகற்குறியிடத்தே தலைவனைக் கூடியின்புற்றவள் தலைவி என்பதும் உணரப்படும். 'ஆம்பல் மலரினும் தண்ணியளானது களவின்பத்தைப் பெற்று களிப்பாலும், உடன் போக்கினை நினைத்த மகிழ்வாலும். 'தண்ணியள் வியர்த்தனன் என்றனள்'; எனினும் அறியாது போயினனே' என வருந்துகின்றாள் செவிலித்தாய்.

85. பேச்சில் இனியவன்!

பாடியவர்: வடம வண்ணக்கன் தாமோதரன். திணை: மருதம். துறை: வாயில் வேண்டிச் சென்ற பாணற்குத் தோழி சொல்லி, வாயில் மறுத்தது.

து-வி: தலைவனுக்குத் தூதாக வந்த பாணன், தலைவியிடத்தே தலைவனைப் புகழ்ந்து பலபடியாகப் பேசுகின்றான். அதனைக் கேட்ட தோழி தலைவனைத் தலைவி ஏற்க மறுப்பதை அவனுக்குச் சொல்ல நினைப்பவள், இப்படிக் கூறுகின்றாள்.

யாரினும் இனியன்; பேர்அன் பினனே –
உள்ளூர்க் குரீஇத் துள்ளுநடைச் சேவல்
சூல்முதிர் பேடைக்கு ஈனில் இழைஇயர்,
தேம்பொதிக் கொண்ட தீம்கழைக் கரும்பின்
நாறா வெண்பூக் கொழுதும்
யாணர் ஊரன் பாணன் வாயே.

மனையுள்ளே வாழ்கின்ற ஊர்க்குருவியினது துள்ளிய நடையையுடைய சேவலானது, கருமுதிர்ச்சி பெற்றிருக்கும் தன் பேடைக்கு, முட்டையிடுவதற்குரிய இடத்தை அமைக்கும். அதனை அமைக்கும் பொருட்டாக, இனிய சாறு பொதிதலைக் கொண்ட தீவிய தண்டமைந்த கரும்பினது, மணக்காத வெண்மையான பூக்களைக் கோதி எடுத்துக் கொண்டுமிருக்கும். புது வருவாயையுடைய அத்தகைய ஊரின் தலைவன்

தலைமகன், அவன், பாணனின் வாய்ச்சொற்களுள், 'எவரினுங் காட்டில் இனியவனாகவும், எம்பாற் பேரன்பினனாகவும்' விளங்குகின்றான்!

கருத்து: 'பாணன் சொன்னாற் போலத் தலைவனிடத்தே அன்பும் இனிமைச் செவ்வியும் இல்லை' என்பதாம்.

விளக்கம்: இனியன் - இனிமை செய்பவன்; ஈன்றார் தோழியர் ஆகிய யாவரினும் இனியன் என்று அவர்களது கூட்டுறவை உளங்கொண்டு கூறினள்; 'பேரன்பினன்' என்றது, சாவிலும் பிரியாத காதலினன் என்பதாம். இவை அவனோடு கூடியிருக்கும் பரத்தைக்கன்றித் தலைவிக்கு இல்லாமற்போயின என்பதாம். குரீஇ கரும்பின் வெண்பூ ஈனில் இழைஇயர் கோதுகின்ற தன்மை கொண்ட ஊரினனாக இருந்தும், தலைவியை மறந்து கைவிட்டுப் பிரிந்த வன்மையாளனாயினன் என்றனள்; இதனால் தலைவியும் கருவுற்றிருந்தவள் என்பதைக் குறிப்பிட்டனள். 'பாணன் வாயே இனியன் பேரன்பினன்' என்றதனால், அவன் தானும் தன் நெஞ்சத்துத் தலைவனின் பொருந்தா ஒழுக்கத்தை உணர்ந்தவன் என்றும் கூறினள். இவற்றால், தலைவனுக்கு வாயின் மறுத்ததனையும் பாணனுக்குப் புலப்படுத்தினள். கொழுதும் - கோதும்.

86. கேட்பவர் உள்ளாரோ?

பாடியவர்: வெண் கொற்றன். **திணை:** குறிஞ்சி. **துறை:** 'ஆற்றாள்' எனக் கவன்ற தோழிக்குக் கிழத்தி சொல்லியது.

து-வி: தலைமகனின் பிரிவிடைத் தலைவி துயர்பொறுத்து வாழமாட்டாள் எனத் தோழி கவலைப்பட்டாள். அவளுக்குத் தலைவி இவ்வாறு சொல்லுகின்றாள்:

சிறைபனி உடைத்த சேயரி மழைக்கண்
பொறைஅரு நோயொடு புலம்புஅலைக் கலங்கி,
பிறரும் கேட்குநர் உளர்கொல்? – உறை சிறந்து,
ஊதை தூற்றும் கூதிர் யாமத்து,
ஆன்நுளம்பு உலம்புதொறு உளம்பும்
நாநவில் கொடுமணி நல்கூர் குரலே.

தோழி! வாடைக்காற்றானது மிகுதிப்பட்டு, மழைத்துளிகளும் தூற்றிக் கொண்டிருப்பதான, கூதிர்ப்பருவத்தின் நள்ளிரவிலே, மாட்டு ஈ ஒலிக்கும் போதெல்லாம், மாட்டின் கழுத்திலே விளங்கும் வளைந்த மணியினது நாவாலே முழங்குகின்ற

பொருளற்ற ஒலியும் சேர்ந்து ஒலிக்கும். இந்த ஒலிகளைத் தடுக்கப்பட்ட நீர் உடைந்து துளியாக விழுகின்ற செவ்வரிகளைக்கொண்ட குளிர்ச்சியான கண்களையும், பொறுத்தற்கரிய காம நோயோடு தனிமை வருத்துதலால் கலங்கிய கலக்கத்தையும் உடையளாயிருந்து, வாடியிருக்கும் என்னை, ஏனென்று கேட்பவர்தாம் பிறரும் உள்ளனரோ?

கருத்து: 'யான் ஒருத்தியே காதலரைப் பிரிந்திருந்து வருந்துவேன்' என்பதாம்.

விளக்கம்: 'கேட்குநர் உளரோ' என்றது, தோழியும் அயர்ந்து உறங்கத் தொடங்கினதால். அல்லது, தோழி உறங்கி எழுந்தவள் உறங்காதிருந்து வருந்தி நலியும் தலைவியைக்கண்டு கலங்க, அவட்குத் தலைவி சொன்னதுமாம். 'சிறைபனி' என்றதனால், தான் துயரத்தை அடக்க முயலும் முயற்சியைக் கூறினாள். 'சேயரி மழைக்கண்' என்றது, பண்டைய அழகினை; அது கெட்டுச் 'சிறைபனி உடைந்த கண்களாயிற்றென்க. 'பிறரும்' என்பது, என்னையன்றிப் பிறரும் எனவும் கொள்ளப்படும். 'கூதிர் யாமத்து' என்றது, தலைவனுடன் இருத்தற்குரிய பருவமென்பதனால்; அதனை இழத்தலால் பொறையரு நோயொடு நலிந்தாள் என்பதாம். கொடுமணி - வளைந்த மணி. புலம்புதலைக் கலங்கி - தனிமை அலைத்தலாற் கலக்கமுற்று உலம்புதல் -அலைத்தல்.

87. நெகிழ்தலும் பசத்தலும்!

பாடியவர்: கபிலர். **திணை:** குறிஞ்சி. **துறை:** தலைமகள் தெய்வத்திற்குப் பராஅயது.

து-வி: சூளுரைத்த தலைவன் அது பொய்த்தவனாகத் தான் மீளுங்காலத்தை நீட்டித்திருக்கத் தலைவி, அதனால் அவனுக்குத் துயரம் நேராவண்ணம் தெய்வத்தைப் போற்றுகின்றாள்.

'மன்ற மராஅத்த பேஎம்முதிர் கடவுள்
கொடியோர்த் தெறூஉம் என்ப; யாவதும்
கொடியர் அல்லர் எம்குன்று கெழு நாடர்;
பசைஇப் பசந்தன்று; நுதலே;
ஞெகிழ ஞெகிழ்ந்தன்று, தடமென் தோளே.

அம்பலத்திலேயிருந்து, கடப்ப மரத்திலே கோயில் கொண்டிருக்கும், அச்சஞ் செய்தலிலே பழமைப்பட்ட கடவுளான முருகான், கொடுமை உடையவரைத்தான் வருத்தும்

என்று சொல்வார்கள். என் கணவராகிய குன்றிடத்திற் பொருந்திய நாட்டிற்குரியவர் சிறிதும் கொடுமையுடையவரே அல்லர். மீண்டபின்னர் மீளவும் பிரியாதிருக்கும்படி அன்பு காட்டுதலைப் பெறுதற் பொருட்டாகவே என் நெற்றி பசந்தது, என் பரந்த மென்தோள்களும் என் பொருட்டாக அவருள்ளம் மேலும் நெகிழுதற் பொருட்டாகவே நெகிழ்ந்தன.

கருத்து: 'தலைவருக்கு ஊறு நேராதிருக்க அருள்க' என்பதாம்.

விளக்கம்: மராஅத்த கடவுள் - கடம்பனான கார்த்திகேயன்; குன்றத்திற்கு உரிய தெய்வம்; தலைவி குன்றவர் குலமகளாதலால் இப்படிக் குன்றக்குமரனை வேண்டுகின்றாள். 'பேஎம் முதிர் கடவுள்' என்றது, முருகனின் தீமை செய்தாரை ஒறுக்கும் தன்மையாற் கூறியதாம்; 'பேஎம் முதிர்' என்றதும் சூளுரை பொய்த்தலால் நெறிபிறழ்ந்தார்க்கே என்க. 'நுதல் பசந்தது உண்மைதான்; அது அவர் சூள்பொய்த்த கொடுமையால் அன்று; மீண்டு வந்தபின்னர் மீளவும் பிரியாதிருக்கச் செய்ய வேண்டுமென்னும் கருத்தால்' எனவும்; 'தோள் நெகிழ்ந்ததும் உண்மைதான்; அது மீண்டவரை நம்பால் நெகிழ்ச்சி கொள்ளச் செய்யும் கருத்தால்' எனவும் கூறும் கற்பு மாண்பினைக் காண்க.

மேற்கோள்: தலைமகன் செய்த சூளுறவு பொய்த்தற்காகத் தெய்வம் அவனை வருத்துமென்று தலைவி அஞ்சிய பொழுதும், தாவில் நன்மொழி கூறும்பொழுதும், தலைவி இப்படித் தெய்வத்தை வேண்டிப் பேசுதல் நிகழும் என்பர் (தொல். களவு, 20. நச்சர்; 21 இளம்பூரணர்.)

88. வடு நாணலம்!

பாடியவர்: மதுரைக் கதக்கண்ணன். **திணை:** குறிஞ்சி. **துறை:** இரவுக்குறி சேர்ந்த வாய்ப்பாட்டால் தோழி தலைமகட்குச் சொல்லியது.

து-வி: தலைவன், பகலில் வருதலைக் கைவிட்டு இரவு நேரத்திற் குறிப்பிட்ட இடத்திற்கு வருவதாகச் சொன்னதைத் தோழி தலைவிக்குச் சொல்லுகின்றாள்.

ஒலிவெள் அருவி ஓங்கு மலைநாடன்,
சிறுகட் பெருங்களிறு வயப்புலி தாக்கித்
தொல்முரண் சொல்லும் துன்அருஞ் சாரல்,
நடுநாள் வருதலும் வரூஉம்;
வடுநா ணலமே – தோழி! – நாமே.

தோழி! ஒலிகொண்ட வெள்ளருவி விளங்கும் உயரமான மலைகளையுடைய நாட்டிற்குரியவனான நம் தலைவன், சிறுத்த கண்களையுடைய பெருங்களிறானது வலியுடைய புலியினாலே தாக்கப்பட்டுத் தன் பழைய வலிமை தொலைதற்குக் காரணமாகியதும், பிறர் அடைதற்கரியதுமான சாரலின் வழியாக, இடையிரவுப் போதில் வருதலையும் செய்வான். அங்ஙனம் நம்மை விரும்பி அவன் வருவதற்குக் காரணமாகிய களவுறவினாலே, நமக்கு ஊரிடத்தே உண்டாகும் பழிக்கும், நாம் நாணமாட்டோம்!

கருத்து: 'தலைவன் இரவு நேரத்தில் வருவான்' என்பதாம்.

விளக்கம்: 'பகற்குறி நேர்ந்த இடத்துத் தோழி தலைவிக்குக் கூறியது. (தொல். களவு. 24. இளம்பூரணர்) எனவும் கொள்வர். அப்போது, 'நடுநாள்' என்பதனை நண்பகல் என்று கொள்க. இரவுக்குறிச் சிறைப்புறமாகத் தலைமகன் உள்ளானாக, அவன் கேட்குமாறு தலைவிக்குச் சொல்லுவாள் போலத் தோழி கூறியதாகவும் கொள்க. அப்போது இரவுக்குறியும் மறுத்து வரைவு வேட்டனள் என்பதும் உணரப்படும். தொன்முரண் - புலியால் தாக்கப்படுவதற்கு முன்பிருந்த வலிமை. ஓங்குமலை அருவிநீர் சாரலைக் கடந்து வந்து நமக்கு இன்பந் தருவது போலத் தலைவனும் இன்பஞ் செய்வான் எனக் குறிப்பாகப் புலப்படுத்துகிறான். வடு - பழிச்சொல்.

89. பாலையன்ன குறுமகள்!

பாடியவர்: பரணர். **திணை:** மருதம். **துறை:** தலைமகன் சிறைப் புறத்தானாகத் தோழி தன்னுள்ளே சொல்லுவாளாய்ச் சொல்லியது; தலைமகற்குப் பாங்காயினார் கேட்பச் சொல்லி, வாயில் மறுத்தூஉம் ஆம்.

து-வி: *(1)* ஊரலர் எழுதலைப் புலப்படுத்தித் தலைவனை வரைந்து வந்து தலைவியை மணந்து வாழ்தற்குத் தூண்டுவாளாகத் தோழி சொல்லுகின்றாள். *(2)* தலைமகனுக்குப் பாங்காயினார் கேட்பத் தோழி இப்படிச் சொல்லித் தலைவி தலைமகனை ஏற்க மாட்டாள் என்று உணர்த்துகின்றாள்.

பாஅடி உரல பகுவாய் வள்ளை
ஏதில் மாக்கள் நுவறலும் நுவல்ப;
அழிவது எவன்கொல், இப்பேதை ஊர்க்கே? –
பெரும்பூண் பொறையன் பேஎம் முதிர் கொல்லிக்

கருங்கட் தெய்வம் குடவரை எழுதிய
நல் இயல் பாவை அன்ன இம்
மெல்இயல் குறுமகள் பாடினள் குறினே.

பெரும் பூணையுடைய சேரனுக்குரிய, அச்சந்தருதலிலே மிக்கதான கொல்லிமலைக் கண்ணே, கரிய கண்களையுடைய தெய்வமானது, மேற்குப்பக்கத்தே எழுதியுள்ள நல்ல அழகினையுடைய கொல்லிப் பாவையைப் போன்றவள், இம்மெல்லிய இயல்பினையுடைய இளையோள். இவள், பரந்த அடியுடைத்தாகிய உரலிடத்தே, பகுத்து வாயிற்பாடும் வள்ளைப்பாட்டினைப் பாடினவளாய்க் குற்றினளானால், அயலர்கள் இவளது களவை உணர்ந்து குறை கூறினாலும் கூறுவார்கள். அத்தகைய பேதைமையினையுடைய இவ்வூரின் பொருட்டாக நாம் வருத்தமடைதலால் என்ன பயனோ?

கருத்து: ஊரலர் எழுந்ததென உணர்த்தித் தலைவனை வரைந்து கொள்ளத் தூண்டுதலாம்.

விளக்கம்: இரண்டாவதான துறைக்கேற்பப் பொருள் காணும் போது 'ஏதின் மாக்கள்' என்பதனைப் பரத்தையரெனக் கொள்க. குறுமகள், தலைமகனின் பரத்தைமையைப் பாடினவளாகக் குற்றினால், அதனால் இப்பேதைமையுடைய ஊருக்குக் கேடு வருவது என்னையோ? என்பதாம். பரத்தைமை உடையவனாகிய தலைவனை யாம் விரும்பேம் என்பது கருத்து. பகுவாய் வள்ளை மகளிரது பகுத்துப் பாடும் வாயிடத்திருந்து எழும் வள்ளைப் பாட்டு. நெற்குற்றும் மகளிர் பலராகக் கூடி நின்று ஒவ்வொருவரும் சிறிது சிறிது பாடியபடியே குற்றுவர் என்க. பெரும்பூண் ஏழரசரை வென்றவன், அவர்தம் முடிக்கலனாற் செய்தணிந்த பூண்; இதனையுடையான் பொறையன் என்பதாம். 'பொறையன்' என்றது, சேரர் மரபினருள் ஒருவனும், இரும்பொறை வழியினனுமான தகடூர் எறிந்த பெருஞ்சேரலை. இவன் காலத்தே தான், ஓரிக்குரிய கொல்லி சேரர்க்கு உரியதாயிற்று. ஓரியைக் கொன்று கொல்லியைச் சேரர்க்கு ஆக்கியவன், மலையமான் திருமுடிக்காரி என்பது வரலாறு.

90. சால்பு தந்தது!

பாடியவர்: மதுரை எழுத்தாளன் சேந்தன் பூதன். **திணை:** குறிஞ்சி. **துறை:** வரைவு நீடித்தவழி ஆற்றாளாகிய தலைமகட்கு, தலைமகன் சிறைப்புறமாகத் தோழி கூறியது.

து-வி: தலைமகன் வருவதற்காகக் குறிப்பிட்ட காலம் நீட்டித்ததாகத் தலைவி ஆற்றாளாயினாள். ஒருநாள், தலைமகன் வந்து வேலிப்புறத்தே நிற்பதைத் தோழி கண்டதும், தலைமகளிடம் இப்படிக் கூறுகின்றாள்.

எற்றோ வாழி – தோழி! – முற்றுபு
கறிவளர் அடுக்கத்து இரவில் முழங்கிய
மங்குல் மாமழை வீழ்ந்தென, பொங்கு மயிர்க்
கலை தொட இழுக்கிய பூ நாறு பலவுக் கனி,
வரை இழி அருவி உண் துறைத் தரூஉம்
குன்ற நாடன் கேண்மை
மென்தோள் சாய்த்தும் சால்பு ஈன்றன்றே.

தோழி! மிளகுக்கொடி வளர்கின்ற மலைப்பக்கத்திலே, இராக்காலத்தே முழக்கத்தைச் செய்த மேகத்தினது பெரிதான மழைக்கால்கள் வீழ்ந்தனவாக, குளிரினாலே சிலிர்த்த மயிர்களைக் கொண்ட முசுக்கலையானது சென்று, தான் கீறி உண்பதற்கு விரும்பித் தொட்டதனாலே மரத்தினின்றும் நழுவிய, முற்றியதனால் மலர்மணங் கமழும் பலாக்கனியினை, மலைப்பக்கத்தில் வீழ்கின்ற அருவியானது நீருண்ணும் துறையிடத்தே கொண்டு தருகின்ற, குன்றங்களையுடைய காட்டினன் நம் தலைவன். அவனது நட்பு நினது மென்மையான தோள்களை மெலியச் செய்தும், அமைதியைத் தந்தது! இஃது எத்தன்மைத்தோ?

கருத்து: 'தலைமகன் வரைந்து வந்தனன்' என்பதாம்.

விளக்கம்: 'முற்றுபு பூநாறு பலவுக்கனி' என்க; அதனாற்றான் முசுக்கலை தொடவும் இழுக்கியதெனவும் அறிக. பொங்கு மயிர் - சிலிர்த்த மயிர்; இஃது இரவெல்லாம் பெய்த மழை காரணமாக ஏற்பட்டது. 'சாய்த்தும் சால்பு ஈன்றது' என்பதைக் கவனிக்க வேண்டும். தோள் சாய்ந்தது பிரிவின் காரணமாக என்றும், வரைபொருட்காகப் பிரிந்தவன் மீண்டும் வந்து தன்னை மணப்பான் என்ற அகத்தின் உறுதி காரணமாகச் சால்பு உண்டாயிற்று என்றும் அறிதல் வேண்டும். சால்பு - அமைதி. 'கேண்மை தோளை மெலிவித்ததெனினும், எனக்கு அமைதியைத் தந்தது, யான் ஆற்றவும் தான் மெலிதல் பொருந்தாதது எத்தன்மைத்து' எனத் தலைவி தோழிக்குக் கூறியவாறாகவும் இதனைக் கொள்வர். கலை தீண்ட வீழ்ந்த பழம் அருவியால் தரப்பட்டுத் துறையிடத்தார்க்கு இனிமை தருவது போலவே,

ஊழ்வலியால் பெற்றோரை மறந்து களவுறவிலே சென்ற தலைவி, தோழியின் உதவியினாலே தலைவனோடு இல்லற இன்பத்தில் திளைப்பாள் என்பதும் அறியப்படும்.

91. பலவும் சிலவும்!

பாடியவர்: ஔவையார். திணை: மருதம். துறை: (1) பரத்தையர் மாட்டுப் பிரிந்த தலைமகன் வாயில் வேண்டிப் புக்கவழி, தன் வரைத்தன்றி, அவன் வரைத்தாகித் தன் நெஞ்சு நெகிழ்ந்துழி, தலைமகள் அதனை நெருங்கிச் சொல்லியது; (2) பரத்தையிற் பிரிந்து வந்த வழி வேறுபட்ட கிழத்தியைத் தோழி கூறியதூஉம் ஆம்.

து-வி: (1) பரத்தையோடு கொண்ட உறவாலே தலைவியை மறந்திருந்த தலைவன், மீளவும் தலைவிபால் வருகின்றான். அவனைச் சினந்து ஒதுக்க முயன்றும், தன் நெஞ்சம் அவனைத் தழுவ முந்துவதறிந்த தலைவி, தன் நெஞ்சிற்கு இப்படிக் கூறுகின்றாள். (2) பரத்தையிற் பிரிந்து மீண்ட தலைமகனோடு ஊடி ஒதுங்கி அவனை ஏற்க முந்தாத தலைவியின் செயலைக் கண்ட தோழி, இப்படிக் கூறி அவளை எச்சரிக்கின்றாள்.

அரில்பவர்ப் பிரம்பின் வரிப்புற விளைகனி
குண்டுநீர் இலஞ்சிக் கெண்டை கதூஉம்
தண்துறை ஊரன் பெண்டினை ஆயின்,
பல ஆகுக, நின் நெஞ்சில் படரே!
ஓவாது ஈயும் மாரி வண்கை,
கடும்பகட்டு யானை, நெடுந்தேர், அஞ்சிக்
கொன் முனை இரவுஊர் போலச்
சில ஆகுக, நீ துஞ்சும் நாளே!

பிணக்கத்தையுடைய பிரப்பங் கொடியின் புறத்தே வரிகளைக் கொண்டதான விளைந்த கனியினை, ஆழமான நீரையுடைய குளத்திலுள்ள கெண்டை மீனானது பற்றியுண்ணும், தண்ணிய நீர்த்துறைகளையுடைய ஊரன் நம் தலைவன். அவன் மனைவியாக, நீயும் கற்பறத்தோடு இருப்பாயானால், நின் நெஞ்சிற் படரும் துன்பங்களும் இனிப் பலவாக ஆகுக! இடையில் ஒழியாது எப்பொழுதும் கொடுக்கும் மாரி போன்ற வள்ளன்மையுடைய கையினையும், கடுவேகத்தைக் கொண்டதான யானைப் படையினையும், நெடிய தேர்ப்படையினையும் உடையன் அதியமான் அஞ்சி. அவனுடைய அச்சத்தைச்

செய்யும் போர் முகத்து இரவூரில் உள்ளாரைப்போல, நீ உறங்கும் நாட்களும் இனிச் சிலவே ஆகுக!

கருத்து: 'நெஞ்சே! நீ என்வயமாகி நின்று அவருடன் ஊடுதற்கு உதவுக' என்பதாம்!

விளக்கம்: தோழி கூற்றாயின், 'ஊரன் பெண்டு இனையை ஆயின்' என்று கூட்டிப் பொருள் கொள்க. 'அவனை ஏற்றருள வேண்டிய கற்பறத்தையுடைய நீ வேறுபட்டு நிற்பின், அவன் மீளவும் பரத்தையரை நாடிச் செல்வான்; அதனால் நின் துயரம் பலவாகும்; நீ உறங்கா நாட்களும் பலவாகும்; ஆகவே, அவனை வெறுத்து ஒதுக்காதே' என்கின்றாள் தோழி என்றும் அறிக. இதுவே சிறப்பான பொருளாக அமையும். 'அஞ்சி' அதியமான் நெடுமான் அஞ்சி; ஔவையை ஆதரித்து வந்த வள்ளல். இவனது கொன்முனை இரவூர் மக்கள் என்று தமக்கு அழிவு வருமோவென்னும் கவலையுட்பட்டவராய்த் தூக்கமிழந்து தவிப்பது போலத், தலைவியும் தவிப்பாள் என்பதாம்.

92. செலவு விரையும்!

பாடியவர்: தாமோதரன். **திணை:** நெய்தல். **துறை:** காமம் மிக்க கழிபடர் கிளவியால், பொழுது கண்டு, சொல்லியது.

து-வி: பகற்போதெல்லாம் பிரிவுத்துயரை ஒருவாறாகப் பொறுத்திருந்த தலைவி, மாலையின் வரவைக் கண்டதும் மனநோய் மிகுதியாக இப்படிச் சொல்லுகின்றனள்.

ஞாயிறு பட்ட அகல்வாய் வானத்து –
அளியதாமே – கொடுஞ் சிறைப்பறவை,
இறைஉற ஓங்கிய நெறிஅயல் மராஅத்த
பிள்ளை உள்வாய்ச் செரீஇய,
இரை கொண்டமையின், விரையுமால் செலவே.

வளைந்த சிறகுகளை உடையவான பறவைகள் தாம் தங்குதற்குப் பொருந்தியபடி உயர்ந்த, வழிக்கு அயலாகவுள்ள கடப்ப மரத்திலேயுள்ள தம் கூட்டிலிருக்கின்ற, தம் குஞ்சுகளின் உள்வாயிலே செருகும்படியாக, அவற்றிற்குரிய இரையினைத் தம் வாயிடத்தே கொண்டமையால், கதிரவன் மறைந்த அகன்ற இடத்தையுடைய வானத்தே, விரையச் செல்லுகின்றன! அவை இரங்கத்தக்கன!

கருத்து: 'தலைவன் விரைந்து வாரானோ' என்பதாம்.

விளக்கம்: குஞ்சுகட்குரிய இரையைக் கொண்டவாய் விரையப் பறந்து செல்லும் பறவைகளை மாலை வானத்தே காணும் தலைவி, அவை போலத் தானும் இல்லறமாற்றிப் புதல்வனைப் பெற்று மகிழ்தற்கில்லையே என ஏங்குகின்றாள். அவற்றிற்குள்ள பாசமும் விரைவும் தலைவனிடத்துத் தோன்றாவோ எனவும் மயங்குகின்றாள். 'அளிய' என்றது, அறிவுடைத்தலைவன் மேற்கொள்ளாத குடும்பப் பாசத்தை அவை மேற்கொள்வது கண்டு, இதனால் தலைவிக்குக் காம மிகுந்ததென்பதும் புலப்படும். கொடுஞ்சிறை - வளைவான சிறகு. உள்வாய் - வாயினுள்; பற்றி விழுங்குதற்கு அறியாத பருவத்து ஆதலின் வாயினுள் இடவேண்டும் என்க. பறவைகள் கூடுகட்டத் தொடங்குதற்கு முன்பே பிரிந்தவன், அவை குஞ்சுகட்கு உணவூட்டும் காலம் வந்தும் வரவில்லையே என நினைந்து ஏங்கினளுமாம்.

93. அன்னையும் அத்தனும்!

பாடியவர்: அள்ளூர் நன்முல்லையார். **திணை:** மருதம். **துறை:** வாயிலாகப் புக்க தோழிக்கு வாயில் மறுத்தது.

து-வி: பரத்தையிற் பிரிந்திருந்து மீண்ட தலைவனுக்கு இணக்கமாக இருக்கும்படியாகத் தோழி தலைவியிடம் கூறத் தலைவி இவ்வாறு உரைத்துக் குமுறுகின்றாள்.

நல்நலம் தொலைய, நலம்மிகச் சாஅய்,
இன் உயிர் கழியினும் உரையல்; அவர் நமக்கு
அன்னையும் அத்தனும் அல்லரோ?
புலவி அஃது எவனோ, அன்பிலங் கடையே?

தோழி! நம் நல்ல பெண்மை நலம் கெடவும், நம் மேனியின் வனப்பு மிகவும் அழிந்துபோகவும், அவற்றினும் மேலாக நம் இனிய உயிரே நீங்கிப் போனாலும், அவர்பாற் பரிவு காட்டுக என்னும் சொற்களை மட்டும் இனி என்னிடத்தே சொல்லாதே! அன்பென்பது இல்லாதவிடத்து, புலவி என்னும் அதுதான் எதன் பொருட்டோ? மேலும், அவர் நமக்குத் தாயும் தந்தையும் ஆகியவரும் அல்லரோ?

கருத்து: 'தலைவனுக்கு நம்பால் அன்பில்லை; அதனால் யான் புலவி கொண்டேனும் அல்லள்' என்பதாம்.

விளக்கம்: நன்னலம் - நல்ல பெண்மை நலம்; நாணம் - மடம் அச்சம் பயிர்ப்பென்னும் நாற்குணச் செறிவுடைமையால்

அமைவது இது. அன்னையும் அத்தனும் அல்லவோ? என்றது, அவர் போல் தொழுப்பதற்குரியவராக ஆயினரன்றி அன்புற்ற காதலர், ஆயினார் அல்லர் என்னும் ஏக்கத்தால். 'புலவியஃது எவனோ' என்றாள், அன்பில்லாத வழிப் புலவியாலும் பயனில்லை' என்பதனால்.

மேற்கோள்: தலைவனைத் தலைவி காய்தற்கண் வந்ததென இச்செய்யுளைக் காட்டுவர் இளம்பூரணர் (கற்பு. 6. இளம்) தோழி, தலைவனை அன்பிலை கொடியை எனப் பழிக்கக் கேட்ட தலைவி, அவன் அதனாற் சினங்கொண்டனனோ என அறிதற்கு நினைத்தும், அவனது குறிப்பை அறிதற்கு விரும்பியும், அவனோடு அயன்மையுடைய சொல்லைத் தோற்றுவிக்கின்றனள். தாய்போற் பேணவும் தந்தைபோற் காக்கவும் கடமை கொண்டானன்றித் தலைவனைப் போன்று அன்புகாட்டி அளி செய்தானில்லை; அதனால் நான் அவனோடு ஊடவும் இல்லை என்கின்றாள்.

94. மிகச் சிவந்தன!

பாடியவர்: கதக்கண்ணன். **திணை:** முல்லை. **துறை:** 'பருவங் கண்டு ஆற்றாள்' எனக் கவன்ற தோழிக்கு, 'ஆற்றுவல்' என்பது படத் தலைமகள் சொல்லியது.

து-வி: தலைமகன் மீள்வதாகக் குறித்துச் சென்ற கார்ப் பருவத்தின் வரவினைக் கண்ட தலைவி, குறித்தபடி அவன் வாராமையினாலே மிகவும் கலக்கமுற்றாள். அவளது கலக்கம் தோழிக்குக் கவலையைத் தருகின்றது. அந்தக் கவலையை மாற்றுவாளாகத் தான் ஆற்றியிருக்கும் துணிவுடையவள் எனத் தலைவி கூறுகின்றாள்.

பெருந்தண் மாரிப் பேதைப் பித்திகத்து
அரும்பே முன்னும் மிகச் சிவந்தனவே;
யானே மருள்வென்? தோழி! – பானாள்
இன்னும் தமியர் கேட்பின், பெயர்த்தும்
என் ஆகுவர் கொல், பிரிந்தி சினோரே?
அருவி மாமலைத் தத்தக்
கருவி மாமழைச் சிலைதரும் குரலே.

தோழி! பேதைமை உடையவான பிச்சியினது அரும்புகள், பெரிய குளிர்ச்சியையுடைய மாரிக்காலத்திற்கு முன்பேயும், தம் அறியாமையினாலே, மிகுதியும் சிவந்தவாய்த் தோன்றுகின்றன.

அவற்றைக் கண்டதும் இதுதான் கார்ப்பருவமென்று கருதி மயங்குவதும் யானே? அருவியானது பெரிய மலையிலே தங்கி வீழும்படியாகத் தொகுதியாகிய பெரிய மேகங்கள் முழங்கும் ஓசையினை, நள்ளிரவினும் என்னைப் பிரிந்த துயரத்தால் இன்னும் தனிமைகொண்டு வருந்தியிருக்கும் தலைவர் கேட்டாராயின், மீண்டும் என்ன நிலைமையை அடைவாரோ? இதனை எண்ணியே யானும் மயங்குவேன்!

கருத்து: 'மேகத் தொகுதியின் முழக்கத்தைக் கேட்கும் தலைவர், தம் வினை முடிவதற்கு முன்பேயே மீளுதற்கு முற்படுவாரோ' என்று மயங்குவேன் என்பதாம்.

விளக்கம்: 'தமியராயிருந்து பிரிந்திசினோர் கேட்பின் என்னாகுவர் கொல்' என்று மயங்குவேன் என்றமையினாலே, கூறியிருந்தால் கார்காலம் இனிமை மிகுதியைத் தருவதாகும். எனவும் கூறினள். பித்திகம் - பிச்சி; இது மாரிக்காலத்திலே அரும்பி மலர்வது. பருவ வரவைக் காட்டும் பொருளாகிய பானாள் - நள்ளிரவு. 'பிரிந்திசினோர்' என்றது, பிற மகளிரைக் குறிப்பதுமாகலாம். அப்போது, பிரிந்துறையும் பிற மகளிரது துயர் மிகுதியை நினைத்தே மயங்கினேன்; யான் மயங்குவேன் அல்லனென்று கூறியதாகக் கொள்க. 'அருவி தந்த' என்றது மழைபெய்ததையும் உணர்த்தும். மாரியின் வரவைக் காலத்திற்கு முன்பாகப் பெய்த மழையெனக் கூறி, "தலைவர் சொற்பிழையார்; அவர் வரும் வரை யானும் ஆற்றியிருப்பேன்" எனக் கூறும் தலைவியின் கற்புத் திண்மையையும் இச்செய்யுளிற் காணலாம்.

95. வன்மை அழிந்தது!

பாடியவர்: கபிலர். **திணை:** குறிஞ்சி. **துறை:** தலைமகன் பாங்கற்கு உரைத்தது.

து-வி: தலைவனது மேனியில் காணப்பட்ட வேறுபாடுகளைக் கண்ட பாங்கன், அதுகுறித்துத் தலைவனை வினவுகின்றான். அவனுக்குத் தலைவன் தன் காமநோயைப் பற்றிக் கூறுவது இது.

மால்வரை இழிதரும் தூவெள் அருவி
கல்முகைத் ததும்பும் பல்மலர்ச் சாரற்
சிறுகுடிக் குறவன் பெருந்தோட் குறுமகள்
நீர்ஓ ரன்ன சாயல்
தீஓ ரன்ன என்உரன் அவித்தன்றே.

தோழனே! பலவகை மலர்களையுடைய மலைச்சாரலிலே விளங்கும் சிறுகுடியினனாகிய குறவன் ஒருவனுடைய, பெருத்த தோள்களைக் கொண்டவளான குறுமகள் ஒருத்தியைக் கண்டேன். பெருமலையிடத்திருந்து வீழ்கின்ற தூய வெண்மையான அருவிநீரானது, பாறை வெடிப்புக்களிலே ததும்புகின்றதனைக் கண்டிருப்பாய். அந்த நீரைப் போன்றதான, அக்குறு மகளது மென்மையானது, நெருப்பைப் போன்றதான என் வலிமையையும் அவித்துவிட்டது!

கருத்து: சிறுகுடிக் குறவன் குறுமகள்பால் கொண்ட காமநோயே என் மெலிவிற்குக் காரணம் என்பதாம்.

விளக்கம்: குறுமகளது மென்மைக்குப் பெருமலையிடத்திருந்து வீழ்கின்ற தூய வெள்ளிய அருவியானது, பாதைப் பிளப்புகளிலே பாய்ந்து ததும்புகின்ற போது தோன்றும் மென்மையினைக் கூறினான். மென்மையாயினும் அது தன் வன்மையை அவித்தது என்பவன், 'நீரோரன்ன சாயல், தீயோரன்ன என் உரன் அவித்தன்று' என்கிறான். 'சிறுகுடிக் குறவன் குறுமகள்' என்றது, தான் பெருங்குடிப் பெருமகனாக இருந்தும், அதனை மறந்து அவளையே விரும்புவதை வற்புறுத்த நினைத்து.'பன்மலர்ச் சாரலை' நினைந்தது, தான் அவளைக் கண்டு பெற்ற இன்பத்தினை எண்ணியாம். சாயல் - மென்மை.

96. என் ஆகுவைகொல்?

பாடியவர்: அள்ளூர் நன்முல்லை. **திணை:** குறிஞ்சி. **துறை:** தலைமகனை இயற்பழித்துத் தெருட்டும் தோழிக்குத், தலைமகள் இயற்படச் சொல்லியது.

து-வி: விரைவிலே வரைந்து வருவேனெனப் பிரிந்து சென்ற தலைவன், தான் குறித்தபடி வராததனைக் கண்ட தோழி அவனது இயல்பினைப் பழித்துக் கூறி நகுகின்றாள். தன்னை அவ்வாறு தேற்ற முயலும் தோழிக்குத், தலைவி, தலைவரின் இயல்பைப் போற்றிக் கூறுவது இச்செய்யுள்.

அருவி வேங்கைப் பெருமலை நாடற்கு
யான் எவன் செய்கோ? என்றி; யான் அது
நகைஎன உணரேன் ஆயின்,
என் ஆகுவை கொல்? – நன்னுதல்! நீயே.

நல்ல நெற்றியை உடையவளே! அருவி நீரானே வளர்கின்ற வேங்கை மரத்தை உடைய பெரிய மலைநாட்டைச் சார்ந்த

தலைவனுக்கு யான் என்ன செய்வேனோ என்று கூறி, அவனது இயல்பைப் பழித்தனை. யான், அதனை நகுதற் பொருட்டாகக் கூறியதெனவே உணர்கின்றேன்; அப்படி உணரேன் ஆகில், நீதான் என்ன பாடுபடுவையோ?

கருத்து: 'தலைவனைப் பழித்துப் பேசாதே' என்பதாம்.

விளக்கம்: 'அருவியான் வளரும் வேங்கையினையுடைய பெருமலை' என்பதில் அருவி தலைவனுக்கும் வேங்கை தலைவிக்கும் பொருந்துவன. அருவியைத் தன்பால் வருவிக்கவும் இயலாது, தான் அதனிடத்துச் செல்லவும் இயலாது, அது தானே தன்னை வந்தடைந்த போது தான் பொலிவுற்றும், வாராத வழி ஆற்றும் வரை ஆற்றியிருந்து, ஆகாத எல்லையிடத்து இறந்துபடுவதையே தன் வாழ்வாகக் கொண்டிருந்தும் வாழும். அவ்வாறே தலைவியின் நிலையும், தலைவனைத் தன்பால் வருவித்துக் கொள்ளவும், தானே அவன்பாற் சென்று சேரவும் இயலாதாய், அவன் வந்தபோது பொலிவுற்றும், வராதபோது ஆற்றும்வரை ஆற்றியிருந்து, அஃது ஆகாதபோதில் இறந்து படுகின்ற தன்மைத்தென அறிக. 'பெருமலைநாடன்' என்றது தலைவனின் பெருங்குடிப் பெருமகனாம் தகுதியை நினைந்து. நகைஎன - நகுதற் பொருட்டுக் கூறப்பெற்றதென. 'என் ஆகுவை கொல்' என்றது, தோழியைக் கடிந்து சொல்லிய சொற்கள்.

97. மறை மன்றத்தது!

பாடியவர்: வெண்பூதி. **திணை:** நெய்தல். **துறை:** வரைவு நீட்டித்தவழித் தலைமகள் தோழிக்குச் சொல்லியது.

து-வி: குறித்துச் சென்றதன்படி வரைந்து வராமல் தலைமகன் நாட்கடத்தத், தலைவி மனங்கலங்கியவளாகத் தன் தோழியிடம் இப்படிக் கூறுகின்றாள்.

யானே ஈண்டையேனே: என்நலனே
ஆனா நோயொடு கான லஃதே,
துறைவன் தம் ஊரானே.
மறைஅலர் ஆகி மன்றத் தஃதே

தோழி! தலைவன் தந்து சென்ற அமையாத நோயுடன் கூடியவளாக, யான் இவ்விடத்தே தனித்துள்ளேன். அவனை என்பால் கொண்டுதந்த என் பெண்மைநலன் அவனைத் தேடியபடியே கானலிடத்ததாக உள்ளது. துறைவனாகிய அவனோ, தன் பெற்றோருடன் தனது ஊரிடத்தே உள்ளனன்!

எம்பால் நிகழ்ந்த களவு உறவாகிய மறையோ, வெளிப்பட்டு ஊரலராகி, ஊர்ப்பொதுவிடத்தும் ஆயிற்றே!

கருத்து: 'ஊரலர்க் காற்றாது யான் இறந்துபடுவேன்' என்பதாம்.

விளக்கம்: 'ஈண்டை' - என்றது, தலைமகளின் பிறந்த வீட்டை; தலைவனை மணந்து அவனோடு அவனில்லில் கூடியிருந்து வாழ்தற்குரியவளாகிய தான், அது நிறைவெய்தப் பெறாமல், தன் வீட்டிலிருந்து தனிப்படருழந்து நலிதலை இப்படிக் கூறுகின்றாள். கானல் - கானற்சோலை; தலைவனைக் கலவிற்கூடிய இடம். நலன் வருத்தத்தை நினைந்தாம். ஆனா நோய் - அமையாத நோய். துறைவன் - நெய்தல் நிலத்தலைவன். 'தம் ஊரான்' என்றது, தன் பெற்றோருடன் அவன் தன்னூரிடத்து இருக்கும் தன்னை மறந்த நிலையினை எண்ணி, 'எம் ஊராக அதனைச் செய்தற்கு வாக்களித்தவன், தம்மூராகவே விளங்கச் செய்தான்' என்பதும் ஆம். மறை - களவு உறவு. அது மறையாய் இராது வெளிப்பட்டு அலராகி ஊர் மன்றத்திடத்துப் பலரானும் சுட்டிப் பேசப்படும் தன்மையாயிற்று பழிப்பதை நினைந்து கூறியதாகும். இந்நிலை வந்தபின்னரும் அவன் வரைந்து வராதிருக்கின்றனனே எனக் கருதி வாட்டமுற்றதும் ஆம்.

98. சொல்வாரைப் பெறின் நன்று!

பாடியவர்: கோக்குளமுற்றன். **திணை:** முல்லை. **துறை:** பருவங் கண்டு அழிந்த தலைமகள் தோழிக்கு உரைத்தது.

து-வி: வரைபொருள் கொண்டு மீண்டு வருவதாகத் தலைவன் குறிப்பிட்டுச் சென்ற கார்ப்பருவத்தின் வரவைக் கண்ட தலைவி, அவன் குறித்தபடியே வராமையினை நினைந்து நெஞ்சழிந்தவளாகத், தோழிக்கு இப்படிக் கூறுகின்றாள்.

இன்னள் ஆயினள் நன்னுதல் என்று, அவர்த்
துன்னச் சென்று செப்புநர்ப் பெறினே,
நன்றுமன் வாழி – தோழி – நம்படப்பை.
நீர்வார் பைம்புதர் கலித்த
மாரிப் பீரத்து அலர்சில கொண்டே.

தோழி! நம் தோட்டத்திடத்தேயுள்ள பசியபுதலைப் பற்றுக் கோடாகக் கொண்டு படர்ந்து தழைத்துள்ள, நீர் ஒழுகுகின்ற மழைக்காலத்து மலரும் பீர்க்கின் மலர்களுட் சிலவற்றை அப்படியே கொண்டு, தலைவரை நெருங்கிச்

சென்று, 'நல்ல நெற்றியிடத்தே இத்தன்மையினள் ஆயினள்' என்று சொல்வாரைப் பெற்றால், மிகவும் நன்மையாயிருக்கும்.

கருத்து: 'யான் பசலை நோயுற்று அழகழிந்ததை அறிந்தாலன்றி, அவர் வரைந்து வாரார்போலும்' என்பதாம்.

விளக்கம்: 'பைம்புதற் கலித்த மாரிப் பீரத்து அலர்' என்றாள், அதற்குப் பற்றுக்கோடாகப் பற்றிப் படர்வதற்குப் புதலுண்டு; எனக்குப் பற்றுக்கோடாகவுள்ள அவர் தாம் இல்லை என்று நினைத்ததனால். 'செப்புநர்ப் பெறின் நன்று' என்றாள், அதனைப் பெறமாட்டாமையால் தனக்கு நன்றாமாறும் இல்லையெனக் கலங்கி, இது, தோழி, வாயிலாகத் தலைவனிடஞ் சென்று தன் குறையினைக் கூறித் தனக்கு உதவ முற்படாததை நினைந்து கூறியதுமாகும். அவள் முற்படாதது களவிற்கு வாயில்கள் செப்புவார் இலரென்பதே மரபாதலின். படப்பையிடத்துப் பசிய புதலில் தழைத்த பீர்க்கைச் சுட்டி, அது பூக்கு முன் வருவேனென்றவர், அது பூத்து நீர்வார் நிலையதாக விளங்கும் இக்காலத்தும் வந்திலரே எனத் தலைவி நலிகின்றனள்.

99. அல்லனோ யானே?

பாடியவர்: ஔவையார். **திணை:** முல்லை. **துறை:** பொருள் முற்றிப் புகுந்த தலைமகன், 'எம்மை நினைத்தும் அறிதிரோ?' என்ற தோழிக்குச் சொல்லியது.

து-வி: பொருள் தேடப் பிரிந்து சென்று, பொருளுடன் மீண்டு வந்த தலைவனிடத்தே, தோழி, 'நீர் எம்மை நினைத்தும் அறிவீரோ?' எனக் கேட்கின்றாள். அவளுக்குத் தலைவன் இவ்வாறு கூறுகின்றான்.

உள்ளினென் அல்லெனோ யானே? உள்ளி,
நினைந்தனென் அல்லெனோ பெரிதே? நினைந்து
மருண்டனென் அல்லெனோ, உலகத்துப் பண்பே?
நீடிய மராஅத்த கோடுதோய் மலிர்நிறை
இறைத்து உணச் சென்று அற்றாங்கு,
அனைப்பெருங் காமம் ஈண்டு கடைக்கொளவே.

யான் இடையறாது நும்மைக் கருதினேன் அல்லேனோ? அங்ஙனம் கருதிய நிலையிலே மீட்டும் மீட்டும் பெரிதே நினைத்தேனும் அல்லேனோ? இல்லறத்தான் அது சிறப்படைதற்குப் பொருளீட்டி வருதல் வேண்டுமென்கிற உலகத்துப் பண்பினைக் கருதிப் பொருளீட்டலை விட்டுத்

திரும்பவும் முடியாமல், நும்மை மறக்கவும் முடியாமல் மயங்கியிருந்தேனும் அல்லேனோ? உயரமாக வளர்ந்த கடம்பின் கொம்பினைத் தொட்டவாறு பெருகிச் சென்ற பெருவெள்ளமானது, முடிவிலே கையால் இறைத்து உண்ணும் அளவிற்குச் சிறுகிச் சென்று அதன்பின் அற்றும் போவதைப்போல, அத்தகைய பெரிதான காமநோயும், இவ்விடத்தே யான் நும்பால் வந்தடைதலும் இல்லையாகி வற்றியதே!

கருத்து: 'நும்மை மறந்தறியேன்' என்பதாம்.

விளக்கம்: உள்ளுதல் - உள்மனத்தே நினைதல். நினைதல் - புற மனத்தே நினைதல்; மனத்தே நினைவறாமல் நிலைத்து நின்றனள் என்பதாம். 'மருட்சி' உலகத்துப் பண்பை நினைந்து. உலகப்பண்பு, இல்லறத்தான் மூவறமும் முற்றுவித்தற்கு உதவும் பொருளைத் தேடி வருதல் வேண்டுமென்பது. 'நீடிய மரத்துக் கோடு தோயும் பெருவெள்ளமும் கடலை நோக்கிச் செல்லச் செல்லக் குறைந்து இறைத்துணும் அளவாகி முடிவில் அற்றுப்போம். அது போன்றே, வினை முடித்தபின் ஊரை நோக்கித் திரும்புங் காலத்தே நிலவிய பெரிதான காமநோயும், ஊரை நோக்கி வரவரக் குறைந்து, தலைவியை அடைந்ததும் இல்லாமற்போம்' என்பதாம். தலைவனின் காமநோய்ப் பெருக்கத்தைக் காட்டாற்று வெள்ளத்திற்கு உவமித்தனர்.

100. அரிய தோளே!

பாடியவர்: கபிலர். **திணை:** குறிஞ்சி. **துறை:** *(1)* பாங்கற்கு உரைத்தது. *(2)* அல்ல குறிப்பட்டு மீள்கின்றான் தன் நெஞ்சிற்குச் சொல்லியதூஉம் ஆம்.

து-வி: *(1)* கன்னியொருத்திபாற் காமுற்றதால் மேனி மாற்றங்கொண்டவனாகிய தலைவன் ஒருவன், அதைப்பற்றிக் கேட்ட தன் பாங்கனுக்கு இப்படிக் கூறுகின்றான்; *(2)* தலைவி குறித்த இடமெனக் கருதி வேறோர் இடத்தைச் சென்றடைந்து அவள் உறவை அதனாற் பெறாதவனாகத் திரும்பும் தலைவன், தன் நெஞ்சோடு சொல்லிக் கொள்கின்றான்.

அருவிப் பரப்பின் ஐவனம் வித்திப்
பருஇலைக் குளவியொடு பசுமரல் கட்கும்
காந்தள்அம் சிலம்பில் சிறுகுடி பசித்தென,
கடுங்கண் வேழத்துக் கோடு நொடுத்து உண்ணும்
வல்வில் ஓரி கொல்லிக் குடவரைப்

பாவையின் மடவந் தனளே
மணத்தற்கு அரிய, பணைப்பெருந் தோளே.

மலையருவியினை உடையதான பரந்த நிலத்தின்கண் மலை நெல்லினை விதைத்து, அந்த நெற்பயிரிடைத் தோன்றிய பருத்த இலைகளையுடைய காட்டு மல்லிகையோடு, பசிய மரலையும் களைந்தெறிபவர் சிறு குடியிலுள்ள மாக்கள், காந்தளையே இயல்பாக அமைந்த வேலியாகக் கொண்ட அச்சிறு குடியாளர்கள் பசித்தனர். ஆனால், கடுங்கண்களை உடைய வேழத்தினது கொம்புகளை விற்று அவ்விலைப் பொருளால் வரும் உணவை உண்பவர்களும் வல்வில் ஓரிக்கு உரித்தான அத்தகைய கொல்லியாகிய மலையின் மேற்குப் புறத்தேயுள்ள பாவையைப் போல, நான் காதலித்த தலைவியும், மடப்பம் வரச் செய்தனள். அவளுடைய பெரிய தோள்கள் தழுவுதற்கரியனவும் ஆகும்.

கருத்து: *'தலைவியால் என் அறிவு மடம் பட்டது' என்பதாம்.*

விளக்கம்: *சிறுகுடியார் விளைபொருள் ஆக்குதலினும், களிறுகளை வேட்டமாடுதலினும் ஆண்மையுடையவர் என்றனன். இது பெருங்குடிப் பெருமகனாகிய தான் கண்டு காமுற்றது சிறுகுடிக் குறுமகள் ஒருத்தி என உயர்த்தியதுமாம். ஆயின், அவள் அடைதற்கு எளியளும் அல்லள் என்பான் 'குடவரைப் பாவையின் மடவந்தனள்' என, அவளைக் கண்டதும் தான் அறிவிழந்த தன்மையையும், 'மணத்தற்கரிய' என அவளைப் பெறுவது எளிதன்றென்பதனையும் கூறினாள். 'வல்வில் ஓரி' - வள்ளல்களுள் ஒருவன்; கொல்லிப் பொருநன் எனவும் உரைப்பர். பாவை - கொல்லிப் பாவை - தெய்வப் பாவை. இதனைக் கண்டார் இதனழகால் மயங்கிப் பித்தாவர் என்பர். இரு துறைக்கும் ஏற்பப் பொருத்தித் தோழனுக்கும் நெஞ்சுக்கும் சொன்னதாகக் கொள்க.*

101. சீர் சாலாவே!

பாடியவர்: *பரூஉ மோவாய்ப் பதுமன்.* **திணை:** *குறிஞ்சி.* **துறை:** *(1) தலைமகட்குப் பாங்காயினார் கேட்பச் சொல்லியது; (2) (பொருள்) வலித்த நெஞ்சிற்குச் சொல்லிச் செலவு அழுங்கிய தூஉம் ஆம்.*

து-வி: *(1) தலைவியை மணந்து இன்புற்று வாழுகின்றவன் தலைவன்; அந்த இல்லற இன்பத்தை வியந்து, தலைவியின்*

தோழியர் கேட்பக் கருதிய தலைவன், பொருளார்வம் மிக்க தன் நெஞ்சிற்கு, இப்படிச் சொல்லித் தான் பொருள் தேடப் போவதையே நிறுத்திவிடுகின்றான்.

விரிதிரைப் பெருங்கடல் வளைஇய உலகமும்,
அரிது பெறு சிறப்பின் புத்தேள் நாடும்,
இரண்டும், தூக்கின், சீர் சாலாவே
பூப்போல் உண்கண் பொன்போல் மேனி
மாண் வரி அல்குல், குறுமகள்
தோள் மாறுபடூஉம் வைகலொடு எமக்கே.

தாமரைப் பூவைப்போன்ற மையுண்ட கண்களை உடையவள்; பொன்னைப் போன்ற மேனி வண்ணத்தினைக் கொண்டவள்; மாட்சிமைப்பட்ட வரிகளையுடைய அல்குல் தடத்தை உடையவள், இளையோளாகிய இவள். இவளோடு, தோள் மாறுபடத் தழுவிப்பெறும் இன்பத்தை நாளும் நாம் பெறுகின்றனம். விரிந்த அலைகளையுடைய பெரிதான கடலாற் சூழப் பெற்றிருக்கின்ற இந்த உலகமும், அரிதாகப் பெறுவதான சிறப்பினையுடைய தேவருலகமும், ஆகிய இரண்டையுமே ஒருங்குவைத்து ஆராய்ந்தாலும், இவளோடு பெறுகின்ற அந்த இன்பத்திற்கு அவை ஈடாகாவே!

கருத்து: 'பெறுதற்கு அரியவள் தலைவி' என்பதாம்.

விளக்கம்: 'விரிதிரைப் பெருங்கடல் வளைஇய உலகம்' என்றது, அதனை முற்றவும் பெறுவதென்பது அரிது என்பதனால். 'அரிது பெரிது சிறப்பின் புத்தேள் நாடு' என்றது, தானம் தவம் முதலியவற்றை அரிதில் முயன்று செய்தே புத்தேள்நாடு பெறக்கிடைப்பதாகலின். இதனால், இவ்வுலக இன்பங்களையும் துறக்க இன்பத்தையும் காட்டினும் தலைவியே தனக்குப் பேரின்பந்தருபவள் என்றனன். தேடியடைதற்கு நினைக்கும் பொன்னும் இவளிடத்துத்தானே உளதென்பான், 'பொன்போல் மேனி' என்கின்றான். 'தோள் மாறுபடூஉம்' - தோளோடு தோள் எதிரேற்றுத் தழுவும்'. கைகளொடு - நாள்தோறும் பெறும் இன்பத்தோடு, 'குறுமகள் தோள் மாறுபடூஉம் வைகலோடு எமக்குச் சீர்சாலாவே' என்று கூட்டி, இவ்விளையோளுடனே தோள் மாறுபடத் தழுவிப் பெறும் இன்பத்தில் தங்குதலோடு எமக்கு நேரொப்பாகா எனவும் கூறலாம்.

மேற்கோள்: 'பொருளினும் காமம் வலியுடைத்தென உட்கொண்டவிடத்துத் தலைவன் இவ்வாறு கூறுவன்' என்பர்

இளம்பூரணர் (கற்பியல். 5) பொருளும் வேண்டியதொன்றே; எனினும், சிறந்தன இரண்டனுள் ஒன்றைத் தேருங்கால், காமமே கொள்ளப்படுகின்றது.

102. சான்றோர் அல்லர்!

பாடியவர்: ஔவையார். **திணை:** நெய்தல். **துறை:** 'ஆற்றாள்' எனக் கவன்ற தோழிக்குக் கிழத்தி, 'யான் யாங்ஙனம் ஆற்றுவேன்?' என்றது.

து-வி: பிரிவு நீட்டித்தபோது, தலைவி மேலும் பிரிவைப் பொறுக்கமாட்டாள் எனக் கவலையுற்றனள் தோழி. அத்தோழிக்குத் தலைவி, தன்னுடைய துயரமிகுதியை இவ்வாறு கூறுகின்றாள்.

உள்ளின் உள்ளம் வேமே; உள்ளாது
இருப்பின், எம் அளவைத்து அன்றே; வருத்தி
வான் தோய்வற்றே. காமம்;
சான்றோர் அல்லர், யாம் மரீஇயோரே.

தோழி! நம் தலைவரை நினைந்தோமாயின், அவர் நம்மை நினையாராகிப் பிரிந்திருத்தலை எண்ணியதும், உள்ளம் வேவத் தொடங்கிவிடும். அதற்காக, அவரை நாம் நினையாதிருப்போம் என்றாலோ, அதுவும் நம்முடைய ஆற்றலின் அளவிற்கு உட்பட்டு அமைவது அன்று. காமநோயோ, நம்மை வருத்தி, வானத்தைச் சென்று தோய்வது போல வளர்ந்து பெருகுகின்றது. எம்மால் மருவப்பட்ட தலைவர், எமக்கு இப்படித் தீங்கு செய்கின்றார் ஆதலால், அவர் சால்பு உடையவரே அல்லர்!

கருத்து: 'தலைவர் சொற்பேணாராயின், யாம் வருத்தமுற்று அழகழிதல் இயல்பாகும்' என்பதாம்.

விளக்கம்: உள்ளத்துள்ளே நினைத்தலை 'உள்ளுதல்' என்பர். 'உள்ளினுள்ளம் வேமே' என்றது, அவர் சான்றோர் அல்லராயின அத்தன்மையை நினைத்ததனால் என்க. அன்பு, நாண், ஒப்புரவு, கண்ணோட்டம், வாய்மை ஆகிய ஐந்தும் சால்பெனப்படும் (குறள். 938). இவற்றைத் தலைவர் இழந்தவராயினர் என்றனள். 'யாம் மரீஇயோரே' என்றது, யாம் அன்புடனே தழுவியர் என்பதன்றி. அவர் நம்பால் அன்புடையாரன்று எனக் கூறியதுமாம். காமம் வளர்ந்து பெருகுவதை 'வான்தோய்வற்று' என்றனள். வானம் என்பதும் ஓர் எல்லைக்குட்படாதாய் அளவிறந்து உயரத் தோன்றும் இயல்பினது என்பதையும் இங்கே நினைவிற்கொள்ளல் வேண்டும்.

103. வாரார்! வாழேன்!

பாடியவர்: *வாயிலான் தேவன்.* திணை: *நெய்தல்.* துறை: *பருவங்கொண்டு அழிந்த தலைமகள், தோழிக்குச் சொல்லியது.*

து-வி: *பிரிந்த காலத்தே, தலைமகன் மீண்டு வருவதாகக் குறித்துச் சொல்லிய பருவத்தின் வரவைக் கண்ட தலைவி, குறித்தபடி அவன் வராததனை நினைந்து நெஞ்சழிந்து, தோழியிடம் இப்படிக் கூறுகின்றாள்.*

கடும்புனல் தொடுத்த நடுங்கு அஞர் அள்ளல்
கவிர்இதழ் அன்ன தூவிச் செவ்வாய்,
இரைதேர் நாரைக்கு எவ்வம் ஆகத்
தூஉம் துவலைத் துயர்கூர் வாடையும்
வாரார் போல்வர் நம் காதலர்;
வாழேன் போல்வல் – தோழி! – யானே.

தோழி! நடுங்குதற்குக் காரணமாகிய துன்பத்தைத் தருவது, பெரும் புனலால் தொகுக்கப்பட்ட சேறு அதனிடத்தே, முள்முருக்கின் மலரிதழ் போன்ற மென்மை வாய்ந்த சிறகினையும், சிவந்த அலகினையுமுடைய நாரையானது, தனக்குரிய இரையாகிய மீனைத் தேர்ந்தவாறு இருக்கும். அதை நாரைக்கும் துன்பமுண்டாகுமாறு துளிகளைச் சிதறுகின்ற, துயர்கூர்தற்குக் காரணமாகிய வாடைக் காற்றும் இப்போது வந்தது. நம் காதலர், இக்காலத்தினும் வாராதார் போல்வராயினர். அதனால், யானும், இனி உயிர்வாழேன் போலும்!

கருத்து: *'அவர் விரைந்து வந்தால் அல்லாமல் யான் உயிர் வாழேன்' என்பதாம்.*

விளக்கம்: நடுங்கஞர் அள்ளலையும் பொருட்டாக்காது, அதனிடத்தே நின்று இரைதேடும் நாரைக்கு எவ்வம் ஆக வந்தாற்போன்று, குறித்துச் சென்ற காலத்து எல்லைவரைக்கும் பிரிவைப் பொறுத்திருந்த யானும், குறித்தபடி அவர் வந்து சேராமையால் துயருற்று நலியுமாறு, வாடை வந்தது என்கின்றாள். இதனாற் 'பிரிவு' இயல்பென்பதையும் கற்புமகளிர் அதனைப் பொறுத்திருத்தல் கடனென்பதையும் நினைந்து ஆற்றியிருந்தவள், பிரிவு நீட்டித்தலைக் கண்டே தான் அழிந்ததையும் உணர்த்தினளாம். வாடை வரற்கு முன்பே வருதற்கு உரியவர், அது வந்த பின்னரும் வரக்காணேன் என்று கூறிக் கலங்குகின்றனள். கடும் புனல் - பெருவெள்ளம். நம்

காதலர் - நம்பால் அன்புடையார்; தலைவர். 'நம்' என்றது உரிமைபற்றி. இதனால், 'வரின், வாழ்வேன்' என்பதும் கூறினள்.

104. பனிபடு நாள்!

பாடியவர்: *காவன் முல்லைப் பூதனார்.* **திணை:** *பாலை.* **துறை:** *(1) பிரிவின்கண் ஆற்றாளாகிய தலைமகள் தோழிக்குக் கூறியது; (2) சிறிய உள்ளிப் பெரிய மறக்க வேண்டாவோ? என்ற தோழிக்குக் கிழத்தி கூறியதூஉம் ஆம்.*

து-வி: *(1) தலைமகனின் பிரிவிடத்தே, அதனைப் பொறுக்கமாட்டாளாகிய தலைவி, தன் தோழிக்கு இப்படிக் கூறுகின்றனள்; (2) பிரிவிடை நலிந்த தலைவிக்கு, 'அவர் நமக்குச் செய்த தலையளியை நினைந்து இப்பெருந்துயரை மறந்துவிடுவாயாக' என்கின்றாள் தோழி. அவட்குத் தலைவி கூறியது இது.*

அம்ம வாழி, தோழி! காதலர்,
நூல்அறு முத்தின் தண்சிதர் உறைப்ப,
தாளித் தண் பவர் நாள்ஆ மேயும்
பனிபடு நாளே, பிரிந்தனர்;
பிரியும் நாளும் பலஆ குபவே!

தோழி! ஒன்று சொல்வேன் கேட்பாயாக; நூலறுந்த முத்துவடத்தின் முத்துக்கள் சிதறுமாறு போலக் குளிர்ந்த பனித்துளிகள் துளிர்க்கின்றன. இத்தகைய விடியற்காலத்து வேளையிலே, பசுக்கள், தாளியறுகின் தண்ணிய கொடியைச் சென்று மேய்கின்றன. இவ்வாறு பனிவீசும் பின்பனிக் காலத்திலேயே நம் தலைவரும் நம்மைப் பிரிந்து சென்றனர். அங்ஙனம் பிரிந்திருக்கின்ற நாட்களும் பலவாயின. நான் எங்ஙனம் ஆற்றியிருப்பேன்?

கருத்து: *'காலமல்லாக் காலத்துப் பிரிந்து சென்றவர், மீள்தற்கும் பன்னாட்கள் ஆயினவே' என்பதாம்.*

விளக்கம்: *'உடனிருத்தற்குரியது பின்பனிக் காலம். அக்காலத்திலும் பிரிகின்ற வன்கண்மை உடையராயினார். அதனையும் பொறுத்திருந்தேன். அப்படிச் சென்றவர் சில நாட்களுள் திரும்பியிருப்பின் அவர் செய்த கொடுமையை மறந்திருப்பேன். ஆனாற் பிரியும் நாளும் பல ஆயின். இனி என் செய்வேன்?' இப்படித் தலைவி புலம்புகின்றனள்.*

இரண்டாவது துறைக்கேற்பக் கூறுவதாயின், 'கொன்றன்ன இன்னா செயினும் அவர் செய்த ஒன்று நன்று உள்ளக் கெடும்' (குறள் 109) என்றாற்போல, அவர் நமக்குச் செய்த நன்மையை நினைந்து பிரிவைப் பொறுத்திரு என்ற தோழிக்குத், தலைவி தலைவனின் கொடுமையைக் கூறி வருந்துவதாகக் கொள்க. தாளி - தாளியறுகு. பனித்துளிகள் முத்துமுத்தாக வீழ்தலை, 'நூலறு முத்தின் உறைப்ப' என்றனள். தம்மை இணைத்திருந்த நூல் அறந்து போயினதாகச் சிதறி வீழும் முத்துக்களைக் கூறினது, அவ்வாறே தன்னை அவனோடு இணைத்த காதலன்பு அறுந்து போயின், தானும் நலன் சிதறுண்டு போய் அழிவதை, குறிப்பாகக் காட்டியதாம்.

105. வனப்பின் நடுங்கும்!

பாடியவர்: நக்கீரர். **திணை:** குறிஞ்சி. **துறை:** வரைவு நீட்டித்தவிடத்துத், தலைமகள் தோழிக்குச் சொல்லியது.

து-வி: களவிற் கலந்தவன், 'வரைபொருளோடு வந்து வரைந்து கொள்வேன்' எனச் சொல்லித் தலைவியைப் பிரிந்தான். வருவதாகக் குறித்த நாளும் கடந்தது. தலைவியின் துயரமும் மிகுந்தது. அவள், தோழியிடம் இப்படிக் கூறுகின்றாள்.

புனவன் துடவைப் பொன்போல் சிறுதினைக்
கடிஉண் கடவுட்கு இட்ட செழுங்குரல்
அறியாது உண்ட மஞ்ஞை, ஆடுமகள்
வெறிஉறு வனப்பின் வெய்துற்று, நடுங்கும்
சூர்மலை நாடன் கேண்மை
நீர்மலி கண்ணொடு நினைப்பு ஆகின்றே.

தோழி! தன் தோட்டத்திலே முதற்பேறாக விளைந்த, பொன் போலத் தோற்றும் சிறுதினை மணிகளைக் கொண்ட வளவிய கதிரினைப், புனத்தையுடையானாகிய குறவன், புதிதுண்ணும் தெய்வத்திற்குப் படையலாக இட்டிருந்தனன். அதனை அறியாது எடுத்து உண்டது ஒரு மயில். அதனால், தெய்வமேற்று ஆடுபவள் வெறியுற்று ஆடுகின்ற அழகைப் போலத் தானும் வெம்மையுற்று நடுங்கித் துடித்திருப்பதாயிற்று. அத்தன்மையுடைய தெய்வங்கள் வாழும் நாட்டினன் தலைவன். அவன் உறவானது, நீரான் மிகுந்த கண்களோடு நம் நினைப்பின் அளவாகவே அமைந்துவிட்டதே!

கருத்து: 'கேண்மை மணமாகி இன்புறுதலிற் சென்று முடியாது போயிற்றே' என்பதாம்.

விளக்கம்: கடியுண் கடவுள் - புதிது உண்ணும் தெய்வம்; தாம் கொண்ட விளைவின் முதற்பயனை தெய்வத்திற்குப் படைப்பது இயல்பு. இதுவே பொங்கல் திருநாளுமாகும். அறியாது - தெய்வத்திற்கு இடப்பட்டதென அறியாது. 'மஞ்ஞை - வெய்துற்று நடுங்கல்' - தெய்வத்திற்கு இடப்பட்டதைத் தானுண்டமையினாலே, தெய்வம் அதனை வருத்திற்று என்பதனால். அவ்வாறே, உயர் குடியினனான அவனை அடைதல் நமக்கு ஏலாதென அஞ்சி ஒதுங்காது, அவனை அறியாது ஏற்றதால், வெம்மையுற்று நடுங்குகின்றேன் என்கின்றாள். 'ஆடுமகள் வெறியுறு வனப்பின்' என்றது, வெறியாடற்குத் தாய் ஏற்பாடு செய்ததனையும், அதனால் தான் கவலையுற்றதனையும் உணர்த்தும். இன்பந்தருதற்குரிய கேண்மை, நீர்மலி நினைப்பவளாக்கித் துயர் தந்தது. 'நீர்மலி கண்ணொடு நினைப்பாகின்று' என்றதால், தான் அதனைப் புறத்தார்க்கு வெளியிடாததனையும் கூறினாள். மேலும், தலையளி செய்த காலத்துத் தலைவன் தெய்வத்தைச் சான்றுகாட்டிச் சூளுறவு செய்ததனையும், அதனை அவன் மறந்தபோதும் தெய்வம் வருத்தாது வாளாவிருந்ததனையும், தெய்வம் தவறாது வருத்தும் என்பதனையும் உணர்த்தினாள். இதுபற்றியே, மயில் நடுங்கி ஆடுமென்பதும் கூறப்பட்டது. ஆகவே அவன் விரைந்து தன்னை மணந்து கொள்ளலை விரும்புகின்றாள் என்பதாம். அது வாயாது போயின், தலைவி உயிர்துறப்பாள் என்பதுமாம்.

106. தான்மணந் தனையம்!

பாடியவர்: கபிலர். **திணை:** குறிஞ்சி. **துறை:** தலைமகன் தூது கண்டு, கிழத்தி தோழிக்குக் கூறியது.

து-வி: பரத்தையுறவை விரும்பித் தலைவியைப் பிரிந்து சென்றான் தலைவன். மீண்டும் தலைவியை அவன் விரும்புகின்றான் தலைவன். அவளிடத்துத் தனக்குள்ள பேரன்பைச் சொல்லி, அவளது இசைவைப் பெற்றுவரத், தூதுவனையும் விடுக்கின்றான். தூதுவனின் சொற்களைக் கேட்ட தலைவி, தோழியிடம் இவ்வாறு கூறுகின்றாள்.

புல்வீழ் இற்றிக் கல்இவர் வெள்வேர்
வரைஇழி அருவியின் தோன்றும் நாடன்
தீதுஇல் நெஞ்சத்துக் கிளவி நம்வயின்
வந்தன்று – வாழி, தோழி! – நாமும்
நெய்பெய் தீயில் எதிர்கொண்டு,
தான் மணந்தனையம்'என விடுகம் தூதே.

தோழி! கற்களிற் பற்றிப் படர்ந்திருக்கின்ற புல்லிய இற்றி மரத்தினது வெள்ளிய வேரானது, மலையினின்றும் வீழ்கின்ற அருவியைப்போலத் தோன்றும் நாட்டைச் சார்ந்தவன், நம் தலைவன். தீதற்ற அவனுடைய நெஞ்சத்தினின்றும் எழுந்த அன்பானது, தூதுவனின் சொற்களாக இப்போது நம்மிடத்தே வந்திருக்கின்றது. அதனால், நாமும், நெய் பெய்யப் பெற்ற தீயினைப்போல அவனை எதிரேற்றுக் கொள்வோம். தான் நம்மை மணந்த காலத்துப் போன்ற அன்பினையும் நாம் இப்போது உடையவராகியிருக்கின்றோம்! இதனைச் சொல்லி, இத்தூதனை அவன்பால் அனுப்பி வைப்போமாக!

கருத்து: 'தலைவனை ஏற்போம்' என்பதாம்.

விளக்கம்: 'புல்வீழ் இற்றிக் கல்லிவர். வெள்வேர் வரையிழி அருவியிற்றோன்றும் நாடன்' அவன் ஆதலின், புல்லியராகிய பரத்தையரையும் தன்பால் உண்மையைக் காதலுடையரென்று கருதி மயங்கினான்; அவரது உண்மைத் தன்மை வெளிப்பட நம்பால் திரும்புதற்கும் விழைந்தான் என்கின்றாள். 'தீதில் நெஞ்சத்துக் கிளவி' என்றது, தலைவன் புறத்தே பரத்தையரது உறவிற்கிடந்து உழன்றாலும், நெஞ்சத்தே தன்பால் நீங்காத அன்புடையவன் என்று கருதியதனால். அல்லது, தூதனின் உரையை ஏற்றுக் கூறியதும் ஆகும். நெய் பெய்யத் தீக்கொழுந்து உயர்ந்தெழுந்து அதனை ஏற்குமாறு போல, அவன் அன்புடைமையாகிய தன்மை உரைக்கப்பட, நம் உள்ளமும் முந்திச் சென்று அவ்வன்பை ஏற்பதாயிற்று என்பவள், 'நெய்பெய் தீயின் எதிர்கொண்டு' என்கின்றனள். பெய்த நெய்யை ஏற்று மீண்டும் வெளியிடாத தீப்போல, இனி அவனைப் பிரியவிடோம் என்பதும் ஆம். 'தான்மணந் தனையம்' என்றது, என்றும் நாம் அன்பிற் குறைந்தோமில்லை; அவனே இடையிற் குறைந்தான் போல் ஆயினன் எனக் கருதியதனால்.

107. எழுப்பியோய் இரை ஆகுக!

பாடியவர்: மதுரைக் கண்ணனார். திணை: மருதம். துறை: பொருள் முற்றி வந்த தலைமகனை உடைய கிழத்தி, காமம்மிக்க கழிபடர் கிளவியால் கூறியது.

து-வி: பொருள் தேடிவரப் பிரிந்து சென்ற தலைவன் மீண்டு வந்தான். அவனோடு கூடிக் களித்திருந்தாள் தலைவி. பொழுது புலர்ந்ததை அறிவிக்கும் சேவலது கூவலைக் கேட்டதும் அதன்பாற் சினந்து அதற்குச் சாபமும் தருகின்றாள்.

குவிஇணர்த் தோன்றி ஒண்பூ அன்ன
தொகுசெந் நெற்றிக் கணம்கொள் சேவல்!
நள்ளிருள் யாமத்து இல்எலி பார்க்கும்
பிள்ளை வெருகிற்கு அல்குஇரை ஆகி,
கடுநவைப் படீஇயரோ, நீயே – நெடுநீர்
யாணர் ஊரனொடு வதிந்த
ஏம இன்துயில் எடுப்பி யோயே!

ஆழமான நீர்ப்பெருக்கால் உண்டாகும் புதுவருவாயினை உடைய ஊரன் இவன். இவனோடு தங்கியிருந்த இன்பத்தைத் தருகின்ற இனிதான உறக்கத்தினின்றும், என்னை எழுப்பியோயே! குவிந்த கொத்துக்களையுடைய தோன்றியினது ஒள்ளிய பூப் போன்ற, செக்கச் சிவந்த நெற்றியையும் உடையோய்! கூட்டங் கொண்ட சேவலே! செறிந்த இருளையுடைய இரவின் நடுயாமத்தே, வீட்டெலிகளை உணவுக்காகத் தேடிப் பார்க்கும் காட்டுப் பூனையின் குட்டிக்குச், சில நாள் இட்டுவைத்து உண்பதற்குரிய இரையாகி, நீயும், மிகுதியான துன்பத்தை அடைவாயாக!

கருத்து: *'பொழுது புலராதிருத்தல் கூடாதோ' என்பதாம்.*

விளக்கம்: *அல்கு இரை - மிக்க இரையும் ஆம்; பிள்ளை வெருகாதலால் அதற்கு மிக்க இரையாகும் எனக் கொள்ளுக; பிள்ளை வெருகிற்கு இல்லெலியே உணவாதற்குப் போதுமென்பதனால் இவ்வாறு கூறினாள். கடுநவை - மிகுதியான துன்பம்; அது சாவு. எடுப்புதல் - எழுப்புதல். 'நெற்றி' என்றது கொண்டைப் பகுதியை. இயல்பாகப் பொழுது விடிந்ததென அறிவித்த சேவலின் கூவலைக் கேட்டவள், தான் கொண்டிருந்த காமமிகுதியின் காரணமாக, அதன்மேற் பகை கொண்டு இப்படிக் கூறுகின்றாள். இதனால், தலைவியின் காமமிகுதியும் புலனாகும். 'நள்ளிருள் யாமத்து இல்லெலி பார்க்கும் பிள்ளை வெருகிற்கு அல்கிரையாகிக் கடுநவைப்படுக' என்றதால், அதனை நள்ளிருள் யாமமாகத் தான் மயங்கியதும் விளங்கும். இப்படி மயங்கியது நெடுநாட் பிரிந்தவன் மீண்டு வந்தானாக, அவனோடு தன் ஆசைதீர இன்புற்றிருக்கக் கருதிய மனநிலையினால்.*

108. உய்யேன் போல்வல்!

பாடியவர்: வாயிலான் தேவன். **திணை:** முல்லை. **துறை:** பருவங்கண்டு அழிந்த தலைமகள் தோழிக்குக் கூறியது.

து-வி: *கார்ப் பருவத்தின் வரவைக் கண்டனள் தலைவி. அதன் வரவிற்குள் வருவதாகச் சொல்லிப் பிரிந்த தலைவனின் வருகையைக் காணாது மிகவும் வருந்தி நலிந்தனள். அவளை அப்போது தேற்றிய தோழிக்குத் தன்னிலைமையை இப்படிக் கூறி விளக்குகின்றாள்.*

மழைவிளை யாடும் குன்றுசேர் சிறுகுடிக்
கறவை கன்றுவயின் படர, புறவில்
பாசிலை முல்லை ஆசுஇல் வான்பூச்
செவ்வான் செவ்வி கொண்டன்று;
உய்யேன் போல்வல் – தோழி! – யானே.

தோழி! மேகங்கள் தவழ்ந்து விளையாடுதற்குரிய இடமாகிய, குன்றத்தைச் சேர்ந்தது, நம் சிற்றூர். இங்கிருந்தும் அகன்று, மேயும் பொருட்டுப் புறத்தே சென்றிருந்த பாற் பசுக்களும், தம் கன்றுகளிடத்தே நினைவெழுந்தனவாகத், தத்தம் இல்நாடிச் செல்லுகின்றன. முல்லை நிலத்திலேயுள்ள, பசுமையான இலைகளையுடைய முல்லையினது, குற்றமில்லாத சிறந்த மலர்களும், தாம் செவ்வானத்தின் அழகினைக் கொண்டவாயின. இவற்றைக் காணும் யான், இனியும் உயிர் வாழ்ந்திலேன்!

கருத்து: *'கார்காலத்து மாலைப்பொழுது என்னை வதைக்கிறது' என்பதாம்.*

விளக்கம்: *கறவை - பாற்பசு; இவற்றின் கன்றுகள் வீடுகளிற் கட்டப்பெற்றிருப்பன, இவை மாலையில் அவற்றின் நினைவோடு விரைய வீடு திரும்புவனவாகும் என்க. முல்லைப் பூக்கள் செவ்வான் செவ்வி கொண்டன, செந்நிலப் புறவிற் பெய்த மழையால் நிலம் செம்மை பெற்று, அஃது எதிரொளி காட்டலால். அன்றி, முல்லைப் பூக்களைச் சூடுதற்குரிய யான், அவற்றை வெறுத்துக் கொய்யாது விடுதலால், அவை வாடலாகிச் சிவந்தன என்பதுமாம். ஆசில் குற்றமற்ற. வான்பூ - சிறந்த பூ; வெண்பூவுமாம்; வாலிமை - வெண்மை. கறவையை எதிர்நோக்கியிருக்கும் கன்றைப் போலத் தலைவரைத் தான் எதிர்நோக்கி வருந்தியிருந்தும், கறவைகளைப் போல அவர் அருளோடு திரும்பினார் அல்லரே என நோகின்றாள். 'உய்யேன் போல்வல்' என்னுஞ் சொற்கள், அவளது துயரத்தின் மிகுதியை உணர்த்துவன. மழை - மேகம்.*

109. கவின் மாறியதேன்?

பாடியவர்: *நம்பி குட்டுவன்.* **திணை:** *நெய்தல்.* **துறை:** *தலைவன் சிறைப்புறமாக, தலைவி வேறுபாடு கண்ட புறத்தார் அலர் கூறுகின்றமை தோன்ற, தோழி, தலைமகட்குக் கூறுவாளாய்க் கூறியது.*

து-வி: *களவிற் கூட்டத்தின்கண், இடையிடைப் பிரிவால் தலைவி வருத்தங் கொள்வதை அறிந்தாள் தோழி. அவனை மணந்து பிரியாத இன்ப வாழ்விற்குத் தலைவன் விரைந்து முனைதலையும் விரும்புகின்றாள். அதனால், அவன் ஒருபுறமாக ஒதுங்கியிருத்தலைக் கண்டவள், தலைவிக்குக் கூறுவாள்போல, அவனும் கேட்டுத் தெளிவடையுமாறு இப்படிக் கூறுகின்றனள்.*

முட்கால் இறவின் முடங்குபுறப் பெருங்கிளை
புணரி இகுதிரை தரூஉம் துறைவன்
புணரிய இருந்த ஞான்றும்,
இன்னது மன்னோ, நல்நுதற் கவினே!

தோழி! வளைவான கால்களையுடைய இறாமீனின், வளைந்த முதுகுப் புறத்தையுடைய பெருங்கூட்டத்தைக், கடலிலே தாவும் அலையானது கொண்டு தருகின்ற துறைக்குரியவன், நம் தலைவன். அவன், கூடுதற்கெனக் குறியிடத்தில் வந்திருந்த இந்தப் பொழுதினும், நின் நல்ல நெற்றியின் அழகானது இத்தகையதாயிற்றே! இஃது இரங்குதற்கு உரியதுதான்!

கருத்து: *'நின் நுதற் கவின் கெடாவாறு அவர் நின்னைப் பிரிதலற்ற இல்லற வாழ்வில் விரைவிற் செலுத்தி இன்புறுத்து வாராக' என்பதாம்.*

விளக்கம்: *நன்னுதல் கவினழிந்ததனைக் காண்பவர், இவளோர் அன்பனைக் களவிற் கலந்தாளாகிப் பிரிந்தவள் போலுமென எண்ணிப் பழிப்பார் என்பதையும் குறிப்பாக உணர்த்தினள். இதனால், 'ஊரலர் பெருகியதானால் இவள் உயிர்தரியாள்; அது தீர்வதற்குப் பலரறி மணத்தே இவளை அடைந்து இன்புறுக' என்றனளாம். 'அதுதான் எளிதாக முடியும்' என்பவள். 'கடலிற் சென்று முயன்று பெறுதற்குரிய இறவின் பெருங்கிளையைப், புணரி இகு திரை தரப் பெறும் துறைக்குடையான்' என்றனள். தலைவியின் வீட்டார் அவன் வரைவொடுவரின் உடனே அதனை ஏற்பர் என்பதும் இதனாற் கூறினளாம். இகு திரை - தாழும் அலைகள்; துறையில் மோதிப்*

பின்னாகத் தாழ்ந்து கடலுட் செல்லும் அலைகள். 'இன்னது - இத்தன்மையது; இது நுதற்கவின் அகன்று போய்ப் பசலையால் உணப்பட்டுக் கவினழிந்த தன்மையைச் சுட்டியதாம், 'புணரிய இருந்த ஞான்றும் இன்னதாயின், அவனைப் பிரிந்தபின் என்னாகுமோ?' என்பதுமாம்.

110. என்னாயினள் என்னாதோர்!

பாடியவர்: கிள்ளிமங்கலங்கிழார். **திணை:** முல்லை. **துறை:** *(1)* பருவங் கண்டு அழிந்த தலைமகள் தோழிக்கு உரைத்தது; *(2)* தலைமகனைக் கொடுமை கூறித் தலைமகளைத் தோழி வற்புறீஇயதூஉம் ஆம்.

து-வி: *(1)* இவ் வருத்தும் பருவத்தும் வாராது மறந்தவர், இனிவரினும் பயனில்லை; யான் அதற்குள் இறந்தே போவேன் என்கின்றாள் தலைவி, *(2)* இத்துணைக் கொடுமை செய்தார் அன்பில்லாரே ஆதலின், இனி அவர் வரினும் நமக்குப் பயனில்லை என்கிறாள் தோழி; அதனைக் கேட்கும் தலைவி, தலைவரின் அன்புடைமையை நினைவிற் கொண்டு ஆற்றியிருப்பதாகக் கூறுகிறாள்.

வாரார் ஆயினும், வரினும், அவர்நமக்கு
யார் ஆகியரோ – தோழி! – நீர
நீலப் பைம்போது உளரி, புதல
பீலி ஒண்பொறிக் கருவிளை ஆட்டி,
நுண்முள் ஈங்கைச் செவ்அரும்பு ஊழ்த்த
வண்ணத் துய்ம்மலர் உதிர, தண்ணென்று
இன்னாது எறிதரும் வாடையொடு
என் ஆயினள் கொல் என்னா தோரே?

தோழி! நீரிடத்தேயுள்ள நீலத்தினது, பசுமையான போதினை மலரச் செய்தது; புதலிடத்தேயுள்ள மயிற்பீலியின் ஒள்ளிய கண்களைப் போன்ற கருவிளையின் மலர்களையும் அசைத்தது; நுண்ணிய முள்ளையுடைய ஈங்கைச் செடியின் செவ்வரும்புகளையும் மலரச் செய்தது; நிறத்தையும் துய்யையும் உடைய மற்றும் பல மலர்களை உதிரும்படியாகவும் செய்தது; குளிர்ச்சி உடையதாகியும் இன்னாதாகியும் வீசுகின்ற வாடைக்காற்று. "இதனோடு நம் தலைவி எந்நிலையினள் ஆயினளோ?" என்று நினைந்து கவலையுறாதவராயினர் நம் தலைவரும். அவர் இனியும் வாராராயினும், அன்றி இனி

வருவாராயினும், நமக்கு எத்தகைய உறவாவர்? அதற்குள் யாந்தாம் இறந்து படுவமே.

கருத்து: 'தலைவர் வாடைக் காலத்தும் வாராராயினரே' என்பதாம்.

விளக்கம்: 'இன்னாது எறிதரும் வாடை' என்றது, அதுவே தன்னைப் பொருதளிக்கும் பகையாகும் என்பதனால், துய்மலரோடு ஒட்டியிருப்பது. என்னாதோர் - என்று கருதாதவர். வாடைக் காலத்துக்கு முன்பாகவே மீள்வேனென்றவன், அது வந்தும் தான் வராததனை நினைந்து, தலைவி இப்படிப் புலம்புகின்றனள். 'யார் ஆகியரோ' என்றது, அவர் அன்பற்றவராயினார் என்னும் ஏக்கத்தால். தோழிக்குத் தான் ஆற்றுவல் என்பதுபடத் தலைவி கூறுவதாகவும் கொள்வர். அப்போது, 'வாடையொடு என்னாயினள் கொல் என்னாதோர்' எனத் தோழி பழிக்கத், தலைவி 'அவர் வரினும் வராதிருப்பினும் நமக்கு என்ன உறவினர்? நம் தலைவர் அவரே அல்லரோ?' என்றதாகக் கொள்க.

111. நகை காண வருக!

பாடியவர்: தீன் மிதிநாகன். **திணை:** குறிஞ்சி. **துறை:** வரைவு நீட்டித்தவழித், தலைமகள் வேறுபாடு கண்டு, வெறியெடுக்கக் கருதியதாயது நிலைமை தலைமகட்குச் சொல்லுவாளாய், தலைவன் சிறைப்புறமாகத், தோழி கூறியது.

து-வி: தலைமகளை வரைந்துவந்து மணந்து கொள்வதாகக் கூறிச் சென்ற தலைமகன், குறித்தபடி வராததால், தலைமகளின் நலிவு மிகுதியாகிறது. அதனைக் கண்ட தாய், தெய்வக் குற்றமென வெறியாடற்கு ஏற்பாடு செய்கின்றாள். தலைவன், ஒருசார் மறைந்திருப்பதறிந்த தோழி, அவனுக்குத் தம் விருப்பத்தை அறிவிக்கும் பொருட்டாக, இப்படித் தலைவியிடம் கூறுவதுபோலக் கூறுகின்றாள்.

மென்தோள் நெகிழ்த்த செல்லல், வேலன்,
'வென்றி நெடுவேள்' என்னும்; அன்னையும்
அதுஎன உணரும் ஆயின், ஆயிடைக்
கூழை இரும்பிடிக் கைகரந் தன்ன
கேழ்இருந் துறுகல் கெழுமலை நாடன்
வல்லே வருக – தோழி! – நம்
இல்லோர் பெருநகை காணிய சிறிதே!

தோழி! துன்பமானது, நினது மென்மை வாய்ந்த தோள்களைத் தாக்கி நெகிழுமாறு செய்தது. வெறியாடும் வேலனும், அதனை, 'வெற்றியையுடைய நெடிய முருகவேளால் வந்தடைந்ததென்று' சொல்லுவான். அன்னையும், 'அதுவே உண்மை' என்று உணர்வாளாயின், குறிய கருமையான பெண் யானையது மறைந்தாற் போன்று, கரிய நிறத்தவான பெரிய குண்டுக் கற்கள் விளங்கும் மலை நாட்டையுடைய நம் தலைவனும், நம் இல்லத்தவரது பெரிதும் நகைப்பிற்கிடமான தன்மையைக் காணும் பொருட்டாகச், சிறிது நேரமேனும், நம்மிடத்திற்கு விரைய வருவானாக!

கருத்து: 'களவைத் தாய் அறிந்தாள்' என்பதாம்.

விளக்கம்: 'நெடுவேள்' குமரனாயினும், நினைப்பளவில் வானோங்கிய பெருவடிவினையும் கொள்பவனாதலின் இவ்வாறு கூறினள். 'விரைவில் வந்து மணமுடித்துக் கொள்க' என்பது தலைவனுக்கு அறிவிக்கும் குறிப்பு. 'வல்லே வருக' என்றது வெறியாடற்கான ஏற்பாடுகள் விரைந்து தொடரும் என்பதால் பெருநகை பெரிதும் நகைப்பிற்கிடமான செயல்; அது மகளது களவுறவால் வந்த மாற்றத்தை, வேலனால் வந்ததென வெறியாடுவோனின் உரைப்படியே நம்பினளாய், யாய் வேலனுக்குப் பலியூட்டு முதலியன செய்யத் தொடங்குதல். கைமறைந்த பெண்யானை போலத் தோற்றும் குண்டுக்கற்கள், ஆய்வார்க்கு உண்மை நிலை தோன்றக் காட்டுமாறுபோல, ஆராயின், இல்லத்தவரும் உண்மையினை உணர்வர்; ஆகவே, அதற்குள் வந்து அவர் பெருநகைக்குரியராக விளங்குதலைக் காண்க என்றனள்.

112. நாருடை ஒசியல்!

பாடியவர்: ஆலத்தூர் கிழார். **திணை:** குறிஞ்சி. **துறை:** வரைவு நீட்டித்தவழித் தலைமகள் தோழிக்குச் சொல்லியது.

து-வி: தலைவன், வரைந்து வருவதாகச் சொன்ன காலம் கடந்துபோனதால், தலைமகளின் துயரம் மிகுதியாகின்றது. தன் நிலையைத் தோழிக்கு இப்படிக் கூறுகின்றாள் அவள்.

கௌவை அஞ்சின், காமம் எய்க்கும்;
எள்அற விடினே, உள்ளது நாணே;
பெருங்களிறு வாங்க முறிந்து நிலம் படாஅ
நாருடை ஒசியல் அற்றே –
கண்டிசின், தோழி! – அவர் உண்ட என் நலனே.

தோழி! ஊர்ப்பழிக்கு அஞ்சினாலோ, நம்பாலுள்ள காமம் மெலிவடைந்து போம். பிறரது இழிவான பேச்சுக்கள் இல்லாது போகும்படியாகக் காமத்தைவிட்டு விட்டோமானால், எஞ்சியிருப்பது நமக்குரிய நாணம் மட்டுமே ஆகும். அவர் நுகர்ந்த என் பெண்மை நலம், பெருங்களிறானது வளைக்கவும் முரிந்து, நிலத்திற்படாத நாருடைய ஒடிந்த கிளையைப் போன்றதாயிருக்கின்றது. இதனை நீயும் காண்பாயாக!

கருத்து: *'இனி மறைக்கவும் ஆற்றேன்' என்பதாம்.*

விளக்கம்: *காமநோயும் ஊர்ப்பழிக்கு அச்சமும் ஒருங்கே தலைவியை வருத்துகின்றன. பழிக்கு அஞ்சிக் காமத்தைவிட்டு விடவும் இயலவில்லை. ஆனால், வெளிப்படக் காமத்தைக் காட்ட விடாதும் நாணம் தடுக்கின்றது. அவள் பெண்மை நலன் தலைவனால் உண்ணப்பட்டதால், அதுவும் குன்றிப் போயிற்று. பெருங்களிறு உண்பதற்கு ஒடித்த நாருடைய கிளையானது, முற்றவும் ஒடிந்து தரையில் வீழ்ந்துபடாமல் சிறுபகுதி மரத்தொடு தங்கிவிடுவது போலவே, நலனின் நிலையும் ஆயிற்று. இப்படிக் கூறுகின்றாள். களிறு தலைவனையும் 'வாங்க முரிந்து நிலம்படாஅ நாருடைய ஓசியல்' தலைவியையும் குறிப்பனவாம். ஓசியல் - ஒடிந்த கொம்பு.*

மேற்கோள்: *'தலைவனை வழிபடுதலை மறுத்த தலைவியே அவனை ஏற்றுக் கோடலை விரும்பியபோது கூறியது; 'இது நாணே உள்ளது கற்புப் போம்' என்றலின், மறுத்தெதிர் கோடல் ஆம் (தொல் களவு 20) என்பர், நச்சினார்க்கினியர்.*

113. எருமண் கொணர்கம்!

பாடியவர்: *மாதீர்த்தன்.* **திணை:** *மருதம்.* **துறை:** *பகற்குறி நேர்ந்த தலைமகற்குக் குறிப்பினால் குறியிடம் பெயர்த்துச் சொல்லியது.*

து-வி: *தலைமகன், பகற்போதிலே குறிப்பிட்ட இடத்திற்கு வந்து, தலைவியோடு கூடியின்புறும் வழக்கத்தினனாக இருக்கின்றான். அவனுக்குத் தாம் சந்திக்கும் இடத்தை மாற்றுமாறு கூறுவாள், தோழி இப்படிச் சொல்லுகின்றாள்.*

ஊர்க்கும் அணித்தே, பொய்கை; பொய்கைக்குச்
சேய்த்தும் அன்றே, சிறுகான் யாறே;
இரைதேர் வெண்குருகு அல்லது யாவதும்
துன்னல் போகின்றால், பொழிலே; யாம்எம்

கூழைக்கு எருமணம் கொணர்கம் சேறும்;
ஆண்டும் வருகுவள் பெரும் பேதையே.

தோழி! ஊருக்கு அண்மையிலேயே பொய்கை உள்ளது. சிறிதான காட்டாறும் பொய்கைக்குத் தொலைவிடத்தது அன்று. இரைதேரும் வெண்குருகை அல்லாது, வேறு எவ்வுயிரும் அடைதலைக் கைவிட்டதாயிருப்பது, அதனையடுத்திருக்கும் பொழில். யாங்கள், எங்கள் கூந்தலுக்கு எருமண்ணைக் கொணர்வோமாய், அப்பொழிலிடத்திற்குச் செல்வோம். பெரிதான பேதமையினை உடையவளான தலைவியும் அவ்விடத்திற்கு வருவாள்.

கருத்து: 'அவ்விடத்திற்கு நீயும் வருக' என்பதாம்.

விளக்கம்: பொய்கை - அழகான நீர்நிலை. எருமண் - பூமண் என்னும் களிமண்; எண்ணெய்ச் சிக்குப்போவதன் பொருட்டு மகளிர் தம் கூந்தற்கு இதனைத் தேய்ப்பர். போகின்று - நீங்கியது. பொய்கை ஊர்க்கும் அணித்தே; அங்கு யாம் பகற்போதில் நீராடற்கு வருவோம் அதற்கு அடுத்துச் சிறுதொலைவிலுள்ளது காட்டாறு; நீராடவரும் யாங்கள் அச்சிறு கான்யாற்றின் கரைக்குக் கூந்தற்கு எருமண் கொள்ளற்கு வருவோம்; அந்தக் கான்யாற்றங் கரையிலே, எவரும் அடையாது நீங்கிய பொழில் ஒன்றுண்டு; எங்களுடன் வரும் தலைவியை, நீ தனித்து அப்பொழிலிடத்தே கொண்டு சென்று இன்புறுக என்கின்றனள். இதனாற் சிற்றாற்றின் கரையோடு தோழியர் நின்றுவிடுவர் என்பதும், எவரும் அவர்கள் களவினை அறியார் என்பதும் தெளிவுபடுத்தினள். முன்னர்ச் சந்தித்து வந்த இடத்தே களவு வெளிப்படக்கூடிய நிலையைத் தோன்றியதாக, இப்படிப் பிறிதோர் இடத்தைக் குறிப்பிடுகின்றனள்.

114. செலவியங் கொண்மோ!

பாடியவர்: பொன்னாகன். **திணை:** நெய்தல். **துறை:** இடத்துய்த்து நீங்கும் தோழி, தலைமகற்குக் கூறியது.

து-வி: தலைவனின் வேண்டுகோளுக்கு இரங்கித் தலைவியைக் குறிப்பிட்ட ஓரிடத்திலே கொண்டு விட்டபின் தோழி, அவனிடம் வந்து அந்தச் செய்தியை உணர்த்துகின்றாள்.

நெய்தல் பரப்பில் பாவை கிடப்பி,
நின்குறி வந்தனென், இயல்தேர்க் கொண்க!

செல்கம்; செலவியங் கொண்மோ – அல்கலும்,
ஆரல் அருந்த வயிற்ற
நாரை மிதிக்கும், என்மகள் நுதலே.

செவ்விதமாக இயற்றப்பட்ட தேரினையுடைய தலைவனே! நெய்தல் நிலத்தின்கண்ணே என் பஞ்சாய்ப் பாவையினைக் கிடத்திவிட்டு, நீ இருக்கும் இவ்விடத்திற்கு, யானும் வந்துள்ளேன். ஆரல் மீனை அருந்திய வயிற்றை உடையவான நாரைகள், பாவையாகிய என் மகள் நெற்றியை, இரவு வந்துற்றதாயின், மிதித்து விடுதலையும் செய்யும். அதனால், யாம் போகின்றோம். தலைவியையும் அவ்விடத்துக்குச் செல்லுமாறு நீயே ஏவுவாயாக!

கருத்து: *'தலைவியைச் சந்தித்துக் கூடி விரைவில் விடுப்பாயாக' என்பதாம்.*

விளக்கம்: *நெய்தற் பரப்பு - நெய்தற் பூக்கள் பரவிக் கிடக்கின்ற கானற்சோலையும் ஆம். பாவை - பஞ்சாய்ப் பாவை. 'பாவை' என்றது, தலைவியைச் சுட்டியதும் ஆம். 'நெய்தற் பரப்பில் பாவை கிடப்பி' என்றது, குறியிடம் உணர்த்தியது; 'அல்கலும் ஆரல் அருந்த வயிற்ற நாரை மிதிக்கும்' என்றது, இரவுவரின் ஊரலர் எழுந்து வருத்தும்; அதற்குள் அவளை வரவிடுக்க என்றதாம். 'வந்தனனென்றும்; என் மகள் என்றும் ஒருமைகூறிச், செல்கமென்ற உளப்பாட்டுப் பன்மையால் தலைவி வரவுங்கூறி இடத்துய்த்த வாறும் உணர்த்தினாள்' என்பர் நச்சினார்க்கினியர் (களவு 24 உரை)*

115. நின் அலது இலள்

பாடியவர்: *கபிலர்.* **திணை:** *குறிஞ்சி.* **துறை:** *உடன் போக்கு ஒருப்படுத்து மீளும் தோழி, தலைமகற்குக் கூறியது.*

து-வி: *தலைவனோடு உடன்போக்கிற் செல்லும்படியாகத் தலைவியைக் கொண்டுவிட்ட தோழி, அவளை என்றும் அன்புடன் காத்துப் பேணுமாறு தலைவனிடம் இப்படிச் சொல்லுகின்றாள்.*

பெருநன்று ஆற்றின், பேணாரும் உளரே?
ஒருநன்று உடையள் ஆயினும், புரி மாண்டு,
புலவி தீர அளிமதி – இலை கவர்பு,
ஆடுஅமை ஒழுகிய தண்நறுஞ் சாரல்,
மென்நடை மரையா துஞ்சும்
நன்மலை நாட! – நின் அலது இலளே.

அசைகின்ற மூங்கில்கள் நீண்டு வளர்ந்திருக்கும், குளிர்ச்சியான நறிய மலைச்சாரலிடத்தே மெல்லிய நடையை உடைய மரையா வானது, இலைகளைக் கவர்ந்துண்டு, அந்தத் தளர்வினாலே துயிலுதலையும் மேற்கொள்ளும். அத்தகைய நன்மை பொருந்திய மலைநாட்டவனே! பெரிதான நன்மை செய்தால், செய்த அவரைப் போற்றாதாரும் உள்ளனரோ? இவள், சிறிதான நன்மையினை உடையவளாகும் அந்த முதுகைக் காலத்தினும், இவள்பால் விருப்பஞ் சிறந்தனையாகி, இவளுடைய புலவி நீங்கும் வண்ணம் அருள் செய்து, இவளைப் பாதுகாப்பாயாக! இனி, நின்னையன்றி, வேறு பற்றுக்கோடு இல்லாதவள் இவள்.

கருத்து: 'இவளிடத்து என்றும் இத்தன்மையே பேரன்பு காட்டி வாழ்க' என்பதாம்.

விளக்கம்: 'மூங்கில்கள் நிறைந்த மலைச்சாரலாயினும் மரையா, தான் இலைகளை விரும்பியுண்டு உறங்கி இன்புறும் சிறப்புடையது நின் மலை' என்றனள். இது தலைவனின் உயர்வைச் சுட்டி, அவன் தமக்கு விரும்பி அருள்செய்த தன்மையைப் பாராட்டியதாகும். 'ஒரு நன்று உடையள் ஆயினும்' நின்னை விரும்பியவள் என்ற ஒன்றேயன்றிப் பிற இளமையும் நலனும் போகிய முதுமைக் காலத்தினும் என்பதாம். புலவி - பிணக்கம். 'மென்னடை மரையா துஞ்சும்' என்றது. அச்சாரலிலே அதற்கு ஆபத்து எதுவும் இல்லாதிருக்கும் என்பதனால். அங்ஙனமே தலைவியும் துன்பமற்றவளாக மனவமைதியோடு வாழ்தலைத் தோழி விரும்புகின்றனள். 'நின் அலது இலள்' - என்றது, பெற்றோரையும் ஆயத்தையும் பிரிந்து, உன்னையே தனக்குத் துணையாகக் கொண்டனள் என்பதாம்.

116. நயந்தவள் கூந்தல்!

பாடியவர்: இளங்கீரன். திணை: குறிஞ்சி. துறை: இயற்கைப் புணர்ச்சி புணர்ந்து நீங்கும் தலைமகன், தன் நெஞ்சிற்குச் சொல்லியது.

து-வி: தலைவியோடு முதற்கூட்டம் பெற்ற பின்னர், அவளைப் பிரிந்து செல்லும் தலைமகன், தான் பெற்ற இன்ப மிகுதியைத் தன் நெஞ்சிற்குச் சொல்லி இப்படி வியக்கின்றான்.

யான் நயந்து உறைவோள் தேம்பாய் கூந்தல்,
வளம்கெழு சோழர் உறந்தைப் பெருந்துறை

நுண்மணல் அறல்வார்ந் தன்ன,
நல்நெறி யவ்வே; நறுந்தண் ணியவே.

நெஞ்சமே! என்னால் விரும்பப்பெற்று, என்னோடு வந்து தங்குபவள் தலைவி. அவளுடைய கூந்தல், வண்டுகள் தாவுமாறு விளங்குவது. வளமை கெழுமிய சோழர்களது உறையூரிடத்தேயுள்ள, காவிரிப் பெருந்துறையினிடத்து விளங்கும், நுண்ணிய மணலானது கருமணற்பட்டு ஒழுகிக் கிடப்பதுபோன்று, நல்ல நெறிப்பையும் அக்கூந்தல் உடையது. நறுமையும் தண்மையும் அது கொண்டது! இதனை அறிவாயாக!

கருத்து: 'தலைவியைப் பெற்றது பெரும்பேறு' என்பதாம்.

விளக்கம்: கூந்தல் - ஐவகைப் பகுப்பினையுடையதான கூந்தல். அதுவே அணையாகத் தான் அவளைக் கூடியமையால் அதன் சிறப்பை நினைந்து வியக்கின்றான். நெறிப்பு - நீரோட்டத்தால் மணற்பரப்பில் உண்டாகும் வரிப்பட்ட சுவடு. கூந்தலைப் போற்றியது, அதனை இடையீடின்றி அடைந்திராமற் பிரிந்தோமே என்னும் ஏக்கத்தால். தேன் - வண்டு. பாய்தல் - தாவியடைதல்; மொய்த்தல்; 'யான் நயந்து உறைவோள்' என்றது, தான் விரும்புதலால் அவளும் தனக்கு அருள்வாளாயினள் என்பதனாலாம்.

117. சிறியவும் உள!

பாடியவர்: குன்றியனார். **திணை:** நெய்தல். **துறை:** வரைவு நீட்டித்தவிடத்துத் தலைமகட்குத் தோழி சொல்லியது.

து-வி: தலைமகன், மணம்பேசி வருவதாகக் குறித்த காலம் நீடித்தபோது தோழி, வரைந்து மணத்தலின் அவசியத்தை வற்புறுத்துவாளாக, இப்படி உரைக்கின்றனள்.

மாரி ஆம்பல் அன்ன கொக்கின்
பார்வல் அஞ்சிய பருவரல் ஈர் ஞெண்டு,
கண்டல் வேர்அளைச் செலீஇயர், அண்டர்
கயிறுஅரி எருத்தின், கதழும் துறைவன்
வாராது அமையினும் அமைக!
சிறியவும் உள ஈண்டு, விலைஞர் கைவளையே.

தோழி! மாரிக்காலத்து மலர்ந்திருக்கின்ற ஆம்பல் மலரைப் போன்று விளங்கும், கொக்கினது பார்வையைக் கண்டு அஞ்சிய துன்பத்தை உடையதாயிற்று, ஈரநண்டு ஒன்று. அதனால்,

தாழை வேர்களினிடையேயுள்ள தன் அளைக்குள்ளும் செல்லலாயிற்று. இடையராற் பிணிக்கப்பட்ட கயிற்றை அறுத்துச் செல்லும் எருது போன்ற விரைவோடும் அது சென்றது. அத்தன்மையினை உடைத்தான கடற்றுறைக்குரியவன் தலைவன். அவன், நின்னை மணத்தற் பொருட்டாக வரைந்து வாராதவனாக, அவனூரிலேயே இருப்பானாயினும் இருக்க. அதனால் மெலிவுற்று நின் கைவளைகள் சோரப், பிறர் அலர், உரைத்தலும் நேருமே என்பாயானால், விற்பாரது கையிடத்தே, சிறியவான வளைகளும் இவ்விடத்தே உளவென்று கருதித், தேறியிருப்பாயாக!

கருத்து: 'அவன் வாரானாயினும், யாம் அவன்பாற் பழியெழுதலைச் செய்யோம்' என்பதாம்.

விளக்கம்: மாரிக்காலம் வந்துற்ற பின்னும் அவன் வராததனை நினைந்தவள், 'மாரியாம்பல் அன்ன' என்றனள். கொக்கின் உடல் நீர்த்துளிகளோடு காணப்படுவதை மாரியினால் நனைந்த ஆம்பலைப்போல என்றனளுமாம். கொக்கின் பார்வையை அஞ்சிய நண்டானது, தாழை வேரிடத்ததான அளையுள்ளே விரைந்து சென்று புகுந்து தன்னைக் காத்துக் கொள்ளுமாறுபோல, ஊரலருக்கு அஞ்சிய தலைவியும், தலைவனோடு இல்லறத்திலே பிரியாது அச்சமின்றி இன்புற்றிருத்தற்கு விரைகின்றாள் என்கின்றாள். கதழும் - விரைந்து செல்லும். சிற்றுயிரான நண்டும், தன் பகைக்கு அஞ்சித், தான் வளைக்குட் போவதைத் தடை செய்யும் தாழைவேரைக் கயிற்றறுத்துச் செல்லும் எருதைப் போன்று அறுத்துக் கொண்டு சென்றடையும் என்றது, தலைவன் தன் இல்லத்தோடு ஊர்ப்பழிக்கஞ்சி யாதும் உரையானாய்த் தங்கியிருந்த அருளற்ற தன்மையை எண்ணிக் கூறியதுமாகும்.

118. வருவீர் உளீரோ?

பாடியவர்: நன்னாகையார். **திணை:** நெய்தல். **துறை:** வரைவு நீட்டித்தவழி, தலைமகள், பொழுது கண்டு தோழிக்குச் சொல்லியது.

து-வி: தலைமகன் தலைமகளை வரைந்து வருதற்கான காலம் நீட்டித்ததனால் வருந்தியிருந்த தலைவி, மாலைக்காலமும் வந்தடையக், காமம் மிகுந்தவளாகத் தோழியிடம் இப்படிக் கூறுகின்றாள்.

புள்ளும் மாவும் புலம்பொடு வதிய
நள்ளென வந்த நார்இல் மாலை,
பலர்புகு வாயில் அடைப்பக் கடவுநர்,
வருவீர் உளிரோ? எனவும்,
வாரார் – தோழி – நம் காதலோரே.

தோழி! பறவைகளும் விலங்குகளும் தனிமைத் துயரோடு தங்கும்படியாக, நள்ளென்னும் ஓசைபட வந்தது, அன்பில்லாத இந்த மாலைப்பொழுது. இதன்கண், பலரும் வந்து புகும் வாயிலை அடைப்பதற்கு எண்ணியவராகக் கூவுகின்றவர் ‘உள்ளே வருபவர் எவரும் உள்ளீரோ?’ எனக் கூவினர். அப்படிக் கூவியும், நம் காதலர், நம் இல்லிற்குள் வாரார் ஆயினரே!

கருத்து: ‘தலைவர் இன்னும் நம்மில்லிற்கு வந்திலர்’ என்பதாம்.

விளக்கம்: ‘விருந்தாக வரும் புதியனைப்போல மாரிக் காலத்தின் இரவைத் தன் இல்லிற் கழிப்பதற்குத் தலைவன் வருவான், தன்னை மறக்க முடியாமையினால்’ என்று நினைக்கின்றாள் தலைவி. அவளைத் தேற்றும் பொருட்டுத் தோழி சொல்லியது இது. ஆனால், அவன் வரக்காணாமையால் நொந்து, தலைவி இப்படித் தோழியிடம் கேட்கின்றாள். பலர் புகுவாயில் இல்லத்தின் புறவாயில். விருந்தாக வரும் பலரும் புகுதற்குரித்தென்பாள் ‘பலர்புகுவாயில்’ என்றனள். உள்ளிடத்து வாயில்கட்குப் பல கட்டுப்பாடுகள் உண்டென்பதும் இதனால் விளங்கும். ‘வருவீர் உளீரோ எனக் கடவுநர்’ என்றது. அங்ஙனம் கூவிய தன் இல்லத்து முதியோரை. நார் - அன்பு, ‘புள்ளும் மாவும் புலம்பொடு வதிதல்’ பெய்யும் மழை காரணமாக. இதனாற் கார்கால வரவுக்கு முன்பே வருவேனென்றவன். அது வந்தபின்னரும் வாராமையினாலே, தலைவி வருந்தியதும் அறியப்படுவதாம்.

119. அணங்கியோள்!

பாடியவர்: சத்திநாதனார். **திணை:** குறிஞ்சி. **துறை:** இயற்கைப் புணர்ச்சி புணர்ந்து நீங்கும் தலைமகன், பாங்கற்கு உரைத்தது.

து-வி: இயற்கைப் புணர்ச்சியில் தலைவியைக் கலந்து வரும் தலைமகனின், மேனியில் தோன்றிய புது மாற்றங்களைப் பாங்கன் காண்கின்றான். எதனால் வந்ததெனக் கேட்கின்றான். அவனுக்குத் தலைவன் இப்படி விடை கூறுகின்றான்.

சிறுவெள் அரவின் அவ்வரிக் குருளை
கான யானை அணங்கி யாஅங்கு
இளையள், முளைவாள் எயிற்றள்,
வளையுடைக் கையள் எம் அண்ங்கி யோளே.

பாங்கனே! சிறியதும் வெள்ளியதுமான பாம்பினது அழகிய வரிகளையுடைய குட்டியும், காட்டு யானையை வருத்தமுறச் செய்யும். அதனைப் போலவே, இளையோளும், மூங்கின் முளையைப் போன்ற ஒள்ளிய பற்களை உடையவளும், வளைகள் விளங்கும் கைகளை உடையவளுமான ஒருத்தியும், எம்மைத் தாக்கி வருத்தமுறுமாறு செய்தனள்.

கருத்து: *'இளையோள் ஒருத்தியால் வந்துற்றது இவ் வருத்தம்' என்பதாம்.*

விளக்கம்: *வலியான் மிக்கதும் உருவாற் பெரியதுமான காட்டு யானையும், சிறிய பாம்புக் குட்டியால் வருத்தமுற்று நலிவது போலத், தறுகண்மையும் போராற்றலும் உயர்குடிப் பிறப்பும் கொண்டதானும், இளையோளான ஒருத்தியைக் கண்டு காமுற்றதனால் நலிவுற்றதாகக் கூறுகின்றனன். தன்னைப் பற்றிய காமநோயைப் பாம்புக் கடியின் நஞ்சு பற்றியேறுங் கொடுமைக்கு ஒப்பிடுகின்றான். இயற்கைப் புணர்ச்சி பெற்றமை தோன்ற 'வளையுடைக் கையள்' என்றான், முறுவல் கண்டு மகிழ்ந்ததனை 'முளைவாள் எயிறு' என்பதாற் பெற வைத்தான். இதனாற் பாங்கற் கூட்டத்தைத் தலைவன் விரும்பினதாலும் விளங்கும். வெள் அரவு - வெண் பாம்பு; கரும்பாம்பாயின் வேறென்பதும் இதனால் விளங்கும்.*

120. அரியள் அவள்!

பாடியவர்: *பரணர்.* **திணை:** *குறிஞ்சி.* **துறை:** *(1) அல்ல குறிப்பிட்டு மீளும் தலைமகன், தன் நெஞ்சிற்குச் சொல்லியது;(2) இயற்கைப் புணர்ச்சி புணர்ந்த தலைமகன் பிரிந்தவழிக் கலங்கியதூஉம் ஆம்.*

து-வி: *(1) குறித்த இடத்திற்குச் சென்றும் தலைவியைக் காணப்பெறாத தலைவன், தலைவியின் பெறற்கரிதான தன்மையை நினைந்தவனாக, இப்படிக் கூறுகின்றான். (2) இயற்கைப் புணர்ச்சி பெற்றுத் தலைவியைப் பிரிந்து செல்பவன், அந்தப் பிரிவை எண்ணிக் கலங்கியவனாக, இப்படிக் கூறுகின்றான்.*

இல்லோன் இன்பம் காமுற் றாஅங்கு,
அரிது வேட்டனையால் – நெஞ்சே! – காதலி
நல்லள் ஆகுதல் அறிந்தாங்கு.
அரியள் ஆகுதல் அறியா தோயே.

நெஞ்சமே! வறுமையாளன் ஒருவன் இவ்வுலகத்து இன்பத்தை அடைய விரும்பினாற்போல், நீயும், அடைதற்கரியதான ஒன்றையே விரும்பினை ஆவாய். நம் காதற்குரியவள், நமக்கு நன்மை தருபவளாதலை அறிந்தாற்போன்று, நாம் விரும்பும் பொழுதெல்லாம் பெறுவதற்கு அரியவள் ஆகுதலையும், நீதான் அறியாது போயினையே!

கருத்து: *தலைவியைப் பிரியாதிருக்க மணந்து கொள்ளல் வேண்டும் என்பதாம்.*

விளக்கம்: *வறியவனுக்கு, இன்பம் சிலபோது எதிர்பாராத விதமாக வாய்த்தாற் போன்று, தலைவியின் உறவும் தனக்குத் தெய்வத்தின் அருளால் எதிர்பாராதே வந்து வாய்த்தது என்பதாம். அதனை நிரந்தரமாக்கிக் கொள்ளுதற்குத் தான் விரும்பினும்; அது எளிதில் வாயாதென்பதையும், முயற்சி பெரிதும் வேண்டும் என்பதையும் நினைக்கின்றான். "அரியள் ஆகுதல் அறியாதோய்" என்று, அவளது அருமையை எண்ணி மயங்குகின்றான். இல்லோன் - பொருளற்றவன்.*

மேற்கோள்: *'புணர்ந்து பிரிந்தவிடத்துத், தன் அன்பின் மிகுதியினாலே தான் மறைந்து அவளைக் காண்கின்ற தலைவன், சிற்றூரிடை அவளைக் கண்டு, இனி இவளைக் கூடுதல் அரிதெனக் கருதி வருந்துகின்றான்' என இதனை நச்சினார்க்கினியர் காட்டுவர் (களவு. 11 உரை)*

121. பசந்தன தோளே!

பாடியவர்: *கபிலர்.* **திணை:** *குறிஞ்சி.* **துறை:** *இரவுக்குறி வரும் தலைமகன் செய்யும் குறி, பிறிது ஒன்றான் நிகழ்ந்து, மற்று அவன் குறியை ஒத்தவழி, அவ் ஒப்புமையை மெய்ப்பொருளாக உணர்ந்து சென்று, ஆண்டு அவனைக் காணாது தலைமகள் மயங்கியவழி, பின்னர் அவன் வரவு உணர்த்திய தோழிக்குத், தலைமகள் கூறியது.*

து-வி: *பிறிதோரிடத்தைத் தலைவன் செய்த குறியென்று நினைத்தவளாகச் சென்றடைந்து, அங்கு அவனைக் காணப்பெறாது திரும்பினாள் தலைவி. மற்றொரு நாள், அவன்*

குறியிடத்திற்கு வந்ததனைத் தோழி உரைக்கக் கேட்டதும், தன் ஏமாற்றத்தை இப்படிக் கூறுகின்றாள்.

மெய்யோ வாழி? – தோழி – சாரல்
மைப்பட் டன்ன மாமுக முசுக்கலை
ஆற்றப் பாயாத் தப்பல் ஏற்ற
கோட்டொடு போகியாங்கு, நாடன்
தான் குறி வாயாத் தப்பற்குத்
தாம் பசந்தன, என் தட மென் தோளே.

தோழி! நீ கூறியது மெய்தானோ? மெய்யெனின் நீ வாழ்வாயாக! மை பட்டாற்போன்ற கரிய முகத்தையுடைய முசுக்கலையானது, மலைச் சாரலிடத்தே, தன்னைத் தாங்கும் கொம்பை அறிந்து பாயாத தவற்றினது பயன், அதனை ஏற்ற கொம்பு முறிதலோடு போய்ச் சேரும். அதனைப் போலத், தலைவன், தான் குறியினை முன்னர் வாய்ப்பச் செய்யாத தவற்றுக்கு, என் பரந்த மென்தோள்கள், தாம் நோயுற்றுப் பகையை அடைந்தனவே!

கருத்து: ‘இப்போதும் முன்போலவே அவனைக் காணாது வருத்தமுற நேருமோ?’ என்பதாம்.

விளக்கம்: முன்னொரு நாளிற் சென்றவள், அவனைக் காணப்பெறாததனால் அடைந்த துன்பத்தின் நினைவு, பின்னொரு நாளில் தலைவனைச் சந்திக்கக் குறியிடத்திற்குச் சொல்லத் தோழி மெய்யோ என்றது அந்த நினைவாலே தோன்றிய ஐயப்பாட்டினால் ஆம். குரங்கு, தான் பாய்ந்து சென்றடையும் கொம்பினைச் சரியாக உணராததனால், கொம்பும் முறிந்து தானும் கீழே விழுந்தது போலத், தலைவனும் தான் சென்றடையும் குறியிடத்தைச் சரியாக உணராததனாலே, தலைவியின் தோள் பசலையடையவும், தான் இன்புறுதலைப் பெறாது வருந்தவும் நேர்ந்தது என்பதாம். இது இரவுக்குறி நேர்கின்ற காலத்து நேர்வதாம்.

122. கங்குலும் உடைத்தே!

பாடியவர்: ஓரம்போகியார். **திணை:** நெய்தல். **துறை:** தலைமகள் பொழுதுகண்டு அழிந்தது.

து-வி: தலைவனது பிரிவினாலே பெரிதும் வருத்த முற்றிருந்தனள் தலைவி. மாலைக்காலம் வந்துற்றபோது

அவளுடைய வருத்தமும் மிகுதியாகின்றது. அதனைத் தோழியிடம் கூறிப் புலம்புகின்றாள்.

பைங்காற் கொக்கின் புன்புறத்தன்ன
குண்டுநீர் ஆம்பலும் கூம்பின; இனியே
வந்தன்று, வாழியோ, மாலை!
ஒருதான் அன்றே; கங்குலும் உடைத்தே!

பசிய கால்களையுடைய கொக்கினது, புல்லிய புறத்தைப் போன்ற, ஆழமான நீர் நிலையிடத்தே வளர்ந்திருக்கின்ற ஆம்பலும், மலர்குவிந்த நிலையில் விளங்குகின்றது. இப்பொழுது மாலைக் காலமும் வந்துள்ளது. அது வாழ்க! இது தான் ஒன்று மட்டுமே தனித்து வருவதும் அன்று; இதனைத் தொடர்ந்து வரும் இருளையும் உடையதாகும்.

கருத்து: 'யான் வாட்டத்தால் அழிவடைவேன்' என்பதாம்.

விளக்கம்: 'வாழியோ மாலை' என்றது, அது தன்னை வருத்துதலால் அழிவதாக என்றதாம். குண்டு நீராயினமையின் தெளிந்திருக்கும் என்பாள். 'பைங்காற் கொக்கின் புன்புறத்தன்ன' என்றனள். 'ஆம்பல் கூம்பினது' மாலையின் வரவால் ஆகும். 'ஒருதான் அன்றே' என்றது, அதன் துயரைத் தாங்கினும், அது துணையாகக் கங்குலையும் தன் பின்னர்க் கொண்டு வருதலால், யான் பெரிதும் அதனை வெறுப்பேன் என்றனள்.

123. வாரார் வரும்!

பாடியவர்: ஐயூர் முடவன். **திணை:** நெய்தல். **துறை:** பகற்குறியிடத்து வந்த தலைமகனைக் காணாத தோழி, அவன் சிறைப்புறத்தானாதல் அறிந்து, தலைமகட்குச் சொல்லியது.

து-வி: தலைவியைத் தன்னொடு அழைத்துக் கொண்டு பகல் வேளையிலே தலைவனைச் சந்திப்பதாகக் குறிப்பிட்டிருந்த இடத்திற்குத் தோழி செல்லுகின்றாள். அங்கே அவனை வரக்காணாத தோழி, பெரிதும் அவன்பால் ஐயுற்று வருந்துகின்றாள். அடுத்து அவன் வருதலையும், வந்து செவ்வி நோக்கியவனாக ஒருசார் ஒதுங்கி நிற்றலையும் கண்டவள், தலைவிக்குச் சொல்லுவாள் போல, அவனும் கேட்குமாறு, இப்படிச் சொல்லுகின்றாள்.

இருள் திணிந்தன்ன ஈர்ந்தண் கொழுநிழல்,
நிலவுக் குவித்தன்ன வெண்மணல் ஒருசிறைக்

கருங் கோட்டுப் புன்னைப் பூம் பொழில் புலம்ப,
இன்னும் வாரார்; வரூஉம்,
பல்மீன் வேட்டத்து என்னையர் சிமிலே.

தோழி! இருளானது ஓரிடத்தே செறிந்திருந்தாற் போலவும், ஈரமும் குளிர்ச்சியும் கொண்டதாகவும் விளங்கும். கொழுமையான நிழலமைந்ததும், நிலவுக் கதிர்களைக் குவித்து வைத்தாற் போன்ற வெண்மணல் மேடிட்டு கிடப்பதுமாகிய, கடற்கரைப்பாங்கின், ஒரு பக்கத்தே, கரியவான கொம்புகளைக் கொண்ட புன்னை மரங்கள் அடர்ந்திருக்கின்ற பூம்பொழிலும் இதுவாகும். இவ்விடத்தே, நாம் தனிமைப்பட்டு வருந்துமாறு செய்தனராக, நம் தலைவர் இன்னும் வந்தார் அல்லர். பல மீன்களையும் வேட்டையாடிக் கொண்டு கரையை நோக்கி வருவதான என் தமையன்மார்களின், படகுகளும் இனி வந்துவிடும்.

கருத்து: *'அருளற்ற தலைவரை நோக்கிக் காத்திராது, நம் தமையன்மார் வீடு திரும்பும் முன்பாக, நாம் வீட்டிற்கும் போய் விடுவோம்' என்பதாம்.*

விளக்கம்: *பிறர் அறியாதே கூடுதற்கு ஏற்ற இடமாக இருந்தும், நாமும் வந்து சேர்ந்திருந்தும், வாராதாராகிய தலைவருக்கு, நம்மேல் அருளில்லை. ஆதலின், நாம் வீட்டிற்குச் செல்வோம் என்பதனைத் தோழி கூறுகின்றாள். இதனைக் கேட்கும் தலைவன், தான் காலந்தாழ்த்தமைக்கு வருந்துவதுடன், தமையன்மார்கள் அறியின் இடருண்டாகும் என்பதனை உணர்ந்து, தலைவியை விரைய மணந்து இல்வாழ்விலே ஈடுபடுதலில் மனஞ் செலுத்துபவன் ஆவான் என்பதாம். தலைவன் வருதல் நீட்டித்த காலத்துத் தலைவி வருந்தியதாகவும் இதனைக் கொள்வர். அப்போது, வருந்திய தலைவி, தோழியிடத்துக் கூறியதாகக் கொள்க.*

124. மனை இனியவோ?

பாடியவர்: *பாலை பாடிய பெருங்கடுங்கோ.* **திணை:** *பாலை.* **துறை:** *புணர்ந்து உடன்போக நினைத்த தலைமகள் ஒழியப் போகலுற்ற தலைமகற்குத், தோழி சொல்லியது.*

து-வி: *'தலைவியை நின்னுடன் அழைத்துப் போய் நின்னூரில் மணந்து கொள்க' என்று, தலைவனிடம் தோழி வற்புறுத்துகின்றாள். அவன் வழியது கொடுமையை உரைத்து அதற்கு இசையானாகத்*

தான் மட்டுமே செல்லத் தொடங்குகின்றான். அவனுக்குத் தோழி இப்படிச் சொல்லுகின்றாள்.

உமணர் சேர்ந்து கழிந்த மருங்கின், அகன் தலை
ஊர் பாழ்த்தன்ன ஓமை அம் பெருங் காடு
இன்னா என்றிர் ஆயின்,
இனியவோ – பெரும! – தமியோர்க்கு மனையே?

பெருமானே! உப்பு வாணிகர்கள் தங்கியிருந்து விட்டு நீங்கியதன் பக்கத்தே, விரிந்த இடத்தை உடைத்தான, ஊர் பாழ்பட்டுக்கிடப்பது போன்ற, ஓமை மரங்கள் வளர்ந்த பெருங்காட்டு வழியானது, நடந்து கடத்தற்குத் துன்பந் தருவது என்று சொன்னீர்கள். ஆனால், காதலரையின்றித் தனித்திருப்ப வரான பெண்களுக்குத், தம் இல்லந்தான் இனியதாகுமோ?

கருத்து: 'தமியோர்க்கு மனையே இன்னாதாகலின், அவளை உடனழைத்துப் போக' என்பதாம்.

விளக்கம்: 'வழித்துணையாக எவரேனும் கிடைப்பரோவெனில், உமணரும் சேர்ந்து கழிந்த இடங்களாகவே விளங்கும்; அதற்கு அடுத்திருக்கும் ஓமையம் பெருங்காட்டிலே நிழலுக்குத் தங்கிச் செல்லலாம் என்றாலும், அந்த ஓமையம் பெருங்காடும் வெம்மையினால் கருகிப் பாழ்பட்டுக் கிடக்கும் ஊரைப்போலத் தோன்றும்; அதனால், 'அவ்வழியாக அழைத்துச் செல்லல் இயலாது' என்கிறான் தலைவன், 'ஆயின், தமியோர்க்கு மனை இனியவோ?' என்கிறாள் தோழி, உடனிருந்துழிக் காடும் இனிதாகும் என்பது அவள் முடிபாகும்.

125. கண் மாறின்று!

பாடியவர்: அம்மூவன். திணை: நெய்தல். துறை: வரைவு நீட்டித்த இடத்துத் தலைவன், தோழிக்குக் கூறுவாளாய், தலைவன் சிறைப்புறமாகச் சொல்லியது.

து-வி: தன்னை வரைந்து வந்து மணந்து கொள்வதாகச் சொல்லிப் பிரிந்து சென்ற தலைவன், குறித்தபடி வராததனை நினைந்து, தலைவி வேதனையுற்றாள். தன் உறவுக்குத் துணை நின்ற தோழிக்குத் தன் வருத்தத்தை இப்படிக் கூறுகின்றனள். ஒருப்புறமாக நின்ற தலைவன் இதனைக் கேட்டுத், தன் தவறு உணர்ந்து, வரைவு முயற்சியிலே விரைபவன் ஆவான் என்பது, இதன் பயனாக அமையும்.

இலங்குவளை நெகிழச் சாஅய், யானே,
உளனே வாழி – தோழி! – சாரல்
தழைஅணி அல்குல் மகளி ருள்ளும்
விழவு மேம்பட்ட என் நலனே, பழவிறல்
பறைவலம் தப்பிய பைதல் நாரை
திரைதோய் வாங்குசினை இருக்கும்
தண்ணம் துறைவனொடு, கண்மா றின்றே.

தோழி! மலைச்சாரலிடத்துக் கொய்து கொண்ட தழையினை அணிந்த அல்குல் தடத்தையுடைய மகளிர்கள், இவ்விடத்துப் பலராவர். அவர்களுள், விழாவைப்போல மேம்பட்டு, முன்னர் விளங்கியது என் பெண்மை நலன். துன்பங் கொண்ட நாரையானது, அலைகளைத் தோய்ந்தபடியே வளைந்து சாய்ந்திருக்கின்ற மரக்கிளையிலே தங்கியிருக்கும். குளிர்ந்த கடற்றுறைக்கு உரியவன் நம் தலைவன். என் நலன், அவனோடு இடமாறியதாய், என்னைப் பிரிந்து இப்போது போய்விட்டது. அங்ஙனமாகவும், யான் மட்டுமே, விளங்கும் வளைகள் நெகிழும்படியாக மெலிவுற்றபடி, இன்னும் உயிருடன் இருக்கின்றேனே!

கருத்து: 'இனி என் உயிரும் என்னை விட்டுப் போய் விடும்' என்பதாம்.

விளக்கம்: 'கடற்பரப்பிலே பறந்து தனக்குரிய மீனைத் தேர்ந்து உண்ணும் நாரையானது, பறக்கும் வலிமையை இழந்ததாய், இயல்பாக வளைந்து தாழ்ந்து அலையைத் தொட்டபடியிருக்கும் கிளையிலே அமர்ந்து கொண்டு, தன்பால் அலை கொண்டுதரும் மீனை எதிர்பார்த்தபடி ஏங்கியிருக்கும் துறையினை உடையவன் என்றாள். பெண்மை நலனோடு பொலிவுற்றிருந்த காலத்து, அவனே குறையிரந்து பணி மொழி கூறித் தனக்கு இன்பந்தந்த தலைவன், தான் பிரிவுத் துயரால் அதனை இழந்து நலிந்து, அவன் வரவை எதிர்பார்த்து ஏங்கிக் காத்திருக்கும் நிலையினை நினைந்தே, தலைவி அப்படிக் கூறுகின்றனள். அவன் வரினன்றி நலன் மீளாது என்பதாம் கண் மாறல் - இடம் மாறல். 'நலன் கண்மாறின்று' என்றதனால், தான் அவனை மறவாத கற்பினள் என்பதையும் கூறினளாம்.

126. கார் நகும்!

பாடியவர்: ஒக்கூர் மாசாத்தி. **திணை:** முல்லை. **துறை:** பருவம் கண்டு அழிந்த தலைமகள், தோழிக்குச் சொல்லியது.

து-வி: கார்ப்பருவத்தின் வரவைக் கண்ட தலைவியின் உள்ளத்திலே, குறித்தபடி தலைவன் வந்து சேராததனால் ஏற்பட்ட வருத்தம் மிகுதியாகின்றது. தோழியிடம், தன் வருத்தத்தை இவ்வாறு எடுத்துக் கூறி, ஆறுதல் பெறுவதற்கு முயல்கின்றாள்.

இளமை பாரார் வளம் நசைஇச் சென்றோர்
இவணும் வாரார்; எவணரோ?' என,
பெயல்புறந் தந்த பூங்கொடி முல்லைத்
தொகுமுகை இலங்கு எயிறு ஆக
நகுமே – தோழி! – நறுந்தண் காரே.

தோழி! இன்பத்திற்குரியதான இளமையது அருமையினை எண்ணிப் பாராதவராகப், பொருள்வளத்தைப் பெறுதலை விரும்பி என்னைப் பிரிந்து சென்றோரான காதலர், இவ்விடத்தும் வந்திலர்; அவர் எவ்விடத்தாரோ என்று கேட்பதுபோன்று - நறிய தண்ணிய கார்காலமானது, மழைப்பெயலாலே காக்கப்பட்ட பூவையுடைய முல்லைக் கொடியிடத்தே, விளங்கும் தொகுதியான அரும்புகளே, விளங்குகின்ற தன் பற்களாகக் கொண்டு, என்னை நோக்கிச் சிரிக்கின்றதே! நான் இனி என் செய்வேன்?

கருத்து: 'கார்காலம் வந்தும் அவர் வரக் காணேனே' என்பதாம்.

விளக்கம்: 'வளமையானாகும் பொருள் இது' என்பதாய், 'இளமையும் காமமும் நின்பாணி நில்லா' (கலி. 12. 11-12) என்றாற்போல, இளமையின் அருமையைத் தலைவன் உணர்ந்து தன்னைப் பிரியாதிருத்தல் வேண்டும் என்று நினைத்தவள், 'இளமை பாரார்' என்றனள். பொருள்தானும் நிலையற்றது என்பாள், 'வளம் நசைஇச் சென்றோர்' என்கின்றாள். கார்காலத் தோற்றத்திற்கு முன்பேயே மீள்வேன் எனச் சென்றவன் தலைமகன். அது தோற்றி, அதன் பயனாக வாடிக் கிடந்த முல்லைக் கொடியும் தொக்க, அரும்புகளை ஈன்றிருத்தலைக் காண்பவள், 'நகுமே தோழி!' என்கின்றனள். தன்னை முல்லைக் கொடியாகவும், கார்காலத்தைத் தலைவனாகவும் கொண்டு, முல்லை வளம் பெற்றுப் பூத்துப் பொலிந்திருக்கத், தான் நலிந்திருத்தலை நினைத்து, ஏங்குகின்றாள், 'இவணும் வாரார்! எவணரே?' என்றதால், 'தலைவன் மீண்டு வரும் வழியிடை எவ்விடத்தானோ' என அவன் வரவைக் கருதியதும் ஆகும்.

நறுந்தண் கார் மலர்களால் நறுமையும், பெயலால் தண்மையும் கொண்ட கார்.

127 கள்வர் போல்வா

பாடியவர்: ஓரம் போகியார். **திணை:** மருதம். **துறை:** பாணன் வாயிலாகப் புக்கவழித் தலைமகற்குத் தோழி சொல்லியது.

து-வி: பாணன் வழியாகத் தலைவியின் இசைவைப் பெற்று, அவள்பாற் சென்றான் தலைவன். அப்படி வந்தவனுக்கு அவள் உரைக்கும் வரவேற்பு உரை இதுவாகும்.

குருகு கொளக் குளித்த கெண்டை அயலது.
உருகெழு தாமரை வால்முகை வெரூஉம்.
கழனிஅம் படப்பைக் காஞ்சி ஊர!
ஒரு நின் பாணன் பொய்யன் ஆக,
உள்ள பாணர் எல்லாம்
கள்வர் போல்வர், நீ அகன்றிசி னோர்க்கே.

நாரையாற் பற்றிக்கொளப்பட்டு, அதன் வாயினின்றும் தப்பி, நீருட் குதித்து மறைந்த கெண்டைமீனானது, அதன் பின்னர்த் தான் மேலெழுந்தபோது, நிறம்பொருந்திய தாமரையின் வெள்ளரும்பைக் கண்டதும் அச்சங் கொள்ளும், அப்படிப்பட்ட வயற்பக்கங்களைக் கொண்ட காஞ்சிமரங்களையுடைய ஊரனே! நின் ஒப்பற்ற பாணன் பொய்யனாக ஆயினமையாலே, இந்நாட்டிலுள்ள பாணர்கள் எல்லாரும், நீ அகன்றதனாலே வருத்த முற்றிருக்கும் மகளிருக்குக் கள்வரைப் போல்பவர் ஆயினரே!

கருத்து: 'நின் தூதன் ஒரு பொய்யன்' என்பதாம்.

விளக்கம்: 'நீ அகன்றிசினோர்க்கு' என்றது, தலைவனின் பரத்தைமை கூறிப் பழித்ததாம். இருப்பவும், தலைவன் நின்னை மறவான்; நின்பாற் பேரன்பினன்; என்று கூறினன் பாணன். அதனால் பொய்யனும் ஆயினன். இதனைக் கேட்கும் மகளிர் பிறரும், பிற பாணரையும் பொய்யராகக் கருதுவர் என்பதாம்.

குருகினாலே துன்பத்தையடைந்த கெண்டை, அதன்பின் தாமரையின் வெண்முகையைக் கண்டதும் அஞ்சினாற்போல, நின்னால் துன்பத்தை அடைந்த மகளிர், நின்னைப் போற்றும் நின் ஏவலரான பாணரைக் கண்டும் அஞ்சுவர் என்கின்றாள். இதனால், அவரைக் 'கள்வர் போல்வர்' எனவும் கூறுகின்றாள்.

நீ அகன்றிசினோர்க்கு, ஒருநின் பாணன் பொய்யனாக, உள்ள பாணர் எல்லாம் 'கள்வர் போல்வர்' என்க. உரு - நிறம்.

128. நோயை நெஞ்சே!

பாடியவர்: *பரணர்.* **திணை:** *நெய்தல்.* **துறை:** *அல்ல குறிப்பட்டு மீளும் தலைமகன், தன் நெஞ்சினை நெருங்கச் சொல்லியது; உணர்ப்பு வயின் வாரா ஊடற்கண் தலைமகன் கூறியதூஉம் ஆம்.*

து-வி: *(1) குறி மாறுபட்டுச் சென்ற தலைவன், தலைவியை அங்குக் காணப்பெறாது வறிதே திரும்புகின்றான். அப்போது அவன் தன் நெஞ்சிற்கு இப்படிச் சொல்லுகின்றான். (2) ஊடியிருந்த தலைவியைத் தெளிவிக்கும் வகையாற் பலப் பல சொல்லியும், அவளூடல் தெளியாது போகத், தலைவன் இவ்வாறு கூறுகின்றான்.*

குணகடல் திரையது பறைதபு நாரை
திண்தேர்ப் பொறையன் தொண்டி முன்துறை
அயிரை ஆர் இரைக்கு அணவந்தா அங்குச்
சேயள் அரியோட் படர்தி;
நோயை – நெஞ்சே! – நோய்ப் பாலோயே.

நெஞ்சமே! முதுமையுற்றதனாலே சிறகுகளின் வலிமை நீங்கிப் போகப்பெற்ற நாரையானது, கிழ்க்கடலின் அலையருகே இருந்தவாறு, திண்மையான தேரையுடைய சேரனது தொண்டிக் கடற்றுறையின் முன்பாகவுள்ள, அயிரைமீனாகிய இரையைப் பெறுதற் பொருட்டாகத் தலையை மேலெடுத்து நின்றாற் போல, நமக்குத் தொலைவிலுள்ளவளும், அடைதற்கு அரியவளுமான தலைவியைப் பெறுதற்கு, நீயும் நினைந்தாய். நீ துன்பத்திற்குக் காரணமான தீவினையை உடையை!

கருத்து: *'தலைவியை இனிமேல் அடையமாட்டோம்' என்பதாம்.*

விளக்கம்: *கீழ்க்கடலிலுள்ள முதுநாரை, தான் முன்னர் உண்டின்புற்ற நினைவாலே, மேற்கடற்கரைத் தொண்டி முன் துறையின் அயிரையை அவாவித் தலையை மேலெடுக்கும்; அது வாயாதாகலின் வருந்தித் துயருற்று வாடும். அவ்வாறே நம்மாற் சென்றடைவதற்குச் சேயளும், தானே வந்தடைதற்கு அரியளுமான தலைவியையும் நீ நினைந்தேங்குவது அல்லாது அடையாய் என்பதாம். இரண்டாவது துறைக்கேற்பக் கூறும்*

போது, 'நெஞ்சாற் சேயள், அதனால் பெறுதற்கு அரியள்' என்று பொருள் கொள்க, புணர்ந்து பிரிந்தவிடத்து, அன்பு மிகுதியால் தான் மறைந்து அவளைக் காணுங்காலத்தே, ஆயத்திடைக் கண்டு, இனி இவளைக் கூடுதல் அரிது எனத் தலைவன் இரங்கிக் கூறியதாகவும் இதனைக் கொள்வர் (களவு. 11 உரை) நச்சினார்க்கினியர்.

129. புதுக்கோள் யானை!

பாடியவர்: கோப்பெருஞ்சோழன். **திணை:** குறிஞ்சி. **துறை:** தலைமகன் பாங்கற்கு உரைத்தது.

து-வி: தலைவியோடு இன்புற்று மீண்டான் தலைமகன் அவனுடைய வருத்தத்தைக் கண்டு, காரணம் வினாவுகிறான் பாங்கன். அவனுக்குத் தலைமகன் தானடைந்த வருத்தத்தைப் பற்றி உரைக்கின்றான்.

எலுவ! சிறாஅர் ஏமுறு நண்ப!
புலவர் தோழ! கேளாய் அத்தை;
மாக்கடல் நடுவண் எண்நாள் பக்கத்துப்
பசுவெண் திங்கள் தோன்றி யாங்குக்
கதுப்பு அயல் விளங்கும் சிறுநுதல்
புதுக்கோள் யானையின் பிணித்தற்றால் எம்மே.

என் நண்பனே! சிறுபருவத்தார் இன்புறுதற்குக் காரணமாகிய நட்பினைச் செய்வோனே! அறிவுடையாருக்கும் தோழனாக ஆகுபவனே! கேட்பாயாக: 'பெருங்கடலின் நடுவாக, எட்டாந்திதிக்கு உரித்தான வெள்ளிய இளந்திங்கள் தோன்றியதைப்போல, ஒரு பெண்ணின் கூந்தலுக்கு அயலாக விளங்கிய சிறுத்த நெற்றிதான், புதிதாகப் பிடித்துக் கொள்ளப்பட்ட யானையின் தன்மைபோல, எம்மையும் தன்பாற் பிணித்துக் கொண்டது!'

கருத்து: 'என் நெஞ்சத்தை ஒருத்தியின் நெற்றிக்கவின் பிணித்துக் கொண்டது' என்பதாம்.

விளக்கம்: 'எண்ணாட் பக்கம்' ஆவது, அட்டமி நாள். கூந்தலுக்கு மாக்கடலும், நெற்றிக்கு எட்டாம்பிறைத் திங்களும் உவமைகள். புதுக்கோள் யானை - புதிதாகப் பிடிக்கப்பட்ட காட்டு யானை. தன் பீடிழந்த நிலையை உரைப்பவன், புதுக்கோள் யானை போலத் தான் அவள் அழகிற் சிக்குண்டு நெஞ்சழிந்து போதலைக் குறிப்பிட்டான். பசுமை - இளமை.

காட்டுயானை பிடிப்பார், அது குழிக்குள்ளே அகப்பட்டதும், அதனைத் தளைந்து, தம் பிடியினின்றும் தப்பிப் போகாதபடி செய்வர்; அதனால், அந்த யானையும் தன் ஆண்மையும் ஆற்றலும் குன்றியதாய்க் கட்டுப்பட்டுக் கிடக்கும். அவ்வாறே தலைவியின் நெற்றிக் கவின், தலைவனைத் தன்பால் பிணித்து அடிமைகொண்டது, என்று கொள்க.

130. கெடுநரும் உளரோ?

பாடியவர்: வெள்ளிவீதியார். **திணை:** பாலை. **துறை:** *(1)* பிரிவிடை அழிந்த தலைமகளைத் தோழி வற்புறுத்தியது. நீ "அவர் பிரிந்தார்" என்று ஆற்றாயாகின்றது என்னை? யான் அவர் உள்வழி அறிந்து தூதுவிட்டுக் கொணர்வேன்; நின் ஆற்றாமை நீங்குக! எனத் தோழி தலைமகளை ஆற்றுவித்தது. *(2)* தோழி தூது விடுவாளாகத் தலைமகள் தனது ஆற்றாமையால் கூறியதூஉம் ஆம்.

து-வி: *(1)* தலைமகன் பிரிந்த காலத்திலே பெரிதும் வாட்டமுற்று நலனழிந்த தலைவியைத் தோழி தேறுதல் கூறிப் பொறுத்திருக்க வேண்டுகின்றாள். *(2)* தலைமகளது வருத்தத்தைக் கண்ட தோழி, தூதுவரை அனுப்புதற்கு ஏற்பாடு செய்கின்றாள்; அவளுக்குத் தலைவி இப்படிக் கூறுகின்றாள்.

நிலம் தொட்டுப் புகாஅர்; வானம் ஏறார்;
விலங்குஇரு முந்நீர் காலின் செல்லார்;
நாட்டின் நாட்டின் ஊரின் ஊரின்
குடிமுறை குடிமுறை தேரின்,
கெடுநரும் உளரோ? – நம்காத லோரே.

தோழி! நம் அன்பிற்கு உரியவராயினார், நிலத்தைத் தோண்டி அதனுள்ளே புகுந்துவிடவும் மாட்டார். வானத்திற் பறந்து உயரச் சென்று மறைந்துவிடவும் மாட்டார். குறுக்கிடுகின்ற பெருங்கடலினிடத்தே மரக்கலமேறித் தொலைநாடுகளுக்குச் சென்றுவிடவும் மாட்டார். அதனால், முறையாக நாடுகள்தோறும் ஊர்கள்தோறும் குடிகள்தோறும் தேடி ஆராய்ந்தால், அவர் அகப்படாது தப்புபவரும் ஆவாரோ?

கருத்து: 'தலைவரைத் தேடிக் கண்டுபிடிப்போம்' என்பதாம்.

விளக்கம்: வெள்ளிவீதியாரின் செய்யுள் இது. அவர்தம் கணவனைத் தேடித் திரிந்தவர் என்பர். அதனால், தலைவர் வருவாரெனத் தம்மைத் தேற்றிய தோழிக்குத், தாம் எங்குச்

சென்று தேடியும் அவரைக் கண்டுபிடித்து வருவதாக அவர் கூறியதாகக் கொள்ளலாம். 'முந்நீர் காலிற் செல்லார்' என்பதற்குக், கடலிடத்துக் காலால் நடந்து செல்லார் எனவும் உரைப்பர். அப்பொழுது நிலந்தொட்டுப் புகுதல், வானில் ஏறல், முந்நீர் காலிற் செல்லல் என்பனவற்றை எண்வகைச் சித்திகளும் சேர்ந்தவாகக் கொள்க. அவர் நமக்கு மறைந்து போகும் சித்தரல்லர்; மனிதரே; ஆதலின், யாம் கண்டுபிடிப்போம் என்றாள் என்க.

131. பெருவிதுப்பு!

பாடியவர்: ஓரேருழவனார். **திணை:** பாலை. **துறை:** வினை முற்றிய தலைமகன், பருவ வரவின்கண் சொல்லியது.

து-வி: வினைமேற்கொண்டு தலைவியைப் பிரிந்து சென்ற தலைவன், அவ்வினையின் முடிவுக்குப்பின், தான் மீள்வதாகக் குறித்த பருவத்தின் வரவைக் கண்டதும், தலைவியின் நினைவு மேலெழ, இப்படிச் சொல்லுகின்றான்.

ஆடுஅமை புரையும் வனப்பின் பணைத்தோட்
பேர்அமர்க் கண்ணி இருந்த ஊரே
நெடுஞ் சேண்ஆர் இடையதுவே; நெஞ்சே,
ஈரம் பட்ட செவ்விப் பைம்புனத்து
ஓர் ஏர் உழவன் போல
பெருவிதுப்பு உற்றன்றால்: நோகோ யானே.

அசையும் மூங்கிலையொத்த அழகினையுடைய பருத்த தோள்களையும், பெரிதான அமர்த்த கண்களையும் உடையாள் நம்தலைவி. அவள் இருக்கும் ஊர்தான் அடைதற்குரிய நெடுந் தொலைவினதாய் உள்ளது. ஈரம்பட்ட செவ்வியைக் கொண்ட, பசுமையான புனத்தையுடைவனான, ஒற்றை ஏரேயுடைய ஓர் உழவனைப்போல, என் நெஞ்சமும் பெரிதான விரைவினை இப்போது அடைந்தது. அதனால், யானும் வருந்துகின்றேன்.

கருத்து: 'தலைவிபால் விரைந்து செல்ல வேண்டும்' என்பதாம்.

விளக்கம்: ஈரம் புலர்வதற்கு முன்பாக உழவைச் செய்துவிட ஓரேருழவன் விரைதலைப்போல, என் மனமும் பருவம் மாறுதற்கு முற்பட அவளைச் சென்றடைதற்கு விரைகின்றது என்பதாம். நெஞ்சத்து விரைவோடு தான் சென்று காண்பதற்கில்லையே என்பவன், 'நோகோ யானே' என்கின்றான். தோள்நலந்துய்த்து, இன்புற்றதை நினைப்பான். 'ஆடமை புரையும் வனப்பின்

பணைத் தோள்' என்றும், பிரிந்தகாலைக் கலங்கியிருந்த அவள் கண்களை நினைப்பான். 'பேரமர்க் கண்ணி' என்றும் கூறுகின்றான். 'நெடுஞ்சேண் ஆரிடை' அன்றெனின், தான் விரையச் சேறலும் கூடும் என்பதுதோன்ற, 'ஊரே நெடுஞ்சேண் ஆரிடை அதுவே' என்கின்றான்.

மேற்கோள்: தலைமகன் 'தலைமகள் வாழும் ஊர் நோக்கி மதி மயங்கியது' இது என்பர் நம்பி அகப்பொருள் உரைகாரர்.

132. சாஅய் நோக்கினள்!

பாடியவர்: சிறைக்குடி ஆந்தையார். **திணை:** குறிஞ்சி. **துறை:** கழற்றெதிர்மறை.

து-வி: 'பேரறிவும் பெருங்குடிப் பிறப்பும் உள்ளவனாகிய நீதான், ஓர் இளம்பெண்ணைக் கண்டதனாலே உள்ளம் நலிதல் அழகியதோ?' என்று கேட்கிறான் பாங்கன். அவனுக்குத் தலைவன் இப்படிக் கூறுகின்றான்.

கவவுக் கடுங்குரையள்; காமர் வனப்பினள்;
குவவுமென் முலையள்; கொடிக் கூந்தலளே –
யாங்கு மறந்து அமைகோ, யானே? – ஞாங்கர்க்
கடுஞ்சுரை நல்ஆன் நடுங்கு தலைக்குழவி
தாய்காண் விருப்பின் அன்ன,
சாஅய் நோக்கினள் – மாஅ யோளே.

மாமைநிறத்தை உடையவளான அவள்தான், தழுவுவதில் மிக்க விரைவினையுடையவள்; காண்பதற்கு விருப்பந்தருகின்ற வனப்பினை உடையவள்; குவிதலைக் கொண்ட மென்மை வாய்ந்த கொங்கைகளை உடையவள்; கொடிபோல நீண்டு தொங்கும் கூந்தலை உடையவள். பக்கத்தே மேயச்சென்ற, மிக்க சுரப்பையுடைய நல்ல பசுவினது, நடுங்கும் தலையையுடைய கன்றானது, தாயைக் காணும் விருப்போடு நின்றாற் போல, ஆர்வத்தால் மெலிந்த பார்வையினையும் உடையவள். அத்தகையாளை மறந்து யான் எவ்வாறிருப்பேன்?

கருத்து: 'அவளை மறத்தற்கு இயலாதேன்' என்பதாம்.

விளக்கம்: 'ஞாங்கர்' என்றது ஊர்ப்பக்கத்தினை 'கடுங்குரையள்' என்பதில் 'குரை' அசைநிலை; 'கடுமையள்' என்பது பொருள். 'தாயை விருப்போடு எதிர்பார்க்கும் கன்றைப் போன்று, தன்னை விருப்போடு நோக்கியவள்'

என்பதனால். அவளும் தன்பாற் பெரிதும் காதலுடையவள் என்பதனையும் தன்னாலும் அவளை மறத்தற்கு இயலாது என்பதனையும் இவ்வாறு உரைத்தான் என்க.

133. உரம் செத்தும் உளனே!

பாடியவர்: உறையூர் முதுகண்ணன் சாத்தன். **திணை:** குறிஞ்சி. **துறை:** வரைவு நீட்டித்த இடத்துத் தலைமகள் சொல்லியது.

து-வி: வரைந்து வருதற்குரிய காலத்தைத் தலைவன் நீட்டித்ததனால், மனம் நலிவுற்ற தலைவி, தன் துயரத்தை இப்படிக் கூறுகின்றனள்.

புனவன் துடவைப் பொன்போல் சிறுதினை
கிளிகுறைத்து உண்ட கூழை இருவி
பெரும் பெயல் உண்மையின் இலை ஒலித்தாங்கு, என்
உரம் செத்தும் உளெனே – தோழி! – என்
நலம் புதிது உண்ட புலம்பி னானே.

தோழி! புனமுடையானின் தோட்டக்காலிலே விளைந்து, பொன்னைப்போன்று ஒளிரும் சிறு தினைக்கதிரினைக், கிளியானது ஒடித்து உண்டது. அஃது உண்டதனாலே குறைந்ததாகிய தினைத்தாளிலே, பெருமழையும் பெய்தது. அப்படிப் பெய்தல் உண்டாயினமையினாலே, அதனிடத்தும் இலை தழைத்தது. அதனைப்போல, என் பெண்மை நலத்தைப் புதிதாகத் தலைவன் உண்டனன்; உண்டபின் என்னைவிட்டுப் பிரிந்தும் சென்றனன்; அந்த வருத்தத்தினாலே எனது வலிமை அழிந்த பின்னரும், யான் உயிரோடு இருக்கின்றேனே!

கருத்து: 'தலைவரின் அருளுக்கு ஏங்கியிருக்கின்றேன்' என்பதாம்.

விளக்கம்: உரம் - மனவலி; கன்னிமையும் ஆம். புதிது உண்ணல் - பிறரால் உண்ணப்படாததை முதற்கண் உண்ணல்; தலைவிபால் தலைவன் பெற்ற முதற்புணர்ச்சி நுகர்வும் இது. புனவன் - புனமுடையான் - குறவன். தினையைத் தலைவியாகவும், கதிருண்ட கிளி அவளைக் களவிற்கூடிப் பிரிந்த தலைவனாகவும், கூழை இருவி தனிமைத் துயரட வருந்தியிருக்கும் தலைவியது தன்மையாகவும், பெரும்பெயல் தோழியின் தேறுதல் உரைகளாகவும் கொள்க. தினைத்தாள் மீண்டும் இலைவிட்டாற் போல, யானும் மீண்டும் அவரை அடைகின்ற நம்பிக்கையோடு உயிர்தாங்கியுள்ளேன்

என்பதாம். தினையோடு தன் நிலையை உவமித்தது, தான் புனங்காவலிலிருந்த போது களவுறவைப் பெற்றதனால் ஆம்.

134. பிரிவின்றாயின் நன்று!

பாடியவர்: கோவேங்கைப் பெருங்கதவன். **திணை:** குறிஞ்சி. **துறை:** வரைவிடை ஆற்றாளாகிய தலைமகள், ஆற்றுவிக்கும் தோழிக்குச் சொல்லியது.

து-வி: வரைபொருளுக்குப் பிரிந்தனன் தலைவன்; பிரிவால் நலிந்த தலைவியைத் தோழி, 'ஆற்றியிருப்பாயாக' எனக் கூறித் தேற்றுகின்றாள். அவளுக்குத் தலைவி இப்படிக் கூறுகின்றாள்.

அம்ம வாழி – தோழி! – நம்மொடு பிரிவு
இன்று ஆயின் நன்றுமன் தில்ல –
குறும் பொறைத் தடைஇய நெடுந்தாள் வேங்கைப்
பூவுடை அலங்குசினை புலம்பத் தாக்கிக்
கல்பொருது இரங்கும் கதழ்வீழ் அருவி,
நிலம்கொள் பாம்பின், இழிதரும்
விலங்குமலை நாடனொடு கலந்த நட்பே.

தோழி! ஒன்று சொல்வேன் கேட்பாயாக; குறிய பொற்றைகளிடத்தே, பருத்தவாய் வளர்ந்த உயர்ந்த அடியையுடைய வேங்கை மரத்தினது, பூக்களையுடைத்தாய் அசையும் கிளைகள், பூக்களற்ற வாய்த் தனித்துப் போம்படியாகத் தூக்கிக் கற்களைப் பொருது ஒலியோடு விரைந்துவீழும் அருவியானது, நிலத்தே ஊர்ந்து செல்லும் பாம்பைப்போல இழியும், குறுக்கிடும் மலைகளையுடைய அத்தகைய தலைவனோடு நாம் மணந்ததனால் பெற்ற நட்பானது, பிரிவென்பது இல்லையாயின், நன்றாயிருக்கும், இதுவே என் ஆசை!

கருத்து: 'நட்பு, தலைவன் பிரிந்து போயினதால் நன்றன்று' என்பதாம்.

விளக்கம்: குறும்பொறை - குறிய பொற்றைகள்; அவற்றிற்கு இடையிலே வேங்கை மரங்கள் வளர்ந்திருந்தன என்க. குறும்பொறைகள் குறுக்கிடலால் வளைந்து வளைந்து செல்வதாகியும், வேங்கை பூக்களை உதிர்த்து அதனைச் சுமந்தபடியும் செல்வதனால், அருவி பாம்புபோலத் தோற்றுவதாயிற்று என்க. அருவிநீர் முடிவில் மருதத்தே சென்று வளம் பெருக்குவதாயினும், வேங்கையைப் பூ உதிரப் பண்ணியும், பாம்பு போலத் தோற்றியும் வருத்தங்களைச்

செய்வதாகவும் ஆயிற்று. அங்ஙனமே தலைவனும் வரைவு நீட்டித்தவனாகித், தலைவியின் நலனழியுமாறும், ஊரலர் எழுமாறும் செய்தனனேனும், முடிவில் தலைவியை மணந்து வாழ்விப்பான் என்பதும் விளங்கும்.

135. அழாதே தோழி!

பாடியவர்: பாலை பாடிய பெருங்கடுங்கோ. **திணை:** பாலை. **துறை:** 'தலைமகன் பிரியும்' என வேறுபட்ட தலைமகட்குத் தோழி சொல்லியது.

து-வி: தலைமகனின் செயல்களிடையே பிரியும் நோக்கம் உளதெனக் கருதி, அதனால் மெலிவுற்றாள் தலைமகள். அவளுக்குத் 'தலைமகன் பிரிவானல்லன்' என்று கூறுபவளாகத் தோழி தேறுதல் உரைக்கின்றாள்.

வினையே ஆடவர்க்கு உயிரே: வாள்நுதல்
மனைஉறை மகளிர்க்கு ஆடவர் உயிர்' என,
நமக்கு உரைத்தோரும் தாமே,
அழாஅல்–தோழி! – அழுங்குவர் செலவே.

தோழி! வினைசெய்தல் என்பதுதான் ஆடவர்களுக்கு உயிரைப் போன்று பேணப்படும் ஒன்றாகும்; ஒளியுடைய நெற்றியினரான இல்லத்து வாழும் மனைவியர்க்கு, அவ் ஆடவர் உயிர் போல்பவர் ஆவர். இவ்வாறு நமக்கு உரைத்தவரும் தலைவர்தாமே ஆவர். அதனால், அவர் செல்லுதலைக் கைவிடுவர். நீ அதனை எண்ணி அழுதலையும் கைவிடுவாயாக!

கருத்து: 'தலைவர் பிரிபவரல்லர்; ஆதலின் அழுகையை விடுக' என்பதாம்.

விளக்கம்: 'வினையே ஆடவர்க்கு உயிர்' என்றான் தலைவன். அதனைக் கேட்டவள். அவன் வினைசெயக் கருதித் தன்னைப் பிரியக் கருதினான் போலும் என ஐயுற்றுக் கலங்கினாள். அப்பொழுது அவன், 'வாணுதல் மனையுறை மகளிர்க்கு ஆடவர் உயிர்' என்றனன். அதனால், உயிராகிய தான் பிரியின் உடலாகிய அவள் அழிவாள் என்பதை அவன் உணர்ந்தவன் என்கிறாள் தோழி. இது, கற்புக்காலத்து முன் நிகழ்ச்சியை நினைந்து கூறியதாகும். உடலின்றித் தனியே உயிராற் செயற்படலும் இன்ப நுகர்தலும் கூடாதாகலின், தலைவியைப் பிரிந்து போதற்குத் தலைவனும் நினையான் என்பதும் ஆம். அழுங்குவர் - கைவிடுவர்.

136. காமம் காமம்!

பாடியவர்: *மிளைப் பெருங் கந்தன்.* **திணை:** *குறிஞ்சி.* **துறை:** *தலைவன் பாங்கற்கு உரைத்தது.*

து-வி: *தலைவனைப் பற்றிய காமநோயைக் கண்டு, 'அது அவனது ஏற்றத்திற்குத் தகுதியானதன்று' என்கிறான் பாங்கன். அவனுக்குத் தலைவன் சொல்லும் மாற்றம் இது. 'காமம் தெய்வீகமானது' என்று தெளிவுபடுத்துகிறான்.*

'காமம் காமம்' என்ப; காமம்
அணங்கும் பிணியும் அன்றே; நுணங்கிக்
கடுத்தலும் தணிதலும் இன்றே; யானை
குளகு மென்று ஆள்மதம் போலப்
பாணியும் உடைத்து, அது காணுநர்ப் பெறினே.

'காமம் காமம்' என்று, உலகினர் குறைகூறிப் பேசுவார்கள். அந்தக் காமமானது, கண்டவரைத் தானே தாக்கி வருத்தும் ஆற்றலுடைய அணங்கும் அன்று; பற்றிப் பிணிசெய்யும் நோயும் அன்று. நுண்ணிதாகிப் பின்னர்ப் பெரிதாதல் என்பதும் அதனிடம் இல்லை; பெரிதானது பின்னர்த் தணிந்து போதலென்பதும் அதனியல்பு அன்று. யானையானது, தழையுணவை மென்று தின்று, அதனால் மதங்கொள்வதைப் போன்றதொரு செவ்வியையும், கண்டு மகிழ்வாரைப் பெற்றால், அது தானே அடைதற்கு உரியதாகும்.

கருத்து: *'காமம் இயற்கையே தோன்றி எழுதுவது' என்பதாம்.*

விளக்கம்: *தழை மெல்லிதாயினும், அதனை மென்றுண்ணும் யானை, அதனால் மதம் படும். யானை மதத்திற்குக் காரணமாய்து தழைதான் என்று மட்டும் எவராலும் கூற முடியாது. அது அதன் பருவத்தால் தானாகவே ஏற்பட்ட விளைவென்றுதான் கருதுதல் வேண்டும். அதுபோலவே, காமமும் தன்னளவில் அணங்கும் பிணியும் அன்று; கடுத்தலும் தணிதலும் அன்று. ஆனால், ஊழின் நியதிப்படி ஒன்றுபடுவதற்கு உரியவரான தலைவனும் தலைவியும் தம்முள் ஒருவரையொருவர் காணப்பெற்றனரானால், அது தானாகவே அவர்பால் முகிழ்த்து விடுகின்றது. இதனால், 'தானுற்ற காமம் தெய்வத்தின் அருளாலேயே வந்து வாய்த்தது; குறை கூறுவதற்கு உரியதன்று' என்கின்றான் தலைவன். இங்கே 'குளகு' எனப்பட்டது. யானையால் உணப்பட்டதும் அதனை மதம்படச் செய்யும் ஒரு*

வகைப் பச்சிலை என்றும் கொள்வர். தலைவியின் நலனைக் குளகெனவும், அதனையுண்ட யானையைத் தலைவனாகவும், அதனாற்பெற்ற மதத்தைத் தலைவனுற்ற காமநோயாகவும் கொள்க. (குளகு - அதிமதுரத் தழை).

137. வைகல் பலவாகுக!

பாடியவர்: பாலை பாடிய பெருங்கடுங்கோ. **திணை:** பாலை, **துறை:** இயற்கைப் புணர்ச்சி புணர்ந்த தலைமகன், பிரிவச்சம் உரைத்தது.

து-வி: தலைவன் ஒருவன் தலைவியைக் கண்டு காமுற்று, அவளது இணக்கமும் பெற்றுக் கூடி மகிழ்கின்றான். அவளுக்குத் தனது காதலின் உறுதிப்பாட்டைக் கூறுவானாக, 'நின்னைப் பிரியேன்' என்கின்றான். அதனைக் கேட்டதும், பிரிவுண்டென்று உணர்ந்த தலைவியிடத்தே, பிரிவை நினைந்த அச்சமும் அக்கணமே எழுகின்றது.

மெல்இயல் அரிவை! நின்நல் அகம் புலம்ப,
நின் துறந்து அமைகுவென் ஆயின் – என்துறந்து
இரவலர் வாரா வைகல்
பல ஆகுக! – யான் செலவுறு தகவே.

மென்மையாம் தன்மையினை உடையாளான பெண்ணே! நின் நல்ல நெஞ்சமானது தனிமைத் துன்பத்தாலே வருத்தங் கொள்ளுமாறு நின்னைப் பிரிந்து சென்று தங்கேன். அங்ஙனம் பிரிந்து போய்ச் சென்றவிடத்தே, அங்ஙனம் செல்வதற்குற்ற தக்க வினையினிடத்தே மனம் பொருந்தி இருப்பேனாயின், இரப்போர், என்னை நீக்கியவராக, என்பால் வாராத நாட்களும் பலவாகுக!

கருத்து: 'நின்னைப் பிரிந்தால் அறநெறி நிற்றலும் எனக்கு வாயாமற் போவதாக' என்பதாம்.

விளக்கம்: பிரிவைத் தாங்குதற்கு வலிமையற்ற தன்மை கொண்டவள் என்பவள், 'மெல்லியல் அரிவை' எனவும், தன்பால் அருள்கொண்டு தனக்கு இன்பம் அளித்ததன் நன்மையை நினைத்தவனாக, 'நின் நல்லகம்' எனவும் சிறப்பித்து உரைத்தான். 'நிற்றுறந்து அமைகுவென் ஆயின்' என்றதால், 'பிரியேன்' என்பதைக் கூறினான். அடுத்து ஆடவரது கடமையுணர்வும் ஊழின் வலிமையும் மனத்தே தோன்றலால், 'நிற்றுறந்து, செலவுறுதகவே அமைகுவென் ஆயின், இரவலர்

ஏற்றுறந்து வாரா வைகல் பலவாகுக' என்கின்றான். 'புரப்போர் புன்கண்கூர, இரப்போர்க்கு ஈய இன்மையான் உறவே' (புறம் 72: 17-8) என்பது, தலைவர்களிடத்தே இரப்போர்க்கு உதவுங் கடமை தவறிய கொடியோன் ஆகுக என்கின்றான். 'யான் செலவுறு தகவே' என்பதனைக் கேட்ட தலைவி, பிரிவதும் இவன் மாட்டு நிகழும் போலும் எனக் கருதினளாய் வருந்துவாள் என்பதாம்.

138. துஞ்சினும் துஞ்சலம்!

பாடியவர்: *கொல்லன் அழிசி.* **திணை:** *குறிஞ்சி.* **துறை:** *(1) குறி பிழைத்த தலைமகன், பிற்றை ஞான்று இரவுக்குறி வந்துழி, தோழி, சிறைப்புறமாகக் கூறியது; (2) இரவுக்குறி சேர்ந்ததூஉம் ஆம்.*

து-வி: *(1) காதலர் இரவுக்குறி பெற்று இன்புறுகின்ற நாட்களிலே, ஒரு நாள், தலைவன் குறித்த இடத்திற்கு வந்தும் தலைவியைக் காணப் பெறாமல் வறிதே திரும்பினான். பிற்றை நாளிலும், அவன் வந்து, ஒருசார் ஒருங்கியிருக்கின்றான். அவன் வரவை அறிந்த தோழி, இப்படிக் கூறுகின்றாள். (2) பகற்குறி மறந்து, இரவுக்குறியை விரும்பியவளாகத் தோழி இவ்வாறு கூறுகின்றாள்.*

கொன்ஊர் துஞ்சினும், யாம் துஞ்சலமே –
எம்இல் அயலது ஏழில் உம்பர்,
மயில்அடி இலைய மாக்குரல் நொச்சி
அணிமிகு மென்கொம்பு ஊழ்த்த
மணிமருள் பூவின் பாடுநனி கேட்டே.

பெரிய இவ்வூரிலுள்ளவர் அனைவருமே துயின்றிருந்தனர். யாமோ துயிலாதேம் ஆயினம். எம் வீட்டிற்கு அயலதாக இருப்பது ஏழில்குன்றம். அதன் மேற்புறத்தே மயிற்பாதம் போன்ற இலைகளை உடையவும், கரிய பூங்கொத்துக்களை உடையவுமான, நொச்சி மரங்கள் உள்ளன. அவற்றின் அழகுமிகுந்த மெல்லிய கொம்புகள், இரவெல்லாம், நீலமணி போன்ற பூக்களை உதிர்த்தனவாய் இருந்தன. மலர்கள் வீழும் அந்த மெல்லிய ஓசையை மிகவும் கேட்டவாறே. யாங்கள் இரவு முழுவதும் துயிலாதே விழிந்திருந்து வருந்தினோம்.

கருத்து: *'தலைவரின் வரவுக்காக இரவெல்லாம் விழித்திருந்தோம்' என்பதாம்.*

விளக்கம்: ஏழில் ஏழிற்குன்றம், நன்னன் என்பானுக்கு உரியதாக இருந்தது இது. 'ஏழில்' என்பது, ஏழிலைப்பாலை எனப்படும் மரத்தின் பெயருமாம். அப்படிக் கொள்வதாயின். 'எம் இல்லத்திற்கு அயலதான ஏழிலைப்பாலை மரத்திற்கு அப்பாலுள்ள நொச்சி' என்று பொருள் கொள்ளுக. மயிலடி இலைய மயிற்பாதம் போன்ற இலைகளை உடையவான. மயிற்பாதத்திற்கு இலைகளின் வடிவமைதி ஒப்புமை. 'பூவின் பாடு நனி கேட்டுத் துஞ்சலம்' என்றதால். ஊர் உறங்கி ஒலியவிந்திருந்த நள்ளிராப் போதினும், யாம் உறங்காதிருந்தேம் என்பதாம். அந்த மெல்லொலியும் கேட்டனர் எனவே, தலைவனின் வருகையால் எழும் ஒலியை எதிர்நோக்கி உற்றுக் கேட்பவராயிருந்தனர் என்பதுமாம். அதனால், தலைவன் வரவில்லை எனப் பழித்தனளும் ஆம். இரவுக்குறி நேர்ந்ததெனக் கொள்ளின், 'கொன்னூர்த் துஞ்சினும் யாம் துஞ்சலம்; ஆதலின், அவ்வேளை வந்தால் நன்று' எனக் கூறினதாகக் கொள்க. 'அணிமிகு மென்கொம்பு' என்றது, மலர்களை உடைத்தாயிருந்ததனால்; அம்மலர்களின் பாடு நனி கேட்டு என்றது, அவ்வாறே தலைவியின் கவினும் பிரிவுத் துயரால் நலிந்தென உணர்த்தியது ஆகும்.

139. அம்பலொடு வாரல்!

பாடியவர்: ஒக்கூர் மாசாத்தியார். **திணை:** மருதம். **துறை:** வாயில் வேண்டிப் புக்க தலைமகற்குத் தோழி வாயில் மறுத்தது.

து-வி: பரத்தையரோடு உறவு கொண்டிருந்த தலைவன் தலைவி வாழும் தெருவிடத்தே வரக் கண்ட தோழி, அவன் ஒழுக்கத்தை வெறுத்தாளாக, அவனிடம் சென்று, இப்படிக் கூறுகின்றாள்.

மனைஉறை கோழிக் குறுங்காற் பேடை,
வேலி வெருகினம் மாலை உற்றென,
புகும்இடன் அறியாது தொகுபு உடன் குழீஇய
பைதற் பிள்ளைக் கிளைபயிர்ந் தா அங்கு
இன்னாது இசைக்கும் அம்பலொடு
வாரல், வாழியர்! – ஐய! – எம் தெருவே.

ஐயனே! வேலியிடத்தே உள்ளனவான காட்டுப்பூனைக் கூட்டம், மாலைநேரத்திலே வெளிவந்ததாகத், தாம் பாதுகாப்பாகப் புகுந்து கொள்ளுதற்கு ஏற்றதோர் இடத்தை

அறியாவாய் மயங்கிய துன்பத்தையுடைய குஞ்சுகளின் இனம், வீட்டில் வாழும் குறிய கால்களையுடைய கோழிப்பேடையைத் தமக்குப் பாதுகாப்பிற்காக அழைத்தாற் போன்று, நின் பரத்தையரும் துன்புற்று கூவுகின்ற பழிச்சொற்களோடு, எம் தெருவிடத்தே வராதிருப்பாயாக! நீ வாழ்வாயாக!

கருத்து: 'நின் பரத்தையரிடமே செல்க' என்பதாம்.

விளக்கம்: கோழிக் குஞ்சுகள், வெருகிற்கு அஞ்சியவாய்த், தம்முடைய தாயை அழைத்துக் கூவுவது போலப், பரத்தையர் நின்னைத் தலைவி பற்றிக் கொள்வாளென அஞ்சியவராகத் தம்முடைய தாயரை அழைத்துக் கூவுவர் என்பதாம். அந்த அலரோடு எம் தெருவிற்கு வராதே என்பதுமாம். இதனால், தலைவன், முற்றவும் பரத்தையரின் உறவைக் கைவிட்டவனல்லன் என்பதும், அதனால், தலைவியிடம் வராதிருத்தலே நன்றெனவும் தோழி கருதினளும் ஆம். 'மனையுறை குறுங்காற் கோழிப் பேடை' 'பரத்தையரின் முதிய தாயர்' எனக் கொள்க. 'பைதற் பிள்ளை கிளை' பரத்தையர் எனவும், 'வேலி வெருகினம்' தலைவியின் சுற்றத்தார் எனவும் கொள்க. 'அம்பலொடு வாரல்' என்றதனால், அஃதின்றி வருகவென்பதும் கூறினாளாம். அஃதின்றி வருதல், பரத்தையரது உறவை முற்றவும் கைவிட்டு வருதல். பரத்தையர் சூழப் பொழில் விளையாட்டயரச் செல்வானான தலைவன், தலைவியிருக்கும் தெருவருகே வந்ததும், அவள் நினைவெழ அத்தெருவிற் புகுந்தானாகப், பரத்தையர் அதுகண்டு புகுமிடன் அறியாது கலங்கியவராய்த் தம் தாயரை அழைத்துக் கூவினர் என்றும் கொள்க. இப்படி உரைத்ததனால், தோழி, தலைமகனுக்கு வாயில் மறுத்ததும் ஆயிற்று. நீத்த கிழவனை நிகழுமாறு படீஇக் காத்த தன்மையிற் கண்ணின்று பெயர்க்குங்கால், தோழிக்குக் கூற்று இவ்வாறு நிகழ்ந்ததென இளம்பூரணர் கூறுவதையும் (கற்பு:9 உரை) நினைவிற் கொள்க.

140. எவ்வாறு அறிந்தது?

பாடியவர்: அள்ளூர் நன்முல்லை யார். **திணை:** பாலை. **துறை:** பொருள்வயிற் பிரிந்த இடத்து, 'நீ ஆற்றுகின்றில்லை' என்ற தோழிக்குத், தலைமகள் சொல்லியது.

து-வி: தலைமகன் பொருள் தேடிவரக் கருதிப் பிரிந்து சென்றிருந்த காலத்துத், தலைவி மிகவும் வருந்தினதைக் கண்ட

தோழி, 'நீ பொறுத்திருக்க மாட்டாயாகின்றனை' என்று சொல்லி வருந்துகின்றாள். அவளுக்குத் தலைவி இப்படிக் கூறுகின்றாள்.

வேதின வெரிநின் ஓதிமுது போத்து,
ஆறுசெல் மாக்கள் புள்கொள பொருந்தும்
சுரனே சென்றனர், காதலர்; உரன் அழிந்து,
ஈங்கு யான் அழுங்கிய எவ்வம்
யாங்கு அறிந்தன்று – இவ் அழுங்கல் ஊரே?

கருக்கரிவாளைப் போன்ற முதுகுப் புறத்தையுடைய ஓந்தியின் முதிய ஆணானது, வழிச்செல்லும் மனிதர்கள் புள் நிமித்தம் ஆய்ந்து செல்லுதலை மேற்கொள்ளத் தானும் செல்லுதலைப் பொருந்தும் தன்மையுடையது, பாலை நிலம். அவ்வழியே நம் காதலரும் சென்றனர். அதனை நினைந்து, என் வலிமையை இழந்தவளாக, இவ்விடத்தே, யானுமிருந்து, மிக வருத்தும் துன்பத்தைத் தாங்கியவளாயுள்ளேன். இரங்குதலையுடைய இவ்வூரார், அதனை எவ்வாறு அறிந்தனரோ?

கருத்து: 'எனக்கு எவரும் இரங்குதல் வேண்டா' என்பதாம்.

விளக்கம்: தலைவரின் பிரிவைத் தடுக்காதிருந்துவிட்டுத், தன் துன்பத்தைக் கண்டபின் இரக்கமுற்றுத் தோழி தேறுதல் மொழிகளைச் சொல்லத் தலைவியின் உள்ளக் குமுறல் இவ்வாறு வெளிப்படுகின்றது. பாலைக்கண் வாழும் ஓந்தியும் வெளிச் செல்வதற்கு அஞ்சும் என்றதால், அதற்கு அயன்மையுடைய வழிச் செல்வாரது அச்சத்தின் மிகுதி விளங்கும். அதனை நினைந்து துன்புற்றனள் என்க. தனக்கு உற்ற நட்புடையாளான தோழியாயிருந்தும், தன் துன்பத்தை உணராளாய்த் தேற்றக் கண்டதும், 'யாங்கறிந்தது இவ் அழுங்கல் ஊர்?' என்கின்றாள் தலைவி. ஊரவருள் ஒருத்தியாக அயன்மை காட்டித் தோழியை நொந்ததும், தான் ஆற்றியிருக்கும் உள்ளத்தை உடையாளெனக் கூறியதும், இதனால் அறியப்படும். கற்புக் காலத்தினும், இவ்வாறு ஊரலர் எழுதல் உண்டென்பதும் இதனால் உணரப்படும். இனி, ஓந்தி வலமாயின் வழிப்பயணம் நல்லதென்று நிமித்தங்கொள்ளும் வழக்கப்படி, தலைவர் ஓந்தி பொருந்தும் நிலைநோக்கிச் செல்பவர் என்பதும் ஆம், ஓதி - ஓந்தி; இடைக் குறை, 'போத்து' - ஆணின் பெயர். வேதினம் - கருக்கரிவாள்.

141. அன்னை செல்க என்றாள்!

பாடியவர்: *மதுரைப் பெருங்கொல்லன்.* **திணை:** *குறிஞ்சி* **துறை:** *இற்செறிக்கப் பட்டுழி இரவுக்குறி வந்தொழுகும் தலைமகற்கு வரும் ஏதம் அஞ்சி, பகற்குறி நேர்ந்த வாய்ப்பாட்டான் அதுவும் மறுத்தது, சிறைப்புறமாகத், தோழிக்குத் தலைமகள் சொல்லியது.*

து-வி: *காதலன் இரவுக்குறியிடை எதிர்ப்பட்டுக் கூடி வருதலைக் கைவிட்டு, மணந்து கற்பறம் பேணுதற்கு முற்பட வேண்டுமென நினைக்கின்றாள் தலைவி. அதனால், இரவுக் குறியிடத்துத் தலைவன் ஒருசார் ஒதுங்கியிருப்பத் தோழிக்குச் சொல்லுவாளாக, இப்படிச் சொல்லுகின்றாள்.*

'வளைவாய்ச் சிறுகிளி விளைதினைக் கடீஇயர்
செல்க' என்றோளே, அன்னை என, நீ
சொல்லின் எவனோ? – தோழி – கொல்லை
நெடுங்கை வன்மான் கடும்பகை உழந்த
குறுங்கை இரும்புலிக் கொலைவல் ஏற்றை
பைங்கட் செந்நாய் படுபதம் பார்க்கும்
ஆர்இருள் நடுநாள் வருதி;
சாரல் நாட, வாரலோ'எனவே!

தோழி! புனக்கொல்லையிலே உள்ளதான நெடிய கையினையுடைய யானையினது, கடும்பகையின் காரணமாக வருத்தமுற்ற, குறிய கைகளையுடைய பெரும்புலியின் கொல்லுதல் வல்ல ஆணானது, பசிய கண்களையுடைய செந்நாய் தன்பால் வந்து அகப்படுகின்ற செவ்வியை எதிர்பார்த்துக் காத்திருக்கும், மலைப் பக்கத்தைச் சார்ந்த மலைநாட்டைச் சார்ந்தவனே! அவ்வழியாக நீயும் மிக்க இருளை உடைய இரவின் நடு யாமத்தே வருகின்றனை. 'விளைந்த தினைக்கதிரிடத்தே வளைந்த அலகையுடைய கிளிகள் வந்து படியாமற் கடியும் பொருட்டாக, நீவிர் செல்வீராக!' என்று அன்னையும் எமக்குக் கூறினாள். என்றிவ்வாறு, நீதான் நம் தலைவனிடத்தே சொன்னால் என்னவோ?

கருத்து: *'தலைவன் இனிப் புனத்தயலே பகற்போதிலேயே வருவானாக' என்பதாம்.*

விளக்கம்: *'இரும்புலிக் கோள்வல் ஏற்றையானது யானையொடு போரிட்டு நலிவடைந்ததாய்ப், பைங்கட்*

செந்நாய்ப் படுபதம் பார்க்கும்' என்றாள், இரவுக்குறியின் ஏதத்திற்கு அஞ்சினமை உரைத்தனள். 'வளைவாய்ச் சிறுகிளி விளைதினைக் கடீஇயர் செல்கென்றோளே அன்னை' என்றதால், பகற்குறி நேர்ந்தாளும் ஆம். அதுவும் தோழியரும் புனங்காவலரும் உடைமையால் வாயாமையின், வரைதலையே விரும்பினள் எனக் கொள்க.

142. அறிந்தாள் அல்லள்!

பாடியவர்: கபிலர். **திணை:** குறிஞ்சி. **துறை:** *(1)* இயற்கைப் புணர்ச்சி புணர்ந்து நீங்கும் தலைமகன் சொல்லியது; *(2)* தோழிக்குத் தலைமகன் தன் குறை கூறியதூஉம் ஆம்.

து-வி: *(1)* தலைவியை ஊழின் செயலாற் கண்டு அளவளாவி இன்புற்றுச் செல்லும் தலைவன், அவளது அருமையை நினைந்து இப்படிச் சொல்லுகின்றான்; *(2)* தலைவிபால் காமுற்ற தலைமகன், தோழிக்குத் தன் குறையைக் கூறித் தலைவியை தனக்கு அருளுதற்குச் செய்யும்படியாக வேண்டுகின்றான்.

சுனைப்பூக் குற்றுத் தொடலை தைஇ
புனக்கிளி கடியும் பூங்கட் பேதை
தான் அறிந்தனளோ இலளே – பானாள்
பள்ளி யானையின் உயிர்த்து, என்
உள்ளம், பின்னும், தன்உழை யதுவே!

என் உள்ளமானது, அவளை அடைந்து பிரிந்ததன் பின்னரும். நடுயாமத்தே துயிலுதலையுடைய யானையானது நெடுமூச்சு விட்டாற்போன்று உயிர்த்ததாய், அவளிடத்தேயே செல்வதாய் இருக்கின்றது. சுனைக்கண்ணுள்ள மலர்களைப் பறித்து மாலையாகக் கட்டிக், கையிற்கொண்டு தினைப் புனத்தே வந்து படியும் கிளிகளை ஓட்டுபவளான, பூப்போற் கண்களையுடைய பேதையாள், என் அத்தகைய நிலையைத் தானும் அறிந்தாள் அல்லளே!

கருத்து: 'உடலளவாற் பிரியினும் உள்ளத்துள் அவளைப் பிரியாதவனாக உள்ளேன்' என்பதாம்.

விளக்கம்: குற்று - பறித்து. தொடலை தொடுக்கப்படும் மாலை. 'பூங்கட் பேதை' என்றது. தலைவி தன்பால் அருள் கொண்டு நோக்கிய கனிவை எண்ணிக் கூறியதாம். 'பேதை' என்றது, தன் நினைவு அறியாள் என்பதால், பள்ளியானை - பள்ளி கொண்டிருக்கும் யானை, 'பின்னும் உயிர்த்து'

என்றதால், அவளை இன்புறுதற்கு முன்னும் கண்டபோதே உயிர்த்தது என்றனனாம். 'பின்னும் தன்னுழையதுவே' என்பது பாடமாயின், ஆயத்துச் சேர்ந்தாளை மறைந்து காண்பவன், அவளது பின்னலைக் கண்டபோது கூறியதாகக் கொள்க. பின்னல் - சடை.

143. பசப்பு நீங்கும்!

பாடியவர்: மதுரைக் கணக்காயன் மகன் நக்கீரன். **திணை:** குறிஞ்சி. **துறை:** வரைவிடை வைத்துப் பிரிந்தவிடத்துத் தலைமகட்குத் தோழி கூறியது.

து-வி: வரைபொருள் ஈட்டிவருதற் பொருட்டாகத் தலைமகன் பிரிந்ததனால், தலைவி அந்தப் பிரிவைப் பொறுக்கமாட்டாளாய்ப் பெரிதும் நலிவடைகின்றாள். அவளைத் தேற்றுவாளாகத் தோழி இவ்வாறு உரைக்கின்றாள்.

அழியல் – ஆயிழை! – அன்பு பெரிது உடையன்;
பழியும் அஞ்சும், பயமலை நாடன்;
நில்லாமையே நிலையிற்று ஆகலின்,
நல்இசை வேட்ட நயனுடை நெஞ்சின்
கடப் பாட்டாளனுடைப் பொருள் போலத்
தங்குதற்கு உரியது அன்று, நின்
அம்கலும் மேனிப் பாஅய பசப்பே.

ஆய்ந்தணிந்த அணிகளை உடையவளே! நீ வருந்துதல் வேண்டா. பயனையுடைய மலைநாட்டவனான தலைவன், நம்பால் பெரிதும் அன்புடையவன். நம்மைக் கைவிட்டானென எழும் ஊர்ப்பழியினை நினைத்தும் அஞ்சுபவன். இவ்வுலகத்திலே நில்லாமை என்பதே எதனிடத்தும் நிலை பெற்றிருப்பது ஆதலின், நல்ல புகழை விரும்பிய நயப்பாட்டையுடைய நெஞ்சத்தைக் கொண்ட, ஒப்புரவாளனின் செல்வத்தைப்போல, நின் அழகொழுகும் மேனியிடத்தே பரவிய பசலையும், நிலையாகத் தங்குவதற்கு உரியதாகாது.

கருத்து: 'தலைவன் விரைவிலே வருவான்' என்பதாம்.

விளக்கம்: 'அன்பு பெரிதுடையன்' என்பது, 'அழிவு பெரிதுடையன்' எனவும் வழங்கும். அழிவு - வருத்தம்; அது தலைவியைப் பிரிதலால் என்று கொள்க. 'பயமலை நாடனாதலின் அவன் நட்பு நமக்கும் பயன் தருவதே' என்கின்றாள். புகழே நிலையானது; ஆதலின் ஒப்புரவாளர்

நில்லாமையை உணர்ந்து தம் செல்வத்தை நல்குவர்; ஆதலின் அது விரைவில் நீங்கும்; அதுபோல நின் பசலையும் விரைவிலே நீங்கும் என்பதாம். நயன் - அன்புடைமை. இந்த நயனுடை நெஞ்சினன் தலைவனுமாதலின் பொருளாசையால் நின்னை மறந்துவிடாது, பொருள்தான் நில்லாமை நிலையிற்று என்பதை உணர்ந்து மீள்வன் என்றாளுமாம்.

144. பரல் பாற்படுப்பச் சென்றனள்!

பாடியவர்: *மதுரை ஆசிரியன் கோடங்கொற்றன்,* **திணை:** *பாலை.* **துறை:** *மகட்போக்கிய செவிலித்தாய் சொல்லியது.*

து-வி: *தன் மகள், தலைவனோடு உடன்போக்கிற் சென்றபின், அந்தப் பிரிவினுக்கு ஆற்றாது துயருற்ற செவிலித்தாய், இவ்வாறு சொல்லி வருந்துகின்றாள்.*

கழிய காவி குற்றும், கடல
வெண்தலைப் புணரி ஆடியும், நன்றே
பிரிவுஇல் ஆயம் உரியது ஒன்று அயர,
இவ்வழிப் படுதலும் ஒல்லாள் – அவ்வழிப்
பரல்பாற் படுப்பச் சென்றனள் மாதோ
செல்மழை தவழும் சென்னி
விண்உயர் பிறங்கல் விலங்குமலை நாட்டே!

அவளோடு பிரிதலற்றுக் கூடியிருந்த ஆயமகளிர் எல்லாரும், கழியிடத்துக் காவிமலரைப் பறித்தும், கடலிடத்துவெள்ளிய தலையையுடைய அலைகளிடைப் பாய்ந்து ஆடியும், நல்லபடியாகத் தத்தமக்கு உரியதொரு விளையாட்டை விளையாடியிருக்கின்றனர். அவளோ இந்த வழியிலே பொருந்துதற்கு உடன்படாள் ஆயினள். செல்லும் மேகங்கள் தவளும் உச்சியையுடைவாய், விண்ணளவுக்கு உயர்ந்த விளக்கத்தையும் உடையவாய்க் குறுக்கிடும், மலைகள் விளங்கும் அந்த நெறியிடத்தே, ஊழானது செல்லும் படியாக விதிக்கத், தானும் அவனோடு சேர்ந்தவளாகச் சென்றனளே!

கருத்து: *'தலைவி இல்லைத் துறந்து தலைவனுடன் சென்றனள்' என்பதாம்.*

விளக்கம்: *'பிரிவில் ஆயம்' என்றது, அதனையும் பிரிந்தாள் எனக் கலங்கிக் கூறியதாம். 'ஆயம் உரியதொன்று அயர' - ஆயத்தினர் தம் பருவத்திற்குரிய ஒரு விளையாட்டிலே ஈடுபட. பால் - ஊழ். இன்புறுதற்குரியதான விளையாட்டினை*

வெறுத்துத் தலைமகனுடன் சென்றனள் என்பவள், 'அவ்வழிச் சென்றனள்' என்றனள்.

145. உறைபதி அன்று!

பாடியவர்: கொல்லன் அழிசி. **திணை:** நெய்தல். **துறை:** வரைவிடை ஆற்றாது தோழிக்குத் தலைமகள் சொல்லியது.

து-வி: வரைபொருட்குப் பிரிந்து சென்றோனாகிய தலைவன், பிரிவுக் காலத்தை நீட்டிப்ப, அதனால் ஆற்றாளாகிய தலைவி, தோழிக்கு இப்படிச் சொல்லுகின்றாள்.

உறைபதி அன்று, இத்துறைகெழு சிறுகுடி
கானல்அம் சேர்ப்பன் கொடுமை எற்றி
ஆனாத் துயரமொடு வருந்திப் பானாள்
துஞ்சாது உறைநரொடு உசாவாத்
துயில்கண் மாக்களொடு நெட்டிரா – உடைத்தே.

தோழி! இந்தக் கடற்றுறை பொருந்திய சிற்றூரானது நாம் தங்கியிருந்தற்குரியதான தகுதியுடையது அன்று. ஏனெனில், கடற்கரைச் சோலையினையுடைய சேர்ப்பனது கொடுமையை நினைத்துப், பெருகுகின்ற துயரத்தோடு வருந்தியவராக, நடு யாமத்தினும் உறக்கங்கொள்ளாது தங்குபவரை, ஏனென்றுங்கேளாது, துயிலுதல் பொருந்திய கண்களையுடைய அறிவில்லா மக்களோடு, நெடிதான இரவுப்பொழுதினையும் இஃது உடையதாகும்.

கருத்து: 'தலைவரற்றபோது இவ்வூரும் நமக்கு வாழ்வதற்கு ஏற்றதன்று ஆயிற்று' என்பதாம்.

விளக்கம்: 'துஞ்சாது உறைநர்' என்று தன்னையே பிறர் போலக் கூறினாள். 'உசாவாத் துயிற்கண் மாக்கள்' என்று பொதுப்படக் கூறினும், தன் உசாத்துணையான தோழியும் அயர்ந்து உறங்கினளாதலை நினைந்து, உறங்கி எழுந்தவள் 'நீ தூங்கவில்லையோ?' என்று கேட்பக் கூறியது என்றே கொள்ளல் வேண்டும். 'துயிற்கண் மாக்கள்' துயில் பொருந்திய கண்களையுடையவரும் ஆம்; ஆகவே படுத்துறங்காராய்த் துணையிருப்பாராக இருந்தும், கண்களைத் துயில் ஆட்கொள்ள இருந்த தோழியர் எனலும் ஆம். நெட்டிரா - நெடிதான இரவுப்பொழுது. இது பிரிவுத் துயரத்தால் முன்னையினும் நெடிதாகத் தோன்றியமையாற் கூறியதாகும். 'உறைபதியன்று

இத்துறைகெழு சிறுகுடி' என்றதால், தலைவனை மணந்து, அவனூரிடத்தே சென்றிருத்தலை விரும்பினளாகவும் உணர்க.

146. பிரிந்தோரை இணைப்போர்.

பாடியவர்: வெள்ளி வீதியார். **திணை:** குறிஞ்சி. **துறை:** தலைமகன் தமர் வரைவொடு வந்து சொல்லாடுகின்றுழி, 'வரைவு மறுப்பவோ?' எனக் கவன்ற தலைமகட்குத் தோழி சொல்லியது.

து-வி: தலைவியின் சுற்றத்தாரிடம் சென்று அவளைத் தனக்குரிய மனைவியாக மணம் பேசி வருமாறு, தலைவன் சான்றோரை விடுக்கின்றான், அவர் வந்தமையறிந்து தலைவி, 'தன் சுற்றத்தார் வரைவை மறுப்பரோ' எனக் கலங்கினாள். அவளுக்குத் தோழி இவ்வாறு கூறுகின்றாள்.

அம்ம வாழி, தோழி! – நம்ஊர்ப்
பிரிந்தோர்ப் புணர்ப்போர் இருந்தனர் கொல்லோ?
தண்டுடைக் கையர், வெண்தலைச் சிதவலர்
'நன்று நன்று' என்னும் மாக்களோடு
இன்று பெரிது என்னும், ஆங்கணது அவையே.

தோழி! கேட்பாயாக: அவ்விடத்தே உள்ளவரான நம்மைச் சார்ந்த கூட்டத்தார், தண்டைப் பிடித்த கையினரும், வெள்ளிய தலைக்கண் துகிலை உடையவருமாகிய, நன்று நன்றென்று கூறுகின்ற தலைவனைச் சார்ந்த பெரியவர்களோடு, 'இந்நாள், எம்மகளின் மணம் பேச நீங்கள் வந்த நாளானதால் பெருமை உடையது' என்றும் கூறுவார்கள். ஆதலின், நம் ஊரிலே, பிரிந்த காதலர்களை மீளச் சேர்த்து வைப்போரான சான்றோர்களும் இருந்தனர். இதனை அறிந்து, நின் கவலையைக் கைவிடுவாயாக!

கருத்து: 'தலைவனுக்கு நின்னைத் தருவதற்கு நம்மவர் இசைந்தனர்' என்பதாம்.

விளக்கம்: சிதவல் - சிதறிய துணி; தலையில் அணிவதனைக் குறித்தது. 'அவை' என்றது, தந்தையும் தமையன்மாரும் பிற சுற்றத்தாரும் கூடியிருந்ததை. பண்டைக் காலத்தே, திருமணம் பேசத், தலைவன் வீட்டைச் சார்ந்த சான்றோர் தலைவி வீட்டிற்குச் செல்வதும், சென்று கேட்பதும், தலைவியின் சுற்றத்தாரும் ஊர்ச் சான்றோரும் கேட்டுத் தகுதி முதலியவற்றை ஆராய்ந்தபின் இசைவதும் இயல்பென்று இதனால் அறிக. பலரறி மணமே திருமண உறவாக ஏற்கப்பட்டிருந்ததும் இதனால் விளங்கும்.

147. கனவே எடுப்புதி!

பாடியவர்: கோப்பெருஞ் சோழன். **திணை:** பாலை. **துறை:** தலைமகன் பிரிந்த இடத்துக் கனாக்கண்டு சொல்லியது.

து-வி: தலைவியைப் பிரிந்து சென்றானாகிய தலைவன், வழியிடை இரவுப்போதில் உறங்குவான், கனவில் தலைவியைக் கண்டு, இவ்வாறு சொல்லுகின்றான்.

வேனிற் பாதிரிக் கூன்மலர் அன்ன
மயிர்ஏர்பு ஒழுகிய அம்கலுழ் மாமை,
நுண்பூண், மடந்தையைத் தந்தோய் போல,
இன்துயில் எடுப்புதி – கனவே!
எள்ளார் அம்ம, துணைப்பிரிந் தோரே,

வேனிற் காலத்திலே மலருகின்ற, பாதிரியினது வளைவான மலரைப்போன்று, மயிரெழுந்து படர்ந்து அழகொழுகும் மாமையினையும், நுண்ணிய தொழிற் சிறப்பினைக் கொண்ட அணிகளையும் கொண்டவள், தலைவி. அவளை என்பாற் கொண்டு தந்தாயைப் போலக், கனவே, நீயும் என் இனிய துயிலினை எழுப்புகின்றனை! துணைவியரைப் பிரிந்திருக்கும் ஆடவர் இனி நின்னை இகழார்!

கருத்து: *'தலைவியைக் காட்டிய கனவினைப் போற்றுவேன்' என்பதாம்.*

விளக்கம்: *கூன் மலர் - வளைந்த மலர். தலைவியின் மேனியில் மயிரெழுந்து படர்ந்திருக்கும் அழகினை இப்படிக் கூறுகின்றான். அம்கலுழ் மாமை - அழகு ஒழுகும் மாமை நிறம்; மாமை - மாந்தளிரது தன்மை. 'தந்தோய் போல' என்றதால், தந்ததுபோலக் காட்டியது கனவென்பதும், உண்மையில் அது தரவில்லை என்பதும் கூறினான். பாடியவன் சோழனாதலின் பாசறைக்கண் உறங்குவான், கனவிலே தன் தேவியைத் தழுவியது போலக் கண்டு இப்படிப் பாடினான் எனலாம். 'துணைப் பிரிந்தார்' எனப் பொதுப்படக் கூறியது, தலைவியும் தன்னைக் கனவிற் கண்டு இன்புறுவாள் என்று கருதியதனாலாம்.*

148. இதுவும் கனவோ!

பாடியவர்: இளங்கீரந்தையார். **திணை:** முல்லை. **துறை:** பருவம் கண்டு அழிந்த தலைமகளைத் தோழி 'பருவம் அன்று' என்று வற்புறுத்தத், தலைமகள் சொல்லியது.

து-வி: வருவதாகத் தலைவன் குறித்துச் சென்ற கார்ப்பருவத்தின் வரவைக் கண்டதும், அவன் வராமையை நினைந்து தலைவி கலங்குகின்றாள். அவளுக்கு ‘இது பருவமன்று; அவர் பொய் கூறார் ஆதலின்’ என்று தோழி வற்புறுத்தத், தலைவி இவ்வாறு கூறுகின்றாள்.

செல்வச் சிறாஅர் சீறடிப் பொலிந்த
தவளை வாஅய பொலம் செய்கிண்கிணிக்
காசின் அன்ன போதுஈன் கொன்றை
குருந்தொடு அலம் வரும் பெருந்தண் காலையும்,
‘கார்அன்று’ என்றி ஆயின்,
கனவோ மற்றுஇது? வினவுவல் யானே.

செல்வக்குடியில் தோன்றிய சிறுவர்களின் சிறியனவான அடிகளிலே விளங்கிய, தவளையின் வாயைப் போன்ற வாயமைந்த, பொன்னாற் செய்யப்பெற்ற கிண்கிணியின், காசைப் போன்ற பேரரும்பினைக், கொன்றை மரமும் தோற்றுவித்தது. அது குருந்த மரத்தோடும் சேர்ந்ததாய்ச் சுழலுதலையும் செய்கின்றது. பெரிதும் குளிர்ச்சியையுடைய இந்தக் காலத்தையும், ‘கார்காலம் அன்று’ என்கின்றனை. அங்ஙனமாயின், இப்படித் தோன்றும் இஃதெல்லாம் கனவுதானோ? யானே கேட்கின்றேன்; கூறுவாயாக!

கருத்து: ‘இது கார்காலமே; அவர்தான் வந்திலர்’ என்பதாம்.

விளக்கம்: போது மலரும் பருவத்து அரும்பு. குருந்தும் கார் காலத்தே மலர்வதாகலின், கொன்றை குருந்தோடு அலம் வரும் என்றாள். காலவரவிற்கு முன்பே கொன்றை பூத்தது என்னலாம்; ஆனால், குருந்தும் பூத்து அசைகின்றதே, இதற்கு என்ன சொல்வாய் என்பதாம், ‘பெருந்தண் காலை’ என்றதால் பெயலால் எங்கணும்பெரிதும் குளிர்ச்சிப்பட்டது என்பதனையும் கூறினள். ‘இதுவும் கனவன்று; அவரும் வாராது சொற் பிறழ்ந்தார்; யான் வருந்தாது எப்படிப் பொறுத்திருப்பேன்’ என்பதாம்.

149. நாணமும் போம்!

பாடியவர்: வெள்ளி வீதியார். **திணை:** பாலை. **துறை:** உடன் போக்கு உணர்த்திய தோழிக்குத் தலைவன் சொல்லியது.

து-வி: தலைவனுடன் போக வேண்டும் என்று கூறிய தோழிக்குத், தலைமகள், இவ்வாறு கூறுகின்றனள்.

அளிதோ தானே – நாணே நம்மொடு
நனிநீடு உழந்தன்று மன்னே; இனியே,
வான்பூங் கரும்பின் ஓங்குமணற் சிறுசிறை
தீம்புனல் நெரிதர வீந்து உக்கா அங்கு,
தாங்கும் அளவைத் தாங்கி,
காமம் நெரிதரக் கைந்நில் லாதே.

தோழி! நாணமானது, நம்மோடு பிரிவின்றிக் கூடியிருந்து மிக நெடுங்காலம் வருந்தியது. இனிமேல், வெண் பூவையுடைய கரும்பினது, மணலுயர்ந்த சிறுகரையிடத்தே, இனிய புனல் நெருங்கி மோதுதலால், அக்கரைதான் அழிந்து வீழ்ந்தாற் போலத், தாங்கும் அளவுவரைக்கும் தாங்கியிருந்து, காமமானது நெருங்கித் தாக்குதலால், என்பால் நில்லாதே அழிந்து போய்விடும். அஃது இரங்கத்தக்கது!

கருத்து: 'இனி என் நாணும் அழியும்' என்பதாம்.

விளக்கம்: வெள்ளி வீதியாரது செய்யுளாதலின், காதலரது வரவைக் காணாது பெரிதும் துன்புற்ற அவரைத் தோழி, 'அவர் சென்றவிடத்தே தேடிச் செல்வோம்' என்று தேற்றுதற் பொருட்டாகக் கூற, அவர் அந்நிலை தமக்கு உண்டாயதற்கு இரங்கி இப்படிக் கூறினார் என்று கொள்வதும் பொருந்தும். தன்னுடன் தோன்றி வளர்ந்து அணிதந்து நின்றதாகலின். 'நாணே நம்மொடு நனிநீடு உழந்தன்று' என்றனள். வான்பூ - வெண்பூ. கரும்புக்குத் தலைவியும், அதனைக் காத்தற்கு அமைந்த சிறு சிறைக்கு நாணமும், தீம்புனற்குப் பெருகும் காமநோயும் ஒப்புடையவாக்கிக் கூறினாள். நொதுமலர் வரைவின்கண் தலைவி நாணழிபிரங்கிக் கூறியது இச்செய்யுளெனக் காட்டுவர் இளம்பூரணர் (களவு. 23உரை)

150. அணைந்தால் அழிவதேன்?

பாடியவர்: மாடலூர் கிழார். **திணை:** குறிஞ்சி. **துறை:** இரவுக்குறி நேர்ந்த தோழிக்குத் தலைமகள் கூறியது.

து-வி: 'இரவுக்குறி நேர்ந்தான் தலைவன்' என்று, தலைவியிடம் தோழி கூறுகின்றாள். அதனைக் கேட்ட தலைவி, தானும் அதனை ஏற்றவளாக, இப்படிக் கூறுகின்றாள்.

சேணோன் மாட்டிய நறும்புகை ஞெகிழி
வான மீனின் வயின் வயின் இமைக்கும்
ஓங்கு மலைநாடன் சாந்து புலர் அகலம்

உள்ளின் உள் நோய் மல்கும்;
புல்லின் மாய்வது எவன் கொல்? – அன்னாய்!

தோழி! பரணின்மேல் இருக்கும் குறவன் கொளுத்திய நறும்புகையையுடைய கொள்ளியானது, வானத்து நட்சத்திரங்களைப் போல இடந்தோறும் விட்டொளி செய்திருக்கும், ஓங்கிய மலைநாட்டைச் சார்ந்தவன், நம் தலைவன், அவனது, பூசிய சாந்தம் புலர்ந்திருக்கம் மார்பினை நினைந்தால், உள்ளத்தே காமநோய் பெருகும்; ஆனால், அதனைத் தழுவினாலோ பெருகிய அந்நோய் அந்நொடியே அழிவதுதான் எதனாலோ?

கருத்து: 'அவனைத் தழுவத் துடிக்கின்றேன்' என்பதாம்.

விளக்கம்: சேணோன் - மரவுச்சியிற் கட்டிய பரண்மீது வாழும் குறவன். குறவர், மலையின் கொடுவிலங்குகட்கு அஞ்சியவராக, இவ்வாறு மரவுச்சியிற் பரணமைத்து, அதன்கண் வாழ்வர் என்பதாம். 'மலைமிசை உறையும் குறவனும்' ஆம். 'அவன் மாட்டிய நறும்புகை ஞெகிழி' என்றது, அவன் காடழித்தற் பொருட்டுக் கொளுத்திய நெருப்பாம்; அன்றிப் புனங்காவற் பொருட்டு அங்கங்கே ஏற்றிவைத்த கொள்ளியும் ஆம். 'ஞெகிழிவான மீனின் வயின்வயின் இமைக்கும்' என்றதால், தலைவன் இரவு வேளையில் அச்சமின்றி வருதற்கு இயலும் என்பதும் கூறினாள்.

151. இறப்பல் என்ப!

பாடியவர்: தூங்கலோரி. **திணை:** பாலை. **துறை:** பொருள் வலிக்கப்பட்ட நெஞ்சிற்குத் தலைமகன் சொல்லியது.

து-வி: பொருள் தேடிவரும் ஆசை தன்னுள்ளத்திலே அளவு கடந்துபெருகியதனாலே, தலைவியைப் பிரிந்து செல்லவும் துணிவு முகிழ்க்கின்றதைக் கண்ட தலைவன், தன் பிரிவால் தலைவிக்கு உண்டாகும் துயரத்தை நினைந்தானாக, இப்படிச் சொல்லுகின்றான்.

**வங்காக் கடந்த செங்காற் பேடை
எழால் உற வீழ்ந்தென, கணவற் காணாது,
குழல்இசைக் குரல குறும்பல அகவும்
குன்றுஉறு சிறுநெறி அரிய என்னாது. '
மறப்பு அருங் காதலி ஒழிய
இறப்பல்' என்பது, ஈண்டு இளமைக்கு முடிவே.**

வங்காப் பறவையானது தன்னைவிட்டு நீங்கிச் சென்றமையால் தனித்த, சிவந்த கால்களையுடைய அதன் பேடையானது, புல்லூறு தன்னைப் பற்றிக்கொள்ளும் பொருட்டுத் தன்மேல் வீழ்ந்ததாகத் தன் கணவனைக் காணாமையால், குழலிசை போன்ற குரலோடு குறிய பல ஒலிகளாலே அகவிக் கொண்டிருக்கும். குன்றுகளைப் பொருந்திய அத்தகைய சிறு வழிகள், கடத்தற்கரிய என்னாதே, நம்மால் மறத்தற்கரிய காதலி, இவ்விடத்தே தனித்தொழிய நாம் செல்வேம் என்பது, இங்கே நம் இளமைக்கே முடிவாகிவிடுமே!

கருத்து: 'பிரியின் இளமை முடிந்துவிடும்; அதனால் பிரிதலைக் கைவிடுவோம்' என்பதாம்.

விளக்கம்: வங்கா - கொக்கினத்துள் ஒன்று; வக்கா எனவும் வழங்கும்; சாம்பல் நிறத்தோடு கொக்கினும் உருவிற் பெரிதாக இது விளங்கும். எழாஅல் வல்லூறு. 'இளமை' துய்த்தற்குரிய பருவம்; அதனிடத்துப் பிரிதல் தலைவியின் உயிரை வருத்தும்; இருவர் இளமையும் இளமைப் பயனிழந்து அழியும்; இவ்வாறு கூறுபவன், இளமைக்கு முடிவே' என்றனன். வங்காவைப் பிரிந்த அதன் பேடையை வல்லூறு பற்றித் தனக்கு உணவாக்குவதற்கு முயன்றாற்போலத் தன்னைப் பிரிந்த தலைவியைப் பசலை பற்றியுண்ண முயலும் என்பதாம்; வல்லூறினின்றும் தன்னைக் காத்தற்குத் தன் ஆணை அழைத்து அகவும் பேடையைப்போல, அப்போது தலைவியும் தன்னை அழைத்துக் கலங்குவாள் எனவும், ஆண் துணைக்கு வராதிருப்பின் வல்லூறு பேடையை உண்டு அழித்துவிடுவதுபோலத்தான் துணையாயிராது போயின் தலைவியும் பசலையால் உண்ணப்பட்டு அழிவாள் எனவும், அப்போது தன் இளமைக் கனவுகள் அனைத்துமே முடிந்துபோம் எனவும் சொன்னானாக விரித்துக் கொள்க. 'மறப்பருங் காதலி, ஒழிய, இறப்பல் என்பது ஈண்டு, இளமைக்கு முடிவே' என்பதற்கு, நம்மை மறத்தற்கு அரியவளான நம் காதலி, நாம் பிரியின், தான் இறப்பல் என்பது உண்மையாயின், அது இன்புறுவதற்காம் இருவரது இளமைக்கும் முடிவுகாலமே ஆகும் என்றதாகவும் கொள்ளலாம்.

152. யாமைப் பார்ப்பு!

பாடியவர்: கிள்ளிமங்கலங் கிழார். **திணை:** குறிஞ்சி. **துறை:** வரைவு நீட்டித்தவழி ஆற்றாளாகிய தலைவி, 'நீ ஆற்றுகின்றிலை' என்று நெருங்கிய தோழிக்குச் சொல்லியது.

து-வி: வரைபொருளுக்காகப் பிரிந்து சென்ற தலைவனின் வரவு, குறித்தபடி நிகழவில்லை. தலைவி, அதனை எண்ணிக் கலங்கினாள். 'அவர் எப்படியும் வருவார்; அதுவரை பொறுத்திருக்காது, புலம்புகின்றனையே' எனத் தோழி வற்புறுத்துகின்றாள். அவளுக்குத், தலைவி, இப்படிச் சொல்லுகின்றாள்.

யாவதும் அறிகிலர், கழறு வோரே
தாய்இல் முட்டை போல, உட்கிடந்து
சாயின் அல்லது, பிறிது எவன் உடைத்தோ?
யாமைப் பார்ப்பின் அன்ன
காமம், காதலர் கையற விடினே.

தாயால் காக்கப்படாத யாமைப் பார்ப்பானது, தான் வளர்ந்து முதிரும் பயனை இழந்ததாய்ச் செயலற்றுக்கிடந்த படியே, சாவுக்குட்பட்டதாய் அழிந்துபோம். நம் காதலர், நாம் செயலற்றுப் போமாறு நம்மைப் பிரிந்துவிட்டனராயின், நம் காமமும், அந்த யாமைப் பார்ப்பினைப் போன்றே, ஆதரவற்று அழிந்துபோம். எனக்கு ஆறுதல் கூறுதற்கு முற்படுவோர் எவரும், இதனைச் சிறிதேனும் அறிந்திலரே? யான் என் செய்வேன்?

கருத்து: "தலைவனின் அரவணைப்பை நாம் இழந்தாள் காமமும் பயன் தராததாய்க் கெடும்" என்பதாம்.

விளக்கம்: தோழி தன் முன்னேயே இருக்கவும், 'யாவதும் அறிகிலர் கழறுவோரே' எனத், தன்னைக் கடிந்தது பற்றி, அவளை வேறுபடுத்திப் படர்க்கையால் கூறுகின்றனள், தலைவி இப்படிக் கூறுவதை, 'முன்னிலைப் புறமொழி' என்பார்கள். தாயாற் காக்கப்படாத யாமைப் பார்ப்பு வளர்ச்சி பெறாததுடன், தான் அழிந்தும் போவது போலத், தலைவனால் உண்டாகிய காமநோயும் அவனாற் பேணப்படாது போயின், இல்லறப் பயனைத் தராததாய்த், தனக்கு உயிர் அழிவையும் தந்துவிடும் என்கின்றாள் தலைவி.

யாமை நீர்நிலையை அடுத்த மணற்பாங்கிலே முட்டையிட்டு மூடிவைக்கும் எனவும், வெயிலின் சூட்டால் அது முதிர்ந்து, அதிலிருந்து குஞ்சு வெளிப்படுங் காலத்தை அறிந்து, தாய் யாமை வந்து அக்குஞ்சுகளை அதன்பின் பேணிவளர்க்கும் எனவும் கூறப்படும். வரைபொருட்குப் பிரிந்த தலைவன் குறித்த காலத்து வராததனை நினைந்தவள், 'ஆமையின் கடமையுணர்வும் அற்றாராயினரோ அவர்' என,

வருந்துகின்றனள். இவ்வாறு பொருந்திப் பொருளறிந்து கொள்க. காமத்திற்கு ஆமைப் பார்ப்பு உவமை.

153. நெஞ்சம் செல்லும்!

பாடியவர்: கபிலர். **திணை:** குறிஞ்சி. **துறை:** வரையாது நெடுங்காலம். வந்து ஒழுகுகின்றுழி, 'நாம் அவரை வேறுபடுத்தற்குக் காரணம் என்ன?' என்ற தோழிக்கு. 'அவர் வரவு நமது ஆற்றாமைக்குக் காரணம் ஆம்' எனத் தலைமகள் கூறியது.

து-வி: தலைவிபால் பெற்றுத்துய்க்கும் இன்பநினைவே பெரிதாகக் கவிந்த உள்ளத்தினனான தலைவன், அவளை வரைதற்கான முயற்சிகளையே தான் நினையாது மறந்துவிட்டான். அதனால் வருந்திய தலைவி, இரவுக்குறியினை மறுப்பாள்போல, இப்படித் தன்னுடைய எண்ணத்தைக் குறிப்பாக வெளியிடுகின்றாள்.

குன்றக் கூகை குழறினும், முன்றிற்
பலவின் இருஞ்சினைக் கலைபாய்ந்து உகளினும்,
அஞ்சும் மன்; அளித்து – என்நெஞ்சம்! – இனியே,
ஆர்இருட் கங்குல் அவர் வயின்
சாரல் நீள் இடைச் செலவு ஆனாதே.

குன்றத்தேயுள்ள கூகையானது ஒலிசெய்தாலும், முற்றத்திலுள்ள பலாவினது பெருங்கிளையிலே ஆண் குரங்கு பாய்ந்து துள்ளினாலும், உன் உள்ளம் அவற்றாலே அச்சம் அடையும். இப்பொழுதோ, செறிந்த இருளையுடைய இரவு வேளையிலே, மலைச்சாரலிடத்தேயுள்ள நெடுவழியிலே, அவரிடத்தே செல்லுதலை நீங்காதாகின்றது. அஃது இரங்குதற்கு உரியது!

கருத்து: 'இரவில் வரும் அவர்க்குத் துன்பம் நேருமோ' என, என்னுள்ளம் கலங்குகிறது என்பதாம்.

விளக்கம்: கூகை - பேராந்தை; அது குளறுதல் தீய நிமித்தம் என்பார்கள். அதனால், தலைவருக்கு ஏதமோவென அஞ்சினளாம். முற்றத்துப் பலாவில் கலை பாய்ந்து உகளுதல், இரவில் அதனருகே வரும் தலைவரைக் கண்டு அச்சமுற்று; அதனால், இல்லத்தார் துயிலெழலத் தலைவருக்கு அவர்களால் துன்பம் நேருமெனத் தலைவி அஞ்சினாள் என்க. 'இனியே! என் நெஞ்சம் அவர் வயின் செலவானாதே' என்றது, அவருக்குத் துணையாமாறும், தான் கவலையற்றிருக்குமாறும் கருதியதாம்.

இதனால், இரவுக்குறி மறுத்ததும் விளங்கும். தலைவன், தன்னை வரைந்து கொண்டு பிரியாத இன்பவாழ்வினைத் தருதலைத் தலைவி விரும்புகின்றாள் என்பதும் வெளிப்படும். 'பலாவின் இருஞ்சினைக் கலை பாய்ந்து உகளும்' என்றது. அதுவும் தன் மந்தியை நாடிச் செல்லலுறும் என்பதுமாம்.

154. யாங்கு அறிந்தனர்?

பாடியவர்: மதுரைச் சீத்தலைச் சாத்தன். **திணை:** பாலை. **துறை:** பொருள்வயிற் பிரிந்த தலைமகனை நினைந்து, தலைமகள், தோழிக்கு உரைத்தது.

து-வி: பொருளைத் தேடிவருதலை மேற்கொண்டவனாகத், தலைமகன், தலைமகளைப் பிரிந்து வேற்று நாட்டிற்குச் சென்றிருந்தான். அவனை நினைந்து மனவேதனையுற்றவளான தலைமகள், தன் வேதனை மிகுதியைத் தோழிக்கு இவ்வாறு எடுத்துரைக்கின்றாள்.

யாங்கு அறிந்தனர் கொல் தோழி! – பாம்பின்
உரி நிமிர்ந்தன்ன உருப்பு அவிர் அமையத்து,
இரைவேட்டு எழுந்த சேவல் உள்ளி,
பொறிமயிர் எருத்தின் குறுநடைப் பேடை
பொறிகாற் கள்ளி விரிகாய் அம் கவட்டுத்
தயங்க இருந்து, புலம்பக் கூஉம்
அருஞ்சுர வைப்பின் கானம்
பிரிந்து, சேண் உறைதல் வல்லுவோரே?

தோழி! தோலுரித்தற்குரிய காலத்திலே, பாம்பின் தோலானது நிமிர்ந்து பிளவுண்டு விளங்குவதுபோலக், கானலும், வெம்மை மிகுதியால் பொரிந்ததாய்த் தோன்றுவதாகிய தன்மையினை, நண்பகற்காலத்திலே உடைத்தாயிருக்கும். அவ்வேளையிலே, இரையை விரும்பியதாக எழுந்து பறந்து சென்றது, புறவுச் சேவல் ஒன்று. வேனிலின் வெம்மையால் அது வருத்தமுறுவதை நினைந்ததாகப், புள்ளி கொண்ட மயிர்களைக் கொண்ட கழுத்தையுடைய, அதன் குறுக அடியிட்டு நடத்தலையுடைய பேடையானது, பொரிந்த அடியையுடைய கள்ளியினது வெடித்துக் காய்ந்து போகிய அழகிய பிளவுபட்ட கிளையிலே தயக்கத்துடன் இருந்த படி, தனிமைத் துயரால் கூவிக் கொண்டே இருக்கும். கடத்தற்கு அரிதான இடத்தையுடைய, அத்தகைய பாலைநிலத்தைக்

கடந்து சென்றவராக, நம்மைப் பிரிந்து, நெடுந்தொலைவில் தங்கியிருப்பதற்கும் வன்மையுடையவராயினர் நம் தலைவர். அவ்வன்மையை அவர் எவ்வாறுதாம் அறிந்தனரோ?

கருத்து: 'எம்மைப் பிரிந்து செல்லும் வன்கண்மை அவருக்கு எப்படித் தோன்றியதோ?' என்பதாம்.

விளக்கம்: இரைவேட்டு எழுந்த சேவல் சிறு காலத்து எல்லைக்குள்ளாகத் திரும்பிவிடும் தன்மையது. அதற்கே பிரியப் பொறாமல் பேடை துடித்துப் புலம்பும். அவ்வழி அதனைக் கண்டவராகச் சென்றவர், நம் வருத்தத்தை நினையாராய்த் தொலைவிடத்து ஊரில் நெடுங்காலம் தங்கினரே என்பதாம் கானலால் தரை பொரிந்து கிடக்கும் தன்மைக்கு. 'உரி நிமிர்ந்தன்ன உருப்பவிர் அமையத்து' எனவும், 'பொரிகாற் கள்ளி விரிகாய் அங்கவட்டு', எனவும் கூறியிருப்பன நல்ல விளக்கமாகும். உரித்துக் கழித்தலையுடையதாகலின், பாம்பின் தோலை 'உரி' யென்றனர். விரிகாய் வெடிக்கும் காயும் ஆம்.

155. 'வரும்'என்னும் உரை!

பாடியவர்: உரோடகத்துக் கந்தரத்தன். **திணை:** முல்லை. **துறை:** தலைமகள் பருவம் கண்டு அழிந்து சொல்லியது.

து-வி: பிரிந்து சென்றுள்ளானாகிய தலைவன், மீண்டு வருவதாகக் குறித்த பருவத்தின் வரவைக் கண்டதும், குறித்தபடி அவன் வராமையை நினைந்தவளாக நெஞ்சழிந்த தலைவி, இவ்வாறு கூறுகின்றாள்.

முதைப்புனம் கொன்ற ஆர்கலி உழவர்
விதைக்குறு வட்டி போதொடு பொதுளப்
பொழுதோ தான் வந்தன்றே: மெழுகு ஆன்று
ஊது உலைப் பெய்த பகுவாய்த் தெண்மணி
மரம்பயில் இறும்பின் ஆர்ப்ப, சுரன்இழிபு,
மாலை நனிவிருந்து அயர்மார்
தேர்வரும் என்னும் உரை வாராதே.

பழங் கொல்லைகளை உழுதவரான, மிக்க ஆரவாரத்தை யுடைய உழவர்கள், காலையிலே விதைப்பதற்காகக் கொண்டு சென்ற குறுவட்டிகள், அவர்கள் மாலையிலே வீடு திரும்புகின்ற காலத்தே, மலர்களால் நிறைந்து வழியுமாறு, மாலைக் காலமானதும் இப்போது வந்தது. மெழுகால் இயற்றப்பட்ட கருவிலே வைத்து ஊதுகின்ற கொல்லுலையில் இட்டு

வார்த்த பிளவுபட்ட வாயையுடைய தெளிந்த ஓசையைக் கொண்ட மணிகள், மரங்கள் அடர்ந்த குறுங்காட்டிடத்தே ஒலிக்கும்படியாக அரிதான வழியைக் கடந்து, மாலை வேளையிலே, மிக்க விருந்தை நுகரும் பொருட்டாக வரும் தலைவருடைய தேரானது வருகின்றதென்னும் உரைதான், இன்னும் வந்திலது.

கருத்து: 'மாலைக் காலத்தும் தலைவர் வந்திலர்' என்பதாம்.

விளக்கம்: முதை - பழைமை. 'முதைப் புனம் கொன்ற' என்றதால் கார்ப்பருவம் தோன்றிப் பெயலும் வந்ததெனக் கூறினாள். வட்டி - வட்ட வடிவமான ஓலைப்பெட்டி, 'போது' என்றது, கார்ப்பெயல் வீழப் பெய்யும் மழையால் பூத்த முல்லைப் போதுகளை. கொல்லையில் வித்துக்களைத் தூவியபின் மாலையில் வீடு திரும்புவார், அக்குறுவட்டிகளில் கொய்து நிறைத்தபடி, தம் இல்லை நாடி வருவர் என்பதாம். பகுவாய் - பிளவுபட்ட வாய், தெள்மணி - தெளிந்த ஓசையையுடைய மணி. கார்காலத்து மாலைப்பொழுதைத் தம் காதலியரோடு இன்புற்றுக் களிக்கக் கருதி, அவரைக் காலையிற்றானே பிரிந்துசென்ற உழவர்களும் ஆரவாரத்தோடு வருவர். ஆயின், அவர் தேர்வரும் என்னும் உரைதான் வராது என்கின்றாள். இதனால் பருவங் கண்டழிந்த தலைவியர் துயர்மிகுதியும் உணரப்படும். இறும்பு - குறுங்காடு; செய்காடும் ஆம்.

156. மருந்தும் உண்டோ?

பாடியவர்: பாண்டியன் ஏனாதி நெடுங்கண்ணன். **திணை:** குறிஞ்சி. **துறை:** கழறிய பாங்கற்குக் கிழவன் அழிந்து கூறியது.

து-வி: தலைவிபால் காமுற்று வாடிய தலைவன், அது பொருந்தாதென அறிவுறுத்திய பாங்கனை நோக்கி, இவ்வாறு கூறுகின்றான். பாங்கனின் கடுஞ்சொற்களால் மனம் நொந்தவனாகித் தலைவன் கூறுகின்றான் என்பது, செய்யுளால் விளங்கும்.

பார்ப்பன மகனே! பார்ப்பன மகனே!
செம்பூ முருக்கின் நல்நார் களைந்து
தண்டொடு பிடித்த தாழ்க மண்டலத்துப்
படிவ உண்டின் பார்ப்பன மகனே!
எழுதாக் கற்பின் நின் சொலுள்ளும்
பிரிந்தோர்ப் புணர்க்கும் பண்பின்
மருந்தும் உண்டோ? மயலோ இதுவே.

பார்ப்பன மகனே! பார்ப்பனே மகனே! சிவந்த பூக்களையுடைய முருக்க மரத்தினது நல்ல பட்டையைக் களைந்து, அதன் தண்டோடு, ஏந்திய தாழ்கின்ற கமண்டலத்தையும், விரத உண்டியையும் உடையவனான பார்ப்பன மகனே! எழுதாக் கிளவியாக வழங்கிவரும் நூற்களைக் (வேதங்கள்) கற்ற நினது சொற்களுள்ளும், பிரிந்தோரான தலைவன் தலைவியரை மீண்டும் சேரச்செய்வதற்கான மருந்தும் உளதாமோ? அம்மருந்து இல்லையாதலின், நீ சொல்லிய இவையெல்லாம் நின் மயக்கத்தால் வந்தடைந்தனவே ஆகும்.

கருத்து: *'எம்மைப் பிரிப்பதற்கு முயல்வதைக் கைவிட்டு, எம்மை இணைப்பதற்கு முயல்க' என்பதாம்.*

விளக்கம்: *'முருக்கு'என்பதைப் புரசமரம் என்றும் கொள்வார்கள். 'முருக்கும்', 'புரசும்' வேறு வேறு மரங்கள்; ஆகவே, முருக்கெனக் கொள்ளப்பட்டது. 'தாழ் கமண்டலம்' - உறியிலே தொங்கவிட்டுள்ள கமண்டலம். 'எழுதாக் கற்பு' - வேதக் கல்வி. மருந்து - நோயைத் தீர்ப்பதற்கான சாதனம். 'நார்' என்பது பட்டைக்கு வந்தது. மயல் - மயக்கம்; வேதக் கல்வியினனான அவன், காமத்து இயல்பை உள்ளபடி உணராததனால், அவனைப் பழிக்கவும் துணிந்ததனைச் சுட்டிக் கூறியது. 'சொல்லுள்ளும் பிரிந்தோர்ப் புணர்க்கும் பண்பின் மருந்தும் உண்டோ?' என்றதால், சொற்களை நிறுத்தியவனாய் எனக்கு உதவுவதற்கு முற்படுக என்பதாம். 'பாங்கன்' பார்ப்பன மகனாக விளங்குவதையும் இச்செய்யுள் காட்டும்; இதனால், தலைவன் மலைநாடனாதலும் விளங்கும். பாங்கன் தோழனிலும் வேறாதல் உணரப்படும்.*

157. பிரிக்கும் வாள்!

பாடியவர்: *அள்ளூர் நன்முல்லையார்.* **திணை:** *மருதம்.* **துறை:** *பூப்பு எய்திய தலைமகள் உரைத்தது.*

து-வி: *பூப்புப் புறப்பட்டதனாலே, அடுத்த மூன்று நாட்களும் தலைவனுடன் தான் சேர்ந்திருக்க இயலாததனைத் தலைமகள் தலைவனுக்கு இவ்வாறு குறிப்பாகப் புலப்படுத்துகின்றனள்.*

குக்கூ என்றது கோழி; அதன் எதிர்
துட்கென் றன்று என்தூஉ நெஞ்சம்
தோள்தோய் காதலர்ப் பிரிக்கும்
வாள்போல் வைகறை வந்தன்றால் எனவே

கோழி குக்கூவெனக் குரலெடுத்துக் கூவியது. அதற்கு எதிராக, என் தோளைத் தழுவும் காதலரை என்னிடமிருந்து பிரிக்கும் வாளைப்போல, விடியற்பொழுதும் வந்ததென்று கருதி, என் தூயநெஞ்சமும் அச்சமடைந்தது.

கருத்து: 'தலைவனை மூன்று நாட்கள் பிரிதலுண்டு' என்பதாம்.

விளக்கம்: அவைக்குச் சால்பல்லாத சொற்களைச் சொல்லாது, வேறொன்றைக் கூறுவதன் மூலம் அதனை உணரவைக்கும் மரபு இதனால் அறியப்படும். 'பூப்பு' என்றது, திங்கள்தொறும் உண்டாவதனை. பிரிந்து மீண்ட தலைமகனோடு கூடியின்புற்றிருக்கும் தலைவி, வைகறையின் வரவறிவிக்கும் சேவற்குரலைக் கேட்டு. அவனைப் பிரிதல் வேண்டுமென்பதற்கு வருந்தி, இப்படிக் கூறுவதும் உண்டு. கிழத்தி காமமிக்க கழிபடர் கிளவியாற் கூறியதென அப்போது உரைப்பர். 'தலைவிக்கு இன்பமும் துன்பமும் ஒருங்கு நிகழும்வழிக் கூற்று நிகழும்' என இளம்பூரணனார் இச்செய்யுளைக் காட்டுவர்; ஆதலின் (கற்பு. உரை) இவ்வாறு பொருள் கொள்ளலும் பொருந்துவதாகலாம்.

'பூப்புப் புறப்பட்ட நாளும் மற்றைநாளும் கருத் தங்கின் அது வயிற்றில் அழிதலும், மூன்றாம் நாள் தங்கின் அது இல்வாழ்க்கைத் தாதலும் பற்றி, முந்நாளும் கூட்டமின்று' என்றார் என்பர். இது கூட்டத்தின் பயனாக அமையும் மகப்பேற்றைக் கருதிச் செய்யப்பட்ட ஒழுக்க விதியாகும். மற்றும், நலக் குறைவைக் கருதி அமைந்த விதியெனவும் கருதலாம். இருவர் பாலும் விளங்கும் காமக்கூட்டுறவு நினைவு. இவ்வாறு சமூகப் பொதுவிதிகளால் முறைப்படுத்தப்படுவதனையும், நாம் காணல் வேண்டும்.

158. இமயமும் துளக்கும் பண்பு!

பாடியவர்: ஔவையார். **திணை:** குறிஞ்சி. **துறை:** தலைமகன் இரவுக்குறி வந்துழி, அவன் கேட்பத் தோழிக்குச் சொல்லுவாளாய்ச் சொல்லியது.

து-வி: இரவுக் காலத்தே, தலைவன் தலைவியர் தம்முட் கூடி இன்புற்றுவரும் காலத்தே, ஒரு நாளிரவு பெருமழை பெய்ததாகத், தலைவன் அன்றிரவு வரமாட்டானெனக் கருதித் தலைவி அஞ்சுகின்றாள். அவனோ பெருமழைக்கும்

அஞ்சானாக வந்து, ஒரு சார் ஒருங்கியிருக்க, அதனையறிந்த தலைவி, தோழியிடம் இப்படிக் கூறகின்றாள். இந்த அச்சம் நீங்கத் தலைவன் முறையாகத் தன்னை மணத்தல் வேண்டும் என்பது அவளது கருத்தாகும்.

நெடுவரை மருங்கின் பாம்புபட இடிக்கும்
கடுவிசை உருமின் கழறு குரல் அளைஇக்
காலொடு வந்த கமஞ்சூல் மாமழை!
ஆர்அளி இலையோ நீயே? பேர்இசை
இமயமும் துளக்கும் பண்பினை;
துணைஇலர், அளியர், பெண்டிர்; இஃது எவனே?

உயர்ந்த மலைப்பக்கங்களிலே உள்ளனவான பாம்புகளும் இறந்துபடும்படியாக, மிக்க வேகத்துடனே இடிகள் முழங்கும். அவற்றின் முழக்கொலியோடு கலந்து, காற்றோடுங் கூடிவந்த நிறைந்த நீராகிய கருப்பத்தையுடைய பெரு மழையே! நீ பெரிதான இரக்கத்தை உடையாய் அல்லையோ! பெரும்புகழுடைய இமயமும் வருந்துமாறு பெய்யும் இயல்பினையும் நீ உடையாய்! பெண்டிர், தமக்குத் துணையாகும் காதலரைப் பெற்றிலர்; அதனால், இரங்கத்தக்கார்! இதனைக் கண்டும், அவர்க்குரிய துணைவரது வருகைக்கு இடையூறாக, நீ பெய்தலைக்கும் இதுதான் எதனாலோ?

கருத்து: 'மழையே! அவர் வரவுக்குத் தடையாகப் பெய்யும் நின் பெயலைக் கைவிடுக' என்பதாம்.

விளக்கம்: 'நடுக்கின்ற நிலைபெறுவதான இமயமும் நின்னால் துளங்கும்' என்றால், துணையாம் பற்றுக்கோட்டினைப் பெறாது இரங்குதற்கு உரியராய் வாடியிருக்கும் யாம், நின் கொடுமையைத் தாங்குவமோ? என்பதாம். அத்தகையேமாகிய எம்மை வருத்துவது நின் பெருமைக்கு இழிவாகும் என்பதுமாம். 'பாம்புபட இடிக்கும்' என்றதால், வழி பாம்புகளை உடைத்தென்பதும், கொடியவான அவற்றைப் படச் செய்தல் நினக்கு அறமேனும், எம்மை வருத்தமுறச் செய்தல் அறமன்று என்பதும் வருத்துவது மாமழையான நினது பெருமைக்குத்தகவோ என்பாள், 'ஆரளி இலையோ?' என்றாள். மாமழையின் கடுமையைக் 'கடுவிசை உருமின் கழறுகுரல் அளை இக்காலொடு வந்த கமஞ்சூன் மாமழை' என்பதாற் பெறவைத்தனள். 'உலகின் வாட்டத்தைப் போக்கும் நினக்கு எம் வருத்தத்தைப் போக்கும் ஆரளிதான் இலையோ' என்பதுமாம். இதனால், தலைவி, தலைவனை

மணந்து பிரியாதுறையும் கற்பற வாழ்வினை விரும்பினதைத் தலைவனும் உணர்வான் என்க.

159. பேதை ஊர்!

பாடியவர்: வடம வண்ணக்கன் பேரி சாத்தன். **திணை:** குறிஞ்சி. **துறை:** *(1).* தலைமகன் சிறைப்புறமாகத் தோழி செறிப்பறிவுறுத்தது, *(2)* உயிர்செல வேற்றுவரைவு வரினும், அது மாற்றுதற்கு நிகழ்ந்ததூஉம் ஆம்.

து-வி: *(1)* தலைமகளின் பருவ வரவினைக் கண்ட இல்லத்தார், அவளை இற்செறித்தற்குக் கருதின செய்தியைத் தலைமகனுக்குத் தோழி அறிவுறுத்துகின்றனள். சிறைப்புறமாக இருக்கும் அவன் கேட்குமாறு, இப்படித் தலைவிபாற் கூறுகின்றனள். *(2)* வேற்று வரைவு வந்ததனை அறிந்த தோழி, அதனால் தலைவி உயிர்செல வருத்தமுறுவாள் என்பதனைத் தலைவன் கேட்டு, அவளை வரைந்து கொள்ளற்கு விரைதல் வேண்டுமெனக் கருதினளாக, இப்படிக் கூறுகின்றாள்.

தழைஅணி அல்குல் தாங்கல் செல்லா
நுழைசிறு நுசுப்பிற்கு எவ்வம் ஆக,
அம்மெல் ஆகம் நிறைய வீங்கிக்
கொம்மை வரிமுலை செப்புடன் எதிரின;
யாங்கு ஆகுவள் கொல் பூங்குழை? என்னும்
அவல நெஞ்சமொடு உசாவாக்
கவலை மாக்கட்டு – இப்பேதை ஊரே.

'தழையுடை அழகுசெய்யும் அல்குல்தடத்தை உடையவள் இவள். பெருமையையும் தேமலையும் கொண்ட இவளது நகில்கள், பொறுத்தலை ஆற்றமாட்டாதபடி நுணுகிய இவளது சிற்றிடைக்கு, மேலும் துன்பம் உண்டாகுமாறு, அழகிய மென்மை வாய்ந்த மார்பகம் நிறையுமாறு பருத்தவாய்ச், செப்போடும் மாறுபட்டன. பூத்தொழிலையுடைய குண்டலங்களை அணிந்தவளான இவள்தான், இனி என்ன துன்பத்தை அடைவாளோ?' இவ்வாறு கேட்கும் அவலத்தைக் கொண்ட நெஞ்சத்தோடு, ஏனென்று கேளாத கவலை கொண்ட மக்களையும் உடைத்தாயிருப்பது, இந்தப் பேதைத் தன்மை கொண்ட ஊர்.

கருத்து: 'இவளது துயரத்தை மாற்றுவாயாக. இவளை விரைந்து வந்து மணத்தற்கு ஆவன செய்க' என்பதாம்.

விளக்கம்: நுழை சிறு நுசுப்பு - நுணுகிய சிற்றிடை. 'ஆகம் நிறைய வீங்கி' என்றது, 'ஈர்க்கிடை போகா வண்ணம் பருத்து' என்பதாம். 'நுழை சிறு நுசுப்பு இப்பாரத்தைத் தாங்குவதாகாதென நினையாதே, வீங்கி எதிரின கொம்மை வரிமுலை' என்க. காதலிக்கும் பருவத்தே இற்சிறை இட்டால், பூங்குழை யாங்காகுவள்? என உசாவாத அறியாமையுடைய, ஆனால் காக்கும் கவலையையும் உடைய, தாயர் முதலியோர் என்பாள், உசாவாக் கவலை மாக்கட்டு இப்பேதையூர் என்றனள். 'வேற்று வரைவுவரின் தலைவனைக் காதலித்த தலைவி இறந்துபடுவாள்' என அஞ்சிய தோழி, உண்மையுணராமல் தலைவிக்கு நன்மை செய்வது போலக் கவலைப்படும் ஊரினைப் பழித்து, இப்படி உரைக்கின்றாள். தலைவனை வரைந்து வருமாறு விரைவுபடுத்தக் கூறியதும் இதுவாம்.

160. வரைவு இஃதோ?

பாடியவர்: மதுரை மருதன் இளநாகன். **திணை:** குறிஞ்சி. **துறை:** வரைவு நீட்டிப்ப ஆற்றாளாகிய தலைமகளை நோக்கி. தோழி 'வரைவர்' என ஆற்றுவிப்புழித், தலைமகள் கூறியது.

து-வி: வரை பொருட்காகப் பிரிந்த தலைவன், கார்கால வரவிற்குமுன் விரைந்துவந்து மணப்பதாகக் கூறிச் சென்றான். வாடைக்கால வரவினும் அவன் வாரானாகத், தலைவி அதனால் வருத்தமுற்று நலிகின்றாள். 'அவர் தவறாது வருவார்' எனத் தோழி தலைவியைத் தோற்றுவதற்கு முற்பட, அப்போது தலைவியின் ஏக்கம் இப்படி வெளிப்படுகின்றது.

நெருப்பின் அன்ன செந்தலை அன்றில்
இறவின் அன்ன கொடுவாய்ப் பெடையொடு,
தடவின் ஓங்கு சினைக் கட்சியில், பிரிந்தோர்
கையற நாலும் நள்ளென் யாமத்துப்
பெருந்தண் வாடையும் வாரார்;
இஃதோ – தோழி! – நம்காதலர் வரவே?

ஆண் அன்றில், நெருப்பைப்போலச் சிவந்து தோன்றும் தலையினை உடையது, அது இறாமீனைப் போன்று வளைந்த அலகினையுடைய தன் பெட்டையோடு, தடா மரத்தினது உயர்ந்த கிளையிலிருந்த கூட்டிடத்தே கூடியிருந்து, தலைவரைப் பிரிந்தோர் செயலற்றுப் போமாறு, நள்ளென்னும் ஒலியுடைய இரவின் நடுயாமத்தே, வாடைக்கு ஆற்றாது வருத்தமுற்றதாய்

ஒலிக்கின்றது. இத்தகைய வருத்தத்தைக், கூடியிருக்கும் அவற்றுக்கே தருகின்ற பெரிதான குளிர்ச்சியைக் கொண்ட வாடைக் காலத்திலும், நம் தலைவர் வாராராயினர். தோழி! நம் காதலர் நம்மை மணந்து கொள்வது என்பதும் இதுதானோ?

கருத்து: 'வருத்தம் வாடைக் காலத்தும் வாராராய் அருளற்றுப் போயினவர். வந்து வரைவரென்பதும் வாய்க்குமோ?' என்பதாம்.

விளக்கம்: 'நெருப்பின் அன்ன செந்தலை' என்றது, அன்றிற் சேவலது செஞ்சூட்டினை. 'பிரிந்தோர் கையற நரலும்' என்றது, துணையோடு கூடியிருந்தும் குளிருக்கு ஆற்றாதாய் நரலும் என்பதாம்; அதனைக் கேட்கும் பிரிந்தோம், நாம் துணையற்றிருக்கும் அதனை நினைந்தாராய்ப், பெரிதும் நலிவர் என்று கொள்க. அவற்றுக்குள்ள அன்புச் செறிவு தானும், தலைவரிடத்தே தோன்றவில்லையே எனத் தலைவி வருந்துகின்றாள். 'வருதலையே காணோம்; அவரோ நம்மை வரைந்து கொள்ளப் போகின்றனர்?' என்ற ஏக்கத்தையும் தலைவி வெளியிடுகின்றாள். அன்றில் பெடையொடு கூட்டிலிருந்து நரலுவதைக் கேட்பவள், தானும் கணவனுடன் கூடியிருந்து இல்லறம்பேணிக் கற்பறம் நடத்துவதை விரும்புகின்றாள்; இதனை வாய்ப்பச் செய்யாது, நள்ளிரவும் உறக்கமின்றித் தன்னை வாடி நலியச் செய்த தலைவனின் செயலை எண்ணியும் நெஞ்சழிகின்றாள்.

161. மாரி யானை!

பாடியவர்: நக்கீரர். **திணை:** குறிஞ்சி. **துறை:** இரவுக் குறிக்கண் வந்த தலைமகனைக் காப்புமிகுதியான் எதிர்ப்படப் பெறாத தலைமகள், பிற்றை ஞான்று தலைமகன் சிறைப்புறத் தானாகத், தோழிக்குச் சொல்லுவாளாய்ச் சொல்லியது.

து-வி: தலைவனும் தலைவியும், இரவுக்குறியில் எதிர்ப்பட்டுக் கூடி இன்புற்று வருகின்றனர். ஒரு நாள், நல்ல மழை பெய்தும், அதனையும் பாராட்டாது குறியிடத்திற்குத் தலைவன் வந்து காத்திருந்தும், காவல் மிகுதி காரணமாகத் தலைவியினால் அவன்பாற் செல்ல முடியவில்லை. பிற்றைநாள், காவல் தளர்ந்திருக்கத் தலைவி தோழியுடன் குறியிடத்திற்குச் சென்று சேர்கின்றாள். செவ்விநோக்கி ஒருசார் ஒதுக்கி நின்ற தலைவனைக் கண்டவள், அவன் கேட்குமாறு, தோழியிடம்

சொல்வாளாக, இப்படி, முன்னாளிரவின் நிகழ்வினைச் சுட்டி உரைக்கின்றாள்.

> பொழுது எல்லின்று பெயலும் ஓவாது
> கழுதுகண் பனிப்ப வீசும் அதன்தலைப்
> புலிப்பல் தாலிப் புதல்வற் புல்லி,
> 'அன்னாய்!' என்னும் அன்னையும் அன்னோ!
> என் மலைந்தனன் கொல் தானே – தன் மலை
> ஆரம் நாறும் மார்பினன்
> மாரி யானையின் வந்துநின் றனனே?

தோழி! பகற்பொழுதும் ஒளியற்றதாகி இரவும் வந்துற்றது. பேய்களும் கண்களைக் கொட்டியவையாய் நடுங்கும்படியாக, மழையும் இடையறாமல் வேகமாகப் பெய்வது அதற்கும் மேலாகப், புலிப்பல் தாலியை அணிந்த மகனைத் தழுவியபடியே, அன்னையும், 'அன்னாய்' என்று விளித்தனள். அவ்வேளையிலே, தன் மலையிடத்தே விளைந்த சந்தனம் மணக்கின்ற மார்பினையுடையானாகிய நம் தலைவன், எதனைச் செய்வதற்கு மேற்கொண்டானோ? மழையில் நனைந்த யானையைப் போல, நம் வீட்டிற் புறமாக வந்து நின்றனன்! அந்தோ, அதனை விலக்கற்கு யாம் யாது செய்வோமோ?

கருத்து: 'அன்னை விழித்திருந்தனள்; ஆதலால் நேற்று வரமுடியவில்லை' என்பதாம்.

விளக்கம்: 'பொழுது' என்றது, சூரியனை, கழுது - பேய். இராக்காலத்துத் திரிதல் உடையனவான பேய்களும், கண்களைக் கொட்டிக் குளிரால் நடுங்குமாறு மழை பெய்ததென்பதனைப் 'பெயலும், ஓவாது கழுது கண்பனிப்ப வீசும்' என்றனள். 'புதல்வற் புல்லி அன்னா என்னும்' - விழித்த புதல்வனை அணைத்தவாறே. அன்னையென்று சொல்லி மீளவும் தூங்கப் பண்ணும் எனலும் பொருந்தும். 'என் மலைந்தனன் கொல்?' என்றது, எல்லாமே தானும் நினைத்தபடியே வந்து ஊறாக அமைந்த நேரத்துத், தானும் நினைத்தபடியே வந்து நிற்கும் அவன், எதனைக் கருதி வந்தனனோ? என நொந்ததாம். அவன் வந்தும், ஊழ் அவனைத் தழுவவிடாது இடைநின்றதே என்பதும், இது தீர அவன் நம்மை வரைந்து கொள்வதே செய்ய வேண்டுவது என்பதும் கருத்தாகும். 'ஆரம் நாறும் மார்பினன்' என்றது, தான் தழுவி இன்புற்ற முந்தைய இன்ப நினைவாற் கூறியதாம்.

'ஆரம் நாறும் மார்பினன், இப்போது மாரி யானையின் வந்து நின்றனனே' என்கின்றனள்.

மேற்கோள்: தலைவியிடத்தே காதல் எல்லை கடந்து பெருகுதலால், அவள் துயிலுதலுமின்றி வருத்தமுற்று நலிந்தவிடத்து, அவள் கருதிய ஒன்றை எடுத்துக் கூறியவளாகச் செவிலி அரற்றியது இது எனவும்; புதல்வற் புல்லி அன்னாயென்று தலைவியை விளித்தது, அருகிற் படுத்துறங்கும் புதல்வனை அணைத்தபடியே, கனவிலே தலைவியை அணைப்பது போலக் கண்டு தாய் அரற்றியது எனவும் நச்சினார்க்கினியர் காட்டுவர் (களவு.24 உரை) இது துஞ்சித் சேர்தல் அல்லாக்கால், 'என் மலைந்தனன் கொல்' என்றது அன்பழிவு எனப்படும் என்பர் பேராசிரியர். (மெய்ப். 23. உரை)

162. இது தகுமோ?

பாடியவர்: கருவூர்ப் பவுத்திரன். **திணை:** முல்லை. **துறை:** வினை முற்றி மீளும் தலைமகன், முல்லைக்கு உரைப்பானாய் உரைத்தது.

து-வி: வினை மேற்கொண்டானாகத் தலைவியைப் பிரிந்து சென்றிருந்த தலைவன், அவ்வினையை முடித்தவனாக மீண்டும் ஊரை நோக்கி வருகின்றான். வழியிலே, முல்லை பூத்திருப்பக் காண்பவன், அதனை நோக்கி இப்படிக் கூறுகின்றான். அவனுடைய காமப் பெருக்கமும் இதனாற் புலப்படும்.

கார்புறந் தந்த நீருடை வியன்புலத்துப்
பல்ஆ புகுதரூஉம் புல்லென் மாலை –
முல்லை! வாழியோ, முல்லை! – நீநின்
சிறுவெண் முகையின் முறுவல் கொண்டனை,
நகுவை போலக் காட்டல்
தகுமோ, மற்று – இது தமியோர் மாட்டே?

முல்லையே! நீ வாழ்க! மேகத்தாற் பாதுகாக்கப்பட்ட நீர் வளத்தை உடையதான, அகன்ற முல்லை நிலம் இது. மேயச் சென்றனவான பல ஆக்களும், தத்தம் இல்லங்களை நோக்கிச் சென்று புகுகின்ற, ஒளியிழந்த மாலைக்காலமும் இதுவாகும். இவ்வேளையிலே, நீயும் நின்னுடைய சிறுத்த வெள்ளரும்புகளைத் தோன்றச் செய்தனையாய்ப், புன்னகை கொண்டனை! துணையாவாரைப் பிரிந்து தனித்திருப்போர் போல், இவ்வாறு எள்ளி நகைப்பாய்போலக் காட்டுதலாகிய இதுதான், நினக்குத் தகுதியுடைய செயலாகுமோ?

கருத்து: 'விரைந்து சென்று தலைவியை அடைவேன்' என்பதாம்.

விளக்கம்: கார் – கார்மேகம்; பெயலைப் பொழிகின்ற நிலையிலே விளங்கும் மேகம். 'பல் ஆ புகுதரூஉம்' என்பது, 'பலர் புகுதரூஉம்' எனவும் வழங்கும். 'புல்லென் மாலை' என்றது, தனிமைத் துயராற் கூறியதாகும். 'கார்ப்பருவத் தோற்றத்திற்கு முன் மீள்வேன்' எனச் சொல்லிப் பிரிந்தவன் அவன். இடைவழியில், காரும் தோற்றி முல்லையரும்புகளும் தோன்றியிருத்தலைக் காண்பவன், அவை தன்னை நோக்கி எள்ளி நகையாடுவதாகக் கருதித், தன் பிழையை நினைந்தானாக இப்படிக் கூறுகின்றனன். 'தமியோர்' என்று பன்மையாற் கூறியது, தலைவியையும் உளப்படுத்தி உரைத்ததாம். 'நின் தலைவர் சொன்னபடி வந்தாரில்லையே' என அவளை நோக்கியும் நகைக்கும் என நினைக்கின்றான். அதனால் அவள் பால் இரக்கம் பெருக இப்படிக் கூறினனாதலும் பொருந்தும். 'தமியோர் மாட்டுத் தகுமோ' என்றதால், கூடினார் மாட்டுத் தகும் என்பதும் அறியப்படும்.

163. யார் அணங்குற்றனை?

பாடியவர்: அம்மூவன். **திணை:** நெய்தல். **துறை:** தன்னுள் கையாறு எய்திடு கிளவி.

து-வி: தலைவனை அடையப் பெறாததனாலே, நள்ளிரவினும் துயில்பெறாளாய்க் கலங்கியிருந்த தலைவி, ஊர் ஒலி அவிந்திருப்பக், கடலலைகள் மட்டும் ஒலி செய்வதனைக் கேட்டதும் இவ்வாறு கடலை விளித்துக் கூறுகின்றாள்.

யார்அணங் குற்றனை – கடலே! பூழியர்
சிறுதலை வெள்ளைத் தோடு பரந்தன்ன
மீன்ஆர் குருகின் கானல்அம் பெருந்துறை,
வெள்வீத் தாழை திரைஅலை
நள்ளென் கங்குலும் கேட்கும், நின் குரலே?

கடலே! பூமி நாட்டாரது, சிறுத்த தலைகளைக் கொண்ட வெள்ளாட்டின் தொகுதிகள் எங்கும் பரவி நின்றாற்போல, மீனுண்ணும் குருகினங்கள். கானலம் பெருந்துறையிடத்தே எங்கணும், பகற்போதெல்லாம் பரவி நிற்கும். வெண்பூக்களைக் கொண்டவான தாழைகளை, அலைகள் சென்று அலைக்கின்றதனாலே எழுகின்ற நின் குரலினை, இந்த நள்ளென்னும் ஒலியுடைய இரவுப்போதினும்,

யான் கேட்கின்றேனே! நீதான் யாரால் இவ்வண்ணம் வருத்த முற்றனையோ?

கருத்து: 'நள்ளிரவினும் உறக்கமின்றி வருந்தியிருப்பேன்' என்பதாம்.

விளக்கம்: 'பூழியர் சிறுதலை வெள்ளைத்தோடு பரந்தன்ன மீனார் குருகின் கானலம் பெருந்துறை' என்றது, தான் பகற்போதிலே முன்னர்த் தலைவனைக் கானற்சோலையிடத்தே பெற்றுத் தழுவியதனை நினைந்து கூறியதாம். 'பூழிநாடு' சேரர்க்கு உரித்தாயிருந்த ஒரு முல்லை நிலப் பகுதி; பாண்டியர்க்கும் இது உரித்தாயிருந்தமை, 'பூழியர்கோன்' எனப் பாண்டியனைக் குறிப்பதனால் அறியப்படும். உசாத்துணையாம் தோழியும் துஞ்சினளாகத், தானே தனித்துத் துயில்பெறாளாய் வருந்தியிருக்கும் தலைவி, கடல் ஒலியைக் கேட்டாளாக, அதனை விளித்து இப்படிக் கூறுகின்றனள். 'வெள்வீத் தாழை' என்றது, செந்தாழையின் வேறென்பதனைக் குறித்துச் சொல்லப்பட்டதாம். 'மீனுண் குருகினம் பிரிந்த வருத்தத்தால் வெள்வீத் தாழையைத் திரைக் கரங்களால் அலைத்து நீ புலம்பும் குரல், நள்ளென் கங்குலும் கேட்கும்' என்க; இது தலைவனைப் பிரிந்த தான், பஞ்சணையிற் கிடந்தும் உறக்கம் பெறாமல், மெல்லணையை அலைத்தபடியே வருந்தியிருப்பதை எண்ணிக் கூறியதுமாகும்.

164. கடல் அணங்குக!

பாடியவர்: மாங்குடி மருதன். **திணை:** மருதம். **துறை:** காதற்பரத்தை, தலைமகட்குப் பாங்காயினார் கேட்ப, உரைத்தது.

து-வி: தலைவி, தன்னைப் புறங்கூறினாள் எனக் கேட்டாள், தலைவனின் காதற்பரத்தை. தலைவியின் தோழியர் சிலரைக் கண்டதும் அவளுக்கு ஆத்திரம் மிகுதியாக உண்டாகின்றது. அவர்கள் கேட்குமாறு, தன் தோழிக்குக் கூறுபவள் போல, இப்படிக் கூறுகின்றாள்.

கணைக் கோட்டு வாளைக் கமஞ்சூல் மடநாகு
துணர்த்தேக் கொக்கின் தீம்பழம் கதூஉம்
தொன்றுமுதிர் வேளிர் குன்றூர்க் குணாது
தண்பெரும் பௌவம் அணங்குக – தோழி!
மனையோள் மடமையின் புலக்கும்
அனையேம் மகிழ்நற்கு யாம்ஆயினம் எனினே!

தோழி! மிகமிகப் பழைமையான குடியினர் வேளிர்கள். அவர்களுக்கு உரியது குன்றூர். அது திரண்ட கொம்புடைய வாளை மீனது, நிறை சூலுடைய மடப்பமிக்க பெண் மீனானது, கொத்தையுடை தேமாவினின்றும் உதிர்ந்த இனிதான பழத்தினைத் தானிருக்கும் இடத்திலிருந்தே கவ்வி உண்ணுகின்ற வளத்தையும் உடையதாகும். அக்குன்றூருக்குக் கிழக்கின் கண்ணே, தண்ணிய பெருங்கடலும் உள்ளது. மனையோள், தன் அறியாமையிலே புலக்கும் தலைவனுக்கு யாமும் அத்தன்மையேம் ஆயினம் என்றால், அந்தத் தண்பெரும் கடலும் எம்மையும் வருத்துவதாக!

கருத்து: 'தலைவி அறியாமையால் எம்மைப் பழித்தனள்' என்பதாம்.

விளக்கம்: கோடு - கொம்பு; பக்கமும் ஆம்; அப்போது கணைபோற் பக்கங்களையுடைய வாளைமீன் என்க; கணை - அம்புமாம். கமஞ்சூல் - நிறைசூல். 'பவ்வம் அணங்குக' - கடலுக்குரிய தெய்வம் அணங்குக. மனையோள் - மனை வாழ்க்கைக்குரியவள்; புறத்தே நிகழ்வதை அறியாத மடமையள் அவள் என்பாள், 'மனையோன் மடமையின்' என்றாள். உண்ணற்கினிய தேக்கொக்கின் தீம் பழத்தைப் பறித்துண்ணாது விட்டவரது அயர்வே, அது தானே வீழ்ந்து வாளைமடநாகிற்கு உணவாயிற்று. அவ்வாறே, தலைவனைத் தன் மடமையாற் புலக்கும் தலைவியது செயலே, அவனை எளிதாக யாம் பெற்று இன்புறுவதற்கு உதவியாயிற்று. இதற்குத் தன்னை நோவதன்றி எம்மை நோவது எதற்கோ? இப்படிக் கூறுகின்றனள் அவள். 'தொன்றுமுதிர் வேளிரது குன்றூர்' என்றும், கூட்டிப் பொருள்கண்டு இன்புறுக. 'வாளை தேக்கொக்கின் தீம்பழம் கதூஉம்' என்றலால், 'கோடையிற்கூட நீர் வளத்தால் மலிந்திரந்தது' அக்குன்றூர் என்றும் அறிக. மகிழ்நன் - தலைவன்.

165. வெய்து உற்றனை!

பாடியவர்: பரணர். **திணை:** குறிஞ்சி. **துறை:** பின்னின்ற தலைமகன், மறுக்கப்பட்டுப் பெயர்த்தும் கூடலுறும் நெஞ்சிற்குச் சொல்லியது.

து-வி: தலைவன், தோழியிடம் தன் குறையைத் தீர்க்குமாறு, இருந்துநின்று வேண்டினான்; தலைவியின் உடன்பாட்டைப்

பெறவில்லை. அதன்பின்னும், தன் நெஞ்சம் தலைவிபாற் செல்லுதலைத் தடுக்கவியலாத அத்தலைவன், இப்படிக் கூறுகின்றான். பின்னின்ற - இரந்து பின்னின்ற; பின்னிற்றல் - வழிபடல்.

மகிழ்ந்ததன் தலையும் நற உண்டாங்கு,
விழைந்ததன் தலையும் நீவெய் துற்றனை
இருங்கரை நின்ற உப்புஒய் சகடம்
பெரும்பெயல் தலைய வீ இந்தாங்கு, இவள்
இரும்பல் கூந்தல் இயல் அணி கண்டே.

நெஞ்சமே! உப்பைச் செலுத்துகின்ற வண்டியொன்று, பெருங்கரையிடத்தே நின்றிருந்தது. அப்போது பெருமழையும் பெய்தலைத் தொடங்கியது. அவ்வண்டியின் உப்பும் முற்றவும் அழிவுற்றது. இவ்வாறே இவளது கரிய பலவாகிய கூந்தலின் இயற்கையழகைக் கண்டதும், மறுக்கப்பட்டோமென்று நீ தெளிந்திலை. களிப்பேறியதன் மேலும். ஒருவன் கள்ளையுண்டு மயக்கமுற்று அறிவிழந்தாற்போல, விருப்பமுற்று அது மறுக்கப்பட்டதன் மேலும், நீ இவன்பால் விருப்பங் கொண்டனை! என்னே நின் அறியாமை இருந்தவாறு?

கருத்து: 'மனமே! இவளை நீதான் மறவாயோ?' என்பதாம்.

விளக்கம்: இருங்கரையிடத்தே மேலும் செல்லமாட்டாது நின்றுபோன உப்பு வண்டி, பெருமழை பெய்யக் கரைந்து அழிவுற்றாற் போல, ஆசை மறுக்கப்பட்டு வருந்தும் நீ, மேலும் விருப்புற்றதனால் அழிவெய்தப் போகின்றாய் என்பதாம். 'விழைந்ததன் தலையும் நீ வெய்துற்றனை'; இது 'மகிழ்ந்ததன் தலையும் நறவுண்டாங்கு' அறிவிழந்த செயலாகும் என்க. 'இரும்பல் கூந்தல் இயலணி கண்டு' என்றது. புறங்காட்டலால் இசைவு மறுத்ததனை; 'மறுத்தமைக்குப் பின்னும் இரும்பல் கூந்தல் இயலணி கண்டு வெய்துற்றனை' எனலும் பொருந்தும்; இது 'களித்தொறும் கள்ளுண்டல் வேட்டற்றால்' போல்வது என்பான், 'மகிழ்ந்தன் தலையும் நறவு உண்டாங்கு?' என்கின்றான். இதனால், மடலேறுதற்குத் துணிந்த இவனது காமப்பெருக்கமும் புலப்படும்.

166. புலம்பு ஆகின்று!

பாடியவர்: கூடலூர் கிழார். **திணை:** நெய்தல். **துறை:** காப்பு மிகுதிக்கண், தோழி தலைமகட்கு உரைத்தது.

து-வி: இற் சிறைப்பட்டுக், காவன் மிகுதியினாலே தலைவனைக் காணப்பெறாமையாற், கலங்கியிருக்கின்றாள் தலைவி. அவளுடைய துயரமிகுதியைக் கண்ட தோழி, இவ்வாறு அவளுக்குக் கூறுகின்றாள்.

தண்கடற் படுதிரை பெயர்த்தலின், வெண்பறை
நாரைநிரை பெயர்ந்து அயிரை ஆரும்,
ஊரோ நன்றுமன், மாந்தை
ஒரு தனி வைகின், புலம்பு ஆகின்றே.

வெள்ளிய சிறகுகளையுடைய நாரையின் நிரையானது, தண்ணிய கடலலைகள் மீன்களைப் பெயரச் செய்வதனாலே, தாம் நின்ற வரிசையின் நீங்கியவாய்ச் சென்று, அயிரை மீன்களை உண்ணும் தன்மையுடையது மரந்தையூர். தலைவரோடு கூடியிருப்பின் நமக்கு நன்மை உடைத்தாயிருக்கும். ஆயின், தலைவரைப் பிரிந்து, ஒற்றைத் தனியேமாய் இருப்பேமாயின், அதுவும் வருத்தத்தைத் தருவதாகின்றதே!

கருத்து: 'அவரைப் பிரிந்திருக்கும் இவ்வூரும் எனக்கு வெறுப்பாகின்றது' என்பதாம்.

விளக்கம்: மரந்தை நன்மையுடையது, ஆயின் இப்பிரிவுத் துயராலே அதுவும் வருத்தத்தைத் தருவதாகின்றது என்பதாம். படுதிரை அயிரையைப் பெயர்த்ததனால், நாரை வளா நிற்காது, நிரைபெயர்ந்து அயிரை கிடக்கும் இடத்தை அடைந்து உண்ணும் மரந்தை என்றாள். அவ்வாறே, தாய் தன்னை இற்செறித்து வருத்தினும், தலைவன் தானிருக்கும் இடத்தை வந்தடைந்து, தன்னை இன்புறுத்தலை விரும்புகின்றாள் தலைவி. புலம்பு தனிமைத் துயரம். முன்னர் நன்றாகவிருந்தது; இதுபோது அது கழிந்தது என்பாள். 'நன்று மன்' என்கின்றாள்.

167. மகிழ்ந்த முகம்!

பாடியவர்: கூடலூர் கிழார். திணை: முல்லை. துறை: கடிநகர்ச் சென்ற செவிலித்தாய் நற்றாய்க்கு உரைத்தது.

து-வி: தலைவி, தலைவனோடு கூடியிருந்து நடாத்தும் இல்லறத்தைக் கண்டு, பெரிதும் மகிழ்வுற்ற செவிலி, தான் கண்ட ஒரு காட்சியை, நற்றாயிடம் வந்து, இப்படி மகிழ்வோடே கூறுகின்றாள்.

முளிதயிர் பிசைந்த காந்தள் மெல் விரல்,
கழுவுறு கலிங்கம், கழாஅது, உடீஇக்
குவளை உண்கண் குய்ப்புகை கழுமத்
தான்துழந்து அட்ட தீம்புளிப் பாகர்
'இனிது' எனக் கணவன் உண்டலின்,
நுண்ணிதின் மகிழ்ந்தன்று ஒண்ணுதல் முகனே.

முற்றிய தயிரைப் பிசைந்த, காந்தள் மலரைப் போன்ற தன் மெல்லிய விரல்களைத் துடைத்தல் பெற்ற தன் ஆடையினை, அவ்வழுக்கை நீக்குமாறு துவையாதேயே உடுத்துக் கொண்டவளாகக், குவளை மலரைப் போன்று விளங்கும் மையுண்ணும் தன் கண்களிலும் தாளிதப் புகையானது நிறையத், தான் துழாவிச் சமைத்த இனிதான புளிக்குழம்பினை, 'இனிது' எனப் பார்வையாலேயே பாராட்டியபடியே தன் கணவன் உண்பதனால், ஒள்ளிய நுதலையுடைய தலைவியின் முகமானது, நுண்ணியதாக மகிழ்வு கொண்டது!

கருத்து: 'தன்னை மறந்து தலைவனை மகிழ்விக்கும் சால்பினள் தலைவி' என்பதாம்.

விளக்கம்: முளிதயிர் - முற்றிய தயிர்; புளிக்குழம்பிற்கு ஏற்ப முற்றப்புளித்த தயிர். 'கழுவுறு கலிங்கும் கழாஅது உடீஇ' துடைத்துக் கொண்ட ஆடையைத் துவையாதேயே உடுத்துக் கொண்டு; இதனால், அட்டில் ஆக்கும் போது இப்படிக் கையைத் துடைப்பதும், கணவற்கு உணவு பரிமாறுமுன், அவ்வுடையை மாற்றிக் கொள்வதும் அக்கால மகளிரது இயல்பாதல் பெறப்படும்; இவள் மாற்றுதற்கும் நினையாது, கணவனை உண்பித்தலிலேயே கவனஞ் செலுத்துவள் இத்தலைவியின் மனப்பாங்கையும், அவளது நலனைக் கண்டு காமுற்று மணந்த அவன், அட்டிலறைப் புகை படிந்த கண்களையும், அழுக்குப் படிந்த உடையையும் மறந்து, அவள் ஆக்கிப் படைக்கும் புளிப்பாகரை இனிதென உண்டின்புறுதலாகிய மனப்பாங்கையும் கண்டபடியே கூறுகின்றாள் செவிலி. காமவசத்தாராகிக் கூட்டத்து நாட்டத்தினராயிருந்த களவுக் காலத் தன்மை மறக்கப்பட்டுப், பேணுதலைக் கடனாகக் கொண்ட இல்லற வாழ்விலே அவர்கள் மலர்ச்சிபெற்ற நிலைதான் செவிலியை மகிழவைக்கிறது; அதனை நற்றாயிடமும் உரைக்கச் செய்கின்றது. 'தான் துழந்து அட்ட' என்பது, ஏவலாட்டியர் பலரிருந்தும், தானே ஆக்கித் தரும் விருப்போடு அட்டது என்பதனைக் காட்டுவதாகும்.

168. வாழ்தல் இலம்!

பாடியவர்: *சிறைக்குடி ஆந்தையார்.* **திணை:** *பாலை.* **துறை:** *பொருள் வலிக்கும் நெஞ்சிற்குக் கிழவன் உரைத்தது.*

து-வி: *இளைஞர் பலரையும் போன்று, தானும் வேற்று நாடுகட்குச் சென்று பொருளீட்டி வரவேண்டுமெனத் தூண்டிய தன் நெஞ்சிற்குத், தலைவியைப் பிரிவதனால் உண்டாகும் துயர மிகுதியை இப்படித் தலைவன் கூறுகின்றான்.*

மாரிப் பித்திகத்து நீர்வார் கொழுமுகை
இரும்பனம் பசுங்குடைப் பலவுடன் பொதிந்து
பெரும்பெயல் விடியல் விரித்து விட்டன்ன
நறுந் தண்ணியளே, நல்மா மேனி;
புனற்புணை அன்ன சாய்இறைப் பணைத்தோள்
மணத்தலும் தணத்தலும் இலமே;
பிரியின் வாழ்தல் அதனினும் இலமே.

நல்ல மாமை நிறத்தைக் கொண்ட மேனியினள் நம் தலைவி. பெரும் பெயலையுடைய மாரிக்காலத்தின் விடியற் பொழுதிலே, பெரிதான பசிய பனையோலைக் குடைகளிலே, பிச்சியினது நீர்வழியும் கொழுவிய அரும்புகளைப் பலவாக நிறைத்துப் பொதித்துக் கொணர்ந்து, பின் பொதிவாயை விரித்து விட்டாற் போன்று, நறுமையும் தண்மையும் கொண்ட மேனியினளும் அவளாவள். அவளது, வளைந்த சந்தினையுடைய, நீரிடத்து விளங்கும் புணையைப் போன்ற, பருத்த தோள்களைப் பிரிதலும் இல்லேம். அவளைப் பிரிவேமாயின், உயிர்வாழ்தல் என்பது அதனினும் இல்லேம் ஆவோம்.

கருத்து: *'கூடியிருத்தற்குரிய இக்காலத்திலே பிரிவது கூடாது' என்பதாம்; பிரியின் அவள் வாழ்தல் இலள்; அவளை இழந்த யானும் வாழ்தல் இலன் என்பதுமாம்.*

விளக்கம்: *பிச்சியரும்புகளை நீர்வர எடுத்துப் பனங்குடைகளிற் பொதிந்து கொணர்ந்து, பொதியினை விரித்துக் கொட்டும்போது எழும் நறுமணத்தையும், அம்முகைகளின் பால்விளங்கும் தண்மையையும் தலைவியின்பால் ஒப்பிட்டனன். 'மணத்தலும் தணத்தலும் இலம்' என்றது, என்றும் ஒன்றுபட்டே இருப்பதனாலாம். நீர்ப்புணையினைத் தோளுக்கு உவமித்தனன். 'முழக்கு நீர்ப்புணையென அமைந்த நின் தடமென் தோள்' எனக் கலித்தொகையினும் இப்படி வரும் (56.20) நீர்ப் புணை - பேய்க் கரும்புகளால் அமைந்த தெப்பம்.*

169. உயிர் அழிக!

பாடியவர்: *வெள்ளி வீதியார்.* **திணை:** *மருதம்.* **துறை:** *(1) கற்புக் காலத்துத் தெளிவிடை விலங்கியது; (2) இனித், தோழி வரைவு நீட்டித்த வழி வரைவு கடாயதூஉம் ஆம்.*

து-வி: *(1) கற்பறம் பூண்டு வாழும் காலத்திலே, தலைவன் பரத்தைமை ஒழுக்கத்தான் என்று ஐயுற்றுத் தலைவி ஊடினாள். அவள் ஊடலைத் தெளிவிக்கத் தலைவன் முயலுகின்றான். அப்போது அவள் மனம் மாறுபட்டவளாக இப்படிச் சொல்லு கின்றாள். (2) தலைவன் தலைவியை வரைந்து கொள்ளாது நாட்கடத்தி வருதலால், தோழி, அவனை வரைவின்கண் விரையுமாறு செலுத்துவாளாக, இப்படிக் கூறுகின்றாள்.*

சுரம்செல் யானைக் கல்உறு கோட்டின்
தெற்றென இறீஇயரோ – ஐய! – மற்றுயாம்
நும்மொடு நக்க வால்வெள் எயிறே;
பாணர், பசுமீன் சொரிந்த மண்டைபோல
எமக்கும் பெரும்புலவு ஆகி,
நும்மும் பெறேஎம், இறீஇயர் எம் உயிரே.

ஐயனே! சுரநெறியிற் செல்லும் யானையின், மலைகளைக் குத்திய கோட்டைப்போல, யாம் நும்முடனே நகையாடி மகிழ்ந்த தூய வெள்ளிய எம் பற்கள், விரைவாக முறிந்து அழிவனவாக! பச்சை மீனைச் சொரிந்த பாணரது உண்கலத்தைப்போல, எமக்குப் பெரிதான வெறுப்பைத் தருவதாகி, நும்மையும் பெறேமாய், எம் உயிரும் கெட்டு அழிந்து போவதாக!

கருத்து: *'நும்மை அடையாத எம் உயிர் இனி அழிக' என்பதாம்.*

விளக்கம்: *வெள்ளிவீதியாரின் பாட்டு இதுவாதலால், காதலர்க்கெடுத்து யாண்டும் தேடித் திரியும் அவர், தம் உயிரை வெறுத்த நிலையினராகச் சொல்லியது எனக் கொள்ளலும் பொருத்தமுடையதாகும். 'ஐய' எனத் தன் நினைவில் பிரியாது நிற்கும் அவனை விளித்துக் கூறினளாகக் கொள்க. 'நும்மொடு நக்க எயிறு இறீஇயர்' என்றது, தலைவனின் பிரிவால் அது நகைத்தலை இழந்து பயனற்றதாவதால். 'கல்லுறு கோடு முறிதலைப்போல நும்மொடு நக்க எயிறும் முறிந்துபோக' என்றனள்; அவன் பிரியும் கன்னெஞ்சினன் ஆயினமையையே இப்படிக் கூறுகின்றனள். 'நக்க' என்றது,*

இயற்கைப் புணர்ச்சிக்கண் தலைவியைத் தெளிவித்த பின், தலைவன் தலைவியர் இருவரும் கூடி நகையாடி மகிழ்ந்த நிகழ்வினை குறிப்பிட்டுக் கூறியது ஆகும். பசுமீன் சொரிந்த பாணரது மண்டை, நீரிற் பிரிந்தவாய்த் துடிக்கும் மீன்களை உடைத்தாய், அம்மீன்களின் சாவுக்கும் இடமாதல் போல, அவளும் தலைவனைப் பிரிந்து துடிக்கும் உயிரினை உடையளாய், அவ்வுயிர்தானும் அழிதலை நோக்கிச் செல்லும் நிலையினளாய் ஆயினள் என்க. அம்மீன்களைப் போல அவளது சாவும் உறுதி என்பதுமாம். துறைகட்கு ஏற்பப் பொருள் கொள்ளினும் கொள்க.

170. தலை போகாமை!

பாடியவர்: கருவூர்கிழார். **திணை:** குறிஞ்சி. **துறை:** வரைவிடை 'ஆற்றாள்' எனக் கவன்ற தோழிக்குத் தலைமகள் கூறியது.

து-வி: வரைதற்குரிய பொருளைத் தேடிவருதற் பொருட்டாகத் தலைவன் தலைவியைப் பிரிந்து சென்றுள்ளான். 'பிரிவைத் தலைவி பொறுத்திருக்கமாட்டாள்' எனக் கவலைப்படுகிறாள் தோழி. அவளுக்குத் தலைவி இவ்வாறு கூறுகின்றாள்.

பலரும் கூறுக, அஃது அறியா தோரே
அருவி தந்த நாட்குரல் எருவை
கயம் நாடு யானை கவளம் மாந்தும்
மலைகெழு நாடன் கேண்மை
தலைபோகாமை நற்கு அறிந்தனென், யானே.

அருவியானது, கொணர்ந்து தந்ததும், காலத்தால் விளைந்ததுமான, கொத்தான கொறுக்காந் தட்டையினை, ஆழமான நீர்நிலைகளை ஆய்ந்துசென்று நீராடுகின்ற யானையானது, கவளமாக எடுத்து உண்ணுகின்ற, மலைகள் பொருந்திய நாட்டையுடையவன் தலைவன். அவனது நட்புக் கெடாமையினை யானே நன்றாக அறிந்துள்ளேன். அந்த நட்பு நிலையினை அறியாதவராகிய பலரும், அதனைக் குறித்து யாதேனும் சொல்வாராக!

கருத்து: 'தலைவன் தவறாது வருவான்' என்பதாம்.

விளக்கம்: 'பலர்' என்றது, செவிலித்தாயர் முதலியோரை. எருவை கொறுக்காந்தட்டை. தலைபோதல் - முற்றவும் கெட்டுப் போதல். கயம் நாடிச் செல்லும் யானை, முயற்சி

யாதுமின்றியே அருவி கொண்டுதரும் கொறுக்காந் தட்டையினைக் கவளமாக உண்ணுதலைப் போல, வேறு காரணமாக வந்த தலைவன், ஊழின் வலியினாலே தன்னைக் கண்டு காதலித்து இன்பத்தையும் பெற்றனன் என்கின்றாள். அப்படி இருவரையும் தானே கூட்டிய ஊழானது, மீளவும் மணவாழ்வில் ஒன்றுபடுத்துதலையும் செய்யும் எனத் தான் உறுதிகொண்டிருப்பதாகவும் கூறுகின்றாள். தலைவனின் கேண்மை பயனற்றதெனத் தோழி கூறித்தேற்றினாளாகத், தலைவி இப்படிக் கூறினாள் எனவும் கருதலாம்.

171. மீன்வலையிலே விலங்கு பட்டது!

பாடியவர்: பூங்கணுத்திரையார். **திணை:** மருதம். **துறை:** வரை விடை 'ஆற்றாள்' எனக் கவன்ற தோழிக்குத் தலைமகள் கூறியது.

து-வி: வரைபொருளுக்காகத் தலைவன் பிரிந்து சென்றிருந்த காலத்திலே, 'அந்தப் பிரிவினாலே வரும் துயரத்தைத் தலைவி பொறுத்திருக்கமாட்டாள்' எனத் தோழி கவலையுறுகின்றாள். அவளுக்குத் தலைவி, தான் பொறுத்திருக்கும் தன்மையள் என்பதனை இப்படிக் கூறுகின்றாள். அயலார் வரைதலை ஏற்காது கூறியதாகவும் இதனைக் கொள்க.

காண்இனி வாழி – தோழி – யாணர்க்
கடும்புனல் அடைகரை நெடுங்கயத்து இட்ட
மீன்வலை மாப்பட் டாஅங்கு,
இதுமற்று – எவனோ, நொதுமலர் தலையே?

தோழி! புதுவரவாகிய மிக்க புனலையும், அடைந்த கரையையும் உடையதான நெடிய குளத்தின்கண்ணே, இட்ட மீன்வலையிடத்தே, (நீர் நாய்) விலங்கொன்று வந்து அகப்பட்டாற் போல, அயலாரிடத்தே தோன்றும் வரைவுக்குரிய இந்த முயற்சியானது, என்ன பயனைத் தந்துவிடும்? இதனை இப்போது நீயும் காண்பாயாக!

கருத்து: 'அயலாராது வரைவுமுயற்சி பயனற்றது' என்பதாம்.

விளக்கம்: மீனுக்காக வலையிட்டவர் அதனிடத்தே விலங்கு வந்துபட்டால், அதனை உதறிப் போக்கிவிட்டு மீளவும் மீனுக்கே வலையிடுவதுபோலத், தலைவனுக்காகக் காத்திருக்கும் தானும், அயலாரது வரைவை ஒதுக்கிவிட்டுத் தலைவனின் வரைவுக்காகக் காத்திருக்கும் திண்மையுடையவள்

என்பதாம். 'விலங்கு' என்றது நீர்க்கண் வாழ்வனவான நீர்நாய் போன்றவற்றை. இதனால், தலைவியது கற்புத் திண்மையும் அறியப்படும்.

172. நெஞ்சு வருந்தும்!

பாடியவர்: கச்சிப்பேட்டு நன்னாகையார். **திணை:** நெய்தல். **துறை:** வரைவிடை 'ஆற்றாள்' எனக் கவன்ற தோழிக்குத் தலைமகள் கூறியது.

து-வி: தலைவன் வரைபொருளுக்காகப் பிரிந்து சென்றிருந்த காலத்திலே, 'தலைவி அந்தப் பிரிவைத் தாங்கமாட்டாள்' எனக் கவலையுற்ற தோழிக்குத், தலைவி தன் மனவுறுதியை இப்படி கூறுகின்றாள்.

தாஅவல் அஞ்சிறை நொப்பறை வாவல்
பழுமரம் படரும் பையுள் மாலை,
எமியம் ஆக ஈங்குத் துறந்தோர்,
தமியர் ஆக இனியர் கொல்லோ?
ஏழ்ஊர்ப் பொதுவினைக்கு ஓர்ஊர் யாத்த
உலைவாங்கு மிதிதோல் போலத்
தலைவரம்பு அறியாது வருந்தும், என் நெஞ்சே.

தோழி! வலிமைகொண்ட அழகிய சிறைகளையும் மென்மையாகப் பறத்தலையும் உடையது வௌவால். தனியராயினார்க்குத் துன்பத்தைத் தரும் மாலைக்காலத்திலே, அது, பழத்தைக் கொண்ட மரங்களைக் கருதிச் செல்லும். அம்மாலைக்காலத்திலே, யாம் தமியேமாகும்படியாக, நம்மை இங்கிருக்க வைத்துப் பிரிந்து சென்றவர், நம் காதலர். அவரும் அவ்விடத்தே தனிமை கொண்டவராகவும், இனிமை உடையவராய் இரப்பரோ? ஏழு ஊரிலுள்ளாரின் பொதுவான தொழிற் பாட்டுக்காக, ஓர். ஊரினிடத்தே அமைத்த உலையிடத்தே செறிந்த துருத்தியைப் போல, என் நெஞ்சமும் எல்லையற்றதாய் இடையறாதே வருத்தத்தை அடைகின்றதே!

கருத்து: 'நம்மைப் பிரிந்து தலைவர் படுகின்ற துயரை நினைத்தே என் மனம் வருந்துகின்றது' என்பதாம்.

விளக்கம்: 'எமியம்' என்றது தோழியையும் உளப்படுத்திக் கூறியதாம். தலைவரம்பறியாது - எல்லையறியாது. மிதிதோல் துருத்தியில் மிதிக்கின்ற பகுதி. 'ஏழூர்ப் பொது வினைக்கு ஒரூர் யாத்த உலை' என்பது, அந்நாளைய மக்கள், பொதுவினைக்கு,

இப்படிக் கூட்டுறவு முறையிலே வேண்டிய தொழிற்கூடங்களை அமைத்துக் கொண்டனர் என்பதையும் உணர்த்தும். 'ஈங்கு, மாலை, யாம் எமியமாகத் துறந்தோர், தமியராக! ஆங்கு இனியர் கொல்லோ?' என்றது, அவர் இனியராயிரார் என்னும் உறுதி பற்றிக் கூறியதாம்.

173. ஏகுமார் உளேன்!

பாடியவர்: மதுரைக் காஞ்சிப் புலவன். **திணை:** குறிஞ்சி, **துறை:** குறை மறுக்கப்பட்ட தலைமகன் தோழிக்கு உரைத்தது.

து-வி: தோழியின் உதவியால் தலைவியை அடைந்து இன்புற நினைத்து, அவளை வேண்டிநின்ற தலைவன், அவள் தனக்கு உதவுவதற்கு மறுத்துவிட, இப்படி அவளிடம் தன் முடிபினைக் கூறுகின்றான்.

பொன்நேர் ஆவிரைப் புதுமலர் மிடைந்த
பல்நூல் மாலைப் பனைபடு கலிமாப்
பூண்மணி கறங்க ஏறி, நாண்அட்டு?
பழிபடர் உள்நோய் வழிவழி சிறப்ப,
இன்னள் செய்தது இதுஎன, முன்நின்று,
அவள்பழி நுவலும் இவ்ஊர்;
ஆங்கு உணர்ந்தமையின், ஈங்கு ஏகுமார் உளேனே.

பொன்னையொத்த ஆவிரையின் புதுப்பூக்களை நெருங்கக் கட்டிய, பலவாகிய நூல்களையுடைய மாலைகளையணிந்த பனங்கருக்கால் அமைக்கப்பட்ட செருக்குடைய குதிரையினை, அதன் கழுத்திற் பூட்டிய மணி ஒலிக்குமாறு ஏறியவனாக வந்து, நாணத்தைத் தொலைத்து அழிவைச் செய்கின்ற உள்ளத்துக் காமநோயானது மென்மேலும் மிகுதியாக, 'இன்னள் செய்தது இது' என்பேன். அப்படிச் சொல்லும் என் முன்னே நின்றபடி, இவ்வூரவர், தலைவியது பழியுடைச் செயலை எடுத்துக் கூறுவர் அப்படியுள்ளதொரு பரிகாரத்தை யான் அறிந்திருத்தலால் இவ்விடத்தேயிருந்து, இப்போது அகன்று போதற்கும் உளேன் ஆவேன்!

கருத்து: 'யான் மடலேறி நம்மூர்க்கு வருவேன்' என்பதாம்.

விளக்கம்: 'பொன் நேர் ஆவிரைப் புதுமலர்' - ஆவிரையின் பொன்னொத்த நிறமுடைய புதுமலர்; இந்நிறம் உடைமையினாலே இதனைப் 'பொன்னாவிரை' எனவும் கூறுவார்கள். 'நாண் அட்டுங்' - நாணத்தைத் தொலைத்து;

'நாணத்தைத் தொலைத்தல்' மடலேறி மன்றிடத்து வருதலாகிய செயலால். வழிவழி - மென்மேலும்.

174. அருள் யாருமில்லது!

பாடியவர்: வெண்பூதி. திணை: பாலை. துறை: பிரிவு உணர்த்திய தோழிக்குத் தலைமகள் சொல்லியது.

து-வி: தலைமகனின் பிரிவைத் தனக்கு உணர்த்திய தோழிக்குத், தலைவி, தான் நெஞ்சழிந்து இவ்வாறு உரைக்கின்றனள்.

பெயல்மழை துறந்த புலம்புஉறு கடத்துக்
கவைமுடக் கள்ளிக் காய்விடு கடுநொடி
துதைமென் தூவித் துணைப்புறவு இரிக்கும்
அத்தம் அரிய என்னார், நத்துறந்து
பொருள் வயிற் பிரிவார் ஆயின், இவ்உலகத்துப்
பொருளே மன்ற பொருளே;
அருளே மன்ற ஆரும் இல்லதுவே.

தோழி! மழையானது பெயலாகிப் பெய்யாது நீங்கிய துயரத்தைக் கொண்டிருப்பது பாலை நிலம். அதன் கண். கவைத்தும் முடம்பட்டும் விளங்கும் கள்ளியினது காயானது, நெருங்கிய மென்சிறகுகளையுடையவான ஆணும் பெண்ணுமாகத் துணை சேர்ந்திருக்கும் புறாக்களை, அவ்விடத்தினின்றும் நீங்கச் செய்யும், அத்தகைய அருவழிகள் கடத்தற்கரியன என்று கருதாராய், நம்மைப் பிரிந்து, பொருளைத் தேடிவரற் பொருட்டாக, நம் தலைவர் செல்வார் என்பாய். அங்ஙனம் செல்வராயின், இவ்வுலகத்திற் செல்வம் ஒன்றே மெய்யாக உறுதிப் பொருளாகக் கொள்ளற்குரியதாகும். அருள்தான் தன்னை ஏற்றுப் பேணுவார் யாருமற்று மறைந்துபோவதும் உளதாகும்.

கருத்து: 'அருளுடையாராயின் பிரியார்' என்பதாம்.

விளக்கம்: 'அருளற்றவராக நம்மைப் பிரிவுத்துயரத்தே நலியச் செய்துவிட்டு நீங்கினராயின், அத்தகைய நிலைக்குத் தூண்டும் செல்வமே இவ்வுலகிற்கு உறுதிப் பொருளாகத் தக்கது; அருளோ யாரும் ஏற்பவரற்று இல்லாது போம்' என்கின்றாள். அருளுடையார் எனக் கூடினேம்; அவரே அருளற்றவராயின் இனி யாம் நைந்து அழிவதன்றி யாது செய்வோம் எனத் தன்னை வெறுத்துக் கூறியதுமாம். 'கவைமுடக்கள்ளி' என்பது,

'கவைமுட்கள்ளி' எனவும் வழங்கும். அப்போது, கவைத்த முட்களையுடைய கள்ளியென்று கொள்ளுக.

175. அம்பல் எவன்?

பாடியவர்: உலோச்சன். **திணை:** நெய்தல். **துறை:** பிரிவிடைக் கடுஞ்சொற் சொல்லி வற்புறுத்துவாட்குக், கிழத்தி உரைத்தது.

து-வி: தலைமகனின் பிரிவினாலே வருந்தியிருந்த தலைவியை, 'நீ இவ்வாறு அழிதலைவிட்டுப் பிரிவைப் பொறுத்திருத்தலையே மேற்கொள்ளல் வேண்டும்' எனக் கூறிக் கடிந்து கொள்ளுகிறாள் தோழி. அவளுக்குத் தலைவி, இவ்வாறு தன் நிலையை உரைக்கின்றாள்.

பருவத் தேன்நசைஇப் பல்பறைத் தொழுதி,
உரவுத் திரைபொருத திணிமணல் அடைகரை,
நனைந்த புன்னை மாச்சினை தொகூஉம்
மலர்ந்த பூவின் மாநீர் சேர்ப்பற்கு
இரங்கேன் – தோழி! – ஈங்கு என்கொல்? என்று,
பிறர்பிறர் அறியக் கூறல்
அமைந்தாங்கு அமைக; அம்பல் அஃது எவனே?

தோழி! பருவத்தே உண்டாகிய தேனினை விரும்பிப் பலவாகப் பறத்தலையுடைய வண்டின் தொகுதிகள், வலிய அலைகள் மோதுதலால் மணல் செறிந்த அடைந்த கரையின்கண் உள்ள, நனைந்த புன்னையினது பெரிய கிளையிடத்தே வந்து குழுமும், அவ்வாறு மலர்ந்த பூக்களையும் கரிய நீரையும் உடையனாகிய சேர்ப்பனின் பொருட்டாக யான் இரங்குவேன் அல்லேன். 'இவ்விடத்தே, இவள்தான் இங்ஙனமாக மெலிந்தமை எதனாலோ?' என்று, பிறர் பிறரும் அறியும்படிக் கூறுதலான பழிச் சொற்களும், அவரவருடைய மனநிலைப்படியே அமைவதாக! அவர்கள் உரைக்கும் அம்பல் உரைகள்தாம் எனக்கு என்ன துன்பத்தைச் செய்துவிடும்!

கருத்து: 'ஊரவரின் பழிக்கு அஞ்சேன்' என்பதாம்.

விளக்கம்: தொழுதி - தொகுதி. திணி மணல் - செறிந்த மணல்; அதுவே அடைகரையாக அமைந்ததென்பாள். 'திணி மணல்' அடைகரை என்றனள். புன்னை நனைந்தது; மோதும் அலைகளினின்று எழும் நீர்த்திவலைகளால். 'பருவத்தே, தேனையுண்ணற்கு வண்டுகளும் நாடிச் செல்லும், மலர்ந்த பூவின் மாநீர்ச் சேர்ப்பன் அவனாதலால், உரிய பருவத்தே

தவறாது நம்பால் வருவான் என நானும் தேறியிருப்பேன்' என்கின்றாள் தலைவி. 'யானே ஆற்றியிருப்பப் பிறர் அம்பல் உரைத்தல் ஏன்? அது வேண்டாதது; அதுபற்றியான் நோகேன்; அது அமைந்தாங்கு அமைக' என்றாளாகவும் கொள்க. 'அவர் பிரிவால் வருந்தியிருக்கும் என்னை, ஊரவரின் அம்பலுரைகள் பெரிதாக வருத்தக் கூடியவோ?' என்பதுமாம்.

176. நெஞ்சு கலிழும்!

பாடியவர்: வருமுலையாரித்தி. **திணை:** குறிஞ்சி. **துறை:** தோழி, கிழத்தியைக் குறைநயப்பக் கூறியது.

து-வி: தலைவனைத், தலைவி ஏற்றுக் கொள்ளல் சிறப்பானதெனத், தோழி கருதினாள். அவன்பால் அவளுக்கு அன்பு தோற்றுமாறு, இப்படிக் கூறுகின்றாள்.

ஒருநாள் வாரலன்; இருநாள் வாரலன்;
பல்நாள் வந்து, பணிமொழி பயிற்றி, என்
நன்னர் நெஞ்சம் நெகிழ்த்த பின்றை,
வரைமுதிர் தேனின் போகி யோனே
ஆசுஆகு எந்தை – யாண்டுஉளன் கொல்லோ?
வேறுபுலன் நல்நாட்டுப் பெய்த
ஏறுடை மழையின் கலுழும், என் நெஞ்சே.

தோழி! ஒருநாள் மட்டும் வந்தானும் அல்லன்! இரண்டு நாட்கள் மட்டுமே வந்தானும் அல்லன்! பல நாட்களாகத் தொடர்ந்து அவனும் வந்தனன். பணிவான சொற்களைக் கூறி, எனது நன்மை கருதும் நெஞ்சத்தையும் நெகிழச் செய்தனன். அதன் பின்னர், மலையிடத்தே முதிர்ந்து, எவருக்கும் பயன்படாதே வீழ்ந்தழியும் தேனடையைப் போலப் போயினவனும் ஆயினான். நமக்குப் பற்றுக்கோடாகும் எந்தை போன்றானாகிய அத்தலைவன் தான் இப்போது எவ்விடத்தே உள்ளனனோ? வேற்றுப் புலங்களையுடைய நல்ல நாட்டிடத்தே பெய்த, இடியேற்றையுடைய மழைநீரானது, கலங்கலோடு நம்பால் வருவதுபோல, என் நெஞ்சமும், அமைதியிழந்து அவன் நினைவாற் கலங்குகின்றதே!

கருத்து: 'நின்னை அவன் விரும்புகின்றான்' என்பதாம்.

விளக்கம்: அவனது அன்புச் செறிவினை, வலியுறுத்துவாள், 'பன்னாள் வந்து பணிமொழி பயிற்றி' என்றனள். அவனைத் தானும் நெஞ்சத்தே ஆதரித்தமை கூறுவாள், 'நன்னர் நெஞ்சம்

நெகிழ்த்த' என்றனள்; தான் வெளிப்படக் கூறாததனை உணர்த்துவாள் 'நெகிழ்த்த பின்றை வரைமுதிர் தேனிற் போகியோன்' என்றாள். இதனால், அவன் உயர்வும் உணர்த்தி அவனை அடைதல் சிறப்பானது என்பதும் கூறினளாம். 'நன்னர் நெஞ்சம்' என்றது, தான் தலைவிக்கு நன்மையினையே விரும்பும் நெஞ்சினளாதலை வலியுறுத்தியதாம். அதனால், தான் அவனைத் தலைவி விரும்புதலைக் கருதியதும் கூறினளாம். 'வரை முதிர் தேன்' பலராற் கண்டு ஆசை கொள்ளப்பட்டும், அதனைப் பெறுதற்கு முயலாத காரணத்தால், தான் எவர்க்கும் பயனின்றி வீழ்ந்தழிதலைப் போலத், தலைவனும், நாம் அருளாவிடத்துப் பிறரையும் மணக்காது பயனற்றுப் போவான் என்றனள்.

ஏறுடை மழை - பெருமழை. நன்னாடு - நல்லாரை உடைய நாடு. வேறு புலன் - வேற்றுப் புலம். 'மழை கவிழ்தல்' புலத்திற் பெய்தலால். அவ்வாறே தன் நன்னர் நெஞ்சமும் அவனிடத்தே இரக்கமுற்றுச் சேரத் தானும் கலங்கலாயிற்று என்க.

177. காமம் தண்டியோர்!

பாடியவர்: உலோச்சன். **திணை:** நெய்தல். **துறை:** கிழவன் வரவுணர்ந்து, தோழி கிழத்திக்கு உரைத்தது.

து-வி: தலைவனின் வரவினை முன்னதாகவே உணர்ந்து கொண்ட தோழி, அவனை நினைந்து வாடியிருக்கும் தலைவிக்கு, அந்த நற்செய்தியை, இப்படிக் கூறுகின்றனள்.

கடல்பாடு அவிந்து, கானல் மயங்கித்
துறைநீர் இருங்கழி புல்லென் றன்றே;
மன்றலம் பெண்ணை மடல்சேர் வாழ்க்கை
அன்றிலும் பையென நரலும்; இன்றுஅவர்
வருவர்கொல் வாழி – தோழி! நாம்நகப்
புலப்பினும் பிரிவுஆங்கு அஞ்சித்
தணப்பு அருங் காமம் தண்டி யோரே?

தோழி! கடலானது ஒலியடங்கக், கானற்சோலையும் மயக்கத்தைக் கொண்டதாகித், துறையையும் நீரையும் உடைய கரிய கழியும், பூக்கள் குவிதலால் தானும் அழகிழந்தது, மன்றத்தின் இடத்தேயுள்ள பனையது மடலிடத்தே சேர்ந்திருக்கும் வாழ்க்கையையுடைய அன்றிற் பறவையும், மெல்லியதாய் ஒலிக்கின்றது. நாம் தம்மைப் புலந்தாலும்,

இவ்விடத்தே பிரிதலை அஞ்சி, நீங்குதற்கரிய காமத்தினை அலைத்தும் பெற்றவராகிய அவர், இன்று வருவார்; அதனால் நீயும் வருந்தாதிரு.

கருத்து: ‘தலைவர் இன்று வருவார்’ என்பதாம்.

விளக்கம்: ‘கானல் மயங்கியது’, அதன்கண் பயில்வாரான மாக்கள் தத்தம் இல்லை நாடிச் சென்றதனால், அன்றில் பையென நரலுதல் குளிருக்கு ஆற்றாத தன்மையால். ‘கடல் பாடவிந்து, கானல் மயங்கித், துறைநீர் இருங்கழி புல்லென்றன்று’ என்றது, தலைவன் பிறரால் அறியப்படாதே வந்து தழுவிச் செல்லுதற்கு ஏற்ற செவ்வி என்பதைக் கூறியதாம். ‘புலப்பினும் பிரிவாங்கு அஞ்சித் தணப்பருங்காமம் தண்டியோர்’. நாம் விரும்பி இருக்கின்ற இக்காலத்தே தவறாது வருவர் என்றாளும் ஆம். தண்டுதல் வலிந்து பெறுதல். தணப்பருங்காமம் - தணித்தற்கரிய வெம்மையுடைய காமம். இரவுக்குறியிடத்தே தலைவனின் வரவு நோக்கிக் காத்திருந்த காலத்தில் தலைவனின் வரவையுணர்ந்த தோழி கூறினதாகக் கொள்க. தலைவனின் வரவைக் காணாது துடிக்கும் தலைவி, ‘வருவார் கொல்?’ எனத், தோழிபால் ஐயுற்று வினவியதாகக் கொள்ளலும் பொருந்தும்.

178. நோன்றனிர்!

பாடியவர்: நெடும்பல்லியத்தை. **திணை:** மருதம். **துறை:** கடிநகர் புக்க தோழி, தலைமகன் புணர்ச்சி, விதும்பல் கண்டு, முன்னர்க் களவுக்காலத்து ஒழுகாற்றினை நினைந்து, அழிந்து கூறியது.

து-வி: தலைவி தலைவனோடு நடாத்தும் இல்லற வாழ்வினைக் காண்பாளாகத் தோழி அவள் மனையிடத்துக்குச் சென்றாள். அங்கே, தலைவன் தலைவியோடு கூடுதலை விரும்பி, மாலைக் காலத்தே விரைதலைக் கண்டவள், களவுக் காலத்து நிலைகளை நினைத்து இரங்கியவளாக, இப்படிக் கூறுகின்றனள்.

அயிரை பரந்த அம்தண் பழனத்து
ஏந்துஎழில் மலர தூம்புடைத் திரள்கால்
ஆம்பல் குறுநர் நீர்வேட்டாங்கு, இவள்
இடைமுலைக் கிடந்தும், நடுங்கல் ஆனீர்;
தொழுதுகாண் பிறையின் தோன்றி, யாம் நுமக்கு
அரியம் ஆகிய காலைப்
பெரிய நோன்றனிர்; நோகோ யானே.

அயிரை மீன் பரந்து கிடக்கின்ற, அழகிய தன்மையுடைய வயலினிடத்தே, அழகை மேற்கொண்ட மலரையுடையவாகிய தொளைகொண்ட தண்டினைக் கொண்ட ஆம்பலைப் பறிப்பவர்கள், உண்ணும் நீரினை விரும்பினாற்போல, இத்தலைவியது மார்பகங்களிடையே துயிலுதலான இன்பத்தைப் பெற்றிருந்தும், நீர் நடுங்குதலை உடையராயினீர்! தொழுது காணும் கார்த்திகைப் பிறையைப் போலத் தோன்றி, யாம் நுமக்கு அடைதற்கு அரியமாயிருந்த அக்களவுக் காலத்திலே, பெரிதான வருத்தங்களையும் பொறுத்திருந்தீர். அதனை நினைந்தே நான் நோகின்றேன்!

கருத்து: 'தலைவிபால் நீர் கொண்டிருக்கும் அன்பினது வலிமையினை யான் முன்பே அறிந்திலனே' என்பதாம்.

விளக்கம்: 'தொழுது காண் பிறை' - என்றது, கார்த்திகைப் பிறையை. கன்னியரும் பிறமகளிரும் கார்த்திகைப் பிறையைத் தொழுவது மரபு. பெரிய - பெரிதான வருத்தங்களை; வருத்தம், காம நோயால் உற்றவை. 'பழனத்து ஆம்பல் குறுநர் நீர் வேட்டாங்கு' என்றது, அருகே நீரிருப்பவும் உண்டு வேட்கை தீர்ந்து மகிழாது, வேட்கையில் வருந்துவது போன்று, தலைவனும் தலைவியோடு உடனிருந்தும், கூடற்கு விரைந்தனன் என்பதாம். இதனைக் கண்டவள், களவுக் காலத்தே இடையிடைப் பிரிவால் அவன் வருந்தின வருத்தங்களை நினைந்து வருந்துவாராயினள் என்க.

மேற்கோள்: பெறுதற்கரிய பெரும்பொருளை முடித்த பின்னர்த் தோன்றிய தெறுதற்கரிய மரபு காரணத்தால், தலைவனைச் சிறப்பித்துக் கூறுமிடத்துத் தோழி இவ்வாறு கூறுவாள் என்பர் இளம்பூரணர் (தொல். கற்பு.9) வதுவை நிகழ்ந்தபின் தன்னைச் சிறப்பித்துக் கூறுமிடத்துத் தோழிக்குக் கூற்று நிகழ்ந்தது; இதனுள், முலையிடைக் கிடந்தும் பனிக்கின்ற நீர், அரியமாகிய காலத்து எங்ஙனம் ஆற்றினீரென நோவா நின்றேன்; இங்ஙனம் அருமை செய்தலால் தேற்றுதற்குரியேனாகிய என்னைச் சிறப்பித்துக் கூறலாகாது என்றவாறு காண்க (கற்பு.9) என்பர் நச்சினார்க்கினியர்.

179. உதுவெம் ஊர்!

பாடியவர்: குட்டுவன் கண்ணன். **திணை:** குறிஞ்சி. **துறை:** பகல் வருவானை, இரவுக்குறி நேர்ந்தாள் போன்று, வரைவு கடாயது.

து-வி: பகற்போதில், குறிப்பிட்ட இடத்தே வந்து தலைவியைக் கூடிமகிழும் வழக்கத்தினனாக இருந்தான் தலைவன். அவனது அந்த வழக்கத்தை மாற்றித் தலைவியை மணந்து கொள்ளச் செய்ய வேண்டுமென விரும்பும் தோழி, இவ்வாறு அவன் கேட்பக் கூறுகின்றனள்.

கல்லென் கானத்துக் கடமா ஆட்டி,
எல்லும் எல்லின்று; ஞமலியும் இளைத்தன;
செல்லல் – ஐஇய! உதுஎம் ஊரே
ஓங்குவரை அடுக்கத்துத் தீம்தேன் கிழித்த
குவையுடைப் பசுங்கழை தின்ற கயவாய்ப்
பேதை யானை சுவைத்த
கூழை மூங்கிற் குவட்டிடை யதுவே.

ஐயனே! கல்லென்னும் ஆரவாரத்தையுடைய காட்டிடத்தே, கடமாவை அலைத்தலை நீயும் செய்யப் பகற்பொழுதும் இவ்விடத்தே மயங்கியது. நாய்களும் நின்னொடு வேட்டமாடியவையாய்க் களைத்தன. அதனால், நீ நின்னூர்க்கு இப்போது தானே செல்லாதிருப்பாயாக. உயர்ந்த மலைப்பக்கத்தே விளங்கிய, இனிதான தேனிறாலைக் கிழித்த கூட்டமாகிய பசிய மூங்கில்களைத் தின்ற, ஆழ்ந்த வாயையுடைய பேதை யானையானது சுவைத்த, கூழையாகிய மூங்கில்களையுடைய உச்சியினைத் தம் இடையிடையே உள்ளதான, அஃதே எமது ஊராகும்.

கருத்து: 'இரவை எம்மூரிற் கழித்துச் செல்வாயாக' என்பதாம்.

விளக்கம்: கடமா - ஒருவகைக் கொடிய காட்டு விலங்கு. 'செல்லல்' என்றும், 'உது எம் ஊர்' என்றும் கூறியதால் 'இரவில் தங்குக' என்றாளாயிற்று. இதனால், இடையறாது உடனுறைதலை விரும்பினமை உணர்த்தி, அங்ஙனம் உறைதற்கேற்ற நிலை வாய்க்கும் வண்ணம் வரைந்து கொள்ளுக என்றனளாம். இதனால், இது வரைவுகடாதலும் ஆயிற்று. 'ஓங்குவரை அடுக்கத்துத் தீம்தேன் கிழித்த குலையுடைய பசுங்கழை தின்ற கயவாய் யானையானது, கூழை மூங்கிலையும் சுவைத்து உண்ணும் குவட்டிடை அதுவே எம் ஊர்' என்றனள்; 'உயர்ந்த இன்பங்களை விரும்பி நுகரும் நீதான், எம் ஊரது எளிய விருந்தையும் ஏற்று இன்புற்றுச் செல்க' எனக் குறிப்பாற் கூறுகின்றனளாம். தலைவனின் சிறப்பும் தலைவியின் பெருமையும் இதனாற் கூறினளும் ஆம்.

180. எய்தினர் கொல்?

பாடியவர்: கச்சிப்பேட்டு நன்னாகையார். **திணை:** பாலை.
துறை: பிரிவிடை வேறுபட்டாளைத் தோழி வற்புறுத்தியது.

து-வி: பிரிவுத் துயராலே வருந்திய தலைவியைத் தோழி, தலைவர் வருவார் என்று கூறி ஆற்றியிருக்குமாறு வற்புறுத்தியது.

பழூஉப் பல்அன்ன பருஉகிர் பாஅடி
இருங்களிற்று இனநிரை ஏந்தல்வரின், மாய்ந்து
அறைமடி கரும்பின் கண்இடை அன்ன
பைதல் ஒருகழை நீடிய சுரன்இறந்து,
எய்தினர் கொல்லோ பொருளே – அல்குல்
அவ்வரி வாடத் துறந்தோர்
வன்பர் ஆகத் தாம்சென்ற நாட்டே?

பேயின் பற்களைப் போன்றவான பருத்த நகங்களை உடைய பரவிய அடிகளைப் பெற்றிருப்பன, பெரிய களிற்றுத் திரள்கள். அவற்றின் தலைவன் வந்து பற்றினால், தாம் அழிந்து, பாத்தியின் கண் முறிந்து வீழ்வன கரும்புகள். அக்கரும்புகளின் கணுக்களுக்கு இடையேயுள்ள பகுதியைப் போன்ற வருந்துதலையுடைய ஒற்றை மூங்கில், ஓங்கி வளர்ந்திருக்க விளங்குவது பாலை நிலம். வன் நெஞ்சினராக நம் அல்குலது அழகிய தேமல்கள் வாடும்படியாக நம்மைப் பிரிந்த தலைவர், அதனைக் கடந்து சென்று, தாம் சென்ற நாட்டினிடத்தே, பொருளை அடைந்தாரோ இல்லையோ?

கருத்து: 'பெற்றதும் திரும்பிவிடுவர்' என்பதாம்.

விளக்கம்: அறை - பாத்தி. 'கண்ணிடையன்ன பைதல் ஒரு கழை கணுக்களுக்கு இடைப்பட்ட அளவிற்கே வளர்ந்த வருத்தத்தையுடைய ஒற்றை மூங்கில். 'அல்குல் அவ்வரி வாடத் துறந்தோர்' ஆதலின், 'வன்பர்' என்றனள். வன்பர் - வன்கண்மை உடையவர். 'எய்தினர் கொல்லோ பொருளே?' என்றது, பொருளை எய்தினராயின், இதற்குள் திரும்பியிருப்பர் என்பதாம்.

181. பெருமுது பெண்டிரேம்!

பாடியவர்: கிள்ளி மங்கலங்கிழார். **திணை:** மருதம். **துறை:** தலைமகன் பரத்தையிற் பிரிந்தவழி ஆற்றாளாகிய தலைமகள் ஆற்றல் வேண்டித், தோழி இயற்பழித்தவழி, தலைமகள் இயற்பட மொழிந்தது.

து-வி: தலைவன் தலைவியை மறந்தவனாகிப், பரத்தை ஒருத்திமேற் காமுற்றவனாகப், பிரிந்துவாழும் ஒழுக்கத்தனாகத் தலைமகளின் ஆற்றாமை மிகுதியாகின்றது. அவளது ஆற்றாமையை நீக்கக் கருதிய தோழி தலைவனைப் பழித்துக் கூறத், தலைவி அப்படிக் கூறுதல் வேண்டாவென மறுப்பவளாக, இப்படிக் கூறுகின்றாள்.

இதுமற்று – எவனோ – தோழி! – துனியிடை
இன்னர் என்னும் இன்னாக் கிளவி
இருமருப்பு எருமை ஈன்றணிக் காரான்
உழவன் யாத்த குழவியின் அகலாது,
பாஅல் பைம்பயிர் ஆரும் ஊரன்
திருமனைப் பல்கடம் பூண்ட
பெருமுது பெண்டிரேம் ஆகிய நமக்கே?

பெரிய கொம்புகளை உடையன எருமைகள், அவற்றுள், ஈன்றதன் அணிமையினை உடைய கருப்பெருமை ஒன்று 'உழவன் கட்டிவைத்துள்ள தன் கன்றைவிட்டு நீங்காது பக்கத்திலுள்ள பசிய பயிரை மேய்ந்து கொண்டிருக்கும். அத்தகைய ஊருக்குரியவன் நம் தலைவன். அவனது செல்வத்தை உடைய மனைவாழ்க்கைக்கு உரித்தான பல கடப்பாடுகளை மேற்கொண்டிருக்கும், பெரிதும் முதிய பெண்டிரேம் யாம். நம் புலவிக் காலத்தினிடையே 'அவர் இன்ன தன்மையராவர்' எனச் சொல்லுகின்ற இனிமையற்ற பேச்சாகிய இதுதான், நமக்கு என்ன பயனைத் தருமோ?

கருத்து: 'தலைவனைக் குறைகூறல் வேண்டா' என்பதாம்.

விளக்கம்: துனி - புலவித் துயரம். இன்னாக் கிளவி - இன்னாதாகிய சொற்கள்; தலைவனின் ஒழுக்கத்தைப் பழித்தல் இதுவாகும். இரு மருப்பு - கரி மருப்பும் ஆம். பாஅல் - பக்கம். ஆரும் - உண்ணும். திருமனை - செல்வத்தையுடைய மனை. திருமனைப் பலகடம் பூண்ட பெருமுது பெண்டிரேம் என்றாள், இத்தகைய கடமைகளை ஆற்றுதற்குரிய உரிமைகளைப் பரத்தை அடையமாட்டாள் என்பதனால், 'காரான் குழவியின் அகலாது பாஅற் பசும்பயிர் ஆரும் ஊரான்' என்றனள்; இது, மனைக்கண் மனைவியிடத்துள்ள அன்பிற் குறையாதே, பக்கலில் உள்ள இளம் பரத்தையரை நுகர்பவன் தலைவன் என்றதாம். கன்றாக மனைவியையும், காரானாகத் தலைவனையும், பசும் பயிராகப் பரத்தையரையும் கொள்க.

மேற்கோள்: அடங்கா ஒழுக்கத்தையுடைய தலைவனிடத்தே மனன் அழிந்தோளை, அடங்கக் காட்டுவதற்கு ஏதுவான பொருட் பக்கத்தில், தோழிக்குக் கூற்று நிகழ்ந்ததென நச்சினார்க்கினியர் இதனைக் காட்டுவர் (கற்பியல் 9, உரை) அப்போது, இவ்வாறு கூறித் தோழி தலைவியைத் தேற்றினள் எனக் கொள்க.

182. இயலவும் தருவதோ?

பாடியவர்: மடல் பாடிய மாதங்கீரன். **திணை:** குறிஞ்சி. **துறை:** தோழியால் குறை மறுக்கப்பட்ட தலைமகன், தன் நெஞ்சிற்கு உரைத்தது.

து-வி: தன் குறையைத் தோழி ஏற்று உதவாது மறுத்ததும், தலைவனின் உள்ளம், பெரிதும் துடிப்படைகின்றது. 'மடலேறி மன்றிடத்தே செல்வேன்' என்பது பட, அவன் தன் நெஞ்சிற்கு இப்படி உரைக்கின்றனன்.

விழுத்தலைப் பெண்ணை விளையல் மாமடல்
மணிஅணி பெருந்தார் மரபிற் பூட்டி,
வெள்ளென்பு அணிந்து, பிறர்எள்ளத் தோன்றி,
ஒருநாள் மருங்கில் பெருநாண் நீங்கித்
தெருவின் இயலவும் தருவது கொல்லோ
கலிழ்கவின் அசைநடைப் பேதை
மெலிந்திலள்; நாம்விடற்கு அமைந்த தூதே?

நெஞ்சமே! அழகொழுக விளங்கும். அசைந்த நடையினை உடைய பேதையாள், தலைவி. அவள், நம்மாட்டு நெஞ்சம் நெகிழ்ந்திலள். அதனால், நாம் அவள் நெஞ்சத்தை நெகிழ்விக்கும் பொருட்டாக விடுதற்குப் பொருந்திய தூதும் ஒன்றுதான். சிறந்த உச்சியையுடைய பனையது முற்றிய பெருமடலாற் செய்த குதிரைக்கு, மணிகள் அழகு செய்யும் பெரிதான தாரினை மார்பிலே பூட்டுவோம். வெள்ளெலும்புகளை அணிந்து கொண்டு, பிறர் நம்மைக் கண்டு இகழும்படியாக அதன்மேல் ஏறித் தோன்றுவோம். பெரிதான நம் நாணத்தையும் அறவே விட்டுவிட்டு, ஒரு நாளிலே, அவளூர்த் தெருவினிடத்தே செல்லவும் தருவதுதானே அது?

கருத்து: 'மடலூர்ந்து சென்றேனும், அவளுள்ளத்தை நெகிழப் பண்ணுவேன்' என்பதாம்.

விளக்கம்: 'முதிர்ந்த கருக்குடைய பனைமடல்' ஆதலின், 'விளையல் மாமடல்' என்றனள். 'மாமடல்' - மடல்மா;

மடலாற் செய்யப் பெற்ற குதிரை. 'தூது' என்றது, மடலூர்ந்து செல்லுதலான அதனையே. தோழியை நோக்கி, 'நின் தூதாற் பயனில்லை; இனி மடலூர்தலைத் தூதாக்கி அவளை அடைவேன்' என்கின்றனன். தோழி சேட்படுத்தவிடத்து 'மடன்மா ஏறுவர்' எனத் தலைவன் தன் நெஞ்சோடு சொல்லியது இதுவாகும் என்பர் நச்சினார்க்கினியரும் - (களவு. 11, உரை). பிறர் எள்ளல், 'நாண் துறந்து மடன்மா ஏறிவரும்' அவனைக் கண்டும், அவனைத் தான் வெறுத்தொதுக்கிய கன்னியின் பேதைமையை நினைந்தும் ஆம். காணும் சான்றோர், அவர்களை ஒன்றுபடுத்தி உதவுவர் என்பதாம்.

183. புன் புலத்தான்!

பாடியவர்: ஔவையார், **திணை:** முல்லை. **துறை:** பருவ வரவின் கண், 'ஆற்றாள்' எனக் கவன்ற தோழிக்குக், கிழத்தி உரைத்தது.

து-வி: தலைவன் மீள்வதாக உரைத்துச் சென்ற பருவத்தினது வரவைக் கண்டதும், அவன் சொன்னபடியே வந்து சேராததனை நினைந்து, தலைவி பெரிதும் மெலிவடைவாள் எனக் கவலைப்படுகின்றாள் தோழி. அவளுக்குத் தலைவி இவ்வாறு தன் நிலையைச் சொல்லுகின்றாள்.

சென்ற நாட்ட கொன்றைஅம் பசுவீ
நம்போல் பசக்கும் காலை, தம்போல்
சிறுதலைப் பிணையின் தீர்ந்த நெறிகோட்டு
இரலை மானையும் காண்பர்கொல், நமரே?
புல்லென் காயாப் பூக்கெழு பெருஞ்சினை
மென்மயில் எருத்தின் தோன்றும்
புன்புல வைப்பிற் கானத் தானே.

தோழி! புல்லியவான இடத்தையுடையது காடு. அக்காட்டினிடத்தே, முன்னர்ப் பொலிவிழந்திருந்தது காயாமரம் ஒன்று. அக்காயாவினது பூக்கள் பொருந்திய பெருங்கிளையானது இப்போது மென்மைகொண்ட மயில் கழுத்தினைப் போலத் தோற்றும். அவர் சென்றிருக்கும் நாட்டிடத்துக், கொன்றையின் பசிய பூக்கள், நம்மைப்போலப் பசலை நிறத்தை அடைகின் பருவம், இக்கார்ப்பருவம், இப்பருவத்திலே, தம்மைப் போலவே, சிறுத்த தலையினைக் கொண்ட பிணையிடத்தினின்றும் பிரிந்த, நெறிந்த கொம்பையுடைய ஆண்மானையும் அவர் காண்பாரோ? காணமாட்டார் அன்றோ!

கருத்து: 'கார்காலத்து வரவை அறிந்து விரைவில் ஊருக்குத் திரும்பி வராரோ?' என்பதாம்.

விளக்கம்: பசத்தல் - பொன்னிறம் பெறுதல்; இது கார் காலத்திலே கொன்றை பொன்னிற மலர்களைத் தோற்றுவித்திருக்கும் தன்மையைக் கூறியதாம். அவர் சென்றிருக்கும் காட்டிடத்தே அதைக் காண்பவர், தலைவி பசந்திருப்பாள் என்ற நினைவெழத் திரும்பாரோ என்பதாம். 'மானையும் காண்பாரோ?' என்றது, 'காணார்' என்ற உறுதியைக் கூறியதாம். பிரிந்த ஆண் மானைக் காணாத அவர், தாமும் அது போற் பிரியாதிருத்தலை நினையாரோ என்பதுமாம். இது கார்காலத்தே மானினம் ஆணும் பெண்ணுமாகக் கூடிக் களித்திருக்கும் நிலையைக் கருதிக் கூறியதாம். இவற்றால் அவர் விரைவிலே மீள்வர் எனக் கருதியே தான் ஆற்றியிருப்பதாகக் கூறினள் என்க. கான வைப்பு - முல்லை நிலம்; புன்புலம் - புன்செய். 'புல்லென் காயா' - கார்காலத்திற்கு முன்னிருந்த நிலை; கார் தோற்றியதும் 'பூக்கெழு பெருஞ்சினை மென்மயில் எருத்தென அது பலிவுற்றுத் தோன்றும்' என்க.

184. கண் வலை!

பாடியவர்: ஆரிய அரசன் யாழ்ப் பிரமதத்தன். திணை: நெய்தல். துறை: கழறிய பாங்கற்குக் கிழவன் உரைத்தது.

து-வி: தன்னைக் கடிந்துரைத்த பாங்கனுக்குத் தலைவன், தான் கண்டு காதலித்தது ஊழின் பெருவலியினாலே என்பான் இப்படிக் கூறுகின்றான்.

அறிகரி பொய்த்தல் ஆன்றோர்க்கு இல்லை
குறுகல் ஓம்புமின் சிறுகுடிச் செலவே
இதற்குஇது மாண்டது என்னாது. அதற்பட்டு,
ஆண்டு ஒழிந்தன்றே, மாண்தகை நெஞ்சம்
மயிற்கண் அன்ன மாண்முடிப் பாவை
நுண்வலைப் பரதவர் மடமகள்
கண்வலைப் படூஉம் கான லானே.

நுண்ணிய வலையையுடையவர் நெய்தல் நில மக்களாகிய பரதர்கள். அவர்களது, மடமையையுடைய மகள் அவள். மயிலது பீலிக்கண்ணைப் போலத் தோற்றும் மாட்சிமைப்பட்ட முடியையுடைய, பாவை போன்றவளும் அவள். கானற் சோலைக் கண் செல்வார். அவளது கண்வலைப்

படுதலினின்றும் தப்பார். 'இதற்கு இது சிறப்புடையது' என்று ஆய்ந்து தெளியாமல், என் மாட்சிமைப்பட்ட தகுதியையுடைய நெஞ்சமும், அக்கண்வலையுட்பட்டதாய், அக்கானற் சோலையிடத்தேயே தங்கி விட்டது. அறிவான் அமைந்தவர்கட்குத் தாம் கண்டறிந்தது ஒன்றை மறைத்துப் பொய்க்கரி கூறும் இயல்பு ஒருபோதுமே கிடையாது. ஆதலின், யாம் கண்டறிந்த இதனை மெய்யெனவே கொண்டு, அச்சிற்றூரினிடத்துச் சென்றடைதலை நீரும் கைவிடுவீராக!

கருத்து: "அவளைக் காணின் நீயும் என்போற் பித்தாவாய்" என்பதாம்.

விளக்கம்: 'அறிகரி - நெஞ்சறிந்த கரி. அது பொய்த்தல் - அறிந்த உண்மையை மறைத்துப் பொய்யாக வேறொன்றைக் கூறுதல். 'ஆன்றோர்க்கு' என்று தன்னையும் உளப்படுத்திக் கூறியது, தனது உண்மையான மாண்பைக் கூறியதாகுமேயன்றித் தற்புகழ்ச்சியாகாது. 'மாண்டகை நெஞ்சம்' - மாட்சிப்பட்ட தகுதியையுடைய நெஞ்சம்; 'நாண்டகை நெஞ்சம்' - என்பது பாடமாயின், 'நாணத்தை நீத்த நெஞ்சம்' என்க. நுண் வலை - நுண்ணிய கண்ணமைந்த வலை; பெருங்கண் உடையது 'பருவலை' எனப்படும். 'வலையுடையார் மகள்' என்றது, அவள் கண்களும் வலைபோல்வதெனக் கூறியதாம்; அவ்வலையுள் அகப்பட்டது தன் நெஞ்சாகிய மீன் என்க. 'குறுகல் ஓம்புமின்' என்றது, யாவராயினும் அவள் கண்வலைப்படுவர் என அவள் கவின் பெருக்கை வியந்ததாம். ஆதலின், தான் பட்டது ஊழ் வலியால் வந்துற்றது; அது விலக்கற்கு உரியதன்று என்பதுமாம்.

185. அழிபடர் நிலை!

பாடியவர்: மதுரை அறுவை வாணிகன் இளவேட்டனார். **திணை:** குறிஞ்சி. **துறை:** தலைமகன் இராவந்து ஒழுகா நின்ற காலத்து, வேறுபட்ட தலைமகள், 'வேறுபட்டாயால்' என்றாட்குக் கிழத்தி உரைத்தது.

து-வி: இரவுப் போதிலே வந்து தலைவன் தழுவிவரும் காலத்திலே, ஒருநாள், ஆற்று நீரின் ஏதத்திற்கு அஞ்சிய தலைவியை நோக்கி, 'நீதான் வேறுபட்டனை' என்கிறாள் தோழி. அவளுக்குத் தலைவி, இவ்வாறு கூறி, அதனை விலக்கற்கு ஆவன செய்யக் கூறுகின்றாள்.

நுதல்பசப்பு இவர்ந்து, திதலை வாடி,
நெடுமென் பணைத்தோள் சாஅய், தொடிநெகிழ்ந்து
இன்னள் ஆகுதல் நும்மின் ஆகும் – எனச்
சொல்லின் எவன்ஆம் – தோழி! – பல்வரிப்
பாம்புபை அவிந்தது போலக் கூம்பி,
கொண்டலின் தொலைந்த ஒண்செங் காந்தள்
கல்மிசைக் கவியும் நாடற்கு, என்
நல்மா மேனி அழிபடர் நிலையே?

ஒள்ளிய செங்காந்தள் மலர்கள், பல கீற்றுக்களையுடைய பாம்பின் படமானது ஒடுங்கியதைப் போலக் கூம்பியவாய்க் கீழ்க்காற்றால் வீழ்த்தப் பெற்றுப், பாறைகளின் மேல் கவிந்து கிடக்கும். அத்தகைய நாட்டிற்குரியவன் தலைவன். அவனால், என் நல்ல மாமையுடைய மேனியானது மிக்க துயரம் நிலை பெற்றதாயிற்று. என் நெற்றியும் பசலை படர்ந்ததாய் உள்ளது. என் தேமற் புள்ளிகளும் ஒளியிழந்தன; நெடிய மெல்லிய மூங்கிலனைய தோள்களும் மெலிந்தன. 'இத்தகைய வேறுபாட்டை உடையவளாகுதல் உம்மாலே ஆகியதெனத் தலைவனுக்கு நீதான் விளங்கச் சொன்னால், என்ன குற்றம் உளதாகுமோ?'

கருத்து: 'தலைவனின் இரவு வருகையால் நான் நோயுற்றேன் என்பதனை நீயே அவனுக்குச் சொல்லுக' என்பதாம்.

விளக்கம்: கொண்டல் - கீழ்க்காற்று; இதனைக் கூறியதனால், மழைக்கால வருகையையும் உணர்த்தினாள்; 'கொண்டலினால் தொலைந்த ஒண் செங்காந்தள், பாம்பு பையவிந்ததுபோலக் கூம்பிக் கன்மிசைக் கவியும் நாடன்' என்றது, அதனால் பாறை வழுக்குறுதலுமெனத்தான் அஞ்சினமை உணர்த்தியதாம். 'நம்மின் ஆகும்' என்றது, 'எல்லாம் நும் செயலால் ஆகும்; எனவே இரவுக்குறி வருதலை நீக்கி, வரைந்து மணங்கொள்ள ஒருப்படுக' என்பதாம். கவிதல் - வீழ்ந்து மூடி மறைத்துக் கிடத்தல். 'நன் மா மேனி' - கவலை பற்றுவதற்கு முன்னிருந்த நல்ல மாமையுடைய மேனி.

186. துயில் துறந்தன!

பாடியவர்: ஒக்கூர் மாசாத்தி. **திணை:** முல்லை. **துறை:** பருவ வரவின்கண். 'அற்றாள்' எனக் கவன்ற தோழிக்குக் கிழத்தி உரைத்தது.

து-வி: ‘தலைவன், மீண்டு வருவதாகக் குறித்துச் சென்ற கார்ப்பருவத்தின் வரவைக் கண்டதும், ‘அவன் வராமை காரணமாகத், தலைவியின் ஆற்றாமை மிகுதியாகும்’ என வருந்துகின்றாள் தோழி. அவளுக்குத் தலைவி இப்படிக் கூறுகின்றாள்.

ஆர்கலி ஏற்றொடு கார்தலை மணந்த
கொல்லைப் புனத்த முல்லை மென்கொடி
எயிறுஎன முகையும் நாடற்குத்
துயில் துறந்தனவால் – தோழி! – எம் கண்ணே.

தோழி! மிக்க முழக்கத்தை உடையது இடியேறு அதனோடு கூடியதாகக் கார்காலமும் தோற்றியது. முல்லை நிலத்துப் புனக் கொல்லைகளிலே மழையும் பெய்தது. அதனால், முல்லையின் மென்கொடிகள் பற்களைப் போன்றவான முகைகளை அரும்பின. அத்தகைய நாட்டையுடையவனாகிய தலைவனின் பொருட்டாக, என் கண்கள், தாமும் உறக்கத்தை விட்டனவே!

கருத்து: ‘தலைவனால் யான் உறக்கமிழந்தேன்’ என்பதாம்.

விளக்கம்: கலி - ஆரவாரம். ஏறு - இடியேறு. ‘முல்லை மென் கொடி எயிறென முகையும்’ நாடன் அவன். அதனைக் கண்டதும் நம் இளமுறுவலை நினைவு கூர்ந்தவனாக நம்பால் விரைந்து வருவான் என நான் ஆற்றியிருப்பேன் என்றாளும் ஆம். கொல்லைப் புனம் - கொல்லையாகிய புனம்.

187. நெஞ்சம் மெலியும்!

பாடியவர்: கபிலர். **திணை:** குறிஞ்சி. **துறை:** வரைவு நீட்டித்தவழி, ஆற்றாளாகிய தலைகளை ஆற்றுவிக்க வேண்டித் தலைமகனை இயற்பழித்த தோழிக்குத் தலைமகள் இயற்பட மொழிந்தது.

து-வி: தலைவியை வரைந்து மணந்து கொள்ளும் பொருட்டு, அதற்கு வேண்டிய பொருளைத் தேடிவரக் கருதினவனாகத் தலைவன் வேற்றுநாட்டிற்குச் சென்றிருந்தான். வருவதாகக் குறித்த காலத்தில் அவன் வந்து சேராமையால், தலைவியின் வருத்தம் மிகுதியாகிறது. அதனைக் கண்ட தோழி தலைவனைக் குறை கூறுவாளாகத் தலைவிக்குத் தேறுதல் கூறுவதற்கு முயல்கின்றாள். அவளுக்குத் தலைவி சொல்வது இது.

செவ்வரைச் சேக்கை வருடை மான்மறி
சுரைபொழி தீம்பால் ஆர மாந்திப்

பெருவரை நீழல் உகளும் நாடன்
கல்லினும் வலியன் – தோழி
வலியன் என்னாது மெலியும், என் நெஞ்சே!

தோழி! செங்குத்தான மலைப்பகுதிகளிலே தங்கி வாழ்வன வருடை மான்கள். அவற்றினது குட்டி ஒன்று, தன் தாயின் மடியினின்றும் சுரந்த இனிய பாலினை வயிறார உண்டது. அதன்பின், பெரிதான மலைப்பக்கத்தே உள்ள நிழலான இடத்திலே துள்ளி விளையாடியபடியும் இருந்தது. அத்தன்மையுடைய நாட்டிற்குரியவன் தலைவன். அவன், கல்லைக்காட்டினும் வன்மை உடையவனாக இருக்கின்றான். இருப்பினும், அவனை வன்கண்மையாளன் என நினையாது, என் நெஞ்சம் அவனைக் கருதியதாய் மெலிகின்றதே!

கருத்து: 'அவன் எத்தகையனாயினும் என் நெஞ்சம் அவனையே விரும்புகிறது' என்பதாம்.

விளக்கம்: செவ்வரை - செங்குத்தான மலை. வருடை - ஒருவகை மான். மறி - குட்டி. சுரை - சுரக்கின்ற மடி. 'வருடை மான் மறி. சுரைபொழி தீம்பால் ஆர மாந்திப் பெருவரை நீழல் உகளும் நாடன்' அவனாதலால் அவனும், இல்லறத்தே நம்பாற் கூடி வாழ்ந்து புதல்வனைப் பெற்றுப் புதல்வன் நம்மிடத்தே பாலுண்டு விளையாடியிருக்கும் காட்சியைக் காண்பதற்கு விரும்புவான்; அதனால் விரைய வருவான் என்பதாம். 'அதனாற் குறைகூறல் வேண்டாம்' என்றனளும் ஆம்.

188. முல்லை முகை முற்றின!

பாடியவர்: மதுரை அளக்கர் ஞாழார் மகனார் மள்ளனார். **திணை:** முல்லை. **துறை:** பருவங் கண்டு அரிந்த கிழத்தி, தோழிக்கு உரைத்தது.

து-வி: தலைமகன் வினைமேற் சென்ற காலத்தே, வருவதாகக் குறித்துச் சென்ற கார்ப்பருவத்தின் வரவைக் கண்ட தலைமகள், சொன்னபடி வராதிருக்கும் தலைவனின் செயலை நினைந்தவளாகப், பிரிவுத்துயரம் பெருகி வருத்த வாடியவளுமாகத், தன் தோழிக்கு இவ்வாறு சொல்லுகின்றாள்.

முகைமுற் றினவே முல்லை; முல்லையொடு
தகைமுற் றினவே, தண்கார்
வியன்புனம் வால்இழை நெகிழ்த்தோர் வாரார்
மாலை வந்தன்று, என் மாண்நலம் குறித்தே.

தோழி! முல்லைக் கொடிகளில் தோற்றிய அரும்புகளும் முதிர்ச்சி அடைந்தன. தண்ணிய கார்காலத்தை ஏற்ற, அகற்சி கொண்ட முல்லைநிலப் பகுதிகள், அம்முல்லை மலர்களோடு கூடியவாய் அழகு பெற்றனவும் ஆயின. எனினும், என் தூய ஆபரணங்கள், பிரிவால் மெலிவுற்ற என் மேனியினின்றும் நெகிழ்ந்து கழலுமாறு செய்த அவர்தாம், இன்னும் வராதிருக்கின்றார். என் மாட்சிமைப்பட்ட அழகினை அழித்தலைக் குறிக்கொண்டு, மாலைக் காலமும் வந்தது, இனி யான் இதனையும் பொறுத்தவளாக எங்ஙனம் வாழ்வேன்?

கருத்து: 'அவர் வராதிருக்கும் இக்கார்காலத்து மாலைப் பொழுது எனக்குப் பெருந் துன்பத்தைத் தருகிறதே' என்பதாம்.

விளக்கம்: தகை - தகுதி; வறட்சி நீங்கித் தண்மையும் பசுமையும் முல்லைப்பூ மணமும் பெற்றுத் திகழ்தல், 'நெகிழ்ந்தோர் வரவை யான் எதிர்நோக்க, என்னை வருத்தும் மாலை வந்ததே' என்கின்றாள். 'முகை முற்றினவே முல்லை; முல்லையொடு தகை முற்றினவே தண்கார் வியன்புனம்' என்றது. 'இதனை அவரும் அறியாமற் போயினது எதனாலோ? அறிந்தால், தம்முடைய சொற்களைப் பேணுபவராக வந்திருத்தல் வேண்டாமோ' என்பதாம்.

189. மணந்து உவக்குவம்!

பாடியவர்: மதுரை ஈழத்துப் பூதன் தேவன். **திணை:** பாலை. **துறை:** வினை தலைவைக்கப்பட்ட இடத்துத், தலைமகன் பாகற்கு உரைத்தது.

து-வி: வினை கருதிச் செல்லலுற்ற தலைமகன், 'இன்றே சென்று வினையை முடித்துவிட்டு, நாளை மாலைப்பொழுதிற்குள் நாம் மீண்டுவிடுவோம்' எனத், தன் தேர்ப்பாகனுக்கு உரைக்கின்றான்.

இன்றே சென்று வருவதும்; நாளைக்
குன்றுஇழி அருவியின் வெண்தேர் முடுக,
இளம்பிறை அன்ன விளங்குசுடர் நேமி
விசும்புவீழ் கொள்ளியின் பைம்பயிர் துமிப்ப
கால்இயல் செலவின், மாலை எய்தி,
சில்நிரைவால் வளைக் குறுமகள்
பல்மாண் ஆகம் மணந்து உவக்குவமே.

பாகனே! இன்றைப் பொழுதிற்குள்ளாகவே நாம் குறிப்பிட்ட இடத்திற்குச் சென்று வினையை முடித்துவிட்டு வருவோம். நம் வெள்ளிய தேரானது குன்றிடத்தினின்று விழும் அருவியைப் போல விரைந்து செல்வதாக! இளம் பிறையைப் போன்று விளங்கும் ஒளிகொண்ட தேர்ச்சக்கரங்கள், விண்ணினின்று வீழ்கின்ற கொள்ளியைப்போலப் பசுமையான பயிர்களைத் துணிப்பதாக. காற்றின் இயக்கத்தைப் போன்ற வேகத்தோடு சென்றோமாய், நாளை மாலைக்குள்ளாக இவண் வந்து சேர்வோமாக! சேர்ந்தால், சிலவாகிய வரிசையையுடைய வெள்ளைகளை அணிந்த இளையோளது, பலவாக மாட்சிமைப்பட்ட மார்பினைத் தழுவியவராக, யாமும் உவப்படைவோம்!

கருத்து: 'இன்றே வினை முடித்து, நாளை மாலைக்குள்ளாக மீள்வோம்' என்பதாம்.

விளக்கம்: 'வருதும் - வருவோமாக. வெண்டேர் - வெள்ளிய தேர். 'சுடர் நேமி'யை இளம்பிறையன்ன என்றது, நேமி தரையை ஊடறுத்துச் செல்லுங்காலத்து, வெளிப்படத் தோன்றலுறும் பகுதியைக் கருதியாகும். 'விசும்பின் வீழ் கொள்ளி' - எரி கொள்ளி. பன்மாண் ஆகம் - பல மாட்சிமைப்பட்ட ஆகம்; கவினாற் காட்சிக்கும், தழுவலால் உடற்கும் கலத்தலால் உள்ளத்திற்கும், நறுமணத்தால் மூக்கிற்கும் இனிமை தருதலின், 'பன்மாண் ஆகம்' என்றனன். 'சின்னிரைவளை' யென்றது. தலைவி மங்கைப் பருவத்தினளாதலை உணர்த்துவதும் ஆம்.

மேற்கோள்: 'நெட்டவாறு சேறலன்றி அணிமைக்கண் பிரியும் பிரிவு' என, இதனை இளம்பூரணார் குறிப்பர் (களவு. 17. உரை); 'நீடேன் என்று தலைவன் நீங்கியது' என்பர் நம்பியகப் பொருள் உரைகாரர்.

190. மணிக்குரல் அறிவரோ?

பாடியவர்: பூதம் புல்லன். திணை: முல்லை. துறை: பிரிவிடை ஆற்றாளாகிய தலைமகள். தோழிக்குச் சொல்லியது.

துவி: தலைமகனின் பிரிவிடத்தே ஆற்றாளாகிய நலிவுற்ற தலைமகள், தன் வருத்த மிகுதியை இவ்வாறு தன் தோழிக்குக் கூறுகின்றாள்.

நெறிஇருங் கதுப்பொடு பெருந்தோள் நீவி,
செறிவளை நெகிழ, செய்பொருட்கு அகன்றோர்

அறிவர்கொல் வாழி – தோழி! – பொறிவரி
வெஞ்சின அரவின் பைந்தலை துமிய
நரைஉரும் உரறும் அரைஇருள் நடுநாள்,
நல்ஏறு இயங்குதொறு இயம்பும்
பல்ஆன் தொழுவத்து ஒருமணிக் குரலே.

தோழி! நெறிப்புடைய கருங்கூந்தலுடனே என் பெருத்த தோள்களையும் தடவி என்னைத் தேற்றியவராக, என் இறுகச் செறிந்த வளைகள் நெகிழும்படியாகச் செய்து, ஈட்டும் பொருளினைக் கருதி, என்னைப் பிரிந்தார் தலைவர். அவர், பொறிகளையும் வரிகளையுமுடைய பாம்புகளின் பசிய தலைகள் துணியும்படியாக, வலியுடைய இடியேறு முழங்குகின்ற இரவின் நடுயாமப் பொழுதிலே, பல ஆக்களையுடைய தொழுவத்தின்கண், நல்ல ஆனேறு ஆக்களை விரும்பியதாய்ச் செல்லுந்தோறும், ஒலிக்கின்ற ஒற்றை மணியினது குரலினைக் கேட்டும் அறிவாரோ?

கருத்து: *'பல்லான் தொழுவத்து, நல்லேறு இயங்குதோறு இயம்பும் ஒருமணிக் குரலை அறிவராயின்' என்னைப் பிரிந்திரார் என்பதாம்.*

விளக்கம்: *'நல்லேறு' என்றது, ஆக்களைக் கருதிச் சென்ற நன்மைச் செயலை நினைந்து; தலைவர் அங்ஙனம் கருதினரில்லையே என ஏக்கமுற்றதும் ஆம். 'அரையிருள் நடுநாள் ஒருமணிக்குரல் அறிவர்கொல்' என்றதால். தான் துயில் பெறாதிருந்தமை போன்று, அவனும் இருந்தானோவென ஐயுற்றதாம். இருப்பின், கேட்டலும், கேட்டதும் தலைவியின் நினைவெழ வந்து சேர்தலும் நிகழ்ந்திருக்கும் என்பதுமாம். 'குரல் அறிவர் கொல்' என்பதற்கு, அக்குரலைக் கேட்குங் காலத்து என் உள்ளத்தெழும் வேதனையை அறிவாரோ என்றும் கொள்ளலாம்.*

191. தொடாதே என்போம்!

பாடியவர்: ………… **திணை:** *முல்லை.* **துறை:** *பிரிவிடை 'ஆற்றாள்' எனக் கவன்ற தோழிக்குக் கிழத்தி உரைத்தது.*

து-வி: *தலைவன் பிரிந்து சென்றிருந்த காலத்திலே, தலைமகள் பிரிவுத் துயரத்தை ஆற்றியிருக்கமாட்டாள் என வருந்தினாள் தோழி. அவளுக்குத் தலைவி இப்படிச் சொல்லுகின்றாள்.*

உதுக்காண் அதுவே; இதுஎன மொழிகோ?
நோன்சினை இருந்த இருந்தோட்டுப் புள்ளினம்
தாம்புணர்ந் தமையின், பிரிந்தோர் உள்ளத்
தீம்குரல் அகவக் கேட்டும், நீங்கிய
ஏதி லாளர் இவண்வரின், 'போதின்
பொம்மல் ஓதியும் புனையல்;
எம்மும் தொடாஅல்' என்குவெம் மன்னே.

தோழி! வலிய மரக்கிளையிலே கூடியிருந்தவான, பெருந் தொகுதியையுடைய பறவைக் கூட்டங்கள், தாம் தத்தம் துணைகளோடு கூடியிருந்தமையினாலே, துணையைப் பிரிந்திருக்கும் மகளிர் அப்பிரிவை நினைந்து வருந்துமாறு, தம் இனிய குரலினாலே அகவுதலைச் செய்யும். அதனைக் கேட்டவராயிருந்தும், நம்மைப் பிரிந்து சென்ற அயன்மையுடையவர் ஆயினார் நம் தலைவர். அவர் இவ்விடத்திற்கு நம்பால் மீண்டும் வந்தால், 'பொங்கு தலையுடைய கூந்தலை மலர்ப்போதுகளால் அழகு செய்தலை ஒழிக; எம்மைத் தொடுதலையும் கைவிடுக' என்போம். அவை ஒலித்தலை அதோ காண்பாயாக. இதனை என்னென்று சொல்வேன்!

கருத்து: 'அவர் வரின் அவரைத் தழுவேன்' என்பதாம்.

விளக்கம்: நோன்சினை - வலிய மரக்கிளை, நோன்மை வலிமை. 'பிரிந்தோர் உள்ள' என்பது, 'பிரிந்தோர் உள்ளா' எனவும் வழங்கும். 'பிரிந்திருப்போரது துன்பத்தை நினையாவாய்' என்று அதற்குப் பொருள். 'போதிற் பொம்மலோதி புனைதலும் தொடலும்' பிரிந்து திரும்பி வந்த தலைவன், தலைவியின் புலவியைத் தீர்த்தற்குச் செய்யும் செயல்களாகும். இதனை அவன் மேற்கொள்வானென நினைத்தவள், இப்படிக் கூறுகின்றாள். 'அகவக் கேட்டும் நீங்கிய' என்றதனால், தலைவர் கூடியிருத்தற்குரித்தான காலத்தேயும் பிரிதலை மேற்கொள்ளும் வன்னெஞ்சராயினார் எனக் கவன்றதாகக் கொள்ளுக.

மேற்கோள்: தலைவன் பிரிந்தவிடத்துத் தலைவி சினமுற்றுக் கூறியது இதுவென்பர் நச்சினார்க்கினியர் (கற்பு. 6 உரை)

192. தாது கோதும் பொழுது!

பாடியவர்: கச்சிப்பேட்டு நன்னாகையார். **திணை:** பாலை. **துறை:** பிரிவிடை வற்புறுத்த, வன்புறை எதிர் அழிந்து கிழத்தி உரைத்தது.

துறை விளக்கம்: தலைவனின் பிரிவுக்காலத்திலே, தன்துயரத்தை மாற்றக்கருதித் தோழி, 'அவர் விரைவிலே வருவா' றென வலியுறுத்திக் கூறியதனைக் கேட்ட தலைவி, அத்தோழிக்கு இவ்வாறு கூறுகின்றனள்.

'ஈங்கே வருவர், இனையல், அவர்' என,
அழாஅற்கோ இனியே? – நோய்நொந்து உறைவி!
மன்னின் தூவி இருங்குயில், பொன்னின்
உரைதிகழ் கட்டளை கடுப்ப, மாச்சினை
நறுந்தாது கொழுதும் பொழுதும்,
வறுங்குரற் கூந்தல் தைவரு வேனே.

"காம நோயினாலே நோவுற்று இருப்பவளே! நீ வருந்தற்க. அவர் இவ்விடத்தே மீண்டும் வருவர்' என்று, நான் அழாதிருப்பதற்காகவோ, இப்பொழுது நீயும் இவ்வாறு சொல்லினை! மின்னைப்போன்ற ஒளியுடைய இறகுகளைக் கொண்டது கருங்குயில். அக்கருங்குயிலானது, பொன்னினது உரைத்து மாற்றுக் காட்டியதாய் விளங்கும் கட்டளைக்கல்லைப் போலத், தன் மேனி பொன்துகள் பெற்றுத் தோன்றுமாறு, மாங்கிளையிடத்திருந்து நறிய பூந்தாதினைக் கோதியின்புறுகின்ற காலம் இது. இந்த இளவேனிற் காலத்தினும், அவரைப் பிரிந்தமையினாலே புனைதலற்றுப்போன, என் வறிய கொத்தாகிய கூந்தலைத் தடவியிருப்பேன் நான். இதனைக் காண்பாயாக!

கருத்து: 'இளவேனிற் பருவத்தும் எவ்வாறு பிரிந்திருப்பேன்?' என்பதாம்.

விளக்கம்: மாம்பூவின் தாதுக்குப் பொற்பொடியும், குயிலுக்குக் கட்டளைக் கல்லும் உவமை. பொன்னுரைக்கும் கட்டளைக் கல் கருமை நிறைந்தது என்பதும் விளங்கும். 'குரற் கூந்தல்' – கொத்தாகக் கிடந்த கூந்தல்; கொத்தானது புனைதலற்றதனால். 'கூந்தல் தைவருவேன்' என்றது, 'அதுவே பாயலாகத் தழுவிக் கிடக்கும் அவர் இல்லாமையினாலே 'அதனைத் தை வருவேன்' என்ற, தன் ஏக்கமிகுதியை உணர்த்தியதுமாகும்.

193. முகை நாறும்!

பாடியவர்: அரிசில் கிழார். **திணை:** முல்லை. **துறை:** தோழி கடிநகர் புக்கு, 'நலம் தொலையாமே நன்கு ஆற்றினாய்' என்றாட்குக் கிழத்தி உரைத்தது.

து-வி: தலைவி தலைவனோடு மணம் புணர்ந்து இல்லறம் நடத்திவரும் மனைக்குச் சென்ற தோழி, தலைவியிடம் நீ தலைவன் நின்னை மணக்கும் நாள் வரையும் தன் அழகினைக் கெடவிடாமே நல்லபடி ஆற்றியிருந்தனை என்று பாராட்டுகின்றாள் அதற்கு அவள் கூறும் விளக்கம் இது.

மட்டம் பெய்த மணிக்கலத் தன்ன
இட்டுவாய்ச் சுனைய பகுவாய்த் தேரை,
தட்டைப் பறையின், கறங்கும் நாடன்
தொல்லைத் திங்கள் நெடுவெண் ணிலவின்
மணந்தனன் மன்எம் தோளே;
இன்றும், முல்லை முகைநா றும்மே.

தோழி! சிறிய வாயினவான சுனைகள், கள்ளைப் பெய்திருக்கும் நீலக்குப்பிகளைப் போலத் தோன்றும். அச்சுனைகளிடத்தேயுள்ள, பிளந்த வாயினவான தேரைகள், கிளிகடியும் தட்டைப் பாறையினின்று எழுகின்ற ஒலியைப்போல, ஒலித்துக் கொண்டிருக்கும் நாட்டினன் நம் தலைவன். அவன், பழையதொரு திங்களில், நெடிய வெண்ணிலவுப் பொழுதிலே, எம் தோள்களைத் தழுவி எம்மைக் கூடினான் அதனால், எம் தோள்கள் இன்றைக்கும் முல்லை மொட்டுக்களின் நறுமணத்தை வீசா நிற்கின்றனவே!

கருத்து: *'தலைவனது தண்ணளி என்றைக்கும் மாறிற்றில்லை' என்பதாம்.*

விளக்கம்: *மட்டம் - கள்; மட்டென்னும் சொல் அம்முச்சாரியை பெற்று வந்தது. தட்டைப் பறை தட்டி ஒலியெழுப்புதற்குரிய கருவியான பறை. 'மன் எம் தோளே' என்பது, 'மன்னெடுந் தோளே' எனவும் வழங்கும்; நெடுந்தோள் - மணந்தமையிற் பெற்ற புத்தழகினைப் பெற்றுப் பூரித்த தோள்கள். 'தொல்லைத் திங்கள்' என்றது. நெடுங்காலத்திற்கு முன்பாக எனக். கூறியதாம்; பல மாதங்கட்கு முன், அவன் அவளைக் களவிற் கூடியதனை இது குறிக்கும், 'அந்த அன்பு என்றும் மாறாதிருந்தமையால் தானும் நலன் கெடாது இருத்தல் வாய்ப்பதாயிற்று' என்கின்றனள்.*

194. பெருமலக்கு உறும்!

பாடியவர்: *கோவர்த்தனார்.* **திணை:** *முல்லை.* **துறை:** *பருவ வரவின்கண். 'ஆற்றாளாம்' எனக் கவன்ற தோழிக்குக் கிழத்தி உரைத்தது.*

துு-வி: 'தலைமகன் மீள்வதாகக் குறித்துச் சென்ற கார்ப்பருவத்தின் வருகையைக் கண்டதும், அதனிடைத் தலைவி ஆற்றாயிராள்' எனக் கருதித் துன்புறுகின்றாள் தோழி. அவளுக்குத் தலைவி இவ்வாறு உரைக்கின்றனள்.

என்னனப் படுங்கொல் – தோழி! – மின்னுவர
வான் ஏர்பு இரங்கும் ஒன்றோ? அதன்எதிர்
கான மஞ்ஞை கடிய ஏங்கும்;
ஏதில கலந்த இரண்டற்குஎன்
பேதை நெஞ்சம் பெருமலக் குறுமே?

தோழி! மின்னை உடைத்தாய் வானில் எழுந்து முழங்கும் மேகங்களின் இடிமுழக்கம் ஒன்றுமட்டுமோ என்னை வருத்துகின்றது. அம்முழக்கிற்கு எதிராகக் காட்டுமயில்களும் விரைவனவாகி ஆரவாரிக்கின்றன. இவ்வாறு தம்மில் அயன்மையுடையவாய்க் கூடிய இரண்டினுக்கும், என் பேதைமையுடைய நெஞ்சமானது, பெரிதான கலக்கத்தை அடையும். இதுதான் என்னவென்று சொல்லப்படுமோ?

கருத்து: 'கார் வரவினாலே என் மனம் கலங்குகின்றது' என்பதாம்.

விளக்கம்: ஏர்பு - எழுந்து; கடனீரை உண்டதால் வானத்து மேலாக எழுந்து, இரங்கும் என்றது. தலைவனால் குறித்தபடி வந்தருள் செய்தலின்றி வருத்தப்பட்ட தனக்கு இரங்குவதாய் ஒலிக்கும் என்றதுமாம். 'ஏங்கும்' என்றது தன் துயரைக் கண்டு பரிதாபப்பட்டு ஏங்கும் என்றதுமாம். 'மின்னுவர வானேர்பு இரங்கும்; அதன் எதிர் கானமஞ்ஞை கடிய ஏங்கும்; யானோ கவலைக்கு ஆற்றாது கலங்குவேன்' என்பதுமாம். 'ஏதில கலந்த' என்னைத் துயருட்படுத்த, அது பற்றிக் கருதாத அயன்மை உடையவாய் அவை இரண்டும் ஒன்றுபட்டன.

195. அறியா தோர்!

பாடியவர்: தேரதரன். **திணை:** நெய்தல். **துறை:** பிரிவிடைப் பருவ வரவின்கண் கிழத்தி மெலிந்து கூறியது.

து-வி: தலைமகன் பிரிந்துறையும் காலத்தே, அவன் வருவதாகக் குறித்துச் சென்ற காலத்தின் வரவினிடத்துத் தலைவி அவன் நினைவிலே மெலிந்தவளாக, இப்படிக் கூறி வருந்துகின்றாள்.

சுடர்சினம் தணிந்து குன்றம் சேரப்
படர்சுமந்து எழுதரு பையுள் மாலை,
யாண்டு ஊர் கொல்லோ, வேண்டுவினை முடிநர்?
'இன்னாது, இரங்கும்' என்னார் அன்னோ –
தைவரல் அசைவளி மெய்பாய்ந்து ஊர்தரச்
செய்வுறு பாவை அன்னஎன்
மெய்பிறி தாகுதல் அறியா தோரே!

தோழி! அசைந்துவந்து தடவுதலாகிய காற்றானது, என் மேனியினிடத்தே பாய்ந்து படரலாயிற்று. அதனாற், பண்ணுதலுள்ள பொற்பாவையைப் போன்ற என் மேனியானது, வேறுபாட்டினை உடையதுமாயிற்று. இப்படி ஆகுதலை அறியாதோர் நம் தலைவர். அதனால், தாம் விரும்பிச் சென்ற கருமத்தை முடிப்பவராகக், கதிரவன் தன் வெம்மை தணிந்து குடமலையைச் சென்றடையப் படரும் துன்பத்தைத் தாங்கியபடி வாராநிற்கும், இம்மாலைக் காலத்திலேயும், என்னை மறந்து, எவ்விடத்தே உள்ளனரோ? இம்மாலைக்காலம் மிகவும் இன்னாதாயிற்றே; அதனிடத்தே தலைவி வருந்துவாளே என்றும் நினையாராயினரே!

கருத்து: 'என் மெலிவை நினைந்தும் வாராத வன்கண்மை உடையராயினரே' என்பதாம்.

விளக்கம்: சினம் - வெம்மை; வெயிலும் ஆம். படர் - துன்பம். பிரிவுத் துயரம். 'செய்யுறு பாவை அன்ன என் மெய், பிறிதாகுதலை அறியாதோர்' என்பது, விளங்கிய தன் மேனிக் கவின் அழிந்திருத்தலை நினைந்து வருந்திக் கூறியதாம். 'வேண்டு வினை முடிநர் இன்னாது இரங்கும்' என்னார் என்றது, வினைமேற் பற்றுக் கொண்டாராய் நம்பாலுள்ள விருப்பத்தை இழந்தனர் என்பதாம்.

196. அன்பின்பால் அற்று!

பாடியவர்: மிளைக்கந்தன். **திணை:** மருதம். **துறை:** வாயில் வேண்டிப் புக்க கிழவற்குத் தோழி கூறியது.

து-வி: தலைவனின் பரத்தைமையால் அவனோடு சினந்து ஊடியிருந்த தலைவியிடத்தே, தனக்கு இசையுமாறு வேண்டிச் சென்றான் தலைவன். அவனுக்குத் தோழி கூறுவது இது.

வேம்பின் பைங்காய் என்தோழி தரினே,
'தேம்பூங் கட்டி'என்றனிர்; இனியே,

பாரி பறம்பில் பனிச்சுனைத் தெண்ணீர்
தைஇத் திங்கள் தண்ணிய தரினும்,
'வெய்ய உவர்க்கும்' என்றனிர்
ஐய! – அற்றால் அன்பின் பாலே.

ஐயனே! முன்காலத்தே, என் தோழியான தலைவி, வேம்பினது பசுங்காயைத் தன் கையால் நும் வாயிடத்தே தந்தாலும், அதனை இனிதான பொலிவுபெற்ற வெல்லக்கட்டி என்று நீர் சொன்னீர். இப்பொழுது, பாரியது பறம்பு மலையிடத்துக் குளிர்ந்த சுனையின் தெளிந்த நீரைத், தைத்திங்களில் தண்ணியதாகவே தந்தாலும், வெம்மையாயிருக்கின்றது உவர்ப்பாயிருக்கின்றது என்றும் கூறினீர். நுமது அன்பின் பகுதி அத்தன்மையது ஆகும்.

கருத்து: *'நீர் அன்பு மாறினீர்' என்பதாம்.*

விளக்கம்: *'ஏனது சுவைப்பினும், நீ கைதொட்டது, வானோர் அமுதம் புரையாமல் எமக்கு' என மகிழ்பவன் ஆதலின் (கற்பு. 5) தலைவன், தலைவி விளையாட்டாக இட்ட வேம்பின் பைங்காயினையும், 'தேம்பூங்கட்டி' என்றனன். இது அவனது காதல் தளராதிருந்தபோது, அவன்பாலிருந்த மனநிலை ஆகும். அந்த மனநிலையானது பரத்தைபாற் கொண்ட மோகத்தாலே மாறுதலுற, குளிர்ந்த நறுநீரையும் 'வெய்ய உவர்க்கும்' என்கின்றனனாம். 'பாரி பறம்பின் பனிச் சுனைத் தெண்ணீர்' தண்மைக்குச் சிறப்பானது; அதுவும் பனிக்காலமாகிய தைத் திங்களில் மேலும் தண்மை பெற்றிருக்கும்; அதுவும் வெறுத்தது என்கின்றான் என்கின்றாள்.*

மேற்கோள்: *தாம் எளியராகிய கற்புக் காலத்திலே, களவுக் காலத்தில் நமது பெருமையை உணர்த்திய வருத்தத்தின்கண், தோழி கூறியது இதுவென்பர் இளம்பூரணரும், நச்சினார்க்கினியரும். (கற்பியல் 9. உரை)*

197. கூதிர் உருவின் கூற்றம்!

பாடியவர்: *கச்சிப்பேட்டு நன்னாகையார்.* **திணை:** *நெய்தல்.* **துறை:** *பருவவரவின்கண் வற்புறுத்தும் தோழிக்குக் கிழத்தி, உரைத்தது.*

து–வி: *வருவதாகத் தலைவன் குறிப்பிட்டுச் சென்ற பருவத்தினது வரவின்கண், வராத அவனை நினைந்து*

வருந்திய தலைவி, 'வருவான் ஆற்றியிரு' என வலியுறுத்திய தோழிக்கு இவ்வாறு கூறுகின்றனள்.

யாது செய்வாம்கொல் – தோழி! – நோதக
நீர்எதிர் கருவிய கார்எதிர் கிளைமழை
ஊதைஅம் குளிரொடு பேதுற்று மயங்கிய
கூதிர் உருவின் கூற்றம்
காதலர்ப் பிரிந்த எற்குறித்து வருமே?

தோழி! நான் நோயினை அடையும்படியாக, நீரை எதிரேற்ற மின்னும் பிறவுமாகிய கார்காலத்தை எதிரேற்றுக் கிளைத்த மழையானது, ஊதைக்காற்றது குளிர்ச்சியோடு மிகவும் மயங்கிக் கலந்ததாய்க், கூதிர்க் காலமாகிய உருவத்தைக் கொண்ட கூற்றமாகக், காதலரைப் பிரிந்திருக்கும் என்னைக் கொல்லுதலைக் குறித்து இதோ வருகின்றதே! இனி யாது செய்வேம்?

கருத்து: 'கூதிர்காலம் வந்தும் அவர் வரவில்லையே' என்பதாம்.

விளக்கம்: 'யாது செய்வோம்' என்றது, அத்துயரத்தினின்றும் விடுபடற்கான முயற்சிகளைக் குறித்துக் கூறியதாம். 'நீர் எதிரிய கார்; அந்தக் கார் எதிர் கிளை மழை என்க. அதுவும் தனித்து வரலன்றி, ஊதையங் குளிரோடு பேதுற்று மயங்கியதாய்க், கூதிரின் உருவிற் கூற்றம் வரலைப்போன்று' வந்ததென்றாள். ஊதை வாடை. கூதிர் - கூதிர்க் காலம். 'கார்காலத் தோற்றத்திற்கு முற்படவே வருவே மென்றவர். கார்காலம் கழிந்து கூதிர்க்காலமும் வந்தபின்னரும் வந்திலரே? எப்படி ஆற்றியிருப்பேன்' என்கின்றாள், தலைவி.

198. வாரற்க! வருகுவள்!

பாடியவர்: கபிலர். **திணை:** குறிஞ்சி. **துறை:** தோழி குறியிடம் பெயர்த்துக் கூறியது.

து-வி: இரவுக்குறி வந்தொழுகும் தலைமகனை, இனிப் பகற்குறி நேர்தலே சிறப்பானதெனக் கூறியவளாகத், தோழி இவ்வாறு கூறுகின்றனள்.

யாஅம் கொன்ற மறம்சுட்ட இயவில்
கரும்பு மருள்முதல பைந்தாட் செந்தினை
மடப்பிடித் தடக்கை அன்னபால் வார்பு,
கரிக்குறட்டு இறைஞ்சிய செறிக்கோட் பைங்குரல்
படுகிளி கடிகம் சேறும்; அடுபோர்

எஃகு விளங்கு தடக்கை மலையன் கானத்து
ஆரம் நாறும் மார்பினை,
வாரற்க தில்ல; வருகுவள் யாயே.

யாம் வெட்டிவீழ்த்திய மரங்களைச் சுட்ட முல்லை நிலப்பகுதிகளிலே, கரும்பைப்போன்று விளங்கும் தண்டை உடையவாகிய பசுமையான தாள்களையுடைய செந்தினைப் பயிரானது, மடப்பிடியின் அகன்ற துதிக்கையைப் போன்றவாகிப், பாலால் நிரம்பியவாய்க், கரியை எடுக்கின்ற குறட்டைப்போல வளைவுடையவுமாகிச், செறிந்த தானியமணிகளைக் கொண்ட பசிய கதிர்க்குலைகளாகவும் விளங்கும். அவற்றில் வந்து படுகின்ற கிளிகளை ஓட்டுவோமாக. யாமும் அவ்விடத்தே சென்று சேர்வோம். இவ்விடத்தேயே எம் தாய் வந்து விடுவாள். அதனால், பகைவரைக் கொல்லும் போர்க்குரிய வேற்படையானது விளங்கும் பெரிய கையினை உடையவனான மலையனது கானத்தில் உண்டாகிய சந்தனம் மணக்கின்ற மார்பை உடையையாகி, நீ இவ்விடத்தே வருதலைக் கைவிடுக இதுவே எம் விருப்பமாகும்.

கருத்து: 'பகற்போதிற் புனத்தயலே வந்து தலைவியை அடைக' என்பதாம்.

விளக்கம்: 'யா அம்' என்றது, 'எம் தந்தையும் தமையன் மாரும் ஏவலரும்' என்பதைக் குறித்ததாம். தினைக்கதிர் பாலேற்றிருககும் நிலையினை மடப்பிடியின் தடக்கைபோல என்றனள். இதனாற் புனத்தயல் யானைகள் உள்ளனவென்பதும் உணர்த்தினாள். கோள் - வித்து; தினைமணிகள். 'எஃகு விளங்கு தடக்கை மலையன்' என்றது, முள்ளூர்க் கானத்துக்கு உரியோனாகிய மலையமான் திருமுடிக்காரியை எனலாம். பாடியவர் கபிலர் ஆதலின், இது பொருந்துவதும் இயல்பாகும். மலையன் மலையத்தின் கோமானும் ஆம்; மலையம் பொதியில்; எனவே, பொதியிற் கோமானைக் குறிப்பதும் ஆகலாம். பொதியில் சந்தனக் காடுகளை மிக்குடையது என்பதும் இதற்கு அரண்நிற்கும். இரவுக்குறி மறுத்துப் பகற்குறி நேர்வதாயினும், தினை முற்றியது கூறலின், அதுவும் மறுத்து வரைவுவேட்டதாகவே கொள்க.

199. உறுவது உண்டுமன்!

பாடியவர்: பரணர். **திணை:** குறிஞ்சி. **துறை:** தோழி செறிப்பு அறிவுறுப்ப, நெஞ்சிற்குக் கிழவன் உரைத்தது.

து-வி: தலைவியை இற்செறித்தனர் என்னும் செய்தியை த் தலைவனுக்குத் தோழி அறிவிக்கின்றாள். அதனை அறிந்த தலைவன், தன் நெஞ்சிற்கு இவ்வாறு கூறுகின்றான்.

பெறுவது இயையாது ஆயினும், உறுவது ஒன்று
உண்டுமன் வாழிய – நெஞ்சே! – திண்தேர்க்
கைவள் ஓரி கானம் தீண்டி
எறிவளி கமழும் நெறிபடு கூந்தல்
மை ஈர் ஓதி மாஅயோள் வயின்,
இன்றை அன்ன நட்பின் இந்நோய்
இறுமுறைஎன ஒன்று இன்றி,
மறுமை உலகத்து மன்னுதல் பெறினே.

நெஞ்சமே! திண்மையான தேரினை உடையவன், கைவண்மை உடையானான ஓரி வள்ளல். அவனுக்கு உரித்தான கொல்லிக் கானத்தைத் தீண்டியபடியே வந்து வீசுகின்ற காற்று, நறுமணம் கமழ்வது, அக்காற்றைப்போல மணங் கமழுவது தலைவியின் நெறிப்பமைந்த கூந்தல். மையைப்போன்ற கருமையையும் தண்மையுங் கொண்ட தலைமயிரை உடைய, மாமை நிறத்தாளும் அவள், அவளிடத்து, இன்றைய நிலையைப்போன்ற நட்பினையுடைய இந்தக் காம நோயானது. தான் அழிந்துபடுகின்ற முறைமை எனவொன்று இல்லாதது. மறுமை உலகத்தும் நிலை பெறுதலாகிய, பிறவிதோறும் தொடரும் ஒரு தன்மையைப் பெற்றது. ஆதலின், தலைவியை இனிப் பெறுவது நம்மிடத்தே பொருந்தாதாயினும். மறுமைக்கண் இவளை அடையப்பெறுவது என்பதாகிய ஒன்று மட்டும் உள்ளதாகும்.

கருத்து: 'தலைவியை இனிப் பெற மாட்டோமோ?' என்பதாம்.

விளக்கம்: 'ஓரி' - வல்வில் ஓரி. மறுமை - மறுபிறவி. 'இப்பிறவியில் இன்றெனின் மறுபிறவியில் அடைவேம்' என்ற உறுதி. 'இப்பிறவியினும் அடைவேன்; அவளை வரைந்து கொள்ள முற்படுவேன்' எனக் கருதியதையும் காட்டும். இன்றையன்ன நட்பு உள்ளத்தாற் கலப்புற்றும், உடலால் தழுவுதற்கு இயலாத நட்பு.

200. மறந்தார் மறவேம்!

பாடியவர்: ஔவையார். திணை: நெய்தல். துறை: பருவ வரவின்கண் ஆற்றாளாகிய தலைமகட்குத் தோழி, 'பருவம் அன்று; வம்பு' என்றவழி, தலைமகள் சொல்லியது.

து-வி: தலைமகன் மீண்டு வருவதாகக் குறித்துச் சென்ற பருவத்தின் வரவைக் கண்டு தலைமகள் ஆற்றாளாக, அவட்குத் தோழி, இது கார்ப்பருவம் அன்று என்கின்றாள். அவட்குத் தலைமகள் சொல்லியது இது.

பெய்த குன்றத்துப் பூநாறு தண்கலுழ்
மீமிசைத் தாஅய், வீசும்வளி கலந்து
இழிதரும் புனலும்; வாரார் –தோழி!
மறந்தோர் மன்ற; மறவாம் நாமே –
கால மாரி மாலை மாமலை
இன்இசை உருமினம் முரலும்
முன்வரல் ஏமம் செய்துஅகன் றோரே.

கார்காலத்தே வருத்தற்குரித்தான மாரிப்பெயல், மாலைக்காலத்தே பெருமலையிடத்தே, இனிதான இசைத்தலைக் கொண்ட இடியேற்றினமாகி வந்து முழங்குகின்றது. முன் மழை பெய்த குன்றிடத்தே, பூக்கள் மணக்கின்ற தண்ணிய கலங்கலின் மேலாக வீழ்ந்து பரவிய மலர்களைச் சுமந்துவந்து, வீசும் காற்றோடும் கலப்புடையதாகி, அருவிப் புனலும் இழிதருகின்றது. கார்ப்பருவத்திற்கு, முன்பே வருதலைக் காப்பாகச் செய்து, பிரிந்து சென்றோராகிய நம் தலைவர், நம்மையும் மறந்தார்; எனினும், நாம் அவரை மறக்க மாட்டோம்.

கருத்து: 'குறித்த பருவத்து வாராது மறந்தார்; நம்மையே மறந்தார் போலும்' என்பதாம்.

விளக்கம்: 'இன்னிசை உருமினம்' என்றது, கூடியிருந்தார்க்கு அது இன்பஞ்செய்யும் கார்கால வரவை அறிவித்தலால். ஏமம் காவல். மாரி - பருவமழை. 'மீமிசைத் தாஅய் வீஇ சுமந்துவந்து' எனவும் இரண்டாமடி கூறப்படும். 'அவர் மறந்தாலும் யாம் மறவோம்' அதனால், அவரை நினைந்து வாடியிருப்பேம் என்பதாம்.

201. அமுதம் உண்க!

பாடியவர்: .... **திணை:** குறிஞ்சி. **துறை:** கடிநகர் புக்கு வேறுபடாது நன்கு ஆற்றினாய்! என்ற தோழிக்குக், கிழத்தி உரைத்தது.

து-வி: மணந்துகொண்டு இல்லறம் நடத்திவந்த தலைவன் தலைவியரைக் காணவிரும்பி, அவர்களது மனைக்குத் தோழி சென்றாள். அவளுக்கு ஓர் ஐயம் உண்டாயிற்று. இவ்வளவு

'ஆர்வத்தைத் தலைவனிடத்தே கொண்டிருக்கின்றனையே? அவன் வரைந்துகொள்ளும் வரையில் எப்படித் தான் ஆற்றியிருந்தாயோ?' என்று அதனைத் தலைவியிடமே கேட்டுவிடுகின்றாள். அதற்குத் தலைவி இவ்வாறு விடை பகருகின்றாள்.

அமிழ்தம் உண்க – நம்அயல் இலாட்டி,
பால்கலப் பன்ன தேக்கொக்கு அருந்துபு,
நீல மென்சிறை வள் உகிர்ப் பறவை
நெல்லி அம்புளி மாந்தி, அயலது
முள்இல் அம்பணை மூங்கிலில் தூங்கும்
கழைநிவந்து ஓங்கிய சோலை
மலைகெழு நாடனை வரும்என் றோளே!

தோழி! கருமையான மெல்லிய சிறைகளையும் கூர்மையான நகங்களையும் உடையது வௌவால், அது, சர்க்கரையிட்ட பாற்கலப்பைப் போன்ற இனிமையினையுடைய தேமாம் பழத்தைத் தின்றது. அதன்பின் நெல்லியினது புளிப்பான காயையும் உண்டது அதன்மேல், முள்ளற்ற அழகிய பருத்த மூங்கிலின் கண்ணே உறக்கங் கொண்டது. அத்தன்மையினையுடைய மூங்கில்கள் உயர்ந்து வளர்ந்திருக்கும் சோலைகளைக் கொண்ட, மலைகள் பொருந்திய நாட்டையுடையவன் தலைவன். அவன் வரைவுக்கு உரிய ஏற்பாடுகளோடு வருவான் என்றவள், நம் இல்லிற்கு அயன்மனையிலிருக்கும் கிழத்தியாவாள். அவள் அமுதத்தை உண்பாளாக!

கருத்து: 'அவளது உறுதியுரைதான் என்னை ஆற்றியிருக்கச் செய்தது' என்பதாம்.

விளக்கம்: 'நமக்கு நன்மை கூறிய அவள் அமரவுலக இன்பத்தை அடைவாளாக' என்பவள், 'அமுதம் உண்க' என்றனள். மறுமையில் இப்பேறு பெறுவாளாக என்றதனால், இம்மையினும் நல்லற வாழ்வில் திளைப்பாளாக என்பதும் ஆம். 'அவள் தலைவரின் வரைவொடு வருதலான செய்தியைக் கூறியதனாலே தான் யான் ஆற்றியிருந்தேன்' என்கின்றாள். இதனால், அந்த அயலிலாட்டி தலைவனது ஊரவளாக இருத்தலும் அறியப்படும். தேமாம் பழத்தையுண்ட வௌவால், நெல்லிக்காயையும் உண்டு, முள்ளற்ற பெருமூங்கிலில் தூங்கும் நாடன் என்றது, தலைவனும் களவின்பம் துய்த்துக், களவுக் காலத்து இடையீடுகளையும் ஏற்று, இப்போது வரைந்து கொண்டு இடையூறற்ற இன்பத்தை அடைந்தனன் என்பதாம்.

202. நெருஞ்சிமுள்!

பாடியவர்: *அள்ளூர் நன்முல்லையார்.* **திணை:** *மருதம்.* **துறை:** *வாயிலாகப் புக்க தோழிக்குத், தலைமகள் வாயில் மறுத்தது.*

து-வி: *பரத்தையுறவாலே தலைவியைப் பிரிந்து சென்று, பின் மீண்டு வந்த தலைவனுக்குத் தூதுரைப்பாளாகத், தலைவியின் தோழி வந்து தலைவியிடம் ஏதோ சொல்லுகின்றாள். அவளுக்குத் தலைவி சொல்வது இது.*

நோம், என் நெஞ்சே! நோம், என் நெஞ்சே!
புன்புலத்து அமன்ற சிறியிலை நெருஞ்சிக்
கட்குஇன் புதுமலர் முட்பயந் தாஅங்கு,
இனிய செய்தநம் காதலர்
இன்னா செய்தல் நோம், என் நெஞ்சே!

தோழி! என் நெஞ்சம் மிகவும் வருந்தும். புல்லிய புலத்தின் கண்ணே நெருங்கி முளைத்த சிறிய இலைகளையுடைய நெருஞ்சியினது, பார்வைக்கு இனிதாகத் தோற்றும் புது மலரானது, நெருங்குவார்க்கு இன்னாமையை விளைக்கும் முட்களையும் தோன்றச் செய்திருக்கும். அதுபோன்று, முன்பு நமக்கு இனியன செய்த நம் காதலர், பின்னர் இன்னாதனவற்றையும் செய்தனர். அதனை நினைத்து என் நெஞ்சம் நோவடையும்!

கருத்து: *'அதனால் அவரை யான் ஏலேன்' என்பதாம்.*

விளக்கம்: *புன்புலம் - புலம்; முல்லைநிலம், தலைவர் நினக்கு இனியவர் அல்லரோ? அவரை நீ ஏற்பதுதான் சிறந்தது என்ற தோழிக்கு, அவர் இப்பொழுதெல்லாம் இன்னாராயினர் என்கின்றாள் தலைவி. கட்கு இன் புது மலரெனச் சென்று கொய்தால், முட்கள் கையைக் குத்திப் புண்படுத்தும் தன்மை வாய்ந்த நெருங்சி மலரைப் போன்றவர் தலைவர் என்பதாம். 'இன்னா செய்தல்' பரத்தையர்பாற் சென்றொழுகித் தலைவியை மறந்து அவளைத் தனிமைத் துயருக்கு உட்படுத்துதல்.*

203. பண்டு அன்புடையேன்!

பாடியவர்: *நெடும் பல்லியத்தன்.* **திணை:** *மருதம்.* **துறை:** *வாயிலாகப் புக்க தோழிக்குத் தலைமகன் சொல்லியது.*

து-வி: *தலைவனுக்குத் தூதாக வந்து உரைத்த தோழிக்குத் தலைமகள் இப்படிக் கூறுகின்றாள். தலைவனை ஏற்க மறுத்தாலும் தன்னுடைய உரிமையினை வலியுறுத்தும் கற்பறத்தின் செழுமையினையும் இதன்கண் புலப்படுத்துகின்றாள்.*

மலைஇடை யிட்ட நாட்டரும் அல்லர்;
மரந்தலை தோன்றா ஊரரும் அல்லர்;
கண்ணின் காண நண்ணுவழி இருந்தும்,
கடவுள் நண்ணிய பாலோர் போல,
ஒரீஇனன் ஒழுகும் என்னைக்குப்
பரியலென் மன்யான், பண்டுஒரு காலே.

தோழி! மலைகள் இடையிட்டுக் கிடப்பதான, தொலை தூரத்தே விளங்கும் நாட்டினரானவரும், நம் தலைவரல்லர்! மரங்களின் உச்சிகள் மறைத்தலால் வெளிப்படத் தோன்றாதபடி காடிடைப்பட்ட ஊரவரும் அல்லர்! கண்ணாற் காணுமளவிற்கு அருகிலும், வருதற்குரிய அண்மையிலும் இருக்கின்றவரேயாவர். இருந்தும், கடவுளைச் சேர்ந்த நல்லூழினரைப் போல, மனத்தால் நம்மின் நீங்கியே ஒழுகுகின்றனர். அத்தகைய தலைவருக்குப், பண்டொரு காலத்தே, யானும் அன்பினை உடையவளாக இருந்தேன். இப்போது, அதுவும் தீர்ந்தது!

கருத்து: 'இப்போது, தலைவர் பால் எனக்கும் அன்பில்லை' என்பதாம்.

விளக்கம்: 'மலையிடையிட்ட நாட்டரும் அல்லர்' என்றது, அவர் வேற்றுநாட்டினரும் அல்லர் என்றதாம். 'மரந்தலை தோன்றா ஊரரும் அல்லர்' என்றது, அவர் காடிடையிட்ட வேற்றூரராரும் அல்லர் என்றதாம். 'கண்ணிற் காண நண்ணு வழி' என்றது, இல்லத்தலைவராக மிகவும் அருகிலேயே இருந்தும் என்றதாம், 'கடவுள் நண்ணிய பாலோர் போல ஒரீஇனன் ஒழுகும்' என்றது, பக்தர்கள் இல்வாழ்வினை வெறுத்து மனைவியரை ஒதுங்கி வாழ்தலைப்போல நடக்கின்றனர் என்பதாம். இங்கே 'கடவுள்' என்றது, அவன் கொண்ட பரத்தையைக் குறித்துக் கூறியதுமாகும். இவ்வளவுங் கூறியபின், 'என்னை' என்றது, அவன் தன்னை மறந்தாலும், தான் அவனையே தலைவனாகக் கொண்டொழுகும் கற்பறத்தினள் என்றதாம். 'பண்டொருகால் பரியலன்' என்பதால், இப்போது அவனை ஏற்க விரும்பும் விருப்பமில்லாததேன் எனக்கூறி வாயில் மறுத்ததாகக் கொள்ளுக. 'கடவுள்' - முனிவரும் ஆம்.

204. விருந்தே காமம்!

பாடியவர்: மிளைப்பெருங் கந்தன். **திணை:** குறிஞ்சி. **துறை:** தலைமகற்குப் பாங்கன் உரைத்தது.

துவி: கன்னியொருத்திபாற் காமுற்று, அதனால் வேறுபட்ட தலைமகனைப், பாங்கன் கடிந்து உரைப்பவனாக இப்படிக் கூறுகின்றனன்.

காமம் காமம் என்ப; காமம்
அணங்கும் பிணியும் அன்றே; நினைப்பின்,
முதைச்சுவற் கலித்த முற்றா இளம்புல்
மூதா தைவந் தாங்கு,
விருந்தே காமம் – பெருந்தோ ளோயே!

பெருந்தோளாற்றலை உடையாய்! 'காமம் காமம்' என்று அறிவுற்றோர் அதனைப் போற்றிக் கூறுவார்கள். 'காமம்' என்பது எதிர்ப்பட்டவரைத் தன் பேரழகால் நிலையழியச் செய்யும் அணங்கும் அன்று; அன்றி ஒருவரைப் பற்றி வருத்தும் பிணி யாவதும் அன்று. அதன் தன்மையை நினைப்போமாயின், பழங்கொல்லையாகிய மேட்டுநிலப் பகுதியிலே தழைத்த முதிராத இளம்புல்லைக் கிழட்டுப் பசுவொன்று தன் நாவாற் தடவித்தடவி இன்புற்றாற் போன்றதொரு புதிய இன்பத்தையே அதுவும் உடையதாகும்.

கருத்து: 'காமம் மெய்யான இன்பம் அன்று' என்பதாம்.

விளக்கம்: முதை சுவற் கலித்த முற்றாத இளம்புல்லைத் தான் மேற்தற்கு இயலாததான மூதாவனது, தன்னுடைய அறிவை மயக்கிய ஆசையின் காரணமாக, அதனை நாவால் தடவித் தடவி இன்புறும். அவ்வாறே, பேரின்பமாகிய உண்மையின்பத்தை நாடுதற்குரிய தலைவனும், காமத்தால், அறிவிழந்து, சிற்றின்பமாகிய காமத்தையே உண்மையின்பமெனக் கருதியவனாக, அதனை அடையவும் பெறாமல், தான் நினைந்து நினைந்து இடையறாத வேதனையை அடைகின்றான் என்பதாம். இதனால், அறிவுடையோர் காம வசப்பட்டுத் தம்முடைய தகுதியை இழவார் என்பதுமாம். 'பெருந்தோளோயே' என்று விளித்தது, அவன் தோள்வலியை இழந்தவனாகிவிட்டதைப் பழித்துரைக்கும் கருத்தால் ஆகும்.

205. பசப்பு அறிந்தது!

பாடியவர்: உலோச்சன். **திணை:** நெய்தல். **துறை:** வரைவிடை, 'ஆற்றாள்' எனக் கவன்ற தோழிக்குக் கிழத்தி உரைத்தது.

துவி: தலைவன் வரைவிடை வைத்தானாகப் பிரிந்து சென்றிருந்த காலத்திலே, 'அவள், பிரிவைப் பொறுத்திருக்கும்

நிலையினள் அல்லள்' எனத் தோழி நினைந்துவருந்தினாள். அவளுக்குத் தன்னுடைய நிலையை இவ்வாறு கூறுகின்றனள்.

மின்னுச் செய்கருவிய பெயல்மழை தூங்க
விசும்புஆடு அன்னம் பறைநிவந் தாங்கு,
பொலம்படைப் பொலிந்த வெண்தேர் ஏறி,
கலங்குகடல் துவலை ஆழி நனைப்ப,
இனிச் சென்றனனே, இடுமணற் சேர்ப்பன்;
யாங்கு அறிந்தன்றுகொல் – தோழி!–என்
தேம்கமழ் திருநுதல் ஊர்தரும் பசப்பே?

தோழி! அலைகள் கொணர்ந்திட்ட மணல் மேடுகளை உடைய கடற்கரை நாட்டவன் நம் தலைவன். வானத்தே பறத்தலையுடைய அன்னப் பறவைகள், மின்னலைச் செய்யும் தொகுதியுடையதாகிப் பெய்தலையுடைய மேகமானது பெய்தலைத் தொடங்கியதாகத், தாம் அப்பெயலை ஏற்று இன்புறுதலை விரும்பியவாய், மேலெழுந்து பறக்கத் தொடங்கும். அவ்வாறே பொற்படைகளாற் பொலிவுற்று வெள்ளிய தேரின்கண் ஏறியவனாகக், கலங்கி கடலினது அலைநீர்த் துவலைகள் தன் தேராழியை நனைக்கும்படியாக, நம் தலைவனும், இப்போது தானே தேரேறிச் சென்றனன். அதனைப் பசலையானது எவ்வாறு அறிந்தது? மணங் கமழுகின்ற என் அழகிய நெற்றியிடத்தே. அதுவும் பரவுதலைத் தொடங்கிற்றே!

கருத்து: 'தலைவன் பிரிந்த அப்பொழுதிலேயே என் நெற்றியிற் பசலை படர்ந்தது' என்பதாம்.

விளக்கம்: கருவிய - தொகுதிய, மழை - மேகம். தூங்கல் - பெயலைத் தொடங்கல். ஆடல் - விளையாடலும் ஆம். பறை - பறத்தல். நிவத்தல் - மேலெழுதல். படை - தேர்த் தட்டுக்கள். வெண்தேர் - வெள்ளிய தேர்; யானை தந்தத்தால் செய்யப்பெற்ற தேரும் ஆம். கலங்கு கடல் - அலை எழுதலாற் கலங்கிய கடல். தேம் - இனிய நறுமணம். பொலம்படை - பொற் சேணும் ஆம்; அப்போது பொற் சேணமிட்ட குதிரைகளைப் பூட்டியிருக்கும் வெண்தேர் என்க. 'யான் துயருறலை நினைந்து நீ வருந்துகின்றனை; ஆயின், அவன் சென்றபோதே என் நெற்றியிற் பசலை பற்றிப் படர்ந்ததே' என்பதாம்.

206. குறுகலை விடுமின்!

பாடியவர்: ஐயூர் முடவன். **திணை:** குறிஞ்சி. **துறை:** கழறிய பாங்கற்குக் கிழவன் உரைத்தது.

து-வி: 'தான் காதலித்தது அறிவொடுபட்ட செயலாகாது' எனத் தன்னைக் கடிந்துரைத்த பாங்கனுக்குத், தலைவன், காதலின் உயர்வினை இவ்வாறு விளக்கிக் கூறுகின்றனன்.

அமிழ்தத் தன்னஅம்தீம் கிளவி
அன்ன இனியோள் குணனும், இன்ன
இன்னா அரும்படர் செய்யும் ஆயின்
உடன்உறைவு அரிதே காமம்;
குறுகல் ஓம்புமின், அறிவுடை யீரே!

அறிவை உடையவரே! அமிழ்தைப் போன்றதான அழகும் இனிமையும் விளங்கும் சொற்களை உடையவளும், அத்தன்மையே காண்டற்கும் தழுவுதற்கும் நினைத்தற்கும் இனியவளும் ஆகியோள் அவள். அவளது குணமும், இத்தகைய இன்னாதான பொறுத்தற்கரிய துயரத்தைச் செய்யும் ஆயின், காமமானது உடனிருந்து வாழ்தற்கு அரிதான ஒன்றேயாகும். ஆதலின், அதனை நெருங்குதலை விடுவீர்களாக!

கருத்து: 'காமம் தாங்குதற்கு அரிதாகப் படர்ந்து என்னை வருத்துகின்றது' என்பதாம் -

விளக்கம்: 'அம் தீங் கிளவி - அழகிய இனிய சொற்கள்; அழகு பொருளாலும், இனிமை குரலமைதியாலும் பெறப்படும். 'அன்ன இனியோள்' என்றது. அவ்வாறே பிறவற்றாலும் இனியவள் என்பதாம்; 'இனிமை என்பது, 'ஐம்புலத்திற்கும் இனிதாதலை. இத்தகையாளது இன்குணங்களும் காமத்தின் தொடர்பாலே, எனக்கு இன்னாமை செய்தன; ஆதலின் 'உடனுறைவு அரிதே காமம்' என்றனன். அரும்படர் - பிற மருந்தால் தீராத நோய், 'அறிவுடையீர் குறுகல் ஓம்புமின்' என்றது, 'யான் அறிவிலாமையினால் இப்படி நலிகின்றேன்; நீர் அதனை விலக்குமின்' என்றதாம், 'என்னைக் காத்தற்குரிய நீ, எனக்கு உதவாது பழித்தலாற் பயனில்லை; அவளை அடைதற்கான வழியை எனக்குக் காட்டுக' என்றதுமாம்.

207. ஆர்வலர் பலர்!

பாடியவர்: உறையன். **திணை:** பாலை. **துறை:** செலவுக் குறிப்பு அறிந்து, 'அவர் செல்வார்' என்று தோழி சொல்லக் கிழத்தி உரைத்தது.

து-வி: 'பிரிவைப் பற்றிச் சொன்னால் தலைவி பெரிதும் வேதனைப்படுவாள்' எனக் கருதிய தலைவன், சொல்லாதேயே

செல்லுதற்குத் திட்டமிடுகின்றான். அதனைக் குறிப்பினாலே அறிந்து வந்து சொல்லிய தோழிக்குத் தலைவி இப்படிக் கூறுகின்றாள்.

செப்பினம் செலினே செலவுஅரிது ஆகும்' என்று,
அத்தஓமை அம்கவட்டு இருந்த
இனம்தீர் பருந்தின் புலம்புகொள் தெள்விளி
சுரம்செல் மாக்கட்கு உயவுத் துணை ஆகும்
கல்வரை அயலது தொல்வழங்கு சிறுநெறி
நல்அடி பொறிப்பத் தாஅய்ச்
சென்றெனக் கேட்டநம் ஆர்வலர் பலரே.

பாலை நிலத்திலுள்ள ஓமை மரத்தினது அழகான கிளைக் கண்ணே இருந்த, தன் இனத்தினின்றும் பிரிந்துவிட்ட பருந்தினது தனிமைத் துயரைப் புலப்படுத்தும் தெளிந்த கூப்பீடானது, சுரவழியிலே செல்லுகின்ற மாக்களுக்கு உசாவுத்துணையாக விளங்கும். அத்தன்மை கொண்டதும், கற்களைப் பொருந்திய மலைக்கு அயலதும், பழமையாகவே வழங்கி வருவதுமாகிய சிறு வழியில், நம்மைப் பிரிந்து செல்லப் போவதைப் பற்றிச் சொல்லிச் செல்வதனால், செல்வதே அரிதாகி விடும் எனக் கருதியவராகச் சொல்லாதேயே செல்லும் தலைவர், அவ்வழியில் தம் நல்லடிகள் சுவடுகளைச் செய்யத் தாவியபடி சென்றனர் எனக் கேள்வியுற்ற நம் அன்புடையார் பலராவர்.

கருத்து: 'அவரது செலவை முன்பே அறிவேன்' என்பதாம்.

விளக்கம்: 'புலம்புகொள்விளி' என்றது, அது இனந்தீர் பருந்தாதலின். 'சென்றெனக் கேட்ட ஆர்வலர் பலர்' ஆதலின் முன்பே அவர் வந்து சொல்ல, யானும் அறிந்துளேன் என்பதாம். ஆயின் அவருள் எவரும் அவரைப் போகாது செய்திலரே என வருந்தியதும் ஆம். 'ஆர்வலர்' - அன்புடையார்; அவர் அன்பற்றுப் போயினர் என்பதையும் உணர்த்துவதாம். ஏனெனில், அவர் அவரது போக்கைத் தடுத்திலர் ஆதலால். 'அவர் போல நீயும் அவரைத் தடுத்தாயில்லை; என்பால் வந்து உரைக்கின்றனையோ?' எனத் தோழியைக் கேட்பதும் ஆம்.

208. களிறு மிதித்த வேங்கை!

பாடியவர்: கபிலர். **திணை:** குறிஞ்சி. **துறை:** வரைவிடை, 'ஆற்றல் வேண்டும்' என்ற தோழிக்குக் கிழத்தி உரைத்தது.

து-வி: 'வரைபொருளைத் தேடிவருதற் பொருட்டாகத் தலைவன் பிரிந்து சென்றுள்ளான்; அவன் வரும்வரை பிரிவுத் துயரத்தைப் பொறுத்திருத்தலே நம் கடன்' என்றனள் தோழி. அவட்குத் தலைவி இவ்வாறு கூறுகின்றனள்.

ஒன்றேன் அல்லேன்; ஒன்றுவென்; குன்றத்துப்
பொருகளிறு மிதித்த நெரிதாள் வேங்கை
குறவர் மகளிர் கூந்தற் பெய்ம்மார்,
நின்றுகொய்ய மலரும் நாடனொடு
ஒன்றேன் – தோழி! – ஒன்றி னானே.

தோழி! மலையினிடத்தே தம்முட் பொருந்திய களிறுகள் மிதித்துச் சிதைத்தலால் நெரிந்துபோன அடியையுடைய வேங்கை மரமானது, குற மகளிர் தம் கூந்தலிடத்தே பெய்து கொள்ளுதற்கு, நின்றபடியே தன் மலர்களைக் கொய்து கொள்ளும்படியாக மலர்ந்திருக்கும் நாடன், நம் தலைவன். அவனோடு பொருந்தியிருக்காத தன்மையள் யான் அல்லேன்; பொருந்தியிருக்கும் தன்மையளே ஆவேன். எனினும், இது காலை வேற்று வரைவு வந்துறு ஒரு காரணத்தினாலே, மனம் பொருந்தாதேனும் ஆயினேன். இதற்கு என் செய்வாம்!

கருத்து: 'வரைவு நீட்டித்தலால், வேற்று வரைவு வந்துறக் காரணமாயிற்றெனக் கருதியே வருந்தினேன்' என்பதாம்.

விளக்கம்: ஒன்றுதல் – மனத்தாற் பொருந்துதல். 'பொரு களிற்றால் மிதிக்கப்பட்ட வேங்கை மரம் அழியாது தாழ்ந்து, குற மகளிர் நின்றபடியே தன் மலர்களைப் பறித்துக் கொள்ளும்படியாக விளங்கும்; அவ்வாறே வேற்றுவரைவால் பேதுற்ற யானும், அவன் வரின், அவனோடு உடன் போக்கிற் சென்று கூடி வாழ்வதற்கும் இசைபவளாக உள்ளேன்' என்று உணர்த்துகின்றாள். 'பொருகளிறு மிதித்த நெரிதாள் வேங்கை மரம் படப்பையில் உள்ளதாகலானும், தன்னால் நின்றபடியே பூக்கொய்யப்படும் ஆதலானும், இது அவளறி கிளவி உரைத்ததாம் என்பர் பேராசிரியர் – (தொல். உவமம். 26. உரை)

மேற்கோள்: வரைவெதிர் கொள்ளாது தமருட் சிலர் மறுத்தவிடத்து, அதனால் அவமதிப்புற்ற தலைமகன், முன் அரியனாகிய தன்மை மாறி எளியனாகினான் என்னும் பொருள், பொருகளிறு மிதித்த நெரிதாள் வேங்கை, குறவர் மகளிர் கூந்தற் பெய்ம்மார். நின்று கொய மலரும் நாடன் என்பதனால் அறியப்படும் என்பர் இளம்பூரணர் – (தொல்.

பொருள். 34 உரை) 'வேங்கை' தலைவனைக் குறிப்பதாக அமையும், இவ்வாறு கொண்டால் மிதியுண்டு வீழ்ந்த வேங்கை குறையுயிரோடு மலர்ந்தாற்போல யானும் பிரிவால் நலிவுற்று, உயிர் தாங்கினவளாக இருக்கின்றேன் என்றும் கொள்ளலாம் - (தொல்.உவமம். 25 பேராசிரியர்)

209. மையிருங் கூந்தல்!

பாடியவர்: பாலை பாடிய பெருங்கடுங்கோ. **திணை:** பாலை. **துறை:** பொருள்முற்றி மறுத்தரும் தலைமகன் தோழிக்கு உரைப்பானாய்க் கிழத்தியைத் தெருட்டியது.

து-வி: பொருள் ஈட்டுதலின் பொருட்டாகத் தலைமகளைப் பிரிந்து சென்று, ஈட்டிய பெரும்பொருளோடு இல்லத்திற்குத் திரும்பினான் தலைமகன். அவனை வரவேற்றனர், தலைவியும் தோழியும். அப்போது, தோழியிடங் கூறுவான் போலத் தான் தலைவியையே நினைந்திருந்த தனது பேரன்பினைத் தலைவிக்கு இவ்வாறாக உரைக்கின்றான்.

சுரந்தலைப் பட்ட நெல்லிஅம் பசுங்காய்
மறப்புலிக் குருளை கோள்இடம் சுரக்கும்
இறப்புஅருங் குன்றம் இறந்த யாமே,
குறுநடைப் புள்உள் ளலமே, நெறிமுதல்.
கடற்றில் கலித்த முடச்சினை வெட்சித்
தளைஅவிழ் பல்போது கமழும்
மைஇருங் கூந்தல் மடந்தை நட்பே.

சுரத்திடையே காணப்பட்ட நெல்லிமரங்களது பசுமையான காய்கள், வலுவுள்ள புலிக்குட்டிகள் இரை கொள்ளும் இடத்தினை மறைத்துக் கிடக்கின்ற, கடத்தற்கரிய குன்றுகளை யாம் கடந்து சென்றோம். செல்லுமிடத்து எம் செலவு நன்றாகுக எனக் கருதிக் குறு நடைகொள் சிவல் என்னும் புள்ளினது நற்குரலையும் நினைத்திலேம். வழியின் தொடக்கத்தேயுள்ள, காட்டிலே தழைத்த வளைந்த கிளைகளையுடைய வெட்சியினது, முறுக்கவிழும் பல பேரரும்புகளைப் போல மணக்கின்றமை போன்ற கூந்தலையுடைய தலைவியது நட்பினையே, யாம் நினைந்தவராய் இருந்தேம்!

கருத்து: 'தலைவியின் நினைவை என்றும் மறந்திலோம்' என்பதாம்.

விளக்கம்: 'இஃது, எம்மை நினைத்தும் அறிதிரோ?' என வினவிய தோழிக்குத் தலைவன் உரைத்ததெனவும் கொள்ளப்படும். 'புலிக்குட்டிகள் இரைகொள்ளற்குரிய இடத்தை உதிர்ந்த நெல்லிக்காய்கள் மறைந்திருக்கும்' என்றனள். 'குட்டிகள் இருக்குமிடத்தே தாய்ப்புலியும் இருப்பதாதலின், சுரத்தின் கொடுமையினால் நெல்லிக்காயை நாடிச் செல்வர், புலியினால் தாக்கப்பெற்று உயிரிழப்பர் என்பது கருதியே, 'இறப்பரும் குன்றம்' என்றனன். அப்படிப்பட்ட நெறியிலும் புட்குரலை ஓர்தலை நினையாது இவளது நட்பையே நினைத்திருந்தேன் எனத் தன் பேரன்பை விளக்குகின்றான் தலைவன். நட்பு - கூட்டம்.

210. கரைந்த காக்கை!

பாடியவர்: காக்கை பாடினியார் நச்செள்ளையார். **திணை:** முல்லை. **துறை:** பிரிந்து வந்த தலைமகன், 'நன்கு ஆற்றுவித்தாய்!' என்றாற்குத் தோழி உரைத்தது.

து-வி: தலைவியைப் பிரிந்து சென்றிருந்த தலைவன் மீண்டும் வந்தடைந்தான். தலைவிக்குத் துணையிருந்த தோழிக்கு நன்றி கூறுவானாக, 'நீ நன்றாக ஆற்றுவித்திருந்தனை' என்கின்றான். அதனைக் கேட்ட தோழி, இவ்வாறு உரைக்கின்றனள்.

திண்தேர் நள்ளி கானத்து அண்டர்
பல்ஆ பயந்த நெய்யின், தொண்டி
முழுதுடன் விளைந்த வெண்ணெல் வெஞ்சோறு
எழுகலத்து ஏந்தினும் சிறிது – என் தோழி.
பெருந்தோள் நெகிழ்த்த செல்லற்கு
விருந்துவரக் கரைந்த காக்கையது பலியே.

திண்மை கொண்ட தேரினை உடையவன் கண்டீரக்கோப்பெருநள்ளி. அவனது காட்டிலுள்ள இடையர்களுக்குரியவாகப் பல பசுக்கள் இருந்தன. அவை பயந்த நெய்யோடு, தொண்டியிடத்துள்ள வயல்களிலே முற்றவும் ஒருங்கே விளைந்த வெண்ணெல் அரிசியாற் சமைத்த வெம்மையான சோற்றையும், ஏழு கலங்களில் இட்டு வைத்து ஏந்தினாலும், அதுவும் சிற்றளவினதே ஆகும். என் தோழியது பெருத்த தோள்களை நெகிழச் செய்த துன்பத்தைப் போக்குதற் பொருட்டாக, விருந்தினர் வருமாறு, காக்கையும் கரைந்தது. அக்காக்கைக்கு யாமிட்ட அந்த எழுகலப் பலியானது சிறிதேயாகும்.

கருத்து: 'நின் வரவை அறிவித்துக் காக்கை கரைந்தது' என்பதாம்.

விளக்கம்: 'தொண்டி' என்றது, மேலைக் கடற்கரைக் கண்ணே விளங்கிய ஒரு பட்டினம். 'முழுதுடன் விளைந்த' - முற்றவும் ஒருங்கே விளைந்த, காக்கைக்கு இடும் உணவைப் 'பலி' என்றனள். காக்கைக்குப் பலியிட்டு வழிபடும் இந்த மரபுதான், இன்றும் இல்லறத்தார் உண்பதற்கு முன்பாகக் காக்கைக்குச் சோறிடும் மரபாக நிலைபெற்றிருக்கின்றது. 'செஞ் சோற்று பலி மாந்திய கருங்காக்கை' எனப் பொருநராற்றுப் படையும் இந்த மரபைக் கூறுகின்றது - (பொருநர் - 188-4) காக்கை கரைந்தால் புதியோர் வருவரென்னும் நிமித்தமும் இதன்கண் உரைக்கப்பட்டது.

மேற்கோள்: குற்றம் இல்லாத தலைமகனைச் சுட்டிய தெய்வக் கடன் கொடுத்ததற் கண்ணே தோழிக்குக் கூற்று நிகழ்ந்தது இது என்பர் இளம்பூரணனார் - (தொல். கற்பு - 9)

211. நீரற்ற நெடுவழி!

பாடியவர்: காவன் முல்லைப் பூதனார். **திணை:** பாலை. **துறை:** 'இடைச்சுரத்துக் கவலுவன கண்டு, "நம்மை ஆற்றார்" என நினைத்து மீள்வர் கொல்?' எனக் கவன்ற கிழத்திக்குத் தோழி உரைத்தது.

து-வி: தலைவன் பிரிந்து சென்ற காலத்திலே, 'சுரத்திடையே பிரிவாற் கலங்குவனவற்றைக் கண்ணுறும் தலைவர், நம்மையும் நினைந்தாராய் மீண்டு வந்துவிடுவரோ?' எனக் கூறி வருந்துகின்றாள் தலைவி; அவளுக்குத் தோழி இவ்வாறு கூறுகின்றாள்.

அம்சில் ஓதி ஆய்வளை நெகிழ
நொந்தும், நம் அருளார் நீத்தோர்க்கு அஞ்சல்
எஞ்சினம் வாழி – தோழி! – எஞ்சாது
தீய்ந்த மராஅத்து ஓங்கல் வெஞ்சினை
வேனில் ஓர்இணர் தேனோடு ஊதி,
ஆராது பெயரும் தும்பி
நீர்இல் வைப்பின் சுரன்இறந் தோரே.

தோழி! குறைவின்றி முற்றவும் கரிந்துபோயின மராமரத்தினது, ஓங்குதலையுடைய வெம்பிய கிளையிலே, வேனிற் காலத்துத் தோன்றியிருந்த ஒற்றைப் பூங்கொத்தினைத்

தேனோடும் ஊதியுண்டும், தன் பசிநோய் தீராதே வண்டொன்று, அதனை நீங்கிச் செல்லும். நீர்ப்பசையற்ற இடங்களையுடைய அத்தகைய பாலை நிலத்தைக் கடந்து சென்றிருப்பவர் நம் தலைவர். அழகிய, சிலவாக முடித்தலையுடைய கூந்தலினளான நீயும், நின் ஆய்ந்தணிந்த வளைகள் நெகிழுமாறு அவர் பிரிவினை எண்ணி நொந்தனை! நீ நொந்ததனைக் கண்டும், நமக்கு அருள்செய்யாது அகன்றவரின் பொருட்டாக அச்சங்கொள்ளுதலை, நாமும் நீங்கினேம்! நீ வாழ்க!

கருத்து: 'தலைவரைக் குறித்து நீ அஞ்சல் வேண்டா' என்பதாம்.

விளக்கம்: 'வளைநெகிழ நொந்தும், அருளாராய் நீத்தோர்க்கு அஞ்சல்; அவர் இடைவழியிலே மனம் மாறுபட்டு ஒருபோதும் திரும்பார்' என்பதாம். 'நொந்து' நேர்ந்து எனவும் பாடம்; நேர்தலாவது செலவினைக் கைவிடுதல். 'மரா' வேனிலில் பூப்பது; அதுவும் நீரற்ற தன்மையினால் ஓரிணரே உடைத்தானது, காட்டின் கொடிய வறட்சியினாலே என்க. 'நீரில் வைப்பின் சுரன் இறந்தோர்' ஆதலின், தனக்குறும் துன்பத்தைக் கருதியும் மீளார்; 'வளைநெகிழ நொந்தும், அருளார் நீத்தோர்' ஆதலின், நாமுறும் துயர மிகுதிக்கு இரங்கியும் மீளார் என்று கூறினளாகக் கொள்க. இடைச்சுரத்து மீள்தல் பழியாம் ஆதலின், அது நினைத்துத் தலைவி கலங்கினாள் என்க.

212. அளிது! விளிவது!

பாடியவர்: நெய்தற் கார்க்கியன். **திணை:** நெய்தல். **துறை:** குறை நேர்ந்த தோழி குறை நயப்பக் கூறியது.

துு-வி: தலைவனுக்கு அருள் செய்யும்படியாகத் தலைவியிடம் பரிந்து பேசும் தோழி, அவன்பால் தலைவிக்கு இரக்கம் உண்டாகும்படியாக, இப்படிக் கூறுகின்றனள்

கொண்கன் ஊர்ந்த கொடுஞ்சி நெடுந்தேர்
தெண்கடல் அடைகரைத் தெளிர்மணி ஒலிப்ப,
காண வந்து, நாணப் பெயரும்,
அளிதோ தானே, காமம்;
விளிவது மன்ற; நோகோ யானே.

கொடுஞ்சியை உடைத்தான நெடிய தேரினை ஊர்ந்தவனாகத் தலைவன் வருவான். தெளிந்த நீரையுடைய கடலது அடைகரையிடத்தே, தெளிந்த ஓசைகொண்ட

மணியொலி எழுமாறும் வருவான். நம்மைக் காண்பதைக் கருதியவனாக அப்படி வந்து, பின்பு நாம் நாணும்படியாகவும் மீண்டு செல்வான். அவன் கொண்ட காமம் இரங்கத்தக்கது! அது உறுதியாக அழியக்கடவதும் ஆகும். அவன் நிலைகருதி யான் மட்டுமே நோகின்றேன்!

கருத்து: 'நீயும் அவனுக்கு இரங்குதல் வேண்டும்' என்பதாம்.

விளக்கம்: 'கொடுஞ்சி' - தாமரை மொட்டின் வடிவாக அமைக்கப்பெற்றுத் தேர்த்தட்டின் முன்பாக நடப்பெற்றிருப்பது. காண வந்து நாணப் பெயரும் என்பது, நாம் காண வந்து, 'நாம் அருளாமையினாலே தான் நாண முற்றவனாகப் பெயரும்' எனவும் பொருள்படும். 'நோகோ யானே' என்றது, நீயும் அவனது வருத்தத்தைக் கண்டு இரங்குதல் வேண்டும் என்பதற்காம். அடைகரை - அடைந்த கரை. கொண்கன் - நெய்தல் நிலத்தலைவன். 'தெளிமணி' - தெளிந்த ஓசையினை எழுப்பும் மணி; தேரிற் கட்டியிருப்பன; தேரிற் பூட்டிய குதிரைகளின் கழுத்து மணிகளும் ஆம்.

213. இன்துயில் வெறுத்தோர்!

பாடியவர்: கச்சிப் பேட்டுக் காஞ்சிக் கொற்றன். **திணை:** பாலை. **துறை:** 'நம் பெருமான் நம் பொருட்டு இடைநின்று மீள்வான்' எனக் கவன்ற தலைமகட்குத் தோழி உரைத்தது.

து-வி: தலைவன் பிரிந்து சென்றிருந்த காலத்து, 'நம் பொருட்டு, அவர், இடைவழியில் நின்றும் மீள்தலைச் செய்வாரோ?' என்றெண்ணித் தலைவி வருந்துகின்றாள். அவளுக்கு, அவன் அப்படி மீளானெனத் தோழி சொல்வது இது.

நசைநன்கு உடையர் – தோழி! – ஞெரேரெனக்
கவைத்தலை முதுகலை காலின் ஒற்றிப்
பசிப்பிணிக்கு இறைஞ்சிய பரூஉப் பெருந்ததரல்
ஒழியின் உண்டு, அழிவுஇல் நெஞ்சின்
தெறித்து நடைமரபின் தன்மறிக்கு நிழல்ஆகி
நின்று வெயில் கழிக்கும் என்ப – நம்
இன்துயில் முனிநர் சென்ற ஆறே.

தோழி! நம் தலைவர் நின்பால் மிகவும் விருப்பம் உடையவர். எனினும், தம் கடமையுணர்வால், நம்மோடு செய்யும் இனிய துயிலையும் வெறுத்தவராய்ச் சென்றுள்ளனர். அவர் சென்ற வழியானது. கிளைத்த கொம்புகளையுடைய முதிய

கலை மானானது, தன் கால்களால் ஞெரேரென உதைத்த, பருத்த பெரிய மரப்பட்டையினைத், தன் பசிப்பிணியைத் தீர்க்கும் பொருட்டாக வளைக்கும். தன் குட்டி உண்ட பின்னர் எஞ்சினால், எஞ்சியதனை உண்டு தன் பசியைத் தீர்த்துக் கொள்ளும். குற்றமற்ற நெஞ்சத்தோடு, துள்ளி நடத்தலான தன்மையினை உடைய தன் குட்டிக்குத் தான் நிழலாகி நின்றும், வெயிலினைக் கழிக்கும் தன்மையது என்பார்கள்.

கருத்து: 'தலைவன் கடமையை மறந்து, நின்பால் ஆசை கொண்டானாக மீள மாட்டான்' என்பதாம்.

விளக்கம்: தனக்கு நிழலையும் தன் பசிக்கு உணவையும் மேற்கொள்வது, தன் குட்டியின் பசி போக்கியும், தான் வெயிலைத் தாங்கி அதற்கு நிழலாகியும் விளங்கும் முதுகலையைப் போன்று, அவரும் இல்வாழ்விற்கான பொருளைத் தேடியபின் மீள்வாரே அல்லாமல், இடைக்கண் மீளார் என்பதாம். ததரல் - மரப்பட்டை. 'இன்துயில் முனிநர்' என்றது நசை. நன்கு உடையரேனும், தாம் கடமைக்கண் அழுத்தமும் உடையராதலினால், கடமையை முன்னிறுத்தித், தம் ஆசையை அடக்கினர் என்றதாம்.

214. ஏமுற்றன்று இவ்வூர்!

பாடியவர்: கூடலூர் கிழார். **திணை:** குறிஞ்சி. **துறை:** தோழி, வெறியாட்டு எடுத்துக் கொண்ட இடத்து, அறத்தொடு நின்றது.

து-வி: தலைவியின்பால் அவளது களவுத் தொடர்பாலே வந்த மாற்றங்களைக் கண்ட தாய், அவை முருகன் அணங்கியதனால் வந்தவை எனக் கருதினளாக மயங்கினாள். மயங்கியவள், வெறியாடுவோனை அழைத்து வெறியாடலைச் செய்தற்கும் ஏவினாள். அவளுக்கு, அப்போது தோழி சொல்வது இது.

மரம்கொல் கானவன் புனம்துளர்ந்து வித்திய
பிறங்கு குரல்இறடி காக்கும், புறம் தாழ்
அம்சில் ஓதி, அசைஇயல், கொடிச்சி
திருந்துஇழை அல்குற்குப் பெருந்தழை உதவிச்
செயலை முழுமுதல் ஒழிய, அயலது
அரலை மாலை சூட்டி,
ஏமுற்றன்று – இவ் அழுங்கல் ஊரே.

கானவன் மரங்களை வெட்டியழித்துக், கொல்லையை உழுது, தினை வித்தினையும் விதைத்தான். அப்படி

விதைக்கப்பட்ட விளங்கும் கதிரையுடைய தினைப்பயிரைக் காத்திருந்தவள் நம் தலைவி. புறத்தே தாழ்ந்த அழகிய சிலவாக முடிக்கப்பெற்ற கூந்தலையும், மெலிந்த சாயலையும் உடையவள் அவள். அவளது, திருத்தமான ஆபரணங்களை அணிந்த அல்குலிடத்தே அணிவதற்கான பெரிய தழையுடையினை அசோகம் உதவியது; உதவித் தன் பெருத்த அடிமரம் முற்றவும் தழையற்றதாயும் நின்றது. அதனை அடுத்ததாக நின்ற அரலையது மாலையினைச் சூட்டி, முருகனுக்கு வெறியெடுத்து, இந்த ஆரவாரத்தையுடைய ஊர்தான் இப்போது மயக்கமுற்றது.

கருத்து: 'அசோகின் தளிரால் ஆக்கிய உடையினை அளித்தவன் ஒருவன்; அவனே இவள் அன்பன்' என்பதாம்.

விளக்கம்: துளர்தல் - உழுதல்; மண்வெட்டியால் வெட்டுதலும் ஆம். இறடி - தினை. கொடிச்சி - குறிஞ்சி நிலத்துப் பெண். அசை இயல் - அசைந்து நடக்கும் இயல்பும் ஆம். செயலை - அசோகு. முழு முதல் - அடிமரம்; அடிமரத்திலிருந்த தழைகளைக் கொய்துவிட்டமையால் அது தழையொழிந்ததாய் விளங்கிற்று என்க. 'இழை' என்றது, மேகலையை. அரலை - அரளி; இதன் மலர்களைக் கொய்து தொகுத்து வெறியாடுபவர் அணிவர். 'செயலை முழு முதல் ஒழிய அயலது அரலை மாலை சூட்டி ஏமுற்றன்று' தழையற்ற அசோகத்தைக் கண்டு இதன் தழையைக் கொய்து தலைவிக்கு உதவி ஒருவன் தலைவிக்குத் தண்ணளி செய்திருப்பான் என்று அரசலை கொய்வார் அறியாராய் மயக்குற்றதைக் குறிப்பதாம். இப்படிக் கூறினதால், தலைவி ஒருவன்பாற் கொண்ட காதலினள் என்பதனைத் தோழி தாய்க்கு உணர்த்தினளும் ஆம்.

215. தழுவிக் காக்கும்!

பாடியவர்: மதுரை அளக்கர் ஞாழார் மகனார் மள்ளனார். **திணை:** பாலை. **துறை:** பிரிவிடைத் தோழி வற்புறுத்தியது.

து-வி: தலைமகனின் பிரிவை நினைத்து மிகவும் வருத்தமுற்றிருந்த தலைவிக்கு, 'நீ வருந்தாதே; நின் தலைவர் விரைவில் மீள்வார்' எனத் தோழி கூறுகின்றனள்.

படரும் பையப் பெயரும்; சுடரும்
என்றூழ் மாமலை மறையும்; இன்றுஅவர்
வருவர்கொல், வாழி – தோழி! – நீர்இல்
வறுங்கயம் துழைஇய இலங்கு மருப்பு யானை

குறும்பொறை மருங்கின் அமர் துணை தழீஇக்
கொடுவரி இரும்புலி காக்கும்
நெடுவரை மருங்கின் சுரன்இறந் தோரே.

தோழி! நின் துன்பமும் மெல்லமெல்ல நின்னை விட்டு நீங்கும். ஒளி செய்கின்ற கதிரவனும் பெரிதான மேற்கு மலையின்கண் சென்று மறைவான். இன்று அவரும் மீண்டு விளங்கும் கொம்புகளையுடைய யானையானது, நீரற்ற வறுமை கொண்ட குளத்தினைத் துழாவும்; துழாவியபின்னர், குறிய பொற்றையின் ஒரு பக்கத்தே தான் விரும்புகின்ற பிடியினைத் தழுவியதாய், அதனை, வளைந்த கோடுகளையுடைய பெரும்புலி தாக்குதலின்றும் பாதுகாத்தபடி நிற்கும். உயர்ந்த மலைப்பக்கத்திலுள்ள அத்தகைய பாலை நிலத்தைக் கடந்து சென்றவர் தலைவர். அதனால், இன்று வருவார்; நீ வாழ்வாயாக!

கருத்து: 'தலைவர் இன்று வருவர்' என்பதாம்.

விளக்கம்: 'கொல்' அசைநிலை. புலி தாக்குதலினின்றும் தன் துணையைக் காத்துநிற்கும் களிற்றைப் பாலைவழியிற் காண்பவன், பெரும்படரால் நினக்குற்ற நோயினை நினைந்தானாக, நின்னை அதன் தாக்குதலின்றும் காப்பதனைக் கருதி, இன்றே மீள்வன் என்பதாம். 'நீரில் வறுங்கயம்' - நீரற்று வறண்ட குளம். களிறு, இதனைத் துழைஇயது காட்டின் வெம்மையால் வேட்கையுற்று; வேட்கை தீர்த்தற்கு நீரற்றுப் போயினதால் சேற்றைத் துழாவியது என்க. 'நெடுவரை மருங்கின் கரன்' என்றதால், 'குறிஞ்சி திரிந்த பாலை நிலம்' இதுவென்க. அமர்தல் - விரும்புதல்.

216. இன்னும் பெய்யும்!

பாடியவர்: கச்சிப்பேட்டுக் காஞ்சிக் கொற்றன். **திணை:** பாலை. **துறை:** பருவ வரவின்கண், ஆற்றாள் எனக் கவன்ற தோழிக்குக், கிழத்தி உரைத்தது.

து-வி: தலைவன் மீள்வதாகக் குறித்துச் சென்ற கார்ப் பருவம் வந்தும், தலைவனை வரக்காணாமையால் தலைவி மிகவும் வருத்தமுற்றாள். அதனைக் குறித்துத் தோழி கவலையுற, அவளுக்குத் தலைவி இவ்வாறு கூறுகின்றாள்.

அவரே, கேடுஇல் விழுப்பொருள் தருமார், பாசிலை
வாடா வள்ளிஅம் காடு இறந்தோரே;
யானே, தோடுஆர் எல்வளை ஞெகிழ, நாளும்

பாடுஅமை சேக்கையில், படர்கூர்ந் திசினே;
அன்னள் அளியள் என்னாது, மாமழை
இன்னும் பெய்யும்; முழங்கி
மின்னும் – தோழி!– என் இன்உயிர் குறித்தே.

தோழி! அவர், கேடற்ற சிறந்த செல்வத்தைத் தேடித் தருவதன் பொருட்டாகப், பச்சை இலைகளையுடைய வாடாத வள்ளிக்கொடி படர்ந்திருக்கும் காட்டைக் கடந்து சென்றுள்ளார். யான், தொகுதியார்ந்த ஒள்வளைகள் நெகிழ நாள்தோறும் படுத்தலமைந்த படுக்கைக்கண்ணே, துன்பம் மிகுந்தவளாயுள்ளேன். 'இவள் அத்தகையாள்; அதனால் இரங்கத்தக்காள்' என்று கருதாது, மாமழை இன்னும் பெய்கின்றது! இடிகளை முழக்கி மின்னுதலையும் செய்கின்றது!

கருத்து: 'கார்மழை பெயக் கண்டால் யான் துன்புறாது என் செய்வேன்' என்பதாம்.

விளக்கம்: 'கேடில் விழுப் பொருள்' - கெடுதல் இல்லாத சிறந்த பொருள்; பொருள் கெடுதல் இயல்பாயின், இது சிறந்த பொருளாதலின் கெடுதலற்றது என்றனள். வள்ளியங் காடு - வள்ளிக்கொடி படர்ந்த காடு. மாமழை - கார்மேகமும் ஆம். 'கேடில் விழுப் பொருள்' கல்வியாதலின், தலைவன் கல்வி குறித்துப் பிரிந்தவன் எனவும் உரைக்கலாம்.

217. நாடன் உயிர்த்தோன்!

பாடியவர்: தங்கால் முடக் கொல்லனார். திணை: குறிஞ்சி. துறை: உடன் போக்கு நயப்பத் தோழி தலைமகட்குக் கூறியது.

து-வி: 'பகற்போதினும் இரவுப்போதினும் சந்தித்துக் கூடுதல் இயலாமற்போகத், தலைவன் தலைவியைத் தன்னுடன் அழைத்துப் போதலை விரும்புகின்றான். அதுதான் நன்று எனத் தோழி கூறித், தலைவியும் உடன்போக்கை விரும்புமாறு செய்கின்றாள்.

'தினைகிளி கடிதலின், பகலும் ஒல்லும்;
இரவுநீ வருதலின், ஊறும் அஞ்சுவல்;
யாங்குச் செய்வாம், எம்இடும்பை நோய்க்கு?' என
ஆங்குயான் கூறிய அனைத்திற்குப் பிறிது செத்து,
ஒங்கு மலைநாடன் உயிர்த்தோன் மன்ற;
ஐதேய் கம்ம யானே;
கழிமுதுக் குறைமையும் பழியும் என்றிசினே.

'தினையின்கண் படியும் கிளிகளை ஓட்டுவீராக' என்று தாய் போகவிட்டனளானால் பகற்காலம் நின்னோடு கூடுதற்குப் பொருத்தமாகும். அஃதின்மையின், இரவுக்காலத்தே நீ வருகின்றதனால், வழியின்கண் நினக்கு நேரும் துன்பங்கட்கு அஞ்சுவேன். துன்பத்தைத் தருகின்ற எம் காமநோய்க்கு எவ்வாறு பரிகாரம் செய்து கொள்வோம் என்று அவ்விடத்தே யான் கூறினேன். அப்படிக் கூறியதற்கு உயர்ந்த மலைநாட்டையுடைய தலைவனானவன், வேறொன்றை நினைத்தவனாக, வெய்து உயிர்த்தனன்; காமநோய் மிகவும் நுட்பமானது! அவனது வெய்துயிர்த்தலின் குறிப்பை உணர்ந்த யான், நீ கருதியபடி செய்தல் மிக்க அறிவுடை மையும் பழியும் ஆகும் என்றேன்.

கருத்து: 'தலைவன் உடன்போக்கை விரும்பினான்' என்பதாம்.

விளக்கம்: ஐது - நுண்ணியது. மெல்லியதும் ஆம். 'பிறிது செத்து' - வேறொன்றை நினைத்து; வேறொன்றாவது, தலைவியை உடனழைத்துப் போதல். 'உயிர்த்தல்' - அவள் வழி நடந்து போதற்கு ஆற்றுவளோ எனக் கருதி. பழி - ஊர்ப் பழி; இது தலைவியின் உடன்போக்கால் ஊரிடத்தே எழும் அலர், 'பகற்குறியும், இரவுக்குறியும் வாயாது; அதனால் யாம் என் செய்வோம்?' என்ற தோழியின் உரைக்கு இப்படி அவன் விடை கூறினனாகக் கொள்க.

218. உயிர்க்கு உயிர்!

பாடியவர்: கொற்றன். **திணை:** பாலை. **துறை:** பிரிவிடை, 'ஆற்றாள்' எனக் கவன்ற தோழிக்குக் கிழத்தி உரைத்தது.

து-வி: தலைமகன் பிரிந்து சென்றுள்ளதனால் தலைவி மிகவும் வருத்தம் அடைவாள் என்றெண்ணிக் கவலையுற்றாள் தோழி. அவளுக்குத் தலைவி, இவ்வாறு தன்னுடைய மனவியல்பைக் கூறுகின்றாள்.

விடர்முகை அடுக்கத்து விறல்கெழு சூலிக்குக்
கடனும் பூணாம்; கைந்நூல் யாவாம்;
புள்ளும் ஓராம்; விரிச்சியும் நில்லாம்;
உள்ளலும் உள்ளாம் அன்றே – தோழி!
உயிர்க்கு உயிர் அன்னர் ஆகலின், தம்இன்று
இமைப்புவரை அமையா நம்வயின்
மறந்துஆண்டு அமைதல் வல்லியோர் மாட்டே.

தோழி! தம்மையின்று இமைப்பொழுதின் அளவினுக்கும் பிரிந்திருத்தலைப் பொருந்தாத நம்மையும் நம் தலைவர் மறந்தனர். அவ்விடத்தே தாம் தங்கியிருத்தற்கு வல்லவரும் ஆயினர். எனினும், அவர் நம் உயிருக்கு உயிரைப் போன்றவர். ஆதலின், அவர் பொருட்டாகப், பிளப்பையும் குகைகளையுமுடைய மலைச்சாரலிலுள்ள, வெற்றி பொருந்திய சூலிக்கு நாம் பலிக்கடனையும் செலுத்தமாட்டோம்; கையிற் காப்புநூலைக் கட்டுதலையும் செய்யோம்; புள் நிமித்தத்தையும் பார்க்கமாட்டோம்; நற்சொல்லைக் கேட்டற்கும் சென்று நிற்கமாட்டோம்; அவரை நினைத்தலையும் செய்யமாட்டோம்.

கருத்து: 'உயிருக்கு உயிரைப் போன்றவர் ஆதலின், அவர், தாமே நம் துயரத்தை எண்ணி விரைந்து வருதல் வேண்டும்' என்பதாம்.

விளக்கம்: சூலி - சூலத்தை உடையவள்; கொற்றவை. கடன் - வேண்டுதல் செய்தவர் அது நிறைவேறியதும் செய்யும் பலியூட்டு; இங்கே தலைவன் மீண்டதும் பின்னரும் பிரியாமைப் பொருட்டாக அருளும்படி தலைவி வேண்டிக்கொண்ட கடன். கைந்நூல் - காப்பு நூல்; தெய்வக் குற்றம் வராது மந்திரித்துக் கட்டும் நூல். விரிச்சி - நற்சொல் கேட்டல். 'உயிருக்கு உயிரன்னர்' என்றது, பிறவிதோறும் பயின்றுவரும் நட்பைக் கூறியதாம். 'தம் இன்று, இமைப்புவரை அமையா நம் வயின் மறந்து ஆண்டு அமைதல் வல்லியோர், உயிர்க்கு உயிர் அன்னர்' என்றது, களவுக் காலத்து உரைத்த பணி மொழிகளையும், பிரிந்த காலத்துத் தேற்றியபடி உரைத்த சூளுரைகளையும் நினைந்து கூறியதுமாகும். 'அவனன்றிப் பிற தெய்வம் பேணுதல் கற்பு மகளிர்க்குப் பீடன்று' ஆதலால் 'சூலிக்குக் கடனும் பூணாம்; கைந்நூல் யாவாம்; புள்ளும் ஓராம்; விரிச்சியும் நில்லாம்' என்றனள் என்பதும் பொருந்தும். 'அவன் வரும் வரை ஆற்றியிருக்கும் வன்மை உடையவள் தான்' என நுட்பமாக உணர்த்தியதும் இதனாற் கொள்க.

219. சேணிகந்த செறிவு!

பாடியவர்: வெள்ளூர் கிழார் மகனார் வெண்பூதியார்.
திணை: நெய்தல். **துறை:** சிறைப்புறம்.

து-வி: தலைவன் குறியிடத்திலே வந்து செவ்விநோக்கி ஒரு சார் ஒதுங்கி நிற்கின்றான். அவன் கேட்குமாறு, தலைவி,

தான் தோழிக்குக் கூறுவாள்போல, இவ்வாறு தன் துயர மிகுதியைச் சொல்லுகின்றாள். இதன் மூலம் தன்னை அவன் விரைந்து மணத்தற்கு ஆவனசெய்தல் வேண்டுமென்ற, தன் எண்ணத்தையும் வெளியிடுகின்றாள்.

பயப்புஎன் மேனி யதுவே; நயப்புஅவர்
நார்இல் நெஞ்சத்து ஆர்இடை யதுவே;
செறிவும் சேண் இகந்தன்றே; அறிவே,
'ஆங்கண் செல்கம் எழுக'என ஈங்கே,
வல்லா கூறி யிருக்கும்; அள்இலைத்
தடவுநிலைத் தாழைச் சேர்ப்பற்கு
இடம்மன் – தோழி! – எந்நீரிரோ? எனினே.

தோழி! பசலை நோயானது என் உடலிடத்ததாக ஆகிவிட்டது. எனது விருப்பமோ அவரது அன்பற்ற நெஞ்சமாகிய புகுதற்கரிய இடத்தின் கண்ணதாய் இருக்கின்றது. எனது உள்ளச் செறிவும் நெடுந்தொலைவுக்கு என்னைவிட்டு நீங்கிப் போய்விட்டது. எனது அறிவோ அவ்விடத்தே செல்வோம் புறப்படுக என்று இவ்விடத்தே நம்மாற் செய்ய மாட்டாத ஒன்றைக் கூறியபடியே இருக்கின்றது. முள் அமைந்த இலைகளையுடைய பருத்த அடியைக் கொண்டய தாழை மரங்களையுடைய கடற்கரைத் தலைவனுக்கு, 'நீர் எந்நிலையில் உள்ளீரோ?' எனக் கேட்டு நம் துயரைத் தீர்க்கக் கருத்துள்ளதாயின், அதற்கேற்ற செவ்வி இதுவேயாகும்!

கருத்து: 'தலைவர் நம்மை விரைவில் வந்து மணந்து கொள்ளாரோ?' என்பதாம்.

விளக்கம்: நயப்பு - விருப்பும். செறிவு - அடக்கம். இடம் - செவ்வி. குறிப்பெற்றுக் கூடிவரும் களவு வாழ்விலே இடைப்பட்ட பிரிவினால் படும் துயரமிகுதியைத் தாங்கமாட்டாதாளாகிய தலைவி, பிரிதலற்ற மணவாழ்வு தங்கட்குள் ஏற்படுதலை விரும்பினவளாக இப்படிக் கூறுகின்றாள். 'பயப்பு என் மேனியது' என்றது, அதனைக் காணும் தாயர் களவுறவை ஐயுற்றுத் தன்னை இற்செறித்தலும் ஏற்படும் என்றதாம். 'நாரில் நெஞ்சம்' என்றது, தலைவனாகத் தன்னை மணக்க முன் வராததனை எண்ணிக் கூறியதாம்.

220. வண்டு சூழ் மாலை!

பாடியவர்: ஒக்கூர் மாசாத்தி. **திணை:** முல்லை. **துறை:** பருவ வரவின்கண், கிழத்தி தோழிக்கு உரைத்தது.

துவி: தலைவன் வருவதாகக் குறித்துச் சென்ற கார்ப்பருவத்து வரவின் போது, குறித்தபடி வராததனால் ஏக்கமிகுந்தவளான தலைவி, தன் துயரமிகுதியைத் தோழியிடம் இவ்வாறு வெளியிடுகின்றாள்.

பழமழைக் கலித்த புதுப்புன வரகின்
இரலை மேய்ந்த குறைத்தலைப் பாவை
இருவிசேர் மருங்கில் பூத்த முல்லை,
வெருகு சிரித்தன்ன, பசுவீ மென்பிணிக்
குறுமுகை அவிழ்ந்த நறுமலர்ப் புறவின்
வண்டுசூழ் மாலையும், வாரார்:
கண்டிசின் – தோழி! – பொருட்பிரிந் தோரே.

தோழி! பழைய மழையினாலே தழைத்த புனத்திலேயுள்ள புதிதான வரகுப் பயிரினிடத்தே சென்று, அதன் கதிர்களை ஆண்மான் மேய்ந்ததால், குறைந்த தலைப்பை உடைய கதிரற்ற வரகந்தாளானது சேர்ந்துள்ள ஒரு பக்கத்திலே, முல்லைக் கொடியும் பூத்துள்ளது. காட்டுப் பூனை சிரித்தாற் போன்ற தோற்றத்தையுடைய பசிய பூவின் மெல்லிய பிணிப்பையுடைய குறிய முல்லை அரும்புகளும் மலர்ந்துள்ளன. அத்தகைய நறுமலர்கள் பலவற்றோடு திகழும் முல்லை நிலத்திலே, வண்டுகள் சுற்றிச் சுழலுகின்ற மாலைக்காலத்திலும் அவர் வாரார் ஆயினர், பொருளீட்டி வருவதற் பொருட்டாக, நம்மைப் பிரிந்து சென்றவர் நம்பால் அருளற்றுப் போயின இந்த நிலையினை நீயும் காண்பாயாக.

கருத்து: 'தலைவர் குறித்த பருவத்தே வந்திலர்' என்பதாம்.

விளக்கம்: 'பழமழை' என்றது, வரகு விதைப்பதற்கு முன்னர்ப் பெய்த மழையினை. இரலை - ஆண்மான். இருவி - வரகுக் கதிர். 'வெருகு விரித்தன்ன பசுவீ' என்றது பிணிப்பு அவிழாத குற்றரும் புகளை வெருகு - காட்டுப் பூனை. 'முல்லைக், குறுமுகை அவிழ்ந்த நறுமலர் புறவின்கண், வண்டுகள் சூழ்தலையுடைய மாலைக்காலத்தும் வாரார்' என்க. பொருட் பிரிந்தோர் - பொருளைத் தேடி வருதற் பொருட்டாகப் பிரிந்து சென்றோர். முல்லை கார்காலத்தே பூப்பது ஆதலின், அது பூத்ததென்பாள் கார்கால வரவையும் உணர்த்தினாள்.

221. சூடிய பசுமுகை!

பாடியவர்: உறையூர் முது கொற்றன். **திணை:** முல்லை. **துறை:** பிரிவிடைப் பருவ வரவின்கண், வற்புறுத்தும் தோழிக்குக், கிழத்தி உரைத்தது.

து-வி: பிரிவுக்காலத்திலே, குறித்த பருவத்தின் வரவினைக் கண்டு, 'தலைவர் குறித்த பருவம் வந்தது; இனி அவரும் வந்து விடுவார்' என்று வற்புறுத்தித் தலைவியிடம் தோழி கூறினாள். அதனைக் கேட்ட தலைவி இப்படிக் கூறுகின்றாள்.

> அவரோ வாரார் – முல்லையும் பூத்தன;
> பறிவுடைக் கையர் மறியினத்து ஒழிய,
> பாலொடு வந்து கூழொடு பெயரும்
> ஆடுடை இடைமகன் சென்னிச்
> சூடிய எல்லாம் சிறுபசு முகையே.

தோழி! முல்லைகளும் பூத்துவிட்டன. பறியோலையை உடைய கையினரான இடையர்கள், குட்டிகளையுடைய மந்தையிடத்தே சென்று தங்குவாராயினர். அங்கிருந்தும் பாலோடு அவர்தம் இல்லத்திற்கு வந்து, இல்லத்திலிருந்து அவர்க்கு உணவான கூழோடும் பெயர்வான், ஆடுகளை உடைய இடையரது சிறுமகன். அவன் தலையிலே குடியிருப்பன எல்லாம் முல்லையின் சிறிதான பசிய அரும்புகளே ஆகும். இத்தகைய பருவத்தினும், அவரோ வாராதிருக்கின்றனர்!

கருத்து: 'குறித்த பருவம் வந்தும் அவர் வந்திலர்' என்பதாம்.

விளக்கம்: பறி – இடையர்கள் கொண்டிருக்கும் பனையோலைப் பறி; பதப்படுத்தி ஒழுங்கு செய்யப்பட்ட இந்த ஓலை, இடையர்களுக்கு மழையைத் தாங்கவும், வெயிலைத் தாங்கவும், தரையிலிட்டு அதன் மேற்படுக்கவுமாகப் பயன்படும். மந்தையிற் கறந்த பாலை ஊருக்குள் கொண்டிருந்து விலைப்படுத்தி விட்டு, மீளும் போது கூழோடு சென்றான், ஆடுடை இடைமகன் என்பதுமாம். அவன் முல்லையரும்புகளைச் சூடியவனாக வந்தான் என்றதால், கார்கால வரவையும், அத்துடன் மாலைக்காலத்தினது வரவையும் குறிப்பிட்டுத் தான் பிரிவுத் துயரத்தாற்படும் துயர மிகுதியையும் தலைவி, தோழிக்கு உணர்த்தினாள். 'அவரோ' என்பதிலுள்ள 'ஓகாரம்' இரங்கற் குறிப்பாகும். அவன் வருவதாகக் கூறிய பருவம் வரும்வரைக்கும் தன் பிரிவுத் துயரைப் பொறுத்திருந்த தலைவியது கற்புச்செவ்வியும் இதனால் உணரப்படும்.

222. தளிர் அன்னோள்!

பாடியவர்: சிறைக்குடி ஆந்தையார். **திணை:** குறிஞ்சி. **துறை:** பெட்ட வாயில் பெற்று இரவு வலியுறுத்தது.

து-வி: தலைவியும் தோழியும் நீராடியவராக ஒருங்கிருக்கத் தலைவன் அவர்களைக் காணுகின்றான். தோழிக்குத் தலைவியிடத்துள்ள நெருக்கமான நட்பை அறிந்து, அவள் வாயிலாகத் தலைவியின் உறவைப் பெறக் கருதி, அவளிடம் இரந்து வேண்டுதற்கும் துணிகின்றான். அவன், இப்படித் தன்னுள் நினைக்கின்றான்.

தலைப்புணைக் கொளினே, தலைப்புணைக் கொள்ளும்;
கடைப்புணைக் கொளினே, கடைப்புணைக் கொள்ளும்;
புணை கை விட்டுப் புனலோடு ஒழுகின்,
ஆண்டும் வருகுவள் போலும் – மாண்ட
மாரிப் பித்திகத்து நீர்வார் கொழுமுகைச்
செவ்வெரிந் உறழும் கொழுங்கடை மழைக்கண்
துளிதலைத் தலைஇய தளிர்அன் னோளே.

மாட்சிப்பட்ட மாரிக்காலப் பிச்சியினது, நீர் ஒழுகும் கொழுமையான அரும்பினது சிவந்த புறத்தினைப் போன்ற கொழுமையான கடையினையும், குளிர்ச்சியையும் உடைய கண்களை உடையவள்; மழைத்துளி தன்மேற் பெய்தலைப் பெற்ற தளிரைப் போன்ற மென்மையினையும் உடையவள், தலைவி. அவள், புணையின் தலைப்பைத் தோழி கைக்கொண்டால், தானும் அவ்வாறே புணையின் தலைப்பினைப் பற்றிக் கொள்ளுகின்றாள்; தெப்பத்தின் கடைப்பகுதியினை இத்தோழி பற்றிக் கொண்டால், தானும் அதே கடைப்பகுதியைப் பிடித்துக் கொள்ளுகின்றாள்! தெப்பத்தைக் கைவிட்டவளாக, இத்தோழி நீரோடு சென்றாளானாலும், அவ்விடத்தும் தலைவி அவளுடனேயே வருவாள் போலும்!

கருத்து: 'இத்தோழிபால் தலைவி பேரன்பு உடையவள்' என்பதாம்.

விளக்கம்: புணை - தெப்பம். பித்திகம் - பிச்சி; மாரிக்காலத்தே பூப்பது ஆதலின் 'மாரிப் பித்திகம்' என்றனள். நீராடிச் சிவந்த கண்களின் கடைக்கு, மாரிப்பித்திகத்து நீர்வார் கொழுமுகையின் செவ்வரியை உவமையாகக் கூறினன். தளிர் மேனியின் மென்மைக்கும், நிறத்திற்கும் உவமை; நீராடி நிற்பவளாதலின், 'துளிதலைத் தலைஇய தளிர்' என்றனன். 'புணை கைவிட்டுப் புனலோடு ஒழுகின், ஆண்டும் வருகுவள் போலும்' என்றது. புணையைக் கைசோர விட்டுத் தோழி புனலோடும் போகத் தொடங்கினால், இவள் பற்றியிருக்கும்

புணையைத் தானும் கைவிட்டு, அவளோடு தானும் நீரிற் செல்வாள் போலும்' என இருவரது நட்புச் செறிவைக் கண்டு வியப்புற்றுக் கூறியதாகும்.

மேற்கோள்: தோழி உடம்பட்டு விலக்கியது எனவும் *(இறை.10 உரை); தலைவன் தோழியை இரந்து பின்னிற் பலென வலித்தது; இது தலைவி அவட்கு இளையளென்று கருதி அவளை வாயிலாகத் துணிந்தது - (தொல் - களவு. 11 - நச்சினார்க்கினியர்) எனவும் உரையாசிரியர்கள் இச்செய்யுளைக் காட்டிக் கூறியுள்ளனர்.*

223. என்னைக் கொண்டாள்!

பாடியவர்: *மதுரைக் கடையத்தார் மகன் வெண்ணாகன்.* **திணை:** *குறிஞ்சி.* **துறை:** *வரைவிடை வேறுபட்ட கிழத்தியது வேறுபாடு கண்டு, வற்புறுத்தும் தோழிக்குக் கிழத்தி கூறியது.*

து–வி: *தலைவியை வரைந்து கொள்ளுதற்கான பொருளைத் தேடிவரும் பொருட்டாகத் தலைவன் பிரிந்து சென்றுள்ளான். அந்தப் பிரிவினால் தலைவியின் உடல் மாறுபட்டது. அதைக் கண்டு 'அவன் சொன்னபடி வருவான்; அதுவரை பொறுத்திரு' எனத் தோழி வலியுறுத்துகின்றாள். அவளுக்குத் தலைவி இவ்வாறு சொல்லுகின்றாள்.*

'பேர்ஊர் கொண்ட ஆர்கலி விழவில்
செல்வாம் செல்வாம்'என்றி; அன்றுஇவண்
நல்லோர் நல்ல பலவால் தில்ல;
தழலும் தட்டையும் முறியும் தந்து, 'இவை
ஒத்தன நினக்கு' எனப் பொய்த்தன கூறி,
அன்னை ஓம்பிய ஆய்நலம்
என்னை கொண்டான்; யாம்இன்னமால் இனியே.

தோழி! முன்னர் ஒரு நாளிலே, பேரூரினர் மேற்கொண்ட ஆரவார மிகுதியையுடைய விழாவினுக்கு நாமும் செல்வோமென்று நீயும் கூறினாய். அன்றைக்கு இவ்விடத்தே நல்லோர்கள் கூறிய நல்ல வாய்ச்சொற்களாகிய வாழ்த்துக்களும் பலவாயிருந்தன. கிளிகடி கருவிகளாகிய தழல் தட்டை ஆகியவற்றையும் தழை உடையையும் எனக்குத் தந்து இவை நினக்கு ஏற்றன என்று புனைந்துரைகளைக் கூறினளாக. நம் அன்னை, என் அழகிய பெண்மை நலத்தைக் காத்தனள். அந்த அழகிய நலத்தை எல்லாம் என் தலைவன் இப்போது

கொள்ளை கொண்டு போயினான். யாம், இப்போது அந்நலனை இழந்துவிட்டு, இத்தகையமாகவும் ஆயினேம்!

கருத்து: 'என் நலனெல்லாம் இழந்தேனே' என்பதாம்.

விளக்கம்: தலைவி தலைவனை முதற்கண் சந்தித்துக் காதலுற்றுக் களவுறவும் பெற்றது, பேரூர் விழாவிற்கு அவள் தோழியோடு சென்றிருந்த பொழுதிலே ஆகும். அதனைத் தோழிக்குத் தலைவி நினைவுபடுத்துகின்றாள். 'செல்வாம் செல்வாம் என்றி' என்றது, தோழியே தன்னை வற்புறுத்தி அழைத்ததைக் குறிப்பிட்டுக்காட்டி, அதனாலேயே தான் நலனிழந்ததாக உரைத்துத், தன் பிரிவுத் துயரத்தைக் காட்டியதாகும். முறி - தழை; தழையுடை 'நல்லோம் நல்ல பலவால்' என்றும் பாடங்கொள்வர்; அப்போது, 'விழாக்காணச் செல்வோம் என வற்புறுத்துகின்றாய்; முன்னர் நலனிழவாமல் நல்லழகினராயிருந்தேம்; எம்பால் நல்ல பெண்மையில் புகழும் பலவாயிருந்தன; இப்பொழுதோ, அனைத்தும் தலைவன் கொள்ள, இந்நிலையினர் ஆயினேம், எப்படி நாம் செல்வது?' எனத் தலைவி கூறினளாகக் கொள்க.

224. தோழி நோய்!

பாடியவர்: கூவன் மைந்தன். **திணை:** பாலை. **துறை:** பிரிவிடை, 'இறந்துபடும்' எனக் கவன்ற தோழி கேட்பக் கிழத்தி உரைத்தது.

து-வி: 'தலைமகனின் பிரிவினாலே உண்டாகிப் பெருகிய காம நோய்க்கு ஆற்றாளாய்த் தலைவி இறந்துபடுவாள்' எனக் கவலைப்பட்டாள் தோழி. அவளுக்குத் தலைவி இவ்வாறு கூறுகின்றாள்.

> **கவலை யாத்த அவல நீள்இடைச்**
> **சென்றோர் கொடுமை எற்றி, துஞ்சா**
> **நோயினும் நோய்ஆ கின்றே – கூவற்**
> **குரால்ஆன் படுதுயர் இராவில் கண்ட**
> **உயர்திணை ஊமன் போலத்**
> **துயர்பொறுக் கல்லேன், தோழி நோய்க்கே.**

குராற்பசு ஒன்று கிணற்றினுள்ளே தவறி வீழ்ந்து, அதனின்றும் கரையேற முடியாததாய்ப் படுகின்ற துன்பத்தை, இராவேளையிலே கண்ட ஊமையன் ஒருவன், அதனைப் பிறருக்கு அறிவித்துக் காப்பாற்றுதற்கு இயலாதானாய்த்

துயரப்படுவான். அவன் படுகின்ற துயரத்தைப் போலவே துன்பத்தை அடைகின்றேனே. யாமரங்களை உடைத்தான கவர்த்த வழிகளிலே, அவலத்தைக் கொண்ட நீண்ட பாதை வழியாகச் சென்றிருப்பவர் தலைவர், அவர் நமக்குச் செய்த கொடுமையினை நினைத்துத், துயிலும் பெறாதே வருந்தியிருக்கும் துன்பத்தைக் காட்டினும், என் தோழியின் நோயைக் கருதி யான், படுகின்ற துன்பம் மிகுதியாகின்றதே!

கருத்து: 'தோழி எனக்காக வருந்துவது, என் நோயை அதிகமாக்குகின்றது' என்பதாம்.

விளக்கம்: எற்றல் - நினைதல். குரால் ஆன் - குரால் நிறமுடைய பசு. 'கொடுமை' நம்மைப் பிரிவுத்துயராலே வருந்தவிட்டுச் சென்ற கொடுமையும், தலைவன் கவலையாத்த அவல நீள்இடைச் செல்லலால் வழியிடையிலே படும் துன்பங்களை எண்ணி வருத்தமுறும் கொடுமையும் ஆம். துஞ்சாநோய் - காம நோய்; தூங்காதிருக்குமாறு செய்து வருந்தும் நோய். கூவல் - கிணறு. 'குரால்' நிறமாவது சாம்பல் நிறம். இருட்டு வேளையில் குரால் நிறப்பசு கிணற்றிடை வீழ்க்கண்ட ஊமையன், தான் அதனைக் காப்பாற்ற இயலாதும், பிறரை உதவிக்கு அழைக்க இயலாதும் கிடந்து உழலுவான். அதைப் போன்றே தானுற்ற துன்பத்தை வாய்விட்டுச் சொல்ல முடியாத தலைவி, தன் பொருட்டாகத் தோழிபடும் வேதனையை மாற்றுவதற்கு வகையறியாளாய் வருந்தினாள் என்க. 'ஊமன்' கூகைக்கும் பெயர்; அது அஃறிணை, அதனின்றும் வேறுபடுத்த 'உயர்திணை ஊமன்' என்றனர்.

225. நினக்கே உரியவாம்!

பாடியவர்: கபிலர். **திணை:** குறிஞ்சி. **துறை:** வரைவிடை வைத்துப் பிரிவாற்குத் தோழி சொல்லியது.

து-வி: வரைவிடை வைத்துத் தலைவியைப் பிரிந்து செல்லத் துணிந்த தலைவனிடம், விரைவிலே பொருளுடன் திரும்பி வந்து தலைவியை மணந்து கொள்ளுதற்கு வேண்டுவாளாகத் தலைவியின் தோழி இவ்வாறு சொல்லுகின்றாள்.

கன்றுதன் பயமுலை மாந்த, மூன்றில்
தினைபிடி உண்ணும் பெருங்கல் நாட!
கெட்டஇடத்து உவந்த உதவி கட்டில்
வீறுபெற்று மறந்த மன்னன் போல,

நன்றிமறந்த அமையாய் ஆயின், மென்சீர்க்
கலிமயிற் கலாவத் தன்னஇவள்
ஒலிமென் கூந்தல் உரியவால் நினக்கே.

தன்னுடைய கன்றானது பாலுள்ள தன் முலையினைக் குடித்துக் கொண்டிருப்ப, வீட்டு முற்றத்திலே காய வைத்திருக்கும் தினையினைப் பிடியானது உண்ணுகின்ற தன்மையினையுடைய, பெரிய மலையினையுடைய நாட்டினனே! கெட்டுப் போயின காலத்தே பிறராற் பெற்று மகிழ்ந்த உதவியை, அரசுக்கட்டிலாகிய சிறப்பினைப் பெற்றதும் மறந்துவிட்ட மன்னன் ஒருவனைப் போல, நீ யாம் செய்த நன்றியை மறந்து, நீ சென்ற நாட்டிடத்தேயே பொருந்தி இராயாயின், இவளது மென்மைச் சிறப்புடைய ஆரவாரிக்கும் மயிலது பீலியைப் போன்று விளங்கும், தழைத்த மென்மையான கூந்தல், நினக்கே உரியது ஆகும்.

கருத்து: 'எம்மை மறவாது விரைந்து வருக' என்பதாம்.

விளக்கம்: 'கட்டில்' - அரசு கட்டில். தான் துயருற்ற காலத்தே ஒருவன் செய்த உதவியால் உவப்புற்றுப் பின்னர்த் தான் அரசுக்கட்டிலைப் பெற்று அதனால் வீறும் பெற்றதனால் மறந்துவிட்ட மன்னன் ஒருவன் இருந்ததனானால், அவன் நன்றி மறந்த கொடியனாகின்றான். மேலும் அறநெறி பிறழ்ந்து அவன், தான் பெற்ற அரசுக்கட்டிலால் வந்த வீறும் இழந்து விடுகின்றான் என்றால் அது கொடிய பாவத்தொழில் ஆகும். அப்படியே இப்போது எம்மை இரந்து எம் இன்பத்தைத் துய்த்து இன்புற்ற நீயும், இவள் செய்த நன்றியை நினைந்தனையாய், விரைந்து வருதல் வேண்டும் என்பதாம்.

தன் பாலைக் கன்றுக்கு ஊட்டியபடியே அதன் பசியைப் போக்கித் தன் பசிக்கு முற்றத்துத் தினையைத் தின்னும் பிடியைப் போல, நீ நின் கடனாகிய பொருளைத் தேடினையாய், அதே சமயம் இவளது நலனையும் கவர்ந்து உண்பாயாயினை; அதனை நினைந்தால் விரைந்து மீள்க என்கின்றாள். 'கூந்தல் உரியவாம்' என்றது கூந்தற் பாயலில் துயின்று தலைவனுடன் பெற்ற இன்பத்தை நினைந்து கூறியதாகும்.

226. நல்லமன் வாழி! தோழி!

பாடியவர்: மதுரை எழுத்தாளன் சேந்தம் பூதன். **திணை:** நெய்தல். **துறை:** வரைவிடை 'ஆற்றாள்' எனக் கவன்ற தோழிக்குக் கிழத்தி உரைத்தது.

து-வி: தலைவன், வரைவிடை வைத்துத் தலைவியைப் பிரிந்து சென்றனன். பிரிவுத் துயரத்தைத் தலைவி பொறுத்திருக்கமாட்டாளே என நினைந்து தோழி கவலைப்படுகின்றாள். அவளுக்குத் தலைவி இவ்வாறு தன் நிலைமையை உரைக்கின்றாள்.

பூவொடு புரையும் கண்ணும், வேய்என
விறல்வனப்பு எய்திய தோளும், பிறைஎன
மதிமயக் குறூஉம் நுதலும், நன்றும்
நல்லமன்; வாழி – தோழி! – அல்கலும்
தயங்கு திரை பொருத தாழை வெண்பூக்
குருகுஎன மலரும் பெருந்துறை
விரிநீர்ச் சேர்ப்பனொடு நகாஅ ஊங்கே.

தோழி! இரவுதோறும் விளங்கிய அலைகளாலே மோதப்பட்ட தாழையானது, வெண்ணிறப் பூக்களை நாரையைப் போலத் தோற்றுமாறு மலரச் செய்திருக்கும். அத்தகைய பெரிய கடற்றுறைகளையுடையவன், அகன்ற நீர்ப்பரப்பிற்கு உரியவனாகிய நம் தலைவன், அவனோடு நகைத்து மகிழ்தற்கு முன்பாகப், பூவோடு ஒத்தவாய் விளங்கின நம் கண்கள்; மூங்கிலோ என்னுமாறு வெற்றி வனப்பினை அடைந்திருந்தன நம் தோள்கள்; பிறை என்னுமாறு காண்பாரை மதிமயங்குமாறு செய்தது நம் நெற்றி; இவை எல்லாம் அப்போது நல்லனவாகவே இருந்தன; இப்போது அவையும் கழிந்தவே! நீ வாழ்வாயாக!

கருத்து: 'தலைவனது பிரிவாலே என் மேனி நலன் முற்றவும் அழிந்ததே' என்பதாம்.

விளக்கம்: பூ - தாமரைப் பூ. விறல் வனப்பு - வெற்றி வனப்பு; வெற்றியாவது, மூங்கிலையும் மிஞ்சிய அழகு. தயங்கு திரை. விளங்கிய அலைகள். குருகு - நாரை. விரிநீர் - விரிந்த நீர்ப்பரப்பு; கடலும் ஆம், தன் உறுப்புகளின் பண்டைய எழில் கழிந்ததனை நினைந்து இரங்கினளாகத் தலைவி இவ்வாறு கூறுகின்றனள், 'தாழை வெண்பூ' என்றது. செந்தாழையன்று எனக் காட்டுதற்கு; செந்தாழை குருகிற்கு ஒப்பாகாமை கருதி வெண்தாழைப் பூவைக் கூறினள் 'தாழை வெண்பூக் குருகென மலரும் விரிநீர்ச் சேர்ப்பன்' அவன் ஆதலால், அவன் செயலினும் உண்மை நிலை காணுதற்கு இயலாத தன் தன்மையினையும் புலப்படுத்தினாள். நகாவூங்கு - நகுதற்கு முன்பாக; 'நகுதல்' அவனோடு கூடியிருந்த காலத்து.

227. கூழை நெய்தல்!

பாடியவர்: ஓதஞானி. **திணை:** நெய்தல். **துறை:** சிறைப்புறம்.

து-வி: குறித்த இடத்தைச் சரிவர அறியானாய் மயங்கி வேற்றிடஞ் சென்று, அவ்விடத்தே தலைவியைக் காணாது திரும்பிய தலைவன், பிற்றை நாளில் குறித்த இடத்திற்கு வந்து ஒருசார் ஒதுங்கி இருக்கின்றான் அப்போது, அவன் கேட்கும்படியாகத் தோழி இப்படிக் கூறுகின்றாள்.

    பூண் வனைந்தன்ன பொலஞ்சூட்டு நேமி
    வாள்முகம் துமிப்ப வள்இதழ் குறைந்த
    கூழை நெய்தலும்உடைத்து, இவண் –
    தேரோன் போகிய கான லானே.

தேரூர்ந்து வந்தானாகிய தலைவன் இந்தக் கானற் சோலைக்கு நேற்றும் வந்து போயினான். இவ்விடத்தே அதன் அடையாளத்தைக் காண்க. பூணைப் பதித்தாற் போன்ற பொன் விளிம்பினை உடையன அவன் தேர்ச் சக்கரங்கள். வாளைப் போன்ற அதன் வாய் துணித்தலாலே, வளவிய இதழ்கள் குறைப்பட்டவாய்க் கூழையாகித் தோன்றும் நெய்தற் பூக்களையும் இவ்விடம் உடைத்தாயிருக்கின்றதே!

கருத்து: 'தலைவன், நேற்றைக்கு இவ்விடத்திற்கு வந்து நம்மைக் காணானாய்த் திரும்பியிருக்க வேண்டும்' என்பதாம்.

விளக்கம்: கூழை – நெய்தற் கொடிகளும் ஆம். முதல் நாள் தலைவன் குறியிடத்திற்கு வரவில்லை எனக் குறைகூறிய தலைவிக்கு, 'அவன் நேற்று வந்திருந்தான்' எனக் கூறுவாளான தோழி, அவன் தேர் வந்துபோன அடையாளத்தைக் காட்டி இப்படிக் கூறுகின்றாள். சக்கரங்கள் தேயாமற்படிக்கு விளிம்பிலே கட்டப்படும் பூணினை உடைத்தாயிருந்தமையினைப், 'பூண் வனைத்தன்ன பொலஞ்சூட்டு நேமி' என்பதாற் குறித்தனள்.

228. திரை வந்து பெயரும்!

பாடியவர்: செய்தி வள்ளுவன் பெருஞ்சாத்தன். **திணை:** நெய்தல். **துறை:** 'கடிநகர் வேறுபடாது நன்கு ஆற்றினாய்!' என்ற தோழிக்குக் கிழத்தி உரைத்தது.

து-வி: தலைவனை மணந்து இல்லறம் ஆற்றி வருவாளான தலைவியைத் தோழி சென்று காண்கின்றாள். அவர்களுடைய காதற் பேரன்பைக் கண்டவள், 'இத்துணை அன்பையும்

வெளிக்காட்டாது எப்படியடி பொறுத்திருந்தாய்?' என்று கேட்கின்றாள். அவளுக்குத் தலைவி கூறும் விடை இது.

வீழ்தாழ் தாழை ஊழுறு கொழுமுகை
குருகுஉளர் இறகின், விரிபுதோடு அவிழும்
கானல் நண்ணிய சிறுகுடி முன்றில்
திரைவந்து பெயரும் என்ப – நத் துறந்து
நெடுஞ்சேண் நாட்டார் ஆயினும்,
நெஞ்சிற்கு அணியரோ, தண்கடல் நாட்டே

தோழி! நம் தலைவர் நம்மைப் பிரிந்து சென்று, மிகத் தொலைவிடத்து நாட்டின்கண் இருப்பவரும் ஆயினார். அங்ஙனமாயினும், தண்ணிய கடலையுடைய நாட்டினிடத்தே, அவர் நம் நெஞ்சிற்கு அணிமையராகவே உள்ளனர். விழுது வீழ்ந்திருக்கும் தாழையினது முதிர்ந்த கொழுவிய அரும்பானது, நாரைகள் கோதுகின்ற சிறகைப் போல மடல்கள் விரிந்ததாய் மலர்ந்திருக்கும். அத்தகைய கடற்கரைச் சோலையிலே பொருந்திய சிற்றூரின் முன் பக்கத்தே, அலைகள் வந்து மீண்டும் மீண்டும் பெயரும் என்பார்கள்.

கருத்து: 'தலைவன் நெஞ்சிற் பிரியானாதலின், யான் ஆற்றியிருந்தேன்' என்பதாம்.

விளக்கம்: 'குருகு' என்றது நாரையை. அது தன் இறகைக் கோதுவதுபோலத், தாழை முகைகள் இதழவிழ்ந்தவாய் மலர்ந்தன என்றாள். தாழை முகையைக் காண்பவர் குருகின் நினைவால் மயங்குவதுபோலத் தானும் அவன் நாட்டினின்றும் வந்து மீளும் அலைகளைக் கண்டு ஆற்றியிருந்ததாகக் கூறினள் எனவும் கொள்க. 'நெஞ்சிற்கு அணியர்ஆதலின் ஆற்றியிருந்தேன்' என்றாளாகவும் உணர்க.

229. நல்லை பாலே!

பாடியவர்: மோதாசனார். **திணை:** பாலை. **துறை:** இடைச்சுரத்துக் கண்டார் தம்முள்ளே சொல்லியது.

து-வி: தலைவனின் ஊருக்குத் தலைவியும் எல்லைக் கடந்து உடன் போகின்றாள். பாலை வழியாகச் செல்லுகின்ற அவர்களை வழியிடைக் கண்டவர், தமக்குள் இவ்வாறு சொல்லிக் கொள்ளுகின்றனர்.

இவன்இவள் ஐம்பால் பற்றவும், இவள்இவன்
புன்தலை ஓரி வாங்குநள் பரியவும்,

காதற் செவிலியர் தவிர்ப்பவும் தவிராது,
ஏதில் சிறுசெரு உறுப மன்னோ;
நல்லை மன்றம்ம பாலே – மெல்இயல்
துணைமலர்ப் பிணையல் அன்னஇவர்
மணம் மகிழ் இயற்கை காட்டி யோயே.

இவன் இவளது கூந்தலைப் பற்றுகின்றான்; இவள் இவனது புல்லிய தலைமயிரை வளைத்து இழுப்பாளாய் ஓடுகின்றாள்; அன்புடைய செவிலியர் அந்தச் செயலைத் தடுக்கின்றனர். அவர்களோ அதனை விட்டுவிடாது, அயன்மையுடைய சிறு போராட்டத்தை முன்பு பொருந்துவார்களாயிருந்தனர். இப்பொழுது மெல்லிதாம் இயல்புடைய இரட்டை மலர் மாலையைப் போலத் தம்முள் மணம் பொருந்தினராய் மகிழ்ந்திருக்கும் இயற்கையினைக் காட்டினாய். ஊழ்வினையே! நீ மிகவும் நல்ல தன்மையினை உடையாய்!

கருத்து: 'ஊழ் கூட்டுதலாற் கூடியவர் இவர்கள்' என்பதாம்.

விளக்கம்: 'சிறு பருவத்திலே, ஒருவருக்கொருவர் மயிரைப் பிடித்துப் பொருத இவர்கள் இருவரையும், இணைந்த அன்பினராக்கி, மணம்புரிந்து மகிழவும் வைத்தனை! அதனால், விதியே, நீயும் நல்லை' என்கின்றனர். ஐம்பால் – ஐவகையாக முடிக்கும் பெண்களின் கூந்தல். ஓரி – ஆண் தலை மயிர். ஏதில் சிறு செரு – காரணமற்ற சிறு போராட்டம்; ஏது – காரணம். இதனால் ஊழாற் பிணிக்கப்பட்ட அவர்களை ஒன்றுபடுத்தி மகிழாது, உடன் போக்கிற் செல்லவிட்ட, தலைவியின் பெற்றோர் செயலுக்கு இரங்கியதும் ஆம்.

230. வரவு அறியான்!

பாடியவர்: அறிவுடை நம்பி. **திணை:** நெய்தல். **துறை:** வலிதாகக் கூறிக் குறைநயப்பித்தது.

து-வி: தலைவியை நாடியவனாக வந்து தோழியின் உதவியை வேண்டுகின்றான் ஒரு தலைவன். அவனைத் தலைவிக்கு ஏற்றவன் எனக் கருதிய தோழி, தலைவியிடம் சென்று இப்படிக் கூறுகின்றாள்.

அம்ம வாழி, தோழி! கொண்கன்–
தான்அது துணிகுவன் அல்லன்; யான்என்
பேதைமையால் பெருந்தகை கெழுமி
நோதகச் செய்தது ஒன்றுஉடையேன் கொல்லோ?

வயச்சுறா வழங்குநீர் அத்தம்
தவச்சில் நாளினன் வரவுஅறி யானே.

தோழி! ஒன்று கூறுவேன் கேட்பாயாக: தலைவன் ஒருவன் வலிய சுறா மீன்கள் வழங்குகின்ற நீரையுடைய வழியாக, மிகச் சில நாட்களாக வந்து கொண்டிருந்தான். இப்பொழுது வருதலை அறியானுமாயினன். தானாகவே அப்படி வராதிருத்தலைத் துணிபவனும் அவனல்லன். யான், என் பேதைமையினாலே, பெருந் தகையானாகிய அவனைப் பொருந்தி, அவனுள்ளம் நோவதற்குத் தக்கதான செயல் ஒன்றைச் செய்த பழியினை உடையேனோ?

கருத்து: 'நின்னை அடையக் கருதிப் பல நாள் வந்தவன், யான் விலக்கியமையின் வாரானாயினன்'என்பதாம்.

விளக்கம்: 'வயசுச்சுறா வழங்கு நீர் அத்தமும்' கடந்து வந்தோன், எனவே அவனுடைய காதற் செறிவை உணர்த்தினாள். 'பெருந்தகை' என்றதால், அவனை நாம் ஏற்பது பெறுதற்கரிய பேறெனக் காட்டினாள். 'தானது துணிகுவன் அல்லன்' என்பதால், அவன் விருப்பங் குறைந்ததால் வராது நின்றான் அல்லன்; யாம் அவனை ஏற்காததை வெறுப்பதாகக் கொண்டே, வரவை விலக்கினன் எனக்கூறி அவன் மேல் தலைவிக்கு இரக்கம் தோன்றச் செய்தனள். நோதக -நோவ.

231. ஏதிலாளர் சுடலை!

பாடியவர்: பாலை பாடிய பெருங்கடுங்கோ. **திணை:** மருதம். **துறை:** வாயிலாகப் புக்க தோழிக்குத் தலைமகள் சொல்லியது.

து-வி: தலைவனுக்குப் பரிந்து தோழி தலைவியிடத்துத் தூதாகச் செல்லுகின்றாள். அவளுக்குத் தலைவி, தலைவனுக்குத் தன்பால் அன்பில்லாததனை இவ்வாறு கூறி, அவனை ஏற்பதற்கும் மறுக்கின்றாள்.

ஓர்ஊர் வாழினும் சேரி வாரார்;
சேரி வரினும் ஆர முயங்கார்;
ஏதி லாளர் சுடலை போலக்
காணாக் கழிப மன்னே – நாண்அட்டு,
நல்அறிவு இழந்த காமம்
வில்உமிழ் கணையின் சென்றுசேண் படவே.

தோழி! நம்மோடு ஓர் ஊரிடத்திலேயே வாழ்பவராயினும். தலைவர், நாம் இருக்கின்ற சேரிப்பக்கமாக வருவார் அல்லர்.

சேரி வழியாக வந்தாலும், நம் இல்லுள் வந்து நம்மை ஆரத் தழுவுவார் அல்லர். நாணத்தை அழிந்து நல்லறிவையும் இழக்கச் செய்த காமமானது, வில்லினின்றும் விடுபட்ட கணையைப்போலச் சென்று, தொலைவிடத்தே குறியிடத்திற் சேர்வதுமாயிற்று. அயலாருடைய சுடுகாட்டைப் போலக் கருதி, நம்மைக் கண்டும் காணாதேயே செல்வாரும் அவர் ஆயினர்.

கருத்து: 'அத்தகையாரை எப்படி யான் ஏற்பேன்?' என்பதாம்.

விளக்கம்: சேரி - தெருவும் அம். ஆர - மன நிறைவு உண்டாக. ஏதிலாளர் சுடலை - அயலாரது சுடுகாடு; அதன் கண் எரியும் ஈமத்தைக் காண்பார், அதுபற்றிய எவ்வித மனக்கவலையும் கொள்ளாதேயே செல்வார். அவ்வாறே தலைவனும் பிரிவால் நலனழிந்த தன்னைக் கண்டும், எவ்வித உரிமையுணர்வும் அற்றவனாயினான் என்பதாம். 'நாண் அட்டு நல்லறிவு இழந்த காமம்' என்றது, தலைவனின் பரத்தைமை உறவைக் குறித்துக் கூறியதாம். அது, வில்லுமிழ் சுணையின் சென்று சேட்படுதல், தலைவன் பரத்தையை நாடிச் செல்லும் மனப்பாங்கைக் குறிப்பதாம்.

232. மலையைக் கடந்தவர்!

பாடியவர்: ஊண்பித்தை. **திணை:** பாலை. **துறை:** பிரிவிடைத் தோழி வற்புறுத்தியது.

து-வி: தலைவன் தலைவியைப் பிரிந்திருக்கின்றான். அதனால், தலைவி கவலையுற்றிருக்கின்றாள். அவளுக்குத் 'தலைவன் வருவான்' எனக் கூறிக் கவலையை விட்டொழிக்குமாறு வற்புறுத்துகின்றாள் தோழி.

உள்ளார் கொல்லோ? தோழி? உள்ளியும்,
வாய்ப்புணர்வு இன்மையின் வாரார் கொல்லோ?
மரற்புகா அருந்திய மாஎருத்து இரலை,
உரற்கால் யானை ஒடித்துஉண்டு எஞ்சிய
யாஅவரி நிழல், துஞ்சும்
மாஇருஞ் சோலை மலைஇறந் தோரே.

தோழி! மலராகிய உணவை உண்டதான, பெரிய பிடரியையுடைய ஆண்மானானது, உரலைப் போன்ற காலையுடைய யானை ஒடித்து உண்டபின்னர், எஞ்சியிருக்கும் யாமரத்தினது வரிப்பட்ட நிழலினிடத்தே கிடந்து, தூங்கும்.

அத்தன்மையினையுடைய மிகப் பெரிய சோலைகளையுடைய மலைகளைக் கடந்து, நம்மைப் பிரிந்து சென்றோர் தலைவர், அவர் நம்மை நினைத்தார் அல்லரோ? அன்றி, நினைத்தும், வாய்ப்பான செல்வியை உணராமையினாலே, வாரார் ஆயினரோ?

கருத்து: 'தலைவர் வினைமுடித்த பின்னர் விரைவாக மீள்வர்' என்பதாம்.

விளக்கம்: 'உள்ளார் கொல்லோ?' என்றது, தலைவியின் கருத்தை உளப்படுத்திக் கூறியதாகும். அஃதாவது, நினையாதிரார் என்பதாம். வாய்ப்பு - வாய்த்தல்; இது சென்ற வினையினை உரிய காலத்தே எதிர்பார்த்தபடி முடித்தல். புகா-உணவு. இரலை - ஆண் மான். தனக்கு வேண்டிய உணவையுண்டு பசி தீர்த்த இரலையானது, அந்த மயக்கத்தால் யாமரத்து நிழலில் கிடந்து உறங்குவதைக் காண்பாராதலின், தாமும், வினை முடிந்ததும் தலைவியோடு இல்லின்கண் இனிதாகத் துயில் அயர்தலை நினைவர்; அதனால், விரைய வருவர் என்பதாம்.

233. பொன் பெய் பேழை!

பாடியவர்: பேயன். திணை: முல்லை. துறை: பட்ட பின்றை வரையாது சென்று, வினைமுற்று மீளும் தலைமகன், தேர்ப்பாகற்குச் சொல்லியது.

து-வி: தலைவியை மணந்து கொள்வதன் முன்பாகவே வினைமேற் பிரிந்து சென்றான் தலைவன். அவன், வினைமுடித்து மீண்டுவருங் காலத்தே, தலைவியின் நினைவு மேலெழத், தன் தேர்ப்பாகனுக்கு இப்படிச் சொல்லுகின்றான்.

கவலை கெண்டிய கல்வாய்ச் சிறுகுழி
கொன்றை ஒள்வீ தாஅய் செல்வர்
பொன்பெய் பேழை மூய் திறந்தன்ன
கார்எதிர் புறவினதுவே – உயர்ந்தோர்க்கு
நீரொடு சொரிந்த மிச்சில், யாவர்க்கும்
வரைகோள் அறியாச் சொன்றி,
நிரைகோற் குறுந்தொடி தந்தை ஊரே.

உயர்ந்தோருக்கு, நீரோடுஞ் சொரிந்து தானம் பண்ணிய பின்னர், எஞ்சிய பொருளை உடையது; யாவர்க்கும் வரையறுத்துக் கொள்ளுதல் என்பதை அறியாத சோற்று வளத்தையும் உடையது; நிரைத்த திரட்சியையுடைய குறிய

வளைகளையணிந்த தலைவியது தந்தையின் ஊர். அவ்வூரிடத்தே கவலைக் கிழங்கைத் தோண்டி எடுத்ததனால் உண்டான, அகன்ற வாயையுடைய சிறு குழிகள், கொன்றையது ஒள்ளிய பூக்களாற் பரவப் பெற்றுச், செல்வர்க்குரிய பொன்னையிட்டு வைக்கும் பேழையது மூடியைத் திறந்துவைத்தாற் போலத் தோற்றும், அப்படித் தோற்றும், கார்காலத்தை எதிரிய முல்லை நிலத்தின் கண்ணுதும், அவளூர் ஆகும்.

கருத்து: 'தலைவியின் ஊருக்குத் தேரை விரையச் செலுத்துக' என்பதாம்.

விளக்கம்: 'பிரிந்து மீளும் தலைமகன் பாகற்குக் கூறியது' என நச்சினார்க்கினியர் இதனைக் கொள்வர் (தொல்.களவு. 12 வரை) களவு வெளிப்பட்டு அலரெழுந்த பின்னர்த் தலைவியைத் தலைவன் விரைந்து மணந்து கொள்ளற்கே முற்படல் வேண்டும். அஃதன்றி வினைமேற் சென்றனன் என்பதனால், அவன் சென்ற வினையானது அரசற்கு என்று கொள்ளப்படுவதாகும். அதனைச் சென்று முடித்து மீள்பவன், தலைவியை வரைந்து கொள்ளும் கருத்தினனாகி, அவளூரைக் கண்ட உவகையினாலே இப்படிக் கூறுகின்றனன். 'கார் எதிர் புறவு' என்பதால், மணத்தற்கு உரித்தான கார் காலத்தின் வரவையும், மணத்தின்பால் செல்லுகின்ற தன் ஆர்வத்தையும் குறித்தனன்.

'உயர்ந்தோருக்கு நீரோடு சொரிந்த மிச்சில், யாவர்க்கும் வரை கோள் அறியாச் சொன்றியுடன் திகழ்ந்த ஊர்' எனவே, தலைவியது தந்தை பெருங்குடியினனாதலையும், பெருவளமும் ஈகைப் பண்பும் உடையனாதலையும் குறிப்பிட்டனன்.

கவலைக் கிழங்கு கிண்டி எடுத்த குழிகளைக் கொன்றைப் பூக்கள் நிறைத்துவிட, அவை 'செல்வரது பொன் பெய் பேழை மூய்திறந்தன்ன' தோற்றத்துடன் விளங்கும் என்றது, பொன்னைப் பேணி வைத்து வாழ்ந்த பண்டைய மரபைக் காட்டுவதாகும்.

234. பகலும் மாலை!

பாடியவர்: மிளைப் பெருங்கந்தன். திணை: முல்லை. துறை: பருவ வரவின்கண் தோழிக்குக் கிழத்தி உரைத்தது.

து-வி: தலைவன் பிரிந்து சென்ற காலத்தே, மீள்வதாகக் குறித்துச் சென்ற கார்ப்பருவத்தின் வரவைக் கண்டதும்,

தலைவியின் காமநோய் மிகுதியாயிற்று. அவள், தன்னுடைய வருத்தத்தை இப்படித் தோழிக்குச் சொல்லுகின்றாள்.

சுடர்செல் வானம் சேப்ப, படர் கூர்ந்து,
எல்லுறு பொழுதின் முல்லை மலரும்
மாலை என்மனார், மயங்கி யோரே;
குடுமிக் கோழி நெடுநகர் இயம்பும்
பெரும்புலர் விடியலும் மாலை;
பகலும் மாலை – துணைஇ லோர்க்கே

ஞாயிறானது, தான் செல்லுகின்றதாகிய வானமானது சிவக்கும்படியாகத் துன்பம் மிகுந்ததாய் ஒளிமங்கிய பொழுதிலே, முல்லைப் பூ மலர்கின்ற மாலைக்காலம் வந்ததென்பார்கள், அறிவு மயங்கிய மக்கள். என்னைப் போலத் துணையாவாரை உடனில்லாதவர்கட்குக், கொண்டையுடைய கோழிச் சேவலானது நீண்ட நகரம் துயிலெழுமாறு கூவுகின்றதான, பெரிய இரவுப்பொழுது புலர்கின்ற விடியற்காலமும், மாலைக்காலம் போல்வதுதான்; பகற்பொழுதும் மாலைக்காலந்தான்!

கருத்து: 'தலைவனைப் பிரிந்த துயரம் என்னை இடையறாது வருத்துகின்றது' என்பதாம்.

விளக்கம்: 'மாலைக்காலத்தின் வரவைக் கண்டு, தலைவி ஆற்றாமை அடைவாளே' எனக் கருதியவளாக வருத்தமுற்றனள் தோழி. அவளுக்கு, எப்பொழுதுமே மாலைக்காலத்து எழுகின்ற வேதனையை அனுபவிக்கும் யான், மாலைக்காலத்தின் வரவினாலோ துன்புற்றுவிடப் போகின்றேன் எனச் சொல்லும் தலைவி, இப்படிக் கூறுகின்றாள். படர் - துணை பிரியத் தமியராயினார் படுகின்ற துயரம். மயங்கியோர்-அறிவு மயங்கியோர்; இது தோழியைக் கூட்டிக் கூறியதும் ஆம்.

235. நல்லோள் ஊர்!

பாடியவர்: மாயேண்டன். **திணை:** பாலை. **துறை:** வரையாது பிரிந்து வருவான் வாடைக்கு உரைப்பானாய் பாகற்கு உரைத்தது.

து-வி: தலைவியொடு களவுறவிலே சில காலம் திளைத்து, அவளை வரைந்து கொள்ளக் கருதியபோது, வினை காரணமாக வேற்றுநாடு செல்ல வேண்டியவனானான் தலைவன். அவன், வினை முடித்து மீண்டு வரும்போது வாடைக்காற்று வீசக் கண்டு, அதனை விளித்து இவ்வாறு கூறுகின்றான்.

ஓம்புமதி; வாழியோ – வாடை! – பாம்பின்
தூங்குதோல் கடுக்கும் தூவெள் அருவிக்
கல்உயர் நண்ணி யதுவே – நெல்லி
மரையினம் ஆரும் முன்றிற்
புல்வேய் குரம்பை நல்லோள் ஊரே.

வாடைக்காற்றே! நீ வாழ்க! நல்லவளாகிய தலைவியின் ஊரானது, நெல்லிக்காய்களை மரையின் கூட்டம் உண்கின்ற முற்றங்களைக் கொண்ட, புல் வேய்ந்த குடிசைகளை உடையதாகும். தொங்கும் பாம்பினது தோலைப் போலத் தோற்றும் தூய வெள்ளிய அருவியையுடைய மலையுச்சியின் அருகேயுள்ளதும் அதுவாகும். நீ அங்குச் சென்று, அவளை வருத்தாமல் காப்பாயாக!

கருத்து: 'வாடைக்கு ஆற்றாளாய்த் தலைவி நலிவடைவாள்' என்பதாம்.

விளக்கம்: ஓம்புமதி-காப்பாயாக; காத்தல். வாடையால் வருத்தமுற்று உயிரிழந்து விடாதபடி காத்தல். இதனால், தலைவியின் ஊரைக் கூறித் தேரை விரையச் செலுத்துமாறு பாகனைத் தலைவன் தூண்டுகின்றான் என்பதாம். 'பாம்பின் தூங்குதோல்' என்றது, பாம்பால் உரித்துக் கழிக்கப்பட்டதாய்த் தொங்கும் தோலினை. 'நெல்லி மரையினம் ஆரும் முன்றிற் புல்வேய் குரம்பை' என்றது, அவையும் விரும்பியவண்ணம் பசிதீர்ந்தவாய் இருக்கும் ஊராதலின், தன் விருப்பமான தலைவியை மணத்தலும் விரைவிற் கைகூடும் என்பதனைக் குறிப்பாற் புலப்படுத்தியதாகும். 'புல்' - கோரைப் புல்; இதனாற் கூரை வேய்வது இந்நாளினும் வழக்கிலுள்ள ஒன்றாகும்.

236. தந்தனை சென்மோ!

பாடியவர்: நரிவெரூஉத் தலையார். **திணை:** நெய்தல். **துறை:** வரைவிடை வைத்துப் பிரிவான், 'இவள் வேறுபடாமை ஆற்றுவி' என்றாற்குத், தோழி நகையாடி உரைத்தது.

து-வி: வரைவிடை வைத்துத் தலைவியைப் பிரிந்து செல்லக் கருதினான் தலைவன். கருதியவன், 'இவளைக் கவலையால் நலனழிந்து போகாமல் பொறுத்திருக்கச் செய்வாயாக' என்று தோழியிடம் உரைத்தான். அதனைக் கேட்ட தோழி, இவ்வாறு கூறுகின்றாள்.

விட்டென விடுக்கும் நாள்வருக; அதுநீ
நொந்தனை ஆயின், தந்தனை சென்மோ!
குன்றத் தன்ன குவவுமணல் அடைகரை
நின்ற புன்னை நிலம்தோய் படுசினை
வம்ப நாரை சேக்கும்
தண்கடற் சேர்ப்ப! – நீ உண்டஎன் நலனே.

குவிதலையுடைய மணலடைந்த கரையானது குன்றைப் போல விளங்கும்; அதனிடத்தே நின்ற புன்னை மரத்தின், நிலத்தைத் தோயுமாறு தாழ்ந்த கிளையிலே, புதிய நாரை வந்து தங்குகின்ற, தண்ணிய கடற்கரையை உடைய தலைவனே! இவளை நீ விட்டுப் பிரிந்தனை என்னும் அந்த நாளும் வருவாயாக! அப்படி வருவதனை நீ ஒருப்பட்டாயாயின், நீ நுகர்ந்த எம் பெண்மை நலத்தினை, எமக்கு மீட்டும் தந்தனையாகிச் செல்வாயாக.

கருத்து: *'இவளைப் பிரிந்தால் நீ விரும்பி நுகர்ந்த இவளது பெண்மை நலன் கெடும்' என்பதாம்.*

விளக்கம்: *விட்டென - கைவிட்டு அகன்றனை என்னுமாறு. சென்மோ - செல்வாயாக; மோ, முன்னிலை அசை, படுசினை – தாழ்ந்த கிளை. 'என் நலன்' என்றது, தனக்கும் தலைவிக்கும் இடையேயுள்ள ஒற்றுமையினால் ஆம். இதனால், பிரியின் இவள் வாழாள் எனக்கூறியதுமாம். 'புன்னை நிலந்தோய் படுசினை வம்பநாரை சேக்கும் தண்கடற் சேர்ப்பன்' என்றது, உணவுக்கு அலமந்ததாய்க் கடற்கரையை நாடியடைந்து மீன்களை உண்டு பசி தீர்ந்த பின்னர், தன் உரிய இடத்திற்கு ஏகுதலையும், தனக்கு உணவளித்த கடலையும் மறந்து புன்னைத் தாழ்சினையிலே தங்கும் வம்ப நாரையைப் போல, நீயும் காமத்தீயால் வெம்பிவந்து இவளை நுகர்ந்து நின் வெப்பம் தீர்ந்தபின், இவளை மணத்தலான நின் கடமையையும் மறந்து, இவளை நாளும் மகிழ்வித்து உடனிருத்தலாகிய நன்றியையும் துறந்து, நீ விரும்பியவாறே சென்று தங்குதற்குத் துணிந்தனை என்பதுமாம். சேக்கும் - தங்கும்.*

237. எஞ்சிய கைபிணி!

பாடியவர்: *அள்ளூர் நன்முல்லையார்.* **திணை:** *பாலை.* **துறை:** *பொருள் முற்றி மீள்வான் தேர்ப்பாகற்கு உரைத்தது.*

துு-வி: பொருளைத் தேடிக்கொணர்வது கருதித் தலைவியைப் பிரிந்து வேற்று நாட்டிற் சென்று தங்கிய தலைவன் பொருளைத் தேடிக்கொண்டு மீண்டு வருங்காலத்தே தேரை விரையச் செலுத்துமாறு தன் பாகனுக்கு இவ்வாறு உரைக்கின்றான்.

அஞ்சுவது அறியாது அமர்துணை தழீஇ
நெஞ்சு நப்பிரிந்தன்று; ஆயினும் எஞ்சிய
கைபிணி நெகிழின் அஃதுஎவனோ? நன்றும்
சேய அம்ம, இருவாம் இடையே;
மாக் கடல் திரையின் முழங்கி, வலன்ஏர்பு,
கோட்புலி வழங்கும் சோலை
எனைத்துஎன்று எண்ணுகோ – முயக்கிடை மலைவே?

பாகனே! வழியின் ஏதத்திற்கு அஞ்சுவது என்பதனை அறியாததாய்த், தான் விரும்பும் துணைவியைத் தழுவியவாறே, நம் நெஞ்சமும் நம்மைப் பிரிந்து போய்விட்டது. ஆயினும், அவன் தழுவுவதற்குப் பின்னும், எஞ்சியுள்ள கையாற் பிணித்துத் தழுவுதல் நெகிழுமானால், அஃது என்ன பயனைத் தருவதோ? எங்கள் இருவருக்கும் இடையேயுள்ள தூரமோ மிகவும் தொலைவானது! கரிய கடலின் அலையைப்போல முழங்கியதாய் வலமாக எழுந்து பாய்ந்து கொல்லும் புலிகள் திரிகின்ற சோலைகள்தாம் எத்தனை என்று எண்ணுவேன்? அவை தலைவியோடு சேர்தற்கு இடையூறாக அமைந்த தடையாக உள்ளனவே!

கருத்து: 'தேரினை விரைவாகச் செலுத்துதல் வேண்டும்' என்பதாம்.

விளக்கம்: 'முயக்கிடை மலைவே அஞ்சுவது அறியாது' எனக் கூட்டித் தழுவற்கு இடையீடு படுகின்றது என்னும் மயக்கத்தைப் பற்றி அஞ்சுவதென்பதையே அறியாதாய்' எனவும் உரைக்கலாம். அப்போது, 'நெஞ்சம் என்றும் அவளைப் பிரிந்ததன்று' என்றதாகக் கொள்க. உள்ளப் புணர்ச்சியினும் உடலுறு புணர்ச்சியையே விரும்புகின்றான் ஆதலால், 'எஞ்சிய கைபிணி நெகிழின்' என்கின்றான். 'இருவரிடையேவுள்ள தொலைவும் மிகுதியானது. இரவிற் செல்வதென்றாலும் வழியிடைப் புலிகள் உலவுதலால் நமக்கு ஆபத்து உண்டாகும்; அதனால் நின் தேரை இப்பகற்போதில் விரையச் செலுத்துக என்றான்' என்பதும் ஆம்.

238. கொண்டனை சென்மோ!

பாடியவர்: குன்றியன். **திணை:** மருதம். **துறை:** தலைமகன் பரத்தையின் மறுத்தந்து, வாயில் வேண்டித் தோழியிடைச் சென்று தெளிப்பான் புக்காற்குத், தோழி செல்லியது.

து-வி: பரத்தைமேற் கொண்ட காமத்தால் தலைவியைப் பிரிந்திருந்து, மீண்டும் மனைவிபால் திரும்பிய தலைவன், தலைவி தன்னை ஏற்குமாறு செய்தற்குத் தோழியின் உதவியை நாடுகின்றான். அவனுக்குத் தோழி இவ்வாறு கூறுகின்றாள்.

பாசவல் இடித்த கருங்காழ் உலக்கை
ஆய்கதிர் நெல்லின் வரம்புஅணைத் துயிற்றி,
ஒண்தொடி மகளிர் வண்டல் அயரும்
தொண்டிஅன்ன என்நலம் தந்து
கொண்டனை சென்மோ – மகிழ்ந! – நின் சூளே.

பசிய அவலை இடித்த, கரிய வயிரம் பொருந்திய உலக்கையினை, அழகிய கதிர்களையுடைய நெல் வயல்களின் வரப்பாகிய அணையிலே படுக்க வைத்து, ஒள்ளிய தொடியணிந்த பெண்கள் வண்டல் விளையாட்டை விளையாடும் சிறப்பையுடையது தொண்டிப்பட்டினம். அதனைப் போன்ற எம் நலத்தை எமக்குத் தந்துவிட்டு, நீயுரைத்த சூளுரைகளைத் திரும்பப் பெற்றுக் கொண்டனையாய் நீயும் செல்வாயாக!

கருத்து: 'தலைவி நின்னைப் பிரிதற்கு ஆற்றாளாயினும், நீ நின் சூளினைப் பொய்த்ததனை நினைந்தே பெரிதும் வாடியவளாயினாள்' என்பதாம்.

விளக்கம்: 'சூள்' என்றது, தலைவன் தலைவியை மணந்த காலத்திலே, 'நின்னை யன்றி பிறமாதரை விரும்பேன்' எனவும் 'நின்னை பிரியேன்' எனவும் கூறின உறுதி மொழிகள். அவற்றை வாய்ம்மையென மயங்கி, எம் நலனை நினக்குத் தந்தோம்; அவை பொய்யாயின; ஆதலின், இழந்த எம் நலத்தைத் தந்துவிட்டு, நீ வழங்கிய சூளுரைகளைக் கொண்டு செல்க என்கின்றாள். இதனால், தோழி வாயில் மறுத்தனள் என்று கொள்க. தலைவன், தான் மீண்டு அவன் பிரியாதிருப்பதாகச் சூளுரைக்கக் கேட்ட தோழி, 'முன்னர் நீ உரைத்த சூளுரையால் எம் பெண்மை நலனை இழந்தோம்; இனியும் நின்னை நம்ப மாட்டோம்; ஆகவே, அந்த எண்ணத்தை மறந்து விடுக' என்றாளாகவும் கொள்ளலாம்.

239. நாண் உண்டோ?

பாடியவர்: ஆசிரியன் பெருங்கண்ணன். **திணை:** குறிஞ்சி. **துறை:** சிறைப்புறம்.

து-வி: தலைவன் குறியிடத்தே வந்து, செவ்வி நோக்கி ஒருசார் ஒதுங்கியிருக்கக் கண்ட தலைவி, அவன் தன்னை விரைவாக வந்து வரைந்து கொள்ளலை விரும்பினனாகத், தன் தோழிக்குச் சொல்லுவாள், போல அவன் கேட்டு உணருமாறு இப்படிக் கூறுகின்றாள்.

தொடிநெகிழ்ந் தனவே; தோள்சா யினவே;
விடும்நாண் உண்டோ? தோழி!– விடர்முகைச்
சிலம்புடன் கமழும் அலங்குகுலைக் காந்தள்
நறுந்தாது ஊதும் குறுஞ்சிறைத் தும்பி
பாம்புஉமிழ் மணியின் தோன்றும்
முந்தூழ் வேலிய மலைகிழ வோற்கே.

தோழி! அசைகின்ற காந்தட் பூவின் கொத்துக்களிலிருந்து எழும் நறுமணம், பிளப்புக்களையும் முழைகளையும் கொண்ட மலைச்சாரல் முழுவதுமே கமழும்; அக்காந்தட் பூக்களின் நறிய பூந்தாதினைக், குறிய சிறையையுடைய தும்பியானது சென்று ஊதும். ஊதும் அந்தத் தும்பி, பாம்பால் உமிழப்படும் மணியைப் போலத் தோன்றும். மூங்கிலை வேலியாக உடைய அத்தகைய மலைகளை உடையவன் நம் தலைவன். அவன் பொருட்டாக என் வளைகள் நெகிழ்ந்தன. என் தோள்களும் மெலிந்தன. இனி, விடுதற்கான நாணமென்பதும் என்னிடம் உண்டோ?

கருத்து: ‘என்னைத் தலைவன் மணந்து வாழ்விக்க விரைதல் வேண்டும்’ என்பதாம்.

விளக்கம்: தொடி - தோள்வளை. ‘பாம்பு’ காந்தள் மலருக்கும், ‘வண்டு’ மணிக்கும் உவமைகள், விடுநாண் - விடப்படும் நாணம்; அஃது உண்டோ? என்றாள். அதுதான் முற்றவும் நீங்கிற்றே எனக் கூறுகின்றாள். தொடி ஞெகிழ்த்தலாலும் தோள் சாயினதாலும், பெற்றோர் தன் களவுறவை அறிந்து இச்செறிப்பர் என்பதும், அலவற் பெண்டிரின் அலருரை மிகும் என்பதும் உணர்த்தினாள். காந்தள் நறுந்தாது ஊதும் தும்பியை அவ்வாறே காண்பவர், அது இயல்பாதலால் அதுபற்றிப் பேசமாட்டார். ஆனால், அதனைப் பாம்புமிழ்

மணியெனக் கருதி மயங்குவார், அதுபற்றி வாய்ஓயாது பேசுவார்கள். அவ்வாறே தங்கள் உறவு தெய்வத்தால் அமைந்த தேனும் ஊரவர் அலருரைப்பார் என்பதாம்.

மேற்கோள்: ஆற்றாமை மிக்கவிடத்து ஊழணி தைவரல் என்னும் மெய்ப்பாடு வந்துள்ளது இச்செய்யுளில் எனப் பேராசிரியர் காட்டுவர் - (தொல். மெய்ப் 20 உரை).

240. மாலை மறையும் குன்றம்!

பாடியவர்: கொல்லன் அழிசி. **திணை:** முல்லை. **துறை:** வரைவிடை 'ஆற்றாள்' எனக் கவன்ற தோழிக்குக் கிழத்தி உரைத்தது.

து-வி: வரைவிடை வைத்துத் தலைவன் பிரிந்து சென்றிருந்தான். அதனால் வருந்தும் தலைவி, ஆற்றியிருக்க மாட்டாளோ எனத் தோழி வருத்தமுற்றனள். அதனைக் கண்ட தலைவி, அவளிடம் இவ்வாறு கூறுகின்றனள்.

பனிப்புதல் இவர்ந்த பைங்கொடி அவரைக்
கிளிவாய் ஒப்பின் ஒளிவிடு பல்மலர்
வெருக்குப் பல்உருவின் முல்லையொடு கஞலி
வாடை வந்ததன் தலையும், நோய்பொர,
கண்டிசின் வாழி – தோழி! – தெண்திரைக்
கடல்ஆழ் கலத்தின் தோன்றி,
மாலை மறையும்அவர் மணிநெடுங் குன்றே.

தோழி! குளிர்ச்சியையுடைய புதலின்கண் பசிய கொடியினதாகிய அவரை படர்ந்திருக்கும். ஒளிவிடும் அந்த அவரையின் பலவான மலர்களும், கிளிமூக்கைப் போன்று தோன்றும். காட்டுப் பூனையின் பற்களைப் போன்ற உருவினைக் கொண்ட முல்லை முகைகளோடு, அந்த அவரைப் பூக்களும் நெருங்கும்படியாக, வாடைக்காற்றும் வந்தது. இதன் மேலும், அவரது மணிகளையுடைய உயர்ந்த குன்றமானது, கடலிலே ஆழ்கின்ற மரக்கலத்தைப் போலச் சிறிதுபோது தோன்றி மாலைக்காலத்திலே மறையும் தன்மைத்தாயிருக்கிறது. இதனை நீயும் காண்பாயாக!

கருத்து: 'அவருடைய குன்றத்தைக் கண்டு ஆற்றியிருந்தேன். அதுவும் இம்மாலைக்காலத்திலே மறைந்ததே; இனி எப்படியடீ ஆற்றியிருப்பேன்' என்பதாம்.

விளக்கம்: அவரையின் பூவிற்குக் கிளிமூக்கு உவமை – 'பனிப்புதல்' என்றதால், பனியுடைமையும் கூறினாள்;

முல்லையின் அரும்புகட்கு வெருக்கின் பற்கள் உவமையாயின. கலம் - மரக்கலம். நீல நெடுங்கடலிடைத் தோன்றி ஆழ்ந்து மறைகின்ற மரக்கலத்தைப் போலப், பகலில் தோன்றிய அவர் குன்றம், மாலை வந்தடைய, இரவின் இருளிடை மூழ்கி மறையலாயிற்று என்று கொள்க.

மேற்கோள்: 'பருவங் கண்டு ஆற்றாது தலைவி தோழிக்குக் கூறியதென இதனை நச்சினார்க்கினியர் களவியலுள் காட்டுவர்; அதுவும் பொருந்துவதே - (தொல். களவு 21) அப்போது, தலைவன் வருவதாகக் குறித்துச் சென்ற கார்ப்பருவத்தினது வரவைக் கண்டதும், அதுவரை பிரிவுத்துயரினை ஒருவாறு ஆற்றியிருந்தாளான தலைவி, அதன்பின்னரும் ஆற்றியிருக்கமாட்டாளாய் வருந்தி, இப்படி உரைத்தனள் என்று கொள்க.

241. கண்ட கண்!

பாடியவர்: கபிலர். **திணை:** குறிஞ்சி. **துறை:** பிரிவிடை, 'ஆற்றாள்' எனக் கவன்ற தோழிக்குக் கிழத்தி உரைத்தது.

து-வி: தலைமகன் பிரிந்து சென்றதனாலே, பிரிவுத் துயரம் பெருகி நலிவைச் செய்ய, அதனைப் பொறுக்கமாட்டாளாய்த் தலைவி அல்லற்படுவாள் என நினைத்து, கவலை கொண்டாள் தோழி. அவளுக்குத் தலைவி இவ்வாறு கூறுகின்றனள்.

யாம்எம் காமம் தாங்கவும், தாம்தம்
கெழுதகை மையின் அழுதன – தோழி!–
கன்று ஆற்றுப்படுத்த புன்தலைச் சிறாஅர்
மன்ற வேங்கை மலர்பதம் நோக்கி,
ஏறாது இட்ட ஏமப் பூசல்
விண்தோய் விடரகத்து இயம்பும்
குன்ற நாடற் கண்டஎம் கண்ணே.

தோழி! கன்றுகளை வழிப்படுத்திச் செல்லும் புல்லிய தலையை உடையவரான சிறுவர்கள், ஊர்மன்றத்தின் கண் நின்ற வேங்கை மரமானது மலர்கின்ற அந்தச் செவ்வியை நோக்கினர். அம்மரத்தின் மேல் ஏறாது, அதன் அடியில் நின்றே இன்ப ஆரவாரத்தையும் செய்வாராயினர். அவர் செய்த அந்த ஆரவாரமானது வானளாவ உயர்ந்த மலைப் பிளப்புகளில் எல்லாம் எதிரொலி செய்திருக்கும். அத்தகைய குன்றுகளையுடைய நாட்டினன் நம் தலைவன். அவன்

பிரிவால் உண்டாகிய காமநோயை யாமே தாங்கியிருக்கவும், அவனை முதற்கண் கண்ட எம் கண்கள், என்னினும் தமக்கு அவன்பாலுள்ள மிகுதியான நட்புரிமையினாலே, தாம் அழுதலைச் செய்தன.

கருத்து: 'யான் ஆற்றியிருக்கக் கருதினாலும், என்னையும் மீறி என் காமநோய் பெருகுகின்றது' என்பதாம்.

விளக்கம்: 'யாமே' ஏகாரம் பிரிநிலை. தாங்குதல் - தாங்கிக் கொள்ளல். தானுற்ற நோயைப் பிறர் அறியாவாறு மறைத்தல். கெழுதகைமை - நட்புரிமை; அது தானே கண்டு கொண்ட நட்பு. மலர்பதம் - பூக்கும் செவ்வி; 'ஏறாதிட்ட ஏமப் பூசல்' என்றதால், அவர் மரத்திலே ஏறுமளவிற்கு முதிராத மிகச் சிறு பருவத்தார் எனலுமாம். ஏமம் - இன்பம். எங்கோ ஊர் மன்றிடத்தே சிறுவர் செய்த ஆரவாரத்தின் ஒலியானது, விடரகங்கள் எதிரொலி செய்தலால், அனைவராலும் அறியப்பட்டதாயினாற்போல, என் உள்ளத்துயரமும் கண்களின் அழுகையால் பலரானும் அறியப்பட்டதாயிற்று; அதற்கு யான் என் செய்வேன்? என்றனளாம்.

மேற்கோள்: கையறு தோழி கண்ணீர் துடைத்த காலத்துத் தலைவி கூறியது இதுவெனக் காட்டும் இளம் பூரணனாரின் கருத்து, மிகுதியும் செறிவுடையதாகும் - (தொல்.களவு. 21. உரை)

242. சேர்ந்து வரல் அறியாது!

பாடியவர்: குழற்றத்தன். **திணை:** முல்லை. **துறை:** கற்புக் காலத்துக் கடிநகர் சென்ற செவிலித்தாய் நற்றாய்க்குச் சொல்லியது.

து-வி: தலைவி தலைவனை மணந்து இல்லறத்தில் ஈடுபட்டிருக்கின்ற காலத்து, அவள் இல்லறம் பேணும் செவ்வியைக் கண்டு மகிழ்தற்குச், செவிலித்தாய் வந்தனள். அவள் ஊருக்கு மீண்டதும், மகள் வீட்டிலே தான் கண்டதனை நற்றாய்க்கும் எடுத்துரைத்து இப்படி மகிழ்கின்றாள்.

கானங் கோழிக் கவர்குரல் சேவல்
ஒண்பொறி எருத்தில் தண்சிதர் உறைப்பப்
புதல்நீர் வாரும் பூநாறு புறவில்
சீறூ ரோளே, மடந்தை; வேறுஊர்
வேந்துவிடு தொழிலொடு செலினும்
சேந்துவரல் அறியாது, செம்மல் தேரே.

கவர்ந்த குரலையுடைய கானங்கோழிச் சேவலது, ஒள்ளிய புள்ளிகளையுடைய கழுத்திலே, தண்ணிய நீர்த்துளிகள் துளிக்கும் படியாகப், புதலின்கண்ணிருந்து நீர் ஒழுகுகின்ற செவ்வியையுடைய, மலர்மணம் வீசும் முல்லை நிலத்தின்கண் உள்ளதான, சிற்றூரிலே உள்ளாள் நம் மகளான மடந்தை. வேந்தனால் ஏவப்பட்ட தொழிலை மேற்கொண்டதாகத் தலைவனது தேர் வேற்றூரை நோக்கிச் சென்றாலும், அவ்விடத்தே தங்கிப் பின்னர் வருதல் என்பதை அறியாதாகும்; உடனேயே திரும்பிவிடும்.

கருத்து: 'தலைவியைப் பிரியாது வாழும் பேரன்பினன் தலைவன்' என்பதாம்.

விளக்கம்: மடந்தை தலைவியைக் குறித்தது. 'செலினும்' என்றதன் உம்மை, அவன் செல்வதே அரிதென்னும் தன்மையைக் காட்டுவது. 'வேந்துவிடு தொழிலொடு செலினும்' என்றதால், அவன் தானே வினைமேற் கொண்டு செல்லான் என்பதுமாம். வேந்துவினை தட்டவியலாத ஒன்றாதலால், அது குறித்துமட்டுமே செல்வான் என்பதும், செல்லினும் வினைமுடிந்ததும் திரும்பிவிடும் செவ்வியன் என்பதும், அவனுடைய அன்பைக் காட்டுவனவாம்.

மேற்கோள்: 'தலைவியின் மாண்புகளை அகம்புகல் மரபின் வாயில்கள் தம்முட் கூறியது இது' வெனக் காட்டுவர். இளம் பூரணர் - (தொல். கற்பு. 11. உரை) அவர்கள் தமக்குள் கூறிக் கொண்டு மகிழ்ந்ததாக அப்போது கொள்க.

243. உள்ளேன் தோழி!

பாடியவர்: நம்பி குட்டுவன். **திணை:** நெய்தல். **துறை:** வன்புறை எதிர் அழிந்து சொல்லியது.

து-வி: தலைவனின் பிரிவாலே வருத்தமிக்கு வாடியழிந்த தலைவியை, 'நீ பொறுத்திருக்க வேண்டும்' என்று வற்புறுத்திக் கூறுகின்றாள், தலைவியின் தோழி. அவளுக்குத் தோழி தன் நிலைமையை இப்படிக் கூறி விளக்குகின்றாள்.

மான்அடி அன்ன கவட்டிலை அடும்பின்
தார்மணி அன்ன ஒண்பூக் கொழுதி,
ஒண்தொடி மகளிர் வண்டல் அயரும்
புள்இமிழ் பெருங்கடற் சேர்ப்பனை
உள்ளேன் – தோழி! – படீஇயர், என் கண்ணே

தோழி! மான் குளம்பைப் போன்ற கவடுபட்ட இலைகளை உடையது அடப்பங்கொடி. குதிரைக் கழுத்திலே இடுகின்ற மாலையின்கண் விளங்கும் மணியைப் போன்று, அதன் உள்ளிய பூக்கள் விளங்கும். ஒள்ளிய வளையையுடைய பெண்கள், அந்த அடப்பம் பூக்களை வலிய அலர்த்தி, வண்டல் விளையாட்டினைச் செய்வர். அத்தகைய தன்மையதும், கடற்புட்கள் ஆரவாரிக்கும் பெரிய கடற்கரையினைக் கொண்டதுமான நாட்டினன், நம் தலைவன். அவனை இனி நினையேன். என் கண்கள் இனித் துயில் கொள்க!

கருத்து: 'அவனை மறத்தல் அரிது' என்பதாம்.

விளக்கம்: அடம்பு - (அடும்பு) நெய்தனிலத்துப் படர்ந்து வளரும் ஒரு வகைக் கொடி; இதன் பூக்கள் குதிரைகட்குப் பூட்டும் மணியின் வடிவினைக் கொண்டன. வண்டலயர்ந்து இன்புறக் கருதிய மகளிர், 'அடும்பின் பூக்களைக் கொழுதிச் சிதைத்துத் தாம் இன்புறுவது போல, அவனும் தன் இன்பத்தைக் கருதி என்னைப் பிரிந்து சென்று பிரிவுத்துயரால் அலைக்கழிக்கின்றான்' என்கின்றாள். 'இன்னும் துயிலாது இருக்கின்றாயோ?' எனத் தோழி கடிந்து கொள்ள, இனி நினையேன்; என் கண்கள் துயில்க என்று கூறும் தலைவி, அவை இரண்டும் வாயாமையினையும் தோழிக்கு உணர்த்துகின்றாள். வண்டல் - மகளிர் விளையாட்டுக்களில் ஒன்று; மணற்பாவை செய்து அதற்குப் புனைந்து விளையாடும் விளையாட்டு இது. 'பெண்கள் வண்டலயர; அதனால் அச்சமுற்ற புட்கள் ஒலிசெய்தன' எனலும் ஆம். வன்புறை - வற்புறுத்தல்.

244. உயங்க முயங்கும்!

பாடியவர்: கண்ணன். திணை: குறிஞ்சி. துறை: இரவுக்குறி வந்து ஒழுகாநின்ற தலைமகனைத் தாம் காவல் மிகுதியால் புறப்பட்டு எதிர்கொள்ளப் பெறாத வழி, பிற்றை ஞான்று, தோழி 'வரைந்து கொள்ளின் அல்லது இவ்வொழுகலாற்றின் இனிக் கூடல் அரிது' என, வரைவு கடாயது.

து-வி: இரவு வேளையிலே, தலைவியைக் குறித்த இடத்திற்கு வந்து கூடிச் செல்லும் வழக்கத்தை உடையவனாகத் தலைவன் இருந்தான். தலைவி, காப்பு மிகுதியால் குறித்தபடி வந்து அவனைத் தழுவுவதற்கு முடியாமற் போக, அவன் பன்முறை ஏமாற்றத்துடன் திரும்பவும் நேரிட்டது. ஒருநாள் அவனைத்

தோழி சந்தித்துத் தலைவி வராததற்கான காரணத்தைக் கூறி, அவளை வரைந்து கொள்ளுதற்கு விரையுமாறும் இப்படிச் சொல்லுகின்றாள்.

பல்லோர் துஞ்சும் நள்ளென் யாமத்து,
உரவுக் களிறுபோல் வந்து, இரவுக் கதவுமுயறல்
கேளேம் அல்லேம்; கேட்டனெம் – பெரும!
ஓரி முருங்கப் பீலி சாய
நன்மயில் வலைப்பட் டாங்கு, யாம்
உயங்குதொறும் முயங்கும் அறனில் யாயே.

பெருமானே! பல்லோரும் தூங்கியிருக்கும் நள்ளென்னும் ஒலியையுடைய இடையிரவுப் போதிலே, வலிகொண்ட களிற்றைப்போல வந்து, இராக்காலத்தே அடைக்கப்பட்ட கதவினைத் திறப்பதற்கும் நீ. முயல்வாய். அந்த ஒலியை யாம் கேளாதேம் அல்லேம். கேட்கவே செய்தேம். எனினும், நல்ல மயிலானது, தன் தலைக்கொண்டை சிதையப் பீலிகளும் சாய, வலையிடத்தே அகப்பட்டாற் போல யாம் இச்சிறைப்பட்டு வருந்தும்தோறும் அறவுணர்வில்லாத எம் யாயும், எம்மைத் தழுவிக் கொள்வாள்.

கருத்து: 'தாயது காப்பு மிகுதியாயிற்று; ஆதலின் வரைந்து கொள்ளல் வேண்டும்' என்பதாம்.

விளக்கம்: 'பல்லோர்' என்றது, ஊரவரை. நள்ளென்யாமம் இருள் செறிந்த யாமம் ஆம். உரவு - வலிமை. இரவுக்கதவம் - இரவு மட்டுமே அடைக்கப்படும் வெளி மதிலின் கதவம். கதவம் முயறல் - கதவைத் திறக்க முயலுதல். 'கேட்டனம்' என்றது, தாமும் உறங்காதிருந்தமை கூறியதாம். ஓரி - தலைக்கொண்டை. பீலி - தோகை. உயங்கல் - வருந்தல். 'அறனில் யாய்' என்றது, காதலனைச் சென்றடைய விடாது தலைவியைக் காவலிட்டுத் தடுத்ததனால். 'உயங்குதோறும் முயங்கும்' என்றது, தலைவனிடம் செல்ல முடியாமைக்குத் தலைவி வருந்த, அதனை இரவுக்கு அஞ்சியதாகக் கருதி, அதனைப் போக்குமாறு தழுவிக் கொள்வாள் என்பதாம். இதனால் செவிலி உறங்காது காவல் பூண்டதும் கூறினாள். 'ஓரி முருங்கப் பீலி சாய நன்மயில் வலைப்பட்டாங்கு யாம் உயங்கு தொறும்' என்றது, தலைவி தப்பமுடியாத காவலுட்பட்டுக் கலங்கிய கலக்க மிகுதியைக் காட்டுதற்காம்.

245. நளி இன்னாது!

பாடியவர்: *மாலை மாறன்.* **திணை:** *நெய்தல்.* **துறை:** *வரைவிடை, 'ஆற்றாள்' எனக் கவன்ற தோழிக்குக் கிழத்தி உரைத்தது.*

து-வி: *வரைவிடை வைத்துத் தலைவன் தலைவியைப் பிரிந்து சென்றிருந்த காலத்தே, அந்தப் பிரிவைத் தலைவி தாங்கமாட்டாள் எனக் கவலையுற்றாள், தோழி. அவளுக்குத், தலைவி இவ்வாறு கூறுகின்றாள்.*

கடல்அம் கானல் ஆயம் ஆய்ந்தஎன்
நலம்இழந் தனினும், நனிஇன் னாதே –
வாள்போல் வாய கொழுமடல் தாழை
மாலைவேல் நாட்டு வேலி ஆகும்
மெல்லம் புலம்பன் கொடுமை
பல்லோர் அறியப் பரந்துவெளிப் படினே.

தோழி! வாளரம் போன்ற விளிம்பைக் கொண்டன ஆன, கொழுவிய மடல்களையுடைய தாழையானது, வரிசையாக வேற்கம்புகளை நட்டுவைத்த வேலியைப் போலப் பயன்தரும். மென்னிலமாகிய கடற்கரை நாட்டவன், நம் தலைவன். அவன் நமக்குச் செய்த இக்கொடுமையானது, பலராலும் அறியப்படுமாறு பரவி வெளிப்பட்டதானால், அழகான கடற்கரைச் சோலையிலே என்னுடன் விளையாடும் பெண்கள் பாராட்டிய என் பெண்மை நலத்தை யான் இழந்ததைக் காட்டினும், அது மிகவும் துன்பத்தைத் தருவதாகும்.

கருத்து: *'தலைவனைப் பிரிந்த துயரத்தைப் பிறருக்கு அறியப்படாவகையில் மறைப்பேன்' என்பதாம்.*

விளக்கம்: *'ஆயம் ஆய்ந்த நலன்' - ஆயமகளிர். 'அனைவரினும் அழகியாள் இவளே' எனத் தேர்ந்து சுட்டிப் பாராட்டிய நலம். புலம்பு - கடற்கரை. இயல்பாக அமைந்த தாழையே, செயற்கையாக அமைத்த வேலிபோலக் காவலாகும்; அவ்வாறே, நின் வலியுறுத்தலின்றி யானே அவர் கொடுமையை வெளிப்படாது காப்பேன் என்பதாம். கானற் சோலையிடத்து அவரோடு களவிற் கூடியவளாதலின், தன் பண்டைய நலன் அழிந்தமைக்கு வருந்துகின்றாள். கடலங்கானல் ஆயம் ஆய்ந்த என் நலன் இழந்ததனினும்' என்கின்றாள். வாள் போல் வாய கொழுமடல், தாழை, மாலை வேல் நாட்டு வேலியாகும் மெல்லம் புலம்பன், அவன் ஆதலின், அவன்*

செய்த தண்ணளியும் இப்போது வருத்தந்தருவதாயிற்று எனக் கூறிக் கலங்கினள் எனவும் கொள்க.

246. நற் பாலோர்!

பாடியவர்: கபிலர். **திணை:** நெய்தல். **துறை:** சிறைப்புறம்.

து-வி: இரவுக் குறியிடத்தே வந்த தலைவன், தலைவியை நோக்கி ஒருசார் ஒதுங்கி நிற்பதறிந்த தலைவி, காவன் மிகுதி உணர்த்தி வரைந்து கொள்ளற்கு அவனைத் தூண்டுவாள், தோழியிடம் சொல்வாள் போன்று, அவன் கேட்க இப்படிக் கூறுகின்றாள்.

'பெருங்கடற் கரையது சிறுவெண் காக்கை
களிற்றுச் செவிஅன்ன பாசடை மயக்கிப்
பனிக்கழி துழவும் பானாள், தனித்துஓர்
தேர்வந்து பெயர்ந்தது, என்ப. அதற்கொண்டு,
ஒரும் அலைக்கும் அன்னை; பிறரும்
பின்னுவிடு கதுப்பின் மின்இழை மகளிர்
இளையரும் மடவரும் உளரே;
அலையாத் தாயரொடு நற்பா லோரே.

தோழி! 'சிறிய வெண்மையையுடைய காக்கையானது, பெரிதான கடற்கரையின்கண் உள்ளதான களிற்றியானைக் காதைப்போல விளங்கும் பசிய இலையைக் கலக்கியபடியே, இரையின் பொருட்டாகக் குளிர்ச்சியான கழிநீரைத் துழாவிக் கொண்டிருக்கும் நள்ளிரவு வேளையிலே, தனித்ததாகத் தேரொன்று இவ்விடம் நோக்கி வந்து மீண்டு சென்றது' என்பார்கள். அது தொடங்கி, அன்னையும் என்னைத் துன்புறுத்துகின்றாள். பின்னித் தொங்கவிடப் பெற்ற கூந்தலையுடைய, மின்னும் ஆபரணங்களைப் பூண்ட மகளிர் கூட்டத்துள், என்னைப் போலவே இளமை உடையோரும், மடப்பம் உடையோருமாகப் பிறரும் உள்ளனரே! அவர், தம்மை வருத்துதலில்லாத் தாயரோடு நல்ல வினையினை உடையராவர்!

கருத்து: 'களவு, தாயால் அறியப்பட்டுக் காப்பும் மிகுந்தது; இனி வரைந்து கொள்ளலே நன்று' என்பதாம்.

விளக்கம்: சிறு வெண் காக்கை - சிறிய வெண்மையைக் கொண்ட காக்கை; சிறு வெண்மை கழுத்துப் புறத்தே தோன்றுவது, அதற்கொண்டு - அது தொடங்கி; அதனை என்னைக் கருதி வந்ததாகக் கருதிக்கொண்டு என்பதும்

பொருந்தும். 'பிறர் கூற்றால் தமர் தலைவியைக் காத்தவிடத்துத் தலைவி இப்படித் தன் நிலையைக் கூறி, விரைய வந்து தன்னை மணந்து கொள்ளும் படியாகக் கூறினள்' என்றும் கொள்க.

247. திறவோர் செய்வினை!

பாடியவர்: சேந்தம் பூதன். **திணை:** குறிஞ்சி. **துறை:** *(1)* கடிநகர்த் தெளிவு விளங்கினமை அறியத் தோழி கூறியது. *(2)* வரைவு உடன்பட்ட தோழி தலைமகட்குக் கூறியதூஉம் ஆம்.

து-வி: *(1)* காவற்பட்ட மனையின்கண், தலைவன் தான் சொல்லித் தெளிவித்த சூளுறவினின்றும் மாறுபட்டனன் என்பதனைத் தலைவி வாயிலாக அறிவதன் பொருட்டாகத் தோழி, அவளிடம் இப்படிக் கூறுகின்றாள். *(-)* காப்பு மிகுதிக்கண், தலைவன் வரைந்து கொள்வதற்கு உடன்பட்டனன் என்னும் செய்தியை அறிந்த தோழி, அதனைத் தலைவியிடம் இவ்வாறு கூறுகின்றாள்.

எழில்மிக உடையது; ஈங்கு அணிப்படூஉம்;
திறவோர் செய்வினை அறவது ஆகும்;
கிளையுடை மாந்தர்க்குப் புணையுமார் இவ், என
ஆங்கு அறிந்திசினே – தோழி! – வேங்கை
வீயா மென்சினை வீஉக, யானை
ஆர்துயில் இயம்பும் நாடன்
மார்புஉரித்து ஆகிய மறுஇல் நட்பே.

தோழி! வேங்கையது, வீழாத மென்கிளையிலிருந்து மலர்கள் உதிர்ந்து கிடக்கும்; அவ்விடத்தே யானை அரிதான துயிலைக் கொள்ளும்; அவ்யானையது உயிர்ப்பொலியானது யாண்டும் ஒலிக்கும்; அப்படி ஒலிக்கின்ற நாட்டினன், நம் தலைவன். அவனது மார்பை உரித்தாகப் பெற்ற, குற்றமற்ற நம் நட்பானது மிகவும் அழகினை உடையது. இவ்விடத்தே அஃது அணித்தாதலும் உண்டாகும். திறமையுள்ளோர் செய்யும் வினை, அறத்தோடு பொருந்தியதே ஆகும்; சுற்றத்தாரை உடைய மக்கட்கு இவை பற்றுக்கோடும் ஆகுமென்று அவ்விடத்தே யானும் அறிந்தேன்.

கருத்து: 'தலைவன், விரைவிலே நின்னை வரைந்து கொள்வான்' என்பதாம்.

விளக்கம்: எழில் - அழகு; அது, பலரும் போற்றும் சிறப்பு. அணிப்படும் - விரைவிலேயே நிகழும்; திறவோர் - திறமையாளர்;

தலைவனைக் குறித்தது. அறவது - அறநெறிப்பட்டது. கிளை -சுற்றம். 'வேங்கை வீயா மென்சினை வீயுக' என்பதால், மணத்திற்கு ஏற்ற காலம் அது என்றாள். 'வீயுக ஆர் துயில் யானை இயம்பும் நாடன்' என்றாள், அவனும் பெறக் கருதியதை எளிதாகப் பெறும் நல்வினையாளன் என்பதால்; ஆகவே, அது விரைவிற் கைகூடும் என்பதும் கூறினாள். இரு துறைகட்கும் ஏற்பப் பொருளைப் பொருத்திக் கொள்ளல் வேண்டும்.

248. யாய் அறிந்தனளே!

பாடியவர்: உலோச்சன். **திணை:** நெய்தல். **துறை:** வரைவு நீட்டித்த வழி ஆற்றாளாகிய கிழத்தியைத், தோழி ஆற்றுவித்தது.

து-வி: தலைவியை வரைந்து கொள்ளுவதற்கான பொருளைத் தேடிவருதலின் பொருட்டாகத் தலைவன், அவளைப் பிரிந்து சென்றுள்ளான். அவன் வருவதாகக் குறித்துச் சென்ற காலம் நீட்டித்ததனால், அவள் பெரிதும் துயரமுற்று மெல்லியலானாள். அவளைத் தோழி இவ்வாறு கூறி ஆற்றுவிக்க முயலுகின்றாள்.

அதுவரல் அன்மையோ அரிதே; அவன்மார்பு
உறுக என்ற நாளே குறுகி
ஈங்கு ஆகின்றே – தோழி! – கானல்
ஆடு அரை புதையக் கோடை இட்ட
அடும்புஇவர் மணற்கோடு ஊர, நெடும்பனை
குறிய ஆகும் துறைவனைப்
பெரிய கூறி யாய்அறிந் தனளே.

தோழி! மேல்காற்றானது, கடற்கரைச் சோலையினிடத்திலுள்ள, அசைகின்ற அடியிடம் புதையும்படியாக, அடும்பங் கொடி படர்ந்த மணற்குவியலைப் பரவச் செய்ய, அதனால் நெடிய பனைமரங்களும் குறுகியவாகத் தோன்றும். அத்தகைய கடற்றுறையை உடையவன் தலைவன். அவனை, முருகனென்றும் கூறி வரைவுக்குரித்தான நாள் வராமற்போவதென்பது அரிதாகும். 'அவன் மார்பை அடைக' என்று கூட்டுவிக்கும் நாள் அணித்தாகியும், இவ்விடத்து, நின் துயரம் இப்படி ஆகின்றதே!

கருத்து: 'வரைதற்கான காலம் அணிமையில் வரப்போகின்றதாகலின், நீ ஆற்றியிரு' என்பதாம்.

விளக்கம்: 'அது' என்றது, வரைந்து வருதலைக் குறித்தது; நெஞ்சறி சுட்டு, 'அரை' என்றது, பனையின் அடிமரத்தை

நெடும்பனை, கோடைக்காற்று மணலைக் கொணர்ந்து குவித்தலால், குறியவாகும் என்றனள்; அவ்வாறே தலைமகனின் பெருங்காதலும் பொருள் வேட்கையால் குறியவாக, அவனும் பிரிந்தான் என்பதாகும். 'பெரிய கூறி' - தெய்வத்தால் வந்தது இம் மாற்றம்' எனக் கூறி, "அவன் விரைவில் வரைந்து வருதலைச் செய்வான்; தாய் உண்மை அறிந்தனள் ஆதலின், தமரும் அவளால் தெளிவிக்கப்பட்டனராய், வரைவிற்கு உடன்படுவர்" எனச் சொல்லித் தலைவியை ஆற்றியிருக்குமாறு தோழி வற்புறுத்துகின்றாள்.

249. குன்றம் நோக்கினென்!

பாடியவர்: *கபிலர்.* **திணை:** *குறிஞ்சி.* **துறை:** *வரைவிடை வைப்ப, 'ஆற்றகிற்றியோ?' என்ற தோழிக்குக் கிழத்தி உரைத்தது.*

து-வி: *தலைவன், வரைபொருளினை ஈட்டிவரக் கருதினனாகப் பிரிதற்குத் துணிய, 'அவன் பிரிவை நீ பொறுத்திருப்பாயோ?' என்ற தோழிக்குத், தலைவி இவ்வாறு உரைக்கின்றாள்.*

இனமயில் அகவும் மரம்பயில் கானத்து,
நரைமுக ஊகம் பார்ப்பொடு பனிப்ப,
படுமழை பொழிந்த சாரல்அவர் நாட்டுக்
குன்றம் நோக்கினென் – தோழி! –
பண்டை யற்றோ, கண்டிசின், நுதலே?

தோழி! மயிலினம் அகவியிருக்கும் மரங்கள் செறிந்த காட்டிடத்தில், வெள்ளை முகத்தையுடைய கருங்குரங்கானது தன் குட்டிகளோடு நடுங்கும்படியாகப் பெருமழை பொழிந்த, சாரலையுடைய அவரது நாட்டுக் குன்றத்தை, யானும் நோக்கினேன். அதனால், ஒளியிழந்த என் நெற்றியும் பழைய தன்மை உடையதாயிற்றோ? இதனைச் சொல்வாயடீ!

கருத்து: *'அவரது குன்றத்தை நோக்கி ஆற்றியிருப்பேன்' என்பதாம்.*

விளக்கம்: *'மயிலினம் அகவுதல்' மழை பொழிதலால் என்க. 'பார்ப்பு' - சிறு குட்டி. பனித்தல் - நடுங்குதல். படுமழை - தாழ்ந்த மழையும் ஆம். குன்றத்தைக் கண்டதால் அவன் பிரிவை மறந்திருந்தேன் என்றனளாம். நரை முகம் - வெள்ளை முகம். பசப்பூர்ந்து அழகு கெட்டிருந்த முகமானது, அவன் குன்றை நோக்கியதும், மீண்டும் அவனைக் கண்டோம் என ஒளிபரப்பியதாம்.*

250. தெரிதீம் கிளவி!

பாடியவர்: நாமலார் மகன் இளங்கண்ணன். திணை: பாலை. துறை: தலைமகன் பாகற்கு உரைத்தது.

து-வி: வினை செய்தலைக் கருதித் தன் காதலியைப் பிரிந்து வேற்று நாட்டிற்குச் சென்றான், தலைவன் ஒருவன். சென்றவிடத்துச் சில காலம் தங்க வேண்டியவனுமாயினான். வினையும் நினைவுற்றது. அதுவரை வினைமேற் சென்றிருந்த அவன் மனமும், தன் காதலிபாற் சென்று நிலைபெறலாயிற்று. தேரேறி ஊருக்குத் திரும்புகின்றவன், தேரை விரையச் செலுத்துமாறு பாகனுக்கு இவ்வாறு உரைக்கின்றான்.

பரல்அவற் படுநீர் மாந்தி, துணையோடு.
இரலை நன்மான் நெறிமுதல் உகளும்
மாலை வாரா அளவை, கால்இயல்
கடுமாக் கடவுமதி – பாக! – நெடுநீர்ப்
பொருகயல் முரணிய உண்கண்
தெரிதீம் கிளவி தெருமரல் உயவே.

பாகனே! பரற்கற்களை உடைய பள்ளத்திலே தேங்கிக் கிடக்கும் மழைநீரினைக் குடித்துவிட்டு, ஆண்மானானது தன் துணையான பெண்மானோடு வழியின் தொடக்கத்தில் துள்ளிய படி இருக்கின்றதான, மாலைக்காலம் வருதற்கு முன்பேயே, ஆழ்ந்த நீரிடத்தேயுள்ளவும் ஒன்றையொன்று எதிர்த்தவுமான இரு கயல்மீன்களையொத்த மையுண்ட கண்களையும், ஆய்ந்த இனிதான சொற்களையும் உடைய தலைவியானவள், துன்பத்தாற் சுழலுதலினின்றும் நீங்குமாறு, காற்றின் வேகத்தோடு செல்லும் கடிய குதிரைகளை, நீயும் செலுத்துவாயாக.

கருத்து: 'இன்று மாலைக்குள் தலைவிபாற் சென்றடைதல் வேண்டும்' என்பதாம்.

விளக்கம்: 'பரலவற் படுநீர் மாந்தி' என்றதால், தான் மீள்வதாகக் குறித்த கார்காலம் தொடங்கி, மழையின் பெயலும் நிகழ்ந்ததென்பதைத் தலைவன் உணர்ந்தமை தெளிவாகும். அதனால், தான் வரவு நீட்டித்தமை நினைந்து தலைவி பெரிதும் துயருறுவள் என்பதையும் நினைக்கின்றான். அவன் மனம் பரலவற் படுநீர் மாந்தித் துணையோடு நெறிமுதல் உகளும் தலைவியோடு இரலை நன்மானை நினைக்கின்றது. அவ்வாறே

தானும் தலைவியோடு கூடிக் களிக்க விரும்புகின்றவன், பாகனிடம் தேரை விரையச் செலுத்தி, மாலைக்காலம் வருவதற்கு முன்பேயே ஊரைச் சென்றடைதற்கு விரும்பும் தன் விருப்பத்தை இப்படித் தெரிவிக்கின்றான். குதிரைகள் இயல்பாகவே விரையச் செல்வன என்பதைக், 'கால் இயற்கடுமா' என்பதனால் பெறவைத்து, அதனினும் வேகமாகச் செலுத்தவும் ஏவுகின்றான். தன்னை எதிர்பார்த்துக் கலங்கியபடி இருக்கும் தலைவியின் கண்களை நினைப்பவன், 'நெடுநீர்ப் பொருகயன் முரணிய உண்கண்' என்கின்றான். அவளுடைய துன்பம் நீங்கப் பிறக்கும் இனிமையைக் கருதுபவன், 'தெரிதீங் கிளவி' என்கின்றான்.

251. காரன்று இருளை!

பாடியவர்: இடைக்காடன். **திணை:** முல்லை. **துறை:** பிரிவிடைத் தோழி, 'பருவம் அன்று; பட்டது வம்பு' என்று வற்புறுத்தியது.

து-வி: தலைவன் மீண்டு வருவதாகக் குறித்துச் சென்ற கார் காலத்தின் வரவைக் கண்டதும், அதுவரை ஆற்றியிருந்த தலைவியின் தனிமைத் துயரமும் வரைகடந்து மேலெழ அவள் வாட்டமுற்று நலிகின்றாள். அவளது நலிவைக் காணும் தோழி, 'அது கார்காலம் அன்று; காலமல்லாக் காலத்துப் பெய்யும் மழை' என்று கூறுபவளாகத், தலைவியை ஆற்றுவிக்க முயலுகின்றாள்.

மடவ வாழி – மஞ்ஞை மாஇனம்
கால மாரி பெய்தென, அதன்எதிர்
ஆலலும் ஆலின; பிடவும் பூத்தன;
கார்அன்று – இகுளை! – தீர்க, நின் படரே!
கழிந்த மாரிக்கு ஒழிந்த பழநீர்,
புதுநீர் கொளீஇய, உகுத்தரும்
நொதுமல் வானத்து முழங்குகுரல் கேட்டே.

தோழி! தாம் புதுநீரைக் கொள்ளும் பொருட்டாகச், சென்ற கார்காலத்துப் பெய்யாது எஞ்சிநின்ற பழைய நீரினை மேகங்கள் கொட்டுகின்றன. அத்தகைய அயன்மையுடைய மேகங்களது முழங்கும் இடிக்குரலைக் கேட்டு, மயில்களாகிய பெருங்கூட்டங்கள், பருவகால மழை பெய்ததெனத் தவறாக எண்ணி, அதற்கு எதிராக ஆடுதலையும் செய்தன. அங்ஙனமே

பிடாவும் மலர்ந்தன. அவை அறியாமை உடையன. இக்கார்காலம் அன்று. அதனால் நீ நின் துன்பத்தையும், கை விடுவாயாக!

கருத்து: 'கார்காலம் இன்னும் வந்திலது' என்பதாம்.

விளக்கம்: மாயினம் - கரிய திரளும் ஆம்; அப்போது மஞ்ஞையாகிய கரிய திரள் என்க. கால மாரி - காலத்தோடு பொருந்திய மாரி. வம்பமாரி - காலந்தவறிப் பெய்யும் மாரி. 'ஒழிந்த பழநீர் புதுநீர் கொளீஇய உகுத்தரும்' என்றதன்கண் பேச்சாற்றலின் செவ்வி புலப்படக் காணலாம். இப்படித் தோழி கூறுவன பொய்ம்மையே; ஆயினும், அதன் பயன் தலைவியைத் துயரத்திலிருந்து மாற்றுவதாகலின் சிறப்புடைத்தாகவே கொள்ளப்படும். மடவ - அறியாமை உடையன; மழை பொழிய மயில் ஆலுவதும், பிடவம் பூப்பதும் அவற்றின் இயல்பு; ஆனால், அது காலத்தோடு பொருந்திய மழையோ எனக் கருதி ஆராய்ந்தறியும் அறிவு அவற்றிற்கு இல்லை. ஆகவே அவற்றை 'மடவ' என்றனளாம்.

252. துனியல் தோழி!

பாடியவர்: கிடங்கில் குலபதி நக்கண்ணன். **திணை:** குறிஞ்சி. **துறை:** தலைமகன் வரவறிந்த தோழி, 'அவர் நம்மை வலிந்து போயினார்க்கு எம் பெருமாட்டி தீயன கடிந்து நன்கு ஆற்றினாய்!' என்றாட்குக் கிழத்தி உரைத்தது.

து-வி: தலைமகன், பரத்தை ஒருத்திபாற் கொண்ட மோகத்தாற் சிலகாலம் தலைவியைப் பிரிந்திருந்தவன், மீண்டும் தலைவிபால் வந்தடைகின்றான். அவளும், கற்புச் செல்வியாதலால் அவனைப் பழி கூறுதலைக் கூடச் செய்யாளாய், ஏற்றுக் கொண்டனள். அவளது அந்தத் தன்மையைத் தோழி வியந்து கூறிப் பாராட்டினாளாக, அவட்குத் தலைவி இவ்வாறு கூறுகின்றனள்.

நெடிய திரண்ட தோள்வளை ஞெகிழ்த்த
கொடியன் ஆகிய குன்றுகெழு நாடன்
வருவதோர் காலை, இன்முகம் திரியாது,
கடவுட் கற்பின் அவன்எதிர் பேணி
'மடவை மன்ற நீ' எனக் கடவுபு
துனியல் வாழி – தோழி! – சான்றோர்
புகழும் முன்னர் நாணுப;
பழியாங்கு ஒல்பவோ காணுங் காலே?

தோழி! நெடியவும் திரண்டவுமான நம் தோள்வளைகளை நெகிழச் செய்தான். அத்தகைய கொடியனாகிய குன்றுகள் நிரம்பிய நாட்டினை உடையவனும் அவன். அவன், பரத்தைபாற் சென்றுவிட்டுத் திரும்பி வந்து நின்ற நேரத்திலே, நீயும் நின் தெய்வத் தன்மையுடைய கற்பினாலே, நின் இன்முகம் திரியாதவளாயினாய்; அவனை எதிரேற்றும் உபசரித்தாய். ஆதலால் நீதான் மடமையுடையவள்' என்று கேட்டு நீயும் வருத்தம் கொள்ளாதே. அறிவு சான்ற பெரியோர் தம்மைப் புகழுபவர்க்கு முன்பேயும் நாணுவார்கள். ஆயுமிடத்து, அத்தகையார்தாம் பழிச்சொல்லை எங்ஙனம் பொறுப்பர்?

கருத்து: 'தலைவன் பழி பொறாத சால்பினன்' என்பதாம்.

விளக்கம்: கடவுட் கற்பு - தெய்வக்கற்பு; அஃது அருந்ததிக் கற்புப் போல்வதுமாம். 'சான்றோர் இயல்' பெனக் கூறினும், அது தலைவனையே குறித்ததாகும். சான்றோனும், பழி நாணுபவனுமான ஒருவன் கற்புடைய மனைவியை மறந்து பரத்தைபாற் காமுற்றுத் திரிதல் பொருந்துமோ? எனின், அவன் பழியுடையானே ஆயினும், அவள் அப்படிக் கருதினள் என்று கொள்க; அதுவே அவளது கடவுட்கற்பின் சிறப்பாகவும் உணர்க.

253. கேட்பின் நீடலர்!

பாடியவர்: பூங்கண்ணன். **திணை:** பாலை. **துறை:** பிரிவிடைத் தோழி வற்புறுத்தியது.

து-வி: தலைமகனின் பிரிவினாலே வருத்தமுற்று நலிந்த தலைவியை நோக்கி, 'அவர் நின்னை மறவாது விரைய மீள்வர்' எனக் கூறுவாளாய்த், தோழி, அவளை ஆற்றுவிக்க முயலுகின்றாள்.

கேளார் ஆகுவர் – தோழி! – கேட்பின்
விழுமிது கழிவது ஆயினும், நெகிழ்நூல்
பூச்சேர் அணையின் பெருங்கவின் தொலைந்தநின்
நாள்துயர் கெடப்பின் நீடலர் மாதோ
ஒலிகழை நிவந்த ஓங்கு மலைச்சாரல்,
புலிபுகா உறுத்த புலவுநாறு கல்அளை
ஆறுசெல் மாக்கள் சேக்கும்
கோடுஉயர் பிறங்கல் மலைஇறந் தோரே.

தோழி! உராய்ந்து ஒலியெழுப்பும் மூங்கில்கள் ஓங்கி வளர்ந்துள்ள மலைப்பக்கத்தே, புலியானது தனக்குரிய உணவை இட்டு வைத்திருக்கும் புலால் நாற்றத்தையுடைய

கற்குகையிடத்தே, வழிச்செல்லும் மாக்கள் தங்கிச் செல்வர். அத்தகைய சிகரங்கள் உயர்ந்த விளக்கத்தைக் கொண்ட மலைகளைக் கடந்து சென்றிருப்பவர் நம் தலைவர். அவர் நெகிழ்ந்த நூலினின்றும் பூக்கள் வீழ்ந்து கிடக்கின்ற படுக்கையினிடத்தே கிடந்து வருந்தி, நின் அழகினை இழந்து விட்ட, பெரிதான இடையறாத துயரத்தினை, எவரும் சென்று உரைக்கக் கேட்டறியாதாரும் ஆகுவர்; அங்ஙனம் உரைக்கக் கேட்டனராயின், தாம் கருதிச் சென்ற சிறந்த பொருள் நீங்குவதாகவே இருந்தாலும், அதனை நினையாது, நின் துயரமானது கெடும்படியாக, அதன் பின்பும் பிரிவை நீட்டித்திராராய், விரைந்து திரும்பிவிடுவாரே!

கருத்து: 'நின் துயரைக் கேட்டபின் அவர் திரும்பி விடுவர்' என்பதாம்.

விளக்கம்: 'கேட்பின் நீடலர்' என்றது, தூது விடுத்து அவரை விரைந்து வரச்செய்வேம் என்னும் குறிப்பினது; எனினும், 'விழுமிது கழிவதாகின்ற' நிலையைத் தலைவனுக்கு உண்டாக்கத் தலைவி என்றும் நினையாள்; ஆதலின், அதனை எண்ணித் தன் துயரை அடக்கியவளாவாள் என்பதே இயல்பாகும். நாள் துயர் நாடொறும் படும் துயரம்; இடையறாத துயரம், 'நெகிழ் நூல் பூச்சோர் அணை' - என்றது, மலர்களையிட்டுக் கட்டிய மாலையைச் சூடி இன்புறாளாய்க் கழிப்ப, அதன் நூல் நெகிழ்ந்து பூக்கள் அணையிடத்துச் சிறிது வீழ்ந்து கிடக்க, அவள் துயரத்தால் நலிந்திருப்பாள் என்க. 'பூச்சேர் அணை' என்பதும் பாடம்.

254. தூதும் வாரா!

பாடியவர்: பார்காப்பான். **திணை:** பாலை. **துறை:** பருவங் கண்டு வற்புறுத்துந் தோழிக்குக் கிழத்தி உரைத்தது.

து-வி: பிரிந்து சென்ற காலத்தே, தலைவன் மீண்டு வருவதாகக் குறித்துச் சென்ற கார்ப்பருவமானது வந்தும், அவன் குறித்தபடி வாரானாக, அதுகண்டு துயர்மிக்காளாயினாள் தலைவி. அவளைத் தேற்றுவாளாக, 'அவர் வருவார்; அதுவரை பொறுத்திரு' என தோழி வலியுறுத்திக் கூற, அவளுக்குத் தலைவி, தன் நிலையை இவ்வாறு உரைக்கின்றாள்.

இலைஇல் அம்சினை இனவண்டு ஆர்ப்ப,
முலைஏர் மென்முகை அவிழ்ந்த கோங்கின்

தலைஅலர் வந்தன; வாரா – தோழி!
துயில்இன் கங்குல் துயில்அவர் மறந்தனர்
பயில்நறுங் கதுப்பின் பாயலும் உள்ளார்
'செய்பொருள் தரல்நசைஇச் சென்றோர்
எய்தின ரால்' என வரூஉம் தூதே.

தோழி! இலையற்ற அழகிய கிளையிடத்தே வண்டினம் மொய்த்து ஆரவாரிக்கும்படியாக, முலையொத்த மெல்லரும்புகள் இதழ்விரிந்த, கோங்க மரத்தினது முதற்பூக்களும் தோன்றின. ஈட்டுதற்குரிய பொருளைக் கொண்டுதரலை விரும்பிச் சென்ற தலைவர் மீண்டும் வந்தடைந்தனர் என வருகின்ற தூதுகளும் வந்தில. துயிலுதற்கினிய இராக்காலத்தே நம்முடன் துயிலுதலையும் அவர் மறந்தனர். தாம் பழகுகின்ற நறிய கூந்தற்பாயலையும் நினையாராயினர்.

கருத்து: *'தலைவர்க்கு நம்மிடத்து ஆர்வமில்லை; அதனாற்றான் வந்திலர்' என்பதாம்.*

விளக்கம்: *தலையலர் - முதற்பூக்கள். கோங்கு பூக்குங்காலத்துக் கிளைகள் இலைகளற்றுத் தோன்றும்; அதனால், 'இலையில் அஞ்சினை' என்றனர். துயில்இன் கங்குல் - துயிலுதற்கு இனிதான இராக்காலம். 'துயிலையும் பாயலையும் நினைத்திலர் எனவே, முற்றவும் நம்மை மறந்தனர் போலும், அதனாற்றான் வாராது போயினார் போலும்' எனக் கலங்கினளாகக் கொள்க.*

255. நாம் விரும்பும் காதலர்!

பாடியவர்: *கடுகு பெருந்தேவன்.* **திணை:** *பாலை.* **துறை:** *'இடை நின்று மீள்வர்' எனக் கவன்ற கிழத்தியைத் தோழி வற்புறுத்தியது.*

து-வி: *'தன்மேற் பேரன்பு கொண்டவனாகிய தலைவன் பொருளார்வத்தால் உந்தப்பட்டுத் தன்னைப் பிரிந்து சென்றானாயினும், இடைவழியில் தன்நினைவு எழுதலால், தான் மேலுஞ் செலவைத் தொடராது திரும்பி விடுவான்' என்று நினைத்துக் கவலை கொள்ளுகின்றாள் தலைவி. அவளுக்குத் தலைவன் அவ்வாறு கடமையை மறக்கும் இயல்பாளன் அல்லனெனத் தோழி இவ்வாறு வற்புறுத்திக் கூறுகின்றாள்.*

பொத்துஇல் காழ அத்த யாஅத்துப்
பொரிஅரை முழுமுதல் உருவக் குத்தி,
மறம்கெழு தடக்கையின் வாங்கி. உயங்குநடைச்

சிறுகட் பெருநிரை உறுபசி தீர்க்கும்
தடமருப்பு யானை கண்டனர் – தோழி!
தம்கடன் இறீஇயர் எண்ணி, இடம்தொறும்
காமர் பொருட்பிணிப் போகிய
நாம்வெங் காதலர் சென்ற ஆறே.

தோழி! தம்முடைய இல்லறக் கடமையை நிறைவேற்றுதலைக் கருதினராய், இடங்கள்தோறும், விருப்பத்தையுடைய பொருள் முயற்சியிடத்துள்ள உள்ளப் பிணிப்பினாலே சென்றுள்ளவர், நாம் விரும்பும் தலைவர், அவர் சென்ற வழியிடத்தே-

அருவழியில் நின்ற புரையற்ற வயிரத்தையுடைய யாமரத்தின் பொரிந்த அடிமரத்தை முற்றவும் உருவிச் செல்லும்படியாகத் தன் கொம்பாற் குத்தி வீழ்த்தி, வலிமை பொருந்திய தன் கையினாலே வளைத்து, வருந்திய நடையையும் சிறுத்த கண்களையும் உடைய பெரிய யானைநிரையின் மிக்க பசியை, வளைந்த கொம்புகளையுடைய யானைத் தலைவன் தீர்க்கும் தன்மையைக் கண்டனர்.

கருத்து: ‘அதனைக் காணும் தலைவரும் தம் கடமையை மறந்து திரும்பார்’ என்பதாம்.

விளக்கம்: பொத்து - பொந்து. காழ் - வயிரம். ‘நிரை’ என்றது பிடியும் கன்றுகளுமாகிய கூட்டத்தை. ‘கண்டனர்’ என்றதன் துணிவு, முன்பு சென்றவர் பலரும் கண்டதாகக் கூறக் கேட்டதனாற் பிறந்ததாகும். தம் கடன் - தம் இல்லறக் கடமை; அது ‘தென்புலத்தார் தெய்வம் விருந்தொக்கல் தான் என்றாங்கு ஐம்புலத்தாரை’யும் ஓம்புதலாம். அவை செய்யப் பொருள் வேண்டுமாதலின், அதனைத் தேடிவரலே கடமைகளுள் முதன்மையாவதாம் எனலாம். தலைவியும் இல்லறம் ஆற்றலைக் கடனாகக் கொண்டவளாதலின், தன்பாற் கொண்ட ஆசை காரணமாகத் தலைவன் கடமையை மறந்தானாய் இடை வழிக்கண் நின்றும் மீள்வனோ எனக் கவலை கொண்டாள் என்க.

256. தேர் விலங்கின!

பாடியவர்: .... **திணை:** பாலை. **துறை:** பொருள் வலிக்கப்பட்ட கிழவன் செலவழுங்கியது.

து-வி: இல்லறக் கடமைகளை ஆற்றுதற்கு வேண்டிய பொருளைச் சென்று தேடிவருவதற்குத் தன் உள்ளம்

தூண்டத் தலைவன் அதனை உணர்ந்து கலங்கிய தலைவியின் நிலையைக் கண்டதும், தன் செலவைத் தவிர்ந்தானாக, இவ்வாறு கூறுகின்றனன்.

> மணிவார்ந் தன்ன மாக்கொடி அறுகைப்
> பிணங்கு அரில் மென்கொம்பு பிணையொடு மாந்தி,
> மான்ஏறு உகளும் கானம் பிற்பட,
> வினைநலம் படீஇ, வருதும், அவ்வரைத்
> தாங்கல் ஒல்லுமோ, பூங்குழை யோய்? எனச்
> சொல்லா முன்னர், நில்லா ஆகி,
> நீர்விலங்கு அழுதல் ஆனா,
> தேர்விலங் கினவால், தெரிவை கண்ணே.

அழகிய குழையை அணிந்தோய்! நீலமணி ஒழுகினாற் போல விளங்கிய கரிய கொடியாகிய அறுகினது, பின்னிக் கிடந்த கொடிகளுடன் கூடிய மென்கொம்புகளைத் தன் பிணையோடுங் கூடித் தின்ற ஆண் மானானது, துள்ளுகின்ற இயல்பையுடையது காடு. அந்தக் காடும் பிற்படுமாறு சென்று, வினையினை நன்மையுண்டாகப் பெற்றேமாய் வருவோம்; அக்காலத்தளவும் நின்னால் எம் பிரிவைத் தாங்கியிருத்தல் இயலுமோ? என, நாம் சொன்னோம். நாம் சொல்லி முடிப்பதற்கு முன்பாகவே, தலைவியின் கண்கள், பண்டை நிலையில் நிலை பெறாவாகிக் கலங்கின; நீரால் மாறுபடுதலையுடைய அமையா அழுகையையும் கொண்டன; அவை எம் தேரையும் செல்லாதபடி தடை செய்தன!

கருத்து: 'பிரியின் அவள் வாழாள்; ஆதலின் பிரிவைக் கைவிட்டனம்' என்பதாம்.

விளக்கம்: 'பிணங்கு அரில்' என்றது, அறுகைக்கொடிகள் தம்முட் பின்னிக் கிடத்தலை, அரில் - பிணக்கம். பிணங்கு - அரில் -பிணங்கிய பிணக்கம். வினை நலம் படுதல் - பொருண் முயற்சி செவ்விதாக முற்றுப்பெறுதல், 'கண்ணே தேர் விலங்கின' என்பதன் கண், அவனுடைய காதற் பேரன்பே, அக்கண்களின் துயரைக் காண மாட்டாதாய்ச் செலவை நிறுத்தியதென்ற உண்மையும் காணப்படும்.

257. காமத்துப் பகை!

பாடியவர்: உறையூர்ச் சிறுகந்தன். **திணை:** குறிஞ்சி. **துறை:** வரைவு உணர்த்திய தோழிக்குக் கிழத்தி உரைத்தது.

து-வி: தலைவன் வரைந்து வந்துள்ளான் என்ற நற்செய்தியைத் தோழி தலைவியிடம் சென்று உரைக்கின்றாள். அதனைக் கேட்ட தலைவி, தான் உடனுறைதலால் பெறப்போகும் இடையறாத இன்ப நினைவுகளால், இவ்வாறு தோழியிடம் கூறுகின்றாள்.

வேரும் முதலும் கோடும் ஓராங்குத்
தொடுத்த போலத் தூங்குபு தொடரிக்
கீழ்தாழ்வு அன்ன வீழ்கோட் பலவின்
ஆர்கலி வெற்பன் வருதொறும், வரூஉம்;
அகலினும் அகலா தாகி
இகலும் – தோழி! – நம்காமத்துப் பகையே

தோழி! வேரும் அடிமரமும் கிளைகளும் ஒருபடியே தொடுத்தமைந்திருந்தாற் போலத் தொங்கித் தொடர்ந்து, கீழே தாழ்ந்தாற் போன்றே தணிந்த குலைகளைக் கொண்ட பலா மரங்களையுடைய, ஆரவாரங்கொண்ட மலை நாட்டுத் தலைவன், நம் காதலன். அவன் இங்கே வருந்தோறும், நம்முடைய காமமாகிய பகையானது, தானும் வந்தடையும். அவன் இவ்விடம் விட்டு அகன்றாலும், தான் நம்மை விட்டு அகலாதாகி, நம்முடன் மாறுபடும், இஃது என்னேயோ?

கருத்து: 'இனி அப்பகையை நாம் வெல்வோம்' என்பதாம்.

விளக்கம்: தொடுத்தபோல - தொடுத்து வைத்தாற் போல. கீழ் தாழ்வன்ன - கீழே சாய்ந்து விடுவது போன்ற நிலையில்; காய்களின் பருமையைக் குறித்துக் கூறியது. காமம் இன்பத்தைத் தருவதுமாகும்; ஆதலின் 'பகை' என்றனள். 'சாரச் சாரச் சார்ந்து, தீரத் தீரத் தீர்பு ஒல்லாதே' என்ற பழம் பாடல் அடிகளும் காமத்தின் இத்தன்மையை விளக்குவனவாம். அடையின் இன்பமாகவும், பிரியின் துன்பமாகவும் விளங்கிய காமத்துப்பகை இனித் தீர்ந்தது; இனி, அது முற்றவும் இன்பமேயாகி விளங்கும் என்பதாம்.

258. வாரல்! தாரல்!

பாடியவர்: பரணர். **திணை:** மருதம். **துறை:** *(1)* தோழி தலைமகற்கு வாயில் மறுத்தது. *(2)* வாயில் நேர்ந்ததுஉம் ஆம்.

து-வி: *(1)* பரத்தைமையால் தலைவியைப் பிரிந்து சென்ற தலைவன், மீண்டும் தலைவியை அணைதற்கு விரும்பித் தோழியின் உதவியை வேண்ட, அவள் இவ்வாறு

மறுத்து உரைக்கின்றாள். (2) அவள் அவனுக்கு உதவுதற்கு இசைவாளாகக் கூறியதும் ஆம்.

வாரல் எம்சேரி; தாரல்நின் தாரே;
அலரா கின்றால் – பெரும! – காவிரிப்
பலர்ஆடு பெருந்துறை மருதொடு பிணித்த
ஏந்துகோட்டு யானைச் சேந்தன் தந்தை,
அரியல்அம் புகவின் அம்கோட்டு வேட்டை
நிரைய ஒள்வாள் இளையர் பெருமகன்
அழிசி ஆர்க்காடு அன்னஇவள்
பழிதீர் மாண்நலம் தொலைவன கண்டே.

காவிரியாற்றினது, பலரும் நீராடுகின்ற பெரிய நீர்த்துறையிடத்தே நிற்கும் மருத மரத்தோடு கட்டிவைத்த, மேலுயர்ந்த கொம்புகளைக் கொண்ட யானைகளையுடையவன் சேந்தன் என்பவன். அவன் தந்தையும் - கள்ளாகிய உணவையும், அழகிய விலங்குத் தொகுதிகளை வேட்டையாடுதலையும், பகைவர்க்கு நரகத்துயரைத் தரும் ஒள்ளிய வாளையுடைய இளையரான வீரர்களையுடைய பெருமகனுமான அழிசி என்பானது, ஆர்க்காடு என்னும் நகரத்தைப் போன்ற, இவளது குற்றந்தீர்ந்த மாட்சிமைப்பட்ட அழகானது தொலைதலைக் கண்டபின்னர், எம் சேரிக்கண் வருதலைக் கைவிடுவாயாக; நின் மாலையைத் தருதலையும் ஒழிவாயாக; அதனாற் பழிச்சொற்களே உண்டாகின்றன.

கருத்து: *'நீ இனி இவ்வில்லிற்கு வாரற்க' என்பதாம். இரண்டாவது கருத்திற்கு ஏற்பக் கொள்ளின். 'வாரல், தார் தாரல்' ஆனால், ஊரிடத்து அலராகின்றது; அது நீக்கக் கருதியேயாம் நினக்கு இசைவேம் என்றனளாகக் கொள்க.*

விளக்கம்: *'காவிரிப் பலராடு பெருந்துறை மருதொடு பிணித்த ஏந்து கோட்டியானைச் சேந்தன்' என்றலால், இவன் சோழவரசனை ஒரு சமயம் வென்று வாகை சூடியவனாதல் அறியப்படும். இவன் தந்தை 'அழிசி' என்பவன். 'ஆர்க்காடு' இவனுடைய கோநகராக இருந்தது.*

259. நெஞ்சம் நன்றே!

பாடியவர்: *பரணர்.* **திணை:** *குறிஞ்சி.* **துறை:** *காப்பு மிகுதிக்கண் ஆற்றாளாகியவழித் தோழி அறத்தொடு நின்று,*

‘யானே பரிகரிப்பல்’ என்று கருதியதனைத் தலைமகளும் நயப்பாளாகக் கூறியது.

து-வி: தலைவிக்கு இல்லிலே காவல் மிகுதியாயிற்று. தலைவனுடன் கொண்ட களவுறவும் அதனால் தடைப்பட்டது. தலைவியின் ஏக்கம் பெரிதாகி அவள் நலியவும் தொடங்கினாள். அப்பொழுது தோழி, தாய்க்கு உண்மையை உணர்த்தித், தலைவன் வந்து வரைந்து கொள்ளற்கான ஏற்பாடுகளையும் செய்கின்றாள், செய்தபின், தலைவியிடம் அதனை அவளும் விரும்புமாறு கருதினளாக இவ்வாறு கூறுகின்றாள்.

மழைசேர்ந்து எழுதரு மாரிக் குன்றத்து,
அருவி ஆர்ந்த தண்நறுங் காந்தள்
முகை அவிழ்ந்து, ஆனா நாறும் நறுநுதல்,
பல்இதழ் மழைக்கண் மாஅயோயே!
ஒல்வை ஆயினும், கொல்வை ஆயினும்,
நீஅளந்து அறிவைநின் புரைமை: வாய்போல்
பொய்ம்மொழி கூறல் – அஃது எவனோ?
நெஞ்சம் நன்றே, நின்வயி னானே.

மேகங்கள் சேர்ந்து வானத்தின் உயரே எழுகின்ற மழையையுடையது குன்றம்; அக்குன்றிடத்து வீழ்கின்ற அருவியைப் பொருந்திய தண்மையான நறுமணங் கமழுவன காந்தள் அரும்புகள்; அவை இதழ்விரிந்து மிகுதியான மணத்தை வெளியிடுவதுபோல மணம்நாறும் நறிய நெற்றியையும், பலவிதழ்களையுமுடைய தாமரைப் பூவினைப் போன்ற குளிர்ச்சியையுடைய கண்களையும் உடைய, மாமைநிறத்தைக் கொண்டவளே! நீ பொறுப்பாயாயினும், அல்லது என் செயலைச் சினந்தாயாய் என்னைக் கொல்வாய் ஆயினும், சரியே! நின் உயர்வினை நீயே அளவிட்டு அறிகின்ற அறிவினையும் நீ உடையாய். வாய்மையைப் போன்று தோன்றும் பொய்யான வார்த்தைகளைக் கூறலாகிய அதுதான் என்ன பயனைத் தரும்? நின்திறத்துத் தலைவனது நெஞ்சம் நன்மையையே கருதுவதாகும்.

கருத்து: ‘நான் அறத்தொடு நின்றதன் பயனாக நன்மை விளைந்தது’ என்பதாம்.

விளக்கம்: மழை - மேகம். மாரி - மழை. முகை - அரும்பு. ‘பல்லிதழ்’ என்றது தாமரை மலரை. புரைமை - உயர்ச்சி. வாய் - வாய்ம்மை, நின்வயின் நின் திறத்து, ‘ஒல்வையாயினும்,

கொல்வையாயினும்' என்றது, தான் அவளது களவுறவைத் தாய்க்கு உரைத்து அறத்தொடு நின்றமையினைத் தலைவி உடன்படாதொழியின், விரும்பியவாறு தன்னை ஒறுக்க எனக் கூறியதாம். 'நெஞ்சம் நன்றே' தலைவனுக்கும், தோழிக்கும், தாயர் முதலியோர்க்கும் என்க.

260. புன்தாள் ஓமை!

பாடியவர்: *கல்லாடனார்.* **திணை:** *பாலை.* **துறை:** *அவர் வரவிற்கு நிமித்தமாயின கண்டு, ஆற்றளாகிய தலைமகட்குத் தோழி சொல்லியது.*

து-வி: *தலைவன் தன்னைப் பிரிந்து போயின ஏக்கத்தால் மிகவும் வாட்டங் கொண்டாள் தலைவி. அவளது வருத்த மிகுதியைக் காணப் பொறுக்காத தோழி, அவளுக்கு எவ்வாறு ஆறுதல் உரைப்பதெனக் கவலையடைகின்றாள். அவ்வேளையில் சில நல்ல நிமித்தங்கள் தோன்ற, அவற்றைக் காட்டித் 'தலைவன் விரைவிலே வந்து சேர்வான்; அதனால் பொறுத்திரு' என்கின்றாள்.*

குருகும் இருவிசும்பு இவரும்; புதலும்
வரிவண்டு ஊதவாய் நெகிழ்ந் தனவே;
சுரிவளைப் பொலிந்த தோளும் செற்றும்;
வருவர்கொல் வாழி – தோழி! – பொருவார்
மண்எடுத்து உண்ணும் அண்ணல் யானை
வண்தேர்த் தொண்டையர் வழைஅமல் அடுக்கத்துக்
கன்றுஇல் ஓர்ஆ விலங்கிய
புன்தாள் ஓமைய சுரன்இறந் தோரே.

தோழி! கருவானிடத்தே நாரைகள் உயரப் பறக்கின்றன புதலிடத்துள்ள போதுகளிலே வரிகளையுடைய வண்டுகள் ஊதுதலினாலே, அவை இதழ்விரிந்தவாய் மலர்ந்துள்ளன. சுழித்த சங்கினாலே செய்யப்பெற்ற வளைகளால் அழகுபெற்ற தோள்களும் செறிவு கொள்ளுகின்றன. ஆதலினாலே - பகை கொண்டு போரிட்டாரது நிலத்தைக் கொண்டு பயன் பெறுபவரும், தலைமையுடைய களிறுகளும் வளவிய தேர்களும் உடையவருமாகிய தொண்டைமான்களுக்கு உரியதும். சுரபுன்னை மரங்கள் அடர்ந்திருப்பதுமான வேங்கடமலைப் பக்கத்தே, கன்றினை இல்லாதாகிய ஒற்றைப் பசுவைத் தான் நிழல் தந்து மேற்செல்லாவாறு தடுத்த, புல்லிய அடியைக்

கொண்ட ஓமை மரத்தை உடையதான பாலை நிலத்தைக் கடந்து சென்றோரான தலைவர் விரைவில் வந்து சேர்வார்.

கருத்து: 'நன்னிமித்தங்கள் தலைவரின் வருகையை அறிவிக்கின்றன; ஆதலால் நின் துயரை ஆற்றியிருப்பாயாக' என்பதாம்.

விளக்கம்: இச்செய்யுளில் கூறப்படும் நிமித்தங்கள் கூதிர் காலத்தைக் காட்டுவன; ஆதலின் சொற்பிழையாராகிய அவரும் தவறாது வந்து சேர்வர் என்கின்றாள். வளை - தோள் வளை, சங்கினை அறுத்துச் செய்யப் பெற்றது என்பவள் 'சுரிவளை என்கின்றாள்; சுரிதல் - சுழித்தல். 'தோள் வளை இறுகுதல்' தோள்கள் பூரிப்புக் கொள்ளலால் நிகழ்வது; தோள்கள் பூரித்தல் தலைவரின் தழுவல் வாய்க்கும் என்பதை உணர்த்தும் நன்னிமித்தம் ஆகும். மண் எடுத்து உண்ணல் பகைவர் நாட்டைக் கைக்கொண்டு, அவற்றின் வருமானத்தை அநுபவித்தல். வழை - சுரபுன்னை. புன்தாள் ஓமையும் கன்றில் பசுவிற்கு உதவும் பாலைவழிச் சென்றவர், நம்பால் அருள்கொள்ளலை மறவாராய் வந்து உதவுவர் என்பதாம். இதனால், தலைவி புதல்வனைப் பெற்றவள் என்பதும், ஆகவே தலைவன் தவறாமல் வருதலை மேற்கொள்வான் என்பதும் உய்த்து உணரப்படும். கன்றில் பசுவிற்கே புன்தாள் ஓமை உதவக் காண்பவர், மகனையுடைய நினக்குத் தாம் உதவுதலை நினையாதிரார் என்பதும் ஆம்.

261. காரான் கரையும்!

பாடியவர்: கழார்க் கீரன் எயிற்றி. **திணை:** குறிஞ்சி. **துறை:** இரவுக் குறிக்கண் தலைமகன் சிறைப்புறமாக, தலைமகள் தோழிக்குச் சொல்லுவாளாய்ச் சொல்லியது.

து-வி: தலைவன் இரவுக்குறியிடத்தே வந்து தலைவியை அடைந்து இன்புற்று வருகின்ற காலத்தே, ஒருநாள், அவன் வந்து செவ்வி நோக்கி ஒருசார் ஒதுங்கி நிற்பதை அறிந்த தலைவி, தோழியிடம் கூறுவாள்போல, இப்படிக் கூறுகின்றாள். தலைவன் கேட்டுத் தன் உள்ளத்தின் ஏக்கத்தை உணர்ந்து செயற்படல் வேண்டுமென்பது அவள் எண்ணம் ஆகும்.

பழமழை பொழிந்தெனப் பதன்அழிந்து உருகிய
சிதட்டுக்காய் எண்ணின் சில்பெயற் கடைநாள்,
சேற்றுநிலை முனைஇய செங்கட் காரான்,

நள்ளென் யாமத்து, 'ஐ'எனக் கரையும்
அஞ்சுவரு பொழுதி னானும், என்கண்
துஞ்சா வாழி – தோழி! – காவலர்
கணக்குஆய் வகையின் வருந்தி, என்
நெஞ்சுபுண் உற்ற விழுமத் தானே.

தோழி! இராக்காலத்தே நகரைக் காத்துவரும் காவல் மறவர்கள், இரவுப்பொழுது கழியும் ஒவ்வொரு நொடியினையும் கணக்கிட்டு ஆராய்கின்ற தன்மையையுடையவர். அவரைப் போல இரவைக் கணக்கிட்டவளாக வருத்தமுற்று, என் நெஞ்சமானது புண்பட்டுப்போயின துன்பத்தின் காரணமாக, என் கண்களும் துயிலாவாயின. பழையதான மழையும் பொழிந்ததென்று, நம் செவ்வியழிந்து உருகியும், உள்ளீடற்ற காய்களை உடையவுமான எட்பயிரையுடைய, சிறுபெயலையுடைய கார்ப்பருவத்தின் இறுதி நாட்களிலே, சேற்றின் கண் நிற்றலை வெறுத்து எருமையானது, இருள் செறிந்த நள்ளிரவின் கண்ணே, 'ஐ' யென்று ஒலிக்கும். அத்தகைய அச்சம்வரும் காலத்தினும், என் கண்கள் துயிலாவாயின.

கருத்து: *'பிரிவுத் துயராலே யான் தூக்கம் இழந்தேன்' என்பதாம்.*

விளக்கம்: *'காவலர்' என்றது, ஊர்க் காவலரான வீரரை. அவர், ஊரைச் சுற்றி வந்து காக்கும் தம்முடைய கடமையைத் தவறாது செய்பவர் ஆதலின், ஒவ்வொரு சிறுபொழுதின் கழிவையும் மறவாதிருப்பர் என்பதாம். அவரைப் போலவே ஊர்க்காவலரும் விழிப்புடன் நேரத்தை ஆராய்ந்தபடியே அமர்ந்திருப்பர் என்பதாம். தனக்கு வந்துற்ற இராக்காலக் கொடுமைகளை உரைத்துத் தன் துயரத்தை வெளியிடுகின்றாள்; பயன், பிரியாதுறையும் இன்ப வாழ்வை அடைதலைக் கருதி என்க. பழமழை - கார் காலத்திற்கு முற்படப் பெய்யும் கோடை மழை. சிதட்டுக்காய் உள்ளீடற்ற காய். காரான் - எருமை.*

262. அடிவழி நிலைஇய நீர்!

பாடியவர்: *பாலை பாடிய பெருங்கடுங்கோ.* **திணை:** *பாலை.* **துறை:** *உடன் போக்கு நேர்ந்த தோழி, கிழத்திக்கு உடன்போக்கு உணர்த்தியது.*

து-வி: *தலைவனோடு பிரியாதுறையும் வாழ்வினைத் தலைவி அடைய வேண்டுமானால், தன் இல்லைக் கடந்து,*

தலைவனுடன் சென்று, அவனூரில் அவனை மணத்தலே செய்தற்கு உரியதெனக் கண்ட தோழி, தலைவன்பால் அதற்கு இசைவு தெரிவித்தபின், தலைவியிடம் வந்து, இவ்வாறு உரைக்கின்றனள்.

ஊஉர் அலர்எழ, சேரி கல்லென,
ஆனாது அலைக்கும் அறன்இல் அன்னை
தானே இருக்க, தன்மனை; யானே,
நெல்லி தின்ற முள்எயிறு தயங்க
உணல்ஆய்ந் திசினால், அவரொடு – சேய்நாட்டு,
விண்தொட நிவந்த விலங்குமலைக் கவாஅன்.
கரும்புநடு பாத்தி அன்ன,
பெருங்களிற்று அடிவழி நிலைஇய நீரே.

தோழி! ஊரிடத்தே பழிச் சொற்கள் எழவும், தெருவிலுள்ளார் கல்லென்று ஆரவாரிக்கவும், அமையாமல் நம்மை வருத்துகின்ற அறநினைவற்ற அன்னையானவள், தன் மனைக்கண், தான் நின்னைப் பிரிந்து தனியாளாகவே இருப்பாளாக! நெடுந்தொலைவிலேயுள்ள நாட்டிடத்தே, விண்ணைச் சென்று தொடுமாறு போல உயர்ந்ததாய்க் குறுக்கிட்டுக் கிடக்கும் மலையின் அடிவாரத்தேயுள்ள, கரும்பை நட்டிருக்கும் பாத்தியைப் போன்ற பெருங்களிற்றது அடிச்சுவட்டின் கண்ணே தங்கியுள்ள நீரை, அவரோடு, நெல்லிக்காயைத் தின்ற முள்ளைப்போலும் கூர்மையான பற்கள் விளங்கும் படியாக, நீ உண்ணுதலை எண்ணினேன்.

கருத்து: 'நீ தலைவனுடனே சென்று விடுதலை நான் கருதினேன்' என்பதாம்.

விளக்கம்: 'அறன்' என்பது, தன் மகளுக்குத் தக்கவனான தலைவனை ஆய்ந்து அவளை மணமுடித்து வைத்து இல்லறத்து இருத்தல். அதனைச் செய்யாது இற்செறித்துக் கொடுமை செய்ததனால், 'அறனில் அன்னை' என்றனள். தலைவி உடன்போக்கில் இல்லை நீங்கிச் சென்றாள் என்பதுபற்றி எழுவன, ஊரலரும், சேரியிடத்துக் கல்லெனும் ஒலியும் என்க. இதனால், தலைவி பிறந்த குடியின் தலைமைப்பாடும் அறியப்படும். முள் எயிறு - முட்போற் கூரிய எயிறு. 'களிற்று அடிவழி நிலைஇய நீர்' என்பதனால். செல்லுங் காலம் கார்காலம் என்பதும், அது மணத்திற்கு உரியதென்பதும் விளங்கும். நெல்லிக்காய் தின்றதும் நீரருந்தின் இனிக்கும்;

அதுபோல உடன்போக்கின் கண் வழி நடத்தலால் அடையும் துயரமும், அடுத்து அவனை மணந்து கூடி வாழ்தலால் இனிமை பயப்பதாகி மகிழ்விக்கும் என்று கொள்க. 'போக்கு நேர்ந்தமை தோழி கூறியது' என்றே, நச்சினார்க்கினியரும் இச்செய்யுளைக் காட்டுவர்.

263. போய் கொளீஇயள்!

பாடியவர்: பெருஞ்சாத்தன். **திணை:** குறிஞ்சி. **துறை:** 'அன்னை வெறி எடுக்கக் கருதாநின்றாள்; இனி யாம் இதற்கு என்கொலோ செய்ற்பாலது?' எனத் தோழி, தலைமகட்குத் தலைமகன் சிறைப்புறமாகக் கூறியது.

து-வி: தலைவிபால் தோன்றிய புதுப்பொலிவுகளைக் கண்ட தாய், தெய்வம் அணங்கிற்றென ஐயுற்று, வேலனை அழைத்து வெறியாட்டுக்கு ஏற்பாடு செய்தாள். அதனைத் தலைவனுக்கு உணர்த்தி, விரைவில் தலைவியை மணந்து கொள்ளுதற்குத் தூண்ட நினைத்த தோழி, அவன் சிறைப்புறத்தானாக, இவ்வாறு தலைவிக்குக் கூறுவாள் போலச் சொல்லுகின்றாள்.

மறிக்குரல் அறுத்து, தினைப்பிரப்பு இரீஇ,
செல்ஆற்றுக் கவலைப் பல்இயம் கறங்க,
தோற்றம் அல்லது நோய்க்கு மருந்து ஆகா
வேற்றுப் பெருந்தெய்வம் பலஉடன் வாழ்த்தி,
'பேஎய்க் கொளீஇயள்' இவள் எனப்படுதல்
நோதக் கன்றே – தோழி! – மால்வரை
மழைவிளை யாடும் நாடனைப்
பிழையேம் ஆகிய நாம்இதற் படவே.

தோழி! பெரிதான மலையினிடத்தே மேகங்கள் விளையாடுகின்ற நாட்டிற்குரியவன் நம் தலைவன். அவனுக்குப் பிழை செய்யோம் ஆகியவர் நாம். நாம், இக்களவாகிய ஒழுக்கத்திலே ஒழுகி வருகின்றேம். இங்ஙனமாகவும்–

ஆட்டின் கழுத்தை அறுத்தும், தினையையுடைய பிரப்பரிசியைப் பலியாக வைத்தும், ஓடுகின்ற ஆற்றுத் துருத்தியிலே, பலவகை இசைக்கருவிகளும் ஒலி செய்யத் தாம் தோற்றுதல் அல்லாது, நம்முடைய நோய்க்கு மருந்தாக அமையாத வேறான பெருந்தெய்வங்கள் பலவற்றை ஒருங்கே வாழ்த்தி வழிபட்டு, 'இவள் பேயாற் பற்றிக் கொள்ளப்பட்டாள்' என்று சொல்லப்படுதல் வருந்துதற்கு உரியதாகும்.

கருத்து: 'வெறியாட்டு நிகழாமற் செய்யத் தலைவன் வரைந்து வந்து நின்னை மணத்தல் வேண்டும்' என்பதாம்.

விளக்கம்: பிரப்பு - தெய்வங்கட்குப் படைக்கும் தானியங்கள்; இதனைப் பிரப்பரிசி என்பார்கள்; குரல் - குரல்வளை; கழுத்து. செல்லாறு - ஓட்டமுடைய ஆறு. கவலை - துருத்தி; ஆற்றிடைக் குறையாகிய மேடு. 'செல்லாற்றுக் கவலை' என்பதனை, 'வழிச் செல்வார் செல்லும் முச்சந்திகளில் இன்றும் இப்படி வழிபாடு செய்கின்றார்கள். வேறு பெருந்தெய்வம் என்பதால், தலைவனையே தெய்வமாகக் கொள்ளும் கற்புடையாள் தலைவி என்பதும் அறியப்படும். 'பிழையேம்' என்றது, அவள்பாலுள்ள அன்பினைக் கைவிடலாகிய பிழையைச் செய்யேம் என்பதாம். களவுக் காலமாயினும், அவனே கணவனெனக் கொண்ட உறுதியால் இவ்வாறு கூறினள். 'இதற்பட' - இத்தகைய துயருட்பட்டு வருந்த' என்றும் கொள்ளலாம்.

264. நாடன் கேண்மை!

பாடியவர்: கபிலர். **திணை:** குறிஞ்சி. **துறை:** 'ஆற்றாள்' எனக் கவன்ற தோழிக்கு, தலைமகள், 'ஆற்றுவல்' என்றது.

து-வி: தலைவனது பிரிவினாலே தலைவியின் உடலழகு மாறுபடக் கண்ட தோழி, தலைவியை நினைத்துக் கவலைப்படத் தொடங்குகின்றாள். அவளுக்குத், தான் பிரிவைப் பொறுத்திருக்கும் உறுதியுடையவள் என்பதனைத் தலைவி இவ்வாறு கூறுகின்றாள்.

கலிமழை கெழீஇய கான்யாற்று இகுகரை,
ஒலிநெடும் பீலி துயல்வர இயலி,
ஆடுமயில் அகவும் நாடன் நம்மொடு
நயந்தனன் கொண்ட கேண்மை
பயந்தக் காலும் பயப்புஒல் லாதே.

தோழி! ஆரவாரங்கொண்ட மழையானது பொருந்திய காட்டாற்றினது தாழ்ந்த கரையிடத்தே, தழைத்த நெடிதான தோகை அசையுமாறு நடந்து ஆடுகின்ற மயில்கள், அகவுதலைச் செய்கின்ற நாடன் நம் தலைவன். அவன், நம்மோடு விருப்பமுடையவனாகக் கொண்ட நட்பானது, நமக்குப் பசலையைத் தந்தவிடத்தும், அந்தப் பசலையோடு பொருந்திஇராது.

கருத்து: 'மேனி பசப்பினும் உள்ளத்து அவனைப் பிரிந்திலேன்' என்பதாம்.

விளக்கம்: கலி - ஆரவாரம்; இடி முழக்கமும் பிறவும். கெழீஇய -பொருந்திய இகு கரை - தாழ்ந்த கரை; அலைகள் மோதுதலாற் சரிந்து தாழ்ந்த கரையும்ஆம். கேண்மை பயப்புக்கு உடம்பட்டு அதனை நிலைபெறுத்தாது, அவரைக் கூட்டுவித்து அதனை ஒழிக்கும் என்கின்றாள். 'நயந்தனன் கொண்ட கேண்மை' என்றது. 'அவனே விருப்புடையானாகி இரந்து பெற்றுக் கொண்ட கேண்மை' என்பதனைக் கூறியதாம்; அதனால், அவன் தன்னை மறவான் என்று தேறியதும் ஆம். 'ஆடுமயில் அகவும் நாடன்' என்றதன் மூலமாக, அது அவன் வருவதாகக் குறித்த கார்காலம் என்பதையும், அவன் சொல் தவறாது வருவான் என்பதையும் உணர்த்தினான்.

265. தான் நாணினன்!

பாடியவர்: கருவூர்க் கதப்பிள்ளை. **திணை:** குறிஞ்சி. **துறை:** வரையாது பிரிந்த இடத்து, 'அவர் பிரிந்த காரணம் நின்னை வரைந்து கோடல் காரணமாகத்தான்' எனத் தோழி தலைமகட்குக் கூறியது.

து-வி: தலைவியை, வரைந்து வந்து மணந்து கொள்வதாகக் கூறிச் சென்றனன் தலைவன். அவன், நெடுநாள் வராது போக, அந்தப் பிரிவினுக்கு ஆற்றாதாளாய்த் தலைவி பெரிதும் மெலிந்தாள். அவளுக்கு, 'அவன் வரைபொருளைத் தேடி வருவதற்காகவே சென்றுள்ளான்; ஆதலின் விரைவில் மீண்டுவந்து நின்னை மணப்பான்' எனக் கூறித், தோழி தேறுதல் உரைக்கின்றாள்.

காந்தள்அம் கொழுமுகை, காவல் செல்லாது,
வண்டுவாய் திறக்கும் பொழுதில், பண்டும்
தாம்அறி செம்மைச் சான்றோர்க் கண்ட
கடன்அறி மாக்கள் போல, இடன்விட்டு,
இதழ்களை அவிழ்ந்த ஏகல் வெற்பன்
நன்னர் நெஞ்சத்தன் – தோழி! – நின்நிலை
யான்தனக்கு உரைத்தனென் ஆக
தான் நாணினன், இஃது ஆகா வாறே.

காந்தளது அழகும் கொழுமையும் கொண்ட அரும்பினை, அதுவே தானாக மலரும் வரைக்கும் காத்து நில்லாமல், வண்டானது சென்று வாய் திறந்து பாட்டிசைத்து நிற்கும். அந்தப் பொழுதிலே, பண்டேயும் தாம் அறிந்த மாக்களைப் போல, அவ்வரும்பு, அவ்வண்டிற்குத் தான் தேனுண்ணற்கு இடம் விட்ட

தாய்த், தன் இதழ்கள் பிணிப்பவிழ்ந்த நிலையதாய் விளங்கும். அத்தன்மையினையுடைய உயர்ந்த மலைகளையுடையவள் தலைவன். அவன் நின்னை மணந்து இல்லறமாற்றும் நல்ல நெஞ்சத்தை உடையவன். நினது பிரிவுத் துயரால் மெலிவுற்ற நிலையினை, யான் தனக்குச் சென்று சொன்னேனாக, மேலும் இத்தகைய துன்பம் உண்டாகாதவாறு செய்தலைக் கருதினனாகத், தான் இது செய்தற்கும் நாணத்தை அடைந்தான்.

கருத்து: 'நின்னை அவன் விரைவில் மணப்பான்' என்பதாம்.

விளக்கம்: வண்டு வாய் திறக்கும் பொழுதிலே, காந்தள் முகை, தளை அவிழ்ந்ததாய், அவ்வண்டிற்கு இடங்கொடுத்துத் தன்பாலுள்ள தேனை உண்பித்து அதன் பசியைத் தீர்க்கும். இது, சான்றோரைக் கண்டதும் கடமையறிந்த மாக்கள், தம் இல்லிற்கு அவரை அழைத்துச் சென்று உபசரிக்கும் செயலைப் போன்றது. இத்தன்மையினையுடைய மலையினன் அவனாதலின், யான் நின்னிலை உரைக்கவும், அதனைத் தானே முற்படப் போக்காததனை எண்ணி நாணினனாக. நின்னை மணந்து இன்புறுத்துதற்கும் கருதினள் என்று சொன்னாள் என்று கொள்க. கடன் - இல்லறத்தான் ஆற்ற வேண்டிய கடமைகள்; அவற்றுள் ஒன்று சான்றோரை எதிரேற்று உபசரித்தல். வாய் திறத்தல் - மூடியிருக்கும் இதழ்களை விரித்து மலர்த்துதலும் ஆம். நன்னர் நெஞ்சம் - நன்மையை நாடும் நெஞ்சம். ஏகல் வெற்பன் - உயர்ச்சியுடைய மலைகளைக் கொண்ட நாட்டினன்.

266. தூது மறந்தனர்!

பாடியவர்: நக்கீரர். **திணை:** பாலை. **துறை:** வரையாது பிரிந்த இடத்துத் தோழிக்குக் கிழத்தி உரைத்தது.

து-வி: தலைவன், தான் கூறியபடி தன்னை வரையாது பிரிந்து போயின காலத்துத், தலைவியின் ஏக்கம் பெரிதாயிற்று. அதனால், தோழியை நோக்கி இவ்வாறு கூறுகின்றாள்.

நமக்குஒன்று உரையார் ஆயினும் தமக்குஒன்று
இன்னா இரவின் இன்துணை ஆகிய
படப்பை வேங்கைக்கு மறந்தனர் கொல்லோ
மறப்பு அரும் பணைத்தோள் மரீஇத்
துறத்தல் வல்லியோர் புள்வாய்த் தூதே?

தோழி! மறத்திற்கு அரிதான பணைத்த நம் தோள்களைத் தழுவி இன்புற்றபின், அந்த இன்பத்தை மறந்து, நம்மைப் பிரிந்து

போதற்கு வன்மையுடையோர் ஆயினர் நம் தலைவர். அவர், புட்கள் வழியாக நமக்குத் தம் வருகை குறித்து விடுக்கின்ற தூதினாலும், நமக்கு ஆறுதலாகிய ஒன்றை உரையார் ஆயினர். ஆயினும், நமக்குப் பொருந்திய துன்பத்தையுடைய இராக்காலங்களில், இனியதொரு துணையாக அமைந்திருந்த தோட்டத்தின் கண்ணுள்ள வேங்கை மரத்திற்கும், தூது விடுதலை மறந்தனரோ?

கருத்து: 'அவர் வருதலைக் குறிக்கும் புள் நிமித்தமும் கண்டிலனே' என்பதாம்.

விளக்கம்: இன்னா இரவு - காவன் மிகுதியைக் கொண்டதாகித், தலைவியைக் கண்டு இன்புறுதற்கு இயலாது துயரத்தை மிகுதியாக்கிய இரவு. அக்காலத்து, வேங்கை நிழல், அவன் மறைந்திருத்தற்கு உதவித், துணையாயிற்று என்க. அதுவே, அவரது இரவுக்குறியிடமாதலும் இதனால் அறியப்படும். புள்வாய்த் தூது - நன்மை குறிக்கும் புள் நிமித்தம்.

267. அறனில் கோள்!

பாடியவர்: காலெறி கடிகையார். **திணை:** பாலை. **துறை:** 'மேல் நின்றும் ஆடவர் பொருட்குப் பிரிந்தாராகலின், நாமும் பொருட்குப் பிரிதும்' என்னும் நெஞ்சிற்கு, நாளது சின்மையும், இளமையது அருமையும் கூறிச் செலவு அழுங்கியது.

து-வி: "பொருள் தேடப் பிரிந்துபோதல் என்பது ஆடவர்க்குரிய கடமை" என்று கருதிச் சென்ற முன்னோரைப் பின்பற்றி, நாமும் பொருள் தேடிவருதற்குத் தலைவியைப் பிரிந்து போதல் வேண்டும்" என்று நெஞ்சம் தூண்டிற்று. அப்போது வாணாளது சிறுமையும், இளமையது அருமையும் தோன்றத், தலைவன் தான் செல்ல நினைத்ததை விட்டுவிடுகின்றான்.

இருங்கண் ஞாலத்து ஈண்டுபயப் பெருவளம்
ஒருங்குடன் இயைவது ஆயினும், கரும்பின்
கால்எறி கடிகைக் கண்அயின் றன்ன
வால்எயிறு ஊறிய வசைஇல் தீம்நீர்க்
கோல்அமை குறுந்தொடிக் குறுமகள் ஒழிய,
ஆள்வினை மருங்கில் பிரியார் – நாளும்
உறல்முறை மரபின் கூற்றத்து
அறன்இல் கோள்நற்கு அறிந்திசி னோரே.

நெஞ்சமே! நாள்தோறும் சென்று முறையாக அடைதலாகிய மரபினை உடையது கூற்றம். அறனற்ற அதன் கொலைத் தொழிலினது நன்மையினை நன்றாக அறிந்தோர்கள், தம் தலைவியரைப் பிரிந்து போகார். பெரிய இடத்தை உடையது இவ்வுலகம். இதன்கண்தொக்க பயனையுடைய பெருவளம் அனைத்தும் ஒருங்கே வந்து பொருந்துவதனாலும், கருப்பந்தண்டினது அடிப்பகுதியிலே வெட்டிய துண்டத்தைச் சுவைத்தாற் போன்ற சுவையினையுடையதும், வெள்ளிய பல்லினிடத்தே ஊறியதுமான, குற்றமற்ற இனிதான நீரையுடைய வளும், கோற்றொழில் அமைந்த குறிய வளைகளை உடையவளுமான இளையோளான தலைவி, தனியாளாய் நீங்கியிருப்பத், தாம் முயற்சியின் பொருட்டாக, அவளைப் பிரிந்து போகார்.

கருத்து: 'இளமையது அருமையையும், வாழ்க்கையது நிலையாமையையும் உணர்ந்த யான், இவளைப் பிரியேன்' என்பதாம்.

விளக்கம்: வாயூறலின் சுவைக்கும் 'கரும்பின் கால் ஏறி கடிகைக் கண் அயின்ற' சுவையினை ஒப்பிட்டனன். கருப்பந் தண்டின் அப்பகுதியே இனிமைமிக்கதாகலின் அதனைக் கூறினன். எறிதல் - வெட்டுதல். 'நாளும் உறன் முறை மரபின் கூற்றம்' என்றது, அது நாளென்னும் அளவானே விதிக்கப்பட்ட வாணாளை முறையாகக் குறைத்துக் கொண்டே போதலால். 'அறனில்கோள்' என்றது, முதியோர் இளையோர் என்னாது கொல்லும் கொடுமையை நினைந்து கூறியதாம். 'கூற்றது செயலை உணர்ந்தோர் பிரியார்' என்றது, தானும் உணர்ந்தவனாதலின், பிரிவைக் கைவிட்டனன் என்றதுமாம்.

268. ஆற்றாம்! வினவாம்!

பாடியவர்: கருவூர்ச் சேரமான் சாத்தன். **திணை:** குறிஞ்சி. **துறை:** தலைமகன் சிறைப்புறத்தானாகுத் தலைமகட்குத் தோழி சொல்லியது.

து-வி: இரவுக்குறியின்கண் தலைவியும் தோழியும் வந்தடைந்தவராகத் தலைவனின் வருகையை எதிர் நோக்கியபடி காத்திருக்கின்றனர். அவ்வேளை, தலைவன் வந்து ஒருசார் ஒதுங்கி நிற்பதைக் கண்டாள் தோழி. தலைவியை மணந்துகொள்வதிலே அவன் மனத்தைச் செலுத்த நினைத்தவளாகத் தலைவியிடம் சொல்லுவதுபோல, இவ்வாறு கூறுகின்றனள்.

'சேறிரோ?' எனச் செப்பலும் ஆற்றாம்;
'வருவி ரோ?'என வினவலும் வினவாம்;
யாங்குச் செய்வாம்கொல்? – தோழி – பாம்பின்
பையுடை இருந்தலை துமிக்கும் ஏற்றொடு
நடுநாள் என்னார். வந்து,
நெடுமென் பணைத்தோள் அடைந்திசி னோரே.

தோழி! பாம்பினது படத்தையுடைய பெரிய தலையைத் துணிக்கும், இடியேற்றோடு கூடியதான, நள்ளிராக் காலமென்றும் கருதாராய் வந்தடைகின்றார்; நின் நெடிய மென்மை வாய்ந்த பணைத்த தோள்களை அடைந்தும் இன்புற்றிருக்கின்றார், தலைவர். அவரிடத்தே நும் ஊர்க்குச் சென்றீரோ எனச் சொல்லுதற்கும் இயலாதவராயிருக்கின்றோம். நாளை வருவிரோ என்று வினவுதலையும் செய்யாதிருக்கின்றோம். அவற்றை எவ்வாறு நாம் செய்வோம்?

கருத்து: *'அச்சமின்றித் தலைவனுடன் பிரியாது கூடி வாழ்தலை விரும்பினேம்' என்பதாம்.*

விளக்கம்: *'சேறிரோவெனச் செப்பலும் ஆற்றாம்' என்றது. அவனைப் பிரிய மனமில்லாத தம்முடைய உள்ளத்து ஆர்வத்தைக் காட்டுவது; 'வருவிரோவென வினவலும் வினவாம்' என்றது, வழியிடை அவனுக்கு ஊறுண்டாகுமோ என நினைந்து வருந்தும் அச்சமிகுதியைக் காட்டுவது; இவை இரண்டும் நீங்க, அவர்கள் மணந்து கற்பற வாழ்வு நடத்தலைச் செய்தல் வேண்டும் என்பதாம். நடுநாள் - பாதியிரவு. ஏறு - இடியேறு. பணைத்தோள் - மூங்கில் அனைய தோளும்ஆம்.*

269. இனிவரின் எளியள்!

பாடியவர்: *கல்லாடனார்.* **திணை:** *நெய்தல்.* **துறை:** *தலைமகன் சிறைப்புறத்தானாகத் தலைமகள் தோழிக்குச் சொல்லுவாளாய்ச் சொல்லியது.*

து-வி: *பகற்குறிக்கண் தலைமகள் வந்து குறியிடத்தின் ஒருசார் ஒதுங்கி நிற்கின்றான். அவ்வேளை, தலைமகள் தோழியிடம் கூறுவாளைப் போல, அதுவே தலைவன் வந்து தன்னை அடைதற்கேற்ற காலமென்பதனை, இப்படிச் சொல்லுகின்றாள்.*

சேயாறு சென்று, துனைபரி அசாவாது,
உசாவுநர்ப் பெறினே நன்றுமன் தில்ல—
வயச்சுறா எறிந்த புண்தணிந்து, எந்தையும்

நீல்நிறப் பெருங்கடல் புக்கனன்; யாயும்
உப்பை மாறி வெண்ணெல் தரீஇய
உப்புவிளை கழனிச் சென்றனள்; அதனால்,
பனிஇரும் பரப்பின் சேர்ப்பற்கு,
'இனிவரின் எளியள்' என்னும் தூதே.

தோழி! வலிய சுறாமீன் தாக்கியதால் ஏற்பட்ட புண்ணானது தணிந்து, என் தந்தையும், நீலநிறப் பெருங்கடலிடத்தே, மீளவும் மீன் வேட்டங் கருதிப் புகுந்தனன். உப்பை விற்று வெண்ணெல்லை வாங்கிவரும் பொருட்டாக, என் தாயும், கழனிக்குச் சென்றனள். அதனால், குளிர்ந்த பெரும் பரப்பாகிய கடலையுடைய தலைவனுக்கு, இவ்வேளையிலே வந்தால் தலைவி அடைவதற்கு எளியளாவாள் என்று உரைக்கும் தூதானது, நெடுந்தொலைவாகிய வழியைக் கடந்து சென்று விரைகின்ற நடை காரணமாக வருந்தாமல், உசாத் துணை ஆவாரைப் பெற்றால் அது மிகவும் நல்லதாகும்! அதுவே என் விருப்பம்!

கருத்து: 'இது நல்ல சமயம்' என்பதாம்.

விளக்கம்: தலைவியின் தந்தை சுறாமீன் எறிதலாற் புண்பட்டு இல்லிற் கிடக்கவும், தாய் தந்தைக்கு ஆதரவாக அவனருகே இருக்கவுமாக நேர்ந்தமையால், இடையிற் சில நாட்கள், குறித்தபடி தலைவியால் குறியிடத்திற்கு வருதற்கு முடியவில்லை. அது நீங்கிற்றென்பதை இவ்வாறு அவள் உணர்த்துகின்றாள். தலைமகன் தன்னை வரைந்து கொள்ளுதலை விரும்பிய விருப்பமும் இதனாற் புலப்படும். 'கழனி' என்றது, உப்பு விளையும் வயற்புறத்தை.

270. வாழி பெருவான்!

பாடியவர்: பாண்டியன் பன்னாடுதந்தான். திணை: முல்லை. துறை: வினைமுற்றிப் புகுந்த தலைமகன், கிழத்தியோடு உடனிருந்து கூறியது.

து-வி: குறித்துச் சென்ற வினையை முடித்தபின் இல்லத்திற்கு வந்தடைந்து தலைவியோடு இன்புற்றிருக்கின்றான் தலைவன். அவ்வேளையிலே, அவன், மழையினை இவ்வாறு சுட்டியுரைத்து வாழ்த்துகின்றான்.

தாழ்இருள் துமிய மின்னி, தண்ணென
வீழ்உறை இனிய சிதறி, ஊழின்

கடிப்புஇகு முரசின் முழங்கி, இடித்து இடித்துப்
பெய்க, இனி; வாழியோ, பெருவான்! – யாமே;
செய்வினை முடித்த செம்மல் உள்ளமோடு
இவளின் மேவினம் ஆகி, குவளைக்
குறுந்தாள் நாள்மலர் நாறும்
நறுமென் கூந்தல் மெல்அணை யேமே.

செய்யக் கருதிய வினையைச் செய்து முடித்த நிறைவைக் கொண்ட உள்ளத்தோடு, யாம் இவளோடு பொருந்தினேம் ஆகினேம். குவளையது குறிய காம்பையுடைய அன்றலர்ந்த மலரைப் போல மணக்கின்ற, நறிய மெல்லிய கூந்தலாகிய மெல்லணையேமும் ஆகினேம். ஆதலால், தங்கிய இருளானது துண்டுபடுமாறு மின்னலிட்டுக் குளிர்ச்சி உண்டாகுமாறு வீழ்கின்ற துளிகளுள் இனிதானவற்றைச் சிதறி, முறையாகக் குறுந்தடியால் முரசினைப்போல முழக்கமிட்டுப் பன்முறை இடித்து, இனி நீயும் பெய்வாயாக! பெருமேகமே, நீ வாழ்க!

கருத்து: *குறித்தபடி யாம் திரும்பினேம்; இனி மழையும் இனிதே பொழிக! என்பதாம்.*

விளக்கம்: *தாழ் இருள் - தங்கிய இருள். உறை - துளிகள்; மழைத்துளிகள். அவை இனிய சிதறலாவது; உலகிற்கு இனிமையுண்டாகச் சிதறல். வீழ் உறை - விரும்பப்படும் துளியும் ஆம். கடவுளது ஆணையான உலகமும் அதற்கு உறுதியாகிய அறம் பொருள் இன்பங்களும் நடத்தற்கு ஏதுவாக விளங்குவது மழையாதலால், அவற்றைப் பெற்ற தலைவன், அவ்வானை வாழ்த்துகின்றான்.*

மேற்கோள்: *'பிரிந்தவிடத்துத் தான் பெற்ற பெருக்கம் எய்திய சிறப்பின்கண் தலைவன் மனமகிழ்ந்து கூறியது' என நச்சினார்க்கினியரும், பிரிந்து வந்து புகுந்த தலைவன் கூற்று என, இளம்பூரணரும் உரைப்பர் - (தொல். கற்பு. 5 உரை.)*

271. உற்றது ஒருநாள்!

பாடியவர்: *அழிசி நச்சாத்தனார்.* **திணை:** *மருதம்.* **துறை:** *தலைமகற்கு வாயில் நேர்ந்து புக்க தோழிக்குத், தலைமகள் சொல்லியது.*

து-வி: *பரத்தையுறவில் ஈடுபட்டவனாகச் சிலகாலம் தலைவியைப் பிரிந்திருந்த தலைவன், மீண்டும் தலைவியை நாடி வருகின்றான். அவள் சினத்தை மாற்றித் தனக்கு*

இசைவிக்குமாறு அவளது தோழமையும் வேண்டுகின்றான். அவளும் அதற்கு உடம்பட்டுத் தலைவியிடம் சென்று சில சொற்களைக் கூற, அவற்றைக் கேட்ட தலைவி, இவ்வாறு உரைக்கின்றாள்.

அருவி அன்ன பருஉறை சிதறி
யாறு நிறைபகரும் நாடனைத் தேறி,
உற்றது மன்னும் ஒருநாள், மற்றுஅது
தவப்பல் நாள் தோள் மயங்கி,
வெளவும் பண்பின் நோய்ஆ கின்றே.

தோழி! வீழும் அருவியைப் போன்று பருத்த துளிகளைச் சிதறியதாய், மழை பெய்யும்; அதனால், ஆறு வெள்ளத்தை நிறையக் கொண்டதாய், ஒலியோடும் வரும்; அத்தகைய நாட்டிற்கு உரியானை நமக்குத் துணைவன் எனத் தெளிந்து, நாம் அவனோடு பொருத்தியிருந்ததெல்லாம் ஒரு நாளே ஆகும். அங்ஙனம் ஒரு நாட் கொண்ட உறவு, அதன் பின்னர், மிகப் பல நாட்களாக நம் தோளோடு கலந்து, அழகைக் கொள்ளை கொள்ளும் தன்மையைக் கொண்ட நோயாகவும் ஆகின்றது.

கருத்து: 'தலைவனைக் கடமை கருதி ஏற்பேன்' என்பதாம்.

விளக்கம்: 'உற்றது மன்னும் ஒருநாள்' எனத் தான் அவனுக்கு உரியளாயின தன்மையை உரைத்தது, 'தவப் பன்னாள் நோயாகின்றது' என அவன் பிரிவால் தானடைந்த துயரையும் சொல்லி, அவனை ஏற்பதற்கு இசைகின்றாள் தலைவி. நிறை - வெள்ளம்; நிறைந்து செல்லும் புது வெள்ளமும் ஆம்; மழை அருவிபோற் பெருத்த துளிகளைச் சிதற அதனாற் பெருகிச் செல்லும் ஆற்று வெள்ளம், புறத்தேயுள்ள பலவற்றிற்கும் பாய்ந்து சென்று அவற்றை வளப்படுத்தும். அதுபோலப் பொருள்வளம் பெருகத் தெருவூடு செல்லும் தலைவன், எதிர்ப்பட்ட பரத்தையர்க்கெல்லாம் உரியனாகி, அவரை வளப்படுத்துவானாயினான் என்று குறிப்பாகக் கூறினளாகவும் கொள்க.

272. தீண்டலும் இயைவதோ!

பாடியவர்: ஒரு சிறைப் பெரியன். **திணை:** குறிஞ்சி. **துறை:** கழறிய பாங்கற்குக் கிழவன் உரைத்தது.

து-வி: தலைவனது காதலுறவு அவனது தகுதிக்கு இழிவைத் தருவதென்று, பாங்கன் இடித்துரை கூறினான். அதனைக்

கேட்ட தலைவன், பெறுதற்கு அரியளான தலைவியின் சிறப்பை அவனும் உணருமாறு, இப்படிக் கூறுகின்றான்.

தீண்டலும் இயைவது கொல்லோ – மாண்ட
வில்லுடை வீளையர் கல்இடுபு எடுத்த
நனந்தலைக் கானத்து இனம்தலைப் பிரிந்த
புன்கண் மடமான் நேர்பட, தன்னையர்
சிலைமாண் கடுவிசைக் கலைநிறத்து அழுத்திக்
குருதியொடு பறித்த செங்கோல் வாளி
மாறு கொண்டன்ன உண்கண்,
நாறுஇருங் கூந்தல் கொடிச்சி தோளே!

மாட்சி கொண்ட வில்லை உடையராயும், வீளை ஒலியை உடையராயும், வேட்டுவர் கற்களை வீசி விலங்குகளை எழுப்புவர். அப்படி அவர்கள் எழுப்பிய அகன்ற இடத்தையுடைய காட்டிடத்தே, தன் இனத்தினின்றும் பிரிந்த துன்பத்தையும் மடப்பத்தையுமுடைய பெண்மான் ஒன்று நேராக வந்து எதிர்படவும், அதனை எய்யாராய், அவள் தமையன்மார், சிலைத்தல் மாட்சிமைப்பட்ட மிக்க வேகத்தையுடைய ஆண் மானது மருமத்திலே அழுந்தத்தைக்குமாறு அம்பினை ஏவுவர். கலைமானின் உடலினின்றும் வழியும் குருதியோடு அவர்கள் பிடுங்கிய, திரட்சியையுடைய சிவந்த அம்பானது, தம் முன்னை நிறுத்தினின்றும் மாறுபட்டாற் போன்று மாறுபட்ட, மையுண்ட கண்களை உடையவள் அவள். மணம் வீசும் கரிய கூந்தலையும் உடையவள், அக்குறவர் மகள். அவள் தோள்களை, ஒருகால் தொடப்பெறுதலும் நமக்கு வாய்ப்பதாகுமோ?

கருத்து: ‘அவள் பெறுவதற்கு அரியவள்’ என்பதாம்.

விளக்கம்: ‘கல்லிட்டு வேட்டுவர் காட்டைக் கலைக்கப் பெண்மான் அதன் இனத்தைப் பிரிந்து வேட்டுவரின் எதிராகச் சென்றுபட்டது. எனினும் அதனைக் கொல்லாராய், வழியும் குருதியோடு அவர் பிடுங்கிய அம்பின் முனை மாறு கொண்டாற் போல, அவள் மையுண்ட கண்களும் ஆடவரைக் காணின் சினத்தால் சிவப்படைந்து நிறம் மாறுபடும். அவள் அண்ணன்மாரும் மேற்குறித்தபடி ஆண்மையுடையவர். ஆனால், அவளை அடைதல் எளிதன்று; அரிதாகும்’ என்கின்றான். ‘தோள் தீண்டலும் இயைவது கொல்’ என்றது, தான் தீண்டிப் பெற்ற இன்பத்தை நினைந்து கூறியதாம். அதனை மறக்க என்ற பாங்கனுக்கு, ‘நேற்றுத் தீண்டிய அவள் தோள்களை, இன்று

தீண்டலும் இயைவதோ?' எனக் கேட்பவனாகத், தலைவன், தன் காதன்மிகுதியை உரைக்கின்றான். கொடிச்சி - குறிஞ்சி நிலத்து மகள்.

273. பிரியலன் தெளிமே!

பாடியவர்: சிறைக்குடி ஆந்தையார். **திணை:** பாலை. **துறை:** 'பிரிவர்' எனக் கவன்ற தலைமகளைத், தோழி வற்புறுத்தியது.

து-வி: தலைவன் தன்னைப் பிரிந்து போய்விடுவானோ என நினைந்து கவலை கொண்டாள் தலைவி. அவளுக்குத் தலைவன் பிரிந்து போகமாட்டான் எனத் தோழி வற்புறுத்திக் கூறுவது இது.

அல்குறு பொழுதில் தாதுமுகை தயங்கப்
பெருங்காடு உளரும் அசைவளி போலத்
தண்ணிய கமழும் ஒண்ணுத லோயே!
நொந்தனை ஆயின், கண்டது மொழிவல்;
பெருந்தேன் கண்படு வரையில் முதுமால்பு
அறியாது ஏறிய மடவோன் போல,
ஏமாந் தன்று, இவ்உலகம்;
நாம்உளேம் ஆகப் பிரியலன் தெளிமே

அசைகின்ற காற்றானது, தாதையுடைய அரும்புகள் விளங்கப் பெரிய காட்டிலே தடவியதாய் வந்தடையும். அதனைப்போல் குளிர்ந்த மணத்தை வீசுகின்ற ஒள்ளிய நெற்றியை உடையவளே! தலைவன் பிரிவானோ என நீ வருந்தினையானால், யான் அறிந்ததைச் சொல்வேன் கேட்பாயாக; பெரிதான தேனிறால் தங்கியிருக்கும் மலைப்பக்கத்திலே, அதனைப் பெறுவதன் பொருட்டாகப், பழைய கண்ணேணியின் மேல் அறியாது ஏறினான் ஓர் அறிவற்றவன். அவனைப் போலவே, இந்த உலகமும் ஏமாந்தது. நாம் உயிரோடு இருப்பேமாகவும், தலைவன் நம்மை வருந்தச் செய்வானாகப் பிரிந்து போகான். இதனைத் தெளிந்து நின் கவலையைக் கைவிடுவாயாக!

கருத்து: 'தலைவன் நின்னை உயிருள்ளவரை பிரியான்' என்பதாம்.

விளக்கம்: அசைவளி - அசைந்தபடி மெல்லென வரும் காற்று; தென்றல். பெருந்தேன் - மலைத்தேன்; அதனையுடைய தேன் கூட்டிற்கு ஆயிற்று. கண்படுதல் - பலராற் காணப்பட்டும் எடுத்தற்கான சிரமத்தை நினைந்து

கொள்ளப்படாமல் இருத்தல். முது மால்பு - பழையதாகிய ஒடிந்துபோம் நிலையிலுள்ள கண்ணேணி. அதனை அறியாது ஏறிய மடவோன், பின் அதன் தன்மையறிந்தானாகத் தேனை மறந்து கீழிறங்குவான்; அவ்வாறே பொருளார்வம் தூண்டப் பிரியக் கருதிய தலைவனும், அதனால் தலைவிக்கு வரும் உயிரிழைப்பையும் அது தனக்குத் தரும் துயரையும் கருதினனாகப் போக்கை நிறுத்தி விடுவான் என்பதாம். 'உலகம் ஏமாந்தன்று', என்றது, தலைவனை நினைவிற்கொண்டு உலகின்பால் ஏற்றிக் கூறியதாகும். 'நாம் உளோமாக' என்றது, தலைவனின் 'உயிருள்ள வரை பிரியேன்' எனவுரைத்த உறுதிமொழியை நினைவுப்படுத்திக் கூறியதாகும். அவன் பிரிந்து போகான் என்பது தேற்றம்.

274. இன்னாக் கானமும் இனியே!

பாடியவர்: உருத்திரன். **திணை:** பாலை. **துறை:** பொருள் வலித்த நெஞ்சிற்குக் கிழவன் உரைத்தது.

து-வி: பொருள் தேடிவருதலின் பொருட்டாகத் தலைவியைப் பிரிந்து வேற்று நாடு செல்லக் கருதினான் தலைவன். 'காட்டின் வெம்மையும்' தலைவியின் இனியவுறவை நினைந்தபடி சென்றால், இனிதாகும் எனத், தன் நெஞ்சிற்கு இப்படிக் கூறிக் கொள்ளுகின்றான்.

புறவுப் புறத்தன்ன புன்கால் உகாஅத்து
இறவுச் சினைஅன்ன நளிகனி உதிர,
விடுகணை வில்லொடு பற்றி, கோடு இவர்பு,
வருநர்ப் பார்க்கும் வன்கண் ஆடவர்,
நீர்நசை வேட்கையின் நார்மென்று தணியும்
இன்னாக் கானமும், இனிய – பொன்னொடு
மணிமிடை அல்குல் மடந்தை
அணிமுலை ஆகம் முயங்கினம் செலினே.

நெஞ்சமே! பொன்னொடு மணிகளையும் சேர்த்துச் செய்யப் பெற்ற அணிகளை அணிந்திருக்கும் அல்குல் தடத்தினை உடையவள் தலைவி; அவளுடைய அழகிய முலைகளையுடைய மார்பினை நினைந்தேமாகிச் சென்றோமானால், புறவினது முதுகைப் போன்ற புல்லிய அடியையுடைய உகா மரத்தினது, இறால் மீனின் முட்டைகளைப் போன்ற செறிந்த பழங்கள் உதிரும் படியாக விடுகின்ற அம்பினை, வில்லோடும் கையிற்

பற்றியவராக, அதன் உயர்ந்த கிளையின் மேலாக ஏறியிருந்து, வழியோடு வருவோரைப் பார்க்கின்ற, வன்கண்மையினை உடையவர், ஆறலை கள்வர்கள். அவர்கள், நீரினை விரும்புகின்ற வேட்கையினாலே, மரப்பட்டையை மென்று, தாகத்தைத் தணித்துக் கொள்வார்கள். அத்தகைய இன்னாமையினையுடைய காடுகளும் இனியவாகி விடுமே!

கருத்து: 'தலைவியின் நினைவு, வெம்மைமிக்க பாலைவழியினும் இனிமையைத் தரும்' என்பதாம்.

விளக்கம்: உகா - ஒரு வகை மரம். இதன் கனிகள் இறால் மீனின் முட்டைகளைப் போன்றவன; 'உகாய்' எனவும் வழங்கும். நார் - பட்டை; சில மரங்களின் பட்டைகளை மெல்வதால் தாகம் தீருமென்பர்; அதனை மென்றனர் என்க. பொன்னொடு மணி மிடை அல்குல் மடந்தை, அணிமுலை ஆகம் உள்கினஞ் செலினே, இன்னாக் கானமும் இனிய என்றது, அவள் நினைவு மீதுரப், பிற துயர நினைவுகள் எழாவாய் அடங்கும் என்பதனால்.

275. தேர்மணி கொல்!

பாடியவர்: ஒக்கூர் மாசாத்தி. **திணை:** முல்லை. **துறை:** பருவ வரவின் கண், வரவு நிமித்தம் தோன்ற, தோழி தலைமகட்கு உரைத்தது.

து-வி: தலைவன் மீண்டு வருவதற்குக் குறித்த கார்ப் பருவத்தினது வரவின்கண், அவனது தேரின் மணியொலியைக் கேட்ட தோழி, இவ்வாறு தலைவியிடம் கூறுகின்றனள்.

முல்லை ஊர்ந்த கல்உயர்பு ஏறிக்
கண்டனம் வருகம்; சென்மோ – தோழி!
எல்ஊர்ச் சேர்தரும் ஏறுடை இனத்துப்
புல்ஆர் நல்ஆன் பூண்மணி கொல்லோ?
செய்வினை முடித்த செம்மல் உள்ளமொடு
வல்வில் இளையர் பக்கம் போற்ற,
ஈர்மணற் காட்டாறு வரூஉம்
தேர்மணி கொல்? ஆண்டு இயம்பிய உளவே.

தோழி! காளையை உடைய பசுவினங்கள் மாலை நேரத்திலே ஊரை வந்தடையும். புல்லை உண்ட நல்ல பசுக்களின் கழுத்திற் பூண்டிருக்கும் மணியோசையோ? செய்யக் கருதிய செயலைச் செய்து முடித்து நிறைவு கொண்ட

உள்ளத்தோடு, வலிய வில்லையுடைய இளைய வீரர்கள் தன் இரு பக்கமும், பாதுகாத்தவராக வந்து கொண்டிருக்க, ஈரமாகிய மணலையுடைய காட்டு வழியிலே வரும் தலைவனது தேரின் மணியோசையோ? முல்லைக்கொடி படர்ந்திருக்கும் கல்லின் மேலாக ஏறி நின்று, அங்கே ஒலிப்பனவாக உள்ளவை யாவையென யாமும் கண்டு வருவோம்; வருவாயாக.

கருத்து: 'தலைவனது தேர்மணிகளின் ஓசை கேட்கின்றது' என்பதாம்.

விளக்கம்: உயர்வு - உயரமான இடம். இளையர் - வீரர். 'வல்வில் இளையர் பக்கம் போற்ற வரூஉம்' என்றதனால், தலைவன் படைத்தலைமை பூண்டு அரசவினை கருதிச் சென்றவன் என்பது, அவன் முடித்தது பகைவரை வென்றாகிய வினை என்பதும் விளங்கும். 'கேட்பது எதுவெனக் கண்டு வருவோம்' என்பாள், தலைவியின் ஆர்வத்தை மிகுதியும் தூண்டிவிடாளாய் இப்படிக் கூறுகின்றாள். எல் - மாலைக்காலம். ஈர்மணல் - ஈர மணல்; இது மழையால் உற்றது; இதனால் வருவதாகக் குறித்த கார்ப் பருவம் வந்துற்றதும் பெறப்படும்.

276. ஊர் அளிது!

பாடியவர்: கோழிக் கொற்றன். **திணை:** குறிஞ்சி. **துறை:** தோழிக்குக் குறைமாறாமல் தலைமகன் கூறியது.

து-வி: தலைவிபாற் காதலுற்ற தலைவன், அவளைத் தனக்கு உடன்படச் செய்யுமாறு, அவள் தோழியிடம் சென்று வேண்டுகின்றான். அவள் அதற்கு இசையாளாக, அவன், 'மடலேறி வந்தாவது மணப்பேண்' என்பவனாக, இப்படிக் கூறுகின்றான்.

பணைத்தோட் குறுமகள் பாவை தைஇயும்
பஞ்சாய்ப் பள்ளம் சூழ்ந்தும், மற்று – இவள்
உருத்துஎழு வனமுலை ஒளிபெற எழுதிய
தொய்யில் காப்போர் அறிதலும் அறியார்,
முறையுடை அரசன் செங்கோல் அவையத்து
யான்தற் கடவின் யாங்கு ஆகுவதுகொல்?
பெரிதும் பேதை மன்ற
அளிதோ தானே இவ்அழுங்கல் ஊரே!

மூங்கிலைப் போன்ற தோள்களை உடையவளான இளையோள், இவள். இவளுக்காகப் பஞ்சாய்ப் பாவையை

முன்னர்ப் பண்ணித் தந்தேன். அதற்காகப் பஞ்சாய்க் கோரை வளர்ந்திருக்கும் பள்ளப்பகுதிகளிலே சுற்றியும் திரிந்தேன். மேலும், இவளது, தோற்றி எழுந்த அழகான நகில்களில் நிறம்பெற யான் அன்று எழுதிய தொய்யிலை, முறைமையுடைய நம் அரசனது, செங்கோன்மையையுடைய அறங்கூறும் அவையத்தில், யான் இவளை அவை பற்றி வினவினால், இவை எல்லாம் எவ்வாறு ஆவதோ? அதனாலே, வருத்தத்தையுடைய இந்த ஊரானது, நிச்சயமாகப் பெரிதும் பேதைமையினை உடையதே ஆகும். அதனால், இது இரங்கத்தக்கதும் ஆகும்.

கருத்து: 'மடலேறி வந்தும் அவையத்து வழக்கு உரைத்தும், இவளை யான் அடைவேன்' என்பதாம்.

விளக்கம்: 'அழுங்கலூர்' என்றது, தோழியைக் குறித்துக் கூறியதாகும். 'தலைவி இளையள்; நின்னாற்பெறுதற்கு அரியள்' என்று கூறித், தோழி, தலைவனை ஒதுக்குகின்றாள். அவனோ, தனக்கும் தலைவிக்கும் முன்னரே தோன்றி வளர்ந்துள்ள உறவுகளைக் கூறி, எப்படியும் அவளை அடைவதாக உரைக்கின்றான். இதனைக் கேட்கும் தோழி, அவன் செயல்களால் வரும் பழிக்கு அச்சங் கொண்டவளாகத் தலைவனது குறையை முடிக்கக் கருதுவாள் என்பதாம். தைஇயும் - பின்னித் தந்தும். சூழ்ந்தும் - சுற்றி அலைந்தும். உருத்தல் - தோன்றல். 'வனமுலை ஒளிபெற எழுதிய தொய்யில்' என்றலால், இயல்பாக அமைந்த அழகு, மேலும் ஒளிபெற்றுத் திகழ்வது கருதியே தொய்யில் அன்று வரையப் பெற்றமையும் விளங்கும். காப்போர் - தாயரும் தோழியரும் ஆகியோர். கடவுதல் - வினாதல். அழுங்கல் - வருத்தம். ஆன்றோர் அவையத்து வழக்கு உரைப்பேன் என்பவன் 'அவையத்து யான் தன் கடவின் யாங்காவது கொல்?' என்கின்றான். இவற்றால், தன்னைத் தலைவியை அடையவிடாது தடைசெய்ய நினைக்கும் தோழியின் செயல், முறையற்றது என்பதையும் அவட்கு உணர்த்தினனாம்.

277. அக்கால் வருவர்!

பாடியவர்: ஓரிற் பிச்சையார். **திணை:** பாலை. **துறை:** தலைமகன் பிரிந்தவழி, அவன் குறித்த பருவவரவு, தோழி அறிவரைக் கண்டு வினாவியது.

து-வி: தலைவன் குறித்துச் சென்ற பருவத்தை அறிவரிடம் சென்று உரைத்து, பிரிவால் நலிவுற்ற தலைவிக்கு இரங்கிய

தோழி, அந்தப் பருவ வரவின் காலம் யாதென, இப்படி அவரிடத்தே வினவுகின்றாள்.

ஆசுஇல் தெருவின் ஆசுஇல் வியன்கடை,
செந்நெல் அமலை வெண்மை வெள்இழுது
ஓர்இல் பிச்சை ஆர மாந்தி,
அற்சிர வெய்ய வெப்பத் தண்ணீர்
சேமச் செப்பில் பெறீஇயரோ, நீயே—
'மின்னிடை நடுங்கும் கடைப்பெயல் வாடை
எக்கால் வருவது?'என்றி;
அக்கால் வருவர், எம் காத லோரே.

அறிவனே! மின்னைப் போன்ற நுண்ணிடையாளான தலைவியை நடுங்கச் செய்கின்றதும், கடைப்பெயலான மழையை உடையதுமான வாடைக்காலமானது, எக்காலத்தே வருவது என்று எனக்குச் சொல்வாயோ? அக்காலத்தே தான், எம்முடைய காதலரும் வருவார். அதனால், அதனை எமக்குச் சொல்வாயாக. சொன்னால், குற்றமற்ற தெருவினிடத்தே நாயில்லாத அகன்ற கடைவாயிலிலே, செந்நெற் சோற்றாலான உருண்டையும், மிக வெள்ளிய நெய்யும் கலந்ததாகிய ஒரு வீட்டில் இடுகின்ற பிச்சையை வயிறார உண்டு, அற்சிரக் காலத்திற்கு உரித்தான, விரும்பத்தகுந்த சூட்டையுடைய நீரைச், சேமித்து வைக்கும் செப்பிலே நீயும் பெறுவாயாக.

கருத்து: 'வாடைக்காலத்தின் வரவு எப்போதென எமக்கு உரைப்பாயாக' என்பதாம்.

விளக்கம்: வாடைக்காலம் வரும்போது தான் மீண்டு விடுவதாகச் சொல்லிச் சென்றிருந்தான் தலைவன்; அந்தக் காலத்தின் வரவைக் குறித்துக் காலங்களை அறிந்தவனாகிய அறிவனிடம் சென்று, தலைவியின் தோழி, இப்படிக் கேட்கின்றாள். அற்சிரம் - முன்பனிக்காலம். பல வீடுகளினும் சென்றிருந்து பிச்சை ஏற்றுண்ணும் இரவலரைப் போலாது ஒரு வீட்டிலேயே உணவளித்து உபசரிக்கப்படினும், அதனையும் பிச்சையென்றே ஏற்பர் அறிவர்; அதனை ஓரிற் பிச்சை என்றமையின், இச்செய்யுளைப் பாடியவர் ஓரிற் பிச்சையார் எனப்பட்டனர். 'ஆசில் தெருவில்' என்றது, நல்லோர் வாழும் தெருவில் என்பதாம். 'நாயில் வியன்கடை' என்றதால், அவ்வீட்டில் நாய் வளர்க்கப்படாமையும் அறியப்படும். ஆசு - குற்றம். சேமம் - சேமித்து வைத்தல். செப்பு - செம்பு. வெப்பத் தண்ணீர் - வெந்நீர். (பார்ப்பனர் அகம்).

278. கொடியர்! வாழி!

பாடியவர்: பேரிசாத்தன். **திணை:** பாலை. **துறை:** பிரிவிடை வற்புறுத்தும் தோழிக்குத் தலைமகன் உரைத்தது.

து-வி: தலைமகன் தலைவியைப் பிரிந்து சென்றிருந்தான். அதனால், தலைவி பெரிதும் நலிவினை அடைந்தாள். அதனை அறிந்த அவளுடைய தோழிக்குக் கவலை மிகுந்தது. தலைவியின் துயரத்தை மாற்ற நினைப்பாளாய், 'அவன் விரைவில் வருவான்' என வலியுறுத்தி உரைக்கின்றாள். அவளுக்குத் தலைவி, தனது நிலையைக் கூறுகின்றாள்.

உறுவளி உளரிய அம்தளிர் மாஅத்து
முறிகண் டன்ன மெல்லென் சீறடிச்
சிறுபசும் பாவையும், எம்மும் உள்ளார்
கொடியர் வாழி – தோழி! – கடுவன்
ஊழுறு தீம்கனி உதிர்ப்ப, கீழ் இருந்து,
ஓர்ப்பன ஓர்ப்பன உண்ணும்
பார்ப்புடை மந்திய மலைஇறந் தோரே.

தோழி! மரத்தின் மேலிருந்து, இனிதான முதிர்ந்த பழங்களைக் கடுவன் உதிர்க்கும்; குட்டிகளையுடைய பெண் குரங்குகள் அம்மரத்தின் கீழாக இருந்தனவாய், அக்கனிகளுள், தாம் ஏற்பவற்றை உண்டு தம் பசிதீரும்; அத்தகையதான மலைநாட்டை கடந்து சென்றுள்ளோர் நம் தலைவர். அவர், காற்றுப் பொருந்திக் கோதிய, அழகிய தளிரையுடைய மாமரத்தினது, தளிரைக் கண்டாற் போன்ற மென்மை வாய்ந்த சிறிய அடிகளோடு கூடியதும் சிற்றளவு பசுமை கொண்டதுமான பாவையினையும், எம்மையும் நினைக்கமாட்டார் ஆயினார். அவர் கொடியர்! அவர் வாழ்க!

கருத்து: 'நம்மைப் பிரியும் கொடியன் அவனாயினான்' என்பதாம்.

விளக்கம்: தான் பாவையாடி இன்புற்ற காலத்தேயே தன்னை விரும்பித் தொடர்பு கொண்டவன் தலைவன் என்பவள், அந்தப் பழைதான உறவினை நினைத்தாளாக, 'சிறு பசும் பாவையும் எம்முள் உள்ளார்' என்றனள். கடுவன் - ஆண் குரங்கும் தன் மந்தியும் குட்டிகளும் உண்டின்புற அவற்றுக்குக் கனியுதிர்த்து உதவுதலைக் கண்ட பின்னரும், தலைவர் திரும்பினாரில்லை என்பதும். அருள் அப்போதும் தோன்றாததனால், 'கொடியர்'

என்றாள், 'அவர் நினையார்; ஆதலின் மீண்டாரல்லர்; யாமோ நினைந்து ஏங்குவேமாய் நலிவடைவோம்' என்பதுமாம். இனிச் 'சிறுமியாய்க் கானற் சோலையில் தான் பாவை விளையாட்டு அயர்ந்திருந்த காலத்தேயே, தனக்குப் பாவை செய்து தந்து அன்பு காட்டிய தலைவன், இதுகாலை வாடை வருத்தவும் வந்தருளானாய், வாடி நலியச் செய்தனன்; அதனாற் கொடியன்' என்றதாகவும் கொள்ளலாம்.

279. உள்ளாதோர்!

பாடியவர்: மதுரை மருதன் இளநாகனார். **திணை:** முல்லை. **துறை:** வற்புறுத்தும் தோழிக்குக் கிழத்தி உரைத்தது.

து-வி: தலைவனது பிரிவினாலே பெருவருத்தம் அடைந்தாள் தலைவி. அவளை ஆற்றியிருக்கக் கூறுவாளான தோழி, 'அவன் வரும் வரை நீ ஆற்றியிருத்தலே கற்புடை மகளிர் செய்தற்கு உரியது' என்று வற்புறுத்தி உரைக்கின்றாள். அவளுக்குத் தலைவி கூறுவது இது.

திரிமருப்பு எருமை இருள்நிற மைஆன்
வருமிடறு யாத்த பகுவாய்த் தெண்மணி,
புலம்புகொள் யாமத்து, இயங்குதொறு இசைக்கும்
இதுபொழுது ஆகவும் வாரார் கொல்லோ—
மழை கழூஉ மறந்த மாஇருந் துறுகல்
துகள்சூழ் யானையின் பொலியத் தோன்றும்
இரும்பல் குன்றம் போகித்
திருந்துஇறைப் பணைத்தோள் உள்ளா தோரே!

தோழி! மழை கழுவுதலை மறந்ததனால், கரிய பெரிய பொற்றைக் கற்கள், புழுதிபடிந்த யானைபோல விளக்கமுடன் தோன்றும் தன்மையைக் கொண்ட, பெரிதான குன்றிடம் பலவற்றையும் கடந்து சென்றவர் நம் தலைவர். அவர், திருத்தமான சந்துகளைக் கொண்ட, பணைத்த எம் தோள்களை நினையாத வரும் ஆயினார் முறுக்கு அமைந்த கொம்புகளை உடையதும் இருள் நிறத்தைக் கொண்டதுமான எருமையது. வளரும்மிடற்றிடத்துக் கட்டியுள்ளதும், பிளந்த வாயையுடையதும், தெளிந்த ஒலி கொண்டதுமான மணியானது, தனிமையைக் கொள்ளும் யாமத்து வேளையிலே, அது நடக்குந்தோறும் ஒலி செய்கின்ற இக்காலமே, தாம் வருதற்குக் குறித்த காலமாக இருப்பவும், அவர் தாம் அதனை மறந்து வாராராயினர்!

கருத்து: 'சொன்னபடி வருதலை அவர் மறந்தாராயின், யான் வருந்தாதிருப்பேனோ?' என்பதாம்.

விளக்கம்: எருமையின் மணியோசையைத் தலைவி கேட்டதாக உரைப்பது, அவள் அப்போதும் துயிலாமல் துயரத்தில் ஆழ்ந்திருந்த வருத்த மிகுதியைக் காட்டுவதாகும். 'மழை கழூஉ மறந்த' என்றது, மழை பெய்யாது போயின வெப்பத்தின் மிகுதியைக் உரைத்தபடியாம். அத்தகைய வெப்பக் கொடுமையினால் பாலையாகிய குறிஞ்சிப்பகுதி அது என்க. மழை கழூஉ மறந்த மாயிருந்துறுகல், துகள் சூழ் யானையிற் பொலியத் தோன்றும் என்றது, 'அவ்வாறு வழிச் செல்வாரை மயக்கத்தில் ஆழ்த்தி அஞ்சச் செய்யும் வழி' என, வழியது ஏதத்தைக் கூறியதுமாம். பணைத்தோள் – மூங்கிலனைய தோளும் ஆம்.

280. அரைநாள் வாழ்க்கை!

பாடியவர்: நக்கீரர். **திணை:** குறிஞ்சி. **துறை:** கழற்று எதிர்மறை.

து-வி: தலைவியொருத்தியைக் கண்டு அவள்பால் தன் மனத்தை ஓடவிட்டபடி, தன் ஆற்றலும் பெருந்தகைமையும் இழந்தவனாக வருகின்றான் தலைவன். அவனைக் கண்டதும், அவன் செயலைக் குறித்துக் கண்டிப்பானாக, அவனை இடித்துரைக்கின்றான் பாங்கன். அப்பாங்கனுக்குத் தலைவன் இவ்வாறு கூறுகின்றான்.

கேளிர்! வாழியோ, கேளிர்! நாளும்என்
நெஞ்சுபிணிக் கொண்ட அம்சில் ஓதிப்
பெருந்தோட் குறுமகள் சிறுமெல் ஆகம்
ஒருநாள் புணரப் புணரின்,
அரைநாள் வாழ்க்கையும் வேண்டலன் யானே,

நண்பரே! நீவிர் வாழ்வீராக! அழகிய சிலவாகிய கூந்தலையும், பெருத்த தோள்களையுமுடைய இளையோளான தலைவியது, சிறிதான மென்மை வாய்ந்த மேனி எப்பொழுதுமே என் நெஞ்சைப் பிணைத்துக் கொண்டதாயுள்ளது. ஒரு நாளைக்கு, என் மேனி முற்றவும் அதனைப் பொருந்தும்படியாகத் தழுவுதலைப் பெற வேண்டும்! அங்ஙனம் பெறுவேனாயின், அதன் பின்னர், அரை நாளேனும் உயிர் வாழ்ந்திருத்தலைக்கூட யான் விரும்பேன்.

கருத்து: 'தலைவியை அடையாமல் உயிர் வாழேன்' என்பதாம்.

விளக்கம்: 'அரைநாள் வாழ்க்கையும் வேண்டலென்' என்றது, தன் வாழ்க்கைப் பயன் முற்றவும் அவளைத் தழுவும் அதனாற் பெற்றதாயிற்று என்பதனால். இதனால், அவன் அவளை விரும்பிய விருப்பத்தின் ஆழமும் அழுத்தமும் உணரப்படும். 'கேளிர்' என்றது, பாங்கனைப் பன்மையால் உரைத்ததாம். பிணிக் கொண்ட பிணித்துக் கொண்ட. 'பெருந் தோட் குறுமகள்' எனவும், 'அஞ்சிலோதி' எனவும் சொன்னது, அவன் அவளது கூந்தலாகிய பாயலையும், தோள்களைத் தழுவுதலாகிய இன்பத்தையும் பெறுதற்கு விரும்பியதனால். புணரப் புணரின் - புணரக் கூடுமாயின் என்பதும் பொருந்தும். இதனால், அவள் பெறுதற்கரிய அருமையுடையவள் என்பதும்., அவளைப் பெற்றது தன் நல்வினைப் பயனே என்பதும் உணர்த்தித், தலைவன் பாங்கனின் எண்ணத்தையும் மாற்றினன் எனலாம்.

281. சென்றனர் கொல்லோ?

பாடியவர்: குடவாயிற் கீரத்தன். **திணை:** பாலை. **துறை:** பிரிவிடை வேறுபட்டாளைக் கண்டு, தோழி வற்புறுப்பாட்குக், கிழத்தி உரைத்தது.

து-வி: தலைமகளின் பிரிவிடத்துப் பெருக உண்டாகிய காம நோயால், தலைவியின் உடற்கவின் முற்றவும் வேறுபட்டு அழியக் கண்டாள் தோழி. ஆற்றியிருக்கும் கடனை அவளுக்கு வற்புறுத்திக் கூறி அவளைத் தெளிவிக்கவும் முயன்றாள். அவளுக்குத் தலைவி, தன்னுடைய கவலை மிகுதியை இப்படி உரைக்கின்றாள்.

வெண்மணற் பொதுளிய பைங்கால் கருக்கின்
கொம்மைப் போந்தைக் குடுமிவெண் தோட்டு,
அத்த வேம்பின் அமலை வான்பூச்
சுரிஆர் உளைத்தலை பொலியச் சூடிக்
குன்றுதலை மணந்த கானம்
சென்றனர் கொல்லோ? – சேயிழை நமரே?

சிவந்த அணிகளை உடையவளே! வெண்மணற் பாங்கிலே தழைத்துப், பசிய அடியையும் கருக்கையும் திரட்சியையும் உடைத்தாயிருப்பது, பனைமரம். அதன் உச்சியிலே உள்ளதான வெள்ளிய குருத்தோலையிலே வைத்துப், பாலை நிலத்து வேம்பினது நெருக்கத்தையுடைய வெண்பூக்களைக் கட்டி, அதனைச் சுழித்தல் மிகுந்த மயிரையுடைய தம் மலையிடத்தே

விளக்கமாகச் சூடிக் கொண்டு, மாலைகளோடுஞ் சேர்ந்த கானத்தையும் கடந்து, தலைவர் போயினரோ?

கருத்து: 'அவர் பாலையை ஊறின்றிக் கடந்தாரோ? என நினைத்தே, யான் வருந்தினேன்' என்பதாம்.

விளக்கம்: குடுமி - உச்சி. 'வேம்பின் பூக்களைத் தொடுத்துச் சூடிச் சென்றான்' என்றதால், அவன் பிரிந்தது வேம்பு பூக்கின்ற காலமான இளவேனிற் காலமென்பதும் அறியப்படும். அது பிரிதற்கு உரியதல்லாத காலமென்பதும் உணரப்படும். குன்று தலைமணந்த கானம் - குறிஞ்சியும் முல்லையும் கலந்து தம் இயல்பு கெட்டு விளங்கியதான பாலை நிலம். 'தலைவி வழியின் ஏதத்தை நினைந்தே பெரிதும் வருந்தினள்' என்பதும் இதனால் அறியப்படும். வேப்பம்பூமாலை சூடுதல் பாண்டியர் குடியினர்க்கே மரபாதலால், தலைவனும் அக்குடியைச் சார்ந்தவனாதல் பொருந்தும்.

282. அம் தூம்பு புதுமலர்!

பாடியவர்: நாகம் போத்தன். **திணை:** பாலை. **துறை:** வினைவயிற் பிரிந்த இடத்துத், தோழி, கிழத்திக்கு உரைத்தது.

து-வி: தலைமகன் மீண்டு வருவதாகக் குறித்துச் சென்ற கார்ப்பருவத்தின் வரவைக் கண்டதும், தலைவியின் காமநோய் மிகுதியாக வருத்தத் தொடங்கியது. அதனைக் கண்ட தோழி, இவ்வாறு கூறித், தலைவியைத் தேற்றுதற்கு முற்படுகின்றாள்.

செவ்வி கொள்வரகின் செஞ்சுவற் கலித்த
கவ்வை நாற்றின் கார்இருள் ஓர்இலை
நவ்வி நாள்மறி கவ்விக்கடன் கழிக்கும்
கார்எதிர் தண்புனம் காணின், கைவளை,
நீர்திகழ் சிலம்பின் ஓராங்கு விரிந்த
வெண்கூ தாளத்து அம்தூம்பு புதுமலர்
ஆர்கழல்பு உகுவ போலச்
சோர்குவ அல்ல என்பர்கொல் – நமரே?

தோழி! செம்மண் மேட்டிலே வரகுப்பயிர் தழைத்திருக்கும். பருவம் வாய்ந்த அவ்வரகினது நாற்றின், கறுப்பு மிகுந்ததும் காற்றால் ஒலித்தலை உடையதுமான ஓர் இலையை, நாட் காலத்தே அவ்விடத்தே வந்த மான்குட்டி கவ்வியதாய்த், தன் அவ்வேளைப் பசியைப் போக்கிக் கொள்ளும். கார்காலத்தை எதிரேற்ற, தண்மையான, அத்தகைய கொல்லையை அவரும்

காண்பார். கண்டால், நீர் விளங்கும் மலைப்பக்கத்து, ஒருபடித்தாக மலர்ந்திருக்கும் வெண் கூதாளத்தின், உட்டுளையுடைய அழகிய புதுமலர்கள், காம்பிற் கழன்று உதிர்தலைப் போல, நின் கைவளைகள் சோர்ந்து வீழ்வன அல்ல என்றும் நினைப்பாரோ? நினையார் காண்!

கருத்து: 'கார்ப்பருவம் வந்ததால், அவர் தாம் சொன்னபடியே விரைந்து வருவார்' என்பதாம்.

விளக்கம்: செஞ்சுவல் - செம்மண் மேடு. வரகுப் பயிரையும், அதனைத் தின்னும் மான்மறியையும் காண்பவர். கார்ப்பருவத்து வருகையை உணர்ந்து, நின் துயரைத் தீர்க்குமாறு விரைவாக நின்பால் மீள்வர் என்பதாம். ஆர் - காம்பு. கூதளம் - கூதாளம் எனவும், சோர்தலை நினைந்து, அதனைத் தடுக்குமாற்றால் விரைந்து திரும்புவர் என்றதாம். நாள்மறி - அன்று பிறந்த குட்டியும் ஆம். 'அஃது இலையைக் கவ்வும்' எனவே, அதன் தாயும் தந்தையும் அருகிருக்கும் நிலையும் உணரப்படும். அவ்வாறே, தலைவனும் புதல்வனோடும் மனைவியோடும் இல்லத்திலிருந்து இன்புற வாழ்தலை நினைவான் என்க.

283. சொல்லிய வன்மை!

பாடியவர்: பாலை பாடிய பெருங்கடுங்கோ. **திணை:** பாலை. **துறை:** தலைமகன் பொருள்வயிற் பிரிந்த வழி, 'ஆற்றாள்' எனக் கவன்ற தோழிக்கு, 'அவர் பிரிய ஆற்றேன் ஆயினேனல்லேன்; அவர் போன கானத்துத் தன்மையை நினைந்தே வேறுபட்டேன்' என்று, கிழத்தி சொல்லியது.

து-வி: தலைவனது பிரிவால் வருந்திய தலைவியைக் கண்ட தோழி, 'அதனை அவள் பொறுத்திருக்கமாட்டாள்' எனக் கருதிக் கவலை கொள்ளத் தொடங்குகின்றாள். அவளுக்குத் தலைவி கூறுவது இது.

'உள்ளது சிதைப்போர்' உளர்எனப் படாஅர்;
இல்லோர் வாழ்க்கை இரவினும் இளிவுஎனச்
சொல்லிய வன்மை தெளியக் காட்டிச்
சென்றனர் வாழி – தோழி! – என்றும்
கூற்றத் தன்ன கொலைவேல் மறவர்
ஆற்றுஇருந்து அல்கி வழங்குநர்ச் செகுத்த
படுமுடைப் பருந்து பார்த்திருக்கும்
நெடுமூ திடைய நீர்இல் ஆறே.

தோழி! "தம் முன்னோர் வைத்துச் சென்றதனால் தமக்கு உளதாகிய செல்வத்தைச் செலவழிப்போர், 'செல்வமுள்ளோர்!' என்று கருதப்படார்கள். தாமாக ஈட்டித் தொகுத்த செல்வத்தை இல்லாதவரது வாழ்க்கையானது, முன்னேன் விட்டுச் சென்ற வளத்தை உடையதேனும், இரத்தலைக் காட்டினும் இழிவுடையதேயாகும்." இவ்வாறு சான்றோர் சொன்ன ஆண்மைச் சால்பினை யாம் தெளிவு கொள்ளுமாறு நமக்கு எடுத்துக் கூறித், தலைவரும் நம்மைப் பிரிந்து சென்றனர். கொலைத் தொழிலோரான மறவர்கள், எப்பொழுதும் கூற்றத்தைப் போன்ற நெடுவேலினை உடையவராயிருப்பவர். அவர், வழியிடத்தே தங்கியிருப்பாராய், வழிப் போவாரைக் கொன்று போடுவதனால் உண்டாகும் புலாலை எதிர்பார்த்தபடி, பருந்துகள் தங்கியிருக்கும், நெடிதான பழைய இடங்களையுடையவாகிய, நீரற்ற, அவ்வழிகளிலே தலைவரும் சென்றனர். அவர் ஊறின்றி வாழ்வாராக!

கருத்து: 'தலைவர் தமக்கொரு இடையூறுமின்றி வழியைக் கடந்து போக வேண்டும்' என்பதாம்.

விளக்கம்: 'உள்ளது சிதைப்போர் உளரெனப் படாஅர்; இல்லோர் வாழ்க்கை இரவினும் இளிவு' என்பது, தமிழரது சிறந்த வாழ்க்கை நெறியாகும் பொருள்வயிற் பிரிதலென்பது குரவர்களாற் படைக்கப்பட்ட பொருள்கொண்டு இல்லறஞ் செய்தால், அதனால் வரும் பயன் அவர்க்கு ஆம் அத்துணையல்லது தமக்கு ஆகாமையால், தமது பொருள் கொண்டு இல்லறம் செய்தற்குப் பொருள்தேடப் பிரியாநிற்றல்' எனப் பேராசிரியர் திருச்சிற்றம்பலக் கோவையார் உரையிடத்து விளக்குவதை நாம் நினைவிற் கொண்டால், இந்தப் பண்பின் உயர்வு விளங்கும். இல்லற மாற்றல் மட்டுமன்று, தேவர் காரியமும் பிதிரர் காரியமும் தனது முயற்சியால் படைத்த பொருளாற் செய்வனவே பயனுடையன ஆகும்; தாயப் பொருளாற் செய்வதைத் தேவரும் பிதிரரும் ஏற்று இன்புறமாட்டார் என்பர், இறையனாரகப் பொருள் உரையில் நக்கீரர் (சூ. 35 உரை) ஆகவே, ஆடவன் தன் முயற்சியால் பொருள் தேடி வாழ்தலே உரிய கடமையாகும் என்பது விளங்கும். படு முடைபட்டு வீழ்வாரின் உடலாகிய பிணம்; முடை நாற்றம் உடைமை காரணமாக 'முடை' ஆயிற்று.

284. தம் இலர் கொல்!

பாடியவர்: *மிளைவேள் தித்தன்.* **திணை:** *குறிஞ்சி.* **துறை:** *வரை விடைத் தோழி, கிழத்திக்கு உரைப்பாளாய் உரைத்தது.*

து-வி: *தலைவியை, வரைவிடை வைத்துப் பிரிந்தானாகப் பொருளீட்டி வரச் சென்றான் தலைவன். அதனால், தலைவியின் ஏக்கம் மிகுதியாக, ஊரலரும் எழலாயிற்று. அதனைக் கண்ட தோழி, தலைவிக்கு இவ்வாறு உரைக்கின்றாள்.*

பொருத யானைப் புகர்முகம் கடுப்ப,
மன்றத் துறுகல் மீமிசைப் பலஉடன்
ஒண்செங் காந்தள் அவிழும் நாடன்
அறவன் ஆயினும், அல்லன் ஆயினும்,
நம்ஏசுவரோ? 'தம்இலர் கொல்லோ?'
வரையின் தாழ்ந்த வால்வெள் அருவி
கொன்நிலைக் குரம்பையின் இழிதரும்
இன்னாது இருந்தஇச் சிறுகுடியோரே.

போரிட்ட யானையது புள்ளிகளைக் கொண்ட, முகத்தைப் போல, மன்றத்தேயுள்ள பொற்றைக் கல்லின்மேல், ஒள்ளிய செங்காந்தள் மலர்கள் பல ஒருங்கே வீழ்ந்து கிடக்கின்ற, நாட்டைச் சார்ந்தவன் நம் தலைவன். மலையிடத்தே நின்றும் தாழ்ந்து வீழ்கின்ற தூய வெண்மையான அருவியானது, அச்சத்தைத் தரும் இலைகளைக் கொண்ட குடிலின் அருகாக இறங்கி ஓடும் அத்தன்மையோடு, நமக்கு இன்னாதாகியும் இருந்த இந்தச் சிற்றூரிடத்தே உள்ளவர்கள், தலைவனை அறவன் ஆயினும் அறவன் அல்லன் ஆயினும், அதற்காக நம்மையே ஏசுவார்களோ? அவர்கள் தமக்கென்று ஓர் பழிதானும் இல்லாதவர்களோ?

கருத்து: *'தலைவன் செயலுக்கு நம்மைப் பழிக்கும் ஊரவர் அறிவற்றோர்' என்பதாம்.*

விளக்கம்: *மன்றத்து வட்டக்கல்லின் மேல் செங்காந்தள் மலர்கள் உதிர்ந்து கிடப்பது. போரிட்ட யானையது முகத்தின் புள்ளிகள் குருதிக் கறைபட்டுச் செந்நிறமாகிக் கிடப்பது போலத் தோன்றும் என்க. அத்தகைய நாடன் எனவே, அவனது இயல்பான செயலும் பிறருக்கு வேறான நினைவுகளைத் தோற்றுவிப்பதாயிற்று என்கின்றனள். அறவன் - அறநெறி நிற்பவன்; முறைப்படி தலைவியை வரைந்து வந்து*

மணந்து கொள்பவன். கொன்னிலை - எலி முதலியவற்றிற்கு அச்சந்தருமென்று கருதிச் செருகி வைக்கும் ஈத்திலை. பொதுவாக ஊரைச் 'சிறுகுடியோர்' என உரைத்த போதும், தலைவனையே அது குறித்ததாகக் கொள்க. கொன்னிலைக் குரம்பையின் இழிதரும் இன்னாதிருக்க சிறுகுடியினராதலின், வரையிற்றாழ்ந்த வால்வெள் அருவியையும், அதற்குக் காரணமான மழையுடைமையும் அறிவர்; அப்படியே தலைவியின் நிலையைக் கண்டு அவளது களவுறவையும், அதற்குக் காரணமான தலைவனது செயலையும் உய்த்தறிந்து பழிக்கத் தொடங்குவர்; அதனால், தலைவி தன் துயரத்தை அடக்கிக் கொள்ளல் வேண்டும் என்பதுமாம்.

285. சொல்லிய பருவம்!

பாடியவர்: பூதத் தேவன். **திணை:** பாலை. **துறை:** பருவங் கண்டு வேறுபட்ட இடத்து, வற்புறுத்தும் தோழிக்கு, வன்புறை எதிரழிந்து, தலைமகள் சொல்லியது.

து-வி: தலைமகன் குறித்துச் சென்ற கார்ப்பருவத்தின் வரவினைக் கண்டதும் தலைமகளின் காமநோய் பெருக அவள் நலனும் அதனால் வேறுபடத் தொடங்கிற்று. அதனைக் கண்ட தோழி, 'தலைமகன் வருவான்; அதுவரை ஆற்றி இருத்தல் நின்கடமை' எனக் கூறி வற்புறுத்துகின்றாள். அவளுக்குத் தலைவி கூறும் எதிர்மாற்றம் இதுவாகும்.

வைகா வைகல் வைகவும் வாரார்;
எல்லா எல்லை எல்லவும் தோன்றார்;
யாண்டுஉளர் கொல்லோ? – தோழி – ஈண்டுஇவர்
சொல்லிய பருவமோ இதுவே; பல்ஊழ்
புன்புறப் பெடையொடு பயிரி, இன்புறவு
இமைக்கண் ஏது ஆகின்றோ! – ஞெமைத்தலை
ஊன்நசைப் பருந்துஇருந்து உகக்கும்
வான்உயர் பிறங்கல் மலைஇறந் தோரே.

தோழி! இனிமை கொண்ட ஆண் புறாவானது, புல்லிய புறத்தைக்கொண்ட தன் பெடையோடு பன்முறை அழைத்துப் பழகியதாய், இமைப்பொழுதிலே, எத்தகைய இன்பத்தை உடைத்தாகின்றது! ஞெமை மரத்தின் உச்சியிலே இருந்தவாறு, செத்து வீழ்வாரது ஊனைத் தின்கின்ற விருப்பத்தாலே பருந்தானது ஆர்வத்தோடிருக்கின்ற தன்மையுடைய, வாளைவுயர்ந்த விளக்கத்தையுமுடைய மலையைக் கடந்து

சென்றோர் நம் தலைவர்; அவரோ, நாள்தோறும் விடியல் நீங்கிப் பகற்காலம் வரவும் தாம் வந்திலர்; எல்லாப்பகற்கும் எல்லையாகிய இரவுப்பொழுதினும் வந்து தோன்றுதலைச் செய்திலர்! அவர் தாம் எவ்விடத்தே இருக்கின்றாரோ? இவ்விடத்தே, நம்மைத் தெளிவித்துப் பிரிந்த காலத்தில் அவர் மீள்வதாகச் சொல்லிச்சென்ற பருவமும் இதுவேயாகும்!

கருத்து: 'சொன்னவாறு தலைவர் வந்திலரே' என்பதாம்.

விளக்கம்: 'வைகல் வைகல் வைகவும் வாரார்; எல்லா எல்லை எல்லையும் தோன்றார்' என்றது, நாள்தோறும் தலைவனது வரவை எதிர்பார்த்து ஏங்கியிருந்த தலைவியது ஏக்க மிகுதியை உணர்த்துவதாம். ஆண் புறா தன் பெடையைப் பன்முறை அழைத்தழைத்து இன்புறுதலைக் கண்டும், அவர்பால் நம்மீது விருப்பந் தோன்றாதது எதனாலோ? என்று நோகின்றாள். சொல்லிய அவர்தாம் சொன்ன சொற்களைப் பேணாது மறந்தார் என்றதாம். பயிர்தல் - அழைத்தல். பிறங்கல் மலை - விளக்கத்தையுடைய மலை.

286. மூரல் முறுவல்!

பாடியவர்: எயிற்றியனார். **திணை:** குறிஞ்சி. **துறை:** இரந்து பின்னின்ற கிழவன் குறை மாறாமல் கூறியது; பாங்கற்குச் சொல்லியதூஉம் ஆம்.

து-வி: (1) தோழியின் மூலமாகத் தலைவியை அடைவதற்கு முயன்றவனாகப், பணிவான சொற்களை அவள்பாற் கூறுகின்ற, தலைவியோடு தனக்குள்ள பண்டையுறவைக் கூறி; இவ்வாறு தன் ஆசையை வற்புறுத்துகின்றாள் (2) பாங்கனால் தலைவியை மறந்து விடுமாறு அறிவுறுத்தப் பெற்ற தலைவன், தலைவியோடு தனக்குள்ள உறவினை இவ்வாறு கூறுகின்றான்.

உள்ளிக் காண்பென் போல்வல் – முள்எயிற்று
அமிழ்தம் ஊறும் செவ்வாய், கமழ் அகில்
ஆரம் நாறும் அறல்போல் கூந்தல்
பேர் அமர் மழைக்கண் கொடிச்சி
மூரல் முறுவலொடு மதைஇய நோக்கே.

முட்போன்ற கூரிய பற்களையுடைய, அமிழ்தம் சுரக்கின்ற சிவந்த வாயையும், அகிலும் சந்தனமும் மணக்கின்றதும் கருமணற் போன்று விளங்குவதுமான கூந்தலையும், பெரிதாக அமர்ந்த குளிர்ச்சியான கண்களையும், உடையவள் தலைவி.

அவளது, புன்னகையோடும் கூடியதான செருக்கிய பார்வையை, நினைத்துக் காண்பேன் போல்வேன் யான்!

கருத்து: 'அவளை இனிக் காணுதல் அரிதாகும் போலும்' என்றதாம்.

விளக்கம்: 'உள்ளிக் காண்பேன் போல்வன்' என்றதால் இனிக் கண்ணாற் காண்டல் அரிதாகும் என்பதும் விளங்கும். செவ்வாயமிழ்தத்தைப் பருகியும், கூந்தற் பாயலிற் பள்ளி கொண்டும் இன்புற்றவனாதலின், அவற்றைச் சிறப்பிக்கின்றாள். 'பேரமர் மழைக்கண்' - பெரிதாக அமர்ந்த குளிர்ச்சியான கண்கள்; பிறரைக் காணுங்காற் பெரிதாக அமர்த்தலை உடையவேனும், என்னளவில் மழைக்கண்கள் ஆகித் தண்ணளி செய்தன என்பதுமாம். இதனால், தலைவிக்குத் தன்பால் அன்பிருந்தும், தோழியே குறுக்கே நின்று தடுப்பதாகத் தலைவன் குறை கூறினான் எனலாம். இரண்டாவது துறைக்கு ஏற்பக் கூறும்போது, 'அவளை இனிக் காணவும் பெறுவேனோ?' எனக் கூறியதாகக் கொள்க.

மேற்கோள்: 'இருவரும் உளவழி வந்த தலைவன், தலைவி தன்மை கூறவே, இவள் கண்ணது இவன் வேட்கையென்று தோழி குறிப்பான் உணர, அவன் கூறியது இது' என நச்சினார்க்கினியரும் - (களவு 11. உரை), 'தலைமகளைக் காணா வகையிற் பொழுது மிகவும் கடந்தபொழுது, தலைவன் கூறியது இது' என இளம்பூரணாரும் - (களவு. 17. உரை) இதனைக் கூறுவர்.

287. ஏர்தரும் பொழுது!

பாடியவர்: கச்சிப்பேட்டு நன்னாகை. **திணை:** முல்லை. **துறை:** பிரிவிடை வேறுபட்ட கிழத்தி, 'நம்மைத் துறந்து வாரார்' என்று கவன்றாட்கு, பருவங்காட்டி, 'வருவர்' எனச் சொல்லியது.

து-வி: தலைமகனின், பிரிவிடத்துத், தலைவி: 'அவர் நம்மைக் கைவிட்டு மறந்தார்' எனக் கூறிப் பெரிதும் தளர்ச்சி கொள்ளுகின்றாள். அவளுக்குக் கார்ப்பருவத்தின் வரவைக் காட்டிக் 'குறித்த பருவம் வந்தது; அவரும் சொற்பிழையாராய் வருவார்' எனத் தோழி இவ்வாறு கூறுகின்றாள்.

அம்ம வாழி – தோழி – காதலர்
இன்னே கண்டும், துறக்குவர் கொல்லோ–
முந்நால் திங்கள் நிறைபொறுத்து அசைஇ

ஒதுங்கல் செல்லாப் பசும்புளி வேட்கைக்
கடுஞ்சூல் மகளிர் போல நீர்கொண்டு,
விசும்பு இவர்கல்லாது தாங்குபு புணரி,
செழும்பல் குன்றம் நோக்கிப்
பெருங்கலி வானம் ஏர்தரும் பொழுதே.

தோழி! கேட்பாயாக: பன்னிரு திங்களாகக் கருப்பச் சுமையைத் தாங்கித் தளர்ந்து, நடக்கவும் மாட்டாராய்ப் பச்சைப் புளியைத் தின்னும் விருப்பத்தைக் கொண்டிருக்கின்றவராய், முதற்சூலையுடைய மகளிர் பலரும், விளங்குவர். அவரைப் போலக், கடல் நீரைத் தாம் முகந்து கொண்டவாயும், வானிடத்தே மேலும் ஏறிச் செல்லலை அறியாவாயும், அந்நீர்ப் பொறையைத் தாங்கியவாய், ஒன்றோடொன்று சேர்ந்து, வளமிக்க பல மலைகளை நோக்கிப் பெரிய முழக்கத்தையுடைய மேகங்கள் எழுந்து செல்லுகின்ற கார்ப்பருவம் இது. இதனை, இப்போது கண்ட பின்னரும், நம் காதலர் நம்மைப் பிரிந்திருப்பாரோ?

கருத்து: 'பருவந் தோன்றியதால், அவர் வருங்காலம் நெருங்கியது' என்பதாம்.

விளக்கம்: மகளிர் பன்னிரு திங்கள் கருத்தாங்கி இருத்தலும் உண்டென இச்செய்யுளாள் அறிகின்றோம். நிறை - நிறைந்த கருப்பம். ஒதுங்கல் - நடத்தல், செழுமை - வளமை. 'செழும் பல்குன்றம்' எனக் கொண்டால், செழுமையான பல்குன்றக் கோட்டத்து மலைகள் எனவும் பொருள்தரும் 'பல்குன்றக் கோட்டம்' நன்னனுக்கு உரித்தாயிருந்தது. கடுஞ்சூல் - முதற்சூல். வாயா நோயுற்றார், புளியங்காயைத் தின்ன விரும்புவர்; இந்த உண்மையும் இதன்கண் உரைக்கப்பட்டுள்ளது.

288. புத்தேள் நாடு இனிதோ!

பாடியவர்: கபிலர். **திணை:** குறிஞ்சி. **துறை:** தலைமகனது வரவுணர்ந்து, 'நம் பெருமான் நமக்கு அன்பிலன்' என்ற தோழிக்குக் கிழத்தி உரைத்தது.

து-வி: 'நம் தலைவன் குறித்த காலத்து வருதலை மறந்து நம்மை வாடச் செய்தமையால், நம் மீது அன்பற்றவன்' எனத் தோழி பழித்து உரைக்கின்றாள். அவ்வேளையில், தலைவனும் அங்கே வந்துவிடுகின்றான். அப்போது, தலைவி தோழிக்குக் கூறும் சொற்கள் இவை.

கறிவளர் அடுக்கத்து ஆங்கண், முறிஅருந்து
குரங்கு ஒருங்குஇருக்கும் பெருங்கல் நாடன்
இனியன்; ஆகலின், இனத்தின் இயன்ற
இன்னா மையினும், இனிதோ—
இனிதுஎனப் படூஉம் புத்தேள் நாடே?

தோழி! மிளகுக்கொடி வளர்கின்ற மலைப் பக்கமாகிய அவ்விடத்தே, தளிரை அருந்துகின்ற தன்மைகொண்ட குரங்குகள் பலவும் ஒருங்கே திரண்டிருக்கின்ற, பெரிய மலைநாட்டைச் சேர்ந்த தலைவன், நமக்கு என்றுமே இனியன் ஆவான். ஆகலின், இனிமை தருவதெனச் சான்றோராற் கூறப்படும் புத்தேள் நாடு தானும், உறவுடையாரால் இடைக்கண் செய்யப்படும் துன்பத்தைக் காட்டினும், இனிமை உடையதாகுமோ?

கருத்து: 'பிரிந்தவன் வந்தனனாதலால், அந்த இன்னாமையும் இப்போது இனிதே' என்பதாம்.

விளக்கம்: 'இனத்தின்' எனப் பொதுப்படக் கூறினாளேனும், தலைவனையே குறித்தாளாகக் கொள்க. புத்தேள் நாடாகிய தேவருலகம், ஒரு படித்தாக இன்பத்தையே உடையது என்று கூறப்படுவது: இன்னாமையை அடுத்து வருவதான இன்ப மிகுதியை நுகர்கின்ற அருமைப்பாடு இல்லாதது; அதுபற்றியே 'இனத்தின் இயன்ற இன்னாமையினும், இனிதெனப் படூஉம் புத்தேள் நாடு இனிதோ?' என்றாள். 'கூடி முயங்கப் பெறின், ஊடலும் இனிதாகும்' என்பது உண்மையாதலின், இன்னாமையாகிய பிரிவுத்துயரும் அவன் வர, இனிமைச் செவ்வியதாயிற்று. முறி - தளிர்.

289. இரங்கும் ஊர்!

பாடியவர்: பெருங்கண்ணன். **திணை:** முல்லை. **துறை:** 'காலம் கண்டு வேறுபட்டாள்' எனக் கவன்ற தோழிக்கு, 'காலத்து வந்திலர் என்று வேறுபட்டேனல்லேன்; அவரைப் புறத்தார் "கொடியர்" என்று கூறக்கேட்டே வேறுபட்டேன்' என்று, தலைமகள் சொல்லியது.

து-வி: வருவதாகக் குறித்த பருவத்தும் வாராதானாகிய தலைவனின் செயலை நினைத்து வாடிய தலைவியைக் கண்டு தோழி கவலையடைகின்றாள். அவளுக்குத் தலைவி இவ்வாறு தன் ஆற்றாமையினைக் கூறுகின்றாள்.

வளர்பிறை போல வழிவழிப் பெருகி,
இறைவளை நெகிழ்த்த எவ்வ நோயொடு
குழைபிசைந் தனையேம் ஆகிச் சாஅய்,
உழையர் அன்மையின் உழப்பது அன்றியும்,
மழையும் – தோழி! – மான்று பட்டன்றே;
பட்ட மாரி படாஅக் கண்ணும்,
அவர்திறத்து இரங்கும் நம்மினும்,
நம்திறத்து இரங்கும், இவ்அழுங்கல் ஊரே.

தோழி! துன்பத்தைத் தருகின்ற காம நோயானது, வளர்பிறை மதியைப்போல மென்மேலும் பெருக்கத்தை அடைகின்றது; தோட்சந்தில் அணிந்த தோள்வளைகளை நெகிழச் செய்ததாய்த், தளிரைப் பிசைந்தாற் போன்ற தன்மையுடையேமாகவும், நம்மை ஆக்கிற்று. அதனால் மெலிவுற்று, அதனைத் தீர்ப்பாரும் பக்கத்தே இல்லாமையினால், நாம் பெரிதும் துன்பப்படுகின்றோம். அஃதல்லாமலும், இம்மழையும் மயங்கிப் பெய்தலைத் தொடங்கிற்று. பெய்த மழையானது பெரும் பெயலைத் தொடங்குவதற்கு முன்பேயே, இக்கலக்கத்தையுடைய ஊரிலுள்ளவர்கள், தலைவர் பொருட்டாக வருந்துகின்ற நம்மைக் காட்டினும், நம் பொருட்டாக, மிகுதியாக இரங்குகின்றார்களே! அதுதான் என்னையோ?

கருத்து: *'ஊரவர் அவரைப் பழித்தலால், யான் உள்ளம் புண்பட்டேன்' என்பதாம்.*

விளக்கம்: *மான்றுபடல் - மயங்கி வீழ்தல். 'அழுங்கல் ஊர் என்றது, தலைவியின் தோழியைக் குறித்துக் கூறியதாகும். அழுங்கல் -ஆரவாரம்; கலக்கம். 'தலைவரைக் கொடியர் என்று தோழி பழிக்கத் தலைவி இவ்வாறு கூறுகின்றாள். உழையர் - பக்கத்தே உள்ள நட்பினர்; தோழி உழையளாயிருந்தும், தன் துயரை மாற்றற்கு இயலாளாய்ப் போயினமையின், இப்படிக் கூறினள் எனலும் பொருந்தும். இதனால், தோழி கவலை கொள்ளல் வீணென்பதும் கூறினளாம்.*

290. கல் பொரு சிறுநுரை!

பாடியவர்: *கல்பொரு சிறுநுரையார்.* **திணை:** *நெய்தல்.* **துறை:** *வற்புறுத்தும் தோழிக்குத் தலைமகள் அறிவுற்றுச் சொல்லியது.*

து-வி: *'தலைவனின் பிரிவைப் பொறுத்திருந்து வாழ்தலே தலைவியின் கடமை' என வலியுறுத்தினாள் தோழி. அவளுக்குத், தான் தனது துயரந்தோன்ற இவ்வாறு தலைவி கூறுகின்றனள்.*

'காமம் தாங்குமதி' – என்போர் தாம்அஃது
அறியலர் கொல்லோ? அனைமதுகையர் கொல்?
யாம், எம் காதலர்க் காணேம் ஆயின்
செறிதுனி பெருகிய நெஞ்சமொடு, பெருநீர்க்
கல்பொரு சிறுநுரை போல,
மெல்ல மெல்ல இல்லா குதுமே.

தோழி! 'காமநோயைத் தாங்கிக் கொள்வாயாக' என்று கூறுபவர், தாம் அதனது தன்மையை அறிந்திலரோ? அல்லால் தாம் அப்படித் தாங்கிக் கொள்ளும் வன்மையினை உடையவரோ? ஆனால், யாமோ, எம் காதலரைக் காணாதேம் ஆயினால், செறிந்த துயரம் பெருகிய நெஞ்சத்தோடு, மிக்க வெள்ளத்திலே பாறைக் கண் மோதும் சிறுநுரையைப் போல மெல்ல மெல்லத் தேய்த்து, இல்லையாகிய போவோம்!

கருத்து: 'அவர் பிரிவு நீட்டிக்குமாயின் யான் உயிரிழப்பேன்' என்பதாம்.

விளக்கம்: மதுகை - வன்மை. நுரை கல்லில் மோதுந்தொறுஞ் சிறிதுசிறிதாகக் கரைந்து அழிதலைப்போலத் தலைவனின் பிரிவு நீடிக்குந்தோறும் தலைவியின் உயிரும் மெல்ல மெல்லத் தேய்ந்து அழியும் தன்மைத்து என்க. இதனால், தோழி காமநோய்ப் படாதவள் எனவும், அதனால் அவளுக்குத் தனது நிலையைப் புரிவது இயலாதெனவும் தலைவி குறிப்பாகக் கூறினாளும் ஆம்.

மேற்கோள்: 'அறமும் பொருளும் செய்வதனாற் புறத்து உறைதலால், தலைவனைத் தலைவி நீங்கும் காலம் பெரிதாகலின் அதற்குச் சுழற்சிமிக்க வேட்கை மிகுதி நிகழ்ந்தவிடத்துத் தெருட்டும் தோழிக்குத் தலைவி கூறியது இதுவென்பர் நச்சினார்க்கினியர் - (தொல்.கற்பு.6)

சொற்பொருள்: 'அறமும் பொருளும் செய்வதனாற் புறத்து உறைதலால், தலைவனைத் தலைவி நீங்கும் காலம் பெரிதாகலின் அதற்குச் சுழற்சிமிக்க வேட்கை மிகுதி நிகழ்ந்தவிடத்துத் தெருட்டும் தோழிக்குத் தலைவி கூறியது இதுவென்பர் நச்சினார்க்கினியர் - (தொல். கற்பு.6)

291. துளிக்கேற்ற மலர்!

பாடியவர்: கபிலர். **திணை:** குறிஞ்சி. **துறை:** பாங்கற்கு உரைத்தது.

து-வி: *பாங்கனால் குறைமுடிக்கக் கருதிய தலைமகன் அவனுக்குத் 'தலைவி இவ்விடத்தாள்; இவ்வியல்புகளை உடையாள்' எனக் கூறியது இது.*

சுடுபுன மருங்கில் கலித்த ஏனற்
படுகிளி கடியும் கொடிச்சி கைக்குளிரே
இசையின் இசையா இன்பா ணித்தே;
கிளி, "அவள் விளி' என, விழல் ஓவாவே;
அதுபுலந்து அழுது கண்ணே, சாரல்
குண்டுநீர்ப் பைஞ்சுனைப் பூத்த குவளை
வண்டுபயில் பல்இதழ் கலைஇ,
தண்துளிக்கு ஏற்ற மலர்போன் றவ்வே.

தோழனே! மரங்களை வெட்டிச் சுட்டுப் பண்படுத்திய கொல்லையிலே, தழைத்த தினைப்பயிரிடத்தே வீழ்கின்ற, கிளிகளை ஓட்டியபடி இருப்பவள் தலைவி. அவளுடைய கையிடத்துள்ள 'குளிர்' என்னும் கிளிகடி கருவியானது, இசையோடு பொருந்திய இனிதான தாளத்தை உடையதாகும். அவ்வொலியைக் கேட்கும் கிளிகள், அது தம்மை அவள் அழைக்கும் ஒலியெனக் கொண்டவாய், வந்து வீழ்தலைக் கைவிடா ஆயின. அதனைப் புலந்து அழுதன அவளுடைய கண்கள். மலைச்சாரலிடத்தேயுள்ள ஆழமான நீரையுடைய பசுஞ்சுனையிடத்தே பூத்திருக்கும் குவளையது, வண்டுகள் பழகுகின்ற பலவிதழ்களும் கலைந்து, தண்ணிய மழைத்துளியை ஏற்றுக் கொண்டவாய் விளங்கும், மலர்களைப் போன்றவாய்த் தோன்றுவன அக்கண்கள் ஆகும்.

கருத்து: *'தலைவி புனங்காவல் செய்திருப்பாள்' என்பதாம்.*

விளக்கம்: *குளிர் - கிளிகடி கருவி. தலைவியின் குரலினிமை கிளிகளின் மழலைக்கு ஒப்பாயிருக்க, அவள் பாடியபடியே குளிரை ஒலியெழுப்பி அவற்றை ஓட்ட முயல, அவையோ அவள் குரலின் இனிமைக்கு மயங்கியவாய், மென் மேலும் வந்து படிந்தன. அதுகண்டு அவள் அழுதாள். அவள் கண்களில் நீர்த்துளிகள் நிரம்பின. அவை குவளை மலரிடத்து மழைத்துளி வீழ்ந்த போது அது தோற்றும் தோற்றம் போன்று இருந்தன எனவும், அவளது குரலினிமை, இவ்வண்ணம் எனவும் கூறி, அவளைக் கண்டு தனக்கு இசைவிக்குமாறும் பாங்கனை வேண்டுகின்றான், தலைவன். அவளது குரலினிமைக்குக் கிளிகள் மயங்கும்பொழுது, தான் மயங்கி அவளை நாடிய மனத்தினனாதல் இயல்பே எனவும் இதனால் கூறுகின்றனனாம்.*

292. அன்னை நரகடைக!

பாடியவர்: *பரணர்.* **திணை:** *குறிஞ்சி.* **துறை:** *தோழி இரவுக்குறிக்கண் சிறைப்புறமாகக் காப்பு மிகுதி சொல்லியது.*

து-வி: *தலைமகன் இரவுக்குறிக்கண் வந்து செவ்வி நோக்கியவனாக ஒருசார் ஒதுங்கியிருக்கின்றான். அவ்வேளையில் தோழியிடம் ஓர் சிந்தனை எழுகின்றது. தலைவியிடம் சொல்வாள் போலத் தலைவனும் கேட்டுணருமாறு இப்படி அதனைக் கூறுகின்றாள்.*

மண்ணிய சென்ற ஒள்நுதல் அரிவை
புனல்தரு பசுங்காய் தின்றதன் தப்பற்கு
ஒன்பதிற்று – ஒன்பது களிற்றொடு, அவள் நிறை
பொன்செய் பாவை கொடுப்பவும், கொள்ளான்
பெண்கொலை புரிந்த நன்னன் போல,
வரையா நிரையத்துச் செலீஇயரோ, அன்னை!
ஒருநாள், நகைமுக விருந்தினன் வந்தெனப்
பகைமுக ஊரின், துஞ்சலோ இலளே.

ஒரு நாளில், நகைமுகங் கொண்ட விருந்தினனைப் போலத் தலைவன் வந்தானாக, அவனைக் கண்ட அன்னையும், பகை முகத்துள்ள ஊரினரைப்போலக் கலங்கித், துயில் ஒழிந்தாள் ஆயினள். நீராடச் சென்ற ஒள்ளிய நெற்றியினளான பெண்ணொருத்தி, புனலால் கொணர்ந்து தரப்பட்ட பசுங்காயைத் தின்றனள்; அந்தக் குற்றத்திற்காக எண்பத்தொரு ஆண் யானைகளோடு அவள் நிறையாற் செய்த பொற்பாவை ஒன்றையும் ஈடாகக் கொடுப்பவும், நன்னன் ஏற்றுக் கொள்ளான் ஆயினன்; அப்பெண்ணைக் கொலையும் புரிந்தனன். அவனைப் போல, நீக்குதலில்லாத நரகத்தின்கண் சென்று, நம் அன்னையும் துன்புறுவாளாக!

கருத்து: *'அன்னையின் காவற் கொடுமை மிகுந்தது' என்பதாம்.*

விளக்கம்: *தலைவி வீட்டிலே நிகழ்ந்த ஒரு விருந்திற்குத் தலைவனும் வந்தான். தலைவியைக் கண்டதும் புன்னகை தவழ்கின்ற முகத்தினனாகிய அவனைத் தாயும் கண்டாள். அவள் உண்மையை உணர வெகுநேரம் பிடிக்கவில்லை. அவனிடமிருந்து தன் மகளைக் காக்கக் கருதி, அவளை இற்சிறையிட்டுக் காவலையும் கடுமையாக்கினாள். பகைமுக*

ஊரினரையும் போலத் தூக்க மொழிந்தவளும் ஆயினாள். அதனால், தலைவி, தலைவனை இரவுக்குறிக்கண் அடிக்கடி சந்திப்பது இயலாதாயிற்று. இதனை உணர்த்தி, விரைவில் முறைப்படி தலைவியை மணந்து கொள்ளலைச் செய்ய முற்படுமாறு அவனைத் தூண்டுகின்றாள் தோழி. புனல்தரு பசுங்காய் தின்ற பெண்ணைக் கொலை செய்ததனால் அறநெறி பிழைத்த நன்னன் வரையா நரகினை அடைந்தாற்போல, ஊழ்கூட்டிய காதலனுடன் சேரவிடாது தலைவியைத் தகைவதனால் அறந்தவறும் அன்னையும் நரகடைக் என்கின்றாள் தோழி. பெண் கொலையைக் கூறியது, அந்நிலை நீட்டித்தால் தலைவியும் சாவெய்துவாள் என்பதனை உணர்த்துதற் பொருட்டாக. தப்பல் -குற்றம். நன்னன் - ஒரு சிற்றரசன்; பாழி பிரம்பு ஆகிய மலைகளுக்கு உரியவனாக இருந்தவன்.

293. காணிய வருவாள்!

பாடியவர்: கள்ளில் ஆத்திரையன். திணை: மருதம். துறை: பரத்தையிற் பிரிந்து வந்த கிழவற்கு, வாயிலாகப் புக்க தோழிக்குக், கிழத்தி உரைத்தது.

து-வி: பரத்தையின் உறவினாலே தலைவியைச் சில காலம் மறந்திருந்த தலைவன், அந்தப் பரத்தையை விட்டுத் தலைவியிடம் மீண்டும் வருதற்கு முயல்வானாகத், தோழியைத் தூதாகத் தலைவியிடம் விடுகின்றான். தன்பால் வந்து தூதுரைத்த தோழிக்குத், தலைவி சொல்வது இதுவாகும்.

கள்ளின் கேளிர் ஆர்த்திய, உள்ளூர்ப்
பாளை தந்த பஞ்சிஅம் குறுங்காய்
ஓங்குஇரும் பெண்ணை நுங்கொடு பெயரும்
ஆதி அருமன் மூதூர் அன்ன,
அயவெள் ளாம்பல் அம்பகை நெறித்தழை
தித்திக் குறங்கின் ஊழ்மாறு அலைப்ப,
வருமே சேயிழை, அந்தில்
கொழுநற் காணிய; அளியேன் யானே!

தோழி; கள்ளைக் குடிக்கும் விருப்பத்தை உடையவரது பயணமானது, ஊரகத்தேயுள்ள பாளையால் தரப்பட்ட நாரையுடைய குறுங்காய்களை உடையதான, உயர்ந்த கரிய பனையின் நுங்கினையும் கைக்கொண்டு பெயர்வதாயிருக்கும், ஆதி அருமனுக்கு உரிய, பழைய ஊரது வளம். அவ்வாறே,

நீரில் வளர்ந்த வெள்ளாம்பலது, அழகிய மாறுபட்ட முழு நெறிப்பைக் கொண்ட தழையுடையானது. தேமலையுடைய துடையிடத்தே முறையாக மாறிமாறிப் பட்டதாய் வருத்தஞ் செய்ய, செம்பொன் அணிகளையுடைய பரத்தையானவள், இவ்விடத்தே, தலைவனைக் காணும் பொருட்டாக வருவாள். அவள் வரின் யான்தான் இரங்கத் தக்கேன்!

கருத்து: 'தலைவனின் பாரத்தையுறவு முற்றவும் ஒழியவில்லை' என்பதாம்.

விளக்கம்: கள்ளில் - கட்கடையும் ஆம். 'பஞ்சி' நுங்குப் புறத்தே காணப்படுகின்ற நார்ப் பகுதியை, அருமனது மூதூரினை நக்கீரனாரும் நற்றிணைச் செய்யுளுட் குறிப்பர் (செ.367) பனங்கள்ளை உண்ணச் சென்றோர், அதனோடும் அமையாது, நுங்கையும் வெட்டிக் கொண்டு வருபவராவர். அவ்வாறே, தலைவனின் செயலால் அவனைக் காணத் தலைவி வீட்டிற்கு வரும் பரத்தை, அவனைக் கைக்கொள்வதுடன், தலைவியையும் பழித்துச் செல்வாள் என்பது புலப்பட இவ்வாறு கூறினாள். எனினும், தான் அவனை ஏற்க மறுப்பதாகக் கூறாத பண்பாட்டைத் தலைவி பெற்றிருப்பதனையும் இது காட்டும். 'கள்ளில் ஆத்திரை' என்ற சொன்னயத்தால் இவரைக் 'கள்ளில் ஆத்திரையன்' என்றனர் எனலாம்.

294. உழையின் போகான்!

பாடியவர்: அஞ்சில் ஆந்தை. **திணை:** நெய்தல். **துறை:** பகற்குறிக்கண் தலைமகன் வந்துவிடத்துத் தோழி செறிப்பு அறிவுறீ இயது.

து-வி: பகற்குறிக்கண் தலைவன் வந்து ஒருபக்கமாக ஒதுங்கி நிற்கின்றான். அவன் நிற்பதறிந்த தோழி, தலைவிக்கு இற்செறிப்புக் கடுமையான செய்தியைப் பற்றித் தலைவியிடம் கூறுவாள் போலத், தலைவனும் கேட்டு அறியுமாறு இவ்வாறு உரைக்கின்றாள்.

கடல்உடன் ஆடியும், கானல் அல்கியும்
தொடலை ஆயமொடு தழூஉ அணி அயர்ந்தும்,
நொதுமலர் போலக் கதுமென வந்து,
முயங்கினன் செலினே, அலர்ந்தன்று மன்னே;
துத்திப் பாந்தள் பைத்து அகல் அல்குல்
திருந்துஇழைத் துயல்வுக் கோட்டுஅசைத்த பசுங்குழைத்

தழையினும், உழையின் போகான்;
தான்தந்தனன், யாய்காத்து ஓம் பல்லே.

கடலிடத்தே பலருடன் சேர்ந்தேமாய் நீராடியும், கானற் சோலையிலே தங்கியிருந்து விளையாடியும், மாலையையுடைய மகளிர் கூட்டத்தோடு குரவைக் கூத்து ஆடியும், யாம் மகிழ்ந்திருப்போம். அக்காலத்தே, அயலாரைப் போலக் கதுமெனத் தலைவன் நம்மருகே வந்து, நம்மைத் தழுவிச் செல்வானாயின், அதனால் அலர்தான் உண்டாம்! இப்போதோ, புள்ளிகளையுடைய பாம்புப் படத்தைப் போன்ற அகற்சியையுடைய அல்குலிடத்தே, திருத்தமான ஆபரணங்கள் அசைதலையுடைய பக்கத்திடத்தே கட்டிய, பசுமையான தளிராற்செய்த தழையைக் காட்டினும், அணிமையாகவிருந்து, போகானாகி, அக்காரணத்தால், நம் அன்னை நம்மை இற்செறித்துக் காத்துப் பேணுதலைத்தான், அவன் நமக்குத் தந்தனன்.

கருத்து: 'தாய், இனி இற்செறித்துக் காக்கக் கருதினாள்' என்பதாம்.

விளக்கம்: 'அயலானைப் போல வந்து அவன் தழுவிச் சென்ற போது அலருண்டாயிற்று; எனினும் அது நமக்கு இன்பமாயிருந்தது; இப்போதோ, அவன் நம்முள் நிறைந்து அகலானாயிருந்தும், நாம் தாயால் இற்செறிக்கப்பட்டுத் துன்பத்தையே அடைவோம் ஆயினம் என்பதாம். இதனால், வளை விரைவிலே மணந்துகொண்டு பிரியா இன்பத்தில் செலுத்துதலே இனிச் செய்யத்தக்கது என்பதைத் தோழி குறிப்பாக உணர்த்துகின்றாளாம்.

295. விழவொடு வருதி!

பாடியவர்: தூங்கலோரி. **திணை:** மருதம். **துறை:** வாயில் வேண்டிச் சென்ற கிழவற்குத் தோழி உரைத்தது.

து-வி: பரத்தையிற் பிரிந்தானாகி, மீண்டும் தலைவியின் உறவைப் பெறுதற்கு விரும்பிய தலைவன், தோழியைத் தன் பொருட்டாகத் தலைவியிடம் சென்று தூதுரைக்க வேண்டுகின்றான். அவனுக்கு அவள் கூறுகின்ற மாற்றம் இது.

உடுத்தும், தொடுத்தும், பூண்டும், செரீஇயும்
தழைஅணிப் பொலிந்த ஆயமொடு துவன்றி,
விழவொடு வருதி, நீயே; இஃதோ

ஓர்ஆன் வல்சிச் சீர்இல் வாழ்க்கை
பெருநலக் குறுமகள் வந்தென
இனிவிழவு ஆயிற்று என்னும், இவ் ஊரே.

தலைவனே! உடையாக உடுத்தும், மாலையாகத் தொடுத்தணிந்தும், குழை முதலியவாகப் பூண்டும், கூந்தற்கண்ணே செருகியும், தலையலங்காரத்தாலே பொலிவுபெற்ற பரத்தையர் கூட்டத்தோடு நெருங்கியவனாக, நீயும் புதுநீர் விழாவிற்குரிய புனைவுகளோடும் வாராநின்றனை! ஆனால், இவ்ஊரிலுள்ளவரோ, ஒரு பசுவினால் மட்டுமே வரும் ஊதியத்தைக் கொண்டு வாழும் சிறப்பற்ற நின் வாழ்க்கையானது, பேரழகையுடைய இளையோளான தலைவி நின் மனைவியாக வந்தடைந்த தன் காரணத்தால், இப்போது, இப்படியான விழவு கொண்டாடும் வளமான வாழ்க்கை ஆயிற்று என்றே சொல்வார்கள்!

கருத்து: 'தான் புகுந்த வீட்டில் வளம் பெருகுதற்குக் காரணமான தெய்வத்தன்மையுடைய தலைவியை நீ மறந்தாய்' என்பதாம்.

விளக்கம்: 'மகராசி வந்தாள் செல்வம் பெருகிற்று' என்று இந்நாளினும் கூறுவர். இந்தக் கூற்று அக்காலத்தும் இருந்திருக்கிறது. தலைவி மணக்கும் முன்பாக வறுமையாளனாக இருந்த தலைவன், அவளை மணந்தபின் வளவாழ்வினன் ஆகியதும், அவளை மறந்து பரத்தையரை நாடி அலைபவன் ஆயினான். அவனைக் கண்டிக்கு மாற்றால், 'அவளால் வந்த நின் செல்வம், அவளை நீ ஒதுக்கினால் நின்னை விட்டுத் தானும் ஒதுங்கிவிடும்' எனக் கூறுவது இதுவாகும். தலைவியின் உயர்வுகூறித் தோழி தலைவனைப் பழிக்கின்றாள். தோழியும் அறிவரும் தலைவனின் போற்றா ஒழுக்கத்தைக் கண்டு தமக்குள் கூறிக்கொண்டதாகவும் இதனைக் கொள்வார்கள். இதனால், தோழி, தலைவனது கருத்திற்கு இசைய மறுத்து அவனை ஒதுக்கியதும் விளங்கும்.

296. கழறல் ஓம்புமதி!

பாடியவர்: பெரும்பாக்கன். **திணை:** நெய்தல். **துறை:** காணும் பொழுதிற் காணாப்பொழுது பெரிதாகலான். ஆற்றாளாய தலை மகள், தலைமகன் சிறைப்புறத்தானாக, தோழிக்குச் சொல்லுவாளாய்ச் சொல்லியது.

து-வி: *பகற்குறிக்கண் தலைவனோடு கலந்து மகிழ்கின்ற காலத்திலே, உடனிருக்கும் பொழுது சிறிதாகவும் பிரிந்திருக்கும் பொழுது பெரிதாகவும் இருத்தலால், தலைவியின் ஆற்றாமை மிகுதியாகின்றது. அதனைத் தலைவனுக்கு உணர்த்தக் கருதியவள், அவன் சிறைப்புறமாகத், தான் தோழிக்குச் சொல்லுவாளாய், இப்படிக் கூறுகின்றாள்.*

அம்ம வாழி – தோழி! புன்னை
அலங்குசினை இருந்த அம்சிறை நாரை
உறுகழிச் சிறுமீன் முனையின், செறுவில்
கள்நாறு நெய்தல் கதிரொடு நயக்கும்
தண்ணம் துறைவற் காணின், முன்நின்று,
கடிய கழறல் ஓம்புமதி 'தொடியோள்
இன்னள் ஆகத் துறத்தல்
நும்மின் தகுமோ?' என்றனை துணிந்தே,

தோழி! ஒன்று கூறுவேன், கேட்பாயாக; நெய்தல் நிலத்துப் புன்னை மரத்தின் அசைகின்ற கிளையிலே இருந்ததும், அழகிய சிறகை உடையதுமான நாரையானது, மிக்க கழியிடத்தேயுள்ள சிறு மீன்களை உண்ணுதலைத் தான் வெறுத்ததாயின், வழியிடத்துள்ள கள் மணக்கும் நெய்தற் பூக்களை நெற்கதிரோடும் சேர்த்து உண்ணுதலை விரும்பும். குளிர்ச்சியான, அத்தன்மையுடைய அழகிய துறைக்கு உரியவன் நம் தலைவன். அவன் முன்னே சென்று நின்று, 'தொடியணிந்தவளான நும் தலைவி இத்தன்மையளாகும்படிக்கு அவளை நீர் பிரிந்து செல்லுதல் நுமக்குத் தகுதியுடையதாகுமோ?' என்று சொன்னாயாய்க் கடுமையான, சொற்களைத் துணிந்து கூறி இடித்துரைத்தலைப் பாதுகாப்பாக!

கருத்து: *'தலைவனைப் பிரிவதால் நாம் வருத்தமுறுவதை அவனுக்கு உரையாதிருக்க' என்பதாம்.*

விளக்கம்: *'கடிய கழறல் ஓம்புமதி' என்றனள்; எனினும் தலைவன் அதனைக் கேட்டுத், தன்னைப் பிரியாது உறைதலான மனை வாழ்க்கையினை விரைவிற் பெறுதற்கு முயலுதல் வேண்டுமென்பதே அவள் கருத்தாகும். 'நாரை சிறுமீன் முனையின் கள்நாறு நெய்தல் கதிரொடு நயக்கும்' என்றது, 'தான் அதனை உண்ணாதாயினும் உறுகழிச் சிறுமீனை வெறுத்தலாலே அதனை விரும்பிச் சென்றது' என்பதாம். அவ்வாறே தலைவனும் தன்னை இன்புற்றுத் தன் ஊரை*

நாடிச் செல்வானாயினான் என்பதுமாம். அதனைவிட்டு, அவனும், தானும் பிரியாது இன்புற்று வாழும் மனையற வாழ்க்கையைப் பெறுதலைத் தலைவி விரும்பியதும் இதனால் அறியப்படும்.

297. போதல் உணர்ந்தேன்!

பாடியவர்: காவிரிப்பூம்பட்டினத்துக் காரிக் கண்ணன்.
திணை: குறிஞ்சி. **துறை:** தோழி வரைவு மலிந்தது.

து-வி: 'தலைவி தலைவனுடன் உடன்போக்கிற் சென்று, அவனூரிலே அவனை மணந்து கொண்டு இல்லறம் நடத்துதலே, செய்யத்தக்கது' எனத் தோழி, தலைவியிடம் இவ்வாறு கூறுகின்றாள்.

'அவ்விளிம்பு உரீஇய கொடுஞ்சிலை மறவர்
வைவார் வாளி விறற்பகை பேணார்,
மாறுநின்று எதிர்ந்த ஆறுசெல் வம்பலர்
உவல்இடு பதுக்கை ஊரின் தோன்றும்
கல்உயர் நனந்தலை, நல்ல கூறிப்
புணர்ந்துடன் போதல் பொருள்' என,
உணர்ந்தேன் மன்றஅவர் உணரா ஊங்கே.

மேல் விளிம்பை உருவிய, கொடிதான வில்லையுடையவர் மறவர்கள். அவர்களது, நீண்ட கூர்மையான அம்பினது, வெற்றியுடைய பகையினின்றும் நம்மைக் காத்துக் கொள்ளாதவராகி, அவர்கட்கு மாறுபட்டு எதிர்த்து நின்றதனாலே சில வழிப் போக்கர்கள், தாம் பட்டு வீழ்ந்து இறந்தனர். அவர்களது உடல்களின் மீது, அம்மறவர்கள் தழையையிட்டு மூடி வைத்தனர். அப்படி மூடி வைக்கப்பட்ட குவியல்கள், ஊரைப் போல மிகுதியாகத் தோற்றுகின்ற, மலைகள் உயர்ந்த அகன்ற இடத்திலே, நல்ல சொற்களைச் சொன்னபடியாகத், தலைவனோடு சேர்ந்து போதலே செய்யத்தக்க செயலாகும் என்று தலைவர் உணராததன் முன்பாகவே, யான் அதனை உணர்ந்தேன்.

கருத்து: 'தலைவனுடன் செல்லலே இனி நன்று' என்பதாம்.
விளக்கம்: 'தலைவியைத் தலைவனுக்கு மணங்கூட்டுவதற்குத் தலைவியின் சுற்றத்தார் இசையமாட்டார்கள்' எனத் தோழி தெளிவாக அறிந்ததால் இப்படிக் கூறினதாகக் கொள்க. (நல்ல கூறி - 'மணந்து நலம் பெறுக' என்னும் நற்சொற்களைக் கூறி;

இப்படி நற்சொற் கூறுதலால் வரைவு மலிந்ததுமாயிற்று. கொடுஞ்சிலை - வளைந்த வில்லுமாம்; வளைந்தவில் - நாணேற்றிய வில். உவல் இடு பதுக்கை - பிணத்தைத் தழைகளை இட்டு மூடிவைத்த குவியல். வரிசையாக அமைந்த அக்குவியல்கள். குடில்கள் நிரம்பியவோர் ஊரினைப் போலத் தோற்றம் அளித்தன என்க.

298. நெடும் புற நிலை!

பாடியவர்: பரணர். **திணை:** குறிஞ்சி. **துறை:** கிழத்திக்குத் தோழி குறை மாறாமல் கூறியது.

து-வி: 'தலைவன் தலைவியை அடைதற்கு மடலேறவும் துணிந்தான்' என்பதை அறிந்த தோழி, தலைவியிடம் சென்று, அவனை ஏற்றுக் கொள்ளுமாறு இப்படிக் கூறுகின்றனள்.

சேரி சேர மெல்ல வந்துவந்து,
அரிது வாய்விட்டு இனிய கூறி,
வைகல்தோறும் நிலம்பெயர்ந்து உரையும்அவன்
பைதல் நோக்கம் நினையாய் – தோழி
இன்கடுங் கள்ளின் அகுதை தந்தை
வெண்கடைச் சிறுகோல் அகவன் மகளிர்
மடப்பிடிப் பரிசில் மானப்
பிறிதுஒன்று குறித்தது, அவன்நெடும் புற நிலையே.

தோழி! நம் தெருவின்கண், சேரவும் மெல்ல வந்து வந்து, போவான் ஒருவன். அருமையாக வாயைத் திறந்து, இனிய சொற்களையும் அவன் என்னிடம் கூறிச் செல்வான். நாள்தோறும், தான் நினைத்தது கைகூடப் பெறாத கவலையால், நிறம் மாறுப்பட்டுத் தங்குபவனும் ஆயினான். அவனுடைய துன்பத்தைப் புலப்படுத்தும் பார்வையினை, நீயும் நினைத்துக் காண்பாயாக! இனிமையும் கடுப்புங்கொண்ட கள்ளையுடைய அகுதைக்குப் பின்னாக நின்ற, வெண்முனைச் சிறுகோலைக் கைக்கொண்ட அகவன் மகளிர்கள், அவனை விரும்பி நின்றவர் அல்லர். அவன் வழங்கும் மடப்பம் பொருந்திய பிடியானைகளைப் பரிசிலாகப் பெறுதலைக் குறித்தே நின்றவராவர். அவ்வாறே, நெடுநேரம் என் பின்னாக நின்ற அவனது அந்நிலையும், நின்னைப் பெறுதலாகிய வேறொன்றைக் குறித்ததேயாகும்.

கருத்து: 'தலைவன் நின்னை விரும்பினான்' என்பதாம்.

விளக்கம்: 'நினையாய்' என்றது, நினைந்து அவனது குறையினைத் தீர்ப்பதற்கு முயல்வாய் என்பதாம். வெண்கடை - வெண்முனை - வெள்ளிப்பூண்களை இரு முனைகளிலும் கட்டியிருத்தல். அகுதை - மதுரையிலிருந்த ஒரு வள்ளல். தலைமகள் குறை மாறாதபடி கூறுதல் துறையாதலின், பிறிதொன்று குறித்தது 'மடலேறுதல்' என்று கொள்ளலும் பொருந்தும். 'இன்கடுங்கள்' என்றது, உண்ணற்கு இனிமையையும், உண்டபின் மயக்கத்தையும் தந்து வெறியூட்டலையும் கொண்ட கள் என்பதனால்.

299. மணப்பின் நலன் எய்தும்!

பாடியவர்: வெண்மணிப் பூதி. **திணை:** நெய்தல். **துறை:** சிறைப்புறமாகத் தோழிக்குக் கிழத்தி உரைத்தது.

து-வி: தலைவன் வந்து, குறியிடத்தே ஒரு பக்கமாக ஒதுங்கி நிற்பதறிந்த தலைவி, தன் தோள் மெலிவை அவனுக்கு உரைத்து, விரைவில் தன்னை வரைந்து கொள்ளுதற்கு அவனைத் தூண்ட வேண்டும் என விரும்புகின்றாள். அதனால், தோழிக்குக் கூறுவாள் போல இப்படிக் கூறுகின்றாள்.

இதுமற்று எவனோ – தோழி! – முதுநீர்ப்
புணரி திளைக்கும் புள்இமிழ் கானல்,
இணர்வீழ் புன்னை எக்கர் நீழல்,
புணர்குறி வாய்த்த ஞான்றைக் கொண்கற்
கண்டனமன் எம்கண்ணோ; அவன் சொல்
கேட்டனமன் எம்செவியே; மற்று – அவன்
மணப்பின் மாண்நலம் எய்தித்
தணப்பின் ஞெகிழ்ப, எம்தடமென் தோளே?

தோழி! பழைதாகிய கடலது அலைகள் வந்து அளைந்தாடி மகிழ்கின்ற, கடற்பறவைகள் ஒலி செய்திருக்கும் கானற் சோலையிலே, பூங்கொத்துக்கள் மலர்ந்த புன்னைமரம் விளங்கும் மேட்டின் நிழலிடத்தே, புணர்குறியை நாம் வாய்க்கப் பெற்றேமா! அக்காலத்தே, தலைவனை எம் கண்கள் கண்டன. எம் செவிகள் அவன் சொற்களைக் கேட்டதும் அன்றைக்குத்தான்! அதன் பின்னர், எனது பரந்த மென்மை கொண்ட தோள்கள், அவன் என்னை மணந்தால் தாம் மாட்சி கொண்ட அழகினை அடைந்தும், என்னைப் பிரிந்தால் சோர்வுற்றும் போகின்றனவே! இதுதான் எதனாலோ?

கருத்து: 'தலைவன் இடையீடின்றி என்னருகே உளனாதல் வேண்டும்' என்பதாம்.

விளக்கம்: கொண்கன் - நெய்தல் நிலத்துத் தலைவன். அவளைக் கண்ட கண்களும், அவன் சொற்களைக் கேட்ட செவிகளும் வாளா விருப்பத், தோள்கள் மட்டும் 'மணந்தால் மாண்நலம் எய்தியும், தணந்தால் சோர்ந்தும் போவது எதனால்?' என்கின்றாள். இதனால், இடையிடைப் பிரிவின்றி ஒன்றுபட்டிருக்கும் இல்வாழ்வை விரும்பினளாதலும் அறியப்படும்.

300. விடல் சூழலன்!

பாடியவர்: சிறைக்குடி ஆந்தையார். திணை: குறிஞ்சி. துறை: இயற்கைப் புணர்ச்சி புணர்ந்த தலைமகன், பிரிவச்சமும் வன்புறையும் கூறியது.

து-வி: இயற்கைப் புணர்ச்சிக்கண், தலைமகன், நின்னைப் பிரியேன் என்றதும், பிரிவும் உளதென்ற, அச்சத்தால், அவன் வாடினாள். அதனைத் தீர்க்குமாறு அவன், 'அஞ்சற்க! இவ்வுலகமே பெறுவதாயினும் நின்னைப் பிரியேன்' என வலியுறுத்திக் கூறி, அவளைத் தேற்றுகின்றான்.

குவளை நாறும் குவைஇருங் கூந்தல்,
ஆம்பல் நாறும் தேம்பொதி துவர்வாய்
குண்டுநீர்த் தாமரைக் கொங்கின் அன்ன
நுண்பல் தித்தி மாஅ யோயே!
நீயே, 'அஞ்சல்' என்ற என்சொல் அஞ்சலையே;
யானே, குறுங்கால் அன்னம் குவவுமணற் சேக்கும்
கடல்சூழ் மண்டிலம் பெறினும்,
விடல் சூழலன் யான், நின்னுடை நட்பே.

குவளை மலரின் மணத்தை வீசுகின்ற தொகுதியாகிய கருங்கூந்தலையும், ஆம்பல் மலரின் மணத்தை வீசுகின்ற தேன் பொதித்த செவ்வாயினையும், ஆழமான நீரிடத்தே வளர்ந்த தாமரையின் பூந்தாதைப் போன்று விளங்கும் நுண்ணிய பலவான தேமற் புள்ளிகளையும், மாமை நிறத்தையும் உடையவளே! 'அஞ்சாதே' என்று உரைத்த என் சொல்லைக் கேட்டு, நான் பிரிவேனோ என்று எண்ணங்கொண்டு, நீ அஞ்சாதிருப்பாயாக. குறுகலான கால்களையுடைய அன்னப் பறவைகள், குவிந்த மணலிடத்தே தங்கியிருக்கும், கடல்

சூழ்ந்த நிலமண்டிலத்தையே ஒருங்கு பெற்றாலும், யான், நின்னுடைய நட்பினை விடுதற்கு ஒரு போதுமே நினையேன்.

கருத்து: 'என்றும் நின்னைப் பிரியேன்' என்பதாம்.

விளக்கம்: கூந்தற் பாயலில் துயின்றும், வாயூறுதலை, அருந்தியும் இன்புற்றவனாதலின், அவற்றை முற்படக் கூறினான். மண்டிலம் வட்டம். கடல் சூழ் மண்டிலம் - நிலவட்டம். 'தலைவன் பிரிவுணர்த்தல் இது' என்பாரும் உளர். அப்போது, இப்படி அவன் உரைக்கவும், அவள், அவன் பிரிவான் என்பதனை உணரப்பெற்றுக் கலங்கினாள் என்க.

301. அரவமொடு மறந்தன!

பாடியவர்: குன்றியன். **திணை:** குறிஞ்சி. **துறை:** வரைவிடை வைப்ப, 'ஆற்றகிற்றியோ?' என்ற தோழிக்குக் கிழத்தி சொல்லியது.

து-வி: 'இன்று காலத்தில் நின்னை வரைந்து வந்து மணந்து கொள்வேன்' எனச் சொல்லித் தலைவன் தலைவியைப் பிரிந்து போயினான். அவ்வேளை, அவனது பிரிவை நின்னாற் பொறுத்திருக்க முடியுமோ? எனத் தலைவியைத் தோழி கவலையுடன் கேட்கின்றாள். அவளுக்குத் தலைவி இவ்வாறு தன் நிலையைக் கூறுகின்றாள்.

முழவுமுதல் அரைய தடவுநிலைப் பெண்ணைக்
கொழுமடல் இழைத்த சிறுகோற் குடம்பைக்
கருங்கால் அன்றிற் காமர் கடுஞ்சூல்
வயவுப்பெடை அகவும் பானாட் கங்குல்,
மன்றம் போழும் இன்மணி நெடுந்தேர்
வாராது ஆயினும், வருவது போலச்
செவிமுதல் இசைக்கும் அரவமொடு
துயில்துறந் தனவால் – தோழி!என் கண்ணே.

தோழி! வளைந்த நிலையையுடைய பனை மரமானது, முழவைப் போலத் தோன்றும் அடிமரத்தை உடையது. அதன் கொழுமையான ஓலையின் கண்ணே, சிறு குச்சிகளைக் கொண்டு அன்றிற் பறவைகள் கூடு கட்டியிருக்கும். பாதியிரவாகிய நேரத்திலே, அக்கூட்டிலிருந்தபடியே, கருங்காலையுடைய ஆண் அன்றிலது விருப்பத்தையுடைய பெட்டை அகவிக் கொண்டிருக்கும். அவ்வேளையிலே, முன்னரெல்லாம், தொகுதியாகிய மணிகளையுடைய தலைவனது நெடிய தேரானது, தன் சக்கரங்களால் மன்றத்துத் தரையைப் பிளந்து

கொண்டபடியே, நம்மூர்க்கு வரும். இவ்வேளை, அவன் தேர் அவ்வாறு வாராதாயினும், அது வருவது போலவே ஒலியானது என் காதினிடத்து வந்து கேட்கின்றது. அதனைக் கேட்பதனால், என் கண்கள், தம் தூக்கத்தையும் நீத்தன.

கருத்து: 'தலைவனது தேர்வரவை நோக்கியபடியே யான் துயிலும் ஒழிந்திருக்கிறேன்' என்பதாம்.

விளக்கம்: 'இரவுக்குறி பிழைத்தவிடத்துத் தலைவி கூறியது இது' வென்பர், நச்சினார்க்கினியர் - (தொல் களவு - 16. உரை); அதுவும் பொருந்தும். 'அன்றிற் பறவைகளும் இல்லங்கண்டு இன்பமுற்று வாழ்கின்றன; அன்றிற் பேடை முதற்சூலால் உற்ற நோயால் அகவுதலையும் கேட்கின்றேன்; யானோ அவற்றைப் போற் கூடியிருக்கப் பெறாதவளாக அவரைப் பிரிந்திருந்து நலிகின்றேன்' என்கின்றாள். அரவம் - ஒலி. 'தேர் வாராதாயினும், ஒலி கேட்கும்' என்றது, தான் அந்த நினைவோடு இருந்ததனை உணர்த்தியதாம்; பிறதொன்றான் எழுந்த ஒலியைத் தேரொலி எனக் கருதி மயங்கியதும் ஆம்.

302. பிரியா நண்பினர்!

பாடியவர்: மாங்குடி கிழார். **திணை:** குறிஞ்சி. **துறை:** வரை விடைக் கவன்ற தோழிக்குக் கிழத்தி சொல்லியது.

து-வி: தலைமகன், வரைவிடை வைத்துப் பிரிந்த காலத்திலே, 'தலைமகள் பிரிவைப் பொறுத்து வாழ்வதற்குச் சக்தியற்ற வளாயிற்றே' எனத் தோழி கவலைப்பட்டாள். அவளுக்குத் தலைவி, இவ்வாறு தன் நிலையைக் கூறுகின்றாள்.

உரைத்திசின் – தோழி! அது புரைத்தோ அன்றே?
அருந்துயர் உழத்தலும் ஆற்றாம்; அதன்தலைப்
பெரும்பிறி தாகல் அதனினும் அஞ்சுதும்;
அன்னோ! இன்னும், நல்மலை நாடன்,
பிரியா நண்பினர் இருவரும்'என்னும்
அலர் – அதற்கு அஞ்சினன் கொல்லோ? பலர்உடன்
துஞ்சுஊர் யாமத்தானும் என்
நெஞ்சத்து அல்லது வரவுஅறி யானே,

தோழி! பிரிவுத் துன்பத்தாலே, பொறுத்தற்கு அரிதானதாய் வரும் துயரத்தால் வருந்துதற்கும் நாம் ஆற்றலில்லாதவராயினோம்; அதற்கும் மேலாக இறந்துபடுதலை எண்ணினாலோ, அதனைக் காட்டிலும் அச்சம் கொள்ளுகின்றோம். அந்தோ! நல்ல

மலைநாட்டை உடையவனான நம் தலைவன், இருவரும் பிரியா நட்பினர் என்று, பிறர் ஏளனமாக உரைக்கும் பழியுரைக்குத்தான் அஞ்சினனோ? ஊரவர் பலரும் ஒருங்கே துஞ்சுகின்ற இரவின் நடுயாத்தும், என் நெஞ்சத்தே அல்லாது தான் நேராக வருதலை இப்போது அறியானாயினனே! அதுதான் அவனுக்கு உயர்வாகுமோ? இதனைச் சொல்வாயாக!

கருத்து: 'தலைவனை நினைவிற் காண்பதன்றி நேரிற் வரக் காணேன்' என்பதாம்.

விளக்கம்: அலர் பழிச்சொற்கள். 'இருவரும் பிரியா நண்பினர் என எழுந்த அலர்; பிரிந்த கொடுமையைப் பழிக்குமாற்றால் இது எழுந்ததாகும். 'அதற்கு அஞ்சினனோ?' என்றது, 'அதனால் வாராதிருந்தானோ?' என்பதாம். நெஞ்சத்து அல்லது வரவு அறியான்' என்பதால். நெஞ்சத்து நீங்காது நிறைந்துள்ளான் எனக் கொண்டு, அதனால் ஆற்றியிருப்பதாக உரைத்ததாகவும் கொள்ளலாம் புரைத்தோ உயர்ந்ததோ? புரைமை - உயர்ச்சி. துணை பிரியின் தனது உயிர்வாழா அன்றிலை போலத் தானும் வாழ்ந்திருத்தலை விரும்பிய தலைவியின் உள்ளத்தையும், அவள் கூறும் உவமை நமக்குக் காட்டுகின்றது.

303. ஈங்குப் பசந்தனள்!

பாடியவர்: அம்மூவன். **திணை:** நெய்தல். **துறை:** செறிப்பறிவுறீஇ வரைவுகடாயது.

து-வி: தலைவியும் தலைவனும் சந்தித்துக் கூடுதற்கு இயலாமற் போகத், தோழி தலைவனிடம் சென்று, தலைவியைத் தாய் இற்செறிக்கக் கருதியதைக் கூறி, அதனால் விரைவிலே அவளை மணந்து கொள்ளுமாறும் உரைக்கின்றாள்.

கழிதேர்ந்து அசைஇய கருங்கால் வெண்குருகு
அடைகரைத் தாழைக் குழீஇ, பெருங்கடல்
உடைதிரை ஒலியின் துஞ்சும் துறைவ!
தொல்நிலை நெகிழ்ந்த வளையள், ஈங்குப்
பசந்தனள்மன் என்தோழி – என்னொடும்
இன்இணர்ப் புன்னைஅம் புகர்நிழல்
பொன்வரி அலவன் ஆட்டிய ஞான்றே.

கழிநீரை ஆராய்ந்து உணவின் பொருட்டாகத் தங்கிய, கரிய காலையுடைய வெண்குருகுகள், தம் பசி தீரப்பெற்றதும்

அடைகரையிடத்தேயுள்ள தாழையிடத்துக் கூடியவாய்ப் பெருங்கடலிடத்திலிருந்து எழுந்து உடைகின்ற அலைகளின் ஓசையினாலே துயிலினைக் கொள்ளும். அத்தன்மைகொண்ட துறைக்கு உரியவனான தலைவனே! இனிய பூங்கொத்துகளை உடைய புன்னையின், அழகாகப் புள்ளிப்பட்டு வீழ்கின்ற நிழலினிடத்தே, பொற் கோடுகளையுடைய நண்டுகளை அலைத்து விளையாடிய அப்பொழுதே, என் தோழியாகிய தலைவியும், பழைய செறிவான நிலையினின்றும் நெகிழ்ந்து போன வளைகளை உடையவளாகி, இவ்விடத்தே மிகவும் பசந்தனளே!

கருத்து: 'தலைவியை மணந்து கொள்ளுதலே இனிச் செய்யத்தக்கது' என்பதாம்.

விளக்கம்: அசைஇய தங்கிய. 'நண்டுகள் அலைத்து விளையாடியபொழுது' என்றது, தலைவனைக் கடைசியாகச் சந்தித்த காலத்தின் நிகழ்வைச் சுட்டிக் கூறியதாகும். 'அது முதற் பசந்தனள்' எனவே, அதனைத் தாயறிந்து அவளைக் காவற்படுத்தினள் என்பதும் ஆம். குருகு - நாரை. 'குருகு கழிதேர்ந்து கடற்கரைத் தாழைக் குழீஇப் பெருங்கடல் உடைதிரை ஒலியில் துஞ்சும்' என்றது, அவ்வாறே நீயும் இவளைக் களவிற்கூடி இன்புற்றாயாதலின், இனி இவளை வரைந்து கொண்டு, நின் இல்லிடத்தே, சான்றோரின் வாழ்த்தொலியோடு இனிதே துயில்தலைப் பெறுவாயாக'என்பதாம்.

304. பகைதரு நட்பு!

பாடியவர்: கணக்காயன் தத்தன். **திணை:** நெய்தல். **துறை:** வரைவிடை 'ஆற்றாள்' எனக் கவன்ற தோழிக்குக் கிழத்தி உரைத்தது.

து-வி: வரைவிடை வைத்துத் தலைவன் பிரிந்த காலத்திலே, 'இவள் பொறுத்திருக்கமாட்டாளே' எனத் தோழி கவலையுறத், தலைவி அவளுக்கு இவ்வாறு கூறுகின்றாள்.

கொல்வினைப் பொலிந்த கூர்வாய் எறிஉளி
முகம்பட மடுத்த முளிவெதிர் நோன்காழ்
தாங்கு அரு நீர்ச்சுரத்து எறிந்து, வாங்குவிசைக்
கொடுந்திமிற் பரதவர் கோட்டுமீன் எறிய,
நெடுங்கரை இருந்த குறுங்கால் அன்னத்து
வெண்தோடு இரியும் வீததை கானல்,

கைதைஅம் தண்புனற் சேர்ப்பனொடு
செய்தனெம் மன்ற, ஓர்பகை தரு நட்பே.

தோழி! வேகத்தையுடைய மீன்படகை உடையவரான பரதவர்கள், கொல்லும் வினையாலே பொலிவுபெற்ற கூரிய வாயையுடைய எறி உளியினை, அதன் முகத்தோடு பொருந்துமாறு செறிக்கப்பெற்ற உலர்ந்த மூங்கிற் காம்பினைப் பற்றியவராய்த் தாங்கற்கரிய நீரையுடைய சுரத்திடத்தே எறிந்து, மீண்டும் அதனைத் தாம் இழுத்துக் கைப்பற்றிக் கொள்ளும் ஆற்றலைக் கொண்டவர்கள் ஆவர். அவர்கள், கொம்பையுடைய சுறா மீனைத் தம் எறியுளியால் எறிய, எறியும் அவ்வொலியைக் கேட்டு நெடிதான கடற்கரையிலே இருந்த குறுங்கால்களையுடைய அன்னப் பறவைகளின் வெள்ளிய தொகுதிகள், கேட்டு ஓடி விடும். அத்தகைய, மலர்கள் நெருங்கிய கானற் சோலையையும், தாழை மரங்களையும் அழகான குளிர்ந்த நீரையும் உடைய சேர்ப்பனோடு, நிச்சயமாக, நாம் ஒரு பகைதரும் நட்பினையே செய்து கொண்டோம்!

கருத்து: 'தலைவனோடு கொண்ட நட்பு, நம் எழிலுக்குப் பகையாகி, நம்மை மிகவும் வருத்துகின்றது' என்பதாம்.

விளக்கம்: எறியுளி - ஓர் ஆயுதம், இதனை எறிந்து பெரிய மீன்களைக் கொன்று, பரதவர் பிடிப்பார்கள். இதன் காம்பு முனையிற் கட்டப் பெற்றிருக்கும் கயிறு, இவ்வுளியை மீண்டும் வாங்குவதற்கு எளிதாக்கி உதவும். நீர்ச்சுரம் - நீரிடத்து வழி; வழியாவது படகு செல்லும் வழி. கோட்டு மீன் - கொம்பையுடையமீன், சுறாமீன். 'பகைதரு நட்பு' என்றது, பிரிவுத்துயரால் அடைந்த வருத்த மிகுதியைச் சுட்டி உரைத்ததாகும். கொண்டது நட்பாயினும், அது தன் எழிற்குப் பகையாகியதால் 'பகைதரு நட்பு' என்றனர்.

305. களைவோர் இல்லை!

பாடியவர்: குப்பைக் கோழியார். **திணை:** மருதம். **துறை:** காப்பு மிகுதிக்கண், தோழி அறத்தொடு நிற்பாளாக, தனது ஆற்றாமை தோன்றத் தலைமகன் தன்னுள்ளே கூறியது.

து-வி: இற்செறிக்கப்பட்டுக் காவலும் மிகுதியாய் விட்ட காலத்திலே, 'அறத்தொடு நிற்றலே இனிச் செயத்தக்கது' எனத் தோழிக்கு அறிவுறுத்துவாளாகத், தன்னுள்ளே கூறுவாள் போலத் தலைவி இப்படிக் கூறுகின்றாள்.

கண்தர வந்த காம ஒள்ளரி
என்புஉற நலியினும், அவரொடு பேணிச்
சென்று, நாம்முயங்கற்கு அருங் காட்சியமே.
வந்துஅஞர் களைதலை அவர் ஆற்றலரே;
உய்த்தனர் விடாஅர் பிரித்துஇடை களையார்
குப்பைக் கோழித் தனிப்போர் போல,
விளிவாங்கு விளியின் அல்லது
களைவோர் இலை – யான்உற்ற நோயே.

அவரைக் காட்டிய கண்கள் தந்ததனாலே வந்தடைந்தது காமமாகிய இந்த ஒள்ளிய நெருப்பு. இது, என் என்பையும் உருக்குமாறு என்னை நலிவித்தாலும், அவர்பால் நாமே விரும்பிச் சென்று அவரைத் தழுவுவதற்கு, நாம் அரிதான காட்சியினர் ஆயினேம். நாமிருக்கும் இவ்விடத்தே வந்து, நம் துயரைக் களைதலை அவர்தாமும் செய்தற்கு இயலாதார் ஆயினர். இந்நிலையிலே, யான் அடைந்த இக்காமநோயானது, பிறர் செலுத்திவிடாராகவும், இடையில் நின்று பிரித்து ஒதுக்காராகவும் விளங்கும், குப்பைக் கோழிகளின் தனிமையுடைய போரினைப்போல, தானே அழியும்வழி அழிந்து போதல் வேண்டும். அப்படி அழிந்து போயின் அல்லாது, இதனைத் தாம் முயன்று நீக்குவாராக எவருமே நமக்குத் துணையாவார் இவர்.

கருத்து: *'துன்பத்தை நீக்கும் துணையாவார் எவருமில்லை எனக் கவலை கொண்டேன்' என்பதாம்.*

விளக்கம்: *'கண்தர வந்த காமம்' என்றது, அவனைக் கண்டபோதே அவன்பால் விருப்புடையள் ஆயினதைக் குறித்ததாம். அதனை 'ஒள் எரி' என்றது, சுடரிட்டுப் பலரும் காண நிகழ்வது; அங்ஙனமன்றி, எவரும் காணாவிடத்து நிகழும் கோழிப் போர் என்பாள், 'குப்பைக் கோழிப்போர்' என்றனள். 'களைவார் இலர்' என்றது, 'தோழி! நீதான் அதனைப் போக்காயோ?' எனக் குறிப்பான் தோழியை வேண்டியதாம்.*

306. மறத்தியோ!

பாடியவர்: *அம்மூவன்.* **திணை:** *நெய்தல்.* **துறை:** *காப்பு மிகுதியான், நெஞ்சு மிக்கதுவாய் சோர்ந்து, கிழத்தி உரைத்தது.*

து-வி: *தலைவியைத் தாய் இற்செறித்துக் காவலிட்டதனால், தலைவனைச் சென்று தழுவும் வாய்ப்பு அவளுக்கு இல்லாது*

போயிற்று. அதனால், அவள் நெஞ்சத்திலே பிரிவுத் துயரம் பெருகியது. அடக்கியும் அடங்காமல் வாய்சோர்ந்து, சில சமயங்களில் அதனை உரைக்கவும் தொடங்கியவள், தன் நெஞ்சிற்கு இவ்வாறு கூறிக் கொள்ளுகின்றாள்.

'மெல்லிய, இனிய மேவரு தகுந்
இவை மொழியாம்' எனச் சொல்லினும், அவைநீ,
மறத்தியோ வாழி – என்நெஞ்சே! – பலஉடன்
காமர் மாஅத்துத் தாது அமர் பூவின்
வண்டுவீழ்பு அயரும் கானல்
தெண்கடல் சேர்ப்பனைக் கண்ட பின்னே?

நெஞ்சமே! ஓசையால் மென்மை கொண்ட, பொருளால் இனிமை கொண்ட, கேட்போரால் விரும்பத்தக்க இச்சொற்களை, யாம் இனிச் சொல்லமாட்டோம் எனச் சொன்னாலும், அழகிய மாமரத்தின் தாது பொருந்திய மலர்களிடத்தே வண்டுகள் பலவும் ஒருங்கே வீழ்தலைச் செய்கின்ற கானற் சோலையையுடைய, தண்ணிய கடற்கரைச் சேர்ப்பனைக் கண்டபின்னர், நீதான், அவற்றை மறந்து விடுகின்றாயோ?

கருத்து: 'தலைவனைக் காணின் என் துயர் நீங்கும்' என்பதாம்.

விளக்கம்: கானல் - கடற்கரைச் சோலை. மா பூக்கும் காலம், இளவேனிற் காலம்; ஆதலின், அக்காலத்தே தலைவியின் காமநோய் மிகுதியாயிற்று. இற்செறிக்கப்பட்டுத் தன்னால் இல்லைக் கடந்து செல்ல முடியாத நிலையில் வருந்தியிருக்கும் தலைவி, தலைவன் அதனை உணர்ந்து தன்னை வரைந்து கொள்ளாததனை நினைந்து, அவன்பால் ஊடல்கொண்டு இவ்வாறு கூறுகின்றாள் என்றும் கொள்க. 'அவனைக் கண்டால் தன் புலவி மறந்துவிடும்' என்பதனை இவ்வாறு அவள் புலப்படுத்துகின்றனள்; இதனால், அவளது காதலின் உறுதியும், பிரிவாலுற்ற வருத்தமிகுதியும் விளங்கும். வீழ்பு அயரும் வீழ்தலைச் செய்யும்.

307. இன்னாப் பிறந்த பிறை!

பாடியவர்: கடம்பனூர்ச் சாண்டிலியன். **திணை:** பாலை. **துறை:** பிரிவிடைக் கடுஞ்சொற் சொல்லிய தோழிக்குக் கிழத்தி உரைத்தது.

து-வி: தலைமகன் பிரிந்த விடத்துப் பெரிதும் நலிவுற்ற தலைவியை நோக்கி, 'நீ பிரிவைப் பொறுத்திராது இப்படித் துயருற்று நலிதல் நன்றன்று' எனக்கூறித், தோழி கடிந்து கொள்ளுகின்றாள். அவளுக்குத் தலைவி இவ்வாறு சொல்லுகின்றாள்.

> வளைஉடைத் தனையது ஆகிப் பலர்தொழ,
> செவ்வாய் வானத்து ஐயெனத் தோன்றி,
> இன்னாப் பிறந்தன்று, பிறையே; அன்னோ,
> மறந்தனர் கொல்லோ தாமே – களிறு தன்
> உயங்குநடை மடப்பிடி வருத்தம் நோனாது,
> நிலைஉயர் யாஅம் தொலையக் குத்தி,
> வெண்நார் கொண்டு, கை சுவைத்து, அண்ணாந்து,
> அழுங்கல் நெஞ்சமொடு முழங்கும்
> அத்த நீள்இடை அழப்பிரிந் தோரே?

தோழி! பிறையானது, வளையை உடைத்தாற் போன்ற வடிவினை உடையதாகிக், கன்னிமகளிர் பலரும் தொழுது போற்றச், செவ்விய இடத்தையுடைய வானத்தின்கண் விரைவாக வந்து தோன்றியதாய் எனக்கு இன்னாதாகவும் பிரிந்து விட்டது. களிறானது, தன்னுடைய வருந்திய நடையினதான இளைய பிடியினது வருத்தத்தைப் பொறாதாகி, உயர்ந்த நிலையையுடைய யாமரத்தை வீழுமாறு குத்திப் பசையற்ற அதன் வெள்ளிய நாரைப் பிய்த்துக் கைக்கொண்டும் நீரைப் பெறாதாய், வெறுங்கையைச் சுவைத்தபடியே மேல்நோக்கித், தன் பிடியது வருத்தத்தைப் போக்கியலாத தன் நிலையை நினைந்து வருந்துதலைக் கொண்ட நெஞ்சத்தோடு முழக்கமிடும். கடத்தற்கரிய அத்தகைய வழியையுடைய நீண்ட இடத்தே, நாம் அழும்படியாக நம்மைப் பிரிந்து சென்றோர் நம் தலைவர். அவர்தாம், அந்தோ, நம்மை மறந்துவிட்டனரோ?

கருத்து: 'தலைவர் மறந்தாரோ?' என்பதாம்.

விளக்கம்: 'வானத்தே தோன்றும் பிறையைக் கன்னிமகளிர் பலரும் தொழத், தனக்கொரு தலைவனைக் களவிலே' பெற்றமையால், தலைவி தொழாது தயங்க, அதனால் அலரும் துன்பமும் உண்டாயிற்று; ஆகவே, பலர் தொழத் தோன்றியும், பிறை எனக்கு இன்னாப் பிறந்தன்று என்றனள். 'பெண் யானையின் வருத்தத்தைத் தீர்க்க முயன்றும், அது தீராமையை நினைந்து வருத்தமுடன் பிளிறும் யானையைக்

காண்பவர், நம் வருத்தத்தைப் போக்குதற்கான அருளினைப் பெற்றனரில்லையே' என்பது தலைவியின் ஏக்கமாகும்.

308. நாடன் கேண்மை!

பாடியவர்: பெருந்தோட் குறுஞ்சாத்தான். **திணை:** குறிஞ்சி. **துறை:** வரைவிடைக் கிழத்தியை வன்சொல் சொல்லி வற்புறுத்தியது.

து-வி: வரைவிடை வைத்துத் தலைவன் பிரிந்திருந்த காலத்திலே, பிரிவின் வெம்மையால் தலைவி வாட்டமுற்றாள். அதனைக் கண்ட தோழி, 'நின்னை வரைதற்குரிய பொருளைத் தேடி வருதற்கே சென்றுள்ளான் தலைவன்; அதன்பொருட்டே பிரிந்தான்' எனக் கூறியது இது.

சோலை வாழைச் சுரிநுகும்பு இனைய
அணங்குடை இருந்தலை நீவலின், மதன்அழிந்து,
மயங்கு துயர்உற்ற மையல் வேழம்
உயங்குஉயிர் மடப்பிடி உலைபுறம் தைவர,
ஆம்இழி சிலம்பின் அரிதுகண் படுக்கும்
மாமலை நாடன் கேண்மை
காமம் தருவது ஓர்கை தாழ்ந்தன்றே.

சோலையிடத்தே வாழையினது சுருண்ட குருத்து, தான் வருந்துமாறு தெய்வத்தையுடைய பெரிய மத்தகத்தைத் தடவியதனாலே, தன் வலிகெட்டதாய்க், கலங்கிய துயரத்தை அடைந்தது மேலும் ஒன்று. வருந்திய மூச்சையுடைய அதன் இளைய பிடியானது அதனைக் கண்டு, அதன் முதுகைத் தடவிக் கொடுக்க, அந்த வேழமானது, அருவிநீர் இழிந்தோடும் மலைப்பக்கத்திலே அரிதான உறக்கத்தையும் மேற்கொள்ளலானது. அத்தகைய பெருமலை நாட்டினைச் சார்ந்தோனாகிய நம் தலைவனது நட்பானது, காமவின்பத்தை தருவதாகிய ஒரு செயலோடு மட்டுமே தங்கியது.

கருத்து: 'தலைவன் நின் நட்பைக் கைவிடான்' என்பதாம்.

விளக்கம்: நுகும்பு - குருத்து. வாழைக் குருத்து மத்தகத்திற்பட்டால், யானை ஆற்றலிழந்து சோர்ந்து போகும் என்பதனால், இவ்வாறு வேழம் துயருற்றதாகக் கூறப்பெற்றது. ஆம் - நீர். அணங்கு - அச்சமும் ஆம். வேழம், பின், பிடி புறம் தைவர அருவி வீழும் மலைப்பகுதியில் இனிதாகப் படுத்துறங்கும் நாடன் என்றாள். இவ்வாறே

பொருளாசையால் அறிவு மயங்கித் தலைவியைப் பிரிந்து போன தலைவன். அவளருகேயிருந்தபடி முதுகைத் தடவிக் கொடுக்க, இல்லிடத்தே இன்துயில் கொள்ளும் நிலையை விரைவிற் பெறல் வேண்டும் என்று அவள் விரும்புகின்றாள்; அதனைச் சுட்டியபடி தலைவியைத் தேற்றுகின்றாள்.

309. நெய்தல் அனையேம்!

பாடியவர்: உறையூர்ச் சல்லியன் குமாரன். **திணை:** மருதம். **துறை:** பரத்தையிற் பிரிந்து வந்த கிழவற்குத் தோழி வாயில் நேர்ந்தது.

து-வி: பரத்தையுறவால் தலைவியைப் பிரிந்து வாழ்ந்த தலைவன், மீண்டும் தலைவிபால் விருப்புற்றுத் தோழியின் உதவியை நாடுகின்றான். அவனுக்கு, அவள் உடம்பட்டாளாகக் கூறும் செய்யுள் இது.

கைவினை மாக்கள் தம்செய்வினை முடிமார்,
சுரும்புஉண மலர்ந்த வாசம் கீழ்ப்பட,
நீடிய வரம்பின் வாடிய விடினும்,
'கொடியோர் நிலம்பெயர்ந்து உறைவேம்'என்னாது,
பெயர்த்தும் கடிந்த செறுவில் பூக்கும்
நின்ஊர் நெய்தல் அனையேம் – பெரும!
நீஎமக்கு இன்னாதனபல செய்யினும்,
நின்இன்று அமைதல் வல்லா மாறே.

பெருமானே, எனக்கு இன்னாதனவாகிய பலவற்றையும் நீ செய்தனையாயினும், நின்னையல்லாமல் வாழ்தற்கு வன்மையில்லாதேம் யாம். அதனால், தொழிலாற்றும் உழவர்கள், தாம் செய்யும் தொழிலே முடிப்பாராகி, வண்டுண்ணுமாறு மலர்ந்த மணம் கீழே பட்டு வீணாகுமாறு, நீண்ட வரப்பினிடத்தே கிடந்து வாடிப் போகக் கழித்துப் போட்டாலும், 'இவர் கொடியர், அதனால் இவர் நிலத்தைவிட்டு நாம் நீங்கிச் சென்று தங்குவோம்' என்று கருதாது, மீட்டும் தம்மை நீக்கிய உழவரின் அவ்வயலினிடத்தேயே கிளைத்துப் பூக்கின்ற நின் ஊரது நெய்தற் பூக்களைப் போன்றவர்கள், யாங்கள். அதனால், நின்னை ஏற்றுக் கொள்வேம்.

கருத்து: 'நீ கொடுமை செய்யினும், நின்னை யாம் வெறுத்தலைச் செய்யோம்' என்பதாம்.

விளக்கம்: 'நெய்தல் தம்மை ஒதுக்கிய உழவரது வயலிடத்தே, மீண்டும் தழைத்துப் பூத்து அதனை அழகுபடுத்தியது போலத், தலைவியும் அவளை ஒதுக்கிய நின் இல்லத்தினையே அழகுபடுத்தும் கற்புச் செவ்வியினை உடையவள்' என்கின்றாள். வல்லாமாறு - வன்மையற்ற தன்மையினால். வரப்பு - வரம்பு. செறு - வயல். சுரும்புண மலர்ந்த வாசம், அதனால் உண்ணப்படாமல் கீழே வறிதாகப் போடப்பட்டு வீணாக்கப்பட்டதைப் போலத் தலைவியது இளமைநலமும் நின்னால் உண்ணப்படாமல், பரத்தையரது மயக்கால் வீணாக்கப்பட்டது என்றாளாகவும் கொள்க.

310. இன்னும் உளெனே!

பாடியவர்: பெருங்கண்ணன். திணை: நெய்தல். துறை: வரைவிடை முனிந்து கிழத்தி தோழிக்கு உரைத்தது.

து-வி: தலைவன் தன்னை வரைவிடை வைத்துப் பிரிந்து போயிருந்த காலத்திலே, தன்னை ஆற்றியிருக்குமாறு வலியுறுத்திய தோழியின் மீது தலைவிக்குச் சினம் தோன்றிவிடுகின்றது. அவள், தோழியை இவ்வாறு கூறிக் கடிந்து கொள்ளுகின்றாள்.

> புள்ளும் புலம்பின; பூவும் கூம்பின;
> கானலும் புலம்புநனி உடைத்தே; வானமும்,
> நம்மே போலும் மம்மர்த்து ஆகி,
> எல்லை கழியப் புல்லென் றன்றே;
> இன்னும் உளெனே – தோழி! – இந்நிலை
> தண்ணிய கமழும் ஞாழல்
> தண்ணம் துறைவற்கு உரைக்குநர்ப் பெறினே.

தோழி! பறவைகளும் ஒலித்தன. நீர்ப்பூக்களும் இதழ் குவிந்தன, கடற்கரைச் சோலையும் தனிமையை மிகவும் உடையதாயிற்று. வானமும் நம்மைப் போன்ற மயக்கத்தை உடையதாகிப், பகல் நீங்கப் பொலிவழிந்து காணப்படுகின்றது. இந்த நிலையினைத், தண்ணியவாய் மணங்கமழும் ஞாழற்பூக்களையுடைய குளிர்ச்சி வாய்ந்த அழகிய துறையைச் சார்ந்த, தலைவருக்குச் சென்று எடுத்துரைப்பாரைப் பெற்றால், யான் இன்னும் உயிரோடு உள்ளவள் ஆவேன்; இன்றேல் இனி இறப்பேன்.

கருத்து: 'தலைவர்க்கு என் நிலையை உரைத்து என் துயரைக் களைவதற்கு முயலுக' என்பதாம்.

விளக்கம்: 'உரைக்குநர்ப் பெறினே' என்றது, அங்ஙனம் உரைத்துத் தலைவரை வரச் செய்யாது, தன்னை ஆற்றியிருக்குமாறு கடிந்துகொண்ட தோழிபாற் சினங்கொண்டு கூறியதாகும். 'உரைப்பார் எவரையும் பெற்றிலேன்' என்பது பொருள். 'தலைமகள் தன் துயரைத் தலைவனுக்கு உரைத்தல் வேண்டியது' எனக் கூறுவர், நம்பியகப்பொருள் உரைகாரர் - (சூ. 164. உரை). மம்மர்-மயக்கம்.

311. ஆயம் கண்டது!

பாடியவர்: சேந்தன் கீரன். திணை: நெய்தல். துறை: அலரஞ்சிய தலைமகள், தலைமகன் சிறப்புறத்தானாகத் தோழிக்குச் சொல்லுவாளாய்ச் சொல்லியது.

து-வி: பகற்குறியில் தலைவனைச் சந்தித்து வரும் தலைவி, அதனால் எழும் ஊர் அலருக்கு அஞ்சியவளாகத் தலைவன் சிறைப்புறத்தே இருப்பதறிந்து, தோழிக்குச் சொல்லுவாள் போலச் சொல்லுகின்றாள்.

அலர்யாங்கு ஒழிவ – தோழி! – பெருங்கடல்
புலவு நாறு அகன்துறை வலவன் தாங்கவும்,
நில்லாது கழிந்த கல்லென் கடுந்தேர்
யான்கண் டன்றோ இலனே; பானாள்
ஓங்கல் வெண்மணல் தாழ்ந்த புன்னைத்
தாதுசேர் நிகர்மலர் கொய்யும்
ஆயம் எல்லாம் உடன்கண் டன்றே?

தோழி! பெருங்கடலினது புலால் நாற்றம் வீசும் அகன்ற துறையிடத்தே, பாகன் தடுக்கவும் நில்லாதாய்ச் சென்ற கல்லென்னும் ஒலியோடு கூடிய கடுந்தேரினை, யான் கண்டேனோ இல்லையோ? நண்பகற் போதிலேயே, உயரமான வெண்மணல் கொண்ட மேட்டிடத்தேயுள்ள தாழ்ந்த கிளைகளையுடைய புன்னை மரத்தினது, மகரந்தம் சேர்ந்த ஒளியுடைய மலர்களைக் கொய்வாரான ஆயமகளிர் எல்லாருமே ஒருங்கே கண்டனரே! அங்ஙனமாகியதால், பழிச் சொற்கள்தாம் எவ்வாறு ஒழிவனவாகும்?

கருத்து: 'ஊரலரைத் தடுக்க முடியாது' என்பதாம்.

விளக்கம்: நள்ளிரவில் மகளிர் மலர்கொய்யச் செல்லுதல் இயல்பன்று; ஆதலாற் 'பானாள்' என்பதை, நண்பகலாகக் கொள்ளப்பட்டது. தாங்குதல் - தடுத்தல்; அவன் தடுத்தது

தேர் போதலைப் பிறர் அறியாமற்படிக்கு என்க. 'மணல்' - மணற்குன்று. நிகர் மலர் - ஒளியுடைய மலர், இதனால், ஊரிடத்தே எழுந்த அலரின் மிகுதியைத் தலைவனுக்கு உரைத்து, அது நீங்கத் தன்னை மணந்து கொள்ளுமாறு, தலைவி வற்புறுத்தினாள் ஆயிற்று.

312. தமரோர் அன்னள்!

பாடியவர்: *கபிலர்.* **திணை:** *குறிஞ்சி.* **துறை:** *இரவுக்குறி வந்து நீங்குகின்ற தலைமகன், தன் நெஞ்சிற்கு வரவிடை வேட்பக் கூறியது.*

து-வி: இரவுக்குறியிடத்தே தலைவியைக் கூடிச் செல்லும் தலைமகன், அவளது பெண்மையை வியந்து, அவளை விரைவில் மணந்து கொள்ளலை விரும்பியவனாகத், தன் நெஞ்சிற்கு இவ்வாறு கூறுகின்றான்.

இரண்டுஅறி கள்விநம் காத லோளே;
முரண்கொள் துப்பின் செவ்வேல் மலையன்
முள்ளூர்க் கானம் நாற வந்து,
நள்ளென் கங்குல் நம் ஓரன்னள்;
கூந்தல் வேய்ந்த விரவுமலர் உதிர்த்து,
சாந்துஉளர் நறுங்கதுப்பு எண்ணெய் நீவி,
அமரா முகத்தள் ஆகித்
தமர்ஓ ரன்னள், வைகறை யானே.

நெஞ்சமே! நம் காதலுக்கு உரியவள் இருவகைப்பட்ட ஒழுகலாற்றை அறிந்து நடக்கின்ற கள்ளத் தகைமையைக் கொண்டவள் ஆவாள். நள்ளென்னும் ஒலியையுடைய இரவுப்போதிலே, மாறுபாட்டைக் கொண்ட வலியை யுடையவனும், சிவந்த வேலினை ஏந்தியோனுமாகிய மலையமானது முள்ளூர் மலைக்காட்டிலுள்ள நறுமணத்தைப் போன்ற மணம் உடையவளாய் வந்து நம்மோடு ஒத்த தன்மை உடையவள் ஆயினாள். விடியற் காலைவேளையில், யான் தனது கூந்தலிடத்தே அணிந்த பலவாகக் கலந்த மலர்களையெல்லாம் உதிர்த்துப் போக்கிவிட்டு, மயிர்ச்சாந்தை இட்டுக் கோதிய நறிய தன் கூந்தலிலே எண்ணெயைத் தடவிப் பொருந்தாத முகத்தினளாகித், தன் தமரொடு ஒத்தவளாகவும் ஆயினள்!

கருத்து: 'நம் களவுறவைப் பிறர் அறியாதபடி தலைவி நன்கு மறைத்து ஒழுகுகின்றாள்' என்பதாம்.

விளக்கம்: துப்பு - துணைவலி; படைஞரும் பிறருமாகிய வன்மையாளரது துணையுடைமை; இவ்வலியற்றோனைத் துப்புக் கெட்டவன் என்ற கூறுவது மரபு. செவ்வேல் - பகைவரது குருதிக் கறை படிந்ததால் சிவப்புற்று விளங்கும் வேல். மலையமான் திருமுடிக்காரி என்னும் வள்ளல். 'நம்மோரன்னள்' என்றது, நம்பால் அன்புடையளாயிருந்தாள் என்றதாம்; 'தமரோரன்னள்' என்றது, அவர் போலத் தன்னைத் தானும் வெறுப்பதாகக் காட்டி நடந்தாள் என்றதாம். இதனாற் பகலினும் தலைவன் அவள் மனைக்குச் செல்பவன் என்பதும், அப்பொழுது அயலானைப் போல அவனை ஒதுக்கிச் செல்லும் தலைவியை வியந்து இப்படிக் கூறினான் எனவும் கருதலாம். தமரையஞ்சியே இப்படி ஒழுகுதலால், அது நீங்கத் தான் அவளை விரைவாக மணத்தல் வேண்டும் என்ற முடிபும், அவனிடம் தோன்றியதென்பது இதனால் உணரப்படும்.

313. அவிழ்த்தற்கு அரிது!

பாடியவர்: .... **திணை:** நெய்தல். **துறை:** இரவுக்குறி வந்து ஒழுகுங் காலத்துத் தலைமகனது வரவு உணர்ந்து 'பண்பிலர்' என்று இயற்பழித்த தோழிக்கு, அவரொடு பிறந்த நட்பு அழியாத நட்பன்றோ என்று, சிறைப்புறமாகத் தலைமகள் இயற்பட மொழிந்தது.

து-வி: இரவுக்குறியில் தலைமக்கள் ஒழுகி வந்த காலத்திலே, தோழி தலைவனைப் பண்பிலன் எனக்கூறிப் பழிக்கலானாள். அதனைக் கேட்ட தலைவி, அவனது நட்பினது அழியாத் தகைமையை இவ்வாறு அவட்குக் கூறுகின்றாள்.

பெருங்கடற் கரையது சிறுவெண் காக்கை
நீத்துநீர் இருங்கழி இரைதேர்ந்து உண்டு,
பூக்கமழ் பொதும்பர்ச் சேக்கும் துறைவனொடு
யாத்தேம்; யாத்தன்று நட்பே;
அவிழ்த்தற்கு அரிது; அது முடிந்தமைந் தன்றே.

தோழி! பெரிதான கடற்கரையின் கண்ணதாகிய சிறிதான வெண்மையினைக் கொண்ட காக்கையானது, வெள்ளமான நீரையுடைய கரிய கழியிடத்து, மீனாகிய தனக்குரிய இரையைத் தேடி உண்டதாய், அதன்பின் பூமணம் கமழ்கின்ற கானற் சோலையிடத்தே சென்று தங்கும், கடற்றுறைக்கு உரியான் நம் தலைவன். அவனோடு நாம் நம்மைப் பிணித்துக் கொண்டோம்.

அங்ஙனம் பிணிக்கப்பட்ட அந்நட்பும் நன்றாகப் பொருந்திக் கொண்டது. பிறரால் அவிழ்த்தற்கு அரிதொன்றாகவும் அது ஆகியது. அது முடிவானதாகி அமைந்த ஒன்றாகவும் ஆயிற்று.

கருத்து: 'அவன்பாற் கொண்ட நட்பு அழியாதது' என்பதாம்.

விளக்கம்: வரைதலைக் கருதானாக வந்தொழுகும் தலைமகனது போக்கினைக் குறித்தே தோழி பழிக்கலானாள். அவளுக்கு நட்பினது செறிவைத் தோழி இப்படிக் கூறுகின்றாள். இவர் பேச்சைக் கேட்கும் தலைவன், மண முயற்சிகளிலே விரைய ஈடுபடுவான் என்பதாம். கழியிடத்து இரை தேர்ந்து உண்ட காக்கை, பூக்கமழ் பொதும்பிற் சேக்குமாறு போலக், களவில் துய்த்து இன்புற்ற தலைவன், வரைந்து கொண்டு சென்று, தலைவியோடு இல்லறம் நடத்துவான் என்பதாம். 'நட்பு' இங்ஙனம் அமைந்தது, அது ஊழாற் கூட்டப் பெற்றதாதலின் என்பதும் ஆம்.

314. ஞெமுங்க வாரார்!

பாடியவர்: பேரிசாத்தன். **திணை:** முல்லை. **துறை:** பிரிவிடை வேறுபட்ட கிழத்தி, வற்புறுத்துந் தோழிக்குப் பருவங்காட்டி அழிந்து கூறியது.

து-வி: தலைமகன் பிரியுங்காலத்துக் கூறிச் சென்ற பருவத்தின் வரவைக் கண்டதும், தலைவியின் வருத்தம் மிகுதியாயிற்று. 'அவன் வரும்வரை ஆற்றியிருத்தலே நின் கடன்' எனத் தோழி வற்புறுத்திக் கூற, அவட்குத் தலைவி இவ்வாறு கூறுகின்றாள்.

சேயுயர் விசும்பின் நீர்உறு கமஞ்சூல்
தண்குரல் எழிலி ஒண்சுடர் இமைப்ப,
பெயல்தாழ்பு இருளிய புலம்புகொள் மாலையும்,
வாரார் வாழி – தோழி! – வரூஉம்
இன்உறல் இளமுலை ஞெமுங்க
இன்னா வைப்பின் சுரன்இறந் தோரே.

தோழி துன்பத்தைச் செய்யும் இடங்களையுடைய பாலை நிலத்தைக் கடந்து சென்றுள்ளவர், நம் தலைவர், நெடுந்தொலைவுக்கு உயர்ந்த வானத்திடத்தே, நீரைக் கொண்டு நிறைந்த சூல் உடைத்தான தண்ணிய இடி முழக்கையுடைய மேகமானது, ஒள்ளிய மின்னல் ஒளிவிட்டு

விளங்கப் பெயலாகத் தாழ்ந்து இருளையும் செய்துள்ளது. இத்தகைய தனிமைத் துயரைக் கொண்ட மாலைக்காலத்தினும், வளருகின்ற இனிமையான மயக்கத்தையுடைய நம் இளைய மார்பகங்கள் அழுந்தும்படியாக நம்மைத் தழுவுவதற்கு, அவர் வாராராயினர். அவர் வாழ்க!

கருத்து: தண்குரல் - தண்ணிய முழக்கம்; முழக்கம் தண்மை கொண்டது, பெய்யும் மழையினாலே என்க. இருளிய இருண்ட. இன்னுறல் - இனிய மயக்கத்தை உடைத்தாதல். ஞெமுங்க - அழுந்த. வைப்பு - இடம்.

315. நெருஞ்சிப் பூ!

பாடியவர்: மதுரை வேளாதத்தன். **திணை:** குறிஞ்சி. **துறை:** வரைவிடை 'வேறுபடுகின்றாய்' என்ற தோழிக்குக் கிழத்தி உரைத்தது.

து-வி: 'வரைவிடை வைத்துத் தலைவன் நின்னைப் பிரிந்திருக்கும் இந்தக் காலத்திலும், அவன் வினைமுடிந்து வருகவென அமைந்திராது, நீ வேறுபடுகின்றாயோ?' என்று தோழி கூறக் கேட்ட தலைவி, தன்னைப்பற்றி இவ்வாறு உரைக்கின்றாள்.

எழுதரு மதியம் கடற்கண் டாஅங்கு
ஒழுகு வெள்அருவி ஓங்குமலை நாடன்
ஞாயிறு அனையன் – தோழி!
நெருஞ்சி அனையஎன் பெரும்பணைத் தோளே.

தோழி! உதயமாகும் பிறைமதியத்தைக் கடலிடத்தே கண்டாற் போல ஒழுகுகின்ற, வெள்ளிய அருவியையுடைய உயர்ந்த மலை நாட்டைச் சேர்ந்தவன் தலைவன். அவன், எனக்கு ஞாயிற்றைப் போன்றவன்; பெருத்த மூங்கிலைப் போன்ற என் தோள்கள் நெருஞ்சி மலர்களைப் போன்றன.

கருத்து: 'தலைவனது போக்கின்படிக்கு நடப்பவள் தான்' என்பதாம்.

விளக்கம்: நெருஞ்சிப்பூ ஞாயிற்றை நோக்கியே நிற்கும் தன்மையினைக் கொண்டது; அதனைப்போல என் தோள்கள் தலைவனை நோக்கி நிற்கும் என்றனள். தோள் மேலாக இட்டுக் கூறினாலும், அது தான் தலைவனது போக்கின்படி நடப்பவள் எனக் கூறியதே ஆகும். எனினும், தோள்கள் விரும்புகின்றதால் வாடினேன் என்பதும் ஆம்.

316. துறைவன் சொல்!

பாடியவர்: தும்பிசேர் கீரன். **திணை:** நெய்தல். **துறை:** வரைவிடை 'வேறுபடுகின்றாய்' என்ற தோழிக்குக் கிழத்தி உரைத்தது.

து-வி: வரைந்து கொள்ளற்குரிய பொருளை ஈட்டி வருதற் பொருட்டாகத், தன்னைப் பிரிந்து சென்றிருந்த தலைவனை எண்ணித், தலைவி பெரிதும் வேறுபட்டாள். 'வேறுபடுதல் பொருந்தாது; அவன் நின்னைக் கருதியே சென்றுள்ளான்' என்று கூறித் தெளிவிக்க முயலுகின்றாள் தோழி; அவளுக்குத் தலைவி சொல்வது இது.

ஆய்வளை ஞெகிழவும் அயர்வுமெய் நிறுப்பவும்,
நோய்மலி வருத்தம் அன்னை அறியின்,
உளெனோ வாழி – தோழி! – விளியாது,
உரவுக்கடல் பொருத விரவுமணல் அடைகரை
ஓரை மகளிர் ஓராங்கு ஆட்ட,
ஆய்ந்த அலவன் துன்புறு துனைபரி
ஓங்குவரல் விரிதிரை களையும்
துறைவன் சொல்லோ பிறஆ யினவே?

தோழி! முற்றவும் கெட்டுப்போகாமல் வலியுடைய கடலால் பொருத்தப்பட்ட மணல் விராவிய அடைகரையினிடத்தே, விளையாடி மகிழ்பவரான பெண்கள் ஒரு தன்மையாக அலைக்க, அதனால் மெலிந்த நண்டானது, வருத்தமிகுந்த மிகவிரைந்த செலவினைக் கொண்டதாகும். அந்த வருத்தத்தை, உயர்ந்து வருதலையுடைய விரிந்த கடலலையானது, தான் அந்நண்டை கொண்டு செல்லுதலின் மூலமாகப் போக்கும். அத்தன்மையையுடைய துறையைச் சார்ந்தவன் தலைவன். அவன் சொற்கள் வேறுபாடு உடையவாயின. அழகிய தோள்வளைகள் நெகிழ்ந்து கழலவும், மெய்யினிடத்தே அயர்வினை நிலைக்கச் செய்யவுமாக, நானுற்ற நோயினாலே என் வருத்தமும் மிகுதியாயிற்று. இதனை அன்னை அறிவாளாயின், யான் இனிமேலும் உயிரோடிருப்பவள் ஆவேனோ?

கருத்து: 'என் நோயினைத் தாய் அறிந்தால் யான் உயிரையே விட்டுவிடுவேன்; அவள் அறிவாளோ எனவே அஞ்சுகிறேன்' என்பதாம்.

விளக்கம்: 'மகளிர் அலைத்தலால் துன்புற்ற நண்டின் வருத்தத்தைத், தன் அலைக்கரங்களால் அதனைத் தான்

கொண்டு செல்வதன் மூலம் கடல் போக்கியது போலத், தாயறிவாளோ எனவும், நோயுற்று மெலியும் என் வருத்தத்தைத் தலைவன் என்னைத் தன்னோடும் அழைத்துச் சென்று மனையறம் நிகழ்த்தலைச் செய்து போக்கமாட்டானோ?' என்றும் வருந்துகின்றாள் தலைவி. சொல் - இன்ன காலத்து வருவேன் என்று உரைத்த சொல். சொல் பிறவாதல், சொற்கள் பொய்ப்பட்டுப் போதல். 'அன்னை அறியின் உளேனொ?' என்றது, அறியின் தான் இறந்து படுதலைக் கூறியதாம். அடக்கமுயன்றும் அடங்காதாய்ப் பெருகும் இந்நோயினை, அன்னையும் அறிவாளோ என்று அச்சமே பெரிதாகின்றது என்பது கருத்து. பரி - செலவு. துனைபரி - விரைந்த செலவு.

317. நம்மைவிட்டு அமையுமோ?

பாடியவர்: மதுரைக் கண்டரதத்தன். **திணை:** குறிஞ்சி. **துறை:** பிரிவிடைக் கிழத்தியைத் தோழி வற்புறுத்தியது.

து-வி: தலைமகனின் பிரிவிடத்தே, அவன் நினைவால் ஏக்கமுற்று நலிந்த கிழத்தியை, அவளுடைய தோழி இவ்வாறு கூறி, அவன் தான் சொன்னபடி தவறாது வருவான் என்கின்றாள்.

புரிமட மரையான் கருநரை நல்ஏறு
தீம்புளி நெல்லி மாந்தி அயலது
தேம்பாய் மாமலர் நடுங்க வெய்து உயிர்த்து,
ஓங்குமலைப் பைஞ்சுனை பருகும் நாடன்
நம்மைவிட்டு அமையுமோ மற்றே – கைம்மிக
வடபுல வாடைக்கு அழிமழை
தென்புலம் படரும் தண்பனி நாளே!

விரும்புகின்ற மடப்பத்தையுடைய மரையானினது கருமையும் பெருமையுமுடைய நல்ல ஆணானது, இனிய புளிப்பையுடைய நெல்லிக்காய்களைத் தின்றபின், அடுத்துள்ள தேன்பரவிய, அழகான மலர்கள் நடுங்கும்படியாகச் சுடுமூச்செறிந்ததாய், உயர்ந்த மலையிடத்துப் பசிய சுனையிடத்துள்ள நீரைப் பருகும் தன்மையினையுடைய நாட்டைச் சார்ந்தவன் தலைவன். வடதிசையினின்றும் வருகின்ற வாடைக்காற்றுக்கு ஆற்றாது, அளவுகடந்து அழிபாடுற்ற மேகமானது, தென் திசையை நோக்கிச் செல்லுகின்றதான, தண்மையான பனியைக் கொண்ட இப்பருவத்தினும் நம்மைப் பிரிந்திருத்தல் கூடுமென்பதுதான் பொருந்துவதோ?

கருத்து: 'தலைவன் சொற்பிழையானாய் வருவான்' என்பதாம்.

விளக்கம்: நரை - பெருமை. மரை - மானினத்துள் ஒன்று. சுடு மூச்செறிந்தபடி நீர்குடித்தல் மானின் இயல்பு. அதனால், அது சுனைநீரைக் குடிக்குங்கால், அகலாது இருந்த மலர்கள், அதன் மூச்சுக்காற்றால் நடுங்கின என்க. அவ்வாறே பிரிந்திருக்கும் தலைவனும், இடைப்பட்ட துயரங்களை ஒதுக்கித் தலைவியை அடைந்து இன்புறுதலைச் செய்வான் என்பதுமாம். வாடைக்காற்றால் அழிந்த மேகம் தென்புலம் படர்தலைப் போலத், தலைவனும் வடதிசையினின்றும் தலைவியை நாடியவனாகத் தென்திசைப் பயணத்தனாவான் என்பதுமாம்.

318. களவனும்! கடவனும்!

பாடியவர்: அம்மூவன். திணை: நெய்தல். துறை: கிழவன் கேட்கும் அண்மையன் ஆகத் தோழிக்குக் கிழத்தி உரைத்தது.

து-வி: தலைவன் வரைந்து வந்து மணத்தலில் மனஞ்செலுத்தானாய்க், களவிலே பெறுகின்ற இன்ப நாட்டத்தினனாகவே இருப்பதறிந்த தலைவி, கவலையடைகின்றாள். ஒருநாள், அவன் வந்து சிறைப்புறத்தானாதலை அறிந்தவள், தோழிக்குத் தன் கவலையை உரைப்பாளைப்போல, அவனும் கேட்டுத் தெளிவு கொள்ளுமாறு இப்படிக் கூறுகின்றாள்.

ஏறிசுறா கலித்த இலங்கு நீர்ப் பரப்பின்,
நறுவீ ஞாழலொடு புன்னை தாஅய்,
வெறிஅயர் களத்தினின் தோன்றும் துறைவன்
குறியான் ஆயினும் குறிப்பினும் பிறிது ஒன்று
அறியாற்கு உரைப்பலோ, யானே? எய்த்தஇப்
பணைஎழில் மென்தோள் அணைஇய அந்நாள்
பிழையா வஞ்சினம் செய்த
களவனும், கடவனும், புணைவனும் தானே.

தோழி! எதிர்ப்பட்டவரைத் தாக்குகின்ற தன்மை கொண்ட, சுறாமீன்கள் மிகுதியாகவுள்ள, விளங்கிய கடற்பரப்பினிடத்தே. நறுமணங்கொண்ட ஞாழற் பூக்களோடு புன்னைமலர்களும் பரவி, வெறியயரும் களத்தினைப்போன்று தோன்றுகின்ற துறையை உடையவன் தலைவன். அவன் என்னை மணந்து கொள்ளுதலைக் கருதானாயினும் கருதினானாயினும், அயலாரது வரைவாகிய பிறிதொன்றும் உளதாகும் என்பதனை

அறியாதானாகிய அவனுக்கு, யான் அதனைச் சொல்வேனோ? இதுகாலை இளைத்துவிட்ட இந்தப் பணைத்த அழகிய மென்மைகொண்ட தோள்களை, அவன் தழுவிக்கொண்ட அந்த முதல்நாளிலே நமக்குப் பிழையாமையைக் குறித்த சூளுரையைச் செய்த கள்வனும் அவனல்லனோ? அச்சூளுரையை நிறைவேற்றும் கடப்பாட்டினைக் கொண்டவனும், அதனை நம்பித் தத்தளிக்கும் நமக்கொரு புணை போன்று அமைந்து கரை சேர்ப்பவனும் அவன்தானே அல்லனோ?

கருத்து: 'பிழையா வஞ்சினம் செய்த அவன், அதனைப் பேணுதலை நினையானோ' என்பதாம்.

விளக்கம்: விலங்குநீர் - மாறுபட்ட நீரும் ஆம்; அப்போது எறிசுறாக்கள் ஆரவாரித்தலால் மாறுபட்ட நீரென்று கொள்க. கலித்தல் - ஆரவாரித்தலும் ஆம். 'வஞ்சினம்' என்றது, 'நின்னைப் பிரியேன்' என்றுரைத்த சூளுரையை; அது நிறைவேறுதல், தலைவியை மணந்து கொண்டாலன்றி இயலாதென்பதும், ஆதலின் அதனைத் தலைவி நாடியதாகவும் அறிக. பணையெழில் மூங்கிலைப் போலத் தோன்றும் அழகும் ஆம். கணவன் - சொல்லொன்றும் செயலொன்றுமாகக் கொண்ட வஞ்சநெஞ்சினன். கடவன் - தலைவியைக் காக்கும் கடப்பாட்டினன். புணைவன் - புணையாகத் தாங்கிப் பேணுதற்கு உரியவன். அவனே இவை எல்லாம் எனக் கொள்ளலாம். தலைவியின் கற்பு மேம்பாடும் உணரப்படும். 'பிறிது' - வேற்று வரைவாகிய பிறிதொன்று.

319. உயிர்நிலை என்னாம்?

பாடியவர்: தாயங்கண்ணன். **திணை:** முல்லை. **துறை:** பருவ வரவின்கண் வேறுபட்ட கிழத்தி, வன்புறை எதிர் அழிந்து சொற்றது.

து-வி: தலைவன் வருவதாகக் குறித்த கார்ப்பருவத்தின் வரவினிடத்து, அதுகாறும் பொறுத்திருந்த தலைவியிடத்தே ஆற்றாமை மிகுதியாகின்றது. அவள் மேனியும் அதனால் வேறுபட்டதாக, 'நீ இன்னும் பொறுத்திருத்தல் வேண்டும்' என்று தோழி வலியுறுத்துகின்றாள். அவளுக்குத் தலைவி இவ்வாறு கூறுகின்றாள்.

மான்ஏறு மடப்பிணை தழீஇ, மருள் கூர்ந்து
கானம் நண்ணிய புதல்மறைந்து ஒடுங்கவும்,

கையுடைய நல்மாப் பிடியொடு பொருந்தி,
மை அணி மருங்கின் மலையகம் சேரவும்,
மாலை வந்தன்று, மாரிமா மழை;
பொன்ஏர் மேனி நல்நலம் சிதைத்தோர்
இன்னும் வாரார் ஆயின்,
என்ஆம் தோழிநம் இன்உயிர் நிலையே?

தோழி! மானேறுகள் தம்முடைய மடப்பம் வாய்ந்த பிணைகளைத் தழுவியவாய், மயக்கம் மிகுந்து, காட்டிடத்துப் பொருந்திய புதர்கள் இடையே மறைந்து ஒடுங்கியிருக்கவும்-

துதிக்கையினையுடைய நல்ல களிறுகள் தத்தம் பிடிகளோடு சேர்ந்தனவாய்க், கார்மேகங்களால் அழகுற்று விளங்கும் பக்கங்களையுடைய மலைகளைச் சென்றடையவும்-

மாரிக்காலத்திற்குரியவான பெருமழையும், மாலைக்காலத்திலே வந்துள்ளது. பொன்னையொத்த நம் மேனியினது நல்ல நலன்கள் எல்லாம் சிதையும்படியாகச் செய்த தலைவர், இன்னமும் வாராதிருப்பார் ஆயின், நம்முடைய இனிய உயிரது நிலைதான் இனி எத்தகையது ஆகுமோ?

கருத்து: 'இனியும் தலைவர் வாராராயின் என் உயிர் நில்லாது' என்பதாம்.

விளக்கம்: மழைக்கஞ்சிய மான்களும் யானைகளும் தத்தம் துணைகளோடும் சென்றோடுங்கும் கார்காலத்து மாலைப்போதினும், அவர் வந்து நம்மைத் தழுவாராயின், நம் உயிர் நிலைபெறுதல் அரிதாகும் என்பதாம். அவ் விலங்கினங்கட்கு வாய்த்த நல்லுறவுகூட நமக்கு வாயாது போயிற்றே என்று தலைவி ஆற்றாமைமிக்கவளாயினள் என்க. கையுடை நன்மா - களிறு 'மையணி மருங்கின்மாலை' என்றது, கார் மேகங்கள் கவிந்திருப்ப அதனால் அழகுற்றுத் தோன்றும் பக்கங்களைக் கொண்ட மலை என்பதாம். நலம் - பெண்மை நலனும் ஆம்.

320. அலர் தூற்றும் ஊர்!

பாடியவர்: தும்பிசேர் கீரன். **திணை:** நெய்தல். **துறை:** அலர் அஞ்சி ஆற்றாளாகிய தலைமகள், தலைவன் கேட்பானாகத் தோழிக்குக் கூறியது.

து-வி: தலைவனோடு கொண்ட களவுறவினாலே ஏற்பட்ட ஊரலர்க்கு அஞ்சிய தலைவி, அது நீங்க அவன் விரைவாகத்

தன்னை மணஞ்செய்து கொள்ளுதலை விரும்புகின்றாள். அதனைத் தலைவனுக்கு உணர்த்தி அவனைத் தூண்டுதற்கு நினைப்பவள், அவன் சிறைப்புறத்தானாக அவன் கேட்குமாறு, தோழிக்குக் கூறுவாள்போல இப்படிக் கூறுகின்றாள்.

பெருங்கடற் பரதவர் கோள்மீன் உணங்கலின்
இருங்கழிக் கொண்ட இறவின் வாடலொடு,
நிலவுநிற வெண்மணல் புலவ, பலஉடன்,
எக்கர்தொறும் பரிக்கும் துறைவனொடு, ஒருநாள்,
நக்கதோர் பழியும் இலமே, போதுஅவிழ்
பொன்இணர் மரீஇய புள்இமிழ் பொங்கர்ப்
புன்னைஅம் சேரி இவ்ஊர்
கொன்அலர் தூற்றும், தன்கொடுமை யானே.

தோழி! பரதவர் பெருங்கடலிடத்தே கொண்ட மீனினது வற்றல், அரிய கழியிடத்தே அவர் கொண்ட இறால் மீனின் வற்றலோடு, நிலவின் வெண்ணிறத்தைக் கொண்ட வெண்மணலும் புலால் நாற்றம் கொள்ளும்படியாகப், பலவும் ஒருங்கே மணல் மேடுதோறும் பரவிக்கிடக்கும் துறையை உடையவன் தலைவன். அவனோடு ஒரு நாளேனும் சிரித்து விளையாடிய பழிதானும் இல்லாதேம் யாம். என்றாலும், அரும்புகள் மலர்ந்த பொன் போலும் பூங்கொத்துகளைப் பொருந்திய, வண்டுகள் ஒலிக்கும் கிளைகளையுடைய புன்னை மரங்களையுடைய சேரிகளிடத்தேயுள்ள இந்த ஊரவர்கள், தம்பாலுள்ள கொடுமைக் குணத்தினாலே, வீணாக நம்மேற் பழிச்சொற்களைக் கூறுகின்றனரே!

கருத்து: 'ஊரலர் பெரிதாயிற்று: அது நிற்க அவன் நம்மை மணத்தல் வேண்டும்' என்பதாம்.

விளக்கம்: புலவ - புலால் நாற்றத்தை வீச. புள் இமிழ் - வண்டுகள் ஒலிக்கும்; கடற்புட்கள் ஆரவாரித்திருக்கும் என்பதும் ஆம். சேரி - தெரு. மணல் மேட்டிடத்தினின்றும் வீசும் புலவு நாற்றம், பரதவர் கொண்ட மீனையும், இறாலையும் பிறர்க்கு உணர்த்தினாற்போல, ஊரிடத்தே எழும் பழிச்சொற்கள் தாய் தந்தையர்க்குத் தாங்கள் கொண்ட களவுறவை வெளிப்படுத்தி விடும் என்பதாம். 'ஒருநாள் நக்கதோர் பழியும் இலேம்' என்றது, உறவைத் தான் மறைத்திருந்த தன் உறுதியைக் கூறியதோடு, பலநாட் பழகிய தலைவன் அதனையுணர்ந்து பழிதுடைக்க முற்படல் வேண்டுமெனக் கருதியதனாலும் ஆம்.

321. திறப்பல் தோழி!

பாடியவர்: .... **திணை:** குறிஞ்சி. **துறை:** தோழி, கிழத்திக்கு நொதுமலர் வரையுமிடத்து, 'அறத்தொடு நிற்பேன்' என்றது.

து-வி: தலைமகன் ஒருவனுடன் களவுறவிலே ஈடுபட்டிருக்கும் தலைவி, வேற்றார் தன்னை வரைந்து வருதலை எண்ணிக் கவலை கொள்ளுகின்றாள். அவளைத் தேற்றுவாளான தோழி 'யான் அறத்தொடு நின்று தாய்க்கு உணர்த்துவேன்' என்று கூறி, அந்தக் கவலையை மாற்றுகின்றாள்.

மலைச்செஞ் சாந்தின் ஆர மார்பினன்.
சுனைப்பூங் குவளைச் சுரும்புஆர் கண்ணியன்,
நடுநாள் வந்து, நம்மனைப் பெயரும்–
மடம்ஆர் அரிவை! நின்மார்பு அமர் இன்துணை,
மன்ற மரையா இரிய, ஏறுஅட்டு
செங்கண் இரும்புலி குழுமும்; அதனால்,
மறைத்தற் காலையோ அன்றே;
திறப்பல் வாழி – வேண்டு, அன்னை! – நம்கதவே.

மடப்பம் வருதலைக்கொண்ட அரிவையே! மனையிடத்தே உண்டாகும் செஞ்சந்தனத்தைப் பூசியும், முத்துமாலையினை அணிந்தும் விளங்கும் மார்பினை உடையவன்; சுனையிடத்து மலர்ந்த குவளைப் பூக்களால் தொடுக்கப்பெற்ற வண்டினம் மொய்க்கின்ற தலைமாலையினை உடையவன்; நின் தலைவன். அவன், நம்முடைய வீட்டிற்கு நள்ளிரவிலே வந்து போகின்றவனும் ஆவான்; அவனே நின் மார்பைத் தழுவிப் பொருந்தும் இனிய துணைவனும் ஆவான். அன்னையே! அவன், வந்து மீளும் காலத்திலே, நம் ஊர் மன்றத்தேயுள்ள மரையாக்கள் அச்சங் கொண்டனவாய்க் கலைந்து ஓட, அதன் ஏற்றினைக் கொன்றதாய்ச் சிவந்த கண்களையுடைய பெரிய புலியும் முழக்கமிட்டிருக்கும். அதனால், நம் ஒழுக்கத்தை மறைத்தற்கு ஏற்ற காலம் இதுவன்று. நம் மனக்கதவைத் திறந்து நம் களவுறவைத் திறந்து, நம் களவுறவைப் பற்றிய மறையை வெளியிடுவேன். இதனை நீயும் விரும்புவாயாக!

கருத்து: 'இனியும் நம் களவினை மூடி மறைத்தல் வேண்டா' என்பதாம்.

விளக்கம்: 'மன்ற மரையா இரிய, ஏறட்டுச் செங்கண் இரும்புலி குழுமும்' ஆதலால், அவன் வந்துபோதல் அவனுக்குத்

துன்பமாகவும் முடியலாம்; அத்துடன் புலி முழக்கைக் கேட்டு வெளிப்படும் காவலர்கள் அவனைக் காண்டலும்கூடும்; ஆகவே, இனி இந்த இரவுக்குறி நேர்தலும் இயலாது; அவனும் வரைதலில் மனஞ் செலுத்தினான் அல்லன்; ஆகவே, யானே அறத்தொடு நிற்பேன்' என்பதாம். 'நம் கதவு திறப்பல்' என்றது, மனக்கதவினை மறை வெளிப்படாவாறு மறைத்து வந்தவளாதலால், திறந்து வெளிப்படுத்தி அறத்தொடு நிற்பேன் என்கின்றாள்.

322. நடந்தே செல்வோம்!

பாடியவர்: ஐயூர் முடவன். **திணை:** குறிஞ்சி. **துறை:** தலைமகன் வரவு உணர்ந்து, தலைமகள் இயற்பட மொழிந்தது.

து-வி: தலைமகன் குறித்த காலத்து வராததை நினைத்துத் தோழி பழிக்கத் தொடங்கிய பொழுதில், அவன் வந்து செவ்வி நோக்கி ஒரு பக்கத்தே ஒதுங்கி நிற்பதனை அறிந்த தலைவி, 'அவன் நம்பால் வருமுன் நாமே அவனூர்க்குப் போவோம்' எனத் தோழியிடம் கூறுகின்றாள்.

அமர்க்கண் ஆமான் அம்செவிக் குழவி
கானவர் எடுப்ப வெரீஇ, இனம் தீர்ந்து,
கானம் நண்ணிய சிறுகுடிப் பட்டெனு,
இளையர் ஓம்ப மரீஇ, அவண் நயந்து,
மனைஉறை வாழ்க்கை வல்லி யாங்கு,
மருவின் இனியவும் உளவோ?
செல்வாம் – தோழி! – ஒல்வாங்கு நடந்தே.

தோழி! அமர்த்த கண்களையுடைய காட்டுப் பசுவின் அழகிய காதுகளையுடைய கன்றானது, கானவர் காட்டைக் கலைத்து எழுப்புதலினாலே அச்சங்கொண்டதாய்த், தன் இனத்தினின்றும் நீங்கிக் காட்டிடத்தே பொருந்திய சிற்றூரிடத்தே சென்று, அவ்வூரவரிடம் அகப்பட்டது. அவ்விடத்தே இளமகளிர் அதனைப் பாதுகாக்க, அதுவும் அவரோடு கலந்து அவ்விடத்திருத்தலையே விரும்பியதாய், மனையின்கண் வாழும் வாழ்க்கையிலும் வன்மை பெற்றது. அதுபோல, நாமும் தலைவரோடு சென்று கலப்பின், அதனைக் காட்டினும் இனியவும் நமக்கு உளவாமோ? அதனால், இயன்ற அளவானே கடந்து, நாமே தலைவனிருக்கும் இடத்திற்குச் செல்வோமாக!

கருத்து: 'தலைவன் இருக்குமிடத்திற்கு நாமே போவோம்' என்பதாம்.

விளக்கம்: 'செல்வாம் தோழி' என்றது, தன் அன்பைப் புலப்படுத்துதற்கே. அவன் சிறைப்புறத்தானாதலின், அதனைக் கேட்டுத் தன் பிழையை உணர்ந்து, அவளைத் தெளிவித்து இன்புறுத்துவான் என்க. ஆமான் குழவியானது கானவர் சிறுகுடியிற்பட்டு அவரோடு மருவிக் காட்டையும் தன்னினத்தையும் மறந்து வாழ்தலைப் போலத், தானும் தன் இல்லத்தை விட்டு நீங்கித் தலைவனொடு சேர்ந்து அவன் ஊரில் அவன் பேண வாழ வேண்டும் என்னும் தன் விருப்பத்தைத் தலைவி உவமையாற் புலப்படுத்துகின்றனள். இளையர் - இளம் பெண்கள்; இளஞ்சிறார் எனலும் பொருந்தும்.

323. கழிந்த நாள்!

பாடியவர்: பதடி வைகலார். **திணை:** முல்லை. **துறை:** வினை முற்றினான் பாகற்கு உரைத்தது.

து-வி: தான் மேற்கொண்டு சென்ற வினை முடிவு பெற்றதாகத், தலைவனின் உள்ளத்தே தலைவியின் நினைவு மேலெழுகின்றது. அதனால், தேரை விரையச் செலுத்துமாறு பாகனுக்கு இவ்வாறு கூறுகின்றான்.

எல்லாம் எவனோ? பதடி வைகல் –
பாணர் படுமலை பண்ணிய எழாலின்
வானத்து அஞ்சுவர நல்இசை வீழ,
பெய்த புலத்துப் பூத்த முல்லைப்
பசுமுகைத் தாது நாறும் நறுநுதல்
அரிவை தோள் – அணைத் துஞ்சிக்
கழிந்த நாள்இவண் வாழும் நாளே.

வானத்தெழுகின்ற அச்சம் வருதலையுடைய நல்லிசையானது, பாணர்கள், 'படுமலைப் பாலை' என்னும் பண்ணை வாசித்த இசையினைப்போல ஒலிக்க, மழையும் பெய்தலைத் தொடங்கிய கொல்லைக் கண்ணே, முல்லைகள் பூக்கத் தொடங்கின. அங்ஙனம் பூத்த முல்லையின் பசிய அரும்பினது தாதைப்போல மணம் விசும் நறுநுதலையுடைய அரிவையாள் தலைவி. அவளது தோளாகிய அணையிடத்தே உறங்கிக் கழிந்த நாட்களே, நான் இவ்வுலகிடத்து வாழும் நாட்களாகும். அங்ஙனம், வாழ்தலற்ற நாட்கள் எல்லாம் என்ன பயனை உடையன. அவை உள்ளீடற்ற கருக்காயைப் போன்று பயனற்றவையே ஆகும்.

கருத்து: தலைவிபால் விரைவிற் சென்று சேர்தல் வேண்டும் என்பதாம்.

விளக்கம்: படுமலை - படுமலைப்பாலை என்னும் பண். வானத்து அஞ்சுவர நல்லிசை என்றது இடியோசையை. பசுமுகை - செல்வியரும்பு. தலைவியோடிருக்கும் நாட்களே வாழும் நாட்கள் எனச் சிறப்பித்துக் கூறுவதன் மூலம், தலைவன் தன்னுடைய காதற் பெருக்கை உரைக்கின்றான்.

324. நெஞ்சத்தான் அஞ்சுவல்!

பாடியவர்: கலைமகன். **திணை:** நெய்தல். **துறை:** செறிப்பு அறிவுறுத்தப்பட்டு, 'இரா வாரா வரைவல்' என்றாற்கு, தோழி அது மறுத்து, வரைவு கடாயது.

து-வி: 'தலைவி இனிப் பகற்குறிக்கண் வரமாட்டாள்' என்று தோழி கூறத், தலைவன், 'இரவு நேரத்திலே அவள் வீட்டருகே வந்து சந்திப்பேன்; பின்னர் அவளை மணப்பேன்' என்கின்றான். அதனைக் கேட்ட தோழி, 'இரவின் ஏதத்தைப் பாராது நீ வருதலால் யாம் அஞ்சுவோம்' எனக் கூறி, வரைந்து கொள்ளற்கு அவனைத் தூண்டுகின்றாள்.

கொடுந்தாள் முதலைக் கோள்வல் ஏற்றை
வழிவழக்கு அறுக்கும் கானல்அம் பெருந்துறை,
இனமீன் இருங்கழி நீந்தி, நீநின்
நயன் உடைமையின் வருதி, இவள்தன்
மடன் உடைமையின் உவக்கும், யான்அது,
கவைமக நஞ்சு உண்டாஅங்கு,
அஞ்சுவல் பெரும!–என் நெஞ்சத் தானே.

பெருமானே! எனது நன்மையினைக் கருதுதலை உடைமையினாலே, வளைந்த தாள்களையுடைய முதலையின் கொல்லுதல் வல்ல ஆணானது, நீர் வழியிடத்துப் பிறர் செல்வத்தைத் தடுக்கும் கானற் பெருந்துறைக்கண்ணே, திரளான மீன்களையுடைய கரிய கழியினை நீந்திக்கடந்து நீயும் வருகின்றாய். இவளோ, தன் அறியாமை காரணமாக, அதனை நினைந்து வருந்துவாள். இரட்டைப் பிள்ளைகள் நஞ்சுண்டால், அது கண்டு ஒரு தாய் இருவர்க்காவும் வருந்தினாற் போல, யானும் அதனை நினைந்து என் நெஞ்சத்தால் வருந்துவேன்.

கருத்து: 'இரவில் வராதே; இவளை மணப்பதற்கு முயல்க' என்பதாம்.

விளக்கம்: 'நீர்வழி முதலையுடைத்தாதலின், நீ இரவில் வருதலை எண்ணினால் தலைவி மிகவும் அஞ்சுவாள்; அதனால் அதனைக் கைவிடுக' என்பதாம். நினக்கும் அதனால் துன்பம்; நின் தலைவிக்கும் துன்பம்; நீங்கள் இருவரும் துன்புற்று வருந்த, யான் நஞ்சுண்ட இரட்டைப் பிள்ளைகளை நினைந்து வருந்தும் ஒரு தாயின் நிலையினளாகி வருந்துவேன் என்கின்றாள். மடன் - அறியாமை; தலைவனின் காதன் மிகுதியையும், அவனது அஞ்சாத ஆண்மையையும் மறந்து, அவன் இரவில் வருதலால் அவனுக்கு ஏதமாகும் என நினைத்தல் இது. கொடுந்தாள் - வளைந்த கால்.

325. பெருங்குளம்!

பாடியவர்: நன்னாகையார். **திணை:** நெய்தல். **துறை:** பிரிவிடை, 'அற்றாள்' எனக் கவன்ற தோழிக்குக், கிழத்தி மெலிந்து உரைத்தது.

து-வி: தலைமகனின் பிரிவுக் காலத்தே தலைவி ஆற்றியிருக்க வல்லவளோ எனக் கலங்கினள் தோழி; அவளுக்குத் தலைவி இவ்வாறு தன் மெலிவை உரைக்கின்றாள்.

'சேறும் சேறும்' என்றலின், பண்டைத்தம்
மாயச் செலவாச் செத்து, 'மருங்கு அற்று
மன்னிக் கழிக'என்றேனே; அன்னோ
ஆசு ஆகு எந்தை யாண்டு உளன் கொல்லோ?
கருங்கால் வெண்குருகு மேயும்
பெருங்குளம் ஆயிற்று என் இடைமுலை நிறைந்தே.

'செல்வேம் செல்வே' மென்று தலைவனும் பலகாற் சொல்லுவதை உடைவனாயிருந்தான். அதனால், முன்னர் அவன் கூறிய பொய்ச்செலவேயாக அதனை எண்ணி, 'என் பக்கல் நின்றும் நீங்கினாயாய் நிலைபெற்றுப் போய்விடுக' என்று சொன்னேன். ஐயயோ! நமது பற்றுக்கோடாகிய தலைவன் தான் இப்போது எவ்விடத்தே இருக்கின்றானோ? என் மார்பகங்களின் இடைப்பட்ட இடம், அழுத என் கண்ணீரால் நிறைவுற்றுக், கரிய காலையுடைய வெண்ணிற நாரைகள் மேயும் பெருங்குளத்தைப் போலவும் ஆயிற்றே!

கருத்து: 'அவன் பிரிவை என்னால் தாங்கவியலாது' என்பதாம்.

விளக்கம்: பலகாற் 'போவேன்' என்று விளையாட்டாகச் சொன்ன தலைவன், உண்மையாகவே போக முடிவு செய்து

சொன்னபோது, அதனை விளையாட்டென்று கருதி விடுகிறாள் தலைவி. அவன்பாற் புலந்து, 'மருங்கற்று மன்னிக்கழிக' என்கின்றாள். அதனை ஏற்று அவன் போய்விட, அவளது ஏக்கம் மிகுதியாகி விடுகின்றது. அதனைத் தோழிக்கு உரைத்துத் தன் வருத்தத்தை வெளியிடுகின்றாள் தலைவி. மருங்கு - பக்கம். செத்து - போலக் கொண்டு.

326. பன்னாள் வருவம்!

பாடியவர்: .... **திணை:** நெய்தல். **துறை:** சிறைப்புறம்.

து-வி: தலைவனைக் களவிலே கூடியிருக்கும் காலம் சிறிதாகவும், பிரிந்திருக்கும் காலமே பெரிதாகவும் இருப்பதனால், தலைவியின் வேதனை மிகுதியாகின்றது. ஒருநாள், குறியிடத்திற் சென்று தோழியுடனிருக்கும் தலைவி, தலைவன் வந்து ஒருசார் ஒதுங்கி நிற்பதை அறிந்ததும், தன் எண்ணத்தை அவனுக்கு அறிவிப்பாளாய்த், தோழிக்குச் சொல்வதுபோல இப்படிச் சொல்லுகின்றாள்.

துணைத்த கோதைப் பணைப்பெருந் தோளினர்
கடல்ஆடு மகளிர் கானல் இழைத்த
சிறுமனைப் புணர்ந்த நட்பே – தோழி –
ஒருநாள் துறைவன் துறப்பின்
பல்நாள் வரூஉம் இன்னா மைத்தே.

தோழி! கடல் விளையாட்டினைச் செய்யும் இளமகளிர், கட்டிய கோதையினை உடையோராகவும், பணைத்த பெருந்தோளினராகவும், கானற் சோலையிடத்தே சிறுமனை கட்டி விளையாடுவர். அந்தச் சிற்றிலினிடத்தே தலைவனோடு பொருந்தியது நம்முடைய நட்பு. அதுதான், அத்தலைவன் ஒரு நாள் நம்மைப் பிரிந்தாலும், பல நாட்களாகத் தொடர்ந்து வருகின்ற துயரைப்போன்ற துன்பத்தைத் தருவதாகின்றது.

கருத்து: 'தலைவனைப் பிரியாதேயே இருத்தல் வேண்டும்' என்பதாம்.

விளக்கம்: துணைத்த - இரண்டிரண்டு மலர்களாக வைத்துக் கட்டிய. கோதை - மகளிர்சூடும் தலைமாலை. சிறுமனை - மணலால் கட்டப்படும் சிற்றில். அவள் சிற்றிலிழைத்து விளையாடியிருந்த பருவத்திலேயே அவனோடு நட்புக் கொண்டாள் என்பதனைச் 'சிறுமனைப் புணர்ந்த நட்பு' என்பதனால் அறிவிக்கின்றனள். ஒருநாள் பிரியினும், பல

நாளும் பிரிந்தாற் போன்ற துன்பத்தை அடைகின்றாள் என்றதனால், அது நீங்க, அவன் தன்னை மணந்து கொள்ளல் வேண்டும் என்பதனைக் குறிப்பாக உணர்த்துகின்றனள்.

327. நன்றும் கொடிதால்.

பாடியவர்: அம்மூவன். **திணை:** குறிஞ்சி. **துறை:** கிழவன் கேட்கும் அண்மையனாக, அவன் மலையினின்றும் வரும் யாற்றோடு உரைப்பாளாய்க் கிழத்தி உரைத்தது.

து-வி: தலைவன் தன்னை வரைந்து கொள்ளற்கு முயலாது, களவு வாழ்வையே நீட்டித்துப் போவதை எண்ணி வருந்திய தலைவிக்கு, அவன்பால் ஆத்திரம் உண்டாகின்றது. ஆற்றங்கரைச் சோலையிடத்தே அவன் வரவுக்காகக் காத்து நிற்பவள், அவன் வருவதை அறிந்து, ஆற்றை நோக்கிக் கூறுவாளைப்போல, அவனும் கேட்குமாறு இப்படிக் கூறுகின்றனள்.

'நல்கின் வாழும் நல்கூர்ந்தோர் வயின்
நயன்இலர் ஆகுதல் நன்று' என உணர்ந்த
குன்ற நாடன் தன்னினும், நன்றும்
நின்நிலை கொடிதால் – தீம்கலுழ் உந்தி!
நம்மனை மடமகள், 'இன்ன மென்மைச்
சாயலள், அளியள்'என்னாய்,
வாழை தந்தனையால், சிலம்பு புல்லெனவே.

இனிதாகத் தாவி வருகின்ற வெள்ளத்தையுடைய ஆறே! 'நும் மனையிடத்துள்ள மடப்பத்தையுடைய பெண்ணானவள். 'இன்னபடியான மென்மையோடுங்கூடிய சாயலைக் கொண்டவள்; அதனால் அளிசெய்வதற்கு உரியவள்' என்று நீ கருதுகிறாய், நீ தோன்றிய மலைப்பக்கம் அழகழிந்துபோமாறு அவ்விடத்துள்ள வாழை மரங்களைப் பெயர்த்துக் கொண்டு தருகின்றனையே! அதனால், தாம் தண்ணளிசெய்து உகவினால் வாழ்வு பெறுதலையுடையவரிடத்தே, அன்பில்லாராக இருத்தல் தான் நல்ல செயல் என்று உணர்ந்த குன்ற நாடனது தன்மையைக் காட்டினும், நினது இந்த நிலை மிகவும் கொடியதாகும்.

கருத்து: 'ஆறே! நீ அவனினும் கொடியை' என்பதாம்.

விளக்கம்: 'நல்கின் வாழும் நல்கூர்ந்தோர் வயின் நயனுடையராகுதலே அறிவுடையாரது இயல்பு; அஃதன்றித் தலைவனோ 'நயனிலர் ஆகுதல் நன்று' என்று உணரும்

கொடியன் ஆயினான். நீயோ நின் வரவிற்கு மகிழ்ந்த வாழை மரங்களை வாழவிடாமல் பெயர்த்து அழித்தலைச் செய்தனை. அதனால் நீ அவனிலும் கொடியை என்பதாம். தண்ணளி செய்யாது போயின அவனினும், தண்ணளி செய்வதுபோல நெருங்கி அழிவைச் செய்த நின் செயல் மிகக் கொடிது என்கின்றாள். இதனால், தன்பால் தெளிவு தோன்றத் தலைவன் அவளை வரைந்து கோடற்கு முற்படுவான் என்பதாம். கலுழி - வெள்ளம். அவளும் மலைக்குறவர் மகள்; வாழையும் மலைக்கண் உள்ளது; ஆறும் மலையிடத்துப் பிறந்தது; இந்த உரிமைதோன்ற 'நம்மனை மடமகள் என்னாய்' என்றனள்.

328. புலிநோக்கு!

பாடியவர்: *பரணர்.* **திணை:** *நெய்தல்.* **துறை:** *வரைவிடை வேறுபடும் கிழத்தியை, 'அவர் வரையும் நாள் அணித்து' எனவும் 'அலர் அஞ்சல்' எனவும் கூறியது.*

து-வி: *வரைவிடை வைத்துத் தலைவன் பிரிந்த காலத்திலே தலைவி 'தலைவன் தன்னை மறந்துவிடுவானோ?' என்று அச்சங் கொள்ள, அவளுக்குத் தோழி இவ்வாறு கூறுகின்றனள்.*

சிறுவீ ஞாழல் வேர்அளைப் பள்ளி
அலவன் சிறுமனை சிதைய, புணரி
குணில்வாய் முரசின் இரங்கும் துறைவன்
நல்கிய நாள்தவச் சிலவே; அலரே,
வில்கெழு தானை விச்சியர் பெருமகன்
வேந்தரொடு பொருந ஞான்றை, பாணர்
புலிநோக்கு உறழ்நிலை கண்ட
கலிகெழு குறும்பூர் ஆர்ப்பினும் பெரிதே.

குறுந்தடியால் அடிக்கப்பட்ட முரசினைப்போலக் கடலலைகள் ஒலியோடும் சென்ற மோதிச், சிறு பூக்களையுடைய ஞாழலது வேர்ப்புறத்தே அமைந்த தன் அளையாகிய பள்ளியையுடைய நண்டினது, சிறிதான இல்லங்கள் அழியும்படியாகச் செய்யும், கடற்றுறையை உடையவன் தலைவன். அவன் நமக்குத் தண்ணளி செய்த நாட்கள் மிகச் சிலவேயாகும். ஆனால், அதனால் எழுந்த பழிச் சொற்களோ பெரிதாயிருந்தன.

விச்சிக்கோன் என்னும் தலைவன், விற்படை தாங்கிய தானையினைக் கொண்டு, தன் மாற்றரசர்களோடு

போரிடுவான். அப்படிப் போரிட்ட காலத்திலே, பாணர்களது புலி நோக்கானது ஒத்தநிலையினாலே, ஆரவாரமிக்க குறும்பூரினிடத்தே காணப்பட்டது. அவ்வேளை, அவ்விடத்தே எழுந்த ஆரவாரத்தைக் காட்டினும், அலர் உரைப்பாரின் ஆரவாரம் பெரிதாயிற்றே!

கருத்து: 'ஊரலர் மிகுந்தது' என்பதாம்.

விளக்கம்: குணில் - குறுந்தடி. இரங்குதல் - ஒலித்தல் விச்சியர் பெருமகன் - விச்சிக்கோன். 'பாணர் புலிநோக்கு என்றது, வென்றாரைப் பாடிப் பரிசில் பெறக் கருதிக் குறும்பூர்க் களம் வந்த பாணர், இருசாராரும் ஒத்த வன்மையோடு போரிடத் தமக்குப் பாடுதற்கு உரியார் யாவரெனப் பதுங்கிப் பார்த்திருந்த நோக்கம். புலி, தான் பாய்ந்து கொல்லுதற்குரிய இரையை நோக்கியபடி இருத்தலின், இதனைப் 'புலி நோக்கு' என்றனர். குறும்பூர் ஓர் ஊர்; குறுங்காட்டிடத்து ஊரும் ஆம்; குறும் - குறுங்காடு. அலர் பெரிதாதல் தலைவனைத் தமர் அறிந்து மணவினை செய்வதற்குத் தூண்டுமாதலின், அது நன்மை தருவதே; ஆதலின் அதற்கு அஞ்சற்க என்கிறாள் தோழி, தலைவியை நோக்கி.

329. பனி எளிய!

பாடியவர்: ஓதலாந்தையார். **திணை:** பாலை. **துறை:** பிரிவிடை, மெலிந்த கிழத்தி வற்புறுத்தும் தோழிக்கு, 'யான் ஆற்றுவல்' என்பதுபடச் சொல்லியது.

து-வி: தலைவனின் பிரிவுக்காலத்தே மெலிவுற்ற தலைவியை நோக்கித் தோழி, 'அவன் வரும்வரை ஆற்றியிருத்தலே நின்கடன்' என வற்புறுத்திக் கூறினாள். அவளுக்குத் தான் ஆற்றியிருப்பதாகத் தலைவி கூறுவது இது.

கான இருப்பை வேனில் வெண்பூ
வளிபொரு நெடுஞ்சினை உகுற்றலின், ஆர்கழல்பு,
களிறு வழங்கு சிறுநெறி புதையத் தாஅம்
பிறங்குமலை அருஞ்சுரம் இறந்தவர்ப் படர்ந்து
பயில்இருள் நடுநாள் துயில்அரிது ஆகி,
தெள்நீர் நிகர்மலர் புரையும்
நல்மலர் மழைக்கணிற்கு எளியவால், பனியே.

தோழி! காட்டிடத்து, வேனிற்காலத்தே, இருப்பை மரத்திலே வெண்ணிறப் பூக்கள் தோன்றும். காற்றால்

அலைக்கப்பட்ட நெடிய கிளைகள் மோதுண்டு அவற்றை உதிர்க்கத் தொடங்கும். அவை தம் காம்பினின்றும் கழன்றவாய்க், களிறுகள் செல்லும் சிறுவழியும் மறைந்து போம்படியாக உதிர்ந்து பரவும். விளங்கிய மலைகளைக் கொண்ட, அத்தகைய பாலைநிலத்து வழிகளைக் கடந்து சென்றவர் நம் தலைவர். அவரை நினைந்து, இருள் நிறைந்த இரவின் நடுயாம வேளையிலும், துயிலல் அரிதாயினவர் ஆயினேம். தெளிந்த நீரிடத்துள்ள ஒள்ளிய மலரைப் போன்றவான, நன்கு மலர்ந்த குளிர்ச்சியைக் கொண்ட எம் கண்களுக்கும், துளிகள் எளிதாக அமைவவாயின.

கருத்து: 'யான் ஆற்றினும், என் கண்கள் துயிலை மறந்தவாய், அவரை நினைந்து அழுதன' என்பதாம்.

விளக்கம்: 'களிறு வழங்கு சிறுநெறி புதையத் தாஅம் இருப்பை வெண்பூக்களை உடைமையால், அது ஏதம் உடைத்தெனக் கருதி அஞ்சினேன்' - என்றலும் பொருந்தும். வளி - காற்று. பயில்இரள் - பயில்தற்கு உரித்தான இருள் வேளையுமாம்; பயில்தல் - பழகுதல்; அது தலைவனோடு கூடியிருத்தல்.

330. புலம்பும் இன்று கொல்!

பாடியவர்: கழார்க்கீரன் எயிற்றியன். **திணை:** மருதம். **துறை:** பிரிவிடை வேறுபட்ட கிழத்தி தோழிக்குச் சொல்லியது.

து-வி: தலைவனது பிரிவுக்காலத்தே வருத்தமுற்று உடல் நலனும் வேறுபட்டவள் ஆயினாள் தலைவி. அவள், தன் ஆற்றாமையைத் தோழிக்கு இவ்வாறு கூறுகின்றாள்.

நலத்தகைப் புலைத்தி பசைதோய்த்து எடுத்துத்
தலைப்புடைப் போக்கித் தண்கயத்து இட்ட
நீரின் பிரியாப் பரூஉத்திரி கடுக்கும்
போர்இலைப் பகன்றைப் பொதிஅவிழ் வான்பூ
இன்கடுங் கள்ளின் மணம்இல கமழும்
புன்கண் மாலையும், புலம்பும்,
இன்றுகொல் – தோழி! அவர்சென்ற நாட்டே?

தோழி! மக்களுக்கு நன்மையைச் செய்கின்ற தகைமை கொண்டவள் வண்ணாத்தி. அவள், கஞ்சிப் பசையிலே தோய்த்து எடுத்து, முதல் தப்பலைத் தப்பிவிட்டு, ஆடையினைத் தண்ணிய நீர்நிலையிலே இட்டு அலசுவாள். அப்பொழுது,

அந்நீரிடத்தே காணப்பட்டும் தம்முட் பிளவற்றதான பருத்த ஆடையின் முறுக்கைப் போன்று; பெரிய பகன்றையினது குவிதல் நீங்கி மலர்ந்த வெண்மலர்கள் காணப்படும் இனிமையும் கடுப்புமுடைய கள்ளைப்போல நறுமணமற்ற அம் மலர்கள் நாறுகின்ற துன்பத்தைத் தரும் மாலைக்காலமும், தனிமைத் துயரமும், அவர் சென்றிருக்கும் அந்த நாட்டிடத்தேயும் இல்லையோ?

கருத்து: 'மாலைக்காலமும் தனிமைத் துயரமும் என்னை வருத்துகின்றன' என்பதாம்.

விளக்கம்: 'புலைத்தி' - வண்ணாத்தி. பகன்றைப்பூ முறுக்கிய ஆடைபோன்று விளங்கும் என்பர்; அதனை நயம்பட இங்கே கூறினர். 'மாலையும் புலம்பும் அவர் சென்ற நாட்டிலே இல்லையோ?' எனக் கேட்டது, அவை அங்குமிருப்பின் அவர் தாம் என்னைத் தேடி வந்துருப்பாரே எனக் கருதி வருந்தியதாம். தான் அவற்றால் துன்புற்றதைக் கூறியதுமாம்.

331. நம்மினும் சிறந்த பொருள்!

பாடியவர்: வாடாப் பிரமந்தன். **திணை:** பாலை. **துறை:** செலவுக் குறிப்பு அறிந்து வேறுபட்ட தலைமகட்குத், தோழி சொல்லியது.

து–வி: தலைவனது நடவடிக்கைகளால், அவன் தன்னைப் பிரியப்போவதாக எண்ணித், தலைவி மெலிவுற்றாள். அவட்குத் 'தலைவர் பிரியார்' எனத் தோழி சொல்லியது இது.

நெடுங்கழை திரங்கிய நீர்இல் ஆர்இடை,
ஆறுசெல் வம்பலர் தொலைய, மாறுநின்று,
கொடுஞ்சிலை மறவர் கடறு கூட்டுண்ணும்
கடுங்கண் யானைக் கானம் நீந்தி,
இறப்பர்கொல் வாழி – தோழி! – நறுவடிப்
பைங்கால் மாஅத்து அம்தளிர் அன்ன
நல்மா மேனி பசப்ப
நம்மினும் சிறந்த அரும்பொருள் தரற்கே.

தோழி! நறிய வடுவையும் பசிய அடியையும் கொண்ட மாமரத்தினது அழகிய தளிரையொத்த, நல்ல மாமை நிறத்தையுடைய மேனி பசலை நிறத்தை அடையுமாறு, நம்மைக் காட்டினும் சிறந்ததாக அவருக்குத் தோற்றுகின்ற பொருளைத் தேடிவரும் பொருட்டாகத், தலைவர் செல்வார் என்கின்றனை.

அவர், நம்மைப் பிரிந்து, கொடியவான மூங்கில்களும் உலர்ந்து போன நீரற்ற அருவழியிலே, வழிப்போகும் பயணிகள் அழியும்படியாக அவர்க்கு மாறுபட்டு நின்று, வளைந்த வில்லையுடைய மறவர்கள் காட்டிடத்தே கொள்ளையிட்டு, அதனால் தாமுண்டு வாழும் தறுகண்மையுடைய யானைக் காட்டைக் கடந்து செல்பவரும் ஆவாரோ?

கருத்து: 'அவர் நம்மைப் பிரிந்து போகார்' என்பதாம்.

விளக்கம்: 'நம்மினுஞ் சிறந்த அரும்பொருள்' என்றது, 'பொருள்தான் அரியதேனும், அது நம்மினும் சிறந்ததாகாமையின், தலைவர் அதனை விரும்பார்' என்று வற்புறுத்தலைக் கருதியதாகும். 'இறப்பர் கொல்' என்ற ஐயம், இறவார் என்பதையே உணர்த்தி நிற்பதாகும். கடுங்கண் தறுகண்மை. கடறு - காடு. திரங்குதல் - வாடுதல்.

332. கூறினால் என்னவோ?

பாடியவர்: மதுரை மருதங்கிழார் மகன் இளம் போத்தன். **திணை:** குறிஞ்சி. **துறை:** வரையாது வந்தொழுகா நின்ற காலத்துக் கிழவன் கேட்பக் கிழத்திக்குத் தோழி கூறியது.

து-வி: தலைமகன் வரைந்து கொண்டு வாழ்தற்கு நினையானாய்க் களவுறவையே விரும்பி வந்து கொண்டிருந்தான். அவனை வரைதற்குத் தூண்டுதலைக் கருதிய தோழி, தலைமகட்குக் கூறுவாள் போல அவனும் கேட்டு உணருமாறு இப்படிக் கூறுகின்றாள்.

வந்த வாடைச் சில்பெயற் கடைநாள்,
நோய்நீத்து அரும்படர் தீர நீநயந்து
கூறின் எவனோ தோழி! – நாறுஉயிர்
மடப்பிடி தழீஇத் தடக்கை யானை
குன்றகச் சிறுகுடி இழிதரும்
மன்றம் நண்ணிய மலைகிழ வோற்கே?

தோழி! மணக்கும் உயிர்ப்பு கொண்ட தனது இளைய பிடியைத் தழுவிக் கொண்டதாகப், பெரிய கையினையுடைய களிறானது, குன்றிடத்துச் சிற்றூரது மன்றங்களின் வழியாக இறங்கிச் செல்லும். அத்தகைய மன்றங்களைப் பொருந்திய மலையை உடையவன் தலைவன். அவனுக்கு, வாடைக்காற்று வந்துள்ளதும், சிலவாகிய பெயலை உடையதுமாகிய கடையாமத்தில், வருத்தத்திலே நீந்திக் கொண்டிருக்கின்ற

நினது பொறுத்தற்கரிதான துன்பமானது தீரும்படிக்கு நீ விரும்பினாயாய்க், கூறத் தகுதியுடையனவற்றைக் கூறினால் என்னவோ?

கருத்து: 'நினது துயரமிகுதியைத் தலைவனுக்கு உரைத்தால் என்னவோ?' என்பதாம்.

விளக்கம்: சில்பெயல் - சிலவாகிய பெயல்; பெருமழையன்று என்பதாம். தடக்கை - பெரிதான கை; துதிக்கை. நாறு உயிர் - மணக்கும் மூச்சு; தோன்றும் உயிர்ப்பும் ஆம். களிறு பிடியைத் தழுவியபடி மன்றிடத்து இழிதருவதுபோல, நின் காதலனும் நின்னை வரைந்து கொண்டானாய், நின்னைத் தழுவியபடி பலருங் காணச் செல்ல வேண்டும் என்னும் குறிப்பை உவமை உணர்த்துகின்றது. குன்றச் சிறுகுடி - குன்றிடத்ததான சிற்றூர்.

333. துணியின் எவனோ?

பாடியவர்: உழுந்தினைம் புலவன். **திணை:** குறிஞ்சி. **துறை:** 'அறத்தொடு நிற்பல்' எனக் கிழத்திக்குத் தோழி உரைத்தது.

து-வி: பிரிவினாலே வாடி நலனழிந்த தலைவியின் துயர மிகுதியைக் கண்ட தோழி, 'இனி நின் களவுறவைத் தாய்க்கு வெளியிட்டுத், தலைவனது வரைவை நம்மவரும் ஏற்றுக் கொள்ளச் செய்வேன்' என்பாள், இப்படிக் கூறுகின்றாள்.

குறும்படைப் பகழிக் கொடுவிற் கானவன்
புனம்உண்டு கடிந்த பைங்கண் யானை
நறுந்தழை மகளிர் ஒப்பும் கிள்ளையொடு
குறும்பொறைக்கு அணவும் குன்ற நாடன்
பணிக்குறை வருத்தம் வீடத்
துணியின் எவனோ – தோழி! – நம் மறையே?

தோழி! குறிய படையாகிய அம்பினையும் வளைந்த வில்லினையும் கொண்டோனாகிய வேட்டுவனது தினைப்புனத்தை உண்டதனால், அதனின்றும் அவனால் வெருட்டப் பெற்ற பசிய கண்களையுடைய யானையானது, நறிய தழையுடையினை உடுத்த மகளிர் ஓட்டும் கிள்ளைகளோடு, தானும் குறிய பொற்றையிடத்தே செல்லுதலைக் கருதி மேல்நோக்கும் மலை நாட்டினன் தலைவன். அவனது பணியாகிய வரைதல் குறைபட்டதனால் நமக்குண்டாகிய வருத்தம் நீங்கும்படியாக, நம்முடைய மறைவான உறவைப்பற்றிய செய்தியைத் தாய்க்கு யான் தெரிவித்தால் என்னவோ?

கருத்து: 'நம் மறையைத் தாய்க்குத் தெரிவிப்பேன்' என்பதாம்.

விளக்கம்: குறும்படை - குறிய படையாகிய அம்பு. கொடுவில் - வளைந்த வில்; நாணேற்றிய வில். அணவும் - மேல் நோக்குதலைச் செய்யும் 'பணி' என்றது, வரைந்து வருதலை. அது குறைப்பட்டது தமர் வரைவு மறுத்ததனால். அதனால் வந்த 'வருத்தம்' இருவர்க்கும் பொதுவாயிற்று. கானவர் கடிந்த யானை மகளிர் ஒப்பும் கிள்ளையோடு குறும்பொறைக்கு அணவுதலைப் போலத் தமையன்மாரால் காக்கப்பட்டுத் தலைவியை அடையவியலாது தடுக்கப்பட்ட தலைவனும், தாயரால் இற்செறிக்கப்பட்டுத் தலைவனோடு சேரவிடாது தடுக்கப்பட்ட தலைவியும், தாம் ஒன்றுபட்டு இல்லறவாழ்வு நிகழ்த்துதலைத் தோழி விரும்பினாள் என்று உவமையைப் பொருள் கொள்க. துணிதல் - தெளிவாக முடிவு செய்தல்.

334. இன்னுயிர் அல்லது எவனோ?

பாடியவர்: இளம்பூதனார். **திணை:** நெய்தல். **துறை:** 'வரை விடை ஆற்றகிற்றியோ?' என்ற தோழிக்குக் கிழத்தி சொல்லியது.

து-வி: 'நின்னைத் தலைவன் வரைவிடை வைத்துப் பிரிந்து சென்றனன் ஆயின், நீ அவன் வரும்வரைக்கும் பிரிவைப் பொறுத்திருப்பாயோ?' எனக் கேட்கின்றாள் தோழி. அவளுக்கு 'அவன் அப்படிப் பிரிவானாயின் யான் உயிரிழப்பேன்' எனத், தன் நிலையைத் தலைவி இவ்வாறு கூறுகின்றாள்.

சிறுவெண் காக்கைச் செவ்வாய்ப் பெருந்தோடு
எறிதிரைத் திவலை ஈர்ம்புறம் நனைப்ப,
பனிபுலந்து உறையும் பல்பூங் கானல்
இருநீர்ச் சேர்ப்பன் நீப்பின், ஒருநம்
இன்உயிர் அல்லது பிறிதுஒன்று
எவனோ – தோழி! – நாம்இழப் பதுவே?

தோழி! சிறிதான வெண்மையைக் கொண்ட காக்கையது, செவ்விய வாயையுடைய பெருந் தொகுதியானது, மோதும் அலைகளின் திவலைகள் தம் ஈரமான புறத்தை நனைப்பவும், அக்குளிர்ச்சியை வெறுத்தவாய்த் தாம் தங்கியிருக்கும் இடமாகிய பல மலர்களைக் கொண்ட கானற்சோலையைச் சென்றடையும். அத்தகைய அகன்ற கடற்கரையினையுடைய தலைவன் நம்மைப் பிரிந்தானென்றால், நாம் இழப்பது நமது இனிதான உயிரையல்லாமற் பிறிதொன்றுதான் யாதோ?

கருத்து: 'தலைவன் பிரியின் நான் உயிர் தரியேன்' என்பதாம்.

விளக்கம்: 'குளிர்க்கு ஆற்றாத சிறுவெண் காக்கையும் சென்று தங்குதற்கான கானற்சோலையை உடையவன் தலைவனாதலால், அவன் நாம் நடுங்கித் துயருற்றுப் போக்கிடமின்றிச் சாமாறு, நம்மைக் கைவிட்டுப் பிரிந்து போகான்' என்று குறிப்பாகக் கூறியதாக உவமையாற் கொள்க. அன்றி, அவன் பிரியின், தான் உயிரிழப்பது உறுதியென உரைத்ததாகவும் உணர்க. "சேண் இடையின்றி இட்டிதாகப் பிரிந்துழித், தலைவி இரங்கித் தன்வயின் உரிமையும், அவன்வயிற் பரத்தைமையும் படக் கூறியது இதுவெனக் கொள்வர் நச்சினார்க்கினியர் - (தொல். களவு 20. உரை) அதனையும் நோக்கிப் பொருள் கண்டு இன்புறுக.

335. கொடிச்சி இருந்த ஊர்!

பாடியவர்: இருந்தையூர்க் கொற்றன் புலவன். **திணை:** குறிஞ்சி. **துறை:** இரவுக்குறி நயவாமைத் தோழி செறிப்பு அறிவுறீ இயது.

து-வி: தலைவி இற்செறிக்கப்படுதலை உணர்ந்தாள் தோழி. அதனால், இரவுக்குறி வாய்த்தல் இயலாதென்பதைத் தலைவனுக்கு அறிவிப்பாளாக, இப்படி உரைக்கின்றாள்.

நிரைவளை முன்கை நேர்இழை மகளிர்
இருங்கல் வியல்அறைச் செந்தினை பரப்பிச்
சுனைபாய் சோர்வுஇடை நோக்கி, சினைஇழிந்து,
பைங்கண் மந்தி பார்ப்பொடு கவரும்
வெற்புஅயல் நண்ணியதுவே – வார்கோல்
வல்விற் கானவர் தங்கைப்
பெருந்தோட் கொடிச்சி இருந்த ஊரே,

பெருத்த தோளினளான கொடிச்சி, நீண்ட அம்பையும் வலிய வில்லையும் உடையவரான வேட்டுவருடைய தங்கையாவாள். அவள் இருந்த ஊரானது, வரிசையாக வளைகள் விளங்கும் முன்னங்கையையும், நேர்ந்த அணிகளையுமுடைய மகளிர், கரிய மலையிலுள்ள அகன்ற பாறையிடத்தே சிவந்த தினையைப் பரப்பிவிட்டுச் சுனையின்கண் நீராடுதற்குப் பாய்கின்ற, காவல் சோர்தலையுடைய இடைப்பட்ட நேரத்தைப் பார்த்துப், பசிய கண்களை உடையவான

மந்திகள் குட்டிகளோடும் மரக்கிளைகளினின்றும் இறங்கி, அத்தினையைக் கவர்ந்து உண்ணும் தன்மையையுடைய மலையிடத்துப் பொருந்தியதாகும்.

கருத்து: 'தலைவியை நீ இனி இரவுவேளையிற் சந்தித்தலும் அரியதாகும்' என்பதாம்.

விளக்கம்: நேரிழை - நேர்ந்த அணிகலன்; நேர்தல் - உடற்குப் பொருத்தமாக அமைதல். அவளூர் அடைதற்கு அரிதென்பதையும், அவள் தமையன்மார் வார்கோல் வல்விற் கானவரென்பதையும் கூறி, அதனால் இரவுப்போதிலே தலைவியைச் சந்திப்பது இயலாதென்பதை உணர்த்தினாள். இதனால், தலைவியை வரைந்து சென்று மணந்து கொள்ளுதலே மேற்கொள்ளத்தக்கது என்பதையும் குறிப்பாகப் புலப்படுத்தினாள். கொடிச்சி - குறிஞ்சி நிலத்து மகள்; தலைவி. 'மகளிர்' செந்தினை வியலறைப் பரப்பிச் சுனை பாய் சோர்விடை மந்தி கவரும் வெற்பிடையுள்ளது அவளூர்' என்னும் உவமைக்கேற்ப. 'இல்லிடைக் காவல் சோர்வுபடும் காலத்தை நோக்கியிருந்து, அவளை உடன்கொண்டு சென்று நின்னூரிடத்து மணந்து இன்புறுக' என்றாளாகவும் கொள்க.

336. வருந்தினள் அளியள்!

பாடியவர்: குன்றியன். **திணை:** குறிஞ்சி. **துறை:** தலைமகன் இரவுக்குறி நயந்தானைத் தோழி சொல்லி மறுத்தது.

து-வி: தலைவன் இரவுக்குறியை விரும்புகின்றான். அவ்வேளையில், அதனை மறுத்து, அவன் தலைவியை மணந்து கொள்ளுமாறு செய்தலைக் கருதிய தோழி, இவ்வாறு அவனுக்குக் கூறுகின்றாள்.

செறுவர்க்கு உவகை ஆகத் தெறுவர,
ஈங்கனம் வருபவோ? தேம்பாய் துறைவ!
சிறுநா ஒண்மணி விளரி ஆர்ப்பக்
கடுமா நெடுந்தேர் நேமி போகிய
இருங்கழி நெய்தல் போல,
வருந்தினள், அளியள்நீ பிரிந்திசி னோளே.

தேன் பரவுகின்ற நீர்த்துறையை உடைய தலைவனே! எம்மைப் பகைப்பார்க்கு உவகை ஆமாறு, எமக்குத் துன்பம் வரும்வகையாக, இங்கே எவரேனும் வருவார்களோ? சிறிய நாவையுடைய ஒள்ளிய மணிகள் விளரிப் பண்ணைப்போல

முழக்கமிடக், கடிதாகச் செல்லும் குதிரைகளைப் பூட்டிய நெடிய தேரினது சக்கரமானது மேலேறிச் சென்ற, கருங்கழியிடத்துள்ள நெய்தல் மலரினைப் போல, நின்னாற் பிரிவிடைச் செலுத்தப்பட்ட தலைவி வருத்தத்தை அடைந்தாள். அதனால், இரங்கத்தக்கவளும் ஆவாள்.

கருத்து: 'இரவில் வருவானாகி, அதனை நினைந்தும் அவள் வேதனைப்படுமாறு செய்தல் வேண்டா' என்பதாம்.

விளக்கம்: செறுவர் - தாயர் தமர் முதலியோர்; அவர் தலைவனோடு களவிற் கலவாவகை இற்சிறையிட்டுக் காத்தமையால் 'செறுவர்' ஆயினர், அவட்கு தெறுவர - தும்பம் உண்டாக. விளரி - இரங்கற்பண். 'பிரிந்திசினோள்' என்பதன்கண் உரைக்கப்பட்ட பிரிவு. களவிடை ஏற்படும் பிரிவாம். இதனால், என்றும் பிரிதலற்றதான மணவாழ்வை விரும்பியதும் ஆம். நின் தேர் வந்து போய் கழியிடத்து நெய்தல் சிதைந்து போமாறுபோல, நின்னாற் களிசெயப் பெற்றுக் கைவிடப் பெற்ற தலைவியும் சிதைந்து உயிரழியப் பெறுவாள் என்பதாம். அது நீங்கற்கேனும் அவளை விரைவிலே வந்து மணந்து கொள்க என்பதுமாம்.

337. செல்வர் மடமகள்!

பாடியவர்: பொதுக் கயத்துக் கீரந்தை. **திணை:** குறிஞ்சி. **துறை:** தோழியை இரந்து பின்னின்ற கிழவன் தனது குறை அறியக் கூறியது.

து-வி: தோழியின் உதவியால் தலைவியை அடைந்து இன்புறக் கருதிய தலைவன், அவள்பாற் சென்று, அவளைப் பன்முறை இரந்து வேண்டியும், அவள் தலைவியின் இளமையைக் கூறி அவனுக்கு அவளை இசைவிக்கச் செய்தற்கு மறுக்கவே, தலைவியைத் தானறிந்தமை தோன்ற இவ்வாறு கூறுகின்றான்.

முலையே முகிழ் முகிழ்த்தனவே, தலையே
கிளைஇய குரலே கிழக்கு வீழ்ந்தனவே;
செறிமுறை வெண்பலும் பறிமுறை நிரம்பின;
சுணங்கும் சில தோன்றினவே; அணங்குஎன
யான்தன் அறிவல்; தான்அறி யலளே;
யாங்கு ஆகுவள்கொல் தானே –
பெருமுது செல்வர் ஒருமட மகளே?

முலைத்தடங்கள் அரும்புகளைப்போல அரும்பியுள்ளன. கிளைத்த மெல்லிய மயிர்க் கொத்துக்கள் கீழே தாழ்ந்துள்ளன. செறிந்த முறையோடு விளங்கும் வெண்பற்களும் வீழ்ந்து முற்றவும் முளைத்து நிரம்பின. தேமலும் சில அவள் மேனியில் தோன்றின. அவள் என்னை வருத்தும் அளவிற்கு யான் அவளை அறிவேன். ஆனால், அவளோ என்னை அறிந்திலள். பெரிதான முதுசெல்வரது ஒரே மடமகளான அவள்தான் எத் தன்மையன் ஆவாளோ?

கருத்து: 'அவள் பருவத்தை அறிந்தே யான் சிந்தை அழிந்தேன்' என்பதாம்.

விளக்கம்: முகிழ் முகிழ்த்தன - முகிழைப் போன்று அரும்பின. பறிமுறை வீழ்ந்து முளைக்கும் முறைமை. 'யாங்கு ஆகுவள்' என்றது, அறிந்தால் எத்தன்மையள் ஆவாளோ என்பதாம். பெருமுது செல்வர் - பழைதாக வரும் பெருஞ் செல்வத்தை உடையவர். மடமகள் - இளைய மகள்; மடப்பத்தையுடைய மகளும் ஆம். 'பெருமுது செல்வரது ஒருமடமகளாதலின், அச்செருக்கால் தன்னைக் கண்டிலள்' என்றும், தன்னைப் பற்றி அறியின் அவளும் தன்னைக் காதலிப்பாள் என்றும் கூறுபவனாகவே, 'யாங்காகுவள் தான்?' என்றானாகக் கொள்க.

338. தேர் வந்தது!

பாடியவர்: பெருங்குன்றூர் கிழார். **திணை:** பாலை. **துறை:** பிரிவிடைத் தோழி வற்புறுத்தியது.

து-வி: தலைமகனது பிரிவினாலே தலைமகளது வருத்தம் மிகுதியாயிற்று. அதனைக் காணப் பொறுக்காது கவலையுறுகின்றாள் தோழி. தலைவனின் தேர்வரவைக் கண்டதும், தலைமகளிடம் வந்து இப்படிக் கூறுகின்றாள்.

திரிமருப்பு இரலை அண்ணல் நல்ஏறு
அரிமடப் பிணையோடு அல்குநிழல் அசைஇ.
வீததை வியல்அரில் துஞ்சி, பொழுதுசெல,
செழும்பயறு கறிக்கும் புன்கண் மாலை,
பின்பனிக் கடைநாள், தண்பனி அற்சிரம்
வந்தன்று, பெருவிறல் தேரே – பணைத்தோள்
விளங்குநகர் அடங்கிய கற்பின்
நலம்கேழ் அரிவை புலம்புஅசா விடவே,

மூங்கிலைப் போன்ற தோள்களையும், விளங்கிய இல்லினிடத்தே அடங்கிய கற்பினையும் உடைய, அழகு பொருந்திய அரிவையே! தனிமையால் வந்துற்ற நினது துன்பம் நீங்கும் வண்ணம், பெருவெற்றியைக் கொண்ட தலைவனின் தேரும் வந்தது.

முறுக்குண்ட கொம்புகளையுடைய இரலைமானின் தலைமையையுடைய நல்ல ஆண்மானானது, மென்மையும் மடப்பமும் கொண்ட தன் பெண்மானோடு, நாம் தங்குதற்குரிய நிழலிடத்தே தங்கியிருக்கும். அகன்ற பிணக்கத்தையுடைய, மலர்கள் நெருங்கிய தூற்றினிடத்தே கிடந்து, அவை தூங்கும்பொழுது போயினதாக, அவை எழுந்து சென்று செழுமையான பயற்றம் பயிரையும் கரித்துக் கொண்டிருக்கும். துன்பத்தைத் தரும். அத்தகைய மாலைக்காலத்தையும், பின் பனிக்காலத்துக் கடையாமத்தையும், குளிர்ந்த பனியையுமுடைய அச்சிரக் காலத்திலே, அவன் தேரும் வந்தது.

கருத்து: 'தலைவன் விரைவிலே வந்து சேர்வான்' என்பதாம்.

விளக்கம்: அல்கு நிழல் - மாலைக் காலத்துக் குறைப்பட்டுத் தோன்றும் நிழலும் ஆம். இரலை - ஆண் மான். திரிமருப்பு -முறுக்குடைய கொம்பு. வீ - மலர். அச்சிரம் - அச்சிரக்காலம் 'இரலையும் பிணையும் தம்முட் தலைவனோடு கூடியின்புற்று வாழ்தல் வாய்க்கும்' என்று குறிப்பாகக் கூறுகின்றாள். தேர் வந்திலதேனும், விரைவில் வருவான் என்ற துணிவுபற்றித் 'தேர் வந்தன்று' என இறந்த காலத்தாற் கூறினள். அடங்கிய கற்பு -தலைவனால் துயருற்ற போதும் அதனை வெளிப்படக் காட்டாது அடக்கிக் கொண்டு வாழும் கற்பு. புலம்பு - தனிமைத் துயரம்.

339. முயங்கல் இனிது!

பாடியவர்: பேயார். **திணை:** குறிஞ்சி. **துறை:** வரைவிடை வேறுபட்ட கிழத்தியைத் தோழி கடுஞ்சொல் சொல்லி வற்புறீஇயது.

து-வி: தலைவன் வரைவிடை வைத்துப் பிரிந்து சென்றிருந்தான். அக்காலத்தே, தலைவியின் ஏக்கம் மிகுதியாகின்றது. அதனைக் கண்டு வருந்தினாள் தலைவியின் தோழி. 'அவன் உறவை இனிதாகக் கொண்ட நீ, இப்படிப் பிரிவுக்கு வருந்துதல் மட்டும் ஏனோ?' எனக் கடிந்து

கூறத், தலைவி, அவளுக்கு இவ்வாறு தன் வருத்தமிகுதியை உரைக்கின்றாள்.

> நறைஅகில் வயங்கிய நளிபுன நறும்புகை
> உறைஅறு மையின் போகி, சாரல்
> குறவர் பாக்கத்து இழிதரும் நாடன்
> மயங்கு மலர்க் கோதை நல்மார்பு முயங்கல்
> இனிதுமன் வாழி – தோழி! – மாஇதழ்க்
> குவளை உண்கண் கலுழப்
> பசலை ஆகா ஊங்கலங் கடையே.

தோழி! நறுமணத்தையுடைய அகிலினது விளங்கிய செறிவான நறிய புகையானது, துளிகளற்ற வெண்மேகத்தைப் போலச் சென்று, மலைச் சாரலிலுள்ள குறவரது பாக்கத்தே இறங்கும் நாட்டினன் தலைவன். பல்வகை மலர்களும் தம்முட் கலந்த மாலையினை அணிந்த நின் நல்ல மார்பினைத் தழுவுதல், கரிய இதழையுடைய குவளை மலரைப் போன்ற மையுண்ட நின் கண்கள் அழும் படியாகப் பசலை உண்டாகாததன் முன்பாக, மிகவும் இனிதாயிற்று.

கருத்து: 'தலைவன் நின்னை மணந்தபோது இன்புற்று மகிழ்ந்தவளான நீ, அவன் நின்னை மணந்து கொள்வதன் பொருட்டாகப் பிரிந்த காலத்துத் துன்புறுதல், நினக்குத் தக்கதோ?' என்பதாம்.

விளக்கம்: 'குறவர், புனத்தை அமைக்கும் பொருட்டு வெட்டி எரியிடுகின்றதனால் எழுந்த அகிலின் புகையானது, வெண்மேகம் போல வானிடத்தே சென்று, குறவர் பாக்கத்தே இழிதரும் நாடன் தலைவன்' என்பது, அவ்வாறே அவன் சென்றுள்ள நாட்டிடத்துச் செய்யும் வினையின் பயன், தலைவியால் வரைவிலே பெற்று அனுபவிக்கப்படும் செவ்வியுடையது என்பதாம். நறை – நறுமணம். வயங்கிய – விளங்கிய உறையறு. மை – வெண்மேகம். பாக்கம் – குடியிருப்பு. மயங்குதல் – கலத்தல். "நின்னைத் தழுவியபோது இன்பத்தை நுகர்ந்தனையே? இது போது, நின்னை வரைதற்குரிய பொருளைத் தேடி வருதலின் பொருட்டாகவே அவன் சென்றிருப்பவும், அவன் பிரிவைப் பொறுத்திராது துன்பத்துள் மெலிந்து வாடுகின்றனையே?" எனத், தோழி கடிந்து கூறியதாகக் கொள்க.

340. ஒருபால் நில்லாது!

பாடியவர்: *அம்மூவன்.* **திணை:** *நெய்தல்.* **துறை:** *இரவுக்குறி உணர்த்திய தோழிக்குக் கிழத்தி மறுத்தது.*

து-வி: *பகல் வேளையில் சந்தித்துத் தலைவியைக் கூடி மகிழ்தல் இயலாது போகத், தலைவன், இரவிற் சந்திப்பதற்கு முற்படுகின்றான். அதனை அறிந்துவந்து சொல்லிய தோழிக்குத் தலைவி இப்படிக் கூறுகின்றாள்.*

காமம் கடையின் காதலர்ப் படர்ந்து,
நாம்அவர்ப் புலம்பின், நம்மோடு ஆகி,
ஒருபாற் படுதல் செல்லாது, ஆயிடை,
அழுவம் நின்ற அலர்வேர்க் கண்டல்
கழிபெயர் மருங்கின் ஒல்கி, ஓதம்
பெயர்தரப் பெயர்தந் தாங்கு,
வருந்தும் – தோழி! – அவர்இருந்த என்நெஞ்சே.

தோழி! காதலராகிய அவர் நிலையாகத் தங்கியிருந்த என் நெஞ்சத்தின் தன்மையைக் கேளாய்; காமமானது மிகுதிப்பட்டு வருத்துமாயின், அது காதலரை நினைந்து செல்லும். நாம் அவரை நினைத்துத் தனிமைத் துயரால் வருந்தினோமானால், நம்முடன் இருப்பதாக ஆகிவிடும். இங்ஙனம், ஒரு பக்கத்தேயாக அமைந்திராத தாய், அவ்வாறு இரண்டு பக்கமுமாக அலைந்து அலைந்து வருந்தும். கடற்கரைப் பரப்பிலே நிற்கும் மலரைப் பொருந்திய தாழை மரங்களைக் கண்டிருப்பாய். கழி பெயருகின்ற இடத்திலே தளர்ந்து, வெள்ளம் பெயரும்போது தானும் பெயர்ந்ததுபோல் அவை வருந்துமே! அவ்வாறுதான் என நெஞ்சமும் அலைப்புண்டு வருந்துகின்றது.

கருத்து: *'தலைவனைப் பிரியாது வாழும் மணவாழ்வை, விரும்புகின்ற நெஞ்சம்' என்பதாம்.*

விளக்கம்: *அழுவம் - நீர்ப்பரப்பு. கழியிலே ஓதம் மிகும்போது அதற்கேற்பத் தானும் உயர்ந்தும், தாழும்பொழுது தானும் தாழ்ந்தும் வருந்தும் தாழையைப் போல, என் நெஞ்சமும் அவர் அருகிலில்லாதபோது அவரை நினைந்து வழியின் ஏதத்திற்கு வருந்தியும், காமம் மிக்கபோது அவரை நினைந்தும் அலைக்கழிகின்றது என்பது உவமையின் கருத்து. காமம் கடையின் - காமம் மிகுதிப்பட்டுத் தூண்டுமாயின். கண்டல் - தாழை. ஓதம் பெயர்தரப் பெயர்தந்தாங்கு நெஞ்சம்*

வருந்தும் என்றதனால், தலைவி. தான் இரவுக்குறியை ஏற்றதைத் தோழிக்கு உணர்த்துகின்றாள்.

341. வாழ்வேன் தோழி!

பாடியவர்: மிளைகிழான் நல்வேட்டன். **திணை:** நெய்தல். **துறை:** 'பருவ வரவின்கண் வேறுபடும்' எனக் கவன்ற தோழிக்குக் கிழத்தி உரைத்தது.

து-வி: தலைவன் பிரிந்து சென்று அந்தக்காலத்திலே மீண்டு வருவதாகக் குறித்துச் சென்ற பருவத்தின் வரவைக் கண்டதும், தோழியின் கவலை மிகுதியாகின்றது. தலைவி மிகுதியும் வருந்தி நலம் வேறுபடுவாளோ என அவள் கவலை அடைகின்றாள். அவளுக்குத் தலைவி சொல்வது இது.

பல்வீ படரிய பசுநனைக் குரவம்
பொரிப்பூம் புன்கொடு பொழில்அணிக் கொளாஅச்
சினைஇனிது ஆகிய காலையும், காதலர்
பேணார் ஆயினும், 'பெரியோர் நெஞ்சத்துக்
கண்ணிய ஆண்மை கடவது அன்று'என
வலியா நெஞ்சம் வலிப்ப,
வாழ்வேன் – தோழி! – என் வன் கணானே.

தோழி! குரா மரங்கள் பல மலர்களோடு, தோன்றிய பல பசிய அரும்புகளையும் உடைத்தாயின. புன்க மரங்கள் நெற்பொரியைப் போன்ற பூக்களை உடைத்தாயின. இவற்றால் சோலைப்புறங்கள் எல்லாம் அழகைக் கொண்டனவாய் விளங்குகின்றன. காணப்படும் கிளைகளெல்லாம் கண்ணுக்கு இனியதாகவும் ஆகியுள்ளன. இத்தன்மைத்தான காலத்திலும், நம் காதலர் நம்மைக் காவார் ஆயினர். ஆயினும் 'பெரியோரது நெஞ்சத்தே தோற்றிய ஆண்மைச் செயல் செலுத்தப்படுவது அன்று' என, முன்னர்த் துணியாத என் நெஞ்சம், இதுகாலைத் துணிந்தமையினாலே, யானும் எனது வன் கண்மையினாலே வாழ்வேன் ஆயினேன்.

கருத்து: 'வினைமுடித்து, விரைவிற் குறித்தபடி அவர் மீள்வரென்ற துணிவே பற்றுக்கோடாக யானும் உயிர்வாழ்வேன்' என்பதாம்.

விளக்கம்: முதற்கண், காதலன் தன்பாற் கொண்ட பெருங்காதலால், வினைக்கண் இடையில் மீள்வதும் கூடும் என எண்ணிய தலைவி, அதுவரை ஆற்றியிருத்தலான தன்

கடமைப் பாட்டையும் உணர்கின்றாள். அதனால், தான் ஆற்றியிருப்பதாகவும் உரைக்கின்றாள். 'பொழில் அணிக்கொளா அச்சினை இனிதாகிய காலையும்' வாழ்வேன் என்றது, அவை குறித்த பருவத்தினது வரவிலே அழகுபெற்றன; ஆயின், யான் தான் அழகு பெற்றுச் சிறப்படைதற்கு அவர் வந்திலர்; எனினும் யான் ஆற்றியிருப்பேன் என்பதாம். நனை - அரும்பு; கண்ணிய - கருதிய. கடவுதல் - செலுத்துதல்.

342. புன்கண் தீர்க்கும் பண்பினை!

பாடியவர்: காவிரிப்பூம் பட்டினத்துக் கந்தரத்தனார். **திணை:** குறிஞ்சி. **துறை:** செறிப்பு அறிவுறுக்கப்பட்டான் வரைவின்கண் செல்லாது, பின்னும் வரவு வேண்டின தலைமகனைத், தோழி நெருங்கிச் சொல்லி வரைவுகடாயது.

து-வி: தலைவி இற்செறிக்கப்பட்டதைத் தோழி தலைவனுக்கு அறிவுறுத்தினாள். அதன் பின்னரும், தலைவனின் மனம் வரைவின்கண் செல்லவில்லை; களவின்கண்ணேயே சென்றது; அதனைக் கண்ட தோழி, வரைவிலே அவன் மனத்தைச் செலுத்தக் கருதினளாக இப்படிக் கூறுகின்றாள்.

கலைகை தொட்ட கமழ்களைப் பெரும்பழம்
காவல் மறந்த கானவன், ஞாங்கர்,
கடியுடை மரந்தொறும் படுவலை மாட்டும்
குன்ற நாட! தகுமோ – பைஞ்சுனைக்
குவளைத் தண்தழை இவள்ஈண்டு வருந்த,
நயந்தோர் புன்கண் தீர்க்கும்
பயம்தலைப் படாஅப் பண்பினை எனினே?

மணம் கமழ்கின்ற சுலைகளையுடைய பெரிய பலாப் பழத்தை, ஆண்குரங்கு ஒன்று தன் கையால் தோண்டிச் சிதைத்தது. பழத்தை அதனிடமிருந்தும் காத்தலை மறந்த கானவன். அதன் பின்னர், பழுத்த பழத்தால் மணமுடைய பலாமரங்கள் தோறும். குரங்குகள் படுதற்குரிய வலையினை மாட்டி வைத்தனன். அத்தன்மையுடைய குன்றத்தைக் கொண்ட நாட்டினனே! பசிய சுனையிடத்துக் குவளை மலர்களை இடையிட்டுக் கட்டிய, தண்ணிய தழையுடையினை உடுத்தின தலைவியாகிய இவள், இங்கே இற்செறிக்கப்பட்டவளாகி வருந்துகின்றாள். நீயோ, நின்னை விரும்பியோரது துன்பத்தைப் போக்கும் நல்வினைப் பயனை அடைதற்கு முற்படாத பண்பினனாக உள்ளனை! இதுதான் நினக்குத் தகுதியாமோ?

கருத்து: 'இவளது வருத்தம் தீர. இவளை விரைய மணந்து கொள்ளற்கு முற்படுக' என்பதாம்.

விளக்கம்: கமழ்சுளைப் பெரும்பழத்தைக் காக்கும் கானவன், தன் காவலை மறந்தபோது, கலை கைதொட்டு உண்டு இன்புற்றது. எனினும், அவன் கடியுடை மரந்தொறும் படுவலைகளை மாட்டிவிடவே. அதன் பின் அக்கலையின் களவுச் செயலும் முடியாது போயிற்று. அவ்வாறே, இல்லத்தார் தலைவியைக் காத்தலிற் சோர்ந்தபோது, நீ அவளைக் களவிற்கூடி இன்புற்றனை; இப்போது அவர்தம் காவல் மிகுதியாயிற்று; இனி அவளைக் களவிற் பெறுதலும் நின்னால் இயலாதாகும். ஆகவே இனி அவளை மணத்தலே நின்னால் செய்யத்தக்கது என்பதைத் தோழி அறிவுறுத்துகின்றாள். கலை - முசுக்கலை; ஆண் குரங்கு 'சுளைப் பெரும் பழம்' என்றதனாற், குறித்தது. 'பலாப்பழம்' என்பது தெளிவாயிற்று. படுவலை - விலங்குகள், படுமாறு கட்டிவைத்த வலை, புன்கண் - துன்பம். இஃது, இரவுக்குறி மறுத்ததன் மூலம் வரைவுகடாயது எனவும் கொள்க.

343. பாய்ந்த வேங்கை!

பாடியவர்: ஈழத்துப் பூதன் தேவன். திணை: பாலை. துறை: தோழி, கிழத்தியை உடன்போக்கு நயப்பக் கூறியது.

து-வி: தலைவியின் களவுறவை அறிந்த தோழி, அதன் பின், அவளில்லத்தார். அத்தலைவனுக்கு அவளை வாழ்க்கைப் படுத்த இசையார் என்பதனையும் உணர்கின்றாள். அதனால் தலைவனுடன் இல்லைவிட்டு அகன்று சென்று, அவனூரில் அவனை மணந்து வாழ்தலே செய்யத்தக்கது என்பதனைத் தலைவிக்கு இப்படி அறிவுறுத்துகின்றாள்.

நினையாய் வாழி – தோழி! – நனைகவுள்
அண்ணல் யானை அணிமுகம் பாய்ந்தென
மிகுவலி இரும்புலிப் பகுவாய் ஏற்றை
வெண்கோடு செம்மறுக் கொளீஇய, விடர்முகைக்
கோடை ஒற்றிய கருங்கால் வேங்கை
வாடுபூஞ் சினையின், கிடக்கும்
உயர்வரை நாடனொடு பெயரு மாறே.

தோழி, பெரும்புலியின் மிக்க வலிமையுடைய ஆணானது, பிளந்த வாயினை உடையதாய், மதத்தால் நனைந்த கவுளையுடையதும் தலைமையை உடையதுமான

யானையினது அழகிய முகத்தின் கண்ணே பாய்ந்தது. யானையின் கொம்புகள் தன்னைக் குத்திப் பிளத்தலால், அவ்யானையும், அதன் வெண்கொம்பைத் தன் குருதியாற் சிவந்த கறைகொள்ளுமாறு செய்தது. மேல்காற்று வீழ்த்திய, பிளப்பையுடைய கண்முழையிடத்தேயுள்ளதும், கரிய அடியை உடையதுமான வேங்கை மரத்தினது வாடிய பூவையுடைய கிளையைப் போலப், பின்னர் இறந்து கிடப்பதுமாயிற்று. அத்தன்மைகொண்ட உயர்மலை நாடனோடு உடன்செல்லும் திறத்தினை நீயும் நினைவாயாக! நீ வாழ்க!

கருத்து: 'உடன்போக்கே இனி நினக்கு நன்மையாவது' என்பதாம்.

விளக்கம்: 'களிற்றைக் கொல்லக் கருதிப் பிளந்த வாயுடன் அதன்பாற் பாய்ந்த வேங்கை, அதன் கொம்பினாற் பிளக்கப்பட்டு மாய்ந்து வீழும் நாடன் தலைவன்' என்றனள். இதனால், அவனுக்குக் கேடு நினைப்பாரும், அவனால் எளிதாக யாதொரு முயற்சியுமின்றியே வெல்லப் பெறுவர் என்பதாம். ஆகவே, அவனுடன் போதற்குக் கவலைகொள்ளல் வேண்டா என்பதும், தலைவியின் இல்லத்தார் அவனைப் பகைத்தது பொருத்தமற்றது என்பதும் ஆம். 'பெயறுமாறு நினையாம்' என்றதால், பிறிதான 'அறத்தொடு நிற்றல்' பயன்தராது என்று உணர்த்தியதும் ஆம். மேல் காற்றால் வீழ்த்தப் பெற்று, விடர் முகையிடத்தே கிடக்கும் வேங்கையின் வாடுபூஞ் சினையைப் போலக், களிற்றுமுகத்தே பாய்ந்த வேங்கையும் பட்டு வீழ்ந்து கிடந்தது என்க. பகுவாய் பிளந்த வாய். மறு - கறை. கவுள் - கன்னம். விடர் - பிளப்பு.

344. காண்போர் நோற்றோர்!

பாடியவர்: குறுங்குடி மருதன். **திணை:** முல்லை. **துறை:** பிரிவிடை வற்புறுத்தும் தோழிக்குத் தலைமகள் கூறியது.

து-வி: தலைமகன் பிரிந்ததனாலே வாடி நலன் அழிந்த தலைவியை நோக்கி, 'அவன் வருவான்; அதுவரை ஆற்றியிருத்தலே நின்னாற் செய்யத்தக்கது' என்று கூறித், தோழி வற்புறுத்து கின்றாள். அவளுக்குத் தலைவி கூறுவது இது.

நோற்றோர் மன்ற – தோழி! – தண்ணெனத்
தூற்றும் துவலைப் பனிக்கடுந் திங்கள்
புலம்பயிர் அருந்த அண்ணல் ஏற்றொடு

நிலம்தூங்கு அணல் வீங்குமுலைச் செருத்தல்
பால்வார்பு, குழவி உள்ளி நிரைஇறந்து,
ஊர்வயின் பெயரும் புன்கண் மாலை,
அரும்பெறல் பொருட்பிணிப் போகிப்
பிரிந்துஉறை காதலர் வர, காண் போரே.

தோழி! குளிரத் தூற்றும் துளிகளான பனியையுடைய கடுமையான மாதம் இது. மேய்புலத்துப் பயிரை அருந்திய தலைமையுடைய எருதோடு, நிலத்தளவும் தொங்குகின்ற தாடி போலப் பால் நிரம்புதலாற் பருத்த முலைக்காம்புகள் தொங்கும் மடியையுடைய பசுக்கள், பாலை ஒழுகவிட்டபடியே தம் கன்றுகளை நினைந்தவாய்த், தம் நிரையினின்றும் நீங்கியனவுமாய், ஊரிடத்தே மீண்டு வருகின்ற, துன்பத்தைத் தரும் மாலைக் காலமும் இதுவாகும். அரிதாகப் பெறுதலையுடைய பொருளிடத்துக் கொண்ட பிணிப்பாலே தம்மைப் பிரிந்து சென்று, அவ்விடங்களிற் பிரிந்தவராய்த் தங்கியிருந்த தலைவர்கள் மீண்டும் தம்பால் வரக்காணும் மகளிர்கள், நிச்சயமாகத் தவஞ் செய்தோரேயாவர்.

கருத்து: *'குறித்த பருவங் கடந்தும், அவரை வரக் காணேன்' என்பதாம்.*

விளக்கம்: *'பசுக்கள் தம் கன்றை நினைத்தவாய், வீங்கு முலைச் செருத்தல் பால்வார்பு ஊர்வயின் பெயரும்; அவரோ நம்மை நினையாதாராயினார்'என்பதாம். 'பிரிந்துறை காதலர் வரக்காண் போர், நோற்றோர்' என்பதனால், தன் காதலர் வரக் காணாமையின், தான் அத்தகைய நோன்புடையாள் அல்லள் எனக் கூறி நொந்ததும் ஆம். தலைவன் வரக் காலந் தாழ்ந்தது அவன் குறை என்று கூறிப் பழிக்காமல், அது தன் தவக்குறை என நினைந்து வருந்தும் தலைவியது கற்புடைமையும் இதனால் அறியப்படும். பனிக் கடுந்திங்கள் - பனியால் நடுக்கத்தைத் தரும் கடிய திங்கள். பொருட்பிணி - பொருளார்வமாகிய பிணி; நெஞ்சைப் பிணித்துக் கோடலாற் 'பிணி' என்றனள். தேடிச் செல்லும் பொருளும். சிறந்த பொருள் என்பாள், அரிதாக முயன்று பெறும் பொருள் என்கின்றனள்.*

345. தங்கினிர் ஆயின் தவறோ?

பாடியவர்: *அண்டர் மகன் குறுவழுதி.* **திணை:** *நெய்தல்.* **துறை:** *பகல் வந்து ஒழுகுவானைத் தோழி 'இரா வா'என்றது.*

து-வி: பகற்குறியில் வந்து தலைவியைச் சந்தித்துச் செல்வானை நோக்கி, 'இனி நீதான் இரவுப்போதிலேயே வருக' எனத் தோழி சொல்லுகின்றாள்.

இழைஅணிந்து இயல்வரும் கொடிஞ்சி நெடுந்தேர்
வரைமருள் நெடுமணல் தவிர்த்தனிர் அசைஇத்
தங்கினிர் ஆயின், தவறோ – தகைய
தழைதாழ் அல்குல் இவள்புலம்பு அகல
தாழை தைஇய தயங்குதிரைக் கொடுங்கழி
இழுமென ஒலிக்கும் ஆங்கண்
பெருநீர் வேலிஎம் சிறுநல் ஊரே?

தாழை பொருந்தியதும் விளங்கிய அலைகளை உடையதுமான வளைந்த கழியானது, இழுமென்னும் குரலோடு ஒலித்தலைச் செய்யும். அவ்விடத்தே, பெருங்கடலையே வேலியாகக் கொண்ட, எமது சிறிதான நல் ஊரும் உளதாகும். பொற்படை அணிந்து செல்லும் கொடுஞ்சியையுடைய நெடிதான நும் தேரினை, மலையொத்த நெடிய மணல்மேட்டிலே நிறுத்தி விட்டு, எம் ஊரின்கண் இருந்து இளைப்பாறி, தகுதியுடைய தழையுடைய தாழ்ந்த அல்குல் தடத்தைக் கொண்ட இவளது தனிமைத் துன்பம் நீங்கும்படியாகத் தங்குவீராயின், அது தான் தவறாகுமோ?

கருத்து: 'இனி, இரவின்கண் வந்து தலைவியைச் சந்தித்துச் செல்க' என்பதாம்.

விளக்கம்: இழை - பொற்படை; பிற அழகுப் புனைவுகளும் ஆம். ஊருக்குள் தேரோடுவரின், ஊரவர் அறிய அதனால் அலர் எழுதலும் நேருமாதலின், தேரினை மணல் மேட்டிடத்தே நிறுத்தி வருமாறு கூறினாள். 'தவறோ?' என்ற வினா, அங்ஙனம் செய்தலே தான் கருதியது என்பதை உணர்த்துவதாம். இயல்வரும் - செல்லும். கொடுஞ்சி - தேர்மொட்டு. வரைமருள் நெடுமணல் - வரைபோல் உயர்ந்தும், நெடுகப்பரந்தும் விளங்கும் மணல்மேடு. தாழை தைஇய தங்கு திரைக் கொடுங்கழி இழுமென ஒலிக்கும் என்றதால், நின் தேர்வரும் ஒலியை ஊரவர் அறிந்து ஐயப்படல் உண்டாகாது எனவும் குறிப்பாகக் கூறினள்.

346. நயந்து அஃகியோன்!

பாடியவர்: வாயில் இளங்கண்ணன். **திணை:** குறிஞ்சி. **துறை:** தோழி கிழத்தியை இரவுக்குறி நயப்பக் கூறியது.

து-வி: ‘தலைவனோடு, இனி இரவுக்குறியில் சேர்தலே நன்றாகும்’ எனத் தலைவி அதனை விரும்புமாறு, அவளிடம், தோழி இவ்வாறு கூறுகின்றனள்.

நாகுபிடி நயந்த முளைக்கோட்டு இளங்களிறு,
குன்றம் நண்ணி குறவர் ஆர்ப்ப,
மன்றம் போழும் நாடன் – தோழி!
சுனைப்பூங் குவளைத் தொடலை தந்தும்,
தினைப்புன மருங்கில் படுகிளி ஒப்பியும்,
காலை வந்து, மாலைப் பொழுதில்
நல்அகம் நயந்து, தான் உயங்கிச்
சொல்லவும் ஆகாது அஃகி யோனே.

தோழி! இளம்பிடியைச் சேர்தலை விரும்பிய, மூங்கில் முளையைப் போன்ற சிறுகோட்டையுடைய இளங்களிறானது, குறவர் மலையிடத்தைப் பொருந்தி ஆரவாரித்ததனால், தான் ஊரிடத்தே புகுந்து, அங்குள்ள ஊர் மன்றத்தைப் போழ்ந்து செல்லும் நாட்டைச் சார்ந்தவன் தலைவன். அவன், காலை வேளையிலே வந்து, சுனைப்பூவான குவளைமலர் மாலையை நினக்குத் தொடுத்துத் தந்தும், தினைப் புனத்தினிடத்தே வீழ்கின்ற கிளிகளை நம்மோடிருந்து ஓட்டியும், மாலைப்போழுதிலே, நின் நல்ல மார்பினைத் தழுவுதலை விரும்பியவனாக வருந்தி, அதனை நின்பாற் சொல்லவும் இயலாமல் குறைவுற்றவன் ஆயினான்!

கருத்து: ‘தலைவன் இரவினும் நின்னோடு இருத்தலை விரும்பினான்’ என்பதாம்.

விளக்கம்: ‘பிடியை விரும்பிய களிறு, குறவர் குன்றம் நண்ணி ஆர்ப்ப, மன்றம் போழும் நாடன்’ என்றதால், நின்னை விரும்பிய அவனும், இரவில் நின்னையர் புனங்காவலுக்கு இவண் வர, நம் இல்லினையடுத்த இடத்தே இரவில் நின்னோடிருத்தலை விரும்பினான் என்பதை உணர்த்துகின்றாள். நல்லகம் - நன்மை பொருந்திய மார்பகம்; தழுவலால் தழுவினவனுக்கும் தழுவப்பட்ட அவளுக்கும் நன்மை தருவதாகலின் ‘நல்லகம்’ ஆயிற்று. நல்லகம் - நல்ல நெஞ்சமும் ஆம். ‘நல்லகம்’ தலைவனைக் குறிப்பாகவும் கொள்ளலாம்; அப்போது, ‘தனது நல்ல நெஞ்சகத்தே நின்னை அடைதலை விரும்பி’ எனப் பொருள் கொள்க.

347. துணிவு நன்றே!

பாடியவர்: *காவிரிப்பூம் பட்டினத்துச் சேந்தன் கண்ணன்.* **திணை:** *பாலை.* **துறை:** *பொருள் வலிக்கும் நெஞ்சிற்குத் தலைமகன் சொல்லிச் செலவழுங்கியது.*

து-வி: *பொருளைத் தேடி வருதலின் பொருட்டாகத் தலைவியைப் பிரிந்து போதற்குத் தூண்டும் தன் நெஞ்சிற்குத் தலைமகன், தன்னால் தலைவியைப் பிரிய இயலாமையைச் சொல்லித் தன் செலவை நிறுத்திக் கொள்ளுகின்றான்.*

மல்கு சுனை உலர்ந்த நல்கூர் சுரமுதல்
குமரி வாகைக் கோலுடை நறுவீ
மடமாத் தோகைக் குடுமியின் தோன்றும்
கான நீள்இடை, தானும் நம்மொடு
ஒன்றுமணம் செய்தனள் இவள்எனின்,
நன்றே – நெஞ்சம்! – நயந்தநின் துணிவே.

நெஞ்சமே! முன்னர் நீர் நிரம்பியிருந்தது, பின்னர்க் கோடையின் வெம்மையால் நீர்வற்றி வறுமையுற்ற சுனைகளையுடைய பாலை நிலத்திலே வளர்ந்த, இளமையுடைய வாகை மரத்தின் கொம்பிடத்தேயுள்ள நறிய மலரானது. மடப்பத்தைக் கொண்ட கரிய மயிலது உச்சிக் கொண்டையைப் போலத் தோன்றும் தன்மையுடையது கானம். அக்கானிடத்து நெடுவழியில், இவள்தானும் நம்மோடு வந்து பொருந்தும் மனத்தினைச் செய்தனளாயின், பொருள் செய்தலின் பொருட்டாகத் துணிந்த நின் துணிவும், நன்மை உடையதேயாகும்.

கருத்து: *'தலைவியைப் பிரிதல் இயலாது' என்பதாம்.*

விளக்கம்: *மல்கு சுனை - கோடைக்கு முன்னர் நீரால் நிரம்பியிருந்த சுனை. குமரிவாகை - இளவாகை. வாகைப்பூ கோடையிற் பூக்கும் இயல்புடையது; அதனை மடமாத்தோகைக் குடுமியின் தோன்றும் என்றது, அதன் உருவையும் அழகையும் ஒப்பிட்டு வியந்தபடியாம். சுரம் நீரற்ற வறுஞ்சுனைகளை உடையதேனும், மடமாத் தோகைக் குடுமியில் தோன்றும் குமரி வாகையின் நறுவீயினையும் உடையது. அவ்வாறே தலைவியும் உடன் வருவாளாயின், தன் வழிச்செலவும் அழகுடைத்தாயிருக்கும் என்று தலைவன் கூறினனாகக் கொள்க.*

348. கண்பனி காணாரோ?

பாடியவர்: *மாவளத்தன்.* **திணை:** *பாலை.* **துறை:** *செலவுக் குறிப்பு அறிந்து வேறுபட்ட கிழத்தியைத் தோழி வற்புறீஇயது.*

து-வி: *'தலைவன் தன்னைப் பிரிந்து போகப் போகின்றான்' என்றறிந்து வருந்தித், தலைவி பெரிதும் வேறுபட்டாள். அவள் வருத்தத்தைப் போக்குதற்கு நினைத்த தோழி, 'அவன் போகான்' எனக் கூறி, அவளைத் தேற்றுகின்றாள்.*

தாமே செல்ப ஆயின், கானத்துப்
புலம்தேர் யானைக் கோட்டிடை ஒழிந்த
சிறுவீ முல்லைக் கொம்பின் தாஅய்,
இதழ்அழிந்து ஊறும் கண்பனி, மதர்எழில்
பூண்அக வன்முலை நனைத்தலும்
காணார் கொல்லோ – மாணிழை! – நமரே?

மாட்சியுடைய அணிகளைப் பூண்டவளே! நம் தலைவரானவர் நம்மைப் பிரிந்து தாம் மட்டும் தனித்துச் செல்வாராயின். காட்டிடத்து மேய்புலத்தைத் தேடிச் செல்லும் யானையது கொம்பிடத்தே முறிந்து தங்கிய, சிறிய பூக்களையுடைய முல்லைக் கொடியின் கொம்பைப்போல, இமையைக் கடந்து ஊறுகின்ற கண்ணீர்த் துளிகள் பரவி, மதர்த்த எழிலையுடைய அணிகள். பூண்ட அழகிய நின் முலைகளை நனைத்தலையும், காணமாட்டாரோ?

கருத்து: *'நின் துயரை அறிந்து தாம் போவதைத் தலைவர் கைவிடுவர்' என்பதாம்.*

விளக்கம்: *புலம் - மேய்புலம். 'புலந்தேர் யானைக் கோட்டிடை ஒழிந்த சிறுவீ முல்லைக் கொம்பு' அதற்கு உணவாகி அரிவது உறுதியாவதுபோலத், தாம் பிரியின், பிரிவுத் துயரிடைப்பட்ட நின் உயிரும் அழிவது உறுதி என்பதைத் தலைவர் உணர்வர்; அதனால் பிரிதலை நினையார் என்று உவமைக்குப் பொருள் கொள்க. 'இதழ் அழிந்து ஊறுங் கன்பனி, மதர் எழில் பூணக வனமுலை நனைத்தலும் காணார் சொல்லோ?' என்பது, காண்பர்; எனவே பிரியார் என வலியுறுத்தும். வனமுலை - அழகிய முலை. மாண் இழை - மாட்சி கொண்ட அணிகள்; அவற்றைப் பூண்ட தலைவியைக் குறித்தது.*

349. இழப்பு இன்னாதோ?

பாடியவர்: *சாத்தன்.* **திணை:** *நெய்தல்.* **துறை:** *பரத்தை மாட்டுப் பிரிந்துவந்த தலைமகன் கேட்கும் அண்மையனாகத் தோழிக்குக் கிழத்தி கூறியது.*

து-வி: *தலைவியைச் சிலகாலம் பிரிந்து, பரத்தை ஒருத்தியின் பாற் காமுற்றுச் சென்று அவளோடு இன்புற்றிருந்த தலைவன். மீண்டும் தன் வீட்டிற்கு வருகின்றான். அவன் வரவையும், தன் பேச்சைக் கேட்கும் தொலைவில் அவனுள்ளதையும் அறிந்தாள் தலைவி. தோழிக்குச் சொல்வாள் போல, அவன் கேட்குமாறு இவ்வாறு கூறுகின்றாள்.*

'அடும்பு அவிழ் அணிமலர் சிதைஇய மீன்அருந்தி,
தடந்தாள் நாரை இருக்கும் எக்கர்த்
தண்ணம் துறைவன் தொடுத்து, நம்நலம்
கொள்வோம்' என்றி – தோழி! – கொள்வாம்;
இடுக்கண் அஞ்சி இரந்தோர் வேண்டிய
கொடுத்து' அவை தா'எனக் கூறலின்,
இன்னாதோ, நம்இன் உயிர் இழப்பே?

தோழி! வளைந்த காலையுடைய நாரையானது, அடும்பங் கொடியிடத்தே மலர்ந்த அழகிய மலரைச் சிதைத்தபடியே மீனை உண்ணும் இயல்பினது. மீனுண்டபின், அது சென்று தங்கியிருக்கும் மணல்மேட்டினைக் கொண்ட தண்ணிய கடற்றுறையை உடையவன் நம் தலைவன். அவனை நம்பால் வளைத்துக் கொண்டு நாம் இழந்த பெண்மை நலத்தை எல்லாம் பெற்றுக் கொள்வோம் என்கின்றனை! அங்ஙனமே கொள்வோம் ஆயினும், தாமுற்ற துன்பத்திற்கு அஞ்சி, முன்னர் வந்து இரந்தோர் யாசித்த போது கொடுத்து உதவிய பொருளைப் பின்னர்த் தருக என்று, அன்று கொடுத்தவராகிய யாம்சொல்லும் சொல்லைக் காட்டினும், நம் இனிய உயிரை இழந்துவிடுதல் இன்னாமை உடையதாகுமோ?

கருத்து: *'அவனுக்கு நாம் தந்த நம் நலத்தை, மீண்டும் தருகவென அவனிடம் கேட்டுப் பெறுதலை வேண்டேம்' என்பதாம்.*

விளக்கம்: *தோழி, 'நின் நலம் இவ்வாறு கெடுமாறு, நின்னை மறந்து, பரத்தை மோகத்திற் சிக்கிக் கிடக்கும் தலைவன் கொடியவன்' எனப் பழிக்கின்றாள். அவளுக்குத்*

தலைவி, அவன் கேட்க நாம் மனமுவந்து தந்த நலத்தினை, மீண்டும் அவனிடம் கேட்டுப் பெறுதலைவிடச் சாவதே நல்லது' என்கிறாள். ஆதலால், 'அவனைக் கடிதல் வேண்டா' என்றனளும் ஆம். 'அணிமலர் சிதைஇ மீனருந்தும் நாரை இருக்கும் எக்கர்த் துறைவன்' என்ற உவமையால், அவனும் தன்னைச் சிதைத்து பரத்தையை இன்புற்று வாழும் இயல்பினன் ஆகியதனைப் பழித்தனள். தலைவியின் மேம்பாடும் இதனால் அறியப்படும். தடந்தாள் - வளைவான கால்கள். தொடுத்து - வளைத்து கொண்டு.

350. நிலையாப் பொருள்!

பாடியவர்: ஆலத்தூர் கிழார். **திணை:** பாலை. **துறை:** பிரிவு நேர்ந்த தலைமகள், அவனது நீக்கத்துக்கண் வேறுபட்டாளைத் தோழி வற்புறீஇயது.

து-வி: தலைமகன் பிரிந்த காலத்து அதற்கு உடம்பட்டுப், பின்னர் வாடி நலனழிந்தாள் தலைவி. அவளுக்கு, 'அப்பொழுதே போதலை மறுக்காமல், இப்போது வருந்துதலாற் பயனில்லை' எனக் கூறித், தோழி அவளைத் தேற்றுவதற்கு முற்படுகின்றாள்.

அம்ம வாழி – தோழி! – முன்நின்று,
'பனிக்கடுங் குரையம்; செல்லாதீம்' எனச்
சொல்லினம் ஆயின், செல்வர் கொல்லோ
ஆற்றுஅயல் இருந்த இருங்கோட்டு அம்சிறை
நெடுங்காற் கணந்துள் ஆள் அறிவுறீஇ
ஆறுசெல் வம்பலர் படைதலை பெயர்க்கும்
மலையுடைக் கானம் நீந்தி,
நிலையாப் பொருட்பிணிப் பிரிந்திசி னோரே?

தோழி! ஒன்று கூறுவேன், கேட்பாயாக: கணந்துட் பறவைகள் அழகிய சிறைகளையும் நெடிய கால்களையும் கொண்டவை. வழியிலே இருந்த பெருந்தொகுதியாகிய அவை, வழியிடத்து ஆறலை கள்வர் உளரென்பதனை அறிவுறுத்தி, அவ்வழியே செல்லும் பயணிகளது கூட்டத்தைத் தம் பணத்தைக் கைவிடச் செய்யும். அத்தன்மை கொண்ட மலைகளையுடைய காட்டைக் கடந்து, நிலையில்லாத பொருளது வேட்கையினாலே, நம்மைப் பிரிந்து சென்றவர் தலைவர். அவர் முன்னே நின்று, 'யாம் நீர் பிரியின், பனியினது கடுமையால் தாக்கப்பட்டவரே போல நடுங்குவேம்; ஆதலின்

போகாதீர்' என்று சொல்லினோம் ஆயின், அவர்தாம் அன்றைக்குச் சென்றிருப்பாரோ?

கருத்து: 'அன்று போதற்கு உடம்பட்டு, இன்று பிரிவிற்கு வருந்துதல் பயனற்றது' என்பதாம்.

விளக்கம்: பனிக் கடும் குரையம் - பனிக்காலத்துக் கொடுமையை நும் பிரிவுக் காலத்தே பொறுக்கலாற்றேம் என்பதும் ஆம். 'ஆறுசெல் வம்பலர் படை' என்றது, அவரும் கள்வருக்கு எதிரான பாதுகாப்புடன் வேண்டிய படைக்கருவிகளோடு அணியாகச் செல்லும் ஆண்மையினர் ஆதலினால் ஆம். மலையுடைக் கானம் - குறிஞ்சி தன் இயல்புமாறிப் பாலையாகிக் கிடக்கும் கானம். கணந்துள் 'ஆள் அறிவுறீஇ வம்பலர்ப் பெயர்க்கும் கானம்' என்றது, அவரும் யாதொரு ஊறுமின்றிக் கடந்து செல்வராதலின், விரைவில் மீள்வர் என்பதனை உணர்த்துவதாம்.

351. இன்னும் அற்றோ?

பாடியவர்: அம்மூவன். **திணை:** நெய்தல். **துறை:** தலைமகன் தமர் வரைவொடு வந்தவழி, 'நமர் அவர்க்கு வரைவு நேரார் கொல்லோ?' என்று அஞ்சிய தலைமகட்குத், தோழி வரைவு மலிந்தது.

து-வி: தலைவனின் தமர், தலைவியை வரைந்து கொள்ளக் கருதியவராகத் தலைவியின் இல்லத்திற்கு வந்தனர். அவர் வரவினை அறிந்த தலைவி, தன் சுற்றத்தார் அவ்வரைவிற்கு உடம்படுவரோ, அதனை மறுப்பரோ என ஐயுற்றுக் கவலை கொள்ளுகின்றாள். தமர் உடம்பட்டதை அறிந்த தோழி, அவளது ஐயத்தைத் தீர்ப்பாளாக இவ்வாறு கூறுகின்றாள்.

வளையோய்! உவந்திசின் – விரைவுறு கொடுந்தாள்
அளைவாழ் அலவன் கூர்உகிர் வரித்த
ஈர்மணல் மலிர்நெறி சிதைய இழுமென
உரும் இசைப் புணரி உடைதரும் துறைவற்கு
உரிமை செப்பினர் நமரே; விரிஅலர்ப்
புன்னை ஓங்கிய புலால்அம் சேரி
இன்நகை ஆயத்தா ரோடு
இன்னும் அற்றே, இவ்அழுங்கல் ஊரே?

வளையினை அணிந்தவளே! விரைவினைக் கொண்ட வளைந்த கால்களையுடைதும் அளைக்கண் வாழ்வதுமான

நண்டானது, தன் கூரிய நகங்களாற் கீறிய ஈரமான மணலையுடைய நீருள்ள வழியானது சிதையும்படியாக, இழுமென்னும் ஒலியோடு, இடிமுழக்கைப் போன்ற ஒலியினைக் கொண்ட அலைகள் துறையிடத்தே மோதி உடையும். அத்தன்மை கொண்ட துறைக்கு உரியவனான தலைவனுக்கு, நம் சுற்றத்தாரும், 'நீ உரிமையுடையவள்' என்ற வரைவினை உடம்பட்டுக் கூறினர். அதனை அறிந்து யானும் மகிழ்ந்தேன். விரிந்த மலர்களையுடைய புன்னை மரங்கள் ஓங்கி வளர்ந்துள்ள, புலால் நாற்றத்தைக் கொண்ட சேரியிடத்துள்ள, இனிய நகையினையுடைய மகளிர் கூட்டத்தோடு, இந்த ஆரவாரத்தையுடைய ஊர்தான், இன்னமும் அலர் கூறும் அத்தன்மையுடையதோ?

கருத்து: 'நம் சுற்றத்தார் நின்னைத் தலைவனுக்குத் தருதற்கு இசைந்தனர்' என்பதாம்.

விளக்கம்: 'அலவன் கூருகிர் வரித்த மலிர்நெறி சிதைய அலை மோதும்' என்னும் உவமை, அவ்வாறே அலருரைத்த அயவல் பெண்டிரது பேச்செல்லாம் சிதையத், தலைவனுக்கும் தலைவிக்கும் மணவிழா நிகழும் என்பதனைக் குறிப்பாக உணர்த்துவதாம். விரியலர்ப் புன்னையின் மணமும் புலாலின் நாற்றமும் ஒருங்கே வீசும் சேரி என்றது, வரைவுடம்பட்ட நற்செய்தியும், பழி கூறும் அயலாரது பேச்சும் ஒருங்கெழும் சேரி என்பதனைக் கூறிய தாம். 'உரிமை செப்பினர்' என்றது, ஆடவர்க்கு உரித்தானவற்றுள் எல்லாம் சிறப்புடையாள் மனைவியே என்பதனால் ஆம்.

352. அறிவேன் தோழி!

பாடியவர்: கடியலூர் உருத்திரங் கண்ணனார். **திணை:** பாலை. **துறை:** பிரிவிடைத் தோழிக்குக் கிழத்தி மெலிந்து கூறியது.

து-வி: தலைவன் பிரிந்த காலத்தில், அந்தப் பிரிவினாலே உண்டாகிய துன்பத்தைத் தாங்கவியலாத தலைவி, தன் ஆருயிர்த் தோழிக்குத் தன் மனவருத்தத்தை இவ்வாறு கூறுகின்றாள்.

நெடுநீர் ஆம்பல் அடைப்புறத் தன்ன
கொடுமென் சிறைய கூர்உகிர்ப் பறவை
அகல்இலைப் பலவின் சாரல் முன்னி,
பகல்உறை முதுமரம் புலம்பப் போகும்

சிறுபுன் மாலை உண்மை
அறிவேன் – தோழி! – அவர்க் காணா ஊங்கே.

தோழி! ஆழமான நீரிடத்தே வளர்ந்த ஆம்பல் இலையின் புறத்தைப் போன்ற, வளைந்த மெல்லிய சிறையை உடையன, கூரிய நகங்களையுடைய வெளவால்கள். அவை, தாம் பகற் காலத்தே தங்கியிருக்கும் முதிய மரமானது தனித்திருக்கும்படியாக அதனைக் கைவிட்டுப் போகும் சிறிய புல்லிய மாலைக்காலமும் உளதாதலை, அவரைக் காணாத காலத்திலேயே, நான் அறிவேன்.

கருத்து: 'மாலையின் வரவு வருத்தத்தை மிகுவிக்கின்றது' என்பதாம்.

விளக்கம்: நெடுநீர் - ஆழமான நீர். அடை - இலை. 'அவரைக் காணாவிடத்து மாலைக்காலம் உண்மையாதலை அறிவேன்' என்றதால், அவர் உணராதபடி ஒருபடித்தாக இன்பந்தருவதாயிருக்கும் என்பதைக் கூறி, அதனை இழந்து தான் வருந்திய வருத்தமிகுதியையும் உணர்த்தினாள். 'சிறு புன்மாலை' எனக் கூறியது, அது தன்னை வருத்தும் கொடுமையாற் பழித்ததாம். முதுமரம் - பழைய மரம்; பழைய மரங்களே பொந்துகளை உடைத்தாயிருப்பதனால், வெளவால்கள் அவற்றைத் தேர்ந்து சென்று தங்கியிருக்கும் என்க.

353. துயில் இன்னாதே!

பாடியவர்: உறையூர் முதுகூத்தன். **திணை:** குறிஞ்சி. **துறை:** பகற்குறி வந்தொழுகும் தலைமகன் வெளிப்பாடஞ்சி இரவுக்குறி நயந்தானது குறிப்பறிந்த தோழி, இரவின்கண் அன்னையது காவல் அறிந்து, பின்னும் 'பகற்குறியே நன்று, அவ்இரவுக்குறியின்' என்று பகற்குறியும் மறுத்துத் தலைமகன் நிறைப்புறத்தானாக வரைவு கடாயது.

து-வி: பகற்போதிலே தலைவியோடு உறவாடி மகிழ்ந்து வந்தான் தலைவன். அதனாற் பழி எழுதலை அஞ்சி, இரவுப்போதிலே உறவாடுதலையும் அவன் விரும்புகின்றான். அதனைக் குறிப்பால் உணர்ந்தாள் தோழி. தலைவிக்குச் சொல்வாள் போல, அவனும் கேட்டறியுமாறு இப்படிக் கூறுகின்றாள். விரைவிலே, தலைவியைத் தலைவன் மணந்து கொள்ளலை விரும்பும் அவனது விருப்பமும், இதனாற் புலனாகும்.

ஆர்கலி வெற்பன் மார்பு புணைஆக
கோடுஉயர் நெடுவரைக் கவாஅன், பகலே,
பாடுஇன் அருவி ஆடுதல் இனிதே;
நிரைஇதழ் பொருந்தாக் கண்ணோடு, இரவில்
பஞ்சி வெண்திரிச் செஞ்சுடர் நல்இல்
பின்னுவீழ் சிறுபுறம் தழீஇ,
அன்னை முயங்கத் துயில்இன் னாதே.

உயர்ந்த முடிகளையுடைய நெடுமலையினது பக்கத்தே விளங்கும் இனிதான ஓசைகொண்ட அருவியிடத்தே நிறைந்த ஆரவாரத்தையுடைய மலைநாட்டவனான தலைவனின் மார்பே தெப்பமாகப், பகற்போதிலே நீர்விளையாட்டயர்தல் நமக்கு இனிமை தருவதாகவும். இரவுப்போதிலே, பஞ்சாலாகிய வெண்திரியின்கண் விளங்கும் செஞ்சுடரையுடைய விளக்கினைக் கொண்ட நல்ல வீட்டினிடத்தே, பின்னல் தொங்குகின்ற பிடரியைத் தழுவியபடியே, அன்னை அணைத்துக் கொள்ள, வரிசை கொண்ட இமைகள் பொருந்தாத கண்களோடும் துயிலுதல் இன்னாமையைத் தருவதாகும்.

கருத்து: 'இரவில் அன்னையின் காவல் மிகுதியாயுள்ளது' என்பதாம்.

விளக்கம்: 'ஆர்கலி வெற்பு' - மிக்க ஆரவாரத்தையுடைய வெற்பு; இது மலையிடத்தே எழுகின்ற பல்வேறு ஆரவாரங்களையும் குறித்துக் கூறியதாம். 'ஆர்கலி வெற்பன்' எனலால், அவன் ஊரலரால் எழும் ஆரவாரத்தைக் குறித்துக் கவலைப்பட வேண்டா என்பதையும் உணர்த்தினாள். இத்துடன், 'பகலே அருவி ஆடுதல் இனிது' எனப் பகற்குறி வேண்டியது போலவும் கூறுகின்றனள். இரவில் அன்னை சிறுபுறந் தழீஇயபடி முயங்கிக் கிடந்து உறங்குதலால், இரவுக் குறியில் சந்தித்தல் இயையாதெனவுங் கூறி, 'நிரையிதழ் பொருந்தாக் கண்ணோடு' எனத் தாம் துயிலொழிந்திருக்கும் வருத்தமிகுதியையும் அறிவுறுத்தி, அதனால் இவையெல்லாம் கொள்ளுதலே தக்கது எனவும் தோழி கூறுகின்றனள். கவாஅன் - மலைச்சாரல்; பக்கமலை. 'செஞ்சுடர்' என்றது - விளக்கின் சிறு சுடரை; சிறுபுறம் - பிடரி. அன்னை சிறுபுறம் தழுவிக் கிடந்து உறங்கியது, தன் மகள் இரவிற்கு அஞ்சியதாற் போலும் துயிலமாட்டாளாய் வருந்துகின்றனள் என ஐயுற்றதனால் என்பதும் பொருந்தும்.

354. எம்இல் உய்த்துக் கொடுமோ?

பாடியவர்: *கயத்தூர் கிழான்.* **திணை:** *மருதம்.* **துறை:** *பரத்தையிற் பிரிந்து வாயில் வேண்டிச் சென்ற தலைமகற்குத், தோழி வாயில் மறுத்தது.*

து-வி: *தலைவன், பரத்தை காரணமாகத் தலைவியைப் பிரிந்து சென்று, மீளவும் இல்லத்திற்கு வந்தான். தோழியிடத்தே தலைவியைத் தனக்கு இசைவிக்குமாறு செய்வதற்கும் வேண்டுகின்றான். அவனுக்கு, அவள் உரைப்பது இது.*

நீர்நீடு ஆடின் கண்ணும் சிவக்கும்;
ஆர்ந்தோர் வாயில் தேனும் புளிக்கும்;
தணந்தனை ஆயின் எம்இல் உய்த்துக் கொடுமோ
அம்தண் பொய்கை எந்தை எம்ஊர்க்
கடும்பாம்பு வழங்கும் தெருவில்
நடுங்கு அஞர் எவ்வம் களைந்த எம்மே?

நெடுநேரம் நீரினிடத்தே ஆடினால், ஆடுபவரது கண்களும் சிவப்படையும், மிகுதியாக உண்டோரது வாயினிடத்தே தேனும் புளிப்புடையதாக விளங்கும். ஆதலின், நீயும் எம்மைப் பிரிதற்கு விரும்பினையாயின், அழகிய தண்மையான பொய்கையையுடைய எம் தந்தைக்கு உரியதான எம் ஊரிடத்தே, கடும் பாம்புகள் திரிகின்ற தெருவினிடத்தே, நடுங்குதற்குரிய நின் மிகுதியான துன்பத்தை அந்நாளிலே போக்கிய எம்மை, எம் வீட்டிடத்தே அழைத்துச் சென்று இப்போதே விட்டுவிடுவாயாக!

கருத்து: 'பிரிவையாயின், எம்மை எம் வீட்டிற் கொண்டு விட்டு விடுக' என்பதாம்.

விளக்கம்: *'குளிர்ச்சியுடைய நீரும் நெடுநேரம் ஆடுவார்க்குக் கண்களைச் சிவக்கப் பண்ணிவிடும்; இனிதான தேனும் மிகுதியாக உண்டவரிடத்தே புளிப்பை உண்டாக்கி வருத்தும் அங்ஙனமே நினக்கு முன்னர் இனியராயிருந்த யாமும் நெடுநாட் பழக்கத்தின் காரணமாக நின்னால் மறக்கப்படும் இன்னாதவராக ஆயினோம்' என்கின்றாள். அதனால், எம்மை எம் தந்தை வீட்டிற் கொண்டு விட்டுவிடுக எனவும் கேட்கின்றாள். பிரிவையாயின் எம்மைக் கொண்டு விட்டு விடுக என்றதாகவும், அல்லது, நின் பிரிவால் நலியும் தலைவியைக் காணப்பொறுக்காத என்னைக் கொண்டு*

விட்டுவிடுக என்றதாகவும் கொள்க. கடும் பாம்பு அச்சம் விளைக்கும் நஞ்சையுடைய பாம்பு.

மேற்கோள்: இதனைத் தலைவி கூற்றாகக் கொண்டு 'தலைவனைத் தலைவி நீங்கித் தனிமையுறுதல் பெரிதாகலின், ஆண்டு அலமரல் பெருகிய காமத்தின் மிகுதியின் கண் தலைவி கூறியது - (தொல். கற்பு. 6. உரை)' என்பர் இளம்பூரணர் 'இல்லறத்தினை நீ துறந்தாயாயின், எம்மை எம்மூர்க்கண்ணே விடுகவெனத் தனக்கு வருத்தந் தோன்றிற்றாகத் தோழி கூறியவாறு காண்க' என உரைப்பர் நச்சினார்க்கினியர் (தொல். பொருள். 32. உரை)

355. யாங்கு அறிந்தனையோ?

பாடியவர்: கபிலர். **திணை:** குறிஞ்சி. **துறை:** இரவுக்குறி நேர்ந்த தலைமகற்குத், தோழி நொந்து கூறியது.

து-வி: இரவுக்குறியைத் தலைமகன் விரும்பினான். அதனை அவன் மேற்கொள்ளுங்கால், வருதற்குரிய வழியின் ஏதத்தைக் குறித்துத் தோழி கவலைப்படுகின்றாள். அதனால், அங்ஙனம் அவன் நேர்ந்ததற்கு மனம்நொந்தவளாக, இப்படிக் கூறுகின்றாள்.

பெயல்கால் மறைத்தலின், விசும்பு காணலரே;
நீர்பரந்து ஒழுகலின் நிலம் காணலரே;
எல்லை சேறலின், இருள்பெரிது பட்டன்று;
பல்லோர் துஞ்சும் பானாள் கங்குல்
யாங்கு வந்தனையோ? – ஓங்கல் வெற்ப!
வேங்கை கமழும்எம் சிறுகுடி
யாங்கு அறிந்தனையோ? நோகோ யானே.

காலிட்டுப் பெய்கின்ற மழையானது மறைத்தலினாலே, வானத்தைக் காண்பாரில்லை. எங்கும் பரந்து நீர் ஓடுதலினாலே நிலத்தையும் காண்பாரில்லை. கதிரவன் தன் நாட்செலவின் எல்லையாகிய மேற்குமலையைச் சென்றடைதலால், இருளும் மிகுதியாகக் கவிந்தது. இத்தகைய காலத்து நள்ளிரவுப்பொழுதிலே, பலரும் துயில்கின்றதான வேளையிலே, நீதான் எவ்வாறு வந்தனையோ? உயரிய மலைகளையுடைய நாட்டவனே! வேங்கைப்பூவின் மணங் கமழ்கின்ற எமது சிற்றூரை எங்ஙனம் அறிந்தனையோ? நின் வரவை எண்ணி யான்தான் வருந்துவேன்!

கருத்து: 'இனி இவ்வாறு இரவில் வருதல் வேண்டா' என்பதாம்.

விளக்கம்: 'வந்த நேரமோ இரவின் நடுயாமம்; விசும்பு காணப்படாமையான் விண்மீன்களது ஒளியும் கிடையாது; நீர்ப் பெருக்கால் நிலம் காணப்படாமையால் வழியையும் தெரிதல் இயலாது; ஒலியவிந்து ஊரவர் உறங்கிக் கிடத்தலின் ஊரைத் தெரிந்து நெறிகாண்பதும் முடியாது; இந்நிலையிலே நீதான் எவ்வாறு வந்தனையோ?' என்று நான் நோவேன் என்கின்றாள். 'வேங்கை கமழும் சிறுகுடி' என்றதால் 'அதுநோக்கி வந்தனை போலும்?' என வினவி, வேங்கை பூத்த காலம் மணத்திற்கு இனிச் செய்தற்குரியது என்று கூறினளும் ஆம். 'பல்லோர் துஞ்சும் பானாள்' என்றமை, தாம் அப்போதும் துயில்பெறாதிருந்த நிலையைக் காட்டுவதாம்.

மேற்கோள்: இரவுக்குறி வந்த தலைவனை நோக்கித் தலைவி கூறியது இதுவெனக் கொள்வர். இளம்பூரணரும், நச்சினார்க்கினியரும் (களவு21,20 உரை) அங்ஙனம் கொள்ளின், தலைவி வழியது அருமையை நினைந்து, தன் பொருட்டாக அதனையும் கடந்து வந்த தலைவனது செயற்கு இரங்கிக் கூறியதாகக் கொள்க.

356. வல்லவள் தானோ?

பாடியவர்: கயமன். **திணை:** பாலை. **துறை:** மகட்போக்கிய செவிலித்தாய் உரைத்தது.

து-வி: தலைவன் உடன்போக்கில் தன்னில்லைக் கடந்து தலை மகனுடன் சென்றுவிட்டாள். அதனை அறிந்த செவிலித்தாயின் துயரம் மிகுதியாகின்றது. 'பாலையிற் செல்வதற்கு மகளால் இயலுமோ?' என, இப்படி அவள் வருந்துகின்றாள்.

நிழல்ஆன்று அவிந்த நீர்இல் ஆர்இடைக்
கழலோன் காப்பக் கடுகுபு போகி,
அறுசுனை மருங்கின் மறுகுபு வெந்த
வெவ்வெங் கலுழி தவ்வெனக் குடிக்கிய
யாங்கு வல்லுநள்கொல் தானே ஏந்திய
செம்பொற் புனைகலத்து அம்பொரிக் கலந்த
பாலும் பலஎன உண்ணாள்
கோல்அமை குறுந்தொடித் தளிர்அன் னோளே?

யான் கையிலே ஏந்தியிருந்த, செம்பொன்னால் அழகுறச் செய்யப்பெற்ற பாத்திரத்திலேயுள்ள அழகிய பொரியோடு கலந்த பாலையும், 'மிகுதியாவன' எனக்கூறி உண்ணாதிருப்பவள், என் மகள். கோற்றொழில் அமைந்த குறுவளைகளை அணிந்த அவள். மாந்தளிரைப் போன்ற மென்மையளும் ஆவள். அவள்தான். நிழலும் அடங்கி இல்லாதுபோயின நீரற்ற கடத்தற்கரியதான பாலையிடத்தே, வீரக்கழலை அணிந்தோனான தன் காதலன் தன்னைப் பாதுகாப்ப விரைய நடந்து சென்று, நீர்வளமற்ற சுனையின் பக்கத்தே, உலர்ந்து வெப்பங்கொண்டு காணப்படும் மிக்க வெப்பத்தையுடைய கலங்கல் நீரைத் தவ்வென்னும் ஓசைப்படக் குடிப்பதற்கு, எவ்வாறு வலிமையள் ஆயினளோ?

கருத்து: 'அவள் எங்ஙனம் பாலையைக் கடந்து செல்வாளோ?' என்பதாம்.

விளக்கம்: தலைவியின் மென்மையையும், அவள் வளர்ந்த செல்வச் செழுமையையும் நினைந்த செவிலிக்கு, இப்படியான ஆற்றாமை தோன்றுகின்றது. எனினும், ஓர் ஆறுதலும் 'கழலோன் காப்ப' என்பதனால் உண்டாகின்றது. பொரி கலந்த பாலைத் தலைவிக்குத் தான் ஊட்டியபோது, அதனை மிகுதியென மறுத்த செயல் நினைவில் எழ, அத்தகையவள் எப்படி அறுசுனை மருங்கின் வெம்மை கொண்ட கலங்கல் நீரைக் குடித்து வழிகடப்பாளோ என்று நோகின்றாள். ஆன்று அவிந்து அடங்கி ஒழிந்த; வெம்மையால் இலைகள் உதிர மரநிழல் படிப்படியாகக் குறைந்து. முடிவில் இல்லாதே போயின தன்மை இது. கலுழி - கலங்கல் நீர். புனை கலம் - புனைதற்றொழிலையுடைய கலம். கோல் - கோற்றொழில்.

357. மணப்பதற்கு முன் நல்ல!

பாடியவர்: கபிலர். **திணை:** குறிஞ்சி. **துறை:** தோழி கிழவன் கேட்கும் அண்மையனாகக், கிழத்திக்குச் சொல்லியது.

து-வி: தலைவியை வரைந்து சென்று மணந்து கொள்வதை நினையாதனாகிக் களவின்பத்தையே நாடிவந்து ஒழுகும் தலைவனுக்கு, அறிவு கொளுத்த நினைக்கின்றாள் தோழி. ஒரு நாள், அவன் வந்து பேச்சொலியைக் கேட்கும் அணிமையிலே நிற்கக் கண்டவள், அவன் கேட்குமாறு, தான் தலைவிக்குச் சொல்லுவாள் போல, இப்படிக் கூறுகின்றாள்.

முனிபடர் உழந்த பாடுஇல் உண்கண்
பனிகால் போழ்ந்து, பணைஎழில் ஞெகிழ்தோள்
மெல்லிய ஆகலின் மேவரத் திரண்டு
நல்ல என்னும் சொல்லை மன்னிய –
ஏனல்அம் சிறுதினை காக்கும் சேணோன்
ஞெகிழியின் பெயர்ந்த நெடுநல் யானை
மீன்படு சுடர்ஒளி வெரூஉம்
வான்தோய் வெற்பன் மணவா ஊங்கே.

தோழி! பணைத்த எழிலானது நெகிழ்ந்துபோன நின் தோள்கள், வெறுக்கத்தக்க துன்பத்தால் வருத்தமுற்ற, துயிலற்ற நின் மையுண்ணும் கண்களிடத்தே தோன்றும் நீர்த்துளிகள் குறுக்கே கால்பிளந்து செல்லுதலால், இப்பொழுது மேலும் மெலிவுடைய ஆயின. ஆதலின், தினைப்பயிருள் அழகிதான சிறுதினைப் பயிரைக் காக்கும் பரண் மேலவனாகிய குறவனது கொள்ளிக் கட்டையினாலே அஞ்சி அகன்றுபோன உயர்ந்த நல்ல யானையானது, விண்கொள்ளி வீழ்வதால் உண்டாகிய சுடரும் ஒளியைக் கண்டதும் அச்சமடைகின்ற, வானளாவிய மலையையுடைய தலைவன் வந்து பொருந்துதற்கு முன்பாக, விரும்பும்படியாகத் திரட்சியுற்று 'நல்லன' என்று சொல்லப்படும் சொற்களையும் அடைந்திருந்தன.

கருத்து: 'இவனது தொடர்பிற்கு முன்பு நீ அழகுடன் விளங்கினாய்' என்பதாம்.

விளக்கம்: முனிபடர் - வெறுக்கத்தக்க துன்பம்; துன்பம் வெறுக்கத்தக்கதாகிய, தலைவனது இடைப்படும் பிரிவுத் துயரத்தாலாதலின், அச்செயல் வெறுக்கத்தக்கதென்பாள் இப்படிக் கூறினள். பாடுஇல் - படுதல் இல்லாத; உறங்குதால் ஒழிந்த. பனிகால் போழ்ந்து - கண்ணீர்த் துளிகள் சிறு வாய்க்காலைப் போல ஊடுபிளந்து செல்லுதலை உடைத்தாள். தலைவி தோள்நலன் இழந்தாள் எனக் கேட்குந் தலைவன். அதற்குக் காரணமாயினது தனது வரைந்து கொள்ளாத செயலே என்பதை உணர்ந்து, அவளை வரைதற்கு விரைவான் என்பதாம். ஒருமுறைகானவனது கொள்ளியால் வடுப்பட்டுத் திரும்பிய களிறு, எரிகொள்ளியைக் கண்டதும் அச்சமடைவது இயல்பு; அத்தகைய நாடன் எனவே, ஒருமுறை தலைவிக்குச் செய்த கொடுமையை மீளவும் செய்யான் என்பதாம்.

358. முல்லைமுகை சொல்லுப அன்ன!

பாடியவர்: *கொற்றன்.* **திணை:** *முல்லை.* **துறை:** *தலைமகன் பிரிவிடைக் கிழத்தியைத் தோழி வற்புறுத்தியது.*

து-வி: *தலைமகனது பிரிவினிடத்து வருந்திய தலைவியை நோக்கித், தோழி, 'தலைவன் குறித்த கார்ப்பருவத்தினது வரவைக் காட்டிப், பருவம் வந்தது, அவனும் வந்துவிடுவான்' என வலியுறுத்துகின்றாள்.*

வீங்குஇழை நெகிழ விம்மி, ஈங்கே
எறிகண் பேதுறல்; ஆய்கோடு இட்டுச்
சுவர்வாய் பற்றும் நின்படர் சேண்நீங்க
வருவேம் என்ற பருவம் உதுக்காண்;
தனியோர் இரங்கும் பனிகூர் மாலைப்
பல்ஆன் கோவலர் கண்ணிச்
சொல்லுப அன்ன, முல்லைவெண் முகையே.

தோழி! செறிவுற்றிருந்த அணிகலன்கள் நெகிழுமாறு அழுது, இவ்விடத்தே நீர்த்துளிகள் வெளிவரும் கண்ணோடு நீயும் மயங்குதல் வேண்டா! ஆய்கின்ற கோடுகளை இட்டபடியே சுவரினிடத்தைப் பற்றி நிற்கின்ற நின் துன்பம் தொலைவாக நீங்கும்படியாக, 'மீண்டும் வருவோம்' என்று நின் காதலர் கூறிய கார்ப் பருவத்தையும், இதோ வரக் காண்பாயாக! முல்லையினது மெல்லரும்புகள் தலைவரைப் பிரிந்த தனிமைத்துயரை உடையோர் வருந்துவதற்குக் காரணமாகிய குளிர்ச்சிமிக்க மாலைக்காலத்தில், பல பசுக்களையுடைய இடையர்களது மாலையிடத்தே இருந்து, பருவம் வந்ததெனச் சொல்லுவனவற்றைப் போன்றன! அதனையும் காண்பாய்!

கருத்து: *'தலைவர் கோடிட்டு' என்றது, சுவரில் கோடிட்டுத் தலைவன் மீண்டுவரும் நாளைக் கணக்கிடுதலை. வள்ளுவர், 'நாளொற்றித் தேய்ந்த விரல்' என்றதும் (குறள் 126) காண்க. எறிகண் - துளிகளை எறியும்கண். 'படர்சேண் நீங்க' என்றது, படர் மீண்டும் வந்து பற்றாதபடி முற்றவும் அகன்று போக என்பதாம். தனியோர் - தனித்துறையும் - மகளிர்.*

359. தழுவினான்! தழுவினாள்!

பாடியவர்: *பேயன்.* **திணை:** *மருதம்.* **துறை:** *பரத்தையிற் பிரிந்து வந்த தலைமகன் வாயில் வேண்டிப் பெறாது, தானே புக்குக் கூடியது கண்டு, தோழி பாணற்குச் சொல்லியது.*

து-வி: *பரத்தைபால் காமுற்றுச் சென்று மீண்டும் தலைவியை நாடிவந்த தலைமகன், பாணனைத் தூதுரைக்க வேண்ட, அவன் அதற்கு இசையாது மறுக்கின்றான். மறுக்கவே அவன், தானே தலைவிபாற் சென்று, அவளது ஊடலை நீக்கிக் கூடி இன்புறுகின்றான். அதைக் கண்ட தோழி, பாணனுக்கு இவ்வாறு சொல்லுகின்றாள்.*

கண்டிசின் – பாண! – பண்புஉடைத்து அம்ம;
மாலை விரிந்த பசுவெண் நிலவின்
குறுங்காற் கட்டில் நறும்பூஞ் சேக்கை
பள்ளி யானையின் உயிர்த்தனன் நசைஇ,
புதல்வன் தழீஇயினன் விறலவன்
புதல்வன் தாய்அவன் புறம்கவைஇ யினளே.

பாணனே! இதனைக் காண்பாயாக: மாலைக்காலத்திலே ஒளிவிரிந்த இளைய வெண்ணிலவின் ஒளியிலே, குறுகிய கால்களையுடைய கட்டிலினிடத்தே அமைந்த நறுமண மலர்களைப் பரப்பிய படுக்கையினிடத்தே, பள்ளி கொள்ளும் யானையைப் போலப் பெருமூச்சு விட்டவனாக வெற்றியுடைய தலைவன் தன் புதல்வனைப் பெற்ற தாயும், அத்தலைவனது புறத்தைத் தழுவிக் கொண்டனள். இந்தச் செயல்தான் குடும்பப் பண்பினையுடைய செயலுமாகும்!

கருத்து: 'தலைவன் புதல்வனைத் தழுவத் தலைவி தானும் புலவி தீர்ந்து தலைவனைத் தழுவும் பண்பினளாகத் திகழ்ந்தாள்' என்பதாம்.

விளக்கம்: 'பண்பு' என்றது, பெறற்கரிய கணவனைத் தெய்வமாகப் பேணும் குலப் பண்பு. பசுவென் நிலவு - இளைய வெண்ணிலவு; பசுமை - இளமை. விறல் - வெற்றி; விறலவன் வெற்றியாளன். படுக்கையில் தாயும் மகனுமாகப் படுத்திருக்கச் சென்ற தலைவன், தன் அருமைப் புதல்வனைத் தழுவிக் கொள்ள, அவ்வளவில் அவன்பாற் கொண்ட தன் புலவியை மறந்து, மனைவியும் அவனைத் தழுவுகின்றனளாம்! நாளும் அவன் புலந்து கூறிய சொற்களைக் கேட்டிருந்த தோழிக்குத் தலைவியின் அந்தப் பண்பு வியப்பைத் தருகின்றது.

மேற்கோள்: தலைவியின் மாண்புகளை அகம்புகல் மரபின் வாயில்கள் தம்முட் கூறியது இதுவென்பர் இளம்பூரணர் (தொல். கற்பு. 17. உரை)

360. வாரற்க மலைநாடன்!

பாடியவர்: மதுரை ஈழத்துப் பூதன் தேவன். **திணை:** குறிஞ்சி. **துறை:** தலைமகன் சிறைப் புறத்தானாக, வெறி அஞ்சிய தோழிக்குச் சொல்லுவாளாய்த் தலைவி சொல்லியது.

து-வி: களவுறவினாலே தலைவிபால் தோன்றிய மாறுபாடுகளைக் கண்ட செவிலித்தாய், வெறியாட்டுக்கு ஏற்பாடுகளைச் செய்வதிலே ஈடுபடுகின்றாள். அதற்கு அஞ்சிய தலைவி, தலைவன் கேட்கும் தொலைவிலே சிறைப்புறத்தானாய் நிற்பதறிந்து. தோழிக்குச் சொல்வதுபோல இப்படிக் கூறுகின்றாள்.

வெறிஎன உணர்ந்த வேலன் நோய்மருந்து
அறியான் ஆகுதல் அன்னை காணிய,
அரும்படர் எவ்வம் இன்றுநாம் உழப்பினும்
வாரற்க தில்ல – தோழி! – சாரல்
பிடிக்கை அன்ன பெருங்குரல் ஏனல்
உண்கிளி கடியும் கொடிச்சிகைக் குளிரே
சிலம்பின் சிலம்பும் சோலை
இலங்கு மலைநாடன் இரவி னானே.

தோழி! பொறுத்தற்கும் அரியதான துன்பத்தினை இன்றைக்கும் நாம் அடைந்து வருந்தினாலும், எனது துன்பத்தைத் தீர்ப்பதற்குரிய வழி வெறியாடுதலே எனத் தெளிந்தவனான வேலன், எனது நோய்க்கு உரியதான மருந்தினை அறியாதவனாதலை, நம் அன்னை காணும் பொருட்டாகவேனும், தலைவன் இங்கே வராதிருப்பானாக! மலைச்சாரலிடத்தே, பிடியானையது துதிக்கையைப் போன்று விளங்கும், பெரிதான கதிர்க் கொத்திலுள்ள தினைமணிகளை உண்ணுதற்கு வந்துபடியும் கிளிகளை ஒட்டியிருக்கும், குறமகளின் கையிடத்தேயுள்ள 'குளிர்' என்னும் கிளிகடிகருவி, காற்சிலம்புகளைப் போல ஒலிசெய்கின்ற சோலைகள் விளங்கும் மலைநாடனாகிய தலைவன், இராக்காலத்தேயாக இங்கே இனி வராதிருப்பானாக!

கருத்து: 'தலைவன் இனி இராக்காலத்தும் வாராதிருப்பானாக' என்பதாம்.

விளக்கம்: 'வெளியென உணர்ந்த வேலன்' - வெறியாடல் என்னும் ஒன்றை அறிந்த வேலன் எனலும் ஆம். அரும்படர்

எவ்வம் பொறுத்தற்கரிய துயரைத் தரும் துன்பம். சிலம்பிற் சிலம்பும் மலைப்பக்கங்களிலே எதிரொலிக்கும் எனலும் பொருந்தும். இதனால், இனித் தலைவன் நம்மை வரைந்து கொள்ளலே நமக்கு நன்மை தருவது என்று கூற முற்பட்டதே தலைவியின் கருத்தென்று அறியலாம். 'கிளிகடியும் கொடிச்சிகைக் குளிர் சிலம்பிற் சிலம்பும் சோலை இலங்கும் மலைநாடன்' ஆதலின், வெறியாட்டால் உண்மை வெளிப்படின் எழும் அலரும் எங்கணும் பரவிவிடும் என்பதை உணர்தல் எளிது' என்பதையும் குறிப்பாகப் புலப்படுத்துகின்றனள்.

361. உயர்நிலை உலகமும் சிறிது!

பாடியவர்: கபிலர். திணை: குறிஞ்சி. துறை: வரைவு மலிந்தவழித் தோழி, 'நன்கு ஆற்றினாய்!' என்றாட்குக் கிழத்தி சொல்லியது.

து-வி: தலைவன் தலைவியை வரைதற்கு வேண்டிய ஏற்பாடுகளைச் செய்தனன். சான்றோரும் தலைவி வீட்டிற்கு வந்தனர். அதனைக் கண்ட தோழி, 'இதுவரை வெளிக்காட்டாது நீ நின் காதலரின் பிரிவினை நன்கு பொறுத்திருந்தாய்' எனக் கூறித் தலைவியை பாராட்டுகின்றாள். அவட்குத் தலைவி சொல்வது இது.

 அம்ம வாழி, – தோழி! – அன்னைக்கு
 உயர்நிலை உலகமும் சிறிதால் – அவர்மலை
 மாலைப்பெய்த மணம்கமழ் உந்தியொடு
 காலை வந்த முழுமுதற் காந்தள்
 மெல்இலை குழைய முயங்கலும்
 இல்உய்த்து நடுதலும் கடியா தோளே.

தோழி! ஒன்று கூறுவேன் கேட்பாயாக: நம் காதலரான அவருடைய மலையிலே, முதல்நாள் மாலையிற் பெய்த மழையினாலே உண்டாகிய மணங்கமழும் ஆற்றோடு, மறுநாட் காலை வேளையிலே வந்த முழுதும் வேரோடு கூடிய காந்தட் செடியினை, அதன் மெல்லிலைகள் குழையும்படியாகத் தழுவுதலையும், அதனை வீட்டிற் கொணர்ந்து நடுதலையும் விலக்காதவளாகிய நம் அன்னைக்கு, உயர்நிலையினதாகிய தேவர்களது உலகமும் கைம்மாறாகத் தருதற்குச் சிறிதாகவே தோன்றும்.

கருத்து: 'அவன் மலையிலிருந்து ஆற்றுப் புதுவெள்ளத்திலே வந்த காந்தட் செடியால் யான் துயரை மறந்திருந்தேன்' என்பதாம்.

விளக்கம்: உயர்நிலை உலகம் - உயர்ந்த நிலைபேற்றை அடைதற்கு இடமான தேவர்களது உலகம். 'அதுவும் சிறிதால்' என்றதனால், அன்னையின் அந்தச் செயலுக்கு ஈடாக எதனையும் செய்யலாம் என்று கூறி அவளுதவியைப் போற்றினாள். அவன் மலையினின்று வந்தது காந்தள்; ஆதலின் எடுத்துச் சென்று வீட்டில் நட்டு அவள் வளர்க்கின்றாள். தன் துன்பத்தைப் பொறுத்திருக்க முடிந்தது அதனாலேதான் என்கின்றாள். தலைவனைப் பெற்ற விடத்து மகிழ்ந்து தலைவி தோழிக்கு இவ்வாறு கூறினளாகவும் கொள்க.

362. பலி உண்ணுமோ!

பாடியவர்: வேம்பற்றூர்க் கண்ணன் கூத்தன். **திணை:** குறிஞ்சி **துறை:** வெறி விலக்கித் தோழி அறத்தொடு நின்றது.

து-வி: களவுக்காலப் பிரிவினாலே வேறுபட்ட தலைவியைக் கண்ட தாய். வெறியாடற்கு ஏற்பாடு செய்கின்றாள். அதனை விலக்கித், தோழி, இவ்வாறு அறத்தொடு நிற்கின்றாள்.

முருகு அயர்ந்து வந்த முதுவாய் வேல!
சினவல் ஓம்புமதி; வினவுவது உடையேன்;
பல்வேறு உருவின் சில்அவிழ் மடையொடு,
சிறுமறி கொன்று, இவள் நறுநுதல் நீவி
வணங்கினை கொடுத்தி ஆயின், அணங்கிய
விண்தோய் மாமலைச் சிலம்பன்
ஒண்தார் அகலமும் உண்ணுமோ, பலியே?

முருகப் பெருமானை வழிபட்டு, இங்கு வெறியாடுவதற்கு வந்தவனாகிய அறிவு முதிர்ச்சியுடைய வேலனே! கோபித்துக் கொள்ளலைப் பாதுகாப்பாயாக. நின்னிடத்தே கேட்பது ஒன்று உடையேன். பலவாக வேறுபட்ட உருவினைக் கொண்டதும், சில சோற்றையுடையதுமான படையலோடு, சிறிய ஆட்டுக் குட்டியையும் கொன்று, இவளது நறிய நெற்றியைத் தடவி, முருகனை வணங்கிப் பலியாகக் கொடுத்தனை ஆனால், இவளை வருத்திய வானளாவிய பெரிய மலைப்பக்கத்தைக் கொண்ட தலைவனது ஒள்ளிய மாலையணிந்த மார்பும், நீ கொடுக்கும் பலியை ஏற்று உண்பதாகுமோ?

கருத்து: 'இவளுக்கு உற்ற நோய்க்குக் காரணம் இவள் ஒருவன் பாற் கொண்ட காதலே' என்பதாம்.

விளக்கம்: முதுவாய் வேலன் - அறிவு முதிர்ச்சி வாய்க்கப் பெற்ற வேலன். 'நுதல் நீவி' என்றது, பலியை இவள் பொருட்டாக எனக், குறித்தவர் நெற்றியில் தடவியபின் படைத்தலைக் குறித்ததாம். 'சிலம்பன் அகலமும் பலி உண்ணுமோ?' என்றதால், 'அணங்கியவன் முருகன் அல்லன்; இவள் கொண்ட காதலால் வந்ததே இந்நோய்' எனத் தோழி அறத்தொடு நின்றாள் ஆயிற்று. 'சிலம்பன் எவன்?' என்ற கேள்வியும், அதனைத் தொடர்ந்து அவனுக்குத் தலைவியை மணஞ்செய்துதரும் முயற்சியும் உண்டாகும் என்பதும் தெளிவாயிற்று.

மேற்கோள்: 'கண்டோர் கேட்பத் தலைவி கூறியது' எனப் பேராசிரியரும் (செய். 197 உரை) 'செவிலி கேட்பத் தலைவி கூறியது' என நச்சினார்க்கினியரும் (செய். 196 உரை) உரைப்பர்.

363. பிரிந்து போதல் இனிதாமோ?

பாடியவர்: செல்லூர்க் கொற்றன். **திணை:** பாலை. **துறை:** பிரிவு உணர்த்தப்பட்ட தோழி கிழவற்குச் சொல்லியது.

து-வி: தலைமகனாற் பிரிவுணர்த்தப்பட்ட தோழி, 'நின்னைப் பிரிதலைத் தலைவி பொறுக்கமாட்டாள்' என்பவளாக இவ்வாறு கூறுகின்றாள்.

கண்ணி மருப்பின் அண்ணல் நல்ஏறு,
செங்காற் பதவின் வார்குரல் கறிக்கும்
மடக்கண் மரையா நோக்கி, வெய்துற்று,
புல்அரை உகாஅய் வரிநிழல் வதியும்
இன்னா அருஞ்சுரம் இறத்தல்
இனிதோ பெரும! இன்துணைப் பிரிந்தே?

பெருமானே! கண்ணியைச் சூடிய கொம்பினோடு, தலைமையினையுமுடைய நல்ல எருதானது, செவ்விய தண்டையுடைய அறுகினது நீண்ட கொத்தினைக் கடித்துத் தின்னும் மடப்பம் பொருந்திய கண்களையுடைய மரையாவைப் பார்த்துப் பெருமூச்சு விட்டுப், புல்லிய அரையினையுடைய உகா அய் மரத்தினது வரிப்பட்ட நிழலிடத்தே தங்கும் இன்னாமையுடையதும், கடத்தற்கரியதுமான சுரத்தைக் கடந்து, நின் இனிய துணைவியைப் பிரிந்து போதல், நினக்கு இனிதான செயலாகுமோ?

கருத்து: 'தலைவியைப் பிரிதல் வேண்டா' என்பதாம்.

விளக்கம்: கண்ணி - ஒரு வகை மாலை. 'ஏறு' என்றது மரையாவின் ஏற்றை. மரையா - காட்டுப் பசு என்பர். 'கண்ணி மருப்பின் அண்ணல் நல்லேறு' என்றது. அது காட்டுள் புகுந்து நிமிர்ந்து செல்லுங்காற் கொம்பிடைச் சிக்கிச் சிதைந்து கொம்போடு பற்றிக் கொண்ட மலர்க்கொடிகள் கண்ணிபோலத் தோற்றும் என்றதாம். இஃது, அதன் முன்னைய நிலை. இதுபொழுது, பாலையின் வெம்மையால் வெதும்பிய காட்டிடத்தே, 'செங்காற் பதவின் வார்குரல் கறிக்கும், மடக்கண் வரையாவை நோக்கித் தன் பசியின் காரணமாக வெய்துற்றுப், புல்லரை உகாயின் பரிநிழலிடத்தே தங்கியிருக்கும்' என்க. அத்தகைய பிரியாவாழ்வினதான அவற்றைக் கருதியேனும், தலைவியைப் பிரிதல் வேண்டா என்பதுமாம். 'கண்ணி மருப்பு' - தலைக் கண்ணியைப் போன்று பிறைவடிவாகத் தோன்றும் மருப்பும் ஆம். பதவு - அறுகம்புல்.

364. என்னைப் புறங்கூறும்!

பாடியவர்: ஔவையார். திணை: மருதம். துறை: வேறு ஒரு பரத்தை தன்னைப் புறங்கூறினாள் எனக் கேட்ட இற்பரத்தை, அவட்குப் பாங்காயினார் கேட்பக் கூறியது.

து-வி: தலைவன் இற்பரத்தையாக ஒருத்தியைக் கொண்டிருந்தான். வேறொரு பரத்தையின் தொடர்பும் அவனுக்கு இருந்தது. புதியளான அவள் இற்பரத்தையைப் பற்றி ஏதோ புறங்கூறிப் பழித்துவிட்டாள். அதனைக் கேட்டதும், இற்பரத்தை ஆத்திரம் கொண்டாள். புதியவளின் தோழியர் கேட்குமாறு 'தலைவன் தானே என்னை நாடி வருவான்' என இப்படிக் கூறுகின்றாள்.

அரில்பவர்ப் பிரம்பின் வரிப்புற நீர்நாய்
வாளை நாள்இரை பெறூஉம் ஊரன்
பொன்கோல் அவிர்தொடித் தற்கெழு தகுவி
எற்புறங் கூறும் என்ப; தெற்றென
வணங்குஇறைப் பணைத்தோள் எல்வளை மகளிர்
துணங்கை நாளும் வந்தன; அவ்வரைக்
கண்பொர, மற்று அதன்கண் அவர்
மணம்கொளற்கு இவரும் மள்ளர் போரே.

நீர் நாய், பிணக்கத்தையுடைய பிரப்பங் கொடிகளைப் போன்ற கோடுகள் பொருந்திய முதுகுப் புறத்தை உடையது. அது,

தன் நாட்காலை உணவாக வாளைமீனைப் பெறுகின்ற வளமான ஊருக்குரியவள் தலைவன். அவனது, பொன்னாலியன்றதும் கோற்றொழிலை உடையதும் ஒளிசிதறுவதுமான வளையணிந்தவளும், தனக்குப் பொருந்திய தகுதியைக் கொண்டவளுமான பரத்தை, என்னைப் பழித்துப் புறங்கூறுவள் என்பார்கள், அது தெளிவாகும் படி, வளைந்த தோட்சந்தையுடைய பணைத்த தோள்களைக் கொண்ட, விளக்கம் பொருந்திய வளையணிந்த மகளிர் துணங்கைக் கூத்தாடும் நாட்களும் வந்தன. அக்காலத்திலே, அத்துணங்கையிடத்தே கண்கள் பொருத அவரை மீண்டும் என்பால் மணம்கொள்ளுதற்கான, மள்ளர்களது சேரிப்போரும் வந்து சேரும்!

கருத்து: 'துணங்கையில் அவனை மீண்டும் என்வயமாக ஆக்குவேன்' என்பதாம்.

விளக்கம்: துணங்கை - ஆடவரும் மகளிரும் கலந்தாடும் ஒரு வகைக் கூத்து. 'நீர்நாய் தன் நாளிரையாக வாளைமீனைப் பெறூஉம் ஊரன் தலைவன்' என்றது, அவ்வாறே அவனும் நாளுக்கு ஒரு பரத்தையைச் சேரியிடத்தே சேரும் ஒழுக்கத்தினன்; அவனைத் தனக்கே உரிமையென இறுமாந்து அவள் செருக்கடைதல் வேண்டா என்பதாம். 'பொற்கோல் அவிர் தொடித்தற் கெழு தகுவி' என்றது, புதியவளின் செல்வச் செருக்கை எள்ளிக் கூறியதாகும்; 'தற்கெழு தகுவி' - தனக்குப் பொருந்திய தகுதியுடையவள்; 'தனக்குப் பொருந்திய தகுதியாவது தலைவனோடு கொண்ட உறவு. கண்பொர - கண்கள் பொருது வெற்றிகொள். மள்ளர்போர் - மள்ளரது போர்; இஃது, ஒருத்தியை வென்றவரே அடைவர் எனச் சூளுற்று நடக்கும்; அதில் தலைவனைப் பெறுவேன் என்றதால், தலைவனது மறமாண்பும் கூறினளாம்; தன் தகுதிப்பாடும் உணர்த்தினாளாம்.

365. நீர்த்துளி நீங்கா!

பாடியவர்: மதுரை நல்வெள்ளி. **திணை:** குறிஞ்சி. **துறை:** 'யான் வரையுந் துணையும் ஆற்றவல்லளோ?' என வினாவிய கிழவற்குத் தோழி சொல்லியது.

து-வி: "யான் வரைபொருட்குப் பிரிந்துபோய் மீளவும் வந்து இவளை வரைந்து கொள்ளும்வரையும், இவள்தான் பொறுத்திருப்பாளோ?" என்று தோழியிடம் தலைவியைப் பற்றிக் கேட்கின்றான் தலைவன். அவனுக்குத் தோழி சொல்வது இது.

கோடுஈர் இலங்குவளை நெகிழ, நாளும்
பாடுஇல கலிழ்ந்து பனி ஆனாவே –
துன்அரு நெடுவரைத் ததும்பி அருவி
தண்ணென் முழவின் இமிழ்இசை காட்டும்
மருங்கில் கொண்ட பலவின்
பெருங்கல் நாட! நீ நயந்தோள் கண்ணே.

அணுகுதற்கரியதான நெடிய மலைப்பக்கத்தே ததும்பிய அருவியானது, தண்ணென ஒலிக்கும் முழவினைப்போல ஒலித்ததாய் இசையினைக்காட்டும். அதன் இரு பக்கத்தேயும் பலா மரங்களையும் அது கொண்டிருக்கும். அத்தகைய பெரு மலைநாட்டைச் சார்ந்தவனே! நின்னால் விரும்பப்பட்டவள், சங்குகளை அறுத்துச் செய்த, விளங்கும் தன் வளைகள் நெகிழா நிற்பத், தன் கண்கள் நாள்தோறும் துயிலுதல் அற்றனவாகிக் கலங்கி, அவற்றிடத்து நீர்த்துளிகளை நீங்கா நிலையினளும் ஆவள்!

கருத்து: *'நின் பிரிவைத் தாங்கமாட்டாள்' என்பதாம்.*

விளக்கம்: *'தான் பிரிந்து வரும்வரை பொறுத்திருப்பாளோ?' எனக் கேட்டான் தலைவன். 'வளை நெகிழ மெலிந்தும், கண் பாடிலவாகித் துயிலொழிந்தும், கலங்கிக் கண்ணீர் சொரிந்தும் அவள் துன்புறுவாள்' என்றாள் தோழி. இதனாற் 'பிரிதல் வேண்டா' வென வேண்டினளும் ஆம். 'அருவிநீர் ஒலியோடு பலாப்பழங்கள் மேல் வீழ்கின்ற தன்மை, முரசின் இமிழிசை காட்டும்' என்க. 'நீ நயந்தோள்' என்றது. 'நீயாகவே விரும்பி நின்னாற் கொள்ளப்பட்டவள்' என்றதாம். அதனால், அவளை வாடியழியச் செய்தல் பொருந்தாதென்பதும் ஆம்.*

366. அறிதற்கு யாம் யார்!

பாடியவர்: *பேரி சாத்தன்.* **திணை:** *குறிஞ்சி.* **துறை:** *காவல் மிகுதிக்கண் வேறுபட்ட தலைமகளது வேறுபாடுகண்டு 'இவ்வேறு பாடு எற்றினான் ஆயது?' என்று செவிலி வினாவ, தோழி கூறியது.*

து-வி: *தலைவிக்கு இற்சிறையும் காவன் மிகுதியும் உண்டாயிற்று. அதனால் அவள் நலனழிந்து வேறுபட்டாள். அதனைக் கண்ட செவிலி, தன் மகளான தோழியிடம் அது பற்றி வினவ, அவள் இவ்வாறு கூறுகின்றாள்.*

பால்வரைந்து அமைத்தல் அல்லது, அவர்வயின்
சால்பு அளந்து அறிதற்கு யாஅம் யாரோ?
வேறுயான் கூறவும் அமையாள், அதன்தலைப்
பைங்கண் மாச்சுனைப் பல்பிணி அவிழ்ந்த
வள்இதழ் நீலம் நோக்கி, உள்அகைபு,
ஒழுகு கண்ணள் ஆகி
பழுதுஅன்றுஅம்ம, இவ்ஆயிழை துணிவே.

ஆய்ந்த அணிகளையணிந்த இவள்தான், யான் வேறாகக் கூறவும் அமைதிபெறாதாள் ஆயினள். அதன்மேலும் பசுமையான இடத்தையுடைய கரிய சுனையிடத்தே, பலகட்டும் அவிழ்ந்த வளவிய இதழையுடைய நீலமலரை நோக்கித், தன் நெஞ்சுள்ளே வருந்தினாள். அழுத கண்ணினள் ஆகியும் நின்றாள். அவள்தான் துணிந்தது பழுதுபட்டதும் அன்று. பழவினைப் பயனினாலே வரையறுத்து அமைக்கப்பட்டது என்பது அல்லாமல், அத்தலைவரிடத்தே இவளையடைதற்குள்ள தகுதிப்பாட்டை அளந்தறிவதற்கு யாம் எத்தகுதியினை உடையேம்!

கருத்து: *'நீலமலரைத் தந்து நட்பாடும் ஒருவனை இவள் காதலித்தாள்' என்பதாம்.*

விளக்கம்: *'சால்பளந் தறிதற்கு யாம் யார்?' என்றது, ஊழ் கூட்ட வார்த்த உறவாதலால், அவ்விடத்தே அவனது சால்பை அளந்தறிதற்கு யாம் தகுதியற்றோம் என்றதாம். 'வேறு கூறல்' - இவ்விடம் விட்டு அகல்லோம் என்பனவாகப் பிறபலவும் கூறுதல். உள் அகைபு - உள்ளம் வருந்தி. இதனைக் கேட்குஞ் செவிலி, தான் நற்றாய்க்கு அறத்தோடு நின்று, விரைவிலே தலைவனுடன் தலைவியை மணவாழ்வில் ஒன்றுபடுத்துதற்கு முற்படுவள் என்பதாம்.*

367. வந்து பார்ப்பாயாக!

பாடியவர்: *மதுரை மருதன் இளநாகன்.* **திணை:** *மருதம்.* **துறை:** *(1) வரைவு உணர்த்திய தோழி தலைமகட்குக் கழியுவகை மீதூராமை உணர்த்தியது (2) வரைவு நீட்டித்த இடத்து, ஆற்றாளாகிய தலைமகளைத்தோழி ஆற்றும் வகையான் ஆற்றுவித்த தூஉம் ஆம்.*

து-வி: *(1) தலைவன் வரைந்துகொள்வான் என்ற செய்தியைத் தலைவிக்கு உணர்த்தும் தோழி. தலைவியது உவகை மிகுதிப்படாமற் பொருட்டாக இவ்வாறு கூறுகின்றனள்.*

(2) வரைந்து வருங்காலம் நீட்டித்தவிடத்து, அதனாற் பொறுக்கமாட்டாத துன்பத்தினளாகிய தலைமகட்குத், தோழி இப்படிக் கூறி ஆறுதல் உண்டாக்க முயல்கின்றாள்.

கொடியோர் நல்கார் ஆயினும், யாழநின்
தொடிவிளங்கு இறைய தோள்கவின் பெறீஇயர்,
உவக்காண் – தோழி! – அவ்வந்திசினே
தொய்யல் மாமழை தொடங்கலின், அவர்நாட்டுப்
பூசல் ஆயம் புகன்றுஇழி அருவி
மண்ணுறு மணியின் தோன்றும்
தண்நறுந் துறுகல் ஓங்கிய மலையே.

தோழி! நெகிழ்ச்சியைக் கொண்ட பெருமழை பெய்யத் தொடங்கியது. அதனால், அத்தலைவரது நாட்டிலுள்ள ஆரவாரத்தைக் கொண்ட மகளிர் கூட்டம், விரும்பி நீராடும் பொருட்டாக அருவிகளிடத்துச் செல்பவாயின. அருவியாற் கழுவப்பட்ட தண்ணிய நறிய குண்டுக்கற்கள், கழுவப்பட்ட நீலமணியைப் போலத் தோன்றலாயின. அத்தகைய உயர்ந்த மலையைக், கொடியோரான தலைவர் நினக்கு நல்காராயின், ஆகுக! வளைகள் விளங்கும் சந்துகளையுடைய நின் தோள்கள் அழகுபெறும் வண்ணம். அவரிடத்திற்கு வந்தாயாகி, நீயும் அதனைக் காண்பாயாக!

கருத்து: 'அவரது மலையைக் கண்டு அவர் பிரிவை ஆற்றியிருப்பாய்' என்பதாம்.

விளக்கம்: தொய்யல் - தொய்வு; நெகிழ்ச்சி. பூசல் - ஆரவாரம், மணி - நிலமணி. துறுகல் - குண்டுக்கல். 'தொடி வழங்கு இறைய' என்னும் பாடத்திற்கு, மெலிவினாலே தொடிகளை நழுவவிடும் சந்துகளையுடைய என்று பொருள் கொள்க. வரைவுணர்த்திய தோழி 'அவன் மலையைப் பார்த்துக் களிப்பாயாக' என்று அழைக்கின்றாள். இரண்டாவது கருத்திற்கு ஏற்பக் கொள்வதாயின், 'அவர் அருளாராயினும், அவரது மலையெழிலைக் கண்டேனும் ஆற்றியிருப்பாயாக' எனக் கூறித் தோழி ஆற்றுவித்ததாகக் கொள்க.

368. முயங்கும் பலவே!

பாடியவர்: நக்கீரர். **திணை:** மருதம். **துறை:** வரைவு மலிந்த தோழிக்குக் கிழத்தி கூறியது.

துவி: 'வரைவுக்கு உரியதான முயற்சிகள் விரைவாக நிகழ்கின்றன' என்பதைத் தோழியாற் சொல்லக் கேட்ட தலைவி. தன் கவலை தீர்ந்தவளாக இப்படிக் கூறுகின்றாள்.

மெல்லிய லோயே! மெல்லிய லோயே!
நல்நாண் நீத்த பழிதீர் மாமை
வன்பின் ஆற்றுதல் அல்லது, செப்பின்,
சொல்ல கிற்றா மெல்லிய லோயே!
சிறியரும் பெரியரும் வாழும் ஊர்க்கே,
நாள்இடைப் படாஅ நளிநீர் நீத்தத்து
இடிகரைப் பெருமரம் போலத்
தீதுஇல் நிலைமை முயங்குகம் பலவே.

மெல்லிய இயல்பினை உடையாய்! தலைவனோடு முதற்கண் அளவளாவி இன்புற்ற அந்த நாளிலே, நம்மைவிட்டு அகன்ற குற்றமற்ற மாமையினது இயல்பினை, வன்மையோடு பொறுத்திருத்தல் அல்லாது, சொற்களாற் சொல்லுதற்கும் ஆற்றமாட்டோம். மெல்லியலோயே! சிறியோரும் பெரியோரும் வாழ்கின்ற ஊரிடத்து, ஒரு நாளேனும் இடையீடுபடாதவாறு செறிந்து செல்லும் நிரையுடைய வெள்ளத்தினது, திண்மையான கரையிடத்துள்ள பெருமரத்தைப் போலத், தீதற்ற நிலைமையோடு இனித் தலைவரைப் பலகாலும் தழுவுவோமாக!

கருத்து: 'இனி எனது துன்பம் அகலும்' என்பதாம்.

விளக்கம்: மாமை - மாந்தளிரின் வண்ணம்; அது அகன்றது பிரிவுத் துயரத்தின் மிகுதியினால். வெள்ளத்தின் திண்ணிய கரையிடத்துள்ள பெருமரம் என்றும் செழுமையோடு திகழ்வதைப் போலத், தலைவனுடன் கூடியிருக்கும் தானும் செழுமையுடன் திகழ்வதாகக் கூறுகின்றனள். இதனை உவமையால் அறியலாம். வன்பு - உள்ளத் திண்மை. தீதில் நிலைமை - தீமைகள் இல்லாத நன்மைகள் நிறைந்த நிலைமை.

369. கானம் செல்வாம்!

பாடியவர்: குடவாயிற் கீரத்தனார். திணை: பாலை. துறை: தோழி கிழத்திக்கு உடன்போக்கு உணர்த்தியது.

துவி: 'இனித் தலைவனுடன் சென்றுவிடுதலே நன்றாகும்' எனத், தலைவியிடம் தோழி இவ்வாறு சொல்லுகின்றாள்.

அத்த வாகை அமலைவால் நெற்று
அரிஆர் சிலம்பின், அரிசி ஆர்ப்பக்

கோடை தூக்கும் கானம்
செல்வாம் – தோழி! – நல்கினர் நமரே.

தோழி! நம்மவராகிய தலைவர் நமக்கு அருள் செய்தனர். ஆதலினாலே. அருவழியிடத்துள்ள வாகைமரத்தின் ஒலியுடைய வெண்மையான நெற்றுக்கள், தம்முள்ளிருக்கும் விதைகளோடு உள்ளிடு பரலையுடைய சிலம்பினைப்போல ஆரவாரிக்குமாறு, மேற்காற்று அலைக்கின்ற பாலை நிலத்தே நாமும் அவருடன் செல்வோமாக!

கருத்து: 'தலைவனோடு செல்வோம்' என்பதாம்.

விளக்கம்: அத்தம் - அருவழி. அமலை - ஒலி. அரி - உள்ளிடு பரல். 'சிலம்பின் ஆர்ப்ப' சிலம்பைப் போல ஒலி முழங்க; தலைவனுடன் செல்லும்போது தலைவியின் காற்சிலம்புகள் ஒலிக்கும்; அதற்கு எதிரொலிபோல அத்தத்து வாகையின் அமலை வால்நெற்றும் ஒலிக்கும் என்க. கோடை – மேல் காற்று.

370. வில்லக விரல்!

பாடியவர்: வில்லக விரலினார். திணை: மருதம். துறை: கிழத்தி தன்னைப் புறனுரைத்தாள் என்பது கேட்ட பரத்தை அவட்குப் பாங்காயினார் கேட்பச் சொல்லியது.

து-வி: தலைவி தன்னைப் புறங்கூறிப் பழித்தாள் என்பதைக் கேட்ட அவனது பரத்தைக்குச் சினம் எழுகின்றது அதனால், தலைவியின் தோழியர் கேட்குமாறு இப்படிச் சொல்லுகின்றாள்.

பொய்கை ஆம்பல் அணிநிறக் கொழுமுகை
வண்டுவாய் திறக்கும் தண்துறை ஊரனொடு
இருப்பின், இருமருங் கினமே; கிடப்பின்,
வில்லக விரலின் பொருந்தி; அவன்
நல்அகம் சேரின் ஒருமருங் கினமே.

பொய்கையிடத்துள்ள ஆம்பலின் அழகான நிறத்தைக் கொண்ட கொழுமையான அரும்பினை, வண்டுகள் ஊதிப் பிணிப்பவிழ்க்கின்ற தண்ணிய நீர்த் துறைகளை உடையவன் தலைவன். அவனோடு கூடியிருப்பின், யாம் ஒருயிரும் இரண்டு உடல்களும் ஆவோம். அவனோடு துயின்றால், வில்லை அகப்படுத்திப் பிடிக்கும் விரல்களைப் போலப் பொருந்தி, அவனது நல்ல மார்பகத்தே சேருங்காலத்தில், ஒரே உடலினமும் ஆவோம்.

கருத்து: ‘தலைவனும் தானும் ஒன்றுபட்ட காதலினர்’ என்பதாம்.

விளக்கம்: ‘ஊரனோடு இருப்பின்’ எனவும் ‘அவனோடு கிடப்பின், சேரின்’ எனவும் உரைத்தலால், அவனது விருப்பத்திற்கு ஏற்றவாறு தான் பழகுதல் அல்லது, தனக்கொரு எண்ணமும் செயலும் இல்லை எனத் தங்களது ஒன்றுபட்ட வாழ்வைக் கூறுகின்றனளாம். தலைவி இத்தகையவள் ஆகாது, தலைவனைத் தன் விருப்பத்திற்கேற்ற ஒழுகல் வேண்டுமெனக் கருதுபவள் எனப் பழித்ததும் இதனால் அறியப்படும். ஆகவே, தலைவியின் புறங்கூறிப் பழிக்கும் சொற்கள் தன்னைத் தலைவனை விட்டுப் பிரிப்பன ஆகா என்று, பரத்தை தலைவியின் தோழியரிடம் கூறுவாளாகத் தலைவியை எச்சரிக்கின்றாள். கொழுமுகை மலரும் பருவத்து அரும்பு. ஆம்பல் மலரும் செவ்வி அறிந்து அவளை மகிழ்வித்து இன்புறுபவன் தலைவன் என்று கொள்க. காதலரின் செறிந்த முயக்கத்தை ‘வில்லக விரலிற் பொருந்தி’ என்றனர் ஆசிரியர்; இதனால், ‘வில்லக விரலினார்’ எனக் குறிக்கப்படுவாரும் ஆயினர்.

371. காமம் பெரிது!

பாடியவர்: உறையூர் முதுகூத்தன். **திணை:** குறிஞ்சி. **துறை:** வரைவிடை வற்புறுத்தும் தோழிக்குத் தலைமகள் சொல்லியது.

து-வி: தலைவன், தலைவியை வரைந்து கொள்ளுதலை இடைப்பட வைத்தவனாகிப் பிரிந்து சென்றதனால், தலைவியின் ஏக்கம் மிகுதியாகின்றது. ‘அதனைப் பொறுத்திருப்பதே நின் கடன்’ எனக் கூறித் தோழி வற்புறுத்துகின்றாள். அதனைக் கேட்ட தலைவி இவ்வாறு கூறுகின்றாள்.

கைவளை நெகிழ்தலும் மெய்பசப்பு ஊர்தலும்,
மைபடு சிலம்பின் ஐவனம் வித்தி
அருவியின் விளைக்கும் நாடனொடு
மருவேன் – தோழி! – அது காமமோ பெரிதே.

தோழி! மேகங்கள் பொருந்துகின்ற மலைப்பக்கங்களிலே மலைநெல்லை விதைத்து, அதனை அருவி நீரால் விளைத்துக் கொள்ளும் நாட்டை உடையவன் தலைவன். அவனை நினைந்து என் கைவளைகள் நெகிழ்தலையும் மேனி பசலை படர்தலையும் பெறமாட்டேன். ஆயினும், காமமோ என் ஆற்றலினும் பெரிதாதலால், என்னையும் மீறி அவை உண்டாயின.

கருத்து: 'காமம் பெரிதாதலால் என்பால் நலிவு தோன்றிற்று' என்பதாம்.

விளக்கம்: மைபடல் - மேகங்கள் கவிதல். ஐவனம் - மலைநெல். 'ஐவனம் வித்தி அருவியின் விளைக்கும் நாடன்' என்றது, அவன் தன்னையும் தவறாது மணந்து பயன்கொள்வான் என்றதாம். இதனால் 'தான் ஆற்றியிருப்பவும், காமமிகுதியால் தன் உடல் வேறுபட்டது' என்றனளாம்.

372. ஊரலர் எழுந்தது!

பாடியவர்: விற்றூற்று மூதெயினனார். திணை: குறிஞ்சி. துறை: இரவுக்குறி வந்து ஒழுகாநின்ற தலைமகன் கேட்ப, தோழி தலைமகட்குச் சொல்லுவாளாய்ச் சொல்லியது.

து-வி: இரவுக்குறியிலே தலைவியோடு கலந்து மகிழும் ஒழுக்கத்தினனான தலைமகன் கேட்டு உணருமாறு, தலைமகட்குச் சொல்வாளைப் போலத், தோழி இவ்வாறு சொல்லுகின்றாள். 'விரைவிலே அவன் தலைவியை மணந்து கொள்ளற்கு முற்பட வேண்டும்' என்பது தோழியின் கருத்தாகும்.

பனைத் தலைக் கருக்குடை நெடுமடல் குருத்தொடு மாய,
கடுவளி தொகுத்த நெடுவெண் குப்பைக்
கணம்கொள் சிமைய உணங்கும் கானல்,
ஆழி தலை வீசிய அயிர்சேற்று அருவிக்
கூழைபெய் எக்கர்க் குழீஇய பதுக்கை
புலர்பதம் கொள்ளா அளவை,
அலர் எழுந் தன்று, இவ்அழுங்கல் ஊரே.

பனையுச்சியிலுள்ள கருக்கையுடைய நெடுமடலானது குருத்தோடும் சேர்ந்து அழியுமாறு, கடுங்காற்றானது தொகுத்த உயரமான வெள்ளிய மணற்குவியல்கள், தொகுதி கொண்ட சிகரங்களோடு கொதிப்புற்றுக் கிடக்கும் தன்மையையுடையது கானல், கடலானது, அதன் உச்சியிலே வீசிய கருமணற் சேறாகிய அருவி, கூந்தலிடத்தே பெய்யப்படுகின்ற மண்சேற்றைப் போல மணல் மேட்டிடத்தே கூடிச் சேரும். அத்தகைய குவியல்கள் உலரும் செவ்வியை அடைதற்கு முன்பாகவே, ஆரவாரத்தையுடைய இவ்வூரிடத்தே பழிமொழியும் எழுந்ததே.

கருத்து: 'ஊரலர்க்கு அஞ்சுவோம்; ஆதலின் விரைவாக வரைந்து வருதலின் மனஞ்செலுத்துக' என்பதாம்.

விளக்கம்: கடுவளி - சூறைக்காற்று. சேற்றையுடைய அருவி, கூழையின் கண் பெய்தற்குரிய மண்ணாயிற்று; பதுக்கை புலர் பதம் கொள்ளா அளவை ஊரலர் எழுந்தது என்பது, தலைவன் வந்து சென்றதன் சுவடு மறைவதற்குள்ளாகவே ஊரினர் பழிக்கத் தொடங்கினர் என்பதாம்.

373. நட்பு கேடற்றது!

பாடியவர்: மதுரைக் கொல்லன் புல்லன். **திணை:** குறிஞ்சி. **துறை:** அலர் மிக்கவழி ஆற்றாளாகிய தலைமகட்குத் தோழி சொல்லியது.

து-வி: தலைவியின் களவு ஒழுக்கத்தைக் குறித்து ஊரிடத்தே எழுந்த பழிச்சொற்கள் மிகுதியாயின. அதனால் தலைவியின் ஆற்றாமை மிகுந்தது. அவளைத் தெளிவிப்பாளாகத் தோழி இவ்வாறு கூறுகின்றாள்.

நிலம்புடை பெயரினும், நீர்திரிந்து பிறழினும்,
இலங்குதிரைப் பெருங்கடற்கு எல்லை தோன்றினும்,
வெவ்வாய்ப் பெண்டிர் கௌவை அஞ்சிக்
கேடு எவன் உடைத்தோ – தோழி! – நீடுமயிர்க்
கடும்பல் ஊகக் கறைவிரல் ஏற்றை
புடைத் தொடுபு உடையூப் பூநாறு பலவுக்கனி
காந்தள் அம் சிறுகுடிக் கமழும்
ஓங்குமலை நாடனொடு அமைந்தநம் தொடர்பே?

தோழி! நீண்ட மயிர்களையும், கூர்மையான பற்களையும், கறுப்பமைந்த விரல்களையுமுடைய ஆண் குரங்கானது, பக்கத்திலே தோண்டியதனால் உடைபட்டுப் பூமணத்தை வீசுகின்ற பலாப் பழத்தின் மணமானது, காந்தளையுடைய அழகிய சிற்றூரினிடத்தேயும்சென்று வீசும் தன்மையைக் கொண்ட, உயரமான மலைகள் விளங்கும் நாட்டினன் தலைவன். அவனோடு பொருந்திய நம் தொடர்பானது, உலகமே இடம்மாறிப் போனாலும், நீரானது தன் குணத்திலே திரிந்து வேறொன்றாக மாறுபட்டாலும், விளங்குகின்ற அலைகளையுடைய பெருங்கடலுக்கு எல்லைகள் தோன்றினாலும், வெவ்விய வாயினரான மகளிரது பழிச்சொற்களை அஞ்சிக் கெடுதல் என்பது, எவ்வாறு உடையது ஆகும்?

கருத்து: 'தலைவனோடு கொண்ட தொடர்பு என்றும் கெடாதது' என்பதாம்.

விளக்கம்: புடை பெயர்தல் - பக்கங்களில் இடம் மாறுதல். 'நீர் தீப் பிறழினும்' என்ற பாடத்திற்கு, 'நீரும் தீயும் தத்தம் தன்மையிற் பிறழ்ந்தாலும், என்று பொருள் கொள்ளுக. ஊகம் - குரங்கு. 'குரங்கு தோண்டியுண்ட பலாக்கனியின் மணம் சிறுகுடியிடத்தே வந்து வீசும் நாடன்' என்றது, அவ்வாறே அவன் களவாக ஒழுகும் இவ்வொழுக்கமும், அவனூரிடத்தே மணம் பெற்றுச் சிறக்கும் இல்வாழ்வாக மணம்பரப்பும் என்றதாம். கறை விரல் - கறைப்பட்ட விரலுமாம்.

374. மையலூர் ஒன்றுபட்டது!

பாடியவர்: உறையூர்ப் பல்காயனார். **திணை:** குறிஞ்சி. **துறை:** அறத்தொடு நின்றமை தோழி கிழத்திக்கு உரைத்தது.

து-வி: தலைவனின் தமர் வரைவொடு புகுந்த காலத்திலே, தலைவியின் தமரும் அதனை ஏற்றுக் கொண்டனர். 'யான் அறத்தொடு நின்றதால் அது எளிதாக முடிந்தது' என்று தோழி தலைவியிடம் சென்று இவ்வாறு கூறுகின்றாள்.

எந்தையும் யாயும் உணரக் காட்டி,
ஒளித்த செய்தி வெளிப்படக் கிளந்தபின்,
மலைகெழு வெற்பன் தலைவந்து இரப்ப,
நன்றுபுரி கொள்கையின் ஒன்றா கின்றே –
முடங்கல் இறைய தூங்கணங் குரீஇ,
நீடுஇரும் பெண்ணைத் தொடுத்த
கூடினும் மயங்கிய மையல் ஊரே.

நாம் இது நாள் வரையும் மறைத்திருந்த களவொழுக்கத்தை, நம் தந்தையும் தாயும் உணரும்படியாகக் காட்டி வெளிப்பட யான் சொன்னேன். அதன் பிறகு மலைகள் பொருந்திய நாட்டினனான தலைவன் நம்மிடத்தே வந்து, வரைவினை வேண்டி இரந்தனன். நினக்கு நன்மையைச் செய்கின்ற கொள்கையினாலே, வளைந்த கரிய சிறகினவான தூக்கணங்குருவியானது உயரமான பனையிடத்தே கட்டிய கூட்டைக் காட்டினும் மயக்கத்தைக் கொண்டிருந்த, இந்த மயக்கமான, ஊரும், தம்முள் ஒன்றுபட்டது. **கருத்து:** 'அவர் வரைவு உடன்பட ஊரலரும் ஒழிந்தது' என்பதாம்.

விளக்கம்: ஒளித்த செய்தி ஒளித்திருந்த களவுச் செய்தி. வெற்பன் - மலைநாடன், முடங்கல் - வளைவு. தூக்கணங்குருவியின் கூடு பல சிக்கல்களாகப் பின்னப்பட்டிருப்பது; ஊரவர்

மயங்கிய மயக்கத்திற்கு அப்படிப்பட்ட கூட்டினை உவமை கூறினர். அச்சிக்கல்கள் முடிவிற் கூடாக உரவாயினாற் போல, ஊரவர் மயக்கத்தால் எழுந்த அலரும். மணமாக முடிவிலே உருவாயிற்று என்க. பெண்ணை - பனை. இரும் - கரிய.

375. வாராராயின் நன்று!

பாடியவர்: ………………….. **திணை:** குறிஞ்சி. **துறை:** இரவுக்குறிக்கண், சிறைப்புறமாகத் தோழி தலைமகற்குச் சொல்லுவாளாய், இப்பொழுதும் மறுத்து வரைவு கடாயது.

து-வி: தலைமகன் இரவுக்குறியிடத்தே வந்து, செவ்வி நோக்கியவனாக ஒரு சார் ஒதுங்கி நிற்கின்றான். அவன் உள்ளத்தை வரைவிற் செலுத்தக் கருதிய தோழி. இரு பொழுதினும் கூடும் களவுக்கூட்டத்தை மறுப்பாளாக, இவ்வாறு கூறுகின்றாள்.

அம்ம வாழி, தோழி! – இன்று அவர்
வாரார் ஆயினோ நன்றே – சாரல்
சிறுதினை விளைந்த வியன்கண் இரும்புனத்து
இரவு அரிவாரின், தொண்டகச் சிறுபறை
பானாள் யாமத்தும் கறங்கும்,
யாமம் காவலர் அவியா மாறே.

தோழி! ஒன்று கூறுவேன் கேட்பாயாக: மலைப் பக்கத்திலே, சிறு தினையானது விளைந்து கிடக்கும் அகன்ற இடத்தையுடைய பெரிய கொல்லையிலே, இராக்காலத்துக் கதிர் அரிபவர்களைப் போலத், தொண்டகமாகிய சிறு பறையானது, இரவின் நடுச்சாம வேளையினும், இராக் காவலாளிகள் உறங்காதிருக்கும் பொருட்டாக ஒலித்துக் கொண்டிருக்கும் இன்று, நம்மவராகிய அவர், வராதிருந்தனராயின் நன்றாகும்.

கருத்து: 'இன்றிரவு தலைவர் வராதிருப்பின் நன்று' என்பதாம்.

விளக்கம்: தினை விளைந்து கதிரரியும் நிலையிலிருப்பவை உவமையாற் சொல்லிப் பகற்குறியையும், காவலர் தூங்காதிருக்கத் தொண்டகப்பறை முழக்குதலையும் கூறி இரவுக்குறியையும் மறுத்து, வரைந்து கொள்ளுதலே செய்தற்கு உரியதென இவ்வாறு உணர்த்துகின்றாள். 'தினையை இரவினும் அரிதல் கதிரது மிகுதி பற்றியாம்; பகலில் அரிந்தும் அரிதல் முடிவுபெறாமையால் இரவினும் அரிவராயினர்' என்க.

'யாமத்தும் தொண்டகச் சிறுபறை முழங்குதல்' இராக் காவலர் துயிலாமைப் பொருட்டும், காட்டு விலங்குகளால் தினை அரிபவர் துன்புறாமைப் பொருட்டும் ஆம்.

376. சிறு வெம்மை!

பாடியவர்: படுமரத்து மோசிக் கொற்றன். **திணை:** நெய்தல். **துறை:** பொருள் வலிக்கும் நெஞ்சிற்குத் தலைமகன் சொல்லிச் செலவழுங்கியது.

து-வி: பொருளார்வத்தை மிகுவித்து அதனைத் தேடி வருதலிற் செலுத்திய தன் நெஞ்சிற்குத் தன் பிரிவினாலே தலைவிக்கு நேரிடுகின்ற துயரத்தை இவ்வாறு சொல்லியவனாகத், தலைவன் தன் செலவினை நிறுத்திவிடுகின்றான்.

மன்உயிர் அறியாத் துன்அரும் பொதியில்
சூருடை அடுக்கத்து ஆரம் கடுப்ப,
வேனி லானே தண்ணியள்; பனியே,
வாங்குகதிர் தொகுப்பக் கூம்பி, ஐயென,
அலங்கு வெயிற் பொதிந்த தாமரை
உள்ளகத் தன்ன சிறுவெம் மையளே.

நெஞ்சமே! நிலைபெற்றவான உயிர்த்தொகுதிகள் யாவற்றாலும் முற்றவும் அறியப்படாததும், அணுகுதற்கரியதுமான பொதியில் மலையிலேயுள்ள தெய்வங்களையுடைய பக்கத்திலே வளர்ந்த சந்தனத்தைப் போல, இந்த வேனிற் காலத்திலே, இத்தலைவி தானும் நமக்குத் தண்மை தருபவளாயுள்ளவள். பனிக் காலத்தில், அடக்கிக் கொண்ட சூரியனது கதிர்கள் மறையக் குவித்து, அசைகின்ற வெயிலை அழகிதாக உட்பொதிந்த, தாமரை மலரின் உள்ளிடத்தைப் போன்ற சிறிய வெம்மையினையும் உடையளாய் இருக்கின்றனள்.

கருத்து: 'இத்தகையவளைப் பிரிவது இயல்வதன்று' என்பதாம்.

விளக்கம்: 'வெம்மைமிக்க வேனிற்காலத்துத் தண்மையானவளாகவும், தண்மைமிக்க பனிக்காலத்துச் சிறுவெம்மை கொண்டவளாகவும் விளங்கும் தலைவியைப் பிரிந்து சென்று பொருள் தேடி வருவதென்பது தன்னால் இயலாது' என்பதாம். 'மன்னுயிர் அறியாத் துன்னரும் பொதியிற் சூருடை அடுக்கத்து ஆரம்' என்றது, பொதியிலிடத்தே எவரானும் அணுகுதற்கரிய இடத்தே வளர்ந்த சந்தனம்

என்பதாம். வாங்குகதிர் - வாங்கிக் கொண்ட கதிர்; வாங்குதல் - பரவவிட்டதை மீண்டும் தன்பால் ஏற்று அடங்குதல்.

377. மாற்று ஆகின்றது!

பாடியவர்: மோசி கொற்றன். **திணை:** குறிஞ்சி. **துறை:** வரை விடை, 'ஆற்றாள்' எனக்கவன்ற தோழிக்குக் கிழத்தி அழிந்து கூறியது.

து-வி: வரைவிடை வைத்துத் தலைவன் பிரிந்திருந்த காலத்திலே, தலைவி அதனைப் பொறுக்கலாற்றாள் எனக் கருதியத் தோழி கலங்கினாள். அவளுக்குத் தலைவி உரைப்பது இது.

மலர்ஏர் உண்கண் மாண்நலம் தொலைய
வளைஏர் மென்தோள் நெகிழ்ந்ததன் தலையும்,
மாற்று ஆகின்றே – தோழி! – ஆற்றலையே
அறிதற்கு அமையா நாடனொடு
செய்து கொண்டது ஓர்சிறுநல் நட்பே!

தோழி! நம்மால் முற்றவும் அறிதற்கு அமையாத இயல்பினையுடைய தலைவன். அவனோடு நாம் செய்து கொண்டது ஒரு சிறிதளவான நல்ல நட்பாகும். அதுதான், பூவினையொத்த மையுண்ட கண்களின் மாட்சிமை கொண்ட அழகனைத்தும் நீங்க, வளையையுடைய அழகிய மென்தோள்கள் நெகிழ்ந்துவிட்டதன் மேலும், அவை தீர்தற்குரிய பரிகாரமாகவும் ஆகின்றது. அது கருதியே நான் பொறுத்திருக்கின்றேன். நீயோ பொறுமை கொண்டனை அல்லை!

கருத்து: 'தலைவனுடைய இயல்பினை அறிந்து, அவன் நம்மைக் கைவிடான் என, நான் ஆற்றியிருப்பேன்' என்பதாம்.

விளக்கம்: 'அறிதற்கு அமையா நாடன்' என்றது, தோழி தலைவனது இயல்பினை முற்றவும் அறியாளாய், அவன் பால் ஐயுற்றுப் பழிக்க முற்பட்டதற்கு இரங்கிக் கூறியதாகும். அதனைத் தான் அறிந்தமை தோன்ற 'மாற்றாகின்றே' என்றனள். 'சிறு நட்பு' என்றது, சில நாட்களே பயின்ற நட்பாதலால். 'என் நலம் தொலையவும், தோள் நெகிழவும், தலைவனது நட்பின் நினைவு மாற்றாகின்றது' என்பதாம்.

378. மழை பெய்ததாக!

பாடியவர்: கயமனார். **திணை:** பாலை. **துறை:** மகட் போக்கிய செவிலி தெய்வத்திற்குப் பராயது.

துறை விளக்கம்: தலைவி, தலைவனுடன் உடன்போக்கிற் சென்றதை அறிந்த செவிலித்தாய், தன் மகளின் மென்மையையும் காட்டின் வெம்மையையும் நினைக்கின்றாள். நினைந்து, 'என் மகள் போகும் வழி, இன்பந்தருவதாக அமைக' எனத் தெய்வத்தை வேண்டுகின்றாள்.

ஞாயிறு காணாத மாண்நிழற் படீஇய,
மலைமுதல் சிறுநெறி மணல்மிகத் தாஅய்,
தண்மழை தலைய வாகுக – நம்நீத்துச்
சுடர்வாய் நெடுவேற் காளையொடு
மடமா அரிவை போகிய சுரனே!

ஒளிபொருந்திய நெடிதான வேலையுடைய தலைவனோடு, மடப்பத்தையும் மாமை நிறத்தையும் உடையவளான அரிவையும், நம்மைப் பிரிந்தவளாகப் போயினாள். அவள் சென்ற பாலைநிலம், ஞாயிற்றது தோற்றத்தையே காணாதபடியாக மாட்சி கொண்ட நிழலினைக் கொண்டதாகுக! மலையிடத்தேயுள்ள அவர்கள் போகும் சிறுவழிதானும், மிகுதியான மணல் பரவப்பெற்றதாய்க், குளிர்ந்த மழை பெய்ததாகவும் ஆகுக!

கருத்து: 'அவள் சென்ற வழிதான் அவளால் நடந்து கடப்பதற்கு இனியதாகுக' என்பதாம்.

விளக்கம்: செவிலி நிழலையும் தண்மணலையும் வேண்டியது. தலைவி துன்புறாதபடி இனிதாக வழியைக் கடத்தலை விரும்பியாம். 'அரிவை' தலைவியைக் குறித்தது. 'சுடர் வாய் நெடுவேற் காளையொடு' என்றதால், அவள் தக்க பாதுகாப்புடன் செல்கின்றாள் என்று கருதிய அவளது நம்பிக்கையும் புலனாகும் தலையின்றாக - தலைப்படுக - பெய்க.

379. ஓதி நீவியோன்!

பாடியவர்: .... **திணை:** குறிஞ்சி. **துறை:** நொதுமலர் வரைவுழித் தோழி அறத்தொடு நின்றது.

து-வி: அயலார் வந்து தலைவியை வரைதற்கு முயன்ற காலத்துத் தோழி தலைவியின் களவுறவை வெளிப்படுத்தி அறத்தொடு நிற்கின்றாள். அவ்வேளை அவள், தாய் முதலியோர் கேட்டறியுமாறு தலைவிக்குச் சொல்லுவாளாய்ச் சொல்லியது இது.

இன்று யாண்டையனோ – தோழி! – குன்றத்துப்
பழங்குழி அகழ்ந்த கானவன் கிழங்கினொடு

கண்அகன் தூமணி, பெறூஉம் நாடன்,
'அறிவு காழ்க் கொள்ளும் அளவை, செறிதொடி!
எம்மில் வருகுவை நீ'எனப்
பொம்மல் ஓதி நீவி யோனே?

தோழி குன்றிடத்தே பழைய குழியைத் தோண்டிய கானவன், கிழங்கினோடு இடமகன்ற தூய மணியையும் பெறுகின்ற நாட்டினனும், நின் அறிவினது முதிர்ச்சியைக் கொள்ளுதலான அக்காலத்திலே, 'செறிந்த தொடியினை உடையயாய்! நீ எம் இல்லத்திற்கு எம் இல்லத் தலைவியாக வருவாயாக' என்று கூறி, நெருக்கத்தையுடைய நின் கூந்தலைத் தடவியோனுமாகிய தலைவன், நின்னை அயலார் வரைந்து வருகின்ற இன்றைக்கு, எவ்விடத்தே உள்ளானோ?

கருத்து: 'நின் காதலன் எங்குள்ளான்?' என்பதாம்.

விளக்கம்: 'கிழங்ககழும் முயற்சிமேற் சென்ற கானவன், தனது நல்லூழின் பயனாலே விலைமதிப்பறிய மாட்டாத மணியையும் பெறுகின்ற நாடன்' என்றது, அவ்வாறே வேட்டை மேல் வந்த அவனும், ஊழ்கூட்டலால், தலைவியைக் கண்டு இன்புற்றுக் களவு மணம் பெற்றனன் என்பதாம். 'அறிவு காழ்க்கொள்ளும் அளவை' என்றது, பூப்பெய்திய பருவத்தை. 'பொம்மல் ஓதி நீவியோன்' என்றதால், அவளைக் களவிலே கூடியவன் என்பதும் கூறினள்.

380. என் செய்வோம்?

பாடியவர்: கருவூர்க் கதப்பிள்ளை. **திணை:** பாலை. **துறை:** பனிப்பருவம் குறித்துப் பிரிந்தான் தலைமகன்: பிரியப், பருவவரவின்கண் வேறுபடுவாளாயினும் 'கதுமென ஆற்றுவிப்பது அரிது' என்னும் கருத்தினளாய், கூதிர்ப் பருவத்து, தலைமகள் கேட்பத், தனது ஆற்றாமை விளங்கத் தோழி சொல்லியது.

து-வி: தலைவன் முன்பனிப் பருவத்தில் திரும்பி வருவதாகக் கூறித் தலைவியைப் பிரிந்து சென்றிருந்தனன். கூதிர்ப்பருவத்தின் இறுதி வந்ததும், தோழியின் கவலை மிகுதியாகின்றது. 'இனி முன்பனிப் பருவம் வரும்போது தலைவி மிகவும் வருந்துவாளே' என நினைத்தாள். கதுமென அவ்வேளையில் தலைவியை ஆற்றுவிப்பது அரிதென்று எண்ணியவளாக, இப்படிக் கூறுகின்றனள்.

விசும்புகண் புதையப் பாஅய், வேந்தர்
வென்றுஎறி முரசின் நன்பல முழங்கி,
பெயல் ஆனாதே, வானம்; காதலர்
நனிசேய் நாட்டர்; நம் உன்னலரே;
யாங்குச் செய்வாம் கொல் – தோழி! – ஈங்கைய
வண்ணத் துய்ம்மலர் உதிர
முன்னர்த் தோன்றும் பனிக்கடு நாளே!

தோழி! மேகங்கள் வானத்தின் இடமெங்கணும் மறையுமாறு பரவின; அரசர்கள் தம் பகையை வென்று அறைகின்ற வெற்றி முரசத்தைப் போல, நன்மையுடைய பலவான இடி முழக்கங்களும் வானிடத்தே எழுந்தன; மழையும் நீங்காத பெயலைத் தொடங்கியது. நம் காதலரான தலைவரோ, மிகத் தொலைவான நாட்டிடத்தே உள்ளவராயினர்; நம்மை நினையாதவரும் ஆயினர். ஈங்கையில் உள்ளவான வண்ணத்தையும் துய்யையும் உடைய மலர்கள் உதிரத் தொடங்கின. இனிமேல் தோன்றுதற்கு உரியதான கடுமையான பனிப்பருவத்திலே, நாம்தான் என்ன செய்வோமோ?

கருத்து: 'குறித்தபடி தலைவர் வாராராயின், நாம் என்ன செய்வோம்?' என்பதாம்.

விளக்கம்: 'குறித்தபடி தலைவர் வாராராயின் தலைவி பெரிதும் வேறுபடக் கூடும்' என நினைத்த தோழி, அந்தக்காலத்தின் வரவுக்கு முன்பாகவே, வாராதிருப்பினும் பொறுத்திருத்தற்குரிய மனப்பக்குவத்தைத் தலைவிக்கு உண்டாக்குவாளாக, இப்படிப் பேச்சைத் தொடங்குகின்றாள். 'ஈங்கை' கூதிர்க்காலத்து மலர்ந்து உதிரும் இயல்பினைக் கொண்டது. வண்ணம் – அழகு. 'யாங்கு செய்வாம்?' என்றது, வரவு நீட்டிப்பினும் யாம் அதனைப் பொறுத்து ஆற்றியிருக்க வேண்டும் என்றதாம்.

381. நக்கதன் பயன்.

பாடியவர்: …………… **திணை:** நெய்தல். **துறை:** வரைவிடை ஆற்றாளாகிய தலைமகளை ஆற்றுவிக்கலுறும் தோழி தலைமகனை இயற்பழித்தது.

து–வி: தலைவன், தலைவியை வரைந்து கொள்ளுதற்கான முயற்சிகளிலே மனஞ்செலுத்தி வந்தனன், அதனால், சில காலம் தலைவியை அவன் பிரிந்துவிட்டானாகத், தலைவியின் துயரம் பெருகுகின்றது. அதனைக் கண்ட தோழி, அவட்கு இவ்வாறு கூறுகின்றனள்.

தொல்கவின் தொலைந்து, தோள்நலம் சாஅய்,
அல்லல் நெஞ்சமோடு அல்கலும் துஞ்சாது
பசலை ஆகி விளிவது கொல்லோ!
வெண்குருகு நரலும் தண்கமழ் கானல்
பூமலி பொதும்பர் நாள்மலர் மயக்கி,
விலங்குதிரை உடைதரும் துறைவனொடு
இலங்குஎயிறு தோன்ற நக்கதன் பயனே?

வெள்ளிய நாரைகள் ஒலித்தபடியிருக்கும், தண்மை மணக்கின்ற கானலிடத்தேயுள்ள, பூக்கள் மலிந்த சோலையிலுள்ள செவ்விய மலர்களைக் கலக்கியவாறு, குறுக்கிடும் அலைகள் உடைந்து போகின்ற கடற்றுறையை உடையவன், நம் தலைவன். அவனோடு, விளங்கும் பற்கள் வெளித்தோன்றச் சிரித்து மகிழ்ந்ததன் பயன் இதுதான் போலும்! பழையதான அழகும் அழிந்தது; தோள்களது பூரிப்பு நீங்கி அவையும் மெலிவுற்றன; துன்பத்தையுடைய நெஞ்சத்தோடு, இரவெல்லாம் தூங்காமலும் உள்ளோம்; மேனி முற்றும் பசலை உண்டாக, நாம் அழிவதுதான் இனி நேருமோ?

கருத்து: *'தலைவனை நட்பாகக் கொண்டதன் பயன் இதுதானோ?' என்பதாம்.*

விளக்கம்: *'நக்கதன் பயன் இன்பமாதல் நிகழக் கூடியது; ஆனால், அதுதான், 'தொல்கவின் தொலைந்து... பசலையாகி விளிவது கொல்லோ?' என்று கூறுகின்றாள் தோழி. இதனால் தலைவனின் பெருந்தகைமையைச் சுட்டிப் பழித்தனளாதலின், இது இயற்பழித்ததாகக் கொள்ளப்படலாயிற்று. 'தொல்கவின்' என்றது, அவனோடு நட்புச் செய்தற்கு முன்பிருந்த நலனை; அது தொலைதலும் பிறவும் அவனது சூள் பொய்த்துப் பிரிந்த செயலால் வந்துற்றதென்கின்றாள்'. நரலல் - ஒலித்தல். தண்கமழ் கானல் - தண்மை கமழும் கானல்; தண்மை கமழ்தலாவது, எப்போதும். நிலம் ஈரமாயிருப்பதனால் உண்டாவது, விலங்குதல் - குறுக்கிடல். நாள் மலர் -அன்று மலர்ந்த புதுமலர்.*

382. பருவமாயின் வாராரோ?

பாடியவர்: *குறுங்கீரன்.* **திணை:** *முல்லை.* **துறை:** *பருவ வரவின்கண் வேறுபட்ட தலைமகளைத் தோழி, 'பருவம் அன்று; வம்பு' என்று வற்புறீ இயது.*

து-வி: *தலைவன் வருவதற்குக் குறிப்பிட்ட கார்ப்பருவம் வந்த போதும், அவனை வரக்காணாத தலைவியின் ஏக்கம்*

மிகுதியாகின்றது. அதனைக் கண்ட தோழி, தலைவியை ஆற்றக் கருதியவளாக, 'இது கார்ப்பருவமன்று; பெய்வது வம்பமழை' என்று சொல்லுகின்றாள்.

> தண்துளிக்கு ஏற்ற பைங்கொடி முல்லை
> முகைதலை திறந்த நாற்றம் புதல்மிசைப்
> பூஅமல் தளவமொடு, தேம்கமழ்பு கஞல,
> வம்புப் பெய்யுமால் மழையே; வம்பு அன்று,
> கார்இது பருவம் ஆயின்,
> வாரா ரோநம் காதலோரே?

தோழி! பசிய கொடியாகிய முல்லை, தண்ணிய மழைத் துளிகளை எதிர்கொண்டது. அதன் அரும்புகள் தம் தலை திறந்தவாய் மலர்ந்தன. அவற்றினின்றும் எழுந்த மணம் புறவிடத்தே விளங்கிய பூக்கள் மிகுந்த செம்முல்லையோடு சேர்ந்து, தேன் மணக்கும் வண்ணம் நெருங்கித் தோன்றியது. இவை தோன்றும்படியாக, மேகங்களும் காலமல்லாக் காலத்தே வம்பப் பெயலைச் செய்தன. இது வம்பாதலே அன்றி உண்மையான கார்ப்பருவம் ஆகுமானால், வருவதாகச் சொல்லிச் சென்ற நம் தலைவரும் தாம் சொன்னபடி வந்திருக்கமாட்டாரோ?

கருத்து: 'இது கார்ப்பருவத்தின் வரவன்று' என்பதாம்.

விளக்கம்: வந்தது கார்ப்பருவமே எனினும், அக்காலத்து வருவதாகக் குறித்துச் சென்றவரான தலைவன் வராததனால், அது பருவமாகாது என்றனள் என்பதாம். அவர் சொன்ன சொல்தவறமாட்டார் என்றனளும் ஆம். முல்லை பூத்தல் மணத்திற்குரிய காலமாதலையும் உணர்த்தினாள். தளவம் -செம்முல்லை. பூ அமல் தளவம் - பூக்கள் மலிந்த தளவம்.

383. செய்வதற்கு யாதுமில்லை!

பாடியவர்: படுமரத்து மோசிகீரன். **திணை:** பாலை. **துறை:** உடன்போக்கு நேர்வித்து வந்த தோழி, நாணால் வருந்தும் தலைமகளை, நாணுக்கெடச் சொல்லியது.

து-வி: தலைவனோடு சென்றுவிடத் தலைவி உடம்பட்ட செய்தியைத் தலைவனுக்குத் தெரிவித்து, அவனையும் வரச்செய்து, தலைவியையும் குறித்த இடத்திற்கு அழைத்துப் போகின்றாள். இடைவழியில் தலைவிக்கு நாணம் மேலிடத்

தோழி செய்வதறியாது வருந்துகின்றாள். அப்பொழுது அது கெடுமாறு. அத்தோழி அவட்குச் சொன்னது து.

நீஉடம் படுதலின், யான்தர, வந்து,
குறிநின் றனனே, குன்ற நாடன்;
'இன்றை அளவைச் சென்றைக்க' என்றி;
கையும் காலும் ஓய்வன ஒடுங்கத்
தீஉறு தளிரின் நடுங்கி,
யாவதும் இலை, யான் செயற்கு உரியதுவே.

நீ குன்றநாடனாகிய தலைவனுடன் சென்றுவிடுதற்கு உடன்பட்டதனால், யான் அதனை அவனிடத்தே சென்று கூறினேன். அதனைக் கேட்ட அவனும், அதற்கிசைய வந்து குறியிடத்திலே நினக்காக நின்றுள்ளான். நீயோ 'இன்றையாகிய பொழுதின் அளவு செல்லட்டும்' என்கின்றாய். கைகளும் கால்களும் ஓய்ந்து போயினவாகி வருந்த, நெருப்பிலிட்ட தளிரைப்போல நடுக்கமுற்றேன். இனி, யான் செய்தற்கு உரியது என்பது இதன்கண் யாதுமே இல்லை.

கருத்து: 'நீ இப்பொழுதே அவனுடன் செல்லுதற்குப் புறப்படல் வேண்டும்' என்பதாம்.

விளக்கம்: குன்ற நாடன் - மலைநாட்டானாகிய தலைவன். யான் தர - யான் செய்தியை அவனுக்குத்தர; அவனிடம் கூற, அல்லது அவனை அழைக்க என்பதும் ஆம். குறி - குறியிடம்; அவர்கள் சந்திப்பதற்காகக் குறித்துள்ள குறிப்பிட்ட இடம். 'கையும் காலும் ஓய்வன அழுங்க' என்றதனால், இனி அவனிடம் சென்று இதனை உரைக்கத் தன்னாலாகாது; ஆதலின் 'உடனே புறப்படுக' என்றனள். 'தீயுறு தளிரின் நடுங்கி' என்றது, தலைவன் தன்னைப் 'பொய் கூறினள்; வஞ்சகி' என நினைந்து பழித்துக் கூறுதலை நினைந்ததாம்.

மேற்கோள்: வருத்த மிகுதியால் தலைவனை வழிபடுதலை மறுத்துக் கூறுமிடத்துத் தலைவிக்குக் கூற்று நிகழும் (தொல் களவு. 29) என, இதனைத் தலைவி கூற்றாகக் கொள்வர் நச்சினார்க்கினியர். அப்போது, தலைவர் உடனழைத்துப் போதலை மறுப்ப வருந்திய தலைவி, இவ்வாறு கூறினளாகக் கொள்க.

384. மிக நன்று!

பாடியவர்: ஓரம் போகியார். **திணை:** மருதம். **துறை:** 'நின் பரத்தையர்க்கு நீ உற்ற சூளுறவு நன்றாயிருந்தது!' என்று நகையாடித், தோழி வாயில் மறுத்தது.

துு-வி: பரத்தையரோடு உறவாடியிருந்த தலைவன், மீளவும் மனைவியை நாடியவனாகத் தன் வீட்டிற்கு வர, அவனை நோக்கித் தோழி இவ்வாறு கூறி, அவனுக்காகத் தலைவிபாற் சென்று உரைத்தற்குத் தான் விரும்பாமையை வெளியிடுகின்றாள்.

உழுந்துடைக் கழுந்தின் கரும்புடைப் பணைத்தோள்,
நெடும்பல் கூந்தல், குறுந்தொடி, மகளிர்
நலன்உண்டு துறத்தி ஆயின்,
மிகநன்று அம்ம – மகிழ்ந!–நின் சூளே.

தலைவனே! உழுந்தைக் காயினின்றும் உதிர்த்தற்காக அடிப்பதற்குப் பயன்படும் குறுந்தடியை போலக், கரும்பெழுதிய தொய்யிலைக் கொண்ட பருத்த தோள்களையும், நெடிய பலவாகிய கூந்தலையும், குறி வளைகளையும் உடையவர் நின் பரத்தையர், அப்பரத்தையரது பெண்மை நலத்தை உண்ட பின்னர், அவரைக் கைவிட்டனை, ஆயின் நீ அவரைக் கூடுதற்கு முன்பாக அவரிடத்துச் சொன்ன சூளுரைதான் மிக நன்றாக இருந்தது!

கருத்து: 'சூள் பொய்க்கும் இயல்பினைக் கொண்ட நின் பேச்சை இனியும் யான் நம்பமாட்டேன்' என்பதாம்.

விளக்கம்: 'உழுந்துடைக் கழுந்து - உழுத்தங்காயை உடைக்கும் கழுந்து; தலைப்பக்கம் பருத்திருக்கும் இதனைத் தோளின் உருவுக்கு ஒப்புமை கூறினாள். 'மகளிர்' எனப் பன்மையாற் கூரியது. தலைவன் பரத்தையர் பலர்பால் உறவு கொண்டிருந்ததைச் சுட்டியாம். கரும்பு தொய்யிற் கரும்பு. சூள் 'நின்னன்றி எவரையும் விரும்பி அறியேம்' என்பது போல உரைப்பது. 'நின் சூள் மிக நன்று' என்றதனால், அவன் சூளினை நம்பாமையும், அவனுக்கு வாயில் மறுத்தமையும் அறியப்படும்.

385. புதியோரை உடையது!

பாடியவர்: கபிலர். **திணை:** குறிஞ்சி. **துறை:** வேற்று வரைவு மாற்றியது.

து-வி: நொதுமலர் வரைவொடு புகுந்தமை அறிந்து தலைவியின் உள்ளம் பெரிதும் கொதிப்படைகின்றது. அதனை மாற்றக் கருதியவளாகத், தோழியிடம் இவ்வாறு கூறுகின்றாள்.

பலவில் சேர்ந்த பழம்ஆர் இனக்கலை,
சிலைவிற் கானவன் செந்தொடை வெரீஇ,

செருஉறு குதிரையின் பொங்கி, சாரல்
இருவெதிர் நீடுஅமை தயங்கப் பாயும்
பெருவரை அடுக்கத்துக் கிழவோன் என்றும்
அன்றை அன்ன நட்பினன்;
புதுவோர்த்து அம்ம, இவ் அழுங்கல் ஊரே.

தன் இனமாகிய திரளையுடைய முசுக்கலையானது, பலா மரத்திற் பொருந்திய பழத்தினை உண்ணும். சிலை மரத்தாற் செய்த வில்லையுடைய வேட்டுவன் அங்கே வரவும், குறி பிழையாமல் கணைதொடுக்கும் அவனது அம்புத் தொடைக்கு அஞ்சியதாய்ப், போர்க்களத்தை அடைந்த குதிரையைப் போலப் பொங்கி எழுந்து, மலைச்சாரலின் பெரிய மூங்கிலது நெடுங்கழைகள் அசையப் பாய்ந்து, தப்பியும் செல்லும். அத்தன்மையுடைய, பெரிய மலைப்பக்கத்தை உடையவன் தலைவன். அவன், என்றும் அன்றைப்போன்றே மாறுதலற்றிருக்கும் நட்பினை உடையவன். இருப்பவும், ஆரவாரத்தையுடைய இந்த ஊரானது, என் மணங்குறித்து வரும் புதியவர்களை உடைத்தாயிருப்பது தான் எதற்காகவோ?

கருத்து: சிலைவில் - சிலைத்தலையுடைய வில்லும் ஆம்; சிலைத்தல் - முழக்கத்தைச் செய்தல். கானவன் - வேட்டுவன்; செருவுறு குதிரை - செருமுனையை அடைந்த குதிரை. ‘அன்றை’ என்றது, இயற்கை புணர்ச்சியிற் கூடிய அந்நாளினை, ‘அன்றையன்ன நட்பு’ என்னும் விரும்புகின்ற மாறாத நட்பு. புதுவோர் புதியோர் ‘பழம்ஆர் இனக்கலை, கானவன் செந்தொடை, வெரீஇச், செருவுறு குதிரையின் பொங்கி, நீடமை தயங்கப் பாயும் பெருவரை யடுக்கத்துக் கிழவன்’ என்றது, அவனும் தனக்குரியளான தலைவியைப் பிறர் அடைதலைப் பொறுக்காது பொங்கி எழுகின்ற ஆற்றலுடையவன் என்றதாம். அவளைப் பிறர் கவராது தடுக்கும் திண்மையன் என்பதும்.

386. கொடுமையை அறியேன்!

பாடியவர்: வெள்ளி வீதியார். **திணை:** நெய்தல். **துறை:** பிரிவிடை வற்புறுத்தும் தோழிக்குக், கிழத்தி வன்புறை எதிர் அழிந்து கூறியது.

து-வி: ‘தலைமகன் பிரிந்து போயிருந்த காலத்து, அவன் வரும்வரை ஆற்றியிருத்தல் நின் கடன்’ என்று வற்புறுத்திக் கூறினாள் தோழி. அவட்கு எதிராகத் தலைவி கூறுவது இது.

வெண்மணல் விரிந்த வீததை கானல்
தண்ணந் துறைவன் தணவா ஊங்கே,
வால்இழை மகளிர் விழவுஅணிக் கூட்டும்
மாலையோ அறிவேன் மன்னே; மாலை
நிலம் பரந்தன்ன புன்கணொடு
புலம்பு உடைத்து ஆகுதல் அறியேன் யானே.

தோழி! வெண்மணல் பரவிக் கிடக்கின்ற மலர்கள் செறிந்துள்ள கானற்சோலைகள் விளங்கும், தண்ணிய கடல் துறையை உடையவன் தலைவன். அவன், என்னைப் பிரியாத முன் காலத்திலே, தூய அணிகளை அணிந்த மகளிர்கள் விழவுக்குரிய அணிகளைத் தம்பாற் சேர்க்கின்றதான மாலைக்காலத்தையே யான் அறிவேன் இப்போது அதுதானும் கழிந்தது. அந்த மாலைக்காலமே, நிலம் பரந்தது போன்று பரந்த துயரத்தோடு, தனிமைத் துயரத்தையும் உடையதாதலை, அப்பொழுது யானும் அறியேனே!

கருத்து: 'மாலை நேரத்தில் துயரும் மிகுதியாகி வருத்துகின்றது' என்பதாம்.

விளக்கம்: மாலைப்பொழுதின் வரவைக் கண்டதும், தனது தனிமையை எண்ணி வருந்திய தலைவியை, 'ஏண்டீ இப்படி வருந்துகின்றாய்?' எனக் கேட்கின்றாள் தோழி. அவட்குத் தலைவி சொல்லும் விடை இது. 'மகளிர் விழவணிக் கூட்டும்' என்றது, தானும் அணிபுனைந்து மாலைக்காலத்தை மகிழ்வோடு வரவேற்றதை நினைந்து கூறியதாம். புன்கண் - காமநோயால் வந்த துன்பம். புலம்பு - தனிமைத் துயரம்.

387. கடலினும் பெரிது!

பாடியவர்: கங்குல் வெள்ளத்தார். திணை: முல்லை. துறை: பிரிவிடை வற்புறுத்தும் தோழிக்குக் கிழத்தி வன்புறை எதிர் அழிந்து கூறியது.

து-வி: தலைமகன் பிரிந்து சென்றிருந்த காலத்திலே, 'நீ ஆற்றியிருத்தல் வேண்டும்' என வற்புறுத்திய தோழிக்குத், தலைவி, தன் துன்பமிகுதியை இவ்வாறு கூறுகின்றாள்.

எல்லை கழிய, முல்லை மலர,
கதிர்சினம் தணிந்த கையறு மாலை,
உயிர்வரம் பாக நீந்தினம் ஆயின்,
எவன்கொல் வாழி? – தோழி!
கங்குல் வெள்ளம் கடலினும் பெரிதே!

தோழி! பகற்பொழுதும் கழிந்துபோக, முல்லையும் மலரத் தொடங்கிய, கதிரவனது வெப்பமும் தணிந்து போயின, செயலறுவதற்கு உரியதாகிய மாலைக்காலம். என் உயிர் கழிதலையே தனக்கொரு வரம்பாகக் கொண்டுவந்து, என்னை மிகவும் வருத்துகின்றது. அதனை ஒருவாறு கடந்தோமாயின், அதனைத் தொடர்ந்து வருகின்ற இரவாகிய வெள்ளமோ, கடலினும் பெரிதாயிருக்கின்றது. யான் வருந்தாது என் செய்வேன்!

கருத்து: 'மாலையும் இரவும் வருத்துகின்றன' என்பதாம்.

விளக்கம்: 'மாலையை நீந்தலே அரிதாயிருக்க, அதனைக் கடந்த கங்குல் வெள்ளத்துட் சிக்கிக் கழியும்யான், எவ்வாறு ஆற்றியிருத்தல் கூடும்' என்பதாம். 'உயிர் வரம்பாக நீந்தல்' - உயிர் ஒன்றே எஞ்சுமாறு சோர்வுற்றுத் தளர்ந்து கடத்தல். 'இரா வரம்பாக' என்பதும் பாடம். 'கங்குல் வெள்ளம் கடலினும் பெரிது' என்பது, இரவு முழுதும் துயில் பெறாது வருந்திய துயரமிகுதியைக் காட்டுவதாகும். கடல் கடத்தற் கரியது; அதனினும் பெரிது என்றலால், அவளது துயரமிகுதி அறியப்படும்.

388. கானமும் இனிய!

பாடியவர்: ஔவையார். **திணை:** பாலை. **துறை:** தலைமகள் உடன்போக்கு நேர்ந்தமை உணர்ந்த தலைமகன், சுரத்து வெம்மையும் தலைமகள் மென்மையும் குறித்துச் செலவு அழுங்கலுறுவானைத் தோழி அழுங்காமற் கூறியது.

து-வி: தலைவனுடன் சென்றுவிடத் துணிந்தாள் தலைவி. அதனைத் தோழி சொல்லக் கேட்டதும், தலைவன் பாலைவழியின் கொடுமையையும் தலைவியின் மென்மையையும் கருதி. அதற்கு உடன்பட மறுக்கின்றான். அவனுக்குத் தோழி சொல்வது இது.

நீர்கால் யாத்த நிரைஇதழ்க் குவளை
கோடை ஒற்றினும் வாடா தாகும்;
கவணை அன்ன பூட்டுப் பொருது அசாஅ
உமண் எருத்து ஒழுகைத் தோடு நிரைத்தன்ன
முளிசினை பிளக்கும் முன்பு இன்மையின்,
யானை கைம்மடித்து உயவும்
கானமும் இனியஆம், நும்மொடு வரினே.

வரிசையாகிய இதழ்களைக் கொண்டது குவளை மலர். அது நீரைத் தன்னுடைய அடியிலேயே கட்டி வைத்திருப்பது. அதனால், கோடைக்காற்று வீசினாலும் அது வாடாதிருக்கும். கவணைப் போன்ற பூட்டுப் பொருந்தியமையால் வருந்துதலையுடைய, உப்பு வாணிகரின் வண்டிகளிற் பூட்டப்பெற்றிருக்கும் எருதுகள். அவ்வண்டிகளைத் தொகுத்து வைத்தாற் போன்று தோன்றும் உலர்ந்த மரக்கிளைகளைப் பிளக்கும் ஆற்றல் இல்லாமையால், யானையானது, தன் துதிக்கையை மடித்தபடியே நின்று வருந்துகின்ற தன்மையது பாலை நிலம் என்பீர்! அதுவும், நும்மோடு கூடியவளாக வந்தனளானால் தலைவிக்கு இனிமையுடையதேயாகும்.

கருத்து: 'பாலையும் நும்முடன் வரின் இனிதாகும்' என்பதாம்.

விளக்கம்: கவண் - கவணை. கோடை - கோடைக்காற்று; மேல்காற்று. தோடு - தொகுதி. 'நீர்கால்யாத்த குவளை மேல் காற்று வீசினாலும் வாடாமைபோல, நும் துணைகொண்டு செல்லும் தலைவியும் வாட்டம் இலாதவளாக இனிதே செல்பவளாவாள்' என்பதாம். வெம்மைக்கு ஆற்றாது மரப்பட்டையை உரித்துண்ணக் கருதி யானை முயல, மரக்கிளைகள் உலர்ந்திருந்தமையால், எளிதில் ஒடியாது போயிற்றெனவும், அவற்றை ஒடிக்க வலிமையற்றதாய், அந்தக் களைப்பாலும் நீர்வேட்கையாலும் யானை சோர்ந்தது என்றும் கொள்க. இதனால், தலைவியை உடன் கொண்டு போதலே சிறந்தது என்றனளாயிற்று.

389. ஆர் பதம்!

பாடியவர்: வேட்டக் கண்ணன் **திணை:** குறிஞ்சி. **துறை:** தலைமகன் குற்றேவல்மகனால் வரைவு மலிந்தமை தோழி தலைமகட்குச் சொல்லியது.

து-வி: தலைவன், தலைவியை வரைந்து கொள்ளுவதற்கான முயற்சிகளை மேற்கொண்டான். அதனை அவனது ஏவலாளனால் அறிந்த தோழி, தலைவியிடம் சென்று, அந்த ஏவலாளனை வாழ்த்துவதுபோலச் செய்தியைக் குறிப்பாகக் கூறுகின்றாள்.

நெய்கனி குறும்பூழ் காயம் ஆக
ஆர்பதம் பெறுக – தோழி! அத்தை
பெருங்கல் நாடன் வரைந்தென, அவன்எதிர்

'நன்றோ, மகனே?'என்றனென்;
'நன்றே போலும்'என்றுஉரைத் தோனே.

தோழி! பெரிய மலைநாட்டை உடையவனாகிய தலைவன் நின்னை வரைந்தனனாக, அவனுக்கு எதிராக நின்ற குற்றேவல் மகனை யான் விளித்தவளாக, 'நலமோ மகனே?' என்று கேட்டேன். அவனும் 'நன்றே போலும்' என்று உரைத்தனன். அவ்வாறு கூறிய அவன், நெய் மிகவும் ஊறிய குறும்பூழ்ப் பறவை சம்பாரத்தோடு கூடிய கறியாக அமைய, உண்ணுகின்ற விருந்துணவைப் பெறுவானாக!

கருத்து: 'தலைமகனின் வரைவை உரைத்த குற்றேவல் மகன் விருந்துணவு பெறுக!' என்பதாம்.

விளக்கம்: குறும்பூழ் - ஒரு பறவை. இதனை நெய்யிட்டுப் பொரித்துத் தொடுகறியாகக் கொள்வர். அத்தகைய நல்லுணவை அவன் பெறுவானாக என்று வாழ்த்துகின்றாள் தோழி. இதனால், அவன் மூலம் தோழி அறிந்த வரைவு மலிதலைத் தலைவியும் உணர்ந்து துயர்தீர்வள் என்க.

390. சொல்லா தீமோ!

பாடியவர்: உறையூர் முதுகொற்றன். **திணை:** பாலை. **துறை:** புணர்ந்துடன் போயினாரை இடைச்சுரத்துக் கண்டார், பொழுது செலவும் பகையும் காட்டிச் செலவு விலக்கியது.

து-வி: பாலை நிலத்தின் வழியே, தலைவனும் தலைவியுமாகச் சேர்ந்து செல்லுகின்றனர். அவரை, மாலை சாய்கின்ற நேரத்திற் கண்ட சிலர், அவர்கட்கு இவ்வாறு கூறி எச்சரிக்கின்றனர்.

எல்லும் எல்லின்று; பாடும் கேளாய் –
செல்லா தீமோ, சிறுபிடி துணையே! –
வேற்றுமுனை வெம்மையின், சாத்துவந்து இறுத்தென,
வளைஅணி நெடுவேல் ஏந்தி,
மிளைவந்து பெயரும் தண்ணுமைக் குரலே.

சிறிய பிடியானை போன்றவட்குத் துணையாகச் செல்பவனே! இதுபோது, சூரியனும் விளக்கமற்றவன் ஆயினான். வணிகச் சாத்து வந்து அடைந்ததாக, வேற்றரசரது போர்முனையில் கொள்ளும் வெம்மையைப் போன்ற வெம்மையினைக் கொண்டவராக, வளையணிந்த

நெடிய வேலினை ஏந்திக் கொண்டு காட்டிடத்தே வந்து, அச்சாத்தினரைக் கொள்ளையிட்டுச் செல்லும் ஆறலைப் போரது தண்ணுமையின் முழக்கத்து ஒலியையும், அதோ கேட்பாயாக! ஆதலின், மேற்கொண்டு போதலை நீவிர் கைவிடுவீராக!

கருத்து: 'மேலே செல்லலைக் கைவிடுக' என்பதாம்.

விளக்கம்: 'பொழுதும் இருண்டது, வழியும் கள்வரை உடையது; ஆதலின் மேற்செலவைத் தவிர்க' என்கின்றனர். 'சிறுபிடி' என்றது தலைவியை. அவனைச் 'சிறுபிடி துணை என்றது, போக்குத் தவிர்தலைக் கருதியது அவளைக் குறித்தே ஆகலான். சாத்து - வணிகர் கூட்டம். மிளை - குறுங்காடு. குரல்பாடு - குரலின் ஒலி.

391. அவை பேதைய!

பாடியவர்: பொன்மணியார். திணை: முல்லை. துறை: பிரிவிடைப் 'பருவ வரவின்கண் ஆற்றாள்' எனக் கவன்ற தோழிக்குக் கிழத்தி அழிந்து சொல்லியது.

து-வி: தலைமகன், தலைவியைப் பிரிந்து சென்றிருந்தான் அவன் வருவதாகக் குறித்துச் சென்ற கார்காலமும் வந்தடைந்தது. 'அதன்கண், தலைவி தன் பிரிவுத் துயரத்தைப் பொறுத்திருக்கமாட்டாள்' எனக் கருதிக் கவலைப்படுகின்றாள் தோழி. அவளுக்குத் தலைவி சொல்வது இது.

உவரி ஒருத்தல் உழாஅது மடியப்
புகரி புழுங்கிய புயல்நீங்கு புறவில்,
கடிதுஇடி உருமின் பாம்புபை அவிய,
இடியொடு மயங்கி இனிது வீழ்ந்தன்றே;
வீழ்ந்த மாமழை தழீஇப் பிரிந்தோர்
கையற வந்த பையுள் மாலை,
பூஞ்சினை இருந்த போழ்கண் மஞ்ஞை
தாஅம்நீர் நனந்தலை புலம்பக்
கூஉம் – தோழி! – பெரும் பேதையவே!

தோழி! புள்ளிமான்கள் வெம்மையால் வருத்தமுற்று வாடிக்கிடந்த, மழை நீங்கிய முல்லைநிலப் பகுதிகளிலே பெய்த மழையினாலே உழவை வெறுத்த எருதுகளும், தாம் உழாவாய்ச் சோம்பிக் கிடப்பவாயின. கடிதாக இடிக்கும் உருமேற்றினால் பாம்புகளின் படம் அழியுமாறு, இடியோடு

கலந்ததாக, மழையும் இனிதாகப் பெய்தலைத் தொடங்கியது. அங்ஙனம் பெய்த பெருமழையைப் பொருந்தியதாகத், தலைவரைப் பிரிந்த மகளிர் செயலறும்படியாகத், துன்பத்தைத் தரும் மாலைக்காலமும் வந்தது. அதன்கண், பூக்களையுடைய கிளையிடத்தேயிருந்த, போழ்ந்தாற் போன்ற கண்களையுடைய மயில்கள், பாய்கின்ற நீரையுடைய அகன்ற இடம் தனித்து வருந்தக் கூவுதலைச் செய்கின்றன! அவைதாம் பெரிதும் பேதைமை உடையன!

கருத்து: குறித்த பருவம் வந்தும் அவர் வராததனால் யான் வருந்துவேன் என்பதாம்.

விளக்கம்: உவரி ஒறுத்தல் - வெறுத்த ஏறு. புகரி - புள்ளிகளையுடையது; மான் 'தாநீர் நனந்தலை புலம்ப, மஞ்ஞை கூவும்' அது பேதைமை உடையதாயின், யானும் ஆற்றியிருத்தல் கூடும் என்கின்றாள். அது பருவ வரவினாலேயே அவ்வாறு கூவுதலின், தான் துன்புற்று நலிதலும் இயல்பே என்கின்றனளும் ஆம்.

392. தமரின் தீராள்!

பாடியவர்: தும்பிசேர் கீரனார். **திணை:** குறிஞ்சி. **துறை:** வரைவிடைக் கிழத்தியது நிலைமை தும்பிக்குச் சொல்லுவாளாய்ச் சிறைப்புறமாகத் தோழி சொல்லியது.

து-வி: தலைவன் வந்து குறியிடத்தே ஒருசார் ஒதுங்கி நிற்பதை அறிந்தாள் தோழி. தலைவி இற்செறிக்கப்பட்டதையும், அதனால் வரைந்து கொள்ளுதற்கே உரியள் என்பதையும் அவனிடத்தே இவ்வாறு கூறுகின்றனள்.

> **அம்ம வாழியோ – மணிச்சிறைத் தும்பி! –**
> **நல்மொழிக்கு அச்சம் இல்லை; அவர் நாட்டு**
> **அண்ணல் நெடுவரைச் சேறி ஆயின்,**
> **கடவை மிடைந்த துடவைஅம் சிறுதினைத்**
> **துளர்எறி நுண்துகள் களைஞர் தங்கை**
> **தமரின் தீராள் என்மோ – அரசர்**
> **நிரைசெலல் நுண்தோல் போலப்**
> **பிரசம் தூங்கு மலைகிழ வோற்கே!**

நீலமணி போன்று அழகிய சிறையை உடைய தும்பியே! நினக்கு ஒன்று உரைப்பேன்; அதனைக் கேட்பாயாக; நல்ல சொற்களை ஒருவரிடத்தே சென்று உரைத்தற்கு

அச்சம் வேண்டியதில்லை. அத்தலைவரது நாட்டிடத்துள்ள தலைமையுடைய உயரிய மலைப்பக்கமாக நீ செல்வையானால், அரசரது வரிசையாகச் செல்லுதலையுடைய நுண்ணிய கேடயங்களைப் போலத் தேனடைகள் தொங்கியிருக்கும் மலைப்பகுதியை உடையவரான அவருக்கு, கடமை மான்கள் நிறைந்த தோட்டத்திலுள்ள அழகிய சிறுதினைப் பயிரிடத்தே, களைக்கொட்டை எறிவதனால் எழுகின்ற நுண்ணிய புழுதியையுடைய களையெடுப்பாரின் தங்கையாகிய தலைவி, தன் தமரிடத்தினின்றும் நீங்காள் ஆயினாள் என்பதைச் சொல்லுவாயாக!

கருத்து: 'வண்டே! தலைவி இல்லிடத்தாள்' என்று தலைவரிடம் சொல்லுக என்பதாம்.

விளக்கம்: வண்டை நோக்கிக் கூறினளாயினும், சிறைப்புறமாக நிற்கும் தலைவன் கேட்டுத் தலைவியின் நிலையை உணருமாறே கூறினாள் என்க. தும்பி... வண்டு. 'நன்மொழிக்கு அச்சமில்லை' என்பது பழமொழி. இதனைக் கூறியது, தலைவனும் தலைவியைப் பற்றி அறிவதற்கு விருப்புடையானாய் இருப்பான் என்பதனால். கடவை - கடமை மான்கள். துளர் - களைக் கொட்டு. 'தமரில் தீராள்' - தமரைவிட்டு நீங்காள்; தமரின் நீங்கி, நின் மனையிடத்திருந்து இல்லறம் நடத்தற்கு உரியவள் தமரின் நீங்காளாயுள்ளாள் எனக் கூறுகின்றனள். தோல் - கேடயம்.

393. அலர் பெரிது!

பாடியவர்: பரணர். திணை: மருதம். துறை: தலைமகன் சிறைப்புறமாக, தோழி அலர்மலிவு உரைத்து, வரைவு கடாயது.

து-வி: தலைமகன் சிறைப்புறமாக நிற்பத், தோழி தலைவிக்குக் கூறுவாளாகத், தலைவியோடு தலைவன் கொண்ட களவு உறவினால் ஊரின்கண் எழுந்த அலரது மிகுதியை, அவனும் கேட்டறியுமாறு இவ்வாறு கூறுகின்றாள்.

மயங்குமலர்க் கோதை குழைய மகிழ்நன்
முயங்கிய நாள்தவச் சிலவே; அலரே;
கூகைக் கோழி வாகைப் பறந்தலைப்
பசும்பூட் பாண்டியன் வினைவல் அதிகன்
களிறொடு பட்ட ஞான்றை,
ஒளிறுவாட் கொங்கர் ஆர்ப்பினும் பெரிதே.

தோழி! கலந்த மலர்களையுடைய மாலையானது குழையும்படியாகத், தலைவன் நின்னைத் தழுவிய நாட்கள்தாம் மிகச் சிலவேயாகும். ஆனால் பழிச்சொல்லோ, கோட்டானாகிய கோழியையுடைய வாகைப்பறந்தலை என்னுமிடத்தே உள்ள போர்க்களத்திலே, பசிய பூணணிந்த பாண்டியனது, ஏவலிலே வல்லவனான அதிகன் என்பவன், தன் போர்க் களிற்றோடுபட்ட காலத்திலே, விளங்குகின்ற வாட்படையினையுடையவரான கொங்கர்களுடைய வெற்றி ஆரவாரத்தினும் காட்டில், மிகுதியாயிருந்தது!

கருத்து: 'ஊரலர் மிகவும் அதிகமாயிற்று' என்பதாம்.

விளக்கம்: இங்கே குறிக்கப்பட்ட 'அதிகன்' என்பவன் பசும்பூண் பாண்டியனின் தளபதியருள் ஒருவன். கொங்கரது செருக்கடக்கி வெற்றிகொள்ளுமாறு பாண்டியனால் அனுப்பப்பட்ட இவன், வாகைப்பறந்தலைப் போரிலே பட்டு வீழ்ந்தான். வெற்றி பெற்ற கொங்கர் ஆர்ப்பரித்தனர். அந்த ஆரவார ஒலியைக் காட்டிலும் ஊரலர் அதிகமாயிருந்தது என்கின்றாள். 'கோதை குழைய முயங்கல்' என்றது, தழுவுதலின் செறிவை உணர்த்துவதாம். அதிகன் பட்ட பின்னர் பாண்டியன் கொங்கரோடு மீளவும் பொருது வென்றான் என்பது, 'வாடாப் பூவிற் கொங்கர் ஓட்டி நாடுபல தந்த பசும்பூண் பாண்டியன்' என்னும் அகநானூற்று அடிகளால் விளங்கும் *(அகம். 253.4-5)* கொங்கரின் ஆர்ப்பு ஒடுங்குமாறு பாண்டியன் அவரை வெற்றி கொண்டாற்போலத், தலைவனும் ஊரலர் அடங்குமாறு தலைவியை மணந்து கொள்ளல் வேண்டும் என்பதாம்.

394. நட்பு பகையாயிற்று!

பாடியவர்: குறியிறையார். திணை: குறிஞ்சி. துறை: வரைவிடை ஆற்றாளாகிய கிழத்தியை ஆற்றுவிக்கும் தோழி தலைமகனை இயற்பழித்துக் கூறியது.

து-வி: வரைவிடை வைத்துத் தலைவன் பிரிந்துசெல்லத் தலைமகள் பொறுக்கவியலாத் துயரத்தால் வாடினாள். அவளை ஆற்றுவிக்கக் கருதிய தோழி, தலைவனது இயல்பைப் பழிப்பாளாக இப்படிக் கூறுகின்றாள்.

முழந்தாள் இரும்பிடிக் கயந்தலைக் குழவி
நறவுமலி பாக்கத்துக் குறமகள் ஈன்ற
குறிஇறைப் புதல்வரொடு மறுவந்து ஓடி,

முன்நாள் இனியது ஆகி, பின்நாள்
அவர் தினைப் புனம் மேய்ந்தாங்கு,
பகை ஆகின்று, அவர் நகை விளையாட்டே.

முழந்தாளையுடைய பெரிய பிடியினது மெல்லிய தலையையுடைய கன்று, கள்மலிந்த மலைப்பக்கத்து ஊரிலுள்ள குறத்தியானவள் பெற்ற குறிய கைச்சந்தினையுடைய பிள்ளைகளோடு, சுற்றிச் சுற்றி ஓடி, முன்காலத்திலே இனிமை தருவதாயிருந்தது. பின்காலத்திலே, அவரது தினைப்புனத்தை மேய்ந்து அவருக்குக் கேடு விளைப்பதுமாயிற்று. அதுபோலத் தலைவராகிய அவரது, நகையோடுங்கூடிய பழைய விளையாட்டெல்லாம் நமக்கு இப்போது பகைமை உடையதாக ஆகின்றதே!

கருத்து: *'அவரது நட்பினால் வந்தது துன்பமே' என்பதாம்.*

விளக்கம்: *'விளையாடி இன்புறுத்திய யானைக்கன்றே, பின்னர்த் தினையை அழித்துக் கேட்டை விளைத்தாற் போன்று, முன்னர் நட்புச் செய்து இன்புறுத்திய தலைவனின் செயலால் இன்புற்ற நாம், அதுவே பகையாகி வருத்த நலிகின்றோம்' என்பதாம். தலைவனது இயல்பைப் பழித்துக் கூறுதலால், இது இயற்பழித்தல் ஆயிற்று.*

395. நரணம் இரங்கத்தக்கது!

பாடியவர்: .... திணை: *பாலை.* துறை: *வரைவிடை வைத்துப் பிரிய ஆற்றாளாகிய கிழத்தி 'நாம் ஆண்டுச் சேறும்' எனத் தோழிக்கு ஊரைத்தது.*

து-வி: *தலைமகன் வரைவிடை வைத்துப் பிரிந்த காலத்திலே, தலைவியின் ஆற்றாமை மிகுதியாக, அவள், தன் தோழியிடத்தே இவ்வாறு கூறுகின்றாள்.*

நெஞ்சே நிறை ஒல்லாதே; அவரே,
அன்பு இன்மையின், அருள்பொருள் என்னார்;
வன்கண் கொண்டு வலித்து வல்லுநரே;
அரவுநுங்கு மதியிற்கு இவணோர் போலக்
களையார் ஆயினும், கண்இனிது படீஇயர்;
அஞ்சல் என்மரும் இல்லை; அந்தில்
அளிதோ தானே நாணே
ஆங்கு அவர் வதிவயின் நீங்கப் படினே!

என் நெஞ்சம் தன் நிறையுடைமையோடு விளங்குதற்கு இயலாதாகின்றது. அவரும், என்பால் அன்பு இல்லாமையினால், எனக்கு அருள் செய்வதையே பொருளென்று கருதாதவராயினார். வன்கண்மை கொண்டவராக வற்புறுத்தி அதிலேயே வல்லமை பெற்றவரும் ஆயினர். அரவினாலே விழுங்கப்படும் மதியினுக்கு உதவ இயலாத இவ்வுலகத்தாரைப் போல எனது துன்பத்தைக் களைதற்கு இயலாதவராயினும், இனிதாகக் கண்மூடித் துயிலுகின்றனரே! அஞ்சற்க என்று கூறி என்னைத் தேற்றுவாரும் இங்கே யாருமில்லையே! ஆதலினால், அங்கே, அவர் தங்கியிருக்கும் இடத்திற்கு, நாமும் இவ்விடத்தை விட்டு நீங்கிச் செல்வோமானால், நம் நாணந்தான் இரங்கத்தக்கது; அதுதான் அழிந்துபோம்!

கருத்து: 'நம் தலைவர் இருக்குமிடத்திற்கு நாமும் செல்வோம்' என்பதாம்.

விளக்கம்: நிறை - நிறுத்தல்; உள்ளத்தே எழுந்து வருத்தும் காமநோயினைப் புறத்தால் காணாதபடி அடங்குதல். அவர் நெஞ்சறி சுட்டு. 'அரவுநுங்கு மதியினுக்கு இவணோர் போல்' என்றது, பலரும் அதுபற்றிப் பலபடப் பேசிப் பின் அதனைப் பற்றிய எண்ணமற்றவராகத் தாம் துயில்தலைத் தொடங்குவது போல, ஊரவரும் தன்னைப் பற்றிப் பலவும் பேசித் துயில்வாராயினர் என்கின்றாள். 'அருள் பொருள் என்னார்' என்றது, அதை மறந்து, பொருளே பொருளெனக் கொண்டு தன்னைப் பிரிந்து சென்ற கொடுமையை நினைந்து.

396. எளிதென உணர்ந்தாளோ?

பாடியவர்: கயமன். **திணை:** பாலை. **துறை:** மகட் போக்கிய தாய் உரைத்தது.

து-வி: தலைவனோடு தலைவியும் உடன்போக்கிற் சென்று விடுகின்றாள். தன் மகளது மென்மையும் காட்டது வெம்மையும் செவிலித்தாயின் நினைவிலே ஒருங்கே எழுகின்றன. அவள், அந்த நினைவால் அழுந்தியவளாக இப்படிக் கூறுகின்றாள்.

பாலும் உண்ணாள், பந்துடன் மேவாள்,
விளையாடு ஆயமொடு அயர்வோள் இனியே,
எளிதுஎன உணர்ந்தனள் கொல்லோ – முளிசினை
ஓமைக்குத்திய உயர்கோட்டு ஒருத்தல்
வேனிற் குன்றத்து வெவ்அறைக் கவாஅன்

மழைமுழங்கு கடுங்குரல் ஓர்க்கும்
கழைதிரங்கு ஆர்இடை, அவனொடு செலவே?

முன்னர்த் தன்னோடும் விளையாடிய ஆய மகளிரோடு தானும் கலந்து விளையாடிய அவள், தனக்குரிய பாலையும் உண்ணாள்; தான் விரும்பிய பந்தையும் விரும்பாள்; விளையாட்டிலேயே விருப்புடனிருப்பாள். அவள், இப்போது, உலர்ந்து கொம்புகளையுடைய ஓமை மரத்தினைக் குத்திய உயர்ந்த கொம்பையுடைய களிறானது, வேனிலின் தன்மை கொண்ட பாறைகளையுடைய மலைப்பக்கத்தே ஒருசார் மேகம் முழங்குகின்ற கடிய முழக்கத்தைக் கேட்டபடியே நின்றிருக்கும் தன்மையுடையதும், மூங்கில்களும் உலர்ந்து போயினதுமான, கடந்து செல்லுதற்கரிதான இடத்தின் வழியே, அவனோடுஞ் செல்லுதல் எளிதானதென்று உணர்ந்தனளோ?

கருத்து: 'இல்லிலிருப்பதனினும் அவனோடு கூடிப் பாலை வழியிற் செல்லுதல் எளிதென நினைத்தாளோ?' என்பதாம்.

விளக்கம்: 'விளையாடு ஆயமொடு அயர்வோள், பாலும் உண்ணாள், பந்துடன் மேவாள்' என்றது, உடன்போக்கிற் செல்லுதற்கு முன்பாக, அவளிருந்த இளமைப்பருவத்தின் விளையாட்டு நிலையை அறிந்து கூறியதாம். அல்லது அவளது களவுறவின் உண்மையைத் தான் உணராது போயினதை நினைந்து வருந்தியது மாம். 'ஒருத்தல் மழைமுழங்கு கடுங்குரல் ஓர்க்கும்' என்றது, மிக்க நீர்வேட்கையினாலே மழையை எதிர்பார்த்துச் சோரும் என்றதாம். 'கழை திரங்கு ஆரிடை' என்றது, எளிதில் வாடாத கழையும் உலர்ந்து போன வெம்மைமிக்க காட்டுவழியை நினைத்துக் கூறியதாம். 'வெவ்வரைக் கவாஅன்' என்ற பாடத்திற்கு, 'வேனிலின் தன்மைகொண்ட மலையிடத்துள்ள வெம்மைமிக்க அடிவாரத்து' என்று பொருள் கொள்க.

397. 'அன்னாய்'என்னும் குழவி!

பாடியவர்: அம்மூவன். **திணை:** நெய்தல். **துறை:** வரைவிடை வைத்து நீங்கும் தலைமகற்குத் தோழி உரைத்தது.

து-வி: வரைவிடை வைத்துத் தலைவியைப் பிரியக் கருதினான் தலைவன். அவனை நோக்கித் தலைவியின் தன்மையை எடுத்துக் கூறி, விரைந்து மீளுமாறு தோழி இவ்வாறு வலியுறுத்துகின்றாள்.

நனைமுதிர் ஞாழல் தினைமருள் திரள்வீ
நெய்தல் மாமலர்ப் பெய்த போல
ஊதை தூற்றும் உரவுநீர்ச் சேர்ப்ப!
தாய்உடன்று அலைக்கும் காலையும், வாய்விட்டு,
'அன்னாய்!'என்னும் குழவி போல,
இன்னா செயினும் இனிதுதலை யளிப்பினும்,
நின்வரைப்பினள், என் தோழி;
தன்உறு விழுமம் களைஞரோ இலளே.

அரும்புகள் முதிர்ந்த ஞாழலது, தினைமணிகளைப் போன்றவான திரண்ட மலர்கள் நெய்தலது கரிய மலரிடத்தே பெய்தாற் போலக், குளிர்காற்று நீர்த்திவலைகளைத் தூவுகின்ற வன்மை கொண்ட கடற்கரைத் தலைவனே! தாய் மாறுபட்டுத் தன்னை வருத்தியபொழுதும், வாய்விட்டு 'அன்னையே!' என அழுகின்ற தன்மையுடைய குழந்தையைப் போன்றவள் தலைவி. அவளுக்கு நீ இன்னாதவற்றையே செய்தாலும், இனிதாகத் தலையளி செய்தாலும், அவள் நின்னாற் காக்கப்படும் எல்லைக்குள்ளேயே அமைபவள். நின்னையன்றித் தன்னைப் பொருந்தும் துன்பத்தைப் போக்குவாரையும் அவள் பெற்றிலள்.

கருத்து: 'தலைவியது பிரிவுத் துயரத்தைக் கருத்திற் கொண்டு விரையத் திரும்புக' என்பதாம்.

விளக்கம்: 'ஞாழற்பூ' வெண்சிறு கடுகைப்போன்றதாதலின், அதனைத் தினைமணிகட்கு ஒப்பிட்டனள். நெய்தல் மலர் நிறையுமாறு ஞாழல்வீ உதிர்தலைப் போலக், கரிய கழியிடம் நிறையுமாறு ஊதை துளிகளைச் சிதறிற்று என்க. 'நின் வரைப்பினள்' என்பதற்கு, 'தாய் உடன்று அலைக்கும் காலையும் வாய் விட்டு, 'அன்னா' என்னும் குழவிபோல' எனக் கூறும் உவமை பெரிதும் சிறப்புடையது ஆகும்.

மேற்கோள்: 'தலைவற்குத் தோழி. தலைவியைப் பாதுகாத்துக் கொள்ளென்று கூறியது *(தொல். 23. உரை)* என நச்சினார்க்கினியரும், 'தோழி தலைவியைத் தலைவனிடம் ஓம்படுத்துக் கூறியது *(இறை. 23 உரை)* என இறையனாரகப் பொருள் உரைகாரரும் இச்செய்யுளைக் கொள்வர். இப்படிக் கொள்வதே சிறப்பானது ஆகும். 'இனி இவள் நின் பொறுப்பினள்' எனத் தோழி தலைவியைத் தலைமகற்குக் கையடை கொடுத்துக் கூறியது இதுவென்று அப்போது கொள்க.

398. துயரைப் போக்குவார் இலர்!

பாடியவர்: *பாலை பாடிய பெருங்கடுங்கோ.* **திணை:** *பாலை.* **துறை:** *பிரிவுணர்த்திய தோழி, 'பிறர் தலைமகன் பிரிந்து வினை முற்றிவரும் துணையும் ஆற்றியுளராவர்' என்று, உலகியல் மேல் வைத்து உரைத்தாட்குத், தலைமகள் ஆற்றாமை மீதூரச் சொல்லியது.*

து-வி: *தலைமகனது பிரிவைத் தலைவிக்கு உணர்த்திய தோழி, மகளிரது கடமையை வற்புறுத்தி, 'அவர்போல நீயும் பிரிவைப் பொறுத்திருக்க வேண்டும்' என்கின்றாள். அவளுக்குத் தலைவி கூறியது இது.*

தேற்றாம் அன்றே – தோழி! தண்ணெனத்
தூற்றும் திவலைத் துயர்கூர் காலை,
கயல்ஏர் உண்கண் கனங்குழை மகளிர்
கையுறை ஆக நெய்பெய்து மாட்டிய
சுடர்துயர் எடுப்பும் புன்கண் மாலை,
அரும்பெறற் காதலர் வந்தென, விருந்து அயர்பு
மெய்ம்மலி உவகையின் எழுதரு
கண்கலிழ் உகுபனி அரக்கு வோரே.

தோழி! குளிர்ச்சி உண்டாகும்படியாகத் தூவுகின்ற, மழைத்துளிகளை உடையதான துயரமிக்க பொழுதிலே, கெண்டைமீன் ஒத்த மையுண்ட கண்களையும் கனவிய குழைகளையும் உடையவரான மகளிர். தம் கையுறையாக நெய்யைப் பெய்து ஏற்றிய நெய் விளக்குகள் ஒளி செய்யும், துயரத்தை எழுப்புகின்ற துன்பத்தையுடைய மாலைக்காலத்தில், பெறுதற்கரிய காதலர் வந்தனரென்று கூறி விருந்துசெய்து, உடம்பு பூரிக்கும் உவகையோடு, முன்னர்க் கண் கலங்கியதனாலே வீழ்கின்ற நீர்த்துளிகளைத் துடைப்பாரைக் கண்டு அறியேம்!

கருத்து: *'என் துன்பத்தைப் போக்குவாரைக் காணேன்' என்பதாம்.*

விளக்கம்: உலகின்மேல் வைத்துத் 'தலைவர் பிரிந்துறையுங் காலத்தே பொறுத்தாற்றுவது மகளிரது இயல்பு' என்று தேற்றுகின்றாள். தோழி அவட்குப் 'பிரிந்தவர் வருங்கால் உவகை கொள்வதே மகளிரது இயல்பு' எனக் கூறிப் பிரிவுத்துயரைப் பொறுத்தாற்றியிருத்தற்கு இயலாத தன் தன்மையைத் தலைவி கூறுகின்றாள். *அரங்குவோர் - துடைப்போர். தேற்றாம் -*

அறியேம். மாலைக்காலத்திலே இல்விளக்கு ஏற்றும் மகளிர் அதனைத் திருவாகக் கருதுவராதலின், 'கையுறையாக நெய்பெய்து' என்கின்றனள். 'அரங்குவோர் தேற்றாம்' என நொந்தது, தோழியரைக் குறித்துக் கூறியதாம்.

399. பாசி போன்றது!

பாடியவர்: பரணர். **திணை:** மருதம். **துறை:** வரவை நீட்டித்த இடத்துத், தலைமகள் தோழிக்குச் சொல்லியது.

து-வி: வரைபொருட்காகப் பிரிந்த தலைவன் பிரிந்துறையும் காலம் நீட்டித்தவிடத்துத், தலைமகள் தோழியை நோக்கித் தன் துயரம் மேலெழ இவ்வாறு கூறுகின்றாள்.

ஊர்உண் கேணி உண்துறைத் தொக்க
பாசி அற்றே பசலை – – காதலர்
தொடுவுழித் தொடுவுழி நீங்கி,
விடுவுழி விடுவுழிப் பரத்த லானே.

தோழி! பசலை நோயானது, காதலர் தொடுந்தோறும் தொடுந்தோறும் விலகி, அவர் விடுந்தோறும் விடுந்தோறும் பரவுகின்றதனாலே, ஊராரால் உண்ணப்படும் நீரையுடைய ஆற்றின் ஊற்றுத் தலையிடத்து கூடியிருக்கும் பாசியைப் போன்றதாகும்.

கருத்து: 'பசலைநோய் மிகுதலால் யான் வருத்தமுறுவேன்' என்பதாம்.

விளக்கம்: பாசியானது மக்கள் கையிட்டு நீருண்ணும் போது விலகியும், அவர் கைகளை எடுத்தவுடன் மீளவும் படர்ந்து தோன்றுமாறு போலத், தன் மேனியின் பசலையும் தலைவன் உடனிருக்க நீங்கியும், அவன் பிரியப் படர்ந்தும் தன்னை வருத்தும் என்கின்றாள் தலைவி.

400. தேரோ தந்தனை!

பாடியவர்: பேயனார். **திணை:** முல்லை. **துறை:** வினை முற்றி வந்த தலைமகன் தேர்ப்பாகனைத் தலையளித்தது.

து-வி: தான் மேற்கொண்டு சென்ற செயலானது முற்றிய பின்னர், ஊருக்கு மீள்கின்ற தலைவன், தன் தேர்ப்பாகன் தேரை விரையச் செலுத்த, வழியைக் கடந்து தன் வீட்டையும் அடைகின்றான். அடைந்தவன், தன பாகனை இவ்வாறு பாராட்டிக் கூறுகின்றான்.

‘சேயாறு செல்வாம் ஆயின், இடர்இன்று,
களைகலம் காமம், பெருந்தோட்கு’ என்று,
நன்றுபுரிந்து எண்ணிய மனத்தை ஆகி,
முரம்புகண் உடைய ஏகி, கரம்பைப்
புதுவழிப் படுத்த மதியுடை வலவோய்!
இன்று தந்தனை தேரோ –
நோய்உழந்து உறைவியை நல்க லானே?

நெடுந்தொலைவாகிய வழியைக் கடந்து செல்வேமாயின், பெரிய தோளையுடைய தலைவிக்குத் துன்பமின்றி அவளது காமநோயைக் களையமாட்டோம் என்று, நன்மையை விரும்பி எண்ணிய மனத்தினன் ஆகிப், பருக்கைக் கற்களை உடைய மேட்டுநிலம் பிளக்கும்படியாகச் சென்றும், கரம்பு நிலத்திலே புதுவழியை உண்டாக்கியும் வந்த, அறிவுடைய தேர்ப்பாகனே! நோயினாலே வருந்தியவளாக வாழும் தலைவியை எனக்கு மீட்டுத் தந்தமையால், இன்றுநீ தேரினையோ செலுத்தி வந்தனை? அவளையே உயிரோடு தந்தனையே!

கருத்து: ‘நின் திறனைப் பாராட்டுகின்றேன்’ என்பதாம்.

விளக்கம்: ‘மதியுடை வலவோய்’ என்றது, முரம்பு கண்ணுடைய ஏகியும், கரம்பைப் புதுவழிப்படுத்தும், குறித்த நாளில் தலைவனை ஊரிற் கொண்டு சேர்த்து மதிநுட்பத்தைப் பாராட்டிக் கூறியதாகும். ‘நோயுழந்து உறைவியை நல்கலான்’ என்றது, ‘நோயினின்றும் அவளை உயிரோடு மீட்டுத் தருதலால்’ என்பதாம்; அது, குறித்த கால எல்லைக்குள்ளாகத் தேரைக் கொண்டு சேர்த்ததால் வாய்த்தது; ஆதலின், அந்தத் திறமையை வியந்து கூறுகின்றான். ‘தேரோ தந்தனை?’ என்பதனிடத்துள்ள ‘தேர் மட்டுமோ தந்தனை, என் தலைவியின் உயிரையுமன்றோ தந்தனை’ என அதனையும் வெளிப்படுத்திக் காட்டுகின்றது. ‘முரம்பு’ - மேட்டு நிலம். ‘கரம்பு’ -கரம்பு நிலம்.

401. வியத்தற்கு உரியது!

பாடியவர்: அம்மூவன். **திணை:** நெய்தல். **துறை:** வேறுபாடு கண்டு இற்செறிக்கப்பட்ட தலைமகள், தன்னுள்ளே சொல்லியது.

து-வி: களவுறவினாலே தலைவிபால் தோன்றிய வேறுபாடுகளைக் கண்ட தாய், அவளை இற்செறித்தனள். அதனைக் கண்ட தலைவி, இவ்வாறு தன்னுள்ளே சொல்லியவளாக வருந்துகின்றாள்.

அடும்பின் ஆய்மலர் விரைஇ, நெய்தல்
நெடுந்தொடை வேய்ந்த நீர்வார் கூந்தல்
ஓரை மகளிர் அஞ்சி, ஈர்ஞெண்டு
கடலில் பரிக்கும் துறைவனொடு, ஒருநாள்,
நக்கு விளையாடலும் கடிந்தன்று,
ஐதே கம்ம, மெய்தோய் நட்பே!

அடும்பினது அழகிய மலரைக் கலந்து தொடுத்த, நெய்தற் பூக்களாலாகிய நெடிய மாலையை அணிந்தவரான, நீர் ஒழுகும் கூந்தலைக் கொண்ட விளையாட்டு மகளிர்க்கு அச்சங் கொண்டு, ஈரத்தையுடைய நண்டானது, கடலுக்குள் ஓடுகின்ற துறையை உடையவன் தலைவன். அவனோடு, ஓரோவொருநாள் நகையாடி விளையாடுதலையும், அவனுடைய உடலைத் தழுவிக் கொண்ட காதல் நட்பானது போக்கிவிட்டதே! அதுதான் வியத்தற்கு உரியது!

கருத்து: *'தலைவனோடு கொண்ட நட்பு. முன் அவனைக் கண்டு மகிழ்ந்த அந்த இன்பத்தையும் போக்கியது' என்பதாம்.*

விளக்கம்: *அடும்பு - அடப்பங்கொடி. நீர் விளையாடும் மகளிர் தன்னை அலைப்பரென அஞ்சிய அலவன் கடலுக்குள் ஓடிற்று என்க, ஐது - வியப்பைத்தருவது; 'வியப்பாவது' கண்டு நகுதல் மெய்தோய் நட்பாக மலர்ந்தது, இனிது பயத்தற்கு மாறாகத் துன்பத்தைத் தருவதனால்.*

குறுந்தொகை மூலமும்
புலியூர்க் கேசிகன் உரையும்
முற்றுப் பெற்றன.

குறுந்தொகைச் செய்யுட்களைப் பாடிய சான்றோர்கள்

(எண் – செய்யுள் எண்)

அஞ்சில் ஆந்தையார் 294 - இவர் 'அஞ்சில்' என்னும் ஊரினர்; 'ஆந்தை' என்னும் பெயரினர். இஃது அந்நாளில் ஆண்கட்கும் இடப்பெற்று வழங்கிய பெயர் என்பதனைப், 'பிசிராந்தையார்' என வரும் பெயராலும் அறியலாம். இவர் பாடிய மற்றொரு செய்யுள், நற்றிணை 233 ஆகும். இச்செய்யுளுள் கடலாடல், கானற் சோலையில் விளையாடுதல், மகளிர் குரவை கோத்து ஆடுதல் முதலியன இவராற் குறிக்கப்பட்டுள்ளன.

அண்டர் மகன் குறுவழுதியார் 345 - இவர் பாண்டியர் மரபினர். புறத்தும் (346), அகத்தும் (150, 228) இவரது செய்யுட்கள் காணப்படும். நெய்தல் திணைச் செய்யுட்கள் யாத்தலில் திறனுடையவராகக் காணப்படலால், கடற்கரைப் பகுதியில் வாழ்ந்த அனுபவம் உடையவராகலாம். இச்செய்யுளுள், கடற்கரைப் பாக்கத்துச் சிற்றூரை அடையாளங் காட்டும் பகுதி மிகவும் சுவையுடையதாகும்.

அணிலாடு முன்றிலார் 41 - தலைவனைப் பிரிந்து வாழும் தலைவியின் துயர நிலைக்கு 'மக்கள் போகிய அணிலாடு முன்றிலை' உவமையாகக் கூறிய நயத்தால். இவர் இப்பெயர் பெற்றனர். இவரது இயற்பெயர் தெரிந்திலது.

அம்மூவனார் 49, 125, 163, 303, 306, 318, 327, 340, 351, 397, 401 - 'மூவன்' என்பது இவர் பெயர் என்பர். 'அம்மூ' என்ற பெயர் கேரளப் பகுதியில் இந்நாளினும் வழக்காற்றில் உள்ளதாகலின், 'அம்மூவன்' என்பதே பெயராக இருக்கலாம். சேர பாண்டியரும் திருக்கோவலூர் மலையமானும் இவரை ஆதரித்தவர். ஐங்குறுநூற்றுள் நெய்தல் பற்றிய நூறு செய்யுட்களும்,

நற்றிணையுள் பத்துச் செய்யுட்களும், அகநானூற்றுள் ஆறு செய்யுட்களும், இவர் பெயரான் வழங்கும் பிற செய்யுட்கள் ஆகும். 'இம்மை மாறி மறுமையாயினும், நீயாகியர் என் கணவனை, யானாகியர் நின் நெஞ்சு நேர்பவளே' *(49)* எனப், பிறவிதோறும் தொடர்ந்து வரும் காதலரது பிணைப்பை நயமாகக் கூறியிருக்கின்றனர். பூழி நாட்டார் ஆடு வளர்ப்பதில் மிகுதியான கவனஞ் செலுத்துவர் என்பதும் *(163)*, பரதவர் மகளிர் நண்டினை அலைத்து விளையாடுவர் என்பதும் *(303)*, 'வஞ்சினஞ் செய்த களவனும், கடவனும், புணைவனும் தானே' எனத் தலைவியர் தலைவரைக் கருதும் இயல்பினர் எனவும் *(318)*, மணவினை உறுதி செய்தலை 'உரிமை செப்பினர் நமரே' எனவும் *(351)*, தலைவிக்குத் தலைவன்பாலுள்ள உளக்கலப்பின் செறிவினை, 'தாயுடன்று அலைக்கும் காலையும், வாய்விட்டு 'அன்னா' என்னும் குழவிபோல, இன்னா செயினும் இனிது தலை அளிப்பினும் நின் வரைப்பினள் என் தோழி' எனவும் *(397)*, இவர் நடம்படக் கூறுகின்றனர்.

அரிசில் கிழார் 193 – 'அரியிலூர்' என வழங்கும் ஊரினர். வேளாளர் குலத்தினர். கடையெழு வள்ளல்களின் காலத்தவர். பதிற்றுப்பத்தின் எட்டாம் பத்தைப் பாடித் தகடூர் எறிந்த பெருஞ்சேரல் இரும்பொறையிடம் ஒன்பது நூறாயிரம் காணம் பரிசில் பெற்று, அவனிடம் அமைச்சுத் தொழிலும் ஏற்றிருந்தவர். தகடூர் யாத்திரைச் செய்யுட்களுட் சிலவும் இவராற் செய்யப் பெற்றிருத்தல் கூடும். இவர் காலத்தப் புலவர் கபிலர், பரணர், பொன்முடியார் முதலியோர், இவர் பெயரால் வழங்கும் பிற செய்யுட்கள், பதிற்றுப்பத்துள் எட்டாம் பத்தும், புறநானூற்றுள் ஏழு செய்யுட்களும் ஆகும். இச்செய்யுளுள் 'தேரை தட்டைப் பாறையின் கறங்கும்' என அருமையாகக் கூறுகின்றனர்.

அழிசி நச்சாத்தனார் 271 – ஆர்க்காட்டுத் தலைவனான அழிசிக்கு, இவர் மகனாக இருத்தல் கூடும். தலைவனது பரத்தைமை காரணமாகப் புலந்த தலைவி கூறுவதாக, 'நட்புச் செய்தது ஒருநாள்; ஆனால், அது பின்னர்ப் பல நாட்கள் துன்பம் தருவதாயிற்று' என இவர் அமைத்திருப்பது நயமுடையதாகும்.

அள்ளூர் நன்முல்லையார் 32, 67, 68, 93, 96, 140, 157, 202, 237 – 'அள்ளூர்' இவரது ஊர்; இது பாண்டிச் சீமையில் உள்ளது

என்பர்; இவர் பெண்பாலர், 'பொழுது இடைதெரியின் பொய்யே காமம்' எனவும் (32), 'கிள்ளை வளைவாய்க்கொண்ட வேப்ப ஒண்பழம், புது நாண் நுழைப்பான் நுதிமாண் வள்ளுகிர்ப் பொலங்கல ஒரு காசு ஏய்க்கும்' என, அக்காலத்துக் 'காசுமாலை' என்னும் பொன்னணி வழக்கிலிருந்ததையும் (67), 'அவர் நமக்கு அன்னையும் அத்தனும் அல்லரோ?' எனத் தலைவியர் தலைவரைப் பற்றிக் கூறுவதையும் (93), வைகறை வரக்கண்டு அதனைப் பழிக்கும் தலைவியது காதற் செறிவைத், 'தோள்தோய் காதலர்ப் பிரிக்கும் வாள்போல் வைகறை வந்தன்று' எனவும் (157), இனிய செய்த காதலன் இன்னா செய்தலை நினைந்து 'நெருஞ்சிக் கட்கின் புதுமலர் முட்பயந் தாங்கு' எனத் தலைவி கூறுவதாகவும் (202) வருகின்ற பல நயமான கருத்துக்களை இவர் செய்யுட்களுட் காணலாம். இவரியற்றிய பிற செய்யுட்கள், அகத்தும் புறத்தும் ஒவ்வொன்று ஆகும்.

அறிவுடை நம்பி 230 - இவன், 'பாண்டியன் அறிவுடை நம்பி' எனவும் குறிக்கப்படுவான். இவன் பாடியனவாக வழங்கும் பிற செய்யுட்கள் நற்றிணை அகம் புறம் ஆகியவற்றுள் ஒவ்வொன்றாகும். **புதல்வர் அற்றோர்க்கு வாழ்க்கைப் பயனில்லை** எனக் கூறும் இவனது சிறந்த அனுபவ உரையைப் புறப்பாட்டுள் (புறம் 184) காணலாம்.

ஆசிரியன் பெருங்கண்ணனார் 239 - 'ஆசிரியன்' என்ற அடைமொழி இவரது புலமைத் தகுதியைக் காட்டுவதாகும். 'தொடி நிகழ்ந்தன; தோள் சாயின; விடும் நாண் உண்டோ?' எனத் தலைவி கூற்றாகக் கூறும் நயமும், 'காந்தள் நறுந்தாது ஊதும் குறுஞ்சிறைத் தும்பி, பாம்பு உமிழ் மணியின் தோன்றும்' என்ற உவமையும் இவரது அறிவாற்றலை உணர்த்துகின்றன.

ஆதி மந்தியார் 31 - இவர் பெண்பாலார். இவரது காதலன் ஆட்டனத்தி என்பவன். காவிரியில் நீர்விழாவிற் கலந்து கொண்ட போது அவனை வெள்ளம் கொண்டு செல்லக் கரைவழியே அவனைத் தேடிச் சென்று, முடிவில் கடல்தர, அடைந்து இன்புற்றவர் இவரென்பது வரலாறு. இந்தச் செய்யுள், இவர் தம் காதலனைத் தேடிச் சென்ற காலத்தே பாடப்பட்டதாகும். ஆடுகளந்தோறும் அவனைத் தேடியலைந்தும் காணாது தளர்ந்தவர், 'யானும் ஓர் ஆடுகள மகளே! குரிசிலும் ஓர் ஆடுகள மகனே!' என, மனம் வெதும்பி உரைக்கின்றார்.

ஆரியவரசன் யாழ்ப் பிரமதத்தன் 184 - வட புலத்தாராகிய ஆரியர்களுட் பலர் அக்காலத்தே தமிழகத்து வந்து தொடர்பு கொண்டும், தமிழைக் கற்றும் சிறப்புற்றிருக்கின்றனர். அவர்களுள் இவன் அரசர் குடியினன்; யாழிசைத்தலிலே வல்லவன். இவனுக்குத் தமிழ்ச்செறிவை அறிவுறுத்துவதற்குக் கபிலர் 'குறிஞ்சிப் பாட்டை' இயற்றினார் என்னுஞ் செய்தி, இவனது தமிழார்வத்தைப் புலப்படுத்தும். 'அறிகரி பொய்த்தல் ஆன்றோர்க்கில்லை' என்றும், ஆன்றோரது செப்பத்தை இவன் கூறுகின்றான். 'பொய்யா நாவிற் கபிலர்' பெருமானை உளங்கொண்டே இப்படிக் கூறினனெனல் பொருத்தமுடையதாகும். 'நுண்வலைப் பரதவர் மட மகள், கண்வலைப் படூஉம் கானலானே' என்றமைத்துக் கூறும் திறம், இவன் பெற்றிருந்த தமிழ்ப்புலமையை நமக்குக் காட்டும்.

ஆலங்குடி வங்கனார் 5, 45 - இவர் 'ஆலங்குடி' என்னும் ஊரினர். இவர் பாடியவாகக் காணப்படுபவை இவ்விரண்டு செய்யுட்களும், நற்றிணையுள் மூன்றும், அகத்தில் ஒன்றும், புறத்தில் ஒன்றும், ஆகும். 'வங்கனார்' என்பது இயற்பெயர். இவரது ஆலங்குடி; புதுக்கோட்டைப் பகுதியிலுள்ள ஓர் ஊர். சோழ நாட்டிலும் 'ஆலங்குடி' என்றோர் ஊர் காணப்படும். அது, 'இரும்பூளை' என்னும் சிவத்தலம். இவரது இவ்விரண்டு செய்யுட்களும் மிகவும் நயமுடையன. காமக்கிழத்தியர் "எம் இல் பெருமொழி கூறித் தம்மில் கையும் காலும் தூக்கத் தூக்கும் ஆடிப் பாவை போல் வாழ்பவன் தலைவன்" என, இகழ்வர் எனவும் (2) இவர் கூறுவர். பாவைக் கூத்து அக்காலத்து வழங்கியதையும், காமக்கிழத்தியரது உளவியல்பையும் இது காட்டும். 'உயர்குடிப் பிறந்த மகளிர், தம் கணவன்மார் தம்மைப் பிரிந்து பரத்தையரோடு வாழ்ந்தவராகித் தம்பால் மீண்ட போதும், அவரை வெறுக்காது ஏற்றுக் கொள்ளும் உயர்பண்பினர் (45)' என இவர் கூறுவது, பெண்மையின் நல்ல விளக்கம் ஆகும். இருவகைப் பெண்டிரது தன்மையும் இதனால் அறியப்படும்.

ஆலத்தூர் கிழார் 112, 350 - இவர் வேளாளர்; 'ஆலத்தூர்' என்னும் சோணாட்டு ஊரினர். புறநானூற்றுள் இவர் பாடியவை 34, 36, 69, 225, 324 ஆகிய ஐந்து செய்யுட்கள். இவற்றுள், இவர் சோழன் நலங்கிள்ளியையும், குளமுற்றத்துத் துஞ்சிய கிள்ளிவளவனையும் சிறப்பித்துப் பாடியுள்ளார். 'ஆன் முலை அறுத்த' என்னும் அரிய புறப்பாட்டைச் செய்தவர்.

இவரை (புறம் 34). அரசர்க்கு நீதிகளை அறிவுறுத்தும் நுட்பமும் திட்பமும் உடையவராகவும் இவர் விளங்கினார்.

இடைக்காடனார் 251 - 'இடைக்காடு' என்னும் ஊரினர்; இது குமரி மாவட்டத்தைச் சார்ந்த ஓர் ஊர். தஞ்சை மாவட்டத்தும், இப்பெயருடன் ஓர் ஊர் உளது என்பர். இவர் குளமுற்றத்துத் துஞ்சிய கிள்ளிவளவனைப் பாடியுள்ளார். இவர் பாடியவை 27 செய்யுட்கள் (நற். 3. அறம். 6, புறம். 17, குறுந். 1) காலமல்லாக் காலத்துப் பெய்யும் கோடை மழையினைக் 'கழிந்த மாரிக்கு ஒழிந்த பழநீர், புதுநீர் கொளீஇய உகுத்தரும் நொதுமல் வானம்' என நயமுடன் இச்செய்யுளுள் (குறு. 251) இவர் கூறுகின்றார். இடைக்காட்டுச் சித்தர் வேறு; இவர் வேறு. இவரைக் கபிலரின் நண்பர் எனவும் கூறுவர்; உடன் பிறந்தார் என்னும் ஒரு கதையும் வழங்கும்.

இருந்தையூர்க் கொற்றன் புலவனார் 335 - இவர், ஊர்ப்பெயரோடு வழங்கப் பெறுபவர். இவ்வூரினராகக் 'கருங்கோழி மோசியார்' என்னும் புலவரும் உளர். 'கொற்றன்' இயற்பெயர். குறிஞ்சி நிலத்தை நன்கு அறிந்தவர். 'குறமகளிர் செந்தினையைப் பாறையில் உணங்கப்போட்டுக் காவலிருப்பதும், அவர் சுனையாடி மகிழ்கின்றதும், அந்தக்காலம், சோர்ந்த நேரத்திலே மந்தி பார்ப்பொடு தினையைக் கவர்ந்து போவது மாகிய நிகழ்ச்சி' இச்செய்யுளில் அழகாகக் காட்டப்படுகின்றது.

இளங் கீரந்தையார் 148 - 'கீரன் தந்தை' என்பது 'கீரந்தை' என மருவியது என்பர். 'கீரந்தையார்' என வேறொருவரும் கூறப்படுவர். அவரினும் இவர் இளையர்; ஆதலால் 'இளங் கீரந்தையார்' எனப்பெற்றனர். செல்வச் சிறுவர்களின் கால்களில் அணியும் தவளை வாய்ச் சதங்கை பற்றிய செய்தி இவர் செய்யுளாள் அறியப்படுகின்றது.

இளங்கீரனார் 116 - இவர் 'எயினந்தை மகனார் இளங்கீரனார்' எனவும் வழங்கப் பெறுவர். ஆதலால் 'எயினர்' குடியினராதல் பொருந்தும். 'இளம்' இளமை குறித்தது. நற்றிணையுள் ஆறும், அகநானூற்றுள் எட்டும் இவர் செய்த பிற செய்யுட்கள். 'கீரனார்' என்பதனால் சங்கறுக்கும் குடியினர் எனவும் கொள்வர். பொருந்தில் இளங்கீரனார், அந்தில் இளங்கீரனார் என வேறு புலவர்களும் உளர். இச்செய்யுளுள், சோழரின் உறந்தைப் பெருந்துறையின்கண் நுண் மணல் அறல்வார்ந்து கிடந்ததனை இவர் சுவைபடக் கூறுகின்றனர்.

இளம்பூதனார் 334 - 'பூதனார்' என்பது இவரது பெயர். தலைவனின் பிரிவால் வருந்திய தலைவியின் வருத்த மிகுதியைத் தலைவி கூற்றாக, 'நம் இன்னுயிர் அல்லது பிறிதொன்று எவனோ தோழி, நாம் இழப்பதுவே!' என உரைக்குமாற்றால் இவர் நயமாகக் காட்டுவர்.

இறையனார் 2 - ஆலவாய்ச் சொக்கரின் பெயர். இச்செய்யுளைத் தருமிக்குப் பொற்கிழி வாங்கித் தந்த சிறப்புடையது என்பர். இந்தத் திருவிளையாடலைத் திருவிளையாடற் புராணம் விரிவாகக் கூறும். இறையனார் அகப்பொருளை உரைத்தவரும் இவரே என்பர்.

ஈழத்துப் பூதன் தேவனார் 189, 343, 360 - இவர் ஈழநாட்டினர். மதுரையில் தங்கியிருந்து புலமை பெற்றுத் திகழ்ந்தவர். 'மதுரை ஈழத்துப் பூதன் தேவனார்' எனவும் இவர் பெயர் காட்டப்படும். பசும்பூண் பாண்டியனைப் பாடியவர். அகத்துள் மூன்றும், நற்றிணையுள் ஒன்றும் இவர் பாடிய பிற செய்யுட்கள், இச்செய்யுட்களுள், தேரின் வேகத்திற்குக் 'குன்றிழி அருவியின் வெண்தேர் முடுக' *(189)* எனக் கூறும் சொற்றிறத்தை நாம் காணலாம்.

உகாய்க்குடி கிழார் 63 - 'உகாய்க்குடி' என்னும் ஊரினர்; வேளாளர். பொருளின்பால் செல்லும் தன் உள்ளத்திற்கு 'ஈதலும் துய்த்தலும் இல்லோர்க்கு இல்லெனச் செய்வினை கைம்மிக எண்ணுதி' எனத் தலைவன் கூறுவதாக அமைத்துள்ள இவர், வாழ்க்கைக்குப் பொருளது இன்றியமையாத தன்மையையும், தெளிவுபடுத்துகின்றார். 'உகாய்' மரங்கள் உள்ளமையால் உகாய்க்குடி என்றனராகலாம்.

உருத்திரனார் 274 - நல்லுருத்திரனார் என்பவர் சோழர் குடியினர். புறநானூற்று *190* ஆவது செய்யுளைச் செய்தவர். இவரும் அவரும் ஒருவரே எனவும். இவர் அவரின் வேறானவர் எனவும் உரைப்பார்கள். 'இன்னாதாகிய கானமும் காதலியை நினைத்தபடி சென்றால் இனியவாகும்' எனத் தலைவன் கூற்றாக நயம்படக் கூறியுள்ளவர் இவர்.

உரோடகத்துக் கந்தரத்தனார் 155 - செங்கற்பட்டு மாவட்டத்து 'ஓரகடம்' இவரது ஊர்; 'கந்தரத்தனரர்' இவரது பெயர்; சிவனின் திருநாமம்; கந்தரது அத்தனார் என்பது பொருள். சுந்தரத்தனார் என்னும் பிறரினும் வேறுபடுத்திக் காட்ட

இவரை உரோடகத்துக் கந்தரத்தனார் எனக் குறித்தனர். அகத்துள் மூன்றும் நற்றிணையுள் நான்கும் இவர் செய்த வேறு செய்யுட்கள், முதைப் புனங்கொன்று ஆர்கலி உழவர் விதைக்குறு வட்டி போதொடு பொதுள வருவர் என, உழவரும் மலர்களைக் கொய்து தம் மனைவியருக்குக் கொணரும் காதற் பாங்கினை, இவர் இச்செய்யுளிற் கூறுகின்றனர்.

உலோச்சனார் 175, 177, 205, 248 - இவர் நெய்தல் நிலத்தைச் சார்ந்தவர், சைனர் எனவும் கூறுவர். பொறையாற்றுப் பெரியன். சோழன் இராசசூயம் வேட்ட பெருநற்கிள்ளி ஆகியோர் இவரை ஆதரித்தனர். இந்நான்கும் நெய்தல் திணைச் செய்யுட்கள். கடற்கரை வழியாகத் தலைவனின் வெண்தேர் செல்வதனை, 'மின்னுச் செய் கருவிய பெயல்மழை தூங்க விசும்பு ஆடு அன்னம் பறை நிவந்தாங்கு' என உவமிக்கும் திறனை 205ஆம் செய்யுளுட் காணலாம்.

உழுந்தினைம் புலவன் 333 - வேடிக்கையான பெயர் இது. பெயர்க்காரணம் தெரிந்திலது. தினைப்புனத்தை அழிவு செய்த யானையைக் கானவன் ஓட்டுகின்றான்; அது தப்புதற்கு வகையறியாதே திகைக்கின்றது; அப்போது மகளிர் ஒப்பும் கிள்ளைகள் பறந்து சென்று பொற்றைக் கல்லிடத்தே அமர்தலைக் காண்கின்றது; தானும் அப்படிப் போகலாம் என நினைந்ததாய்த் தானும் அங்குச் செல்லற்கு மேல் நோக்கியபடி நிற்கும் எனக் கூறுகின்ற நயத்தை இச்செய்யுளிற் காணலாம். வினை முடியாததால் வந்துறும் வருத்தத்தைப் 'பணிக்குறை வருத்தம்' என்பர் இவர்.

உறையனார் 207 - இவர் பெயரது காரணம் தெரிந்திலது. பாலை நிலத்தின் கடுமையைக் கூறுவாராய்ச், 'சுரத்திடைச் செல்வோருக்கு இனந்தீர் மருந்தின் புலம்புகொள் தெள்விளி உயவுத்துணையாகும்' என்ற இச்செய்யுளுள் வருவது இவரது புலமை நலத்தைக் காட்டுவதாகும்.

உறையூர்ச் சல்லியன் குமரனார் 309 - உறையூர்ச் சல்லியன் என்பவரின் மகனார் இவர். தம்மைப் பிரிந்து கொடுமை செய்த தலைவர், மீண்டும் தம்பால் வரும்போது அக்கொடுமையை மறந்து அன்பு காட்டும் தலைவியது கற்புச் செவ்விக்கு, வரப்பில் களைத்தெறிந்த பின்னும் மீண்டும் வயலிடத்தே மலர்கின்ற நெய்தலை உவமை கூறுகின்றார் இவர். சல்லியன், என்னும் பெயர் வழங்கும் இவர் பெயரால் அறியப்படும் பாரதத்துள்

வரும் 'சல்லியன்' என்ற பெயரைக் கருதினால். இது பாரதம் முழுதினும் வழக்காற்றிலிருந்த பழம் பெயராவது அறியப்படும்.

உறையூர்ச் சிறுகந்தனார் 257 - 'கந்தன்' இவர் பெயர். இப்பெயருடையார் பலர். அதனால் இவரை இவ்வாறு குறித்தனர். பலா மரத்திலே காய்கள் தொங்கும் செழுமையினை இவர் அழகாகக் கூறுகின்றனர்.

உறையூர்ப் பல்காயனார் 374 - காயம் - உடம்பு; கல்காயம் - பலவுடம்புகள்; இவர் பெயரால் இவர் அடிக்கடி உடல் தோற்றங்களை மாற்றிக் காட்டும் நாடகத் தொழிலினராக இருக்கலாம் எனத் தோன்றுகின்றது. அலருரைக்கும் ஊரது மயங்கிய நிலைக்குத் தூக்கணங்குருவிக் கூட்டின் பிணக்கத்தை இவர் உதாரணமாகக் கூறுவர்.

உறையூர் முதுகண்ணன் சாத்தனார் 133 - 'சாத்தனார்' இவரது பெயர் 'முதுகண்' - இவர் ஆற்றிய ஞானவுரைகளால் அமைந்த சிறப்புப் பெயர். பாடப் பெற்றோன் சோழன் நலங்கிள்ளி. புறநானூற்றிலும் *5* செய்யுட்களை இவர் செய்துள்ளனர். தலைவனது பிரிவால் வாடிய தலைவிக்குக் கிளியுண்டதால் கதிரற்று நிற்கும் தினைத்தாளையும், அவனது வருகையால் மலர்ச்சிபெற்ற தலைவிக்குப், பெயலது தோற்றத்தால் மீண்டும் தழைக்கத் தொடங்கும் தினைத் தாளையும் இவர் உவமித்துள்ளனர். ஆலத்தூர்கிழார், கோவூர்கிழார் ஆகிய சான்றோர்களின் காலத்தவர் இவருமாவர். 'அருளிலர் கொடாமை வல்லர் ஆகுக' எனக் கூறும் இவரது உள்ளம் *(புறம் 27)*, கருமிகளிடத்து இவருக்கிருந்த மன வெறுப்பைக் காட்டுவதாகும்.

உறையூர் முதுகூத்தனார் 353, 371 - 'உறையூர் முதுகூற்றனார்' எனவும் இவர் பெயர் குறிக்கப்படும். நாட்டுப்பற்றாலும் குடும்பச் செவ்வியாலும் சிறப்புற்று நாடும் அரசும் மதிக்க வாழ்ந்தவர் இவர். இவர் செய்தனவாக வழங்கும் பிற செய்யுட்கள் *(அகம் 3; புறம் 1)* நான்காகும். வீடுகளில் எரிகின்ற விடிவிளக்கினைப் 'பஞ்சி வெண்திரிச் செஞ்சுடர்' எனவும், மலைக்குறவர் விதைக்கும் மலைநெல் முயற்சியின்றியே விளைந்து பயன்தரும் என்பதனை, 'மைபடு சிலம்பின் ஐவனம் வித்தி, அருவியின் விளைக்கும்' எனவும், இவர் குறிப்பிடுவர்.

உறையூர் முதுகொற்றனார் 221, 390 - 'கொற்றன்' இயற்பெயர்; கொற்றத்தை உடையவன் என்பது பொருள்; இதனால் சோழப்

படையணிகளில் பணியாற்றியவர் எனவும், வீரமேம்பாட்டினர் எனவும் இவரைக் கொள்ளலாம். இடையர் 'மாலை வேளையிற் பாலை வீட்டிற் கொடுத்துவிட்டுக் கூழோடு மீளவும் ஆட்டுக் கிடைகட்குக் காவலாகச் செல்லும்' மரபினையும் *(221)*, காதலியோடு செல்லும் காதலனைச் 'சிறுபிடி துணையே' என அவளது துணைவனாகக் கூறும் மரபினையும், இவர் செய்யுட்களிற் காணலாம்.

ஊண் பித்தையார் 232 - 'ஊணிடத்துப் பித்துடையவர்' என்பதனால் ஏற்பட்ட காரணப் பெயராகத் தோன்றும். இவர் பெண்பாலர். 'உள்ளார் கொல்லோ?' உள்ளியும் வாய்ப்பு உணர்வின்மையின் வாரார் கொல்லோ? என வருந்தும் தலைவியைத் தோழி தேற்றுவதாக இவர் அமைத்துள்ள சொற்கள் நயமுடையனவாகும்.

எயிற்றியனார் 286 - குறிஞ்சி நிலத்தைச் சார்ந்தவர். காதலியை நினைந்து ஏங்கும் காதலன் 'உள்ளிக் காண்பேன் போல்வல்; முள் எயிற்று அமிழ்தம் ஊறும் அம் செவ்வாய்' எனக் கூறுவதாக இவர் அமைத்துள்ளது நயமுடையதாகும்.

ஐயூர் முடவனார் 123, 206, 322 - ஐயூரினரும் முடவருமாக இருந்தமையால் இவ்வாறு குறிக்கப்பெற்றனர். ஆதன் எழினி, தாமான் தோன்றிக்கோன். சோழன் குளமுற்றுத்துத் துஞ்சிய கிள்ளி வளவன், பாண்டியன் கூடகாரத்துத் துஞ்சிய மாறன் வழுதி ஆகியோரைப் பாடியவர். இவர் பாடிய பிற செய்யுட்கள் 7 (நற் 2; அகம் 1; புறம் 4). 'இருற் திணிந்தன்ன ஈர்ந்தண் கொழுநிழல்' என நிழலையும், 'அமிழ்தத் தன்ன அம்தீம்கிளவி' எனப் பேச்சையும், இவர் அழகுறக் கூறுகின்றனர்.

ஒக்கூர் மாசாத்தியார் 126, 139, 186, 220, 275 - பாண்டிநாட்டுத் திருக்கோட்டியூருக்கு அண்மையிலுள்ள ஒக்கூரினர்; இவர் பெண்பாலர். 'முல்லைப்பூ மலர்ந்திருத்தலை நகையாடுவது போலும்' எனத் தலைவி கூற்றாகவும் *(126)*, வெருகைக் கண்ட பெட்டைக்கோழி தன் குஞ்சுகளைக் கூடிவருமாறு கூவியழைக்கும் தன்மை போலத் தலைவிபாற் செல்லும் தலைவனைக் கண்டதும் பரத்தையர் அஞ்சிக் கூச்சலிடுவர் எனத் தோழி கூற்றாகவும் *(139)*. 'முல்லை மென்கொடி எயிறென முகைக்கும்' எனவும் *(186)*, முல்லையரும்பியிருத்தல் காட்டுப் பூனை சிரித்தாற் போலத் தோன்றும் எனவும் *(220)*, இவர் அழகுறப் புனைந்து கூறியுள்ளனர்.

ஒருசிறைப் பெரியனார் 272 - சிவப்புற்ற தலைவியின் கண்களுக்குக் குருதி தோய்ந்த அம்புமுனையை உவமை கூறியிருப்பவர். இவர் நாஞ்சில் வள்ளுவனைப் பாடியவர். அதனால் அப்பகுதியினர் எனக் கருதலாம். வேறு செய்யுட்கள் *2, (நற்: 1, புறம்:1)*

ஓத ஞானியார் 227 - இவர் பெயர் வடமொழிப் பெயராக உள்ளது. வேதங்களைப் பழுதின்றி ஓதுதலில் சிறந்த ஞானம் பெற்றிருந்தமை காரணமாக இப்பெயர் பெற்றவராகலாம். அல்லகுறிப்பட்டுத் திரும்பிய தலைவனை 'வரமறந்தான்' எனத் தலைவி புலந்து கூறத், தோழி, அவனது தேர்ச்சக்கரங்கள் சென்ற வழியிடத்தே குறைக்கப்பட்ட நெய்தற் பூக்களைக் காட்டி, அவன் வந்ததனை உரைத்துத் தெளிவிப்பதாக இவர் அழகுறக் கூறுவர்.

ஓதலாந்தையார் 12, 21, 329 - 'ஆந்தையார்' இயற்பெயர். 'ஓதல்' பன்னூற்களையும், ஓதியுணர்ந்த சிறப்பால் அமைந்த சிறப்புப்பெயர். பாலையில் வறண்டு கிடக்கும் சுனைகளை, 'எறும்பி அளையின் குறும்பல் சுனைய' *(12)* எனவும். புதுப்பூங் கொன்றையைப் 'பொன் செய்புனை இழை கட்டிய மகளிர் கதுப்பின்' *(21)* எனவும், இவர் நயம்படக் கூறுவர்.

ஓரம் போகியார் 10, 70, 122, 127, 384 - ஐங்குறுநூற்றுள் மருதத் திணைக்குரிய நூறு செய்யுட்களையும், மற்றும் 5 செய்யுட்களையும் *(நற் 2; அகம் 2. புறம் 1)* செய்த பெரும் புலவர் இவர். மருதத்தைப் பாடுவதில் வல்லவர். சேரமான் ஆதனவினி, சோழன் கடுமான்கிள்ளி, மத்தி, விரா அன் ஆகியோரைப் பாடியவர். இந்திர விழா, தைந் நீராடல் ஆகிய பழங்கால விழவாற்றும் வழக்கங்களைக் காட்டுபவர். தலைவனது கொடுமையை மறைத்து, நாணமுடன் அவனை ஏற்றுக் கொள்ளவரும் தலைவியைக் 'காஞ்சியூரன் கொடுமை கரந்தனள்; ஆதலின், நாயிணவருமே' எனத் தோழியின் வாய்க்கூற்றாகக் கூறிக் குடும்பத் தலைவியரின் செவ்வியைக் காட்டியவர் இவர் *(10)*, ஆம்பற்பூக் குவிந்திருத்தலைக் கொக்கின் முதுகைப் போல *(122)* என்று உவமித்திருப்பவர் *(122)*. ஒருவன் செய்த செயலால் அவனினத்தவர் பலரும் பழிக்காளாவதை 'ஒரு நின் பாணன் பொய்யனாக, உள்ள பாணர் எல்லாம் கள்வர் போல்வர் நின் அகன்றிசினோர்க்கே *(281)*' எனவும் இவர் கூறியுள்ளனர்.

ஓரிற் பிச்சையார் 277 - அறிவாளர் ஓரில்லிடத்துச் சென்று பெறுகின்ற உணவினை, 'ஓரிற் பிச்சை' எனக் கூறியதனால், இவ்வாறு குறிக்கப்பெற்றனர். இதனால், அறிவரது உண்ணும் மரபும், அவரை மகளிர் சென்று உசாவித் தெளிவு கொள்ளும் வழக்கமும் புலப்படும்.

ஓரேர் உழவனார் 131 - வினைமுடிந்தபின் மீளும் தலைவனது தலைவியைக் காணவேண்டுமென்னும் ஆர்வ மிகுதிக்கு, ஓர் ஏரே உடைய உழவன் ஒருவன் ஈரப்பதம் காயுமுன் உழுது வித்திடுதற்கு முனையும் விரைவு மிகுதியை ஒப்பிடும் சிறப்பினர் இவர். அந்த உவமையால் பெயர் பெற்றவரும் ஆவர்.

ஔவையார் 15, 23, 28, 29, 39, 43, 80, 91, 99, 102, 158, 183, 200, 364, 388 - பாணர் மரபினரான இவர் மூவேந்தராலும் பிற தலைவர்களாலும் நன்கு மதித்துப் போற்றப் பெற்ற சிறப்பினர். அவர்களைப் பாடியவரும் ஆவர். அக்காலத்து மக்களாலும் சான்றோராலும் பெரிதும் மதிக்கப் பெற்றவர். நுட்பமான அரசியல் அறிவும், அதனை அஞ்சாது கூறும் துணிபும் கொண்டவர். இவரியற்றிய செய்யுட்கள் புறநானூறு அகநானூறு நற்றிணை ஆகிய நூற்களினும் காணப்பெறும். அதியமான் நெடுமான் அஞ்சி, தொண்டைமான், நாஞ்சில் வள்ளுவன், சேரமான் மாவெண்கோ, பாண்டியன் கானப்பேரெயில் கடந்த உக்கிரப் பெருவழுதி, சோழன் இராசசூயம் வேட்ட பெருநற் கிள்ளி ஆகிய பலரையும் பாடியவர். நாலூர்க் கோசர் தம் வாக்குறுதியைக் காப்பாற்றிய செய்தியை, இவர் 15ஆவது செய்யுளிற் கூறுகின்றனர். அன்புடையாரது தழுவுதற் செறிவினை, 'உயர்கோட்டு மகவுடை மந்திபோல அகனுறத் தழீஇ' எனவும் (29) செறிவுறக் கூறியுள்ளனர். இரு காதலர்கள்; இருவரும் வரைகடந்த பேரன்பினர்; அவன் தன்னைப் பிரிந்து செல்லவே துணியான் என்பது அவள் நம்பிக்கை; பிரிந்தால் அவள் உயிர் நில்லாது என்பது அவன் நம்பிக்கை; இவர்களிடையே விளையாட்டாக ஒரு பூசல் உண்டாயிற்று. 'நீங்கள் என்னைப் பிரிந்து செல்லவேமாட்டீர்கள்?' என்றாள் தலைவி. 'கடமையைச் செய்யப் பிரிவையும் தாங்குவதற்குத் தயங்கமாட்டேன்; நீதான் என்னைப் பிரிந்தால் தாங்கமாட்டாய்' என்றான் அவன். "குலமகளிர், 'கடமை மறந்தவன் கணவன்; அதற்குக் காரணமாகியவள் அவள்' என்ற பழியைப் பெறார்; பிரிவைப் பொறுத்தே ஆற்றியிருப்பர்" என்றாள் அவள். இருவரும் இப்படிப் பேசிய ஆண்மைப் பேச்சு, உண்மையாகவே அவன்

பிரிந்ததும் தலைவியை வாட்டுகின்றது; அதனைச் சிறப்பாக இவர் (43) எடுத்துக்காட்டிக் குடும்பப் பாங்கினை நமக்கும் அறியக் காட்டுவர், மற்றும் பல வரலாற்றுச் செய்திகளையும், நுட்பமான கருத்துக்களையும் இவர் செய்யுட்களால் நாம் அறியலாம்.

கங்குல் வெள்ளத்தார் 387 - பிரிவிடை வருந்தியிருக்குந் தலைவி, இரவினைக் கண்டதும் பெரிதும் அச்சமடைந்தவளாகத் தோழியிடம் 'கங்குல் வெள்ளம் கடலினும் பெரிதே' எனக் கூறுவதாக இவர் அமைத்த சிறப்பினாலே இப்பெயர் பெற்றிருக்கின்றார்.

கச்சிப்பேட்டுக் காஞ்சிக் கொற்றனார் 213, 216 - 'கச்சிப்பேடு' காஞ்சியை அடுத்ததாக இருந்த ஓர் ஊர். இதன் கண் நன்னாகையார், இளந்தச்சனார், பெருந்தச்சனார் ஆகிய புலவர்களும் தோன்றியுள்ளனர். இரண்டும் பாலைத்திணைச் செய்யுட்கள். அறவழியில் ஈட்டும் பொருளினைக் 'கேடில் விழுப்பொருள்' என்று இவர் கூறியுள்ளனர்.

கச்சிப்பேட்டு நன்னாகையார் 30, 172, 180, 192, 197, 287 - இவர் பெண்பாலர்; கச்சிப்பேட்டினர். பிரிவிடைக் கனவினாலே நலிந்த தலைவியின் கூற்றாக அமைந்த செய்யுள் (30) மிகவும் சுவையுடையது ஆகும். 'ஏழ் ஊர்ப பொதுவினைக்கு ஓர் ஊர் யாத்த உலைவாங்கு மிதி தோல் போலத், தலைவரம்பு அறியாது வருந்தும் என் நெஞ்சம்' எனக் கூறி, அந்நாளைய கூட்டுறவுத் தொழில் அமைப்பினைக் காட்டுவர் (செய்யுள் 172) இவர். யானையடியின் நகத்திற்குப் பேயின் பல்லை உவமை கூறியும் (180), மாம்பூக்களின் தாதுபடிந்த குயில் பொன்னுறைக்கும் கட்டளைக்கல் போலத் தோற்றும் எனச் சொல்லியும் (192), கூற்றமானது கூதிர்க் காலமாகிய உருவை எடுத்துக் கொண்டு காதலரைப் பிரிந்த காதலியரது உயிரைக் கவர்தற்கு வரும் (197) என்றும், பெண்கள் பன்னிரு திங்கள் கருப்பந்தாங்குவது உண்டென்பதைக் காட்டியும் (287) இவர் தம் புலமைச் செறிவை நிலைபெறுத்தியுள்ளனர்.

கடம்பனூர்ச் சாண்டிலியனார் 307 - 'கடம்பனூர்' என்பது பாண்டிநாட்டுக் கடம்பூராயிருக்கலாம். இவர், வடபுலத்து முனிவர் ஒருவரது பெயரைக் கொண்டிருப்பதால். இப்படிப் பெயரிடும் மரபும் அறியப்படும். பிறை உடைந்த வளைபோல விளங்கும் எனக் காட்டுபவர் இவர்.

கடியலூர் உருத்திரங் கண்ணனார் 352 - கடியலூர் நெல்லை மாவட்டத்து ஓரூர். அந்தணர் மரபினரான இவர் பாடியவை பத்துப்பாட்டுள் பெரும்பாணாற்றுப்படையும் பட்டினப் பாலையும் ஆகும் இவருடைய புலமைத்திறம் அவற்றால் அறியப்படும். 'துன்புறுத்தும் மாலைக்காலம்' என்ற ஒன்று உண்டென்பதையே அறியாது கூடிவாழ்ந்த தலைவியொருத்தி, தலைவனின் பிரிவுக்காலத்து அதனைக் கூறி வருந்துவதாக இவர் அமைத்துள்ள இச்செய்யுள் நயமுடையதாகும்.

கடுகு பெருந்தேவனார் 255 - 'பெருந்தேவனார்' என்பது இவர் பெயர். 'கடுகு' என்னும் அடைமொழி, நுட்பமான கருத்துக்களைச் சில சொற்களால் கூறும் புலமையால் ஏற்பட்டிருக்கலாம், குடும்பத் தலைவன், சமூகத்தின் நன்மையை நாடுபவனாக, அறஞ் செய்தற்குரிய பொருளை ஈட்டிவரும் கடப்பாட்டினன் என்பதனைப் பாலை நிலத்தில் யானைத் தலைவன் ஒன்று யாமரத்தினை வீழ்த்தித் தன் நிரைகளின் பசியைப் போக்கும் என்ற உவமையினாலே காட்டுபவர் இவர்.

கருந்தோட் கரவீரனார் 69 - 'கரவீரம்' என்பது சோணாட்டுள் ஓர் ஊர். சிறந்த படை மறவராதலால் 'கடுந்தோட் கரவீரனார்' என்று குறிக்கப் பெற்றவராகலாம். ஆண்குரங்கு இறந்த துயரைப் பொறுக்காத அதன் பெண்குரங்கு தன் சிறு குட்டியைச் சுற்றத்திடம் சேர்த்துவிட்டுத் தானும் வரைபாய்ந்து உயிர் துறப்பதாகக் கூறும் இவரது உவமை, இரவுக்குறி வரும் தலைவனைக் குறித்து, வழியின் ஏதத்திற்கு அஞ்சிய தலைவியின் வருத்த மிகுதியை நன்கு காட்டுவதாகும்.

கடுவன் மள்ளனார் 82 - 'மள்ளன்' என்பது இவரது படைத் தொழிலது ஆண்மையையும் 'கடுவன்' என்பது அதனிடத்துக் குரங்குப் பகுதிக்கு (கொரில்லாப் போர் அணிக்கு) இவர் தலைவராயிருந்தமையையும் காட்டும். 'கடுவங்குடி' என்ற ஊரினரும் ஆகலாம். நற்றிணையின் 150 ஆவது செய்யுளும் இவராற் செய்யற் பெற்றதாகும். இதன்கண். பருவம் கண்டழிந்த தலைமகளின் கூற்றாக 'அழாஅல் என்று நம் அழுதகண் துடைப்பார் யார்ஆகுவர் கொல்?' என அமைத்திருப்பது மிகவும் உருக்கமானதாகும்.

கண்ணனார் 244 - கண்ணபிரானின் பெயரைக் கொண்டவர் இவர். இரவுக்குறியில் வரும் தலைவனைச் சந்திக்க விரும்பிய தலைவியின் எண்ணத்தை இடையேறவிடாமல் தாய்

அணைத்துக் கொண்டு உறங்கிய நிலையினை. 'ஓரி முருங்கப் பீலிசாய, நன்மயில் வலைப்பட்டாங்கு, யாம் உயங்குதொறும் முயங்கும், அறனில் யாயே' என இவர் அமைத்துள்ளார்.

கணக்காயன் தத்தனார் 304 – இவர் ஆசிரியத் தொழிலினர்; தத்தனார் என்னும் பெயரினர். கடற்சுறாவை வேட்டையாடும் திறத்தை நயம்படக் கூறுவதனால், இவர் கடலோரப் பகுதி யொன்றில் இருந்தவராகலாம்.

கந்தக் கண்ணனார் 94 – 'கதக் கண்ணனார்' எனவும் இவர் பெயர் வழங்கும். உரிய பருவத்தின் முன்பாகவே சிவப்புற்ற பித்திகத்தின அரும்பினைப் 'பேதைப் பித்திகத்து அரும்பு' என்பர் இவர்.

கபிலர் 13, 18, 25, 38, 43, 87, 95, 100, 106, 115, 121, 142, 153, 187, 198, 208, 225, 241, 246, 249, 264, 288, 291, 312, 355, 357, 361, 385 – அந்தணர் மரபினரான இவர் பாரிவேளின் நண்பராகவும் பெரும் புலவராகவும் திகழ்ந்தவர். குறிஞ்சித் திணை பற்றிய செய்யுட்களைச் செய்வதில் விருப்பம் உடையவர். ஐங்குறு நூற்றின் குறிஞ்சிப் பற்றிய நூறு செய்யுட்களையும் பத்துப்பாட்டுள் குறிஞ்சிப் பாட்டையும், பதிற்றுப்பத்துள் ஏழாம் பத்தையும், கலித்தொகையுள் குறிஞ்சிக் கலியையும் இயற்றியவர் மற்றும் நற்றிணையுள் இருபதும், புறநானூற்றுள் முப்பதும் இவர் பெயரால் வழங்கும் செய்யுட்கள் ஆகும். பன்னிரு பாட்டியலுள்ளும் சில சூத்திரங்களைச் செய்தவர் இவர். இவரது வரலாறு விரிவானது. அந்நாளை மூவேந்தரும் பிற தலைவர்களும் இவரை மதித்துப் போற்றியிருக்கின்றனர்.

கயத்தூர் கிழார் 354 – வேளாளரான இவர். சோணாட்டுக் கயத்தூரினார். 'பழகப் பழகப் பாலும் புளிக்கும்' என்ற பழமொழியை 'நீர் நீடு ஆடின் கண்ணுஞ் சிவக்கும்; ஆர்ந்தோர் வாயில் தேனும் புளிக்கும்' எனக் கூறியுள்ளார் இவர்.

கயமனார் 9,356, 378, 396 – 'பாசடை நிவந்த கணைக்கால் நெய்தல், இனமீன் இருங்கழி ஓதம் மல்குதொறும், கயமூழ்கு மகளிர்கண்ணின் மானும்' எனவுரைத்த *(9)* உவமை நயத்தால் இப்பெயர் பெற்றவர். இவர் செய்யுட்கள் மகட்போக்கிய தாயது புலம்பலாகவே காணப்படுகின்றன. இவையன்றி நற்றிணையுள் *6;* அகநானூற்றுள் *12;* புறநானூற்றுள் ஒன்று ஆகப் பதினேழு செய்யுட்களையும் இவர் செய்திருக்கின்றார். அன்னி குறுக்கைப் பறந்தலைப் போரில், திதியனுடைய காவன்

மரமான புன்னையை வெட்டிய வரலாற்றுச் செய்தியையும் இவர் (அகம் 145) கூறியுள்ளார்.

கருவூர்க் கதப்பிள்ளை 64, 265, 380 - 'கந்தப் பிள்ளை' எனவும் இவர் பெயர் வழங்கும் 'கருவூர்க் கதப்பிள்ளைச் சாத்தனார்' என்பவர் இவருடைய மகனார் ஆவர். புறநானூற்றுள்ளும் இவரால் செய்யப்பெற்ற செய்யுளொன்றைக் காணலாம். வண்டூத வாய்திறக்கும் காந்தள் மலரும் தன்மையைப் 'பண்டும் தாமறி செம்மைச் சான்றோர்க் கண்ட கடனறி மாக்கள் போல, இதழ் தளை அவிழ்ந்த' என்று நயமுடன் உரைப்பார் இவர் (265).

கருவூர்க் கிழார் 170 - கருவூரைச் சேர்ந்த வேளாண் மரபினர் இவர். 'கயத்தை நாடிச்சென்ற யானையானது கொறுக்காந்தட்டையை உண்டு பசி தீரும்' என்ற உவமையால், ஊழால் வந்தமையும் நன்மையை இவர் விளக்குகின்றார்.

கருவூர்ச் சேரமான் சாத்தனார் 268 - கருவூர்ச் சேரமான்களின் வழித்தோன்றிப் புலமையுடன் திகழ்ந்தவர் இவர். வரைவினை வேட்கும் தோழி கூற்றாக, 'சேறிரோவெனச் செப்பலும் ஆற்றாம்; வருவிரோவென வினவலும் வினவாம், யாங்குச் செய்வாங்கொல்?' எனத் திறம்பட இவர் அமைத்துள்ளார்.

கருவூர்ப் பவுத்திரனார் 162 - பவுத்திரன் - தூயவன்; மனத்தூய்மை கொண்டதனால் இப்பெயர் பெற்றிருக்கலாம். வினைமுற்றி மீளும் தலைமகள் முல்லை மலரைக் கண்டதும் 'முல்லை! வாழியோ முல்லை! நீ நின் சிறுவெண் முகையின் முறுவல் கொண்டனை; நகுவை போலக் காட்டல் தகுமோ மற்றிது தமியோர்மாட்டே?' எனக் கூறியதாக அமைத்துள்ளவர் இவர்.

கருவூர் ஓதஞானி 71 - *227* ஆவது செய்யுளைச் செய்தவர் 'ஓதஞானி' என்பவர். அவரினும் வேறுபடுத்திக் காட்டற்கு இவர் 'கருவூர்' என்னும் அடைமொழி பெற்றார். 'மருந்தெனின் மருந்தே' வைப்பெனின் வைப்பே எனத் தன் காதலியைப் போற்றும் காதலனை இவர் காட்டுவர்.

கல்பொரு சிறு நுரையார் 290 - பிரிவுத் துயர மிகுதியால் வருந்திய தலைவியின் நிலைக்குப் 'பெருநீர்க் கல்பொரு சிறுநுரைபோல, மெல்ல மெல்ல இல்லா குதுமே' என்றுரைத்த சிறப்பால் இப்பெயர் பெற்றனர். நெய்தனிலத்தைச் சார்ந்தவர் ஆகலாம்.

கல்லாடனார் 260, 269 - 'கல்லாடம்' என்னும் ஊரினர். எட்டுத்தொகையுள் அகத்திலும் புறத்திலும் இவரது வேறு சில செய்யுட்களைக் காணலாம். பெரும்பாலும் போர்க்களத்தையும், போரின் பின் விளைவுகளையும், வீரரை இழந்த மனைவியரின் நிலைகளையும் இவர் தம் செய்யுட்களுள் பெய்து காட்டுவர். தொல்காப்பிய உரையாசிரியரான கல்லாடரும், பதினோராம் திருமுறைக் கண்ணப்ப தேவர் திருமறத்தை இயற்றிய கல்லாடரும் வேறாவர். பன்னிரு பாட்டியலுள் காணப்படும் சில சூத்திரங்களைச் செய்தவர் தொல்காப்பிய உரையாசிரியரான கல்லாடர்.

கவை மகனார் 324 - இரட்டைப் பிள்ளைகளைக் கவைமகவெனக் கூறிய நயத்தால் இப்பெயர் பெற்றனர். தலைவன் தலைவியரது துயரங்கட்கு இடையே சிக்கி வருந்தும் தோழியது நிலையினை, நஞ்சுண்ட இரட்டைப் பிள்ளைகளையுடைய தாயின் தவிப்பிற்கு உவமித்துள்ளவர் இவர்.

கழார்க் கீரன் எயிற்றியார் 35, 261, 330 - சோணாட்டுத் திருக்கழார் என்னும் ஊரினர் இவர்; பெண்பாலர்; கழார்க் கீரன் என்பவரது துணைவியோ மகளோ ஆதல் பொருந்தும். நற்றிணையுள் இரண்டும் அகத்துள் ஐந்தும் இவரது பிற செய்யுட்கள். கரும்பின் பூவரும்புக்கும் பசும்பாம்பின் சூன் முதிர்ச்சியை (35) உவமை கூறுவர். எள்ளுக்காய் மழை மிகுதியால் உள்ளீடற்றுப் போதலையும் இவர் கூறுவர் (261)

கள்ளில் ஆத்திரையனார் 293 - தொண்டைநாட்டுக் கள்ளில் என்னும் ஊரினர். 'ஆத்திரையனார்' என்பது 'ஆத்திரேய' கோத்திரத்துத் தோன்றியவர் என்பதனால் அமைந்த பெயராகலாம். ஆதனுங்கன், ஆதியருமன், உதியன் ஆகியோரைப் பாடியவர். வேறு பாடல்கள் புறநானூற்றுள் 175, 389 ஆகியன. 'கள்ளில் கேளிர் ஆத்திரை' எனக் கூறியதுகொண்டு (குறு. 293) இப்பெயரினைப் பெற்றிருக்கலாம் என்பது பொருந்தும்.

காக்கை பாடினியார் நச்செள்ளையார் 210 - இவர் பெண்பாலார். ஆடு கோட்பாட்டுச் சேரலாதன் மீது, பதிற்றுப்பத்துள் ஆறாம் பத்தைப் பாடிப்பெரும் பரிசில் பெற்றவர். காக்கை கரைந்ததன் பெருமையை இச்செய்யுளிற் பாடிய நயத்தால் 'காக்கை பாடினியார்' ஆயினர். 'நச்செள்ளை' என்பது இவரது பெயர்.

காமஞ்சேர் குளத்தார் 4 - பிரிவுத்துயரால் தோன்றிய கண்ணீரது வெம்மையின் மிகுதியினை 'இமை தீய்ப்பு அன்ன கண்ணீர்' என்றமைபற்றி இப்பெயர் பெற்றனர் எனல் பொருந்தும் காம நோய் சேர்ந்த கண்ணீர்க் குளத்தார் என்று கொள்க. இவ்வாறாயின், இவரையும் பெண்பாலாராகக் கருதுதல் பொருந்தும்.

காலெறி கடிகையார் 267 - தலைவியது எயிற்றிடைச் சுரந்த நீருக்குக் கரும்பின் காலெறி கடிகையின் சுவையை உவமித்ததனால் இப்பெயர் பெற்றவர்.

காவன்முல்லைப் பூதனார் 104, 211 - 'காவன் முல்லை' என்னும் புறத்துறையைப் பாடுதலிற் சிறந்தவராதலால், இப்பெயர் பெற்றனர்; இயற்பெயர் 'பூதன்'. நற்றிணையுள் ஒன்றும், அகத்துள் ஐந்தும் இவராற் செய்யப்பட்ட பிற செய்யுட்கள் ஆகும். பனித்துளிகள் வீழுதற்கு நூலறுபட்ட முத்து மாலையினின்றும் முத்துக்கள் சிதறுவதை (104) இவர் உவமித்துள்ளனர்.

காவிரிப்பூம் பட்டினத்துக் கந்தரத்தனார் 342 - கந்தரத்தனார் இவரது பெயர்; ஊரின் பெயரோடு குறிக்கப்பட்டமை, பிறரினும் வேறுபடுத்தி அறிதற்காம். களவுறவை அறிந்த இல்லத்தார் அவளைச் சிறையிட்ட செயற்கு உவமையாகக் 'குரங்கு பலாப்பழத்தைக் கவர்ந்துண்ணலைக் கண்ட கானவன், கடியுடை மரந்தோறும் படுவலையை மாட்டி வைத்ததனை உவமித்துள்ளவர் இவர். இதனாற், குறிஞ்சிப் பகுதியினரின் வாழ்க்கையை நன்கு அறிந்தவர் எனலாம்.

காவிரிப்பூம்பட்டினத்துக் காரிக் கண்ணனார் 297 - காரிக்கண் உடைமையால் இப்பெயர் பெற்றனர். காரி கரிக்குருவி. இவரியற்றிய பிற செய்யுட்கள் 7 (அகம் 2; புறம் 5). சோழன் குராப்பள்ளித் துஞ்சிய பெருந்திருமாளவனையும், பாண்டியன் இலவந்திகைப் பள்ளித்துஞ்சிய நன்மாறனையும், பாண்டியன் வெள்ளியம் பலத்துத் துஞ்சிய பெருவழுதியையும் பாடியவர் இவர். 'உவர்இடு பதுக்கை ஊரின் தோன்றும்' என, ஆறலை கள்வரது கொடுமையை இச்செய்யுளுட் கூறுகின்றனர்.

காவிரிப்பூம்பட்டினத்துச் சேந்தங் கண்ணனார் 347 - 'சிவந்த அழகிய கண்ணினர்' என்றமையால் இப்பெயரைப் பெற்றவர் இவர். இளவாகையைக் 'குமரி வாகை' எனவும், வாகைப்பூக்கள் மயிலின் குடுமிபோலத் தோற்றும் எனவும் இவர் கூறுவர்.

கிடங்கில் குலபதி நக்கண்ணனார் 252 - 'கிடங்கில்' என்பது ஓர் ஊர். 'நக்கண்ணன்' இவர் பெயர். 'குலபதி' என்றது குலத்தலைவராக விளங்கிய சிறப்பால் அமைந்த பெயராகும். 'சான்றோர் புகழும் முன்னர் நாணுப; பழியாங்கு ஒல்ப?' எனச் சான்றோரது தன்மையை இவர் காட்டுவர்.

கிள்ளி மங்கலம் கிழார் 76, 110, 152, 181 - 'கிள்ளிமங்கலம்' என்னும் ஊரினர்; வேளாண்குடியினர். கிள்ளி மங்கலம் - கிள்ளி என்பவன் விடுத்த இறையிலிச் சிற்றூர். கற்புடை மகளிரது பண்பாட்டினை இவர் நுணுக்கமாகக் காட்டுகின்றனர். களிற்றின் காதுகளைப் போலச் சேம்பினது இலை விளங்குவதையும் (76). 'வாராராயினும் வரினும் அவர் நமக்கு யார் ஆகியரோ?' எனப் பிரிவுத் துயரது மிகுதியால் புலந்து கூறும் மகளிரது நிலையையும் (110), தலைவனைப் பலகாற் காண்டலால் வளர்ந்து முதிரும் காமத்திற்குத் தாய்முகம் நோக்கி வளரும் தன்மையையுடைய ஆமைப் பார்ப்பினது நிலையையும் (152); திருமனைப் பல்கடம் பூண்ட பெருமுது பெண்டிர் தம் கணவரைப் பழித்துரையார் என்பதையும் (181) இவர் செய்யுட்களால் நாம் அறியலாம்.

குட்டுவன் கண்ணனார் 170 - குட்டுவர் மரபைச் சார்ந்தவர். குட்டுவர் - சேரவரசருள் ஒரு குடியினர்; குட்ட நாட்டைக் காத்து வந்தவர். 'குறிஞ்சி நிலத் தலைவர்கள் வேட்டை நாய் பின் தொடர வருவ' ரெனக் கூறியுள்ளனர் இவர்.

குடவாயிற் கீரத்தனார் 281, 369 - 'குடவாயில்' என்னும் சோணாட்டு ஊரினர். முடிமன்னர் மூவராலும் பிற தலைவர்களாலும் ஆதரிக்கப் பெற்றவர். இவரியற்றிய பிற பாடல்கள் (அகம் 10; நற்றிணை 4; புறம் 1) 15. இச்செய்யுட்களுள் ஆடவர் தம் தலையிடத்தே வேப்ப மாலையினைச் சூடுவதான மரபையும் (281), மகளிர் ஆர்க்கும் அரிசிகளைப் பெய்த அரியார் சிலம்பினைக் காற்கணியும் மரபையும் (139) நாம் காணலாம்.

குடவாயிற் கீரனக்கனார் 79 - குடவாயிலில் கீரர்குடியிலே தோன்றியர்; 'நக்கனார்' இவர் பெயர். தான் தலைவனது பிரிவைச் சகிக்க மாட்டாமை அறிந்து, தன்பாற் சொல்லாதேயே பிரிந்து சென்ற தலைவனது செயலால் வருந்திய தலைவி, தலைவனை 'யாம் தமக்கு ஒல்லேம் என்ற தப்பற்குச் சொல்லாது ஏகல் வல்லுவோர்' எனக் குறிப்பிட்டுரைப்பதாகக் காட்டும் நயத்தை இவர் செய்யுளிற் காணலாம்.

குப்பைக் கோழியார் 305 - தன் நோயைத் தீர்ப்பவர் எவருமின்றி வருந்துகின்ற தலைவி, தன் நிலைக்குக் குப்பைமேட்டில் விலக்கப்படாமற் போரிட்டுப் புண்படும் கோழியது நிலையைக் கூறுவதாக உரைத்த உவமை நயத்தால் இவர் இப்பெயரைப் பெற்றவர்.

குழற்றத்தனார் 242 - 'தத்தன்' இவரது பெயர். குழலிசைத்தலில் வல்லவராதலின் 'குழல் தத்தன்' என்றழைக்கப் பெற்றனர். மகளது இல்லற மேம்பாட்டைத் தாயர் தமக்குள் கூறி இன்புறுவதாக இச்செய்யுளை இவர் அமைத்திருக்கின்றார்.

குறியிறையார் 394 - 'குறமகள் ஈன்ற குறியிறைப் புதல்வர்' என்று கூறிய நயத்தினாலே இப்பெயர் பெற்றனர். தலைவனோடு களித்து முதற்கண் இனிதாகி, அவன் பிரிவால் துயர் மிகுந்து வருத்துவதான தன்மைக்குக் குறுச்சிறுவரோடு நன்றாகிய பருவத்து விளையாடிய களிறானது, பின்னர் அவர் பயிரிட்ட புனத்தை அழிவு செய்ததனை உவமை கூறியிருத்தலை இச்செய்யுளிற் காணலாம்.

குறுங்கீரனார் 382 - குறிய உடலினராதலின் இவர் 'குறுங்கீரனார்' எனப் பெற்றனர்; கீரர் குடியினர். 'கார் இது பருவமாயின் வாராரோ நம் காதலோரே?' எனத் தலைவனது சொற்பிழையா வாய்மையை மகளிர் போற்றிக் கூறுவதை இச் செய்யுளாற் காணலாம்.

குறுங்குடி மருதனார் 344 - நெல்லை நாட்டுக் 'குறுங்குடி' யினர் இவர். 'மருதனார்' இவரது இயற்பெயர். இவரால் பாடப்பெற்ற பிறிதொரு செய்யுள் அகநானூற்று நாலாவது செய்யுள் ஆகும். மேய்ச்சலுக்குக் காட்டிற்குச் சென்ற பசு, மாலையின் தன் கன்றை நினைந்ததாய் வீடு திரும்பும் செவ்வியை, 'நிலம் தூங்கு அணல வீங்குமுலைச் செருத்தல், பால், வார்ப்பு, குழவி உள்ளி, நிரை இறந்து ஊர்வயின் பெயரும்' என இவர் நயமுடன் கூறுகின்றனர்.

குன்றியனார் 50, 51, 117, 238, 301, 336 - குன்றையொட்டிய ஊரவராதலின் இப்பெயர் பெற்றனர் போலும். 'சேர்ப்பனை யானும் காதலென்; யாயும் நனி வெய்யள்; எந்தையும் கொடீஇயர் வேண்டும் அம்பலூரும் அவனொடு மொழிமே (51) எனக் களவுக் காதலுற்ற தலைவியின் மனநிலையைக் காட்டுவர் இவர்; கொக்கைக் கண்டு அஞ்சியோடும் நண்டின் விரைந்த செலவுக்குக் கயிற்றை அறுத்துக் கொண்டு ஓடும் எருத்தின்

வேகத்தைக் கூறுவதுடன், தோள் மெலிவைச் 'சிறியவும் உள ஈண்டு விலைஞர் கை வலையே' என்று உரைப்பதன் மூலமாகவும் காட்டுவர் இவர் (117). தொண்டி மகளிரது தன்மையையும் (238), தலைவனது தேர் வாராது ஆயினும் வருவதுபோலச் செவிமுதல் இசைக்கக் கேட்கும் தலைவியது மனத்துயர மிகுதியையும் (301), 'கடுமா நெடுந்தேர் நேமிபோகிய இருங்கழி நெய்தல் போல வருந்தினள்' எனத் தலைவயிது நலச்சிதைவையும் (336) இவர் கூறியுள்ளனர்.

கூடலூர் கிழார் 166, 167, 214 - மலைநாட்டுக் கூடலூரினரான இவர் வேளாண் மரபில் தோன்றியவர். வானசாத்திரத்தும் இவர் வல்லவராயிருந்ததனை 229 ஆவது புறப்பாட்டால் அறியலாம். சேரமான் யானைக்கட் சேய் மாந்தரஞ்சேரல் இரும்பொறைக்கு நட்பினர். அவன் வேண்டு கோட்படி ஐங்குறு நூற்றைத் தொகுத்தவர். மரந்தையூரைப் பற்றியும் (166) மனைவி கணவனுக்குத் தானே உணவாக்கி உண்பித்து மகிழுகின்ற செவ்வி பற்றியும் (167) இவர் சுவையாகக் கூறியுள்ளனர்.

கூவன் மைந்தனார் 224 - 'கூவற் குரால் ஆன் படுதுயர்' கண்டும் சொல்லுதற்கு இயலாத ஊமனைத், தன் காமத் துயரை வெளியிடற்கியலாத தலைவியது நிலைக்கு உவமை கூறியதனால் இப்பெயரைப் பெற்றனர். கொல்லன் அழிசி 26, 138, 145, 240: 'கொல்லன்' என்பது இவரது தொழிலின் பெயர்; 'அழிசி' இயற்பெயர். ஏழிற் குன்றத்து நன்னனின் காலத்தவர். வேங்கை மரத்தின் பூக்கள் மலிந்த கிளையிலே இருந்த மயில், பூக்கொய் மகளிரைப் போலத் தோன்றும் எனவும் (26), கணவனைப் பிரிந்து உறைகின்ற ஊரையே வெறுத்து 'உறைபதி அன்று, இத்துறைகெழு சிறுகுடி' எனக் கூறுவதாகவும் (145), 'வெருக்குப்பல் உருவின் முல்லை' என உவமித்தும் உரைத்த புலமையினர் இவர்.

கொல்லிக் கண்ணனார் 34 - கொல்லிமலை நாட்டைச் சேர்ந்தவர் இவர். குட்டுவன் சேரலின் மரந்தை நகரை இவர் அழகாக இச்செய்யுளில் விவரித்துள்ளனர்.

கொற்றனார் 218, 358 - நக்கீரனாரின் புதல்வர்; 'கீரங்கொற்றன்' எனவும் வழங்கப்படுபவர். 'சூலிக்குக் கடன் பூணும்' வழக்கத்தை 218 ஆவது செய்யுளால் அறியலாம். 'உயிர்க்கு உயிர் அன்னர்' காதலர் என்றுரைக்கும் தலைவியின் மனநிலையையும் அச்செய்யுளாற் காணலாம். கோவலரது

கண்ணிகளில் விளங்கும் முல்லைப் பூக்கள். 'கார்காலத்து வரவைச் சொல்லுவன போன்று விளங்கும்' தன்மையை *358* ஆவது செய்யுளிற் கூறியிருக்கின்றார்.

கோக்குள முற்றனார் 98 - 'கோக்குள முற்றம்' என்னும் ஊரினர் இவர். நற்றிணை *96* ஆவது செய்யுளையும் இவர் செய்துள்ளார். தலைவியின் உடலின் பசலை படர்ந்த தென்பதைப், பீர்க்கம் பூக்களை அவரிடம் கொண்டு காட்டி 'இப்படி ஆயினள் நின் தலைவி' என்று சொல்வாரைப் பெற்றால் நலமாயிருக்கும் எனத் தலைமகள் தோழிக்குக் கூறுவதாக அழகுற அமைத்துள்ளவர் இவர்.

கோப்பெருஞ் சோழர் 20, 53, 129, 147 - பிசிராந்தையாரின் கெழுதகை நண்பர் இவர். 'அருளும் அன்பும் நீக்கித் துணைதுறந்து பொருள்வயிற் பிரிவோர் உரவோர் ஆயின், உரவோர் உரவோர் ஆக; மடவ ஆக, மடந்தை நாமே!' எனத் தலைவியின் மனநோயை அவள் கூற்றாகவே அமைத்துக் காட்டியுள்ளவர் *(2)*. 'கதுப்பயல் விளங்கும் சிறுநுதற்கு, மாக்கடல் நடுவண் எண் நாள் பக்கத்துப் பசுவெண் திங்கள் தோன்றுவதனை' உவமித்துள்ளார். *(129)*

கோவர்த்தனார் 66, 194 - 'கோவர்த்தனன்' என்பது இவர் பெயர். பருவ வரவின் கண் கலங்கும் தலைவியது துயரத்தை இச்செய்யுட்கள் நன்கு காட்டும்.

கோவூர் கிழார் 65 - கோவூரினர்; வேளாளர்; சோழவரசர்கட்கு வேண்டியவர். அஞ்சாமையுடன் உண்மைகளையும் உறுதிகளையும் எடுத்துரைப்பவர். இவர் இயற்றிய வேறு பாடல்கள் *16* ஆகும் (நற்றிணை *1*; புறநானூறு *15*)

கோவேங்கைப் பெருங்கதழ்வர் 134 - 'கதழ் வீழ் அருவி, வேங்கைப் பூவுடை அலங்குசினை புலம்பத்தாக்கிக் கல்பொருது இரங்கும்' என்றுரைத்த நயம் பற்றி, இப்பெயர் பெற்றனர் போலும்!

கோழிக் கொற்றனார் 276 - கோழி - உறையூர்; இவர் உறையூரைச் சார்ந்தவர்; 'கொற்றன்' இயற்பெயர். அறங் கூறவைக்குச் சென்று வழக்குரைத்தும் தலைவியைப் பெறத் துணிந்த தலைவனது காதல் மிகுதியை இச்செய்யுள் காட்டும்.

சத்திநாதனார் 119 - 'தலைவனை வருத்திய தலைவியது நோக்கிற்குப் பெருங்களிற்றைச் சிறுபாம்புக் குட்டி வருத்தினாற் போல' எனக் கூறியுள்ளார்.

சாத்தனார் 349 - இப்பெயருடைய புலவர்கள் பலர். "தலைவனுக்கு அளித்து அவன் பிரிவால் அழிவுற்ற நலத்தினை, மீண்டும் அவனை வேண்டிப் பெறுவது, இரந்தோர்க்கு உதவிய பொருளை ஒருவர் மீட்டும் அவரிடம் சென்று இரப்பது போலாகும்" எனப் பெண்மையின் திண்மையை இவர் இச்செய்யுளுட் காட்டுகின்றார்.

சிறைக்குடி ஆந்தையார் 56, 57, 62, 132, 168, 222, 273, 300 - 'சிறைக்குடி' என்னும் ஊரினர்; ஆந்தையார் இவர் இயற்பெயர். நற்றிணைப் பதினாறாவது செய்யுளும் இவரால் செய்யப்பெற்றதாகும். தலைவனைப் பிரிந்து வாழ்தற்கு ஆற்றாத தலைவியின் உள்ளக் குமுறலைக் காட்டும் 'பூவிடைப் படினும்' என்ற செய்யுள் சிறந்த செப்பமுடையதாகும் *(57)* 'நல்லோளது நறியமேனி முறியினும் வாய்வது முயங்கற்கும் இனிது *(62)* எனவும், 'மா அயோள், நல்லான் நடுங்குதலைக் குழவி தாய்காண் விருப்பின் அன்ன சாஅய் நோக்கினள்' *(132)* எனவும், 'பணைத்தோள், மணத்தலும் தணத்தலும் இலமே, பிரியின் வாழ்தல் அதனினும் இலமே' *(168)* எனவும் இவர் கூறுவன. நுண்மையான பொருட் செறிவு உடைய பகுதிகளாகும்.

செம்புலப் பெயனீரார் 40 - 'செம்புலப் பெயல்நீர் போல அன்புடை நெஞ்சம் தாம் கலந்தனவே' என, ஊழாற் கூட்டப் பெற்ற காதலர் தம்முள் இணைந்து ஒன்றுபட்டதனைக் கூறிய உவமைச் சிறப்பால் இவர் இப்பெயர் பெற்றனர். செம்மண் பாங்கான பகுதியிலே வாழ்ந்திருந்தவர் இவர் என்பதும் அறியப்படும்.

செய்திவள்ளுவன் பெருஞ்சாத்தனார் 225 - அரசாங்கச் செய்திகளை நாட்டு மக்கட்கு அறிவிக்கும் பணியினைச் செய்து வந்த சிறப்பினர் இவர். தாழை மொட்டு மலர்கின்ற அழகினைக் 'குருகு உளர் இறகின் பிரிபுதோடு அவிழும்' எனச் சுவைபடக் கூறுகின்றார். 'காதலர் துறந்து நெடுந்தொலைவிடத்து நாட்டினர் ஆயினும் நெஞ்சிற்கு அணியர்' எனக் கூறும் காதலியரது செவ்வியையும் இவர் செய்யுளிற் காணலாம்.

செல்லூர்க் கொற்றனார் 363 - பாண்டிநாட்டுச் செல்லூரினர் இவர். 'கொற்றனார்' இவரது இயற்பெயர். 'இனிய துணையா வாளைப் பிரிந்து, இன்னாதான சுரநெறியைக் கடந்து போக நினைத்தல் இனிதாமோ?' எனத் தலைவனிடம் கூறுவாளான

தோழியின் சொல்லாற்றலை இச்செய்யுளில் காணலாம். கோசர்க்கு உரியதாகவும் ஒரு 'செல்லூர்' உரைக்கப்படும்.

சேந்தம் பூதனார் 247 - சேந்தனுடைய மகனாராகிய 'பூதன்' எனும் பெயருடையார் இவர் ஆவர். நற்றிணை 261 ஆவது செய்யுளையும் செய்தவர். 'திறவோர் செய்வினை அறவதாகும்' என்று உரைத்துத் திறனுடையோரின் தொழிலாண்மையைக் கூறுகின்றனர் இவர்.

சேந்தன் கீரனார் 311 - சேந்தனாகிய கீரன் என்று தெரிகின்றது; அஃதாவது கீரர் குடியிலே தோன்றிச் சேந்தன் என்னும் பெயரோடு திகழ்ந்தவர் என்பதாம். இச்செய்யுள் மகளிரது இயல்பான குணத்தைக் காட்டும் சிறப்பைக் கொண்டதாகும்.

சேரமான் எந்தை 22 - அகநானூற்று 41வது செய்யுளைச் செய்தவராகவும் இவர் கருதப்படுவர். தலைவன் பிரிவானோ எனக் கருதி வாடியழிந்த தலைவியைத் தேற்றும் தோழியின் கூற்றாக அமைந்த இச்செய்யுளில், இவரது புலமைத் திறத்தைக் காணலாம்.

தங்கால் முடக்கொல்லனார் 217 - பாண்டிநாட்டுத் திருத்தங்கால் என்னும் ஊரினர். இவரியற்றிய பிற செய்யுட்கள் 5 (அகம் 3; நற்றிணை 1; புறநா 1). தலைவனுடன் சென்றுவிடுதலே நன்றெனத் துணியுமாறு தலைவிக்குத் தோழி சொல்லுவதாக அமைந்துள்ள இச்செய்யுள் மிகவும் சுவையுடையதாகும்.

தாமோதரனார் 92 - இஃது இவரது இயற்பெயர். மாலைப்பொழுதிலே தலைவனைப் பிரிந்திருக்கும் தலைவியின் நெஞ்சம், பறவைகள் தம் குஞ்சுகட்கு இரைகொணர்ந்து ஊட்டுகின்ற காட்சியைக் கண்டு மேலும் நலிவதாக அமைந்துள்ளது இச்செய்யுள். 'மருத்துவன் தாமோதரனார்' இவரினும் வேறாவார்.

தாயங் கண்ணனார் 319 - எருக்காட்டூர்த் தாயங்கண்ணனார் என்பவர் ஒருவரும் உளர்; இவர் அவரினும் வேறாகலாம். மாலையின் வரவையும், அதனைக் கண்டு 'இன்னும் வாரார் ஆயின் என்னாம் நம் இன்னுயிர் நிலை' எனத் தோழியிடம் கேட்கும் தலைவியையும், இவர் நமக்குக் காட்டுகின்றார்.

தீப்புத்தேளார் 1 - அங்கியங் கடவுளது பெயரைக் கொண்டவர் இவர். 'திப்புத் தோளார்' எனவும் வழங்கப்

பெறுபவர். இத்தொகை நூலின் முதற் செய்யுளாக இவர் செய்யுளைச் சான்றோர் அமைத்தமையே, இவரது சிறப்பிற்குச் சான்று பகர்வதாகும்.

தீன்மதி நாகனார் 111 - 'உண்மையுணராமல் வெறி அயர்வதற்கு ஏற்பாடு செய்த இல்லவரது செயலைக் கூறி, அதன் நகைப்பிற்கிடமாந் தன்மையைக் காணத் தலைவர் வல்லே வருக என உரைத்துத் தம் இடரான நிலையைக் குறிப்பான் விளக்கும் தோழியது கூற்றாக அமைந்தது இச்செய்யுள்.

தும்பிசேர் கீரனார் 61, 316, 360, 595 - 'கீரனார்' இவரது பெயர். 'அம்ம வாழியோ! அணிச் சிறைத் தும்பி' எனத் தும்பிக்குச் சொல்வாளாய்த் தோழி, தலைவன் சிறைப்புறமாகச் சொல்வதாக அமைத்த *(குறு. 392)* நயம் பற்றித் 'தும்பி சேர்' எனக் குறிக்கப்பெற்றனராகலாம். வண்டி ஊர்ந்து இன்புறற்கு உரியது. சிறுவர் அதனை ஊர்ந்து இன்புற மாட்டாராயினும் கையால் இழுத்து இன்புறுவர். தலைவனை அடைந்து இன்புறாது, அவனது நட்புடைமை பெற்றேம் என்னும் மனச் செறிவால் வாழும் தலைவியது நிலைக்கு, வண்டியிழுத்து இன்புறும் சிறுவரது மனநிலையை ஒப்பிட்டுக் கூறியுள்ளார் *(61)*. மகளிரால் துன்புறுத்தப்பெற்ற நண்டின் துயரத்தைக் கடலலை அதனைத் தன்னோடு கொண்டுசென்று போக்குவது போல. அன்னையின் கொடுமையால் தனக்கு வந்த துயரத்தைத் தலைவன் தன்னை உடன் கொண்டு செல்வதன் மூலம் தீர்க்கமாட்டானோ என ஏங்கும் தலைவியையும் இவர் காட்டுகின்றார் *(316)*. 'தும்பி சொகினனார்' எனவும் இவர் பெயர் காணப்படும்.

தூங்கலோரியார் 151, 295 - ஊணூர்த் தலைவனாகிய தழும்பனைப் பாடியவர் இவரென்பதனை அகநானூற்றுச் *(227)* செய்யுள் ஒன்றால் அறிகின்றோம். அந்தச் செய்யுள் கிடைத்திலது. நற்றிணை *60*ஆம் செய்யுளும் இவர் பெயரான் வழங்கும். 'காதலியைக் கைவிட்டுப் பிரிவது என்பது தன் இளமைக்கு முடிவே' எனக்கருதும் தலைவனையும் *(151)*, தலைவி காலடி வைத்ததனாலேயே தலைவனின் செல்வம் பெருகலாயிற்று எனக்கூறும் தோழியையும் *(295)* இவர் செய்யுட்கள் நமக்குக் காட்டுகின்றன.

தேரதரனார் 195 - 'தாமோதரனார்' எனவும், சில பிரதிகளும் இச்செய்யுளைச் செய்தவரின் பெயர் காணப்படும். பிரிவால்

துயருற்று மெலிந்து தலைவியின் கூற்றாகத் 'தைவரல் அசைவளி மெய்பாய்ந்து ஊர்தரச் செய்வுறு பாவை அன்ன என் மெய் பிறிதாகுதல் அறியாதோரே!' என உரைக்கும் பகுதி செறிவுடையதாகும்.

தேவகுலத்தார் 3 - இப்படியும் குலப்பெயர் ஒன்று இருந்திருக்கிறது. தேவர்கட்கு வழிபாடு செய்விக்கும் குருக்கள் குலத்தினராகவும் கருதலாம். 'நாடனொடு நட்பு, நிலத்தினும் பெரிது; வானினும் உயர்ந்தன்று; நீரினும் ஆர் அளவின்றே' எனத் தலைவியின் கூற்றாக இவர் காதலின் ஒருமைப்பாட்டைக் காட்டுகின்றனர்.

தொல் கபிலர் 14 - கபிலர் பெருமானினும் காலத்தால் முந்தியவர். நற்றிணையுள் நான்கும். அகநானூற்றுள் இரண்டும் இவர் பாடியனவாகக் காணப்படும் வேறு செய்யுட்கள். மடலேறத் துணிந்து கூறும் தலைவன் ஒருவனை இச்செய்யுளுள் நாம் சந்திக்கின்றோம். 'நல்லோள் கணவன் இவன்' எனப் பல்லோர் கூற, 'யாஅம் நாணுரகம் சிறிதே' என அவனது ஆர்வத்தின் மிகுதிப்பாட்டையும் இவர் காட்டுகின்றார்.

நக்கீரனார் 78, 105, 143, 161, 266, 280, 367 - மதுரைக் கணக்காயனார் மகனார். திருமுருகாற்றுப்படை, நெடுநல்வாடை என்பவற்றுடன் மற்றும் 27 செய்யுட்களும் இவர் பெயராற் காணப்படும் - (நற். 7; அகம். 17; புறம். 2) பாண்டியன் இலவந்திகைப் பள்ளி துஞ்சிய நன்மாறனைக் கடவுளார்க்கு ஒப்பிட்டுப் பாடிய இவரது புறப்பாட்டு (56) மிகவும் செறிவுடையதாகும். 'யாவதும் நன்றென உணரார் மாட்டும் சென்று நிற்கும் பெரும் பேதைமைத்து காமம்' (78) எனவும், 'கடவுட்கிட்ட பலியை உண்ட மயில் நடுங்கியாடுவது வெறியுற்று ஆடும் ஆடுகளமகளது தன்மை போல்வது' எனவும் (105), கடப்பாட்டாளனுடைய பொருள் தங்குதற்கு உரியதன்று எனவும் (143), 'நமக்குத் தான் தூதுவிடுக்க மறந்தாலும் வேங்கை மரத்திற்காவது தூது விடுக்கக் கூடாதோ' என்று வருந்துகின்றனள் ஒரு தலைவி எனவும் (266), இவர் நயம்பட உரைத்துள்ள பல பகுதிகளை இச்செய்யுட்களுட் காணலாம்.

நம்பி குட்டுவர் 109, 243 - குட்டநாட்டரசர் வழியினர் இவர். 'நம்பி' என்பது சிறப்புப் பெயர். இவர் பாடியனவாக நற்றிணையுள் மூன்று செய்யுட்கள் காணப்பெறும். நெய்தல் நிலத்தினை இச்செய்யுள்களால் இவர் அழகுறக் காட்டுகின்றார்.

மகளிர் வண்டல் அயர்தலையும் இவர் செய்யுட்கள் காட்டும் *(243).*

நரிவெரூஉத் தலையார் 5, 236 - உடல்நலக் குறைவுற்றுச் சேரமான் கருவூரேறிய ஒள்வாட் கோப்பெருஞ் சேரல் இரும்பொறையைக் கண்டதும், அது நீங்கி நலம் பெற்றவர் இவர். இவர் இயற்றிய பிற செய்யுட்கள் புறநானூற்றுள் இரண்டு ஆகும் *(5, 195).*

நன்னாகையார் 112, 385 - இவர் பெண்பாலர், இரவில் கதவைச் சாத்துதற்கு முன்பாக, 'வருவீர் உளீரோ?' எனக் கேட்டுப்பார்த்த பின்னரே இல்லத்தார் கதவை அடைப்பரென இவர் செய்யுளால் அறிகின்றோம். 'போவேன் போவேன்' எனத் தலைவன் கூறியதனைப் பொய்யுரையாகக் கொண்டு, 'மருங்கற்று மன்னிக் கழிக' என்று தலைவி, அவன் மெய்யாகவே போய்விடப் பெருங்குளமாக நீர்பெருக்கிய தன்மையை இவரது *(325)* செய்யுளில் காணலாம்.

நாகம் போத்தனார் 282 - 'போத்தன்' என்பது இவரது பெயர். இப்பெயர் வழக்குப் 'போத்தனூர்' என்னும் ஊர்ப்பெயரானும் உணரப்படும். நாகனாரின் மகன் என்பதனை 'நாகம்' என்பது காட்டும். செம்மண் நிலத்தில் விளைக்கும் வரகுப்பயிரைப் பற்றிய செய்தியை இச்செய்யுளால் அறியலாம்.

நாமலார் மகன் இளங்கண்ணர் 250 - வினைமுடித்து மீளும் தலைமகன், தன் தேர்ப்பாகனுக்கு உரைத்ததாக விளங்கும் இச்செய்யுள், கார்காலத்துக் குறிஞ்சி நிலத்தை நன்கு காட்டுவதாகும்.

நெடும் பல்லியத்தனார் 203 - பல்லியம் - பல்வகை இசைக் கருவிகள்; இவற்றில் வல்லமையும் புகழும் பெற்றிருந்தனராதலால் இப்பெயர் பெற்றனர். ஓரூரிலேயே இருந்தும் பரத்தையுறவால் தன்னை மறந்திருந்த தலைவனது செயலுக்கு நொந்து கூறும் தலைவியது மனத்துயரை இச்செய்யுளிற் காணலாம். கடவுள் நண்ணிய பாலோர் போல ஓரீஇனன் ஒழுகும் என் ஐ என்றது பொருட்செறிவு உடையதாகும்.

நெடும் பல்லியத்தை 178 - இவர் பெண்பாலர். பல்லியங்களைப் பயின்று இசைத்துப் புகழ் பெற்றவர். மகளிர் பிறை தொழுது காணும் மரபினை உடையர் என்பதனை செய்யுளால் அறியலாம்.

நெடுவெண் நிலவினார் 47 - இரவுக்குறியை நாடிவரும் தலைவனுக்கு இடையூறாக அமைந்த நிலவினை விளித்துக் 'காட்டிடை எல்லி வருநர் களவிற்கு நல்லை அல்லை நெடுவெண் நிலவே' எனத் தோழி கூற்றாக அமைத்த நயம்பற்றி இப்பெயரைப் பெற்றனர்.

நெய்தற் கார்க்கியர் 55, 212 - நெய்தலைப் பாடும் சிறப்பும், கார்க்கி முனிவரின் பெயரும் பெற்றவர். ஊதைக் காற்றால் தலைவியின் துயரம் மிகுதிப் படுவதையும் (55), தலைவன் கடற்கரை வழியே தேரூர்ந்து வந்து போகும் செவ்வியையும் (212) இவர் காட்டுவர்.

படுமரத்து மோசிகீரனார் 33, 75, 383 - பாண்டி நாட்டுப் படுமாற்றூர் இவரது ஊர் ஆகும். இவர் வேறு; 'மோசிகீரனார்' என மட்டும் குறிப்பிடப் பெற்றவர் வேறு என்பர். 'இள மாணாக்கனது சொற்றிறத்தைப் பாராட்டும் தலைவியையும் (33), தலைவனின் வரவை உணர்த்திய பாணனிடம் வினவும் தலைவியது ஆர்வமிகுதியையும் (75), தலைவி தலைவனுடன் செல்லற்கான ஏற்பாடுகளைச் செய்தபின், அவள் தயங்கத், தோழி மனம் நொந்து கூறும் கூற்றையும் (383) இச்செய்யுட்களுள் காணலாம்.

படுமரத்து மோசி கொற்றனார் 376, 377 - இவரும் படுமாற்றூரினர். மோசியின் மகனார் கொற்றனார் என்று கருதலாம். பொருள் வலிக்கும் நெஞ்சிற்குத் தலைமகன் சொல்வதாக அமைந்த (376) செய்யுள் சுவையுடையதாகும்.

பதடி வைகலார் 323 - தலைவியோடு கூடியிருந்து இல்லற மாற்றலே பயனுடைய நாட்களாகும் எனவும், பிறவெல்லாம் பயனற்ற 'பதடி வைகல்கள்' எனவும் தலைவன் கூற்றாகக் காட்டியவர் இவர். அதனால் இப்பெயரைப் பெற்றவரும் ஆயினர்.

பதுமனார் 63 - பெரும்பதுமனாரின் வேறானவர் இவர் ஆவர். 'பதுமன்' இவரது இயற்பெயர். இவரைச் சமணர் என்பாரும் உளர். பிரிவுத் துயரால் உறக்கமற்றிருக்கும் தலைவியது கலக்கத்தை, 'நனந்தலை உலகமும் துஞ்சும்; ஓர் யான் மன்ற துஞ்சா தேனே' என்னும் சொற்களால் காட்டியுள்ளவர் இவர்.

பரணர் 19, 24, 36, 60, 73, 89, 120, 128, 165, 199, 258, 259, 292, 298, 328, 393, 399 - இவர் பாணர் மரபினர்;

கபிலரின் நண்பர், பதிற்றுப்பத்துள் ஐந்தாம் பத்திற் சேரன் செங்குட்டுவனைப் பாடி, அவனிடம் உடம்பற்காட்டு வாரியையும் அவன் மகன் குட்டுவன் சேரலையும் பரிசிலாகப் பெற்றவர். இவரியற்றிய பிற செய்யுட்கள் 57 ஆகும். (நற் 12, அகம் 32, புறம் 13). மூவேந்தரும் வள்ளல் பலரும் இவராற் பாடப்பெற்றிருக்கின்றனர். இச்செய்யுட்களுள் எவ்வியின் கொடைவளத்தைப் (19) பாராட்டுவார். ‘நெடுவரைப் பெருந்தேன் கண்ட இருங்கால் முடவன், உட்கைச் சிறுகுடை கோலிக் கீழிருந்து, சுட்டுபு நக்கியாங்குக், காதலர் நல்கார் நயவார் ஆயினும், பல்காற் காண்டலும் உள்ளத்துக்கு இனிதே’ எனத் தலைமகளது கூற்றாக அவள் காதற்செறிவை இவர் நன்கு காட்டுவார் (60). நன்னன் நறுமாவைக் கொன்று ஞாட்பில் போக்கிய கோசரது சூழ்ச்சித் திறனையும் (73), பொறையன் எழுதிய கொல்லிப்பாவை பற்றிய செய்தியையும் (89), பொறையனின் தொண்டி வளத்தையும் (128), ஓரியின் கானத்து மணத்தையும் (199), அழிசியின் ஆர்க்காட்டுச் சிறப்பையும் (258), பெண் கொலை புரிந்த நன்னனது பழிமிகுதியையும் (291), அகுதை தந்தையின் கொடையினையும் (298), விச்சியர் கோமான் செய்த குறும்பூர்ப் போரையும் (382), வாகைப் பறந்தலைப் போரிலே அதிகன் பட்ட செய்தியையும் (393), இவர் செய்யுட்களுள் உரைத்திருப்பக் காணலாம். ‘காதலர் தொடுவுழித் தொடுவுழி நீங்கி, விடுவுழி விடுவுழிப் பரத்தலான், ஊருண்கேணி உண்துறைத் தொக்க பாசியற்றே பசலை’ எனத் தலைமகள் தோழிக்குச் சொல்வதாக அமைந்த இவரது 399ஆவது செய்யுள் பொருள்நயம் மிக்கதாகும்.

பரூஉ மோவாய்ப் பதுமர் 101 - இவரது இயற்பெயர் ‘பதுமன்’ பருத்த மோவாயினராதலின் இப்பெயர் பெற்றனர். தலைமகனின் வாய்மொழியாக, தலைவியோடு சேர்ந்திருக்கும் நாளது இன்பத்திற்கு வையகமும் வானகமும் ‘சீர்சாலா’ என்று உரைத்துள்ளவர் இவர்.

பனம்பாரனார் 52 - தொல்காப்பியத்தின் பாயிரத்தைச் செய்தவர்; அகத்தியரின் மாணவருள் ஒருவர்; வேற்று வரைவு வந்துழித் தலைவிமாட்டுத் தோன்றிய நடுக்கமிகுதியை இவர் செய்யுளால் அறியலாம்.

பாண்டியன் பன்னாடு தந்தான் 270 - பல நாடுகளை வென்று பாண்டிநாட்டின் எல்லையை விரிவாக்கிய சிறப்பினன்

இவன். வினைமுடித்த பின், தன் தலைவியை நாடிச் செல்லும் மனத்தினனாகி விரைந்து, அவளை அடைந்திருந்து மகிழ்ந்து கூறுவதாக அமைந்தது இச்செய்யுள் ஆகும். இவளை மேவினம்; இனி வானே நீ பெய்க' என்று மழையை வாழ்த்துகின்றான் இவன்.

பாண்டியன் ஏனாதி நெடுங்கண்ணன் 156 - பாண்டியர் தளபதிகளுள் ஒருவர்; ஏனாதிப் பட்டம் பெற்றவர். பார்ப்பனப் பாங்கனை இவர் வருணித்துக் கூறியுள்ளது, அவனையே நேரில் கண்டாற் போலும் மயக்கினைத் தருகின்றது. அவனுடைய உரைகட்கு எதிராக 'எழுதாக் கற்பின் நின் சொல்லுள்ளும், பிரிந்தோர்ப் புணர்க்கும் பண்பின், மருந்தும் உண்டோ? மயலோ இதுவே?' எனத் தலைவன் கூறுவதாக இவர் அமைத்துக் காதற் பாசத்தினை விளக்குவர். அகநானூற்று 373ஆவது செய்யுளைச் செய்தவரும் இவரே.

பார்காப்பார் 254 - நாடு காவலிற் சிறப்புற்றதனால் பெற்ற பெயர் இதுவாகலாம். தலைவனது வருகையை அறிவிக்கத் தூதுவர் முன்னதாகச் சென்று தலைவிக்கு உரைக்கும் மரபினை இச்செய்யுளில் காணலாம்.

பூங்கண்ணர் 253 - இச்செய்யுளில், 'மலைவழிச் செல்வோர், இரவில் புலிக்குகைகளிலே தங்கிச் செல்வர்' எனக் கூறுவர் இவர்.

பூங்கண் உத்திரையார் 48, 171 - உத்திரத்திற் பிறந்தவர்; அழகிய கண்களைப் பெற்றவர்; பெண்பாலர். அதனால், இப்பெயர் பெற்றனர். புறநானூற்று 277ஆவது செய்யுளும் இவர் பெயரால் வழங்கும். தலைவியது வேறுபாட்டைக் கண்டு தோழி கூறியதாக அமைந்த (48) செய்யுள் நயமுடையதாகும். 'மீன் வலையில் மாப்பட்டாற் போல' என்ற வழக்கு மொழியை இவர் எடுத்தாண்டுள்ளனர் (171)

பூதத்தேவர் 285 - பருவங்கண்டு வருந்திய தலைமகளது கூற்றாக, 'வைகா வைகல் வைகவும் வாரார்; எல்லா எல்லை எல்லவும் தோன்றார்; யாண்டு உளர் கொல்லோ?' எனப் பிரிவின் வெம்மையைத் திறனுறக் காட்டுவர் இவர். நற்றிணை எண்பதாவது செய்யுளைப் பாடிய பூதன் தேவனார் இவரின் வேறாவார்.

பூதம் புல்லர் 190 - பெயர்க் காரணம் தெரிந்திலது. பூதங்களின் வழிபாட்டைச் செய்து வந்தவராக இருக்கலாம். 'பல

பசுக்கள் இருக்கும் தொழுவில் ஒரு நல்லேறு செல்லும்போது ஒலிக்கும் ஒற்றை மணிக்குரல் இரவிற் கேட்கும்' என்பதனால், அந்நாளினும் மாட்டைப் பேணுவார், சிறந்த பொலி காளை ஒன்றை வைத்திருப்பர் என்பதனை அறியலாம் 'புல்லர்' என்ற சொல் 'புல்லினத்து ஆயர் குடியினர்' என்றதாலும் ஏற்பட்டிருக்கலாம். புல்லினத்து ஆயராவார், ஆட்டிடையர்.

பெருங்கண்ணனார் 289, 310 - காமநோய் நாளுக்கு நாள் வளர்தலுக்கு 'வளர்பிறை போல வழிவழிப் பெருகி' என்று கூறியுள்ளனர். *(289)*, எல்லை கழியப் புல்லென்று வானம், தலைவனைப் பிரிந்த தலைவியின் நிலைக்கு ஒப்பாகத் தோன்றிற்று *(310)* என்பது நுட்பமான உவமையாகும்.

பெருங்குன்றூர் கிழார் 338 - இவர் வேளாளர். 'பெருங்குன்றூர்' என்னும் ஊரினர். சேரமான் குடக்கோச் சேரல் இரும்பொறையைப் பதிற்றுப்பத்தின் ஒன்பதாம் பத்தைப் பாடியவர். இவர் பாடியன பிற *(நற் 4; அக 1; புறநா.4) 9* செய்யுட்கள் ஆகும். நக்கீரர் பரணர் ஆகியோரின் காலத்தில் வாழ்ந்தவர். பிரிவிடைத் தோழி பருவங்காட்டித் தலைவியை வற்புறுத்தியதாக அமைந்த செய்யுள் இது.

பெருஞ்சாத்தனார் 263 - மகளிர் தம் கணவரையன்றிப் பிற தெய்வங்களைத் தொழுதலைச் செய்யாதவர் என்ற உண்மையை விளக்கு மாற்றால், 'தோற்றம் அல்லது நோய்க்கு மருந்து ஆகா, வேற்றுப் பெருந் தெய்வம் பலவுடன் வாழ்த்தி' எனத் தலைமகட்குத் தோழி கூறுவதாக அமைத்துக் காட்டியுள்ளவர் இவர்.

பெருந்தோட் குறுஞ்சாத்தனார் 308 - இவரது செய்யுளாகக் காணப்படுவது இஃது ஒன்றே. 'வாழைக் குருத்து மத்தகத்தைத் தடவுதலால் யானை மதன் அழியும்' என்பவர் இவர்.

பெரும்பதுமனார் 7 - இவரது இயற்பெயர் பதுமனார் ஆகும். அடைமொழி பெருமை குறித்து அமைந்தது, ஆரியரது, கயிறு கட்டி மேல் நின்றாடும் கூத்தையும், அப்போது முழங்கும் பறை ஒலியையும் இவர் கூறுகின்றார். 'வில்லோன் காலன கழனே; தொடியோள் மெல்லடி மேலவும் சிலம்பே' நல்லோர் யார் கொல்? அளியர் தாமே என, இடைச் சுரத்துக் கண்டவரது கூற்றாக அமைத்திருக்கும் தலைவன் தலைவியரைப் பற்றிய தொடர்கள் இனிமை தருவன ஆகும். இருவரது கால்களையும்

குறிப்பதிலிருந்து, பின்னின்று கண்டவர் அவர் என்பதையும் காட்டுவர்.

பெரும்பாக்கனார் 296 - பெரும்பாக்கம் என்ற ஊரினர். இது தொண்டை நாட்டைச் சார்ந்ததாகும். "துறைவற் காணின், முன்னின்று கடிய கழறல் ஓம்புமதி" எனத் தோழிபாற் கூறும் தலைவியை இச்செய்யுளில் காணலாம்.

பேயனார் 223, 359, 400 - ஐங்குறுநூற்றுள் முல்லைத்திணை பற்றிய நூறு செய்யுட்களையும் பாடியவர் இவர். அகநானூற்று 234ஆவது செய்யுளையும் செய்தவர். கற்குழியிடத்தே கொன்றை மலர் வீழ்ந்து கிடப்பது, 'பொன் பெய் பேழை மூய்திறந்தாற் போலத் தோற்றும்' என்பவர் இவர் *(233)*. 'புதல்வன் தழீஇயினன் விறலவன்; புதல்வன் தாய் அவன் புறம் கவைஇயினளே' என, ஊடல் நீங்கிய பண்பை உரைத்துள்ளார் *(359)*. தலைவன் தேர்ப்பாகனைப் பாராட்டும் செவ்வியைக் காட்டுவது *400*ஆவது செய்யுள்.

பேயார் 339 - 'காரைக்காற் பேயார்' என்று குறிக்கப்படுபவர் இவரே ஆகலாம். இவர் வேறு; காரைக்கால் அம்மையார் என்ற சிவபக்தர் வேறு. அகிலின் புகைக்கு மழைபெய்து விட்ட வெண் மேகத்தை உவமித்தவர் இவர் *(339)*

பேரி சாத்தனார் 81, 159, 278, 314, 366 - 'வடம் வண்ணக்கண் பேரி சாத்தனார்' என்பவரும் இவரும் ஒருவராகலாம். கடலையும் கானலையும் நிலவுக்கும் இருளுக்கும் உவமித்துக் காட்டியுள்ளனர் *(81)*. இவர் குரங்குகள் பழந்தின்பதாகக் காட்டும் காட்சி நயமுடையதாகும் - *(278)*. 'பால் வரைந்து அமைத்தல் அல்லது, அவர்வயின் சால்பு அளந்து அறிதற்கு யாஅம் யாரோ?' எனத் தன் காதலனைத் தனக்கு ஊழே தந்தது எனவும் இவர் கூறுவர். இவரியற்றிய வேறு செய்யுட்கள் நற்றிணையுள் எட்டும் புறநானூற்றுள் ஒன்றும் ஆகும்.

பேரெயின் முறுவலார் 17 - இவர் நம்பி நெடுஞ்செழியனின் காலத்தவர், சிரித்துப் புரமெரித்த சிவபிரானின் பெயரைக் கொண்ட சிறப்பினர். புறநானூற்று *239* ஆவது செய்யுளையும் செய்தவர். காமமானது பெருக, அதனால் வயிரங் கொண்டவர் எவ்வாறாகுவர் என்பதனை இச் செய்யுளில் இவர் கூறுகின்றனர்.

பொதுக்கயத்துக் கீரந்தையார் 337 - 'பொதுக்கயம்' என்ற ஊரினர்; பெயர் கீரந்தையார். பருவம் வாய்த்த ஒருத்தியது இயல்புகளை எல்லாம் செறிவுடன் இச்செய்யுள் நுவல்கின்றது.

பொன்மணியார் 391 - 'பொன்மணி' என்னும் ஊரினராகலாம், பொன்னும் மணியும் புனைந்தவர் எனக்கொண்டு, பெண்பாலராகவும் கொள்வர். கார்காலத்து மயில்களின் அகவுதலைக் கேட்ட தலைவியின் நெஞ்சத்தே காமநோய் மிக்குப் படர்தலை இச் செய்யுளில் இவர் கூறுகின்றனர்.

பொன்னாகனார் 114 - தலைவியைத் தலைவனோடு சேர்த்தற்கு விரும்பி, அவனிடம் சென்று தோழி உரைப்பதாக அமைந்த செய்யுள் இது. 'பஞ்சாய்ப் பாவையைக் கிடப்பித்து வந்தேன்' எனக் குறிப்பாக உணர்த்துகின்ற நயத்தையும் காணலாம்.

மடல் பாடிய மாதங்கீரனார் 182 - மடலேறுதலைப்பற்றி அழகுறப் பாடியவர் இவர். இச்செய்யுளுள் அதனை இவர் மிகவும் நயமாகக் கூறுகின்றனர். நற்றிணை 377ஆம் செய்யுளையும் பாடியவர் இவரே.

மதுரைக் கடையத்தார் மகன் வெண்ணாகனார் 322 - மதுரைக் கடையத்தாரின் மகனார் இவர் பேரூர் விழாவினிடத்தே தலைவனைக் கண்டு காதலித்துக் கூடிய செய்தியைத் தலைவி தோழிக்குக் கூறுவதாக அமைந்த செய்யுள் இது, பேரூர்களில் அந்நாளிலும் பெருவிழாக்கள் நிகழும் என்றும், அவ்விழாக்கட்குச் சிற்றூரினர் திரளாகத் திரண்டு செல்வர் என்றும் இதனால் அறியலாம்.

மதுரைக் கண்டரதத்தன் 317 - பெயர்க் காரணம் தெரிந்திலது "தண்பனி நாள், வடபுல வாடைக்கு அழிமழை தென்புலம் படரும்" என, வானியற் கூற்றைக் கண்டு இவர் உரைத்துள்ளார்.

மதுரைக் கண்ணனார் 107 - பொருள் முற்றி வந்த தலைமகனோடு கூடி மகிழும் தலைவி, தனது காம மிகுதியினாலே, வைகறையிற் கூவித் துயிலெழுப்பிய சேவற்கோழியைக் கடிந்து கொள்வதாக இவர் அமைத்துள்ளார்.

மதுரைக் கதக்கண்ணனார் 88 - கதம் - சினம்; சினம் வெளிப்படும் கண்ணினராக இருந்தமையால் இப்பெயர் பெற்றவராகலாம். 'நள்ளிரவிலே இரவுக்குறியை நாடிவரும் தலைவனின் காரணமாக, ஊரிடத்தே எழும் பழிச் சொற்களுக்கு நாணமாட்டோம்' எனத் தோழி கூற்றாக இவர் அமைத்துள்ளார்.

மதுரைக் காஞ்சிப் புலவர், மாங்குடி கிழார், மாங்குடி மருதனார் 164, 173, 302 - தலையாலங்கானத்துச் செருவென்ற

நெடுஞ்செழியன் மீது மதுரைக்காஞ்சி பாடியவர்; மாங்குடியைச் சார்ந்தவர்; 'மருதன்' இவரது பெயர்; வேளாண் மரபினர். இவர் பாடிய பிற செய்யுட்கள் புறநானூற்றுள் ஆறும், நற்றிணையுள் இரண்டும், அகத்துள் ஒன்றும் ஆகும். இவரது செய்யுட்களுள் சுவையான செய்திகளையும் குறிப்புகளையும் நாம் காணலாம். 'பலருடன் துஞ்சு ஊர் யாமத்தானும், என் நெஞ்சத்து அல்லது வரவறியானே (302) எனத் தலைவியின் உள்ளக் குமுறலை இவர் நன்கு எடுத்துக் காட்டுவர்.

மதுரைக் கொல்லன் புல்லன் 373 – கொல்லர் மரபினர்; 'புல்லன்' என்னும் பெயரினர். தம் நட்புப் பிறவிதோறும் தொடர்ந்து வருகின்ற நட்பென்று, மகளிர் தலைவரோடு கொண்ட உறவினைக் கருதுவதைத் தோழி வாயிலாக, 'நாடனொடு அமைந்த நம் தொடர்பு, நிலம் புடைபெயரினும், நீர் திரிந்து பிறழினும், இலங்குதிரைப் பெருங்கடற்கு எல்லை தோன்றினும் கேடு எவன் உடைத்தோ?' என்று கூறுவார் இவர்.

மதுரைச் சீத்தலைச் சாத்தனார் 154 – வணிக மரபினர். கண்ணகி வரலாற்றை இளங்கோவடிகட்குக் கூறியவர். இதனையன்றிப் பாடிய பிற செய்யுட்கள் 9 (நற்.3; அகநானூறு 5; புறநானூறு 1). 'சீத்தலை' இவரது ஊர் என்பர். இச்செய்யுள், பிரிந்த தலைமகனை நினைத்துத் தலைமகள் தோழிக்கு உரைத்ததாக அமைந்ததாகும்.

மதுரை நல்வெள்ளியார் 365 – இவர் பெண்பாலர். வெள்ளி நாளில் பிறந்தமையால் இப்பெயர் பெற்றனர் ஆகலாம். அல்லது மதுரை வெள்ளியம்பலத்துத் தொண்டு செய்து வந்தவருமாகலாம். இச்செய்யுள், தலைவனது பிரிவினாலே தலைவிக்கு உளதாகும் நலிவினைக் கூறுவதாகும்.

மதுரைப் பெருங்கொல்லனார் 141 – கொல்லர் குடியினருள் பெருந்தகுதி பெற்றிருந்தவர் இவராகலாம். இரவுக்குறி மறுத்துப் பகற்குறி நேர்வதாக அமைந்த இச் செய்யுள் நயமுடையதாகும்.

மதுரை மருதங்கிழார் மகனார் இளம்போத்தனார் 332 – மதுரை மருதங்கிழாரின் மக்களாக இளம் போத்தனார், பெருங் கண்ணனார், சோகுத்தனார் ஆகியோர் குறிக்கப்படுகின்றனர். வாடைக்காலக் கடைநாளிலே காமநோய் மிகுதியினாலே வருத்தமிகுந்த தலைவியது நிலையைத் தோழி கூற்றாக உரைப்பது இச்செய்யுள்.

மதுரை மருதனிள நாகனார் 77, 160, 279, 367 - மருதக்கவியைப் பாடிய மருதனிள நாகனாரினும் இவர் வேறானவர். இவர் பாடிய செய்யுட்கள் (நற்.10; அகம் 21; புறம். 2; ஆக) 33 ஆகும். மனைவியின் சிறப்பைக் 'கடவுட் கற்பொடு குடிவிளக்காகிய, புதல்வர்ப் பயந்த நன்னராட்டி' என (அகம் 184) நயம்பட உரைத்தவர் இவர். மற்றும் பற்பல செய்திகளும் இவர் செய்யுட்களுள் காணப்படுவனவாம். நடுயாமத்து அன்றிலின் நரலுதலைக் கேட்டுத் தலைவியின் பிரிவுத் துயரம் பெருகுவதாகவும் (160), மழை கழூஉ மறந்த மாயிருந்துறுகல், துகள்சூழ் யானையின் பொலியத் தோன்றும் (279) எனவும், இவர் குறிப்பிடுகின்றார்.

மதுரை அளக்கர் ஞாழலார் மகனார் மள்ளனார் 188, 215 - 'அளக்கர் ஞாழல்' என்னும் ஊரினர்; சிறுகுடி கிழான் பண்ணனைப் பாடியவர்; பாண்டிப் படையணிகளில் பணியாற்றியவர். இவர் பாடிய வேறு பாடல்கள் 10 (நற் 2; அகம் 7; புறம் 1). 'முகை முற்றினவே முல்லை; முல்லையொடு தகைமுற்றினவே, தண்கார் வியன்புனம்' எனக் கார்காலத்து வருகையை இவர் அழகுறக் கூறுகின்றார். (188); 'படரும் பைபயப் பெயரும், சுடரும் என்றூழ் மாமலை மறையும்; இன்று அவர் வருவர் கொல்?' எனத் தோழி கூற்றாக இவர் கூறுவ; தலைவியின் துயரத்தை உணரச் செய்யும் சிறந்த தொடர்களாகும் (215).

மதுரை அறுவை வாணிகன் இளவேட்டனார் 185 - ஆடை வாணிகம் செய்து வந்தவர் இவர். 'இளவேட்டனார்'இவரது பெயர் 'தலைவனுக்குத் தன் மெலிவைக் குறித்துத் தூதுரைத்தால் என்னவோ?' என்று தலைவி கூறுவதாக இவர் அமைத்துள்ளார்.

மதுரையாசிரியர் கோடங்கொற்றனார் 144 - மதுரைக்கண் ஆசிரியத் தொழிலினராக இருந்தவர். மகட்போக்கிய செவிலித்தாயது கூற்றாக அமைந்த இச்செய்யுள் மிகவும் சுவையுடைய தாகும். மகளிர் விளையாட்டுக்களுட் சிலவற்றையும் இதனால் அறியலாம்.

மதுரை ஈழத்துப் பூதன் தேவனார் 189, 360 - 'பூதன் தேவன்' என்பது இவரது பெயர். தேர்ச் சக்கரம், தேர் செல்லும்போது பாதி மேலாகவும் பாதி மண்ணுட் புதையுண்டும் தோன்றும். அப்படி மேலாகத் தோன்றும் பகுதிக்குப் பிறை நிலவை உவமித்துள்ளவர் இவர் (189). வெறியாட வரும் வேலன்

தனக்குற்ற நோய்க்கு மருந்து எதுவென அறியானாகுதலை அன்னை கண்டு துன்புறுதலை மனத்தில் நினைத்துப் பேசும் தலைவியையும் *(360)* இவர் காட்டுகின்றார்.

மதுரை எழுத்தாளர் சேந்தம்பூதனார் 90, 226 – சேந்தனாருடைய மகனார் பூதனார் இவர், அரசாணைகளை எழுதும் பணியினர். இவையன்றி அகத்துள் ஒரு செய்யுளும் இவர் பெயரானே வழங்கும். 'கலைதொட இழுக்கிய பூநாறு பலவுக் கனி வரையிழி அருவி உண்துறைத் தருஊம் குன்றநாடன்' என்ற உள்ளுறையுவமம் நயப்பாடுடையதாகும். *(90)*. 'தயங்கு திரை பொருத தாழை வெண்பூக் குருகு என மலரும்' எனக் கூறும் நயத்தையும் *226* ஆவது செய்யுளுட் காணலாம்.

மதுரை வேளா தத்தர் 315 – 'தத்தன்' இவரது பெயர். 'மாலை நாடன் ஞாயிறு அனையன்; என் பெரும் பணைத்தோள் நெருஞ்சி அனைய' எனத் தலைவியரின் உளப்பாங்கினை இவர் உரைத்துக் காட்டுவர்.

மள்ளனார் 72 – இவரது பெயருக்கு முன்னருள்ள அடைமொழி மறைந்துள்ளதனால், இவரைப் பற்றிய செய்தி யாதும் தெரிந்திலது. இவர் வீரரென்பதைப் பெயரானே அறியலாம். 'பூவொத்து' அலமரும் தகையவான கண்கள், ஏ ஒத்து நோய் செய்தன' எனத் தலைமகனது கூற்றாக அமைத்துக், காதலின் ஆழத்தைக் காட்டுகின்றார்.

மாடலூர் கிழார் 150 – வேளாண் மரபினர்; மாடலூர் என்னும் ஊரினராயிருக்கலாம். மா + அடல் + ஊர் – மாடலூர். பரண் மீதிருக்கும் கானவர் இரவிலே நறும்புகையிடுதலை மேற்கொண்டிருப்பது. இச்செய்யுளால் அறியப்படும். 'உள்ளின் உள்நோய் மல்கும்; புல்லின் மாய்வது எவன் கொல்?' எனத் தலைமகள் கேட்பதாக, இவர் காமநோயின் திறத்தைக் காட்டுவர்.

மாதிரத்தர் (113) – இவர் பெயர் 'மாதீர்த்தன்' மாதீரத்தன் எனவும் காணப்படும். மாதிரம் – திசை; அதனால், இவர் திசை காவல் தொழிலினராக இருந்திருக்கலாம். மகளிர் தம் கூந்தலுக்கு மண்ணைத் தேய்ப்பது வழக்கமென்பதையும் இச்செய்யுளால் நாம் அறிகின்றோம்.

மாமலாடனார் 46 – 'மலாடு' கொடுந்தமிழ் நாடுகளுள் ஒன்று. அந்நாட்டினர் இவராகலாம். வாடிய ஆம்பல் மலருக்குக்

கூம்பிய சிறகுகளையுடைய மனையுறை குருவியை இவர் உவமை கூறியிருக்கின்றார்.

மாமூலனார் 11 - இவர் அந்தணர் மரபினர். இவர் பெயரால் வழங்கும் பிற செய்யுட்கள் 28 (நற். 2; அகம். 26;) ஆகும். அகத்துறைச் செய்யுட்களே இவர் பெயரான் அதிகமாகக் காணப்'படுவன. இச்செய்யுளுள், 'வடுகர் முனையது வல்வேற் கட்டி நல்நாடு' என்பதையும், 'அதற்கு அப்பாலுள்ளன மொழி பெயர் தேயம்' என்பதையும் இவர் குறிப்பிடுகின்றனர். பொருள் தேடுதற்கு இவற்றைக் கடந்து தமிழிளைஞர் செல்வர் என்றதனால், தமிழர்களது முயற்சித் திறனையும் நாம் அறிகின்றோம்.

மாயெண்டனார் 235 – 'பாம்பின் தூங்கு தோல் கடுக்கும் தூவெள் அருவி' என உவமிக்கும் நுண்மான் புலமையினர் இவர், வாடையை விளித்துத் தலைவன் ஒருவன் உரைப்பதாக அமைந்த செய்யுள் இது.

மாலை மாறனார் 245 – 'மாறன்' என்பதனால், இவர் பாண்டியர் குடியினராதல் பொருந்தும். 'வாள்போல் வாய கொழுமடல் தாழை மாலை வேல் நட்டு வேலி ஆகும்' என உவமித்தவர் இவர். 'மாலை வேல்' என்றது பற்றியே 'மாலை' என்னும் அடைமொழியைப் பெற்றனர்.

மாவளத்தனார் 348 – சோழன் நலங்கிள்ளியின் தம்பியாகிய 'மாவளத்தன்' இவராகலாம். தலைவனைப் பிரிதலால் வாடிய தலைவியது வாட்டத்திற்கு யானைக் கொம்பினாலே முறிந்து வாடிக் கிடக்கும் முல்லைக் கொடியை உவமித்தவர் இவர்.

மிளைக் கந்தனார் 196 – 'மிளை' நாட்டினர் இவர். பாரியின் பறம்புநாட்டை அறிந்தவர். "வேம்பின் பைங்காய் என் தோழி தரினே, 'தேம்பூங் கட்டி' என்றனிர்" எனத் தலைவனது காதற் பாங்கைக் கூறியவர் இவர்.

மிளைகிழான் நல்வேட்டனார் 341: இவர் வேளாளர். நற்றிணையுள் இவர் பாடியனவாக நான்கு செய்யுட்கள் காணப்படுகின்றன. 'பெரியோர் நெஞ்சத்துக் கண்ணிய ஆண்மை கடவது அன்று' என்ற உண்மையை வலியுறுத்தியவர் இவர்.

மிளைப் பெருங் கந்தனார் 136, 204, 234 - காமத்தின் தகைமையை இவர் அழகுற விளக்குகின்றார் (136,204) 'துணிலோர்க்கு விடியலும் பகலுங்கூட மாலையாகித் துயரைப்

பெருக்கும்' எனக் காம மிகுதியை உணர்த்துவது இவரது 234ஆம் செய்யுள்.

மிளை வேள் தித்தனார் 254 - இவர் வேளாண் மரபினர். 'பொருத யானைப் புகர் முகம் கடுப்ப, மன்றத் துறுகல் மீமிசைப் பலவுடன், ஒண் செங்காந்தள் அகழும்' எனச் சுவைபடக் கூறியவர் இவர்.

மீனெறி தூண்டிலார் 54 - யானை இழுத்துவிட்ட மூங்கிலுக்கு, மீன் பிடிப்பவர்மேலே இழுத்த தூண்டிற்கொம்பை உவமை கூறியதனால் இப்பெயரைப் பெற்றவர் இவர் (54).

மோசீகீரனார் 59, 84 - முரசுகட்டிலில் அறியாது துயின்று, சேரமான் தகடூர் எறிந்த பெருஞ்சேரல் இரும்பொறையாற் கவரி வீசப்பெற்ற சிறப்பினர் இவர். நற்றிணையுள் ஒன்றும், புறநானூற்றுள் நான்கும் இவர் பாடிய பிற செய்யுட்கள். 'அதலைக் குன்றை' இவர் பாடியுள்ளனர் (59); ஆயின் பொதியிலையும் பாடுகின்றார் (84). 'பெயர்த்தனென் முயங்க, 'யான் வியர்த்தனென்' என்றனள்' எனத் தலைவன் தலைவியைப் பற்றிக் கூறியதாக, இவர் அமைத்திருப்பது நயமுடைய பகுதியாகும்.

மோதாசனார் 229 - 'சிறுவயதில் ஒருவுருக்கொருவர் பூசலிட்ட இருவரே, பின்னாளில் உளங்கலந்த காதலராக மாறியதனைக் கண்டு, விதியின் செயலை வியந்தனர் வழிச் செல்வார்' எனக் கூறி, ஊழின் வலியை உணர்த்தியவர் இவர்.

வடமவண்ணக்கண் தாமோதரனார் 85 - நாணய நோட்டக்காரராய் இருந்தவர் இவர். புறநானூற்று 172 ஆவது செய்யுளையும் இயற்றியவர். தலைவனது அன்பின்மையை நினைத்து, 'தலைவன் பாணன் வாயில் யாரினும் இனியன்; பேரன்பினன்' எனத் தோழி கூறியதாக அமைத்துள்ளார் இவர்.

வருமுலையாரித்தியார் 176 - இவர் பெண்பாலர், கலங்கிய நெஞ்சிற்குக் கலங்கிய மழைநீரை உவமித்திருக்கின்றனர்.

வாடாப் பிரபந்தர் 331: 'தலைவியைப் பிரிந்து பொருள் தேடுதற்குத் தலைவன் செல்லான்' என்பதனைத், தோழி கூற்றாக நயமுடன் இச்செய்யுளுள் உரைக்கின்றார். 'பிரபந்தர்' என்ற பெயர் 'பிரமந்தர்' எனவும் காணப்படும்.

வாயிலான் தேவனார் 103, 108 - 'வாயில்' என்ற ஊரினர் இவர். 'வாடையும் வாரார் போல்வர், நம் காதலர்; வாழோன்

போல்வல் யானே!' எனவும், 'மலைநாடன் கேண்மை நீர்மலி கண்ணொடு நினைப்பாகின்றே' எனவும், பருவங்கண்டழிந்த தலைமகளது துயரத்தை அமைத்திருப்பவர் இவர்.

வாயில் இளங்கண்ணனார் 346 - 'வாயில்' என்னும் ஊரினரே இவரும் ஆவர். தோழி தலைவியை இரவுக்குறி நயக்குமாறு கூறியதாக அமைந்தது இச்செய்யுள் ஆகும்.

விட்ட குதிரையார் 74 - யானையாற் பற்றி விடப்பட்ட மூங்கில், போர்முனையில் செலுத்திவிட்ட குதிரையைப்போல் மேல் நோக்கி எழும் என உவமித்த சிறப்பால் இப்பெயரைப் பெற்றவர் இவர் ஆவர்.

வில்லக விரலினார் 370 - காதலரது ஒன்றுபட்ட முயக்கச் செறிவிற்கு 'வில்லக விரலிற் பொருந்தி' என்று உரைத்த செவ்வியினாலே இப்பெயர் பெற்றவர் இவர்.

விற்றூற்று மூதெயினனார் 372 - 'விற்றூறு' ஊரின் பெயர்; எயினர் குடியினர் இவர். அகநானூற்றுள் மூன்று செய்யுட்கள் இவரியற்றியனவாகக் காணப்படும். ஊரலர் எழுந்ததனைக் குறிப்பிடும் இச்செய்யுள் நயமுடையதாகும்.

வெண்கொற்றனார் 86 - தலைவிக்குக் காம வேதனை மிகுதிப்படுவதை இவர் காட்டும் நயம், நுட்பமான இவரது புலமைத் திறத்தைக் காட்டுவதாகும்.

வெண்பூதனார் 83 - பலாப்பழத்தின் சுவை மிகுதியைக் கூறும் இவர், 'தம்மில் தமது உண்டன்ன, சினைதொறும் தீம்பழம் தூங்கும்' எனக் கூறுவர். தமது முயற்சியால் ஈட்டிய பொருளால் அமையும் வாழ்வே இனிமைமிக்கது என்ற உண்மையும் இதனால் அறியப்படும்.

வெண்பூதியார் 97, 174, 219 - 'வெள்ளூர் கிழார் மகனார் வெண்பூதியார்' எனவும் இவர் பெயர் வழங்கப்படும். வேளாண் மரபினரும்; சிறந்த சிவபக்தருமாகத் திகழ்ந்தவர் இவர். 'நத்துறந்து, பொருள்வயிற் பிரிவார் ஆயின், இவ் உலகத்துப் பொருளே மன்ற பொருளே; அருளே மன்ற ஆருமில்லதுவே' எனத் தலைமகள் சொல்வதாக இவர் உரைத்திருப்பது செறிவுடையதாகும். *(174)* 'பயப்பு என் மேனியதுவே; நயப்பு அவர் நாரில் நெஞ்சத்து ஆரிடை யதுவே' எனத் தலைவி தன் நிலையை உரைப்பதாகவும் காட்டுவர் இவர் *(219)*

வெண்மணிப் பூதி 299 - இவர் ஒரு பெண்பாலர். ‘வெண்மணி’ என்னும் ஊரினர் ஆகலாம். ‘தலைவனைக் காட்டிய கண்ணும், அவன் பேச்சைக் கேட்ட செவியும் வாளாவிருப்பதாகவும், தழுவிய தோள்கள் மட்டும் பிரிந்த காலையில் மெலிவதேன்?’ எனக் கூறி வருந்தும் தலைவியை இச்செய்யுளிற் சந்திக்கலாம்.

வெள்ளி வீதியார் 29, 44, 58, 130, 146, 149, 169, 386 - இவர் பாடல்கள் பலவும் வாழ்வின் அனுபவ விளக்கமாக எழுந்தவை ஆகும். இவர் பெண்பாலர். கணவனைப் பிரிந்து தேடித் திரிந்த துயர வாழ்வினர். ‘மாமைக் கவின் வறிதே பசலையால் உணப்பட்டுப் பாழாதலைக், கன்றும் உண்ணாதாய்க் கலத்தினும் படாததாய் நிலத்தில் சிந்திப் பாழ்படும் நல்லானின் தீம்பாலுக்கு’ உவமித்துள்ளனர் இவர். *(27)*. ‘காலே பரி தப்பினவே; கண்ணே நோக்கி நோக்கிவாள் இழந்தனவே’ என்றது இவரது பிரிவுத் துயரது கொடுமையை உணர்த்துவதாம். *(44)*. காமநோய் பரவுதலை ‘ஞாயிறு காயும் வெவ்வறை மருங்கில், கையில் ஊமன் போலப் பரந்தன்று’ என்பார் இவர் *(58)*. ‘நாட்டின் நாட்டின், ஊரின், ஊரின், குடிமுறை, குடிமுறை தேரின் கெடுநரும் உளரோ நம் காதலோரே?’ எனக் கூறியவராக *(130)* அவரைத் தேடியலைந்தவர் இவர். இவ்வாறு உளமுருக்கும் அனுபவ முத்திரைகளைத் தாங்கி அமைந்துள்ளவை இவரது செய்யுட்கள் பலவும். நற்றிணையுள் மூன்றும், அகத்துள் இரண்டும் இவர் பாடிய பிற செய்யுட்கள்.

வேட்டக் கண்ணனார் 389 - இவர் வேடர் மரபினர். நெய்யிலே பொரித்த காடை இறைச்சியைத் துணையாகக் கொண்டு உண்ணும் உணவை ‘நெய் கனி குறும்பூழ் காயமாக, அர்பதம் பெறுக’ எனக் கூறுவர் இவர். தோழியும் குற்றேவல் மகனும் உரையாடியதாக அமைந்த செய்யுள் இது.

வேம்பற்றூர்க் கண்ணன் கூத்தனார் 362 - ‘வேம்பற்றூர்’ என்பது பாண்டி நாட்டு ஓரூர்; அவ்வூரினர் இவர். ‘கண்ணன்’ வரது பெயர். ‘கூத்து’ இவரது தொழில். வேலனுக்கு மறியறுத்துப் பலியூட்டும் மரபினை இவர் செய்யுளிற் காணலாம்.

★ ★ ★

குறுந்தொகையுள் பாடப்பெற்ற தலைவர்கள்

(எண் – செய்யுள் எண்)

அகுதை 298 - 'மேற்காநாட்டுக் கூடல்' என வழங்கும், இந்நாளையத் தென்னார்க்காடு மாவட்டத்தின் கோநகராக இலங்கும், கடலூரிலே வாழ்ந்திருந்த ஒரு குறுநிலத் தலைவன் இவன். சோழனது மேலாட்சிக்கு உட்பட்டவனாயினும், தன்னுடைய பேராண்மையாலும் வள்ளன்மையாலும், தன் புகழை வளர்த்துக் கொண்டவனும் இவனாவான். பொய்யா நாவிற் கபிலர் பெருமானும் கல்லாடனாரும் பெரும்புகழ்ப் பரணரும் பாராட்டிய சிறப்பும் இவனுக்கு உண்டு. ஒரு சமயம் வெளியத்து வேளிர் கோமானாகவிருந்த 'அதியன்' என்னும் ஆய் எயினன் 'ஞிமிலி' என்னும் தலைவனோடு பாழிப் பறந்தலை என்னுமிடத்திலே போரிட்டுக் களத்திலே வீழ்ந்து இறந்தான். அவ்வேளையில் வெளியத்தானின் நண்பனும், யாருக்காக அந்தப் போரிலே அவன் ஈடுபட்டானோ அவனுமாகிய நன்னன் என்பவன் படுகளஞ் சென்று காண்பதனைக் கூடச் செய்யாது போயினான். அதனால் எழுந்த வேண் மகளிரது பூசல் மிகவும் பெரிதாயிற்று. அதனைக் கேட்டதும் அகுதையின் ஆண்மை வீறு கொண்டது. தானே நேரிற் சென்று அந்த வேண் மகளிரது பூசலைக் களைந்து போக்கினான் இவன். இந்நூலுள் வரும் இவனைப் பற்றிய செய்தி, இவனது தந்தை பாணர்கட்குக் கொடுத்துதவிக் கொடையாளனாகத் திகழ்ந்தது ஆகும். இதனைப் பாடியிருப்பவர் பரணர் ஆவர். 'இன்கடுங் கள்ளின் அகுதை தந்தை. வெண்கடைச் சிறு கோல் அகவன் மகளிர், மடப்பிடிப் பரிசில் மானப், பிறிது ஒன்று குறித்தது, அவன் நெடும்புற நிலையே' என்பதாகும் அச்செய்தி.

அஞ்சி 91 - தகடூரைத் தலைநகராகக் கொண்டு, மழவர் கோமானாகத் திகழ்ந்த மாவீரன் இவன். ஔவையாரின்பால் பேரன்பினனாகவும், நெடுநாள் வாழச்செய்யும் கருநெல்லிக் கனியை அரிதில் முயன்று பெற்றுத் தானுண்ணாது அவருக்களித்த சிறப்பினனாகவும் இவனைக் காண்கின்றோம். 'அரும் பெறல் மரபின் கரும்பு இவண் தந்தும்' என, இவனது முன்னோரைக் குறிப்பிடும் சான்றோர் வாக்கு, கரும்பினைத் தமிழகத்திற்கு முதற்கண் கொணர்ந்து பரப்பியது இக்குடியினரது முயற்சியைக் காட்டுவதாகும். 'ஆர்வலர் குறுகினல்லது. காவலர் கனவினும் குறுகாக் கடியுடை வியனகர்' என இவனது தலைநகரின் காவன் மிகுதியைப் புலவர்கள் கூறுவர். இவனது படை மாண்பும புகழ்ப் பெருக்கமும், பலர்பால் பொறாமை பகைமை ஆகியவற்றை எழச் செய்தன. தொண்டைமானோடு இவனுக்கு ஏற்பட்ட பகைமையை ஔவையார் தமது அறிவுநுட்பமான பேச்சாற் போக்கினர். ஆனால், இவனுக்கும் பெருஞ்சேரல் இரும்பொறைக்கும் ஏற்பட்ட பகையோ தீராப் பகையாயிற்று. அதிலும், முதற்கண் தகடூரை முற்றிய இளஞ்சேரலின் சாவு, சேரன்பால் சினத்தீயைப் பெருகச் செய்ததென்றே கருதலாம். முடிவில், பெருஞ்சேரல் இரும்பொறை இவனை வென்று களத்திற் சாவையும் இவனுக்குத் தந்தனன். இச்செய்யுட் பகுதி, இவனது போர்முனைக்கு அருகான ஊரிலுள்ளார்கள் இரவு முழுதும் துஞ்சாது அஞ்சியிருக்கும் தன்மை உரைக்கப்பட்டுள்ளது. 'ஓயாது ஈயும் மாரி வண்கைக் கடும்பகட்டு யானை நெடுந்தேர் அஞ்சி கொன்முனை இரவூர் போலச் சிலவாகுக நீ துஞ்சும் நாளே' என்பது அது. பிரிவினாலே தாக்கும் காமநோய் அடுதலால் உறக்கமற்று இருந்த தலைவியின் மனநிலைக்கு நல்ல விளக்கம் இதுவாகும். இதனைப் பாடியிருப்பவர் ஔவையார்.

அதியன் 393 - 'அதிகன்' எனவும் குறிக்கப்பட்டிருக்கக் காணலாம். 'பசும்பூண் பாண்டியன்' எனக் குறிக்கப்படும் தலையாலங்கானத்துச் செரு வென்ற பாண்டியன் நெடுஞ்செழியனின் படைத்தலைவர்களுள் இவனும் ஒருவன், கொங்கரது குறும்பினை அடக்கிவருதற்குப் பாண்டினால் ஏவப்பெற்று, அம்முயற்சியிலே, 'வாகைப் பறந்தலை' என்னும் களத்திலே பட்டுவீழ்ந்தவன் இவன். இவன் வீழ்ந்ததும் கொங்கரது ஆர்ப்பொலி பெரிதாயிருந்ததாம். அதனைக் 'கூகைக் கோழி வாகைப் பறந்தலைப் பசும்பூண் பாண்டியன்

வினைவல் அதியன், களிறொடு பட்ட ஞான்றை, ஒளிறுவாள் கொங்கர் ஆர்ப்பினும் பெரிதே' எனக் காட்டுகின்றார் பரணர். இவனது வள்ளன்மையினை 'அதியன் பின்னுறவள்ளுயிர் மாக்கிணை கண் அவிந்தாங்கு' என வரும் அகப்பாட்டடிகள் (325) காட்டும். இந்த வாகைப்பட்டினம் 'எயினன்' என்பானுக்கு உரித்தாயிருந்ததெனக் (புறம் 315) கூறப்படுதலால், அதியன் இவனுடன் பொருதே வீழ்ந்தவனும் ஆகலாம். 'எயினன்' என்பானுக்குத் துணையாகக் கொங்கர் அமைந்திருத்தலும் பொருந்தும். 'கொங்கர் ஓட்டி, நாடு பல தந்த பசும்பூண் பாண்டியன், (253) என்னும் அகப்பாட்டடிகள், கொங்கரைப் பாண்டியன் அதன்பின் அழித்தமையை வலியுறுத்தும்.

அருமன் 293 - இவன் 'சிறுகுடி' என்னும் ஊரிடத்தே வாழ்ந்திருந்த ஒரு குறுநிலத் தலைவன். காவிரியின் வடபால் பண்ணனுக்கு உரியதாக ஒரு 'சிறுகுடி' கூறப்படும். இவன் அவ்வூரினனாகவும் அப்பண்ணனுக்கு உறவினனாகவும் இருக்கலாம். 'கள்ளிற் கேளிர் ஆத்திரை உள்ளூர்ப் பாளை தந்த பஞ்சியங் குறுங்காய் ஓங்கிரும் பெண்ணை நுங்கொடு பெயரும், ஆதி அருமன் மூதூர்' என இவனூரது சிறப்பு இந்நூலுட் காட்டப் பெறுகின்றது.

அழிசி 528 - இவர் ஆர்க்காட்டிலே வாழ்ந்திருந்தவன்; 'சேந்தன்' என்பவனின் தந்தை. இச்சேந்தன் என்பவன், காவிரிக்கரையின் மருதமரத்தோடு யானையைப் பிணித்து, நீராடுவோரின் துயரத்தைப் போக்கிய செய்தி இச்செய்யுளிற் கூறப்படுகின்றது. இதனைப் பாடியிருப்பவர் பரணர்.

ஆய் 84, 376 - இவன் பொதியிலின்கண் வீற்றிருந்து அதனைச் சூழவிருந்த பகுதிகளைச் சிறப்புடன் ஆண்டு வந்தவன். கடை எழு வள்ளல்களுள் ஒருவன். அருளாண்மையும் பேராண்மையும் கொண்டிருந்தவன். 'வடதிசை யதுவே வான்தோய் இமயம், தென்திசை ஆய்குடி இன்றாயின் பிறழ்வது மன்னோ இம் மலர்தலை உலகே' என்று பாடுகின்றனர் உறையூர் ஏணிச்சேரி முடமோசியார். (புறம் 132) இவனது காவல் மேம்பாட்டினை 'ஆடு மகள் குறுகின் அல்லது பீடுகெழு மன்னர் குறுகலோ அரிதே' என்பார் அவர். 'நீல நாகம் நல்கிய கலிங்கம், ஆலமர் செல்வற்கு அமர்ந்தனன் கொடுத்த, சாவந்தாங்கிய சாந்து புலவர் திணிதோள், ஆர்வ நன்மொழி ஆய்' (சிறுபாண் 96-99) என வரும் செய்தி இவனது

சிவப்பற்றைக் காட்டுவதாகும். பரிசிலர்க்குக் களிறுகளை வழங்கிய இவனது கொடையை வியந்து, 'விளங்குமணிக் கொடும்பூண் ஆஅய் நின்னாட்டு இளம் பிடி ஒருசூல் பத்து ஈனுமோ?' என்கின்றார் மோசியார். 'கழல்தொடி ஆஅய் மழைதவழ் பொதியில், வேங்கையும் காந்தளும் நாறி, ஆம்பல் மலரினும் தான் தண்ணியளே *(84)*' எனவும், 'மன்னுயிர் அறியாத் துன்னரும் பொதியில், சூருடை அடுக்கத்து ஆரம் கடுப்ப வேனிலானே தண்ணியள் *(376)*' எனவும், இவனது பொதியில் இந்நூலுட் சிறப்பிக்கப்பட்டிருக்கின்றது.

எவ்வி 19 - இவன் வேளிர் குலத்தவன்; மிழலைக் கூற்றத்தின் சில ஊர்களுக்கு உரியவனாக இருந்தவன். இவன் நாடு இயற்கை வளத்தால் செறிவுற்றிருந்ததனைப் புறப்பாட்டு *(24)* காட்டும், 'எவ்வி இழந்த வறுமை யாழ்ப்பாணர் பூவில் வறுந்தலை போலப் புல்லென்று இனைமதி' *(19)* எனப் பரணர் கூறுவதனால், இவனது இசையார்வமும், வள்ளன்மையும் அறியப்படும். 'எவ்வி வீழ்ந்த செருவில், பாணர் கைதொழு மரபின் முன் பரித்திடூஉப் பழிச்சிய வள்ளுயிர் வணர் மருப்பு *(அகம் 115)* எனப் பிறரும் இதனை வலியுறுத்துவர். இவன் அன்னியின் நண்பனாக இருந்தவன். 'ஓம்பா ஈகை மாவேள் எவ்வி' யாகிய இவன், தலையாலங்கானப் பெரும்போரிலே பட்டு வீழ்ந்தவருள் ஒருவனாயினான்.

எழினி 80 - இவனும் 'அஞ்சி' எனப்பட்ட அதியமான் நெடுமான் அஞ்சியும் ஒருவனே ஆகலாம். இவனை அஞ்சியின் மகனான பொகுட்டெழினி என்பவரும் உளர். இந்நூலுள், 'வெம்போர் நுகம்படக் கடக்கும் பல்வேல் எழினி' என ஔவையார் இவனைக் குறிப்பிடுகின்றனர்.

ஓரி 100, 199 - வள்ளல்களுள் ஒருவன். கொல்லிமலைப் பகுதியை ஆண்டு வந்தவன். வில்லாண்மையிற் சிறந்தோனாக விளங்கிய இவனை, இறுதியில் அழித்தவன் மலையமான் திருமுடிக்காரி என்பவனாவான். இவனது கொல்லியின் மேற்குப் பக்கத்தே 'கொல்லிப் பாவை' என்னும் தெய்வப் படிமம் ஒன்றும் இருந்தது. 'காந்தளம் சிலம்பிற் சிறுகுடி பசித்தெனக், கடுங்கண் வேழத்துக் கோடு நொடுத்து உண்ணும், வல்வில் ஓரிக் கொல்லிக் குடவரைப் பாவை' எனக் கபிலர் இந்நூலுள் *(100)* குறிப்பிடுகின்றனர். திண்தேர்க்கைவள் 'ஓரி' *(199)* எனவும் இவனைப் போற்றுகின்றனர்.

கட்டி 11 - 'வல்வேற் கட்டி' என்று புகழப்பட்டவன் இவன். தமிழகத்து வடவெல்லைப் பகுதியில் வாழ்ந்தவன். தித்தன் வெளியனோடு போரிட வந்து அவனது நாளவையில் அவனைக் கண்டதும் பொருதலை மறந்து ஓடியவனும் இவன் (அகம் 289). 'குல்லைக் கண்ணி வடுகர் முனையது பல்வேற் கட்டிநன்னாடு' என மாமூலனார் இவனைப்பற்றிக் குறிப்பிட்டிருப்பதை இந் நூலினுட் காணலாம்.

குட்டுவன் 34 - மேலைக் கடற்கரையைச் சார்ந்த 'மரந்தைப்' பட்டினத்தைத் தலைநகராகக் கொண்டு அரசியற்றிய சேரமரபினன், 'யானையங் குருகின் கானலாம் பெருந்தோடு, அட்ட மள்ளர் ஆர்ப்பினை வெரூஉம் குட்டுவன் மரந்தை' என்கின்றனர், 'கொல்லிக் கண்ணனார்' என்னும் புலவர்.

கொங்கர் 393 - கொங்கு நாட்டினர் இவர்; பசும்பூண் பாண்டியனைப் பகைத்துப் போரிட்டு, முடிவில் அவனுக்கு அடிமைப்பட்டவர். இந்நூலுள் இவர் பாண்டிய தளபதியான அதிகனைக் கொன்று வாகைப்பறந்தலைக் களத்திலே ஆரவாரித்த செய்தி கூறப்பட்டிருக்கின்றது.

கோசர் - 'நாலூர்க் கோசர்' எனவும் வழங்கப் பெறுபவர் இவர். சொன்ன சொல் தவறாதவர்; கொடிய போராற்றலையும் கொண்டிருந்தவர். துளுநாட்டைத் தாயகமாகக் கொண்டிருந்தவர் இவர் என (அகம் 15)வும் நாம் அறிகின்றோம். இந்நூலுள், 'நன்னன், நறுமா கொன்று ஞாட்பில் போக்கிய ஒன்று மொழிக்கோசர்' (73) எனவும், 'தொன் மூதாலத்துப் பொதியில் தோன்றிய நாலூர்க் கோசர் நன்மொழி போல வாயாகின்று' (15) எனவும் இவரைப் பற்றிய செய்திகள் காணப்படுகின்றன.

சேந்தன் 258 - ஆர்க்காட்டு அழிசியின் மகன். இவன் காவிரிக்கரையில் கட்டுமீறித் திரிந்த களிற்றை அடக்கி, அதனை மருத மரத்திற் பிணித்த செய்தி இந்நூலுள் உரைக்கப்பட்டிருக்கின்றது.

தொண்டையர் 260 - தொண்டை நாட்டினர், இவரது யானைப் படையின் வெற்றிச் சிறப்பினைப், 'பொருவார் மண் எடுத்து உண்ணும் அண்ணல் யானை, வண்தேர்த் தொண்டையர்' எனக் கல்லாடனார் கூறுகின்றனர்.

நள்ளி 210 - இவன் தோட்டிமலைத் தலைவனாக விளங்கியவன். 'கண்டீரக் கோப் பெருநள்ளி' எனவும் குறிக்கப்

பெறுபவன். 'திண்தேர் நள்ளி கானத்து, அண்டர் பல்லா பயந்த நெய்' என இவன் நாட்டுப் பசுநிரைப் பெருக்கத்தைப் பாராட்டுகின்றார் காக்கைப் பாடினியார் என்னும் புலவர்.

நன்னன் 73, 292 - இவன் பாழி, பாரம் ஆகிய மலைப்பகுதிகளை ஆண்டு வந்தவன். காவன் மரமாகிய மாவினின்றும் வீழ்ந்து வெள்ளத்தோடு சென்ற மாங்காயைத் தின்றதற்காக ஓர் இளம் பெண்ணைக் கொன்றவன். அதனாற் 'பெண் கொலை புரிந்த நன்னன்' என்ற இகழ்ச்சிக்கு உள்ளானவன். இவன் செய்த இந்தக் கொலையைப் பற்றிய செய்தியும், அதனாற் சினந்த கோசர்கள் இவனது காவன் மரத்தை அழித்த செய்தியும் இந்நூலுட் காணப்படும். (குறுந். 292, 73). இவற்றைப் பாடியிருப்பவர் பரணர் ஆவர்.

பசும்பூண் பாண்டியன் 393 - இவன் அதியனைக் கொங்கர்பால் அனுப்பியதும், அதியன் கொங்கரோடு போரிட்டு வாகைப் பறந்தலைக் களத்திலே பட்டு வீழ்ந்ததும், இச்செய்யுளுட் கூறப்பட்டிருக்கும் செய்தியாகும்.

பாரி 196 - இவன் பறம்புமலைக் கோமானாகத் திகழ்ந்த வள்ளல் ஆவான். 'ஊருடன் இரவலர்க்கு அருளித், தேருடன் முல்லைக் கீத்த செல்லா நல்லிசைப் படுமணி யானைப் பறம்பிற் கோமான், நெடுமாப் பாரி' என்று, ஆன்றோரான கபிலர் இவனைப் பாராட்டுவர். இவனது பறம்பிலுள்ள சுனைத் தண்ணீரது தண்மையினை இச்செய்யுளுள் 'மிளைக் கந்தனார்' குறிப்பிடுகின்றனர்.

பூழியர் 163 - பூழி நாட்டினர், இவர் நாடு ஆட்டுச் செல்வத்தால் மிகுந்தது. 'பூழியர் சிறுதலை வெள்ளைத்தோடு பரந்தன்ன' என, அதனை, அம்மூவனார் இந்நூற் செய்யுளுட் கூறுகின்றனர்.

பொறையன் 128 - குடகடற்கரைத் தொண்டிப் பட்டினத்துக்கு உரியவனாக இருந்தவன். சிலகாலம் கொல்லிமலை இவனது ஆதிக்கத்தின் கீழாக இருந்ததெனவும் அறிகின்றோம். 'குணகடல் திரையது பறைதபு நாரை, திண் தேர்ப் பொறையன் தொண்டி, முன்துறை, அயிரை ஆர் இரைக்கு அணவந்தாங்கு' எனப் பரணர் கூறுகின்றனர்.

மலையன் 198, 312 - இவன் மலையமான் திருமுடிக்காரி என்னும் பெயருடன் திகழ்ந்த வள்ளல் ஆவான். சேர

சோழர்க்குப் படையுதவிப் புகழும் செல்வமும் பெற்றுச் சிறப்புற்றிருந்தவன். 'அடுபோர் எஃகு விளங்கு தடக்கை மலையன்' எனவும் (198), 'முரண்கொள் துப்பின் செவ்வேல் மலையன்' (312) எனவும் கபிலர் இவனைப் போற்றுகின்றார்.

வடுகர் - வடுகு நாட்டினர் இவர். தமிழகத்தின் வடபுலத்தே இருந்த சாதியார். 'குல்லைக் கண்ணி வடுகர்' என மாமூலனார் இவரைக் குறிக்கின்றனர். பொருள் தேடச் செல்வார் இவர் நாட்டையும் கடந்து, அதற்கு அப்பாலுள்ள மொழிபெயர் தேயங்கட்குச் செல்வர் என்பது இச்செய்யுளால் அறியப்படும்.

விச்சிக்கோன் 328 - இவன் பகைவரோடு குறும்பூர்க் களத்திலே பொருத செய்தியைப் பரணர் இச்செய்யுளுட் கூறுகின்றனர். 'வில்கெழு தானை விச்சியர் பெருமகன்' என்கின்றார் பரணர்.

வேளிர் 164 - 'பதினெண்குடி வேளிர்' எனப் போற்றப்படும் செவ்விய குடியினர் இவர். பண்புக்கும் ஆற்றலுக்கும் புகலிடமாக விளங்கியவர். 'தொன்றுமுதிர் வேளிர் குன்றூர்' என இவரது ஊர்களுள் ஒன்றைப்பற்றி மாங்குடி மருதனார் இச்செய்யுளுட் குறிப்பிடுகின்றார்.

★ ★ ★

குறுந்தொகைச் செய்யுட்களின் முதற் குறிப்பு அகராதி

(எண் – பாடல் எண்)

அகவன் மகளே.....23
அஞ்சுவது.....237
அடும்பின்.....401
அடும்பு அவிழ்.....349
அணிற்பல்.....49
அத்தவாகை.....369
அதுகொல் தோழி..... 5
அதுவரல் அன்மையோ.....248
அம் சில் ஓதி.....211
அம்ம வாழி தோழி
அம்ம வாழி அன்னைக்கு.....361
அம்ம வாழி இன்று அவர்.....375
அம்ம வாழி காதலர் இன்னே.....287
அம்ம வாழி கொண்கன்.....230
அம்ம வாழி நம் ஊர்.....146
அம்ம வாழி நம்மொடு.....134
அம்ம வாழி நூல்அறு.....104
அம்ம வாழி புன்னை.....296
அம்ம வாழி முன்னின்று.....350
அம்ம வாழி யாவதும்.....77
அம்ம வாழியோ.....392
அமர்க்கண் ஆமான்.....322
அமிழ்தத்தன்ன.....206
அமிழ்தம்.....201
அமிழ்து பொதி.....14
அயிரை பரந்த.....178
அரில் பவர்... நீர்நாய்.....364
அரில் பவர்... விளைகனி.....91
அரும்பு அற மலர்ந்த.....26
அரும்பெறல் அமிழ்தம்.....83
அருவி அன்ன.....271
அருவி.....100
அருவி வேங்கை.....96
அருளும் அன்பும்.....20
அல்குறு.....273
அலர்.....311
அவ் விளிம்பு.....297
அவரே.....216
அவரோ.....221
அழியல்.....143
அளிதோ.....149
அறிகரி.....184
அன்னாய்.....33
ஆகஇல் தெரு.....277
ஆடு அமை.....131
ஆம்பற் பூவின்.....46
ஆய் வளை.....316
ஆர்கலி ஏற்றொடு.....186
ஆர்கலி வெற்பன்.....353
ஆர்களிறு.....52
இடிக்கும் கேளிர்.....58
இது மற்று.. துனியிடை.....181
இது மற்று.. முது நீர்.....299
இரண்டு அறி.....312
இருங் கண்.....267
இருள் திணி.....123
இல்லோன் இன்பம்.....120
இலங்கு வளை.....125
இலை இல்.....254
இவளே நின் சொல்.....81
இவன் இவள்.....229
இழை அணிந்து.....345

புலியூர்க் கேசிகன் 499

இளமை பாரார்	126	ஒன்றேன்	208
இன்று	379	ஒம்புமதி	235
இன்றே	189	ஓர் ஊர் வாழினும்	231
இன்னள்	98	கடல் அம் கானல்	245
இன மயில்	249	கடல் உடன்	294
ஈங்கே	192	கடல் பாடு	177
ஈதலும்	63	கடும் புனல்	103
உடுத்தும்	295	கண்டிசின் பாண	359
உதுக்காண்	191	கண்ணி	363
உமணர்	124	கண் தர	305
உரைத்திசின்	302	கணைக் கோட்டு வாளைக்	164
உவரி	391	கருங்கண் தாக்கலை	69
உமுந்து	384	கருங்கால் வேங்கை	47
உள்ளது	283	கருங்கால் வேம்பின்	24
உள்ளார் கொல்லோ... உள்ளியும்	232	கல்லென் கானத்து	179
உள்ளார் கொல்லோ... கள்வர்	16	கலி மழை கெழீஇய	264
உள்ளார் கொல்லோ... கிள்ளை	67	கலை	342
உள்ளி	286	கவலை	233
உள்ளின்	102	கவலை யாத்த அவலம்	224
உள்ளினென்	99	கவவுக் கடுங் குரையள்	132
உறுவளி	278	கழனி மாவத்து	18
உறைபதி அன்று	145	கழி தேர்ந்து	303
ஊஉர் அலர்	262	கழிய காவி குற்றும்	144
ஊர் உண்	399	கள்ளில்	293
ஊர்க்கும்	113	கறி வளர்	288
எந்தையும் யாயும்	374	கன்றுதன்	225
எம் அணங்கினவே	53	கன்றும்	27
எல்லாம் எவனோ	323	காண்	171
எல்லும் எல்லின்று	390	காதலர் உழையர்	41
எல்லை கழிய	387	காந்தள்	265
எழுவ சிறா அர்	129	காந்தள் வேலி	76
எவ்வி இழந்த	19	காமம் ஒழிவது	42
எழில் மிக	247	காமம் கடையின்	340
எழுதரு மதியம்	315	காமம்... நினைப்பின்	204
எற்றோ வாழி	90	காமம்... நுணங்கி	136
எறிசுறா	318	காமம்	290
எறும்பி அளை	12	கார்புறந் தந்த	162
என்னெனப்படுங்கொல்	194	காலே	44
ஐயவி அன்ன	50	காலை எழுந்து	45
ஒடுங்கு ஈர் ஓதி	70	காலையும் பகலும்	32
ஒரு நாள் வாரலன்	176	கான இருப்பை	329
ஒலி வெள் அருவி	88	கான மஞ்ஞை	38
ஒறுப்ப ஓவலர்	34	கானயானை	79

கானங்கோழி	242	செறுவார்க்கு	336
குக்கூ என்றது	157	சென்ற நாட்ட	183
குணகடல்	128	சேணோன்	150
குருகு	127	சேய் உயர்	314
குருகும் இரு விசும்பு	260	சேயாறு செல்லேம்	400
குவளை நாறும்	300	சேயாறு சென்று	269
குவி இணர்	107	சேரி சேர	298
குறுந்தாள்	60	சேரிரோ	268
குறும்படை	333	சேறும் சேறும்	325
குன்றக் கூகை	153	சோலை	308
கூந்தல்	80	ஞாயிறு	378
கூன் முள்	51	ஞாயிறு பட்ட	92
கேட்டிசின்	30	தச்சன் செய்த	61
கேளார்	253	தண் கடற் படு	166
கேளிர்	280	தண் துளிக்கு	382
கைவளை	371	தலைப் புணை	222
கைவினை	309	தழைஅணி	159
கொங்கு தேர்	2	தா அ	172
கொடியோர்	367	தாதின் செய்த	48
கொடுந்தாள்	324	தாமரை புரையும்	க.வா.
கொண்கன்	212	தாமே செல்ப	348
கொல்வினை	304	தாழ் இருள்	270
கொன் ஊர்	138	திண் தேர்	210
கோடல் எதிர்	62	திரி மருப்பு இரலை	338
கோடூர்…. கவிழ்ந்து	365	திரி மருப்பு எருமை	279
கோடு ஈர்… கலிழும்	11	தினை கிளி	217
கௌவை	112	தீண்டலும்	272
சிறு வீ	328	துணைத்த கோதை	326
சிறு வெண்	334	துறுகல்	36
சிறுவெள் அரவின்	119	தேற்றாம்	398
சிறை பனி	86	தொடி நெகிழ்	239
சுடர் சினம்	195	தொல் கவின்	381
சுடர் செல்	234	நசை நன்கு	213
சுடு புன மருங்கில்	291	நசை பெரிது	37
சுரந்தலைப் பட்ட	209	நமக்கு ஒன்று	266
சுரம் செல்	169	நல் உரை இகந்து	29
சுனைப்பூ	142	நல்கின் வாழும்	327
செங்களம் பட	1	நல் நலம்	93
செப்பினம்	207	நலத்தகை	330
செல்வச் சிறார்	148	நள்ளென்ற	6
செல்வார் அல்லர்	43	நறை அகில்	339
செவ்வரை	187	நனை முதிர்	397
செவ்விகொள்	282	நாகு பிடி	346

புலியூர்க் கேசிகன் 501

நாண் இல	35	பாசவல் இடித்த	238
நிரை வளை	335	பார்ப்பன மகனே	156
நிலத்தினும்	3	பால்வரைந்து	366
நிலம் தொட்டு	130	பாலும்	396
நிலம் புடை	373	புரி மட	317
நிழல்	356	புல்வீழ் இற்றி	106
நினையாய்	343	புள்ளும் புலம்பின	310
நீ உடம்படுதலின்	383	புள்ளும் மாவும்	118
நீ கண்டனை	75	புறவுப் புறத்தன்ன	274
நீர் கால்யாத்த	388	புனவன் துடவை… கடி	105
நீர் நீடு	354	புனவன் துடவை… கிளி	133
நீர் வார்	22	பூ இடை	57
நுதல் பசப்பு	185	பூ ஒத்து அலமரும்	72
நெஞ்சே	395	பூண் வளைந்தன்ன	227
நெடிய	252	பூவொடு புரையும்	226
நெடுங் கழை	331	பூழ்க்கால் அன்ன	68
நெடு நீர்	352	பெய்த	200
நெடு வரை	158	பெயர்த்தெனன்	84
நெய் கனி	389	பெயல் கால்	355
நெய்தல் பரப்பில்	114	பெயல் மழை	174
நெருப்பின்	160	பெருங்கடல் கரையது…களிற்றுச்	246
நெறி	190	பெருங்கடர் கரையது… நீத்த நீர்	313
நோம் என் நெஞ்சே… இமை	4	பெருங்கடர் பரதவர்	320
நோம் என் நெஞ்சே… புன்	202	பெருந் தண்	94
நோற்றோர்	344	பெரு நன்று	115
படரும்	215	பெருவரை	78
பணைத்தோள்	276	பெறுவது	199
பதலை	59	பேர் ஊர்	223
பயப்பு என் மேனி	219	பைங்கார் கொக்கின்	122
பரல் அவல்	250	பொத்து இல்	255
பருவத்தேன்	175	பொய்கை	370
பல் ஆ நெடு	64	பொருத யானை	284
பல் வீ	341	பொழுதும்	161
பல்லோர்	244	பொன் நேர்	173
பலரும் கூறுக	170	மகிழ்ந்ததன்	165
பலவில்	385	மகிழ்நன்	73
பழ மழை	220	மட்டம்	193
பழ மழை பொழிந்தென	261	மடவ மன்ற	66
பழூப் பல்	180	மடவ வாழி	251
பறை பட	15	மண்ணிய சென்ற	292
பனிப் புதல்	240	மணி வார்ந்தன்ன	256
பனைத்தலை	372	மயங்கு	393
பா அடி உரல்	89	மரம் கொல்	214

மருந்து எனின்	71	யாய் ஆகியளே விழவு	10
மல்கு சுனை	347	யாயும் ஞாயும்	40
மலர் ஏர்	377	யார் அணங்குற்றனை	163
மலை இடை	203	யாரினும் இனியன்	85
மலைச்செஞ்	321	யாரும் இல்லை	25
மழை சேர்ந்து	259	யாவதும் அறிகிலர்	152
மழை விளையாடும்	108	யான் நயந்து உறைவோள்	116
மள்ளர் குழீஇய	31	யானே ஈண்டையேனே... ஆனா	97
மறிக் குரல் அறுத்துத்	263	யானே ஈண்டையேனே... ஏயேல்	54
மன் உயிர்	376	வங்காக் கடந்த	151
மன்ற மராஅத்த	87	வண்டுபடத் ததைந்த	21
மனை உறை	139	வந்த வாடைச் சில்	332
மா என	17	வளர்பிறை போல	289
மாக் கழி	55	வளை உடைத் தனையது	307
மாசு அற	13	வளைபோய் உவந்திசின்	351
மாரி ஆம்பல்	117	வளைவாய்ச் சிறு கிளி	141
மாரிப் பித்திகத்து	168	வன்பரற் தெள் அறல்	65
மால்வரை இழிதரும்	95	வார்உறு வணர் கதுப்பு	82
மான் அடி அன்ன	243	வாரல் எம் சேரி	258
மான் ஏறு மடப்பிணை	319	வாரார் ஆயினும்	110
மின்னுச் செய் கருவிய	205	விசும்பும்கண்	380
முகை முற்றினவே	188	விட்டுதிரை	74
முட்கால்	109	விட்டென விடுக்கும்	236
முட்டுவேன் கொல்	28	விடர் முகை அடுக்கத்து	218
முதைப் புனம் கொன்ற	155	விரிதிரைப் பெருங்கடல்	101
முருகு அயர்ந்து வந்த	362	வில்லோன் காலன	7
முல்லை ஊர்ந்த	275	விழுத்தலைப் பெண்ணை	182
முலையே முகிழ்முகிழ்	337	வினையே ஆடவர்க்கு	135
முழந்தாள் இரும்பிடிக்	394	வீங்கு இழை நெகிழ	358
முழவு முதல் அரைய	301	வீழ் தாழ் தாழை	228
முனி தயிர் பிசைந்த	167	வெண் மணல்	281
முனிபடர் உழந்த	357	வெண் மணல் விரிந்த	386
மெய்யே வாழி தோழி	121	வெந் திறல் கடுவளி	39
மெல் இயல் அரிவை	137	வெறி என உணர்ந்த	360
மெல்லிய இனிய	306	வேட்டச் செந்நாய்	56
மெல்லிய லோயே	368	வேதின வெரிநின்	140
மென் தோள் நெகிழ்	111	வேம்பின் பைங்காய்	196
யாஅம் கொன்ற	198	வேரல்வேலி	18
யாங்கு அறிந்தனர்	154	வேரும் முதலும் கோடும்	257
யாது செய் வாம்கொல்	197	வேனில்	147
யாம் எம் காமம்	241	வைகல் வைகல்	285
யாய் ஆகியளே	9		

★ ★ ★